लेखक मॅथ्यू ग्लास यांच्या या भौगोलिक-राजकीय विषयावरील थरारक कांदबरीमध्ये एकही सिरिअल किलर नाही, भाडोत्री मारेकरी नाही, तरुण सुंदर स्त्री संकटात सापडलेली नाही, डबल एजंट नाही की प्राचीन धार्मिक अवशेष चोरीला गेलेला नाही, पण तरीही त्यात रहस्य मात्र ठासून भरलेले आहे. अल्टीमेटम ही कांदबरी लिहिणारे मॅथ्यू ग्लास यात हादरवणारी गुंतागुंत आपल्याला देतात. ही हादरवणारी आहे कारण ती कधीही वास्तवात येऊ शकते. या गुंतागुंतीचे सांधे त्यांनी चपखलतेने दिलेले आहेत. आपल्या देशाच्या (अमेरिकेच्या) राजकीय नेत्यांनी आणि अर्थधुरिणांनी ही अंगावर काटा आणणारी व महत्त्वाची कांदबरी वाचायलाच हवी.

– पब्लिशर्स वीकली

अनेक पात्रे असूनही लेखक मॅथ्यू ग्लास त्यांना बरोबर हाताळतात. त्यात युद्धखोर भावी संरक्षण मंत्री आहे आणि सध्या उपेक्षित असलेली, पण दूरदृष्टी असलेली संयुक्त राष्ट्रसंघातील राजदूत आहे. लेखकाने घटनाबहुल, श्वास रोखून धरायला लावणारी उत्तम थरारक कांदबरी लिहिलेली आहे... वेगवान, तणावाचे क्षण देणारी आणि असं प्रत्यक्षात घडलं तर काय होईल याची चिंता करायला लावणारी.

– क्रीकस रिव्ह्युज

एंड गेम ही अतिशय चलाख लेखकाने चलाख वाचकांसाठी लिहिलेली थरारक कांदबरी आहे. या पुस्तकात डॉ. स्ट्रॅनगेलव्ह नव्हे तर गॉर्डन गेको याच्या हातात विध्वसांचे बटण आहे. वास्तवात येऊ शकेल असे चित्र यात रंगवलेले आहे - वॉल स्ट्रीट, व्हाईट हाउस आणि पेंटॅगन यात एकमेकांशी संघर्ष करतात - कोणीच जिंकत नाही, पण लोक मरतात. मला ही कांदबरी आवडली. मॅथ्यू ग्लासना सलाम.

– माईक लॉसन, हाऊस डिव्हायडेडचे लेखक.

२०१८मध्ये घडणारी ही थरारक कांदबरी आहे. पुढील आर्थिक व राजकीय पेचप्रसंग काय असेल, कशामुळे अमेरिका व चीन यांच्यात संघर्ष होईल हे ती दाखवते... पन्नास वर्षांपूर्वी क्युबा इथे क्षेपणास्त्राचा जो पेचप्रसंग आला होता त्यावरून या प्रभावशाली कांदबरीचा शेवट घेतलेला आहे. जबरदस्त वाचनीय कांदबरी.

– सिटी एएम (युके)

खिळवून ठेवणारी भौगोलिक-राजकीय कांदबरी... महत्त्वाकांक्षी-- वास्तवात येऊ शकेल अशी.

– द डेली मेल (यूके)

आपल्या स्नेहीजनांना पुस्तके भेट द्या

एन्ड गेम

चीन आणि अमेरिका यांच्यातील संघर्षाची रोमहर्षक कहाणी.

मॅथ्यू ग्लास

अनुवाद

उदय कुलकर्णी

मेहता पब्लिशिंग हाऊस

Please contact us at **Mehta Publishing House Pvt. Ltd.,** Pune 411030.
✆ +91 020-24476924 / 24460313 / Mob. No. 9545000513
Email : production@mehtapublishinghouse.com
Website : www.mehtapublishinghouse.com

- *या पुस्तकातील लेखकाची मते, घटना, वर्णने ही त्या लेखकाची असून त्याच्याशी प्रकाशक सहमत असतीलच असे नाही.*

END GAME by MATTHEW GLASS

First Published in the UK by Atlantic Books Ltd.

Translated into Marathi Language by Uday Kulkarni

एन्ड गेम / अनुवादित कादंबरी

अनुवाद : उदय कुलकर्णी
Email : author@mehtapublishinghouse.com

मराठी अनुवादाचे व प्रकाशनाचे हक्क, मेहता पब्लिशिंग हाऊस प्रा. लि., पुणे.

संस्थापक : सुनील अनिल मेहता

प्रकाशक : मेहता पब्लिशिंग हाऊस प्रा. लि.,
१९४१, सदाशिव पेठ, माडीवाले कॉलनी, पुणे ४११०३०.

मुद्रक : ट्रिनिटी ॲकॅडमी फॉर कॉर्पोरेट ट्रेनिंग लिमिटेड

मुखपृष्ठ : चंद्रमोहन कुलकर्णी

प्रथमावृत्ती : २४ ऑक्टोबर, २०१४ / पुनर्मुद्रण : जुलै, २०२५

किंमत : ₹ ८५०

P Book ISBN 9788184985641
E Book ISBN 9788184985702
E Books available on : amazonkindle Apple Books Google Play Books

---

पुस्तकाविषयी

५ जुलै, २०१८, मासिंडी, युगांडा :

लॉर्ड रेझिस्टन्स आर्मी एका असंरक्षित हॉस्पिटलवर हल्ला करून २१८ लोकांची कत्तल करते. मृतांमध्ये अमेरिकेचे ३२ वैद्यकी स्वयंसेवक असतात.

१२ सप्टेंबर, संयुक्त राष्ट्रसंघाची सुरक्षा परिषद :

लॉर्ड रेझिस्टन्स आर्मीचे समूळ, कायमस्वरूपी उच्चाटन करण्यासाठी अमेरिका योजना जाहीर करते. पण त्यासाठी त्यांना चीनच्या प्रभावक्षेत्रातील अफ्रिकेच्या भागात लष्करी तळ ठोकावा लागणार असतो. मात्र इकडे फिरकू नका, असा चीनचा संदेश असतो.

१७ ऑक्टोबर, वॉल स्ट्रीट :

अमेरिकेच्या शेअर बाजारात अनिश्चिततेचे वातावरण निर्माण होते. अस्थिरतेमुळे शेअर बाजाराला तडाखा बसतो आणि शेअरच्या किमती कोसळतात. बाजार कोसळण्याच्या २००८च्या आठवणी ताज्या आहेत. अमेरिकेच्या बँकांना उभारी देण्यासाठी आवश्यक ते सर्व करायला वॉशिंग्टन तयार असते. पण सरकारला काळजी वाटत असते की, ह्या वेळेची उलथापालथ नियोजन पद्धतीने करण्यात आली असावी. कोणीतरी जाणूनबुजून अमेरिकेच्या शेअर बाजाराला सुरुंग लावत असावे.

एकमेकांशी संबंध नसलेल्या तीन घटना की, दोन महासत्तांच्या मोठ्या संघर्षातील आरंभीच्या चाली?

संघर्ष व्हावा यासाठी टपलेले युद्धपिपासू आणि कट्टर भूमिका घेणारे लोक दोन्ही बाजूला असतात. त्यामुळे न सुटणारा पेचप्रसंग निर्माण होतो. भडका उडण्यापूर्वीच परिस्थिती काबूत आणली पाहिजे, याची जाणीव अमेरिकेच्या संयुक्त

राष्ट्रसंघातील राजदूत मरिअन इलमन यांना असते. पहिली गोळी झाडली गेली की, लगेच महाभयंकर घटनांची मालिका सुरू होईल, याचीही त्यांना कल्पना असते. पण अमेरिका व चीनच्या युद्धनौकांची अफ्रिकेच्या समुद्रात एकच दाटी झाली आहे. आणि त्यांच्या हातातील वेळ निसटून चाललेली असते.

विनाशाच्या उंबरठ्यावरून जगाला परत आणणे शक्य होते की, तो अखेरचा डाव ठरतो?

मॅथ्यू ग्लास हे टोपणनाव असून लेखक कोण आहे, ते अज्ञात आहे. पण त्यांची पुस्तके वाचलेल्या अनेक लोकांची अटकळ आहे की, हा कोणी आतल्या गोटातील माणूस आहे. त्यामुळे आपले खरे नाव ते जाहीर करू शकत नाहीत. समीक्षकांनी दाद दिलेली त्यांची पहिली कादंबरी 'अल्टिमेटम' ही २००९ साली अटलांटिक बुक्सने प्रसिद्ध केली. मॅथ्यू ग्लास इंग्लंडमध्ये अज्ञात स्थळी राहतात.

कोरव्हूस
ऑर्मंड हाउस
२६-२७ बोसवेल स्ट्रीट
लंडन WC1N 3JZ
www.corvus-books.co.uk

Ship©corbis
Design : www.blacksheep-uk.com

मनोगत

जगण्याचे भान देणे, जाणिवा समृद्ध करणे चांगल्या साहित्याचे लक्षण समजले जाते. थ्रिलर कादंबऱ्यांसारख्या पुस्तकांतून असे काही मिळावे, अशी कोणाची अपेक्षा नसते. पण पुन:पुन्हा मला एका गोष्टीचा प्रत्यय येतो, इंग्लिश थ्रिलर कादंबऱ्या वाचून आपली जाणीव प्रगल्भ होते, एक नवा दृष्टिकोन मिळतो. आपल्या विचार करण्याच्या पद्धतीत बदल होतो. याआधी मी अनुवादित केलेल्या 'नथिंग टू लूज'ने मला हा प्रत्यय दिला होता. आता ह्या कादंबरीनेही दिला. ह्या थ्रिलर कादंबऱ्यांच्या लेखकांना जगाच्या कानाकोपऱ्यांतील बारीकसारीक घडामोडींची माहिती असते. त्यांना समाजातील अंतर्गत सूक्ष्म ताणतणावांचीही माहिती असते. एक विशाल पट ते घेतात, पूर्ण जगाचा विचार करतात. शीतयुद्धाच्या काळात अमेरिका व रशिया या दोनच महासत्ता होत्या. त्यामुळे पूर्वीच्या इंग्लिश थ्रिलर कादंबऱ्यांमध्ये किंवा तत्कालीन लोकप्रिय जेम्स बाँडपटांमध्ये रशिया खलनायक असायचा. आता चीन ही अमेरिकेइतकीच तुल्यबळ महासत्ता झाली आहे. पण आता इंग्लिश थ्रिलर कादंबऱ्यांमध्ये झालेला लक्षणीय बदल असा आहे की, केवळ चीनवरच खलनायकीचा शिक्का मारला जात नाही. अमेरिकेनेही आत्मपरीक्षण करावे, हा सूर असतो.

शेअर बाजारातील घडामोडी हा ह्या पुस्तकाच्या कथानकाचा अविभाज्य भाग आहे. मराठी माणूस शेअर बाजारापासून दूर असतो, असा एक समज आहे. तेव्हा अनुवाद करावा की नाही, याबद्दल मत देताना प्रथम विचार आला – मराठी माणसाला ह्या कथानकात स्वारस्य वाटेल का? पण थोडा विचार केल्यानंतर माझ्या लक्षात आले व आपल्याही लक्षात येईल, आपल्या समाजाबद्दलचा हा जुना समज आता त्याज्य झालेला आहे. आपल्या समाजधुरिणांनी, विचारवंतांनी झालेल्या बदलाची दखल न घेतल्याने ते कदाचित या जुन्या समजाला चिकटून असावेत. देशात मोजकीच सहा-सात बिझनेस चॅनेल आहेत. त्यांवर शेअर बाजारातील हालचालींची हर क्षणी नोंद होत असते. या चॅनेलवर अनेकदा मराठी व्यक्ती तज्ज्ञ

म्हणून येतात. 'अर्थक्षेत्रातील मराठी तारे' ह्या नावाने अर्थक्षेत्रातील टॉपच्या २७ मराठी व्यक्तींच्या मी स्वत:च मुलाखती घेतल्या व त्याला उदंड लोकप्रियता मिळाली. 'सेबी' ही शेअर बाजारावर नियंत्रण ठेवणारी सर्वोच्च नियामक संस्था. त्याचे चेअरमन सी.बी. भावे ही मराठी व्यक्ती होती व त्यांचीही मुलाखत मला घेता आली. ह्या तज्ज्ञांपलीकडे जात समाजाकडे बघितले, तरी अनेक मराठी माणसे शेअर बाजारात व्यवहार करताना दिसून येतात. इतकेच काय मराठी गृहिणीसुद्धा घरबसल्या शेअर खरेदी-विक्रीचे व्यवहार करतात. तसेच या पुस्तकात आवश्यक तिथे शेअर बाजाराशी संबंधित संकल्पना स्पष्ट केलेल्या आहेत, त्यामुळे इतर वाचकांनाही अडचण येणार नाही, असा विश्वास आहे.

तथापि याच मुद्द्याच्या अनुषंगाने दुसरा एक तितकाच महत्त्वाचा मुद्दा यात अनुस्यूत आहे, तो म्हणजे अर्थकारण हे आता आपल्या जीवनव्यवहाराच्या अग्रभागी आले आहे. पूर्वी गरिबीतही सुखाने आयुष्य जगणे शक्य होते; ते आता शक्य नाही. विदारक असले, तरी हेच सत्य आहे. ह्या पुस्तकातूनही एका व्यापक पातळीवर हाच मुद्दा प्रकर्षाने समोर येतो.

सुरुवातीलाच मी म्हटले आहे की, या पुस्तकामुळे माझ्या जाणिवा समृद्ध झाल्या. पण मला जो प्रत्यय आला त्याचा दोन कारणांनी इथे उल्लेख केलेला नाही. एकतर कादंबरी वाचताना आपली उत्कंठा कमी होऊ नये व दुसरे कारण तो वाचकांना स्वत:ला यावा.

पुस्तकाचे हस्तलिखित लिहिण्याचे काम माझी पत्नी विजया हिने केले. तिचे आभार. तसेच 'अर्थतारे' डेल्टा ग्लोबल पार्टनरचे संस्थापक व मुख्य भागीदार देवेंद्र नेवगी आणि प्रायोगिक रंगभूमीवरील अभिनेते आशुतोष दातार यांचेही आभार.

एका चांगल्या पुस्तकाचा अनुवाद मला करायला मिळाला व ते मराठी समाजासमोर आणता आले, यासाठी मी मेहता पब्लिशिंग हाऊसचा ऋणी आहे.

– उदय कुलकर्णी

उपोद्घात

मासिंडी, युगांडा
जुलै ५, २०१८

दिवस उजाडल्यानंतर लोक बाजारात यायला सुरुवात झाली. खेड्यांना शहराशी जोडणाऱ्या धुळीने भरलेल्या रस्त्यावरून ते येत होते. कोणी पायी येत होते; कोणी भडक रंगात रंगवलेल्या ट्रकमधून येत होते. रस्त्यांवर खड्डे असल्याने खड्ड्यातून जाताना ते ट्रक उसळी मारायचे. खेड्यामध्ये पिकणारे मका, मिरच्या, रताळी, भेंडी, टोमॅटो, कांदा आणि भोपळा असे अनेक पदार्थ घेऊन ते लोक येत होते. बाजारात एका सतरंजीवर पसरवून ते आपला माल विकायला ठेवायचे. प्रत्येक गुरुवारी हा आठवडी बाजार असायचा आणि त्या दिवशीही तो सुरू झाला होता. काही पोलीस त्यांच्या रायफलला टेकून आळशीपणाने जवळच उभे होते आणि विक्रेत्यांबरोबर गप्पागोष्टी करत होते.

वसाहतवादाच्या काळापासून बाजारात असलेली दुकाने आता जुनाट झाली होती. त्यांच्या नावाच्या पाटीवरची अक्षरे पुसट झाली होती. त्या पाट्यांवर हाताने लिहिलेली नावे होती – 'द बामुगिसा बार्बर शॉप', 'ऑनेस्ट ब्रदर्स जनरल स्टोअर.' दुकानाच्या दारात उभे राहून खेड्यातील लोकांबरोबर दुकानदार थट्टामस्करी करत होते. त्यांना आत येण्यासाठी प्रलोभने दाखवत होते.

चार वाजता बाजार थंडावला. तो रिकामा झाला. जे लोक शहरात आले होते, त्यांनी परत आपल्या खेड्याचा रस्ता धरला. दुकानदार त्यांना जाताना बघत होते.

रात्र झाली. रस्त्यावर दिवसा जी तांबडी धूळ होती; ती आता काळीकुट्ट, अंधारी झाली होती. दुकानात थोडा वेळ दिवे जळत राहिले आणि नंतर तेही मालवले गेले आणि नंतर 'ते' आले. शहराच्या उत्तरेकडे असलेल्या झुडपांमधून ते आले. पंचवीस किंवा कदाचित तीस. त्यांनी फिकट हिरव्या रंगाचे कपडे

घातले होते. काही जण खूप उंच, काटक होते. ते विशीच्या आतीलच होते. इतर सगळी मुले होती. त्यांच्याजवळ मोठे सुरे आणि सोटे होते. वयाने मोठे असणाऱ्यांकडे कलाश्निकोव्हास या अत्याधुनिक मशीनगन होत्या.

मासिंडी हॉटेल हे तेथील एक मोठे हॉटेल होते. हॉटेलची इमारत वसाहतकालीनच होती. ती १९२०मध्ये बांधली गेली असावी. हॉटेलात काही पाश्चात्त्य लोक बारमध्ये बसून मद्यपान करत होते. पर्यटकांनी आकर्षित व्हावे, असे शहरात फारसे काही नव्हते. मासिंडीमध्ये जे प्रवासी यायचे त्यांना बहुधा पुढे वायव्येस ६० मैलांवर असलेल्या मर्चिसन फॉल्स इथे जायचे असे किंवा ते तिकडून परत येत असत. मद्यपान करणाऱ्यात शहराच्या हॉस्पिटलमध्ये काम करणारे दोघे-चौघे स्वयंसेवक होते. 'हेल्थ फॉर ऑल' ही वैद्यकीय क्षेत्रात कार्यरत असणारी अमेरिकेतील एक समाजसेवी संस्था होती व ती सरकारी सेवेला पूरक म्हणून काम करायची.

पण त्या झुडपातून आलेल्या लोकांचे लक्ष्य ते हॉटेल नव्हते. ते तेथून आवाज न करता पुढे निघून गेले. सावल्यांच्या साहाय्याने दिव्यांचा उजेड टाळून ते पुढे गेले. बारमधून कसले आवाज येत होते, त्याकडे त्यांनी लक्ष दिले नाही. त्यांच्यापैकी एकाला शहराची माहिती होती आणि तो इतरांना मार्ग दाखवत होता. पोलीस स्टेशनला चुकवत सर्वांत जास्त काळोखाच्या रस्त्यावरून ते जात होते. रिकाम्या बाजारातून आणि सध्या बंद असलेल्या तिथल्या दुकानांसमोरून ते टोळके पुढे गेले. शेवटी ते एके ठिकाणी थांबले.

रस्त्यांच्या पुढे एक हॉस्पिटल होते व त्याच्या प्रवेशद्वाराजवळ एक दिवा जळत होता. कुंपणाच्या आतमध्ये बराकीसारखे वॉर्ड होते. अशा बऱ्याच वार्डांच्या लांब रांगाच तिथे होत्या आणि आता त्या अंधारात बुडून गेल्या होत्या. वॉर्डांच्या पलीकडे परदेशी कर्मचाऱ्यांची निवासस्थाने होती.

समुहातील पुढाऱ्यांनी एकमेकांबरोबर बोलणी केली. त्यातील एक जण रस्त्यापर्यंत जाऊन टेहळणी करून परत आला. हॉस्पिटलच्या दाराजवळ पहारेकरी नव्हता. समुहातील पुढाऱ्यांनी आपापसात आणखी संभाषण केले. मुलांनी माघार घेऊ नये म्हणून त्यातल्या प्रौढ लोकांनी मुलांना पकडून ठेवले आणि मग ते रस्त्यावरून पुढे हॉस्पिटलमध्ये गेले.

प्रथम त्यांनी सुरे आणि सोटे वापरून ठार मारणे सुरू केले. चार पहारेकरी इमारतीच्या आवारातील त्यांच्यासाठी असलेल्या छोट्या खोलीत झोपले होते. ते रुग्णांच्या किंचाळण्यांमुळे जागे झाले. त्यांच्याकडे पिस्तुले होती. मग दोन्ही बाजूंनी गोळीबाराचा वापर झाला. वीस मिनिटांनी एका उघड्या गाडीतून तिथे पोलीस आले. दोन हल्लेखोर प्रवेशद्वाराजवळ उभे होते. त्यांनी त्या पोलिसांची कत्तल करून टाकली. मागे इमारतीत जे कत्तलसत्र सुरू होते, ते सुरूच राहिले.

तिथल्या प्रादेशिक सेनेच्या सैनिकांनीही आता या कारवाईत भाग घेतला. त्यांनी प्रवेशद्वारावर हल्ला चढवला. त्या हल्ल्यात त्यांची बरीच माणसे रस्त्यातच मेली. वाचलेले हॉस्पिटलमध्ये आल्यानंतर त्यांना हॉस्पिटलच्या प्रत्येक वॉर्डात झुंज द्यावी लागली. नंतर मैदानात जाऊन त्यांना हल्लेखोरांशी दोन हात करावे लागले. पहाट झाल्यानंतरच त्यांना हॉस्पिटलवर पुन्हा ताबा मिळवता आला.

सकाळच्या प्रकाशातच त्यांना मृत्यूचा आकडा कळला. हॉस्पिटल, निवासस्थाने आणि मैदानात मिळून दोनशे अठरा प्रेते मिळाली. बहुतेकांना सुऱ्याने भोसकून किंवा सोट्याने बडवून ठार केले गेले होते. जवळपास तितकेच लोक जखमी झाले होते. सहा हल्लेखोरांना जिवंत पकडण्यात आले होते. ते कमी-अधिक प्रमाणात गंभीर जखमी झाले होते.

कत्तलीची बातमी मोबाईल फोनद्वारे जगभर पसरली होती. गोळीबाराचा आवाज ऐकून शहरातले प्रवासी दचकून जागे झाले होते आणि आता जगभरातील वृत्तसंस्था त्यांच्या मुलाखती घेत होत्या. शहराच्या नागरी अधिकाऱ्यांनी एक निवेदन करून घटना घडल्याचे मान्य केले; परंतु त्याचा कोणताही तपशील दिला नाही. पकडण्यात आलेल्या हल्लेखोरांची सैन्याच्या हॉस्पिटलमध्ये कसून चौकशी सुरू होती. रक्ताने माखलेल्या स्ट्रेचरवर ते हल्लेखोर पडून होते. ते स्वत:ला लॉर्डस रेझिस्टन्स आर्मीचे सैनिक असल्याचे सांगत होते. स्वत:ची ओळख लपवण्याचा कोणताही प्रयत्न ते करत नव्हते. शहराच्या लष्करी प्रमुखाच्या मनात मात्र त्यांच्या या दाव्याबद्दल संशय होता.

लॉर्ड रेझिस्टन्स आर्मी म्हणजेच 'एलआरए'च्या कारवाया सध्या काही महिन्यांपासून थंडावलेल्या होत्या. या समूहाच्या कारवायांचे केंद्र मुख्यत: देशात उत्तरेकडे दूरवर होते. तिथेच त्यांच्या ह्या दहशतवादी कारवायांचा जोर होता. तिथून येऊन इतक्या दूरवर त्यांनी कधी असे कृत्य केलेले नव्हते. युगांडा, कोंगो आणि सुदान त्यांच्या सीमावर्ती भागात जंगल होते आणि एलआरएच्या दहशतवादी कारवाया तिथे तीस वर्षांपासून सुरू होत्या. मासिंडी हे त्या भागापासून शंभर मैल दूर होते आणि अशा हल्ल्यांपासून तोपर्यंत तरी ते नेहमीच सुरक्षित होते.

तथापि जखमी कैदी मात्र आपले म्हणणे मागे घ्यायला तयार नव्हते. तपासणी अधिकाऱ्यांनी त्यांना जबरदस्त मारहाण केली, तरीही ते आपण एलआरएचे सदस्य आहोत, हे म्हणणे मागे घ्यायला तयार नव्हते. जणू प्रशासकीय अधिकाऱ्यांना त्याची स्पष्ट माहिती असावी, याची ते खात्री करून घेत होते. त्या हल्लेखोरांची लोकांना ठार मारण्याची पद्धत आणि त्यांच्यात असलेला मुलांचा समावेश यावरूनही हल्लेखोर एलआरएशी संबंधित असावेत हेच सूचित होत होते. आम्ही अजूनही कार्यरत आहोत आणि पूर्वीपेक्षा जास्त धोकादायक आहोत, असा

संदेश सरकारला पाठवण्यासाठी एलआरएने शहरावर हल्ला केलेला दिसत होता.

पुढील काही दिवसांत प्रेतांची ओळख पटवली गेली. मेलेल्यांपैकी एकशे सतरा रुग्ण होते, एकोणसाठ हॉस्पिटल कर्मचारी होते. चोवीस जण पोलीस आणि सैनिक होते आणि अठरा प्रेते हल्लेखोरांची होती.

एकोणसाठ मृत कर्मचाऱ्यांपैकी बत्तीस अमेरिकेचे नागरिक होते.

१

त्यांनी फाइल उघडली. ते काही ती फाइल पहिल्यांदाच वाचत नव्हते. फाइलच्या पहिल्या पानावर उपलब्ध माहितीच्या आधारे घटनाक्रमांचा सारांश दिला होता. नंतरच्या दोन पानांवर लॉर्ड रेझिस्टन्स आर्मी म्हणजेच 'एलआरए'बद्दल गुप्तहेरखात्याचा अहवाल व त्या प्रदेशातील राजकीय स्थितीची माहिती दिली होती. त्या पुढील पानावर राष्ट्रीय सुरक्षा सल्लागाराने सुचवलेले काही पर्याय होते. त्यानंतर प्रत्येक मृत अमेरिकी नागरिकाचा फोटो व त्याचे संक्षिप्त चरित्र दिले होते. एका पानावर चार जणांची माहिती, अशाप्रकारे आठ पानांत ही माहिती देण्यात आली होती. फाइल तयार केल्यानंतर हल्ल्यातील जखमांमुळे आणखी तीन जणांचा मृत्यू झाला होता आणि इतर काही जणांची प्रकृती गंभीर होती.

त्यांनी फोटो बघितले. नंतर पर्याय सुचवणारे पान त्यांनी पुन्हा बघितले. माणसांना ठार करण्याच्या या हिंसक हल्ल्याचा त्यांनी तत्काळ धिक्कार केला होता. प्रकरण इथेच सोडून देणे, हा एक पर्याय होता. त्याशिवाय इतरही अनेक पर्याय होतेच. ह्या हल्ल्यामुळे युगांडाच्या शासनाने एलआरएचे उच्चाटन करण्यासाठी अमेरिकेला मदतीची हाक दिली होती.

त्यांनी एका मागून एक पर्याय वाचले व त्या प्रत्येक पर्यायाचा काय परिणाम होईल, यावर विचार केला.

थॉमस पॅक्सटन नोल्स हे अठ्ठावन वर्षे वयाचे उंच गृहस्थ होते. त्यांची हनुवटी पुढे आली होती व डोक्यावरचे सर्व केस करड्या रंगाचे होते. मागील अठरा महिन्यांपासून ते राष्ट्राध्यक्ष होते. व्हाइट हाउसपर्यंतच्या या प्रवासासाठी त्यांना आयुष्याची वीस वर्षे खर्ची करावी लागली होती. इथे येण्याआधीची चार वर्षे ते नेवडाचे गव्हर्नर होते.

आंतरराष्ट्रीय संबंधातील गुंतागुंत हा देशाच्या राजकारणातील एक अपरिहार्य घटक असतो व नव्या राष्ट्राध्यक्षाला तो आंदण मिळतो. ओव्हल ऑफिसमध्ये आल्याबरोबर पहिल्याच दिवशी थॉमस अर्थात टॉम नोल्सनासुद्धा ही गुंतागुंतीची

परिस्थिती वारसा हक्काने मिळाली होती. अमेरिकेच्या सैन्याने अफगाणिस्तानमध्ये आक्रमण केले होते, त्याला सतरा वर्षे होऊन गेली होती. पण ते सैन्य अजूनही काबूलमध्ये व त्याच्या आसपासच्या भागात तळ ठोकून होते. अफगाणी सैन्याला सल्लागार म्हणून काम करणे आणि त्यांना प्रशिक्षण देणे, हे अमेरिकी सैन्याचे काम आहे असे सांगितले जात होते. पाकिस्तानच्या सीमेवरील आकाशात अमेरिकेची ड्रोन – मानवरहित विमाने – नेहमी घिरट्या घालताना दिसत असत. जॉर्जियातील पेचप्रसंगानंतर अमेरिकी सैन्याची तुकडी अजूनही तिथे तळ ठोकून होती आणि त्या कारणामुळे रशियाबरोबर सतत खटके सुरू होते. अमेरिकी सैन्याच्या तुकडीला तिथून कसा काढता पाय घेता येईल, याबाबत कोणतेही स्पष्ट धोरण नव्हते. देशाच्या सीमेला लागून असलेल्या भागाचा विचार करायचा, तर अमेरिका व मेक्सिको या दोन्ही देशांच्या सीमारेषेवर गस्त घालण्याचा कार्यक्रम दोन्ही देशांनी मिळून हाती घेतला होता. पण आता तो तेवढ्यापुरताच मर्यादित न राहता मादक पदार्थांचा व्यापार करणाऱ्या सशस्त्र टोळ्यांबरोबर अमेरिकी सैन्याला दोन्ही देशांत जणू युद्धच करावे लागत होते आणि त्यात बऱ्याच वेळा अमेरिकेचे सैनिक मारले जात होते. कोलंबिया, लायबेरिया, हैती, फिलिपाईन्स या सगळ्या ठिकाणी सुद्धा अमेरिकेने कमी-अधिक तीव्रतेच्या लहान मोठ्या मोहिमा चालविलेल्या होत्या.

हीच यादी खरंतर फार मोठी होती व आव्हानात्मकही होती. या यादीत आणखी भर टाकण्याची गरज नव्हती. अनेक देशांत स्थानिक पातळीवर अनेक वर्षांपासून दहशतवादी संघटना काम करत होत्या आणि मासिंडी येथील कत्तल हासुद्धा त्याच प्रकारचा एक हल्ला होता. एका खूप दूरच्या देशात ही कत्तल घडली होती आणि अमेरिकी लोकांचा एक समूह योगायोगाने त्यात बळी पडला होता. शासकीय खात्याने स्वयंसेवी संस्थेला युगांडामध्ये माणसे पाठवण्याबाबत इशारा दिला होता. त्यांनी हल्ल्याचा धिक्कार करणारे एक निवेदन प्रसिद्ध केले होते, त्यानंतर आता काहीच न करणे, हाही एक पर्याय उपलब्ध होताच.

पण थंड डोक्याने बत्तीस अमेरिकी नागरिकांची कत्तल करण्यात आली होती, ती संख्या वाढून आता पस्तीस झाली होती आणि ती आणखी वाढण्याचीही शक्यता होती. अमेरिकी नागरिक हॉस्पिटलमध्ये आहेत, हे माहीत असल्यामुळे एलआरएने हल्ला केला नव्हता; असे कोण म्हणू शकणार होते? रिपब्लिकन पार्टीच्या मोठ्या गटाचे मत होते की, याबाबत काही कारवाई करावी. काही कारवाई करण्यासाठी नोल्सला राजकीय दबावाची आवश्यकता नव्हतीच. मागच्या दोन दिवसांत त्यांना जे सांगण्यात आले होते, त्यानुसार एलआरए म्हणजे मानवतेला लागलेला कलंक होता. युगांडाच्या उत्तरेकडील भाग; सुदानचा दक्षिणेकडील भाग व कोंगोचा ईशान्येकडील भाग या त्रिकोणात त्यांच्या दहशतवादी कारवाया

सुरू होत्या आणि तिथल्याच स्थानिक लोकांची हत्या करणे, बलात्कार करणे आणि दरोडे टाकणे या पलीकडे त्यांच्याकडे काही कार्यक्रम दिसत नव्हता. सरपटणारा किळसवाणा प्राणी जसा अंधाऱ्या फटीत लपून तग धरतो, तशी ही संघटना या तीन देशांमध्ये जो राजकीय तणाव होता, त्या आधारे तग धरून होती. ती संघटना आता संपली असे वाटायला लागले की, प्रत्येक वेळी मासिंडी येथील कत्तलीसारखी क्रूर घटना घडवून ती पुन्हा जोमाने कामाला लागायची. शांततेची बोलणी सुरू झाल्यावर ही बंडखोरी थांबेल असे अनेकवेळा वाटले होते, पण प्रत्येक वेळी संघटनेचे पुढारी जंगलामध्ये गायब होत आणि बोलणी फिसकटत. संघटना मग त्यांच्या हिंसक कारवाया पुन्हा सुरू करत असे. युगांडाच्या सैन्याने एकदा या संघटनेचा खातमा करण्याची मोहीम आखली होती; पण अपुरे मनुष्यबळ आणि दुसऱ्या दोन देशांचा खंबीर पाठिंबा नसणे, यामुळे त्यांना ती मोहीम थांबवावी लागली होती. मोहीम सुरू झाली तेव्हा संघटनेच्या लोकांनी दुसऱ्या दोन देशांच्या हद्दीत तात्पुरता आश्रय घेतला होता आणि मग युगांडामध्ये ते पुन्हा घुसले होते. हे सगळे होत असताना संघटना मुलांना पळवून नेऊन आपल्या अनुयायांच्या संख्येत भर घालत होती. या मुलांना जबरदस्तीने स्वत:च्या संघटनेतील दहशतवादी बनवत होती. संघटनेशी बांधिलकी आहे, हे सिद्ध करण्यासाठी या मुलांना त्यांच्या गावात परत नेले जायचे आणि स्वत:च्याच पालकांची हत्या करायला भाग पाडले जायचे, अशाही गोष्टी ऐकू यायच्या. तीस वर्षे या राक्षसांशी सामना केल्यावर युगांडाच्या प्रशासनाला वाटत होते की, आता त्यांचा खातमा करणे, आपल्या शक्तीबाहेरचे काम आहे. युगांडा शासनाची विनंती स्वीकारली तर काय होईल; याचा नोल्स विचार करत होते. त्यांनी संमती दिल्यानंतर अमेरिकेच्या सैन्याची तुकडी बहुधा काही आठवड्यांतच युगांडात पोहोचू शकली असती. एलआरएचा खातमा करणे; हा एक सुस्पष्ट उद्देश होता. अगदी थोड्या वेळात आणि स्थानिक शासनाच्या संमतीने फक्त तितकेच करायचे होते. मानवतावादी दृष्टिकोनातून हस्तक्षेप करण्याचे हे एक नि:संदिग्ध कारण होते. लष्कराने या बाबतीत काय मूल्यमापन केले होते, हे त्यांनी अजून बघितले नव्हते. परंतु एलआरएसारखी संघटना अमेरिकेच्या सैन्यासमोर फार मोठे आव्हान उभे करेल, असे त्यांना वाटत नव्हते. त्यांचे राष्ट्रीय सुरक्षा सल्लागार, गॅरी रोझ यांचेही तेच मत होते. युगांडातील परिस्थिती आणि अफगाणिस्तान व जॉर्जिया येथील मोहिमांमधील खराब कामगिरी यांच्यात काहीच साम्य नव्हते. सततची राजकीय धोकेबाजी आणि भ्रष्टाचार यामुळे अमेरिकेला त्या दोन देशांत लष्करी यश मिळवणे शक्य झाले नव्हते.

पण टॉम नोल्स ही एक राजकीय व्यक्ती होती. ती काही धर्मयुद्धातील

योद्धा नव्हती. रिपब्लिकन पक्षाच्या मध्यममार्गी विचारसरणीचे ते प्रतिनिधित्व करत होते. रिपब्लिकन पक्षाचेच इदाहो येथील मिच मोयनिहन हे सेनेटर मात्र पक्षातील जहाल उजव्या विचारसरणीचे प्रतिनिधित्व करत होते. नोल्स यांना मोयनिहनशी सामना करूनच रिपब्लिकन पक्षाच्या अध्यक्षपदासाठीचे दोन वर्षांपूर्वी नामांकन मिळाले होते. नंतरच्या नोव्हेंबरमध्ये त्यांनी निवडणूक लढवली. २००८ साली पत पुरवठ्याची समस्या उभी राहिली होती आणि त्यामुळे प्रदीर्घ कालापर्यंत अर्थव्यवस्था मजबूत नव्हती. बराच काळ म्हणजे सुमारे दहा वर्षे आर्थिक मंदी होती. मात्र ती आर्थिक मंदी म्हणजे भूतकाळातील एक घटना होती, असे वाटण्याइतपत परिस्थिती सुधारत होती व त्या वातावरणात होत असलेली ती पहिलीच निवडणूक होती. लंबक आता दुसऱ्या टोकाला गेला होता. देशातील सर्व राजकीय पक्ष, शासनाचा किमान हस्तक्षेप, कर कपात आणि शासकीय खर्चात कपात याबाबत एकमताने पोपटपंची करत होते. नोल्स यांनी विचारपूर्वक मवाळ धोरण अंगिकारले होते. ओबामाकालिन धोरणे बदलवून टाकण्याच्या विचारांशी एकमत असलेल्या लोकांची मोट त्यांनी बांधली होती. त्यात रिपब्लिकन होते आणि डेमोक्रॅट पक्षातील मध्यममार्गी सुद्धा होते. या युतीच्या पाठिंब्यावरच ते सत्तारुढ झाले होते. ओव्हल ऑफिसमधील त्यांच्या पहिल्या अठरा महिन्यांच्या कारकिर्दीत देशाला आर्थिक स्थैर्य मिळाले होते आणि शेअर बाजार तेजीत होता. अमेरिकेतील मतदारांची राष्ट्राध्यक्षांकडून सर्वांत प्रथम हीच अपेक्षा होती आणि आर्थिक संकटाचा अमेरिकी नागरिकांनी जो धसका घेतला होता, त्याचा विसर पडेपर्यंत हीच अपेक्षा त्यांच्यासाठी सर्वांत महत्त्वाची होती. देशांतर्गत अर्थव्यवस्थेवर भाषण देताना ते प्रत्येक वेळी सचोटी आणि विश्वास यांचा उल्लेख करायचे, बेसुमार महागाई न वाढवता विकास साध्य करायचा आहे, असे ते सांगायचे. देशाची अर्थव्यवस्था भक्कम आणि स्थिर असावी, हे त्यांचे लक्ष्य होते आणि ते साध्य करण्याचा त्यांनी निश्चय केला होता. परदेशात नवीन साहसी मोहिमा उघडण्याच्या कार्यक्रमाचा त्यांच्या कार्यक्रमपत्रिकेत समावेश नव्हता.

तथापि राष्ट्राध्यक्षांची निवड स्वत:ला एका मर्यादेत बांधून घेण्यासाठी होत नाही. अगदी ज्या राष्ट्राध्यक्षांची निवड देशाला आर्थिक संकटातून बाहेर काढण्यासाठी झालेली असते, त्यांनासुद्धा कल्पक दृष्टिकोन ठेवावाच लागतो. त्याच्या आधीच्या सर्व राष्ट्राध्यक्षांप्रमाणे टॉम नोल्स हे सुद्धा आपल्या इतिहासातील स्थानाबद्दल अतिशय दक्ष होते. निवडणुकीतील प्रचाराच्या दरम्यान किंवा शपथविधीनंतरच्या अठरा महिन्यांच्या काळात ते काही बोलले नव्हते, मात्र त्यांचा आंतरराष्ट्रीय अजेंडा होताच. राष्ट्राध्यक्ष, त्यांचे राष्ट्रीय सुरक्षा सल्लागार व संरक्षणमंत्री यांचे मत होते की, गेल्या आठ वर्षांत अमेरिका जगाचे नेतृत्व करण्यात फार कमी

पडली आहे. सर्वांची सहमती मिळवण्यातच अमेरिका खूप स्वारस्य दाखवत आहे आणि प्रत्यक्ष कृती करण्यासाठी अमेरिकेने पुरेशी तयारीसुद्धा केलेली नाही. राष्ट्राध्यक्ष बुश यांच्या काळात अमेरिकेने जे केले ते देशाने बघितले होते, त्याचा परिणाम बघितला होता आणि तेच पुन्हा करायला आता अमेरिका घाबरत होती, असे दिसत होते. आता अमेरिका इतकी घाबरत होती की, फक्त स्वत: काही करू शकू असा विश्वासच तिच्यात उरला नव्हता. हा जो घाबरटपणा होता, त्याचा त्यांना संताप येत होता. जगाला पूर्वी कधी नव्हती इतकी आज नेतृत्वाची आवश्यकता आहे, असे नोल्स यांना वाटत होते. चीन, भारत व ब्राझिल या देशांचे जागतिक पातळीवरचे महत्त्व वाढले होते. या प्रत्येक देशाचा दृष्टिकोन वेगळा होता. त्यांची राजकीय संस्कृती भिन्न होती. त्यामुळे नोल्स यांना ठामपणे वाटत होते की, काही समान, शाश्वत तत्त्वे कोणीतरी जगाला आखून देण्याची आवश्यकता आहे.

इतकेच नव्हे; तर जगाचे नेतृत्व करणाऱ्या देशाची इतकी तयारी असली पाहिजे की, अशी तत्त्वे प्रत्यक्ष अमलात आणण्यासही तो देश इतरांना भाग पाडू शकेल. बरोबर किंवा चूक पण टॉम नोल्स यांचा विश्वास होता की, फक्त अमेरिकाच ही भूमिका पार पाडू शकेल.

सत्य तर हे होते की, मासिंडी हत्याकांडासारखी संधी त्यांना मागूनही मिळाली नसती. ही संधी अगदी योग्य वेळी आलेली होती. त्यांच्या सरकारने अठरा महिन्यांचा कार्यकाळ उत्तम रितीने पार पाडला होता. इतर देशांवर आक्रमण करण्यात आनंद मानणारे ते साहसी युद्धखोर नाहीत, हे सिद्ध करण्यास तेवढा काळ पुरेसा होता आणि निवडणुकांना अजून काही वर्षे बाकी असल्याने लोकांसमोर पुन्हा मत मागण्यासाठी जाण्याआधीच ही मोहीम पूर्ण होऊ शकली असती. अमेरिकेचा इतर देशात जो हस्तक्षेप होता, तो त्यांनी सुरू केलेला नव्हता. हस्तक्षेपाची अशी सगळी प्रकरणे या ना त्या कारणांनी रेंगाळत पडलेली होती. त्यांच्या मते आधीच्या राज्यकर्त्यांचे चुकीचे निर्णय व तडजोडी यामुळे अमेरिका त्या मोहिमांमध्ये अडकून पडली होती. युगांडाची ती मोहीम मात्र त्यांच्या पुढाकाराने सुरू झालेली मोहीम ठरली असती, जी मोहीम सुरू केली, उद्दिष्ट गाठले आणि यशस्वीपणे मोहिमेची सांगता झाली अशी ती ठरली असती. अमेरिकेचा लष्करी हस्तक्षेप कसा असावा, ते त्यांना दाखवून देता आले असते.

युगांडाच्या उत्तरेकडील भागातील जनतेला दहशतवादापासून मुक्त करण्याचा उद्देश चांगलाच होता. त्याबरोबरच एलआरएविरुद्ध कारवाई केल्याने आणखी एक मुद्दा ठसला असता. अमेरिकेने जगाचे नेतृत्व करावे; या संबंधी नोल्सना जे भाष्य करायचे होते, ते या मोहिमेद्वारे त्यांना करता आले असते आणि न्याय्य

कारण असेल, तर जगाचे नेतृत्व करणारी शक्ती म्हणून कारवाई करण्याची अमेरिकेची तयारी आहे, हेही त्यांना दाखवून देता आले असते.

तथापि लष्करी कारवाई करण्याच्या त्यांच्या इच्छेविषयी प्रश्न उपस्थित केले गेले असते, हे माहीत असण्याइतके इतिहासाचे ज्ञान त्यांना होते. कत्तलीनंतर जी पहिली संतप्त प्रतिक्रिया उमटते, त्या ओघात अमेरिकी जनतेने त्यांना पाठिंबा दिला असता. अशी मोहीम सुरू करणे सोपे होते; पण नंतर कल्पनातीत कारणांनी ते बिकट परिस्थितीच्या कचाट्यात सापडू शकले असते. कदाचित सन्मानाने बाहेर पडण्याचा मार्गच उपलब्ध नसलेला पेचप्रसंग उद्भवू शकला असता आणि अमेरिकी जनतेने त्याबद्दल मात्र त्यांचे आभार मानले नसते. दोन वर्षांनंतर पुन्हा निवडणुका होणार होत्या. त्या वेळेपर्यंत जर ही मोहीम पूर्णत्वाला गेली नसती आणि त्यावेळेसही अमेरिकेच्या लष्करातील मुले युगांडात हुतात्मा होत राहिली असती, तर अमेरिकी जनतेने त्यांचे कौतुक केले नसते.

त्यांनी फाइलची पाने पुन्हा चाळली. फोटो असलेल्या पानांवर त्यांनी नजर फिरवली. तरुण अमेरिकी स्त्री व पुरुषांचे फोटो त्यात होते. सर्व चांगली माणसे होती. सर्व दुसऱ्याचे भले करावे, या उदात्त हेतूने प्रेरित झाली होती आणि आता सर्वांचा मृत्यू झाला होता. पाने उलटण्याचे थांबवून त्यांनी दोन-तीन पानांवरची फोटोच्या बाजूची, त्या व्यक्तींची माहिती वाचली.

या मोहिमेमुळे पेचप्रसंग कसा काय निर्माण होईल, ते त्यांच्या लक्षात येत नव्हते. हे अगदी स्पष्ट प्रकरण होते. स्थानिक राजकीय शक्तीचा पाठिंबा होता, उद्देश अगदी स्पष्ट होता आणि कारण तर खूपच न्याय्य होते.

२

संयुक्त राष्ट्रसंघाच्या सुरक्षा परिषदेच्या कक्षात मध्यभागी घोड्याच्या नालाच्या आकाराचे एक टेबल होते. मरिअन इलमन यांनी त्या टेबलाच्या आवतीभोवती नजर फिरवली. त्या धरून तिथे सतरा राजदूत स्थानापन्न झालेले होते. टेबलापासून दूर प्रेक्षकांना बसण्यासाठी आसनव्यवस्था होती. तिथे बसलेले बहुतेक सगळे अफ्रिकी देशांचे परदेशी प्रतिनिधी होते. मतदानाचा काय निकाल लागेल, ते बघण्यास ते उत्सुक होते. इलमन यांना स्वत:लाही निकाल काय लागेल, याची कल्पना येत नव्हती.

प्रकरण इथपर्यंत यायला जवळपास पूर्ण दोन महिने लागले होते. एलआरएविरुद्ध काही आठवड्यातच तत्काळ कारवाई करण्याची टॉम नोल्स यांची कल्पना सुरुवातीला उत्तम वाटली होती. पण लष्करी अधिकाऱ्यांनी त्यासाठी योजना आखायला सुरुवात केल्यावर मग त्यातील अडचणी लक्षात आल्या होत्या. अमेरिकेच्या लष्कराला स्वत:च्या भूमीवर बोलाविण्यासाठी युगांडाला संयुक्त राष्ट्रसंघाच्या परवानगीची गरज नव्हती. पण युगांडाच्या भूवेष्टीत प्रदेशात सैन्य उतरवण्याचा सोयीचा मार्ग केनिया देशातून जात होता. अमेरिकेला हवाई आणि खुश्कीच्या मार्गांचा वापर करायची परवानगी देण्याची केनियाच्या शासनाची तयारी होती आणि विकास कामात मदत आणि लष्करी साहाय्य याच्या मोबदल्यात केनियाच्या वायव्य भागात, अमेरिकेला लष्करी तळ उभा करू देण्यासही ते राजी होते. पण देशांतर्गत राजकारणात विरोधकांनी टीका करू नये, यासाठी त्यांना संयुक्त राष्ट्रसंघाच्या ठरावाची आवश्यकता वाटत होती. युगांडात लष्करी कारवाई करण्याचा ठराव संयुक्त राष्ट्रसंघाने करावा, अशी केनियाची मागणी होती. पण अचानकच अमेरिकेच्या लक्षात आले की, त्यांना केवळ सुरक्षा परिषदेत बहुमताची आवश्यकता नव्हती, तर चीन व रशिया यांचा विरोध टाळणेही आवश्यक होते. सुरक्षा परिषदेच्या या दोन राष्ट्रांना नकाराधिकाराचा हक्क होता आणि त्यांनी कदाचित ठराव संमत होऊ दिला नसता. त्यामुळे संयुक्त राष्ट्रसंघाच्या मॅनहॅटन

येथील मुख्यालयात आणि जगभरच्या परराष्ट्रमंत्र्यांबरोबर वाटाघाटी करणे, अमेरिकेला भाग पडले होते. सौदेबाजी करावी लागली होती. त्यासाठी अनेक आठवडे खर्ची पडले होते.

ठरावाच्या बाजूने बहुमत असावे, यासाठी परराष्ट्रखात्याला पूर्ण उन्हाळाभर काम करावे लागले होते. तसेच चीन व रशिया यांनी ठरावाविरुद्ध नकाराधिकाराचा उपयोग करू नये किंवा त्यांना तो करता येऊ नये, यासाठीही प्रयत्न करावे लागले होते. या दोन्ही देशांकडे तशी कारणे होती. अमेरिकी सैन्य अजूनही सातत्याने जॉर्जियात होते व अमेरिका-रशिया संबंधातील तणावाचा तो मुद्दा होता. त्यामुळे रशिया सतत अमेरिकेला वाकवता येईल, अशा मुद्द्याच्या शोधात असायचा. चीनचे सुदान देशात खोलवर हितसंबंध गुंतलेले होते. त्या देशात चीन खनिज तेलाचा उद्योग करत होता. त्यामुळे अगदी थोड्या काळासाठीसुद्धा अमेरिकी सैन्याची तुकडी युगांडात असावी, अशी त्यांची इच्छा असण्याचे कारणच नव्हते. पण ही एक निखळ मानवतावादी मोहीम होती व या मोहिमेला विनाकारण रोखण्यात येत आहे, असा ठपका दोन्ही देशांना नको होता. त्यांच्या देशांतर्गत व प्रादेशिक धोरणांना असे चित्र अनुकूल ठरले नसते. ही त्यांची कमजोर बाजू होती आणि अमेरिकेच्या संयुक्त राष्ट्रसंघातील राजदूत मरिअन इलमन यांनी त्याच मुद्द्यावर भर देऊन अमेरिकेची बाजू बळकट केली होती. इलमन ह्या चव्वेचाळीस वर्षांच्या; उंच होत्या. खांद्यापर्यंत येणारे त्यांचे केस दाट काळे होते व त्यांचा चेहरा किंचित पुरुषी होता. त्या सहसा पँट सूट घालत. त्या शासनाच्या लॅटीन अमेरिकन संबंधाच्या माजी उपसचिव होत्या आणि बर्कले विद्यापीठात आंतरराष्ट्रीय संबंध या विषयाच्या माजी प्राध्यापिकाही होत्या.

आता त्या परिषदेचे अध्यक्ष चर्चेला कधी सुरुवात करतात याची वाट पाहात होत्या.

ठरावाच्या सूचक या नात्याने इलमन प्रथम बोलल्या. त्यांचे भाषण त्या मानाने संक्षिप्त होते. टेबलाभोवती जी मंडळी जमलेली होती, त्यांचा निर्णय आधीच झालेला होता, हे त्यांना माहीत होते. आणि त्यावेळच्या त्यांच्या बोलण्याने काही फरक पडणार नव्हता. एलआरएच्या दहशतवादी कारवायांची सर्वांना पूर्ण माहिती होती. एलआरएच्या रक्तरंजित इतिहासाची आणि युगांडा सरकारला त्या संघटनेचा खातमा करण्यात अपयश आले होते, याची त्यांनी थोडक्यात पण स्पष्ट माहिती दिली. या ठरावाला अडथळा आणला, तर जगासमोर त्यांच्याबाबत काय चित्र निर्माण होईल, याची त्यांनी चीन व रशियाला अंतिम जाणीव करून दिली.

रशियाचे राजदूत इवजेनी स्टेप्सिन यांनी चर्चेत भाग घेतला नाही. चीनचे राजदूत लिऊ झियांग यांनी हा निर्णय किती गंभीर आहे, ह्याकडे लक्ष वेधले.

एखादा संघर्ष मग तो कितीही त्या भागापुरता मर्यादित वाटला, तरी त्याचे आंतरराष्ट्रीयीकरण करण्यात किती धोके आहेत, याबद्दलही ते बोलले. इलमन यांनी त्यांच्या भाषणातील शब्दन् शब्द लक्षपूर्वक ऐकला. अनुवादित भाषणाचे वाचन करताना त्यातील अर्थाचे सूक्ष्म भेद लक्षात येणे नेहमीच कठीण असते. शब्दांच्या अर्थाच्या सूक्ष्म छटा तर गमावल्या जातातच; शिवाय चेहऱ्यावरील भाव व देहबोली यांच्याशिवाय त्या शब्दांचा खरा अर्थ जाणणेही कठीण असते. लिऊ ठरावाच्या बाजूने मतदान करणार नाहीत, हे त्यांना माहीत होते. 'आंतरराष्ट्रीयीकरण' या नावाखाली त्यांनी जी वरकरणी हरकत घेतली होती, त्याचा अर्थ उलगडण्याचा त्या प्रयत्न करत होत्या. तटस्थ राहण्याचे समर्थन म्हणून त्यांनी ती हरकत घेतली होती की, नकाराधिकाराचा वापर करण्याचे समर्थन म्हणून? चीनचे हे राजदूत म्हणजे एक छोट्या चणीची उत्साही व्यक्ती होती. त्यांनी फ्रेम नसलेला चश्मा घातला होता. त्यांचे भाषण संपल्यानंतरही चीन काय करेल, याचा इलमन यांना अंदाज येत नव्हता.

परिषदेचे अध्यक्ष आयव्हरी कोस्टचे राजदूत यांनी फ्रेंचमध्ये बोलत ठराव मतदानाला टाकला.

प्रथम त्यांनी ठरावाला पाठिंबा देणाऱ्यांना हात वर करायला सांगितले. इलमन यांनी हात वर केला आणि इतर राजदूतांकडे बघितले. ठरावाच्या बाजूने किती लोक आहेत, ते त्यांनी मोजले. अर्जेंटिना, फ्रान्स, भारत, आयर्लंड, आयव्हरी कोस्ट, स्पेन, थायलंड, ट्युनिशिया आणि आपल्या बाजूला बसलेले युनायटेड किंगडमचे राजदूत.

त्यांचे स्वत:चे धरून सतरापैकी दहा मते ठरावाच्या बाजूने होती. त्यांनी समाधानाचा सुस्कारा सोडला. त्यांना बहुमत मिळाले होते. हा पहिला अडथळा होता. तो पार पडला होता.

आयव्हरी कोस्टच्या राजदूताच्या आवाजाचा अनुवाद त्यांना इअरपीसमधून ऐकू आला. ठरावाच्या विरुद्ध मतदान करणाऱ्यांना ते हात वर करायला सांगत होते.

चाड, बोलीविया आणि सर्बिया यांनी तत्काळ 'नाही' म्हणून मत दिले. नंतर ब्राझिल व नंतर मलेशिया.

इलमन यांनी लिऊ झियांग यांच्याकडे बघितले व त्यांच्या पलीकडे रशियाचे राजदूत स्टेप्सिन यांच्याकडे बघितले.

लिऊ किंवा स्टेप्सिन दोघांनी काहीच हालचाल केली नाही.

"तटस्थ" त्यांच्या इअरफोनमध्ये अनुवादकाचा आवाज ऐकू आला. त्या दोघांनी शांतपणे आपले हात वर केले.

बैठक संपली. युगांडाचे राजदूत त्याच कक्षातील प्रेक्षकांसाठी असलेल्या

आसनावर बसून ते बघत होते. ते थेट इलमन यांच्याकडे आले.

त्यांनी इलमन यांचा हात आपल्या दोन्ही हातांत घेतला आणि ते तो सोडायलाच बघत नव्हते. हे राजदूत म्हणजे एक ऐसपैस व्यक्ती होती. त्यांनी करड्या रंगाचा ढगळ सूट घातला होता. त्यामुळे ते आणखी जाड वाटत होते आणि ते मनापासून भावनाविवश झाले होते. युगांडासाठी ठराव संमत होणे, किती महत्त्वाचे होते, ते सांगण्याचा त्यांनी प्रयत्न केला. पण शेवटी ते इतकेच सांगू शकले की, 'त्याचे महत्त्व किती होते', ते त्यांना शब्दांत व्यक्त करता येणार नव्हते. इलमन यांनी संमतिदर्शक मान हलवली. ''आम्हाला जे शक्य आहे ते आम्ही करू,'' त्या म्हणाल्या. पुन्हा एकदा त्यांचे आभार मानताना युगांडाच्या राजदूताच्या डोळ्यांत अश्रू होते.

''आम्ही तुमच्यावर अवलंबून आहोत,'' ते म्हणाले. अजूनही त्यांनी इलमनचे हात धरून ठेवलेले होते.

''तुम्ही नक्कीच आमच्यावर अवलंबून राहू शकता,'' त्या म्हणाल्या.

केनियाचे राजदूतही त्यांच्यात सहभागी झाले. युगांडाच्या राजदूताच्या पकडीतून मरिअन यांनी स्वतःचे हात सोडवून घेतले. मतदानामुळे काय फलनिष्पत्ती होईल, यावर ते आणखी काही मिनिटे बोलले. इलमन त्यांना कारवाईचे वेळापत्रक देऊ शकल्या नाहीत. ते येत्या काही दिवसांत निश्चित केले जाणार होते.

सुदानचे राजदूत लिऊ यांच्याबरोबर गहन चर्चा करत होते, ते इलमन यांनी डोळ्यांच्या कोपऱ्यातून बघितले.

अफ्रिकेमध्ये आपले बस्तान बसवण्यासाठी चीनने एक दशक खर्च केले होते आणि त्यांचे सर्वांत प्रभावशाली अस्तित्व सुदानमध्ये होते.

अमेरिकेच्या परराष्ट्रखात्याचे आग्रही मत होते की, अमेरिकेला कारवाई करायची असेल, तर ती त्यांनी इतर राष्ट्रांसह संयुक्तपणे करावी. फ्रान्स आणि ब्रिटन यांनी 'लहान कुमक पाठवण्यासंबंधी विचार करू,' असे आधीच सांगितले होते. विकसनशील देशांचा सहभाग आणखी महत्त्वाचा ठरला असता. त्यांचे योगदान कितीही छोटे असले; कितीही प्रतिकात्मक असले, तरी त्याची आवश्यकता होती. अमेरिकेने एकट्यानेच कारवाई केली असती, तर चीनची खूपच नाचक्की झाली असती.

केनिया व युगांडाचे राजदूत अजूनही इलमनबरोबर बोलत होते. पण त्या अर्धवट ऐकत मान हलवत होत्या. त्यांनी पुन्हा लिऊ यांच्याकडे बघितले. चीनच्या राजदूताने त्याच्या रीमलेस काचांआडून इलमनकडे बघितले आणि त्यांच्याकडे पाठ फिरवली.

३

पीट प्रेसलर हे अमेरिका-अफ्रिका मोहिमेचे प्रमुख होते. ते उंचीने कमी व भरदार छातीचे होते. त्यांनी लेझर पॉइंटर हातात धरला होता. व्हाइट हाउसमधील घटनाकक्षात त्यांच्यासमोर राष्ट्राध्यक्ष, प्रशासनातील सर्वांत वरिष्ठ सदस्य, संयुक्त सेनाप्रमुख आणि सैन्यातील डझनभर इतर अधिकारी व राष्ट्राध्यक्षांचे सहाय्यक बसून होते.

लेझर पॉइंटरचा लाल बिंदू नकाशावरून फिरला व केनियाच्या उत्तर भागातील लोडवार या शहरावर स्थिरावला.

''आपल्याला हवी असलेली धावपट्टी इथे आहे आणि युगांडाच्या सीमेपासून आपण जास्तीतजास्त इतकेच जवळ जाऊ शकतो,'' प्रेसलर म्हणाले. ''गरज भासली, तर सुदानचा दक्षिणेकडील भाग व कोंगोचा वायव्येकडील भाग या क्षेत्राचाही आपल्याला विचार करावा लागेल. नेवडा येथील क्रीच या हवाईदलाच्या तळावरून आपण ड्रोन सोडू. अब्राहम लिंकन हे माझं ठाणं असेल आणि तिथून या ऑपरेशनमध्ये सुसूत्रता राखली जाईल.''

''ऑफशोअर? म्हणजे समुद्रसपाटीवर.''

''होय, अध्यक्ष महोदय. केनियाच्या किनाऱ्यापासून दूर हवाई हल्ले करणारा संपूर्ण ग्रुप घटनास्थळी असेल. लोडवार येथील विमानात पुन्हा इंधन भरायची वेळ येईल, तेव्हा ते आपण हवाई मार्गाने भरू. तिथे जी इंधनाची साठवणूक क्षमता आहे, ती फारच अपुरी आहे. त्यामुळे आपल्याला तिथे आधी टँक ठेवावे लागतील. मोहिमेसाठी मानवरहित विमाने (ड्रोन) हे आपलं पहिलं अस्त्र असेल. त्याशिवाय गरज आहे असं वाटलं, तर आपण अपाशे किंवा एफ-३५ विमाने वापरू. खूप महत्त्वाचं लक्ष्य असेल आणि त्याला जिवंत पकडायचे असेल किंवा त्याला दुसऱ्या कोणत्याही मार्गाने पकडता येत नसेल, तर आपण स्पेशल फोर्स वापरू; नाहीतर हवाई हल्ले हेच आपलं अस्त्र असेल.''

राष्ट्राध्यक्ष खुर्चीत रेलून बसले. त्यांनी डोक्यामागे हात मिळवले. 'ड्रोननी हे

काम कसं काय होईल? तिथे तर जंगल आहे ना?'

प्रेसलरनी संमतिदर्शक मान हलवली, ''इन्फ्रारेड, राष्ट्राध्यक्ष महोदय, झाडाच्या दाटींना भेदून हा लाइट आत जाऊ शकतो. मानवरहित वाहनांची त्या ठिकाणी आपण दाटी करू. रात्रं-दिवस. तिथे मोकळ्या मैदानात झाडाखाली काहीही हालचाल झाली, तरी त्यांना आपण टिपून काढू.''

''ते एखादं जनावर असेल तर?'' राष्ट्रीय सुरक्षा सल्लागार गॅरी रोझ यांनी विचारले.

''विशिष्ट प्रकारचे पॅटर्न आढळतील का, या मागावर आपण राहू. एखाद्या ग्रुपच्या हालचाली वेगळ्या असतील. त्यांची संख्या किती आहे, याकडे आपण लक्ष देऊ. समजा, आपल्याला इन्फ्रारेडद्वारे दिसून आलं की, फक्त एकच व्यक्ती जात आहे, तर आपण त्याच्या मागे जाणार नाही कारण ते काहीही असू शकेल. तो कदाचित दहशतवादीसुद्धा असू शकेल आणि या वेळी अर्थातच तो आपल्या हातून निसटेल. पण मानवी समूह पुढे जाताना ज्या प्रकारे जातो; तशा प्रकारचे पॅटर्न दिसून आले तर आपल्या हाती काही लागले आहे, असे आपण समजू.''

''आणि तो गोरिला माकडांचा समूह असेल तर?'' रॉबर्टा डेवलीन यांनी विचारले. नोल्सच्या त्या चीफ ऑफ स्टाफ होत्या. त्या बुटक्या होत्या. आणि त्यांचे डोळे निळे-हिरवे होते. त्या जणू रोखून पाहत आहेत, असे वाटायचे. गोरिला पण गटागटानेच फिरतात ना?''

''होय मॅडम. त्या भागात गोरिला आहेत.''

''जर आपण गोरिलाच्या एखाद्या कुळाला मारून टाकलं, तर आपल्यावर प्रचंड टीका होईल. अफगाणमधल्या एखाद्या शहरात आपण हत्याकांड केलं तर जितकी टीका होईल; त्यापेक्षा जास्त गदारोळ होईल.''

''अमेरिकेच्या लष्कराने अफगाणच्या शहरात कधीच हत्याकांड केलेलं नाही.'' चेअरमन ऑफ जॉइंट चीफ ऑफ स्टाफ मॉर्टलॉक हेल म्हणाले. अफगाणिस्तानातील अनेक मोहिमांचे ते प्रमुख होते आणि रॉबर्टाच्या बोलण्यातील खोच त्यांना आवडली नव्हती.

''काही गोरिला मेले व आपल्यावर टीका झाली तर आपल्याला चालेल,'' राष्ट्राध्यक्ष म्हणाले. ''ॲडमिरल, ही काही परिपूर्ण योजना वाटत नाही.''

''राष्ट्राध्यक्ष महोदय, आपण आक्रमण नाही करत आहोत. तो भाग जिंकून आपल्याला ताब्यात घ्यायचा नाही. फक्त तो दहशतवाद्यांपासून मुक्त करायचा आहे.''

''राष्ट्राध्यक्ष महोदय, आपली परवानगी असेल तर मी थोडं बोलू इच्छितो,'' जनरल हेल म्हणाले. ''बंडखोरी सहसा स्थानिक जनतेच्या पाठबळावर अवलंबून

असते. पण या प्रकरणात तसं नाही. तिथली जनता या दहशतवाद्यांना भयंकर घाबरते आणि ते येणार आहेत; हे माहीत झालं तर लोक मैलभर दूर पळत सुटतात. बंडखोर लोकांना स्थानिक जनतेकडून मिळणारी रसद तोडणं, हे नेहमीचं धोरण असतं. पण इथं त्याची आवश्यकता नाही. या बंडखोर लोकांवर मात करण्यासाठी आपलं दुहेरी धोरण असेल, स्थानबद्ध करणं आणि त्यांचे संख्याबळ घटवणे. ॲडमिरल प्रेसलर यांनी सांगितल्याप्रमाणे आपण हवाई ताकद वापरू आणि रसद आणण्यासाठी किंवा युगांडामधून सुदान आणि कोंगो इथे पळून जाण्यासाठी त्यांना जंगलातून बाहेरच पडू देणार नाही. त्यांना तिथेच रोखून धरू. त्या कोंडीत ते सापडलेले असताना आपण त्यांना उचलू – ते संख्याबळ कमी करणे – आणि त्यांच्याकडे जी काही रसद आहे ती नष्ट करू. त्यामुळे त्यांची तग धरून राहण्याची ताकद आणखीच कमी होईल. एका विशिष्ट टप्प्यावर ते या कोंडीतून बाहेर पडण्याचा प्रयत्न करतील. आपण पत्रक टाकून आणि इतर संपर्क साधनांच्या साहाय्याने त्यांना दाखवून देऊ की, त्यांना आपल्यावर मात करायची संधी मिळणार नाही. आपण त्यांना शरण येण्यासाठी प्रोत्साहन देऊ. त्यातील ज्यांची बांधिलकी कमजोर असेल ते मग फुटून निघतील, अशी आपण आशा करू शकतो आणि त्यांना जंगलाबाहेर घेऊन जाऊ शकतो. जे कट्टर दहशतवादी असतील त्यांना मात्र आपल्याला ठार करावं लागेल.''

राष्ट्राध्यक्षांनी प्रश्नार्थक मुद्रेने गॅरी रोझ यांच्याकडे बघितले.

''शक्य तेवढी ही योजना व्यवस्थित वाटते;'' राष्ट्रीय सुरक्षा सल्लागार म्हणाले.

''जॉन?'' राष्ट्राध्यक्षांनी संरक्षणमंत्र्यांना विचारले.

''माझी या योजनेला संमती आहे. आपल्या कार्यक्षमतेचा जास्तीतजास्त चांगला उपयोग या योजनेत होईल.'' जॉन ओकले ही एक जाडजुड व्यक्ती होती. द्वितीय बुश यांच्या प्रशासनात ते सैन्याचे अप्पर सचिव होते. टॉम नोल्स आणि ते एकाच लॉ स्कूलमध्ये एकत्र शिकलेले होते आणि तेव्हापासून त्यांची ओळख होती. नोल्स यांना त्यांच्याबद्दल खूप आदर होता. ओकले हे मानवरहित ताकद वापरण्याच्या पद्धतीचे खंदे पुरस्कर्ते होते आणि संरक्षणखात्याच्या अंदाजपत्रकाचा मोठा भाग त्यांनी या मानवरहित तंत्रज्ञानाच्या विकासाकडे वळवला होता. अफगाणिस्तान आणि जॉर्जियासारख्या प्रदेशात या तंत्रज्ञानाचा वापर केला जाऊ शकत नव्हता; परंतु हे धोरण किती चांगले होते, हे सिद्ध करण्याची संधी त्यांना युगांडामध्ये मिळत होती.

''समजा काही माणसं पळून जाण्यात यशस्वी झाली तर? आणि ते निसटून सुदानमध्ये गेले तर?'' डेवलीन यांनी विचारले.

ओकले यांनी खांदे उडवले. ''म्हणजे आपण त्यांच्या मागावर असताना म्हणताय? आपण त्यांचा पाठलाग करू. आपण सुदानच्या दक्षिण भागात थोडे बॉम्ब टाकले, तर ते काय करू शकतील?''

''संयुक्त राष्ट्रसंघाच्या ठरावात फक्त युगांडाचाच उल्लेख आहे.'' परराष्ट्रमंत्री बॉब लिव्हिंगस्टन म्हणाले.

ओकलेंनी पुन्हा खांदे उडवले.

''सुदानमध्ये चीनचे सैन्य आहे.''

''ते त्यांनी मान्य केलेलं नाही. पण ते असो. ते काय करतील? आपले दोन-चार ड्रोन मारा करून खाली पाडतील. त्याची कोण पर्वा करतंय?''

''एक मिनीट,'' लिव्हिंगस्टन म्हणाले. ''तुम्ही असं म्हणताय की, हे सगळं मानवरहित विमान वापरून केलं जाईल? आपल्याला खरोखरच वाटतं की, त्यामुळे काम होऊन जाईल?''

राष्ट्राध्यक्षांनी सेनाधिकाऱ्यांकडे नजर वळविली.

''हे शक्य आहे असं आम्हाला वाटतं,'' प्रेसलर म्हणाले. अफगाणिस्तानमधल्या सतरा वर्षांच्या अनुभवाने मानवरहित शस्त्रं कशी वापरायची ह्याची आपल्याला खूप माहिती मिळालेली आहे.''

''पण ती माहिती पुरेशी नाही असं दिसतं, कारण आपण तिथून बाहेर पडू शकलेलो नाही.''

''फक्त तेवढीच माहिती वापरू असं मी म्हणत नाही. मी म्हटल्याप्रमाणे आवश्यकता असेल, तर आपल्याला चालक असलेल्या विमानांचा म्हणजे हवाई दलाचाही वापर करता येईल. घटनास्थळी त्याची भरपूर कुमक मी ठेवलेली आहे.''

''राष्ट्राध्यक्ष महोदय,'' परराष्ट्रमंत्री म्हणाले. ''जनरल हेल आणि ॲडमिरल प्रेसलर यांनी जी योजना सादर केली आहे, ती पाहता माझ्या समजुतीप्रमाणे तरी असं दिसतं की, अमेरिका एकट्यानेच कारवाई करण्याची योजना आखत आहे. आपला हा निर्णय आधीच झालेला आहे का?''

''राष्ट्राध्यक्ष महोदय,'' हेल म्हणाले. ''मानवरहित विमाने (ड्रोन) वापरण्याचा आपल्याला जितका अनुभव आहे, तसा अनुभव असलेले इतर कोणी संभाव्य साथीदार आपल्याला मिळू शकणार नाहीत. अपवाद आहे, तो फक्त इस्रायलचा पण त्यांचाही अनुभव फक्त शहरी भागापुरता मर्यादित आहे आणि अर्थातच राष्ट्राध्यक्षच याच्याबद्दल सांगू शकतील; परंतु इस्रायलने यात सहभागी व्हावं, असं मला वाटत नाही.''

''आपण हे स्वबळावर करू शकतो.'' ओकले म्हणाले.

''आपण करू शकतो हे मला माहीत आहे, पण –''

“आपल्याला यातून खूप काही शिकायला मिळेल. मानवरहित वाहने वापरण्याचा आपला जो अनुभव आहे, त्यात आणखी वेगळ्या प्रकारे भर पडेल. कारण लष्करीदृष्ट्या हा एकदम नवखा प्रदेश आहे. ह्या एवढ्याच एका हेतूसाठीसुद्धा ही मोहीम फार उपयुक्त होईल.”

“तर मग तुम्ही खात्री देताय की, या योजनेनुसार काम केलं तर माणसं मरणार नाहीत,” राष्ट्राध्यक्ष म्हणाले.

“एलआरएची खूप माणसं मरतील,” प्रेसलर म्हणाले.

राष्ट्राध्यक्षांनी स्मित केलं. “पण आपली माणसं?”

प्रेसलर आता गंभीर झाले होते. “आपल्या सैनिकांपैकी कोणाचाच मृत्यू होणार नाही याची कोणी हमी देऊ शकत नाही सर, पण धोका खूप कमी असेल याची मी हमी देऊ शकतो. खूप कमी संख्येने अमेरिकी सैनिकांना या धोक्याला सामोरं जावं लागेल. शत्रूकडे जी हत्यारं आहेत, ती बरीचशी जुनाट पद्धतीची आहेत आणि मानवरहित वाहनांनी जी-जी कारवाई करता येईल, ती आपण करू. मी आत्तापर्यंत ज्या योजना आखल्या होत्या, त्यात ही अगदी कमीतकमी धोका असलेली योजना आहे. आपलं कोणी मरावं अशी माझी इच्छा नाही.”

“घटनास्थळी जायला तुम्हाला किती दिवस लागतील?”

“आपली संपर्क टीम सांगितल्याबरोबर नैरोबी इथे जाण्यास तयार आहे. केनियाने सहकार्य केलं, तर लोडवार इथे दोन आठवड्यांत आपण आपला तळ उभारू शकू. तोपर्यंत अब्राहम लिंकन जहाजावर आपला हल्ला करणारा ग्रुप तयार असेल आणि आपण सुरुवात करू शकू.”

“दोन आठवडे?”

प्रेसलर यांनी होकारार्थी मान हलवली.

“काही निकाल हाती येईपर्यंत किती काळ जावा लागेल?”

त्या कक्षातील एका माणसाने विचारले. एड अब्राहम्स हे राष्ट्राध्यक्षांचे वरिष्ठ राजकीय सल्लागार आणि व्यूहरचनाकार होते. ५३ वर्षांची ही मूळ कॅलिफोर्निया येथील व्यक्ती आकारमानाने चांगलीच स्थूल होती. न्यू यॉर्क टाइम्सने एकदा त्यांचे वर्णन ‘मॉबी डिकच्या शरीरात आइनस्टाइनचा मेंदू’ असे केले होते, म्हणजेच अवाढव्य शरीरात तल्लख मेंदू.

“आपण माहिती मिळवायला तत्काळ सुरुवात करू.”

“निकाल?” अब्राहम्स म्हणाले.

“दहशतवाद्यांच्या मृत्यूचा आकडा, ॲडमिरल,” राष्ट्राध्यक्ष म्हणाले. “एडना तेच विचारायचं आहे.”

“ते सांगणं कठीण आहे. शक्य होईल तितक्या लवकर आपल्याला त्यांचा

एखादा मोठा ग्रुप मिळाला, तर आपण त्यांना बाहेर काढू.''

''काही आठवड्यांच्या आतच?''

''नक्कीच. निदान मला तशी आशा तरी आहे.''

अब्राहम्स यांनी राष्ट्राध्यक्षांकडे दृष्टिक्षेप टाकला. ते खरं तर बोलण्याऐवजी ऐकण्याचं काम करण्याकरिता बैठकीला उपस्थित होते. पण अब्राहम्स मधेच काही बोलत तेव्हा त्यांना काय म्हणायचे आहे, तो मुद्दा राष्ट्राध्यक्षांच्या लक्षात येत असे. अब्राहम्स जे काही बघत, ऐकत किंवा वाचत त्या प्रत्येक गोष्टीकडे ते राजकीय दृष्टिकोनातूनच बघत. सेनेटच्या दर दोन वर्षांनी होणाऱ्या मध्यावधी निवडणुका ६ नोव्हेंबरला म्हणजे अजून आठ आठवड्यांनी होणार होत्या. सेनेटच्या तेहत्तीस जागांसाठी निवडणूक होणार होती. त्यातील चार रिपब्लिकन उमेदवार जिंकू शकतील अशा होत्या. त्यातील दोन जागा जिंकल्या असत्या, तरी सेनेटमधील रिपब्लिकन सेनेटरची संख्या साठ झाली असती. त्यामुळे मग राष्ट्राध्यक्षांच्या योजनांना कोणी अडवू शकले नसते. निवडणुकीत उत्तम कामगिरी केली असती, तर दोन वर्षांनंतर त्यांची राष्ट्राध्यक्ष म्हणून पुन्हा बिनविरोध निवड होऊ शकली असती.

मागील काही दिवसांत युगांडामध्ये मोहीम आखण्याबाबत अब्राहम्स आणि राष्ट्राध्यक्ष यांनी सविस्तर चर्चा केली होती. राजकीयदृष्ट्या एका पातळीवर अशी मोहीम आखण्यात धोका होता. टॉम नोल्स याच्या कारकिर्दीतील पहिली दोन वर्षे उत्तम गेली होती. अर्थव्यवस्थेत वृद्धी होत होती. केवळ त्याच निकषांवरसुद्धा ते काँग्रेसमधील आवश्यक तितक्या जागा जिंकू शकले असते. जर त्यांनी ही मोहीम सुरू केली असती आणि त्यात काही चुकीच्या घटना घडल्या असत्या, तर जागा जिंकण्याऐवजी उलट हरण्याचा धोका होता. त्या दृष्टिकोनातून विचार केला तर सेनेटच्या मध्यावधी निवडणुका होईपर्यंत थांबणे जास्त चांगले होते. उलट मोहीम सुरू केली असती, तर त्यांच्या लोकप्रियतेत तत्काळ भर पडली असती आणि निवडणुकीपूर्वी काही लक्षणीय यश मिळाले असते, तर ते आणखी जास्त लोकप्रिय झाले असते. आता इतक्या प्रयत्नांनंतर त्या टप्प्यावर येऊन मोहीम सुरू करण्यासाठी निवडणुका होईपर्यंत थांबणे म्हणजे निर्णय घेण्याबाबत ते द्विधा मन:स्थितीत आहेत, असे वाटले असते. त्यामुळे त्यांच्या टीकाकारांना आयतीच संधी मिळाली असती. रिपब्लिकन पक्षातील उजवे लोक मध्यावधी निवडणुका असोत किंवा नसोत, त्यांच्यावर टीका करण्यात नेहमीच तयार असत. डेमोक्रॅट सहसा इतर देशांबरोबर संवाद, चर्चा करून मार्ग काढावा या मताचे असत. पण राष्ट्राध्यक्ष निर्णय घेण्यात मागे-पुढे करत आहेत, चालढकल करत आहेत असे चित्र रंगवू शकण्यासाठी, मोहीम सुरू करायला पाहिजे, याच बाजूने त्यांनीही पाठिंबा दिला असता. याशिवाय त्यांना स्वत:लाही मोहीम सुरू करायची होतीच.

हत्याकांडांविरुद्ध कारवाई करावी म्हणून जो दबाव येत होता, तो त्यांच्या फायद्याचाच होता.

''म्हणजे तुम्ही हे काम धोका न पत्करता करू शकता.'' अब्राहम्स म्हणाले.

''सर अजिबात धोका नाही असं काहीच नसतं,'' प्रेसलर यांनी उत्तर दिलं.

''मला वाटतं असं म्हणता येईल,'' जनरल हेल म्हणाले, ''सुरुवातीच्या काळात आपण संपूर्णपणे मानवरहित विमान हल्ले करू. मान्य आहे ॲडमिरल प्रेसलर?''

प्रेसलर यांनी त्यांच्याकडे शून्य नजरेने पाहिले. ते रणांगणावर लढणारे कमांडर होते आणि हेल यांनी वॉशिंग्टनमध्ये राहून जी राजकीयदृष्टी मिळवली होती, ती त्यांच्याकडे नव्हती. ''तोच उद्देश आहे, पण युद्धभूमीवरील कमांडर म्हणून –''

''अर्थातच,'' हेल म्हणाले, ''पण मला वाटतं, आपण मान्य करू की, तातडीची परिस्थिती नसताना जर सैन्यबळ वापरावं लागलं, तर राष्ट्राध्यक्षांची मंजुरी लागेल. मला वाटतं निदान सुरुवातीच्या काळात हा नियम लागू करता येईल.''

''हे एकदम योग्य वाटतं जनरल,'' अब्राहम्स म्हणाले.

हेल यांनी अर्थपूर्ण नजरेने प्रेसलर यांच्याकडे रोखून बघितले. ॲडमिरलमध्ये राजकीय बुद्धीच्या जाणिवेची वानवा होती तरीही त्या बघण्याचा अर्थ काय हे कळण्याइतपत ज्ञान त्यांना नक्कीच होते. ते गप्प बसले.

''या मोहिमेला तुम्ही काही नाव दिलं आहे का ॲडमिरल?'' उपराष्ट्राध्यक्ष वॉल्ट स्टिफन्सन यांनी विचारले.

प्रेसलर त्यांच्याकडे वळत म्हणाले, ''अजून तरी काहीच नाही.''

''आपल्याला एक छान नाव आवश्यक आहे. अर्धी लढाई आपण तिथेच जिंकू शकतो.''

''आमच्याकडे काही कल्पना आहेत.'' ओकले हसत म्हणाले.

''ठीक आहे. हे एकदम छान वाटतंय,'' राष्ट्राध्यक्ष म्हणाले. ''रॉबर्टा, काँग्रेसमध्ये आपली परिस्थिती ठीक आहे ना?''

नोल्स यांच्या चीफ ऑफ स्टाफने होकारार्थी मान हलवली. या मोहिमेला संमती देण्यासाठी पुढच्या दोन-तीन दिवसांत काँग्रेसमध्ये मतदान झालं असतं. संख्येचा विचार केला तर आवश्यक मते त्यांना सहज मिळून गेली असती. देशातून या मोहिमेला भक्कम पाठिंबा मिळत होता आणि निवडणुका इतक्या जवळ असताना काँग्रेसच्या बहुतेक सदस्यांनी त्याला विरोध केला नसता.

''छान. ॲडमिरल प्रेसलर सविस्तर योजना तुम्ही मला पुढील काही दिवसांत दाखवाल असं मी समजतो.''

"होय, सर माझे कर्मचारी –"

"राष्ट्राध्यक्ष महोदय," परराष्ट्रमंत्री म्हणाले. "आपण एकट्यानेच ही मोहीम पार पाडणार का? या प्रश्नाकडे मी पुन्हा येऊ इच्छितो."

"मला वाटतं आपण ते आताच मान्य केलं," ओकले म्हणाले. "ब्रीट काय करणार आहेत? आपल्याला कम्युनिकेशनसाठी एक युनिट देणार? छान. त्याचा आपण खरोखर वापर करू शकू."

राष्ट्राध्यक्ष हसले. "जॉन, बॉबना काय सांगायचं ते सांगू दे. बॉब काय म्हणायचंय तुम्हाला?"

"आपण ही मोहीम इतर राष्ट्रांसह संयुक्तपणे राबवणं आवश्यक आहे," लिव्हिंगस्टन म्हणाले.

गॅरी रोझ यांच्याकडे बघत ते थोडावेळ थांबले. गॅरी हे मध्यम उंचीचे, आखूड, दाट रंगाचे केस असलेले असे राष्ट्रीय सुरक्षा सल्लागार होते. त्यांचे नाक लांब होते. डोळे थोडे तिरपे करून, हाताची घडी घालून ते लिव्हिंगस्टन यांच्याकडे बघत होते. रोझ यांना परराष्ट्रमंत्री व्हायचे होते, हे एक उघड गुपित होते आणि नोल्स यांनीही आधी त्यांनाच ते पद द्यायचे ठरवले होते. पण नंतर डेमोक्रॅट पक्षातील उजव्या बाजूला कल असलेल्या लोकांचा प्रशासनाला पाठिंबा मिळावा यासाठी या नेमणुकीचा उपयोग करायचे त्यांनी ठरवले. खाजगीत तर नोल्स यांनी या पदावर एका डेमोक्रॅटचीच नियुक्ती करावी, असे ठरवले होते. पण रिपब्लिकन काँग्रेसच्या नेतृत्वाकडून प्रखर विरोध झाल्यामुळे ती कल्पना त्यांना सोडून द्यावी लागली होती. मिसोरीमधील सेनेटर बॉब लिव्हिंगस्टन हे प्रेमळ, गुटगुटीत, साठी उलटून गेलेले होते. त्यांचे सगळे केस चंदेरी-पांढरे झाले होते. नोल्सच्या मते, मग या पदासाठी तेच उत्तम व्यक्ती होते. परराष्ट्र व्यवहार समितीचे ते अनेक वर्षे सदस्य होते. सेनेटमधील रिपब्लिकनांपैकी ते सर्वांत जास्त मवाळ होते. मिच मोयनिहन सारख्या जहाल व्यक्तींनी तर ते आपल्याच पक्षाचे आहेत की नाहीत, अशी शंका व्यक्त केली असती. लिव्हिंगस्टन यांनीही नियुक्ती स्वीकारली तेव्हा त्यांची अपेक्षा होती की, परदेश धोरणाबाबत ते राष्ट्राध्यक्षांचे प्रमुख सूत्रधार असतील. पण वास्तवात काही वेगळेच घडले होते. लिव्हिंगस्टन यांच्या लवकरच लक्षात आले की, राजकीय कारणांमुळे राष्ट्राध्यक्षांनी त्यांची नियुक्ती केली होती आणि रोझ याची नियुक्ती केली होती, ते त्यांचा सल्ला खरोखर हवा होता म्हणून. राष्ट्राध्यक्षांचे दुसऱ्या माणसावर अवलंबून राहणे टाळण्याइतके परराष्ट्रमंत्री प्रभावशाली ठरले नव्हते. ते राष्ट्राध्यक्षांकडे जे काही पाठवत ते वाचण्यासाठी थेट राष्ट्रीय सुरक्षा सल्लागारांकडे पाठवले जाई.

त्यांनी पुन्हा राष्ट्राध्यक्षांकडे बघितले, "आपल्याला सुरक्षा परिषदेत बहुमत

मिळाले पण तिथे खूप विरोधही आहे. चीनची नाचक्की होत आहे. सुदानमध्ये त्यांचे हितसंबंध खूप गुंतलेले आहेत आणि संपूर्ण मध्य अफ्रिकन प्रदेशातही ते आहेत. आणि आता आपण तिथे ही गोष्ट करण्यासाठी जात आहोत. त्याचा कोणी असा छुपा अर्थ काढू शकेल की, आम्ही म्हणतोय ही गोष्ट तुम्ही स्वत: करायला हवी होती. तुम्ही स्वत: करायची तयारी दाखवू शकला असता आणि आता आम्ही येत आहोत आणि तुमच्याकरता ती करत आहोत.''

''आणि त्यांना कोणी अडवलं होतं?'' ओकलेंनी विचारले.

''युगांडाच्या शासनाला चीनचे सैन्य त्यांच्या प्रदेशात नको आहे. त्यांच्या प्रदेशापासून अगदी लाखभर मैल दूर अंतरावरही नको आहे.''

''त्यांच्याकडे त्यासाठी कदाचित समर्थनीय कारणे असतील. राष्ट्राध्यक्ष महोदय, एकोणचाळीस अमेरिकी नागरिक मारले गेले आहेत आणि त्यामुळे तिथे जाण्यासाठी आपल्याकडे एकोणचाळीस चांगली कारणे आहेत. तिथे जाऊन ज्या कोणी हे घडवलं, त्यांना चोप दिलाच पाहिजे, मग संयुक्त राष्ट्रसंघाचा ठराव असो किंवा नसो. चला, आता हा आपल्या बाजूने ठराव झाला आहे ते छानच आहे. त्याबद्दल आभार बॉब. पण आपल्याला कोणाच्या मदतीची गरज का आहे ते मला समजत नाही.''

''कारण आपल्याला इतर गोष्टींत मदतीची गरज आहे.'' लिव्हिंगस्टन म्हणाले. आंतरराष्ट्रीय संबंधावर काय परिणाम होईल वगैरे विचार करण्यात जॉन ओकलेंना काहीच स्वारस्य नव्हते, हे त्यांना माहीत होते. ''उत्तर ध्रुवाकडील प्रदेशासंबंधीची 'द आर्कटीक ट्रीटी', दक्षिण अफ्रिकेतील स्थिती ह्या बाबी आणि कार्बन डायऑक्साइड उत्सर्जन हा विषय तर नेहमीच असतो. अशा हजार गोष्टी नेहमीच असतात आणि आपल्याला त्यांना वगळून चालणार नाही. जर आपल्याला त्या गोष्टींमध्ये जागतिक नेतृत्व करायचे असेल, तर आपल्याला मदतीची गरज आहे.''

''जर प्रथम आपण दुसऱ्या कोणत्या गोष्टीत खंबीरपणे नेतृत्व केलं तर, त्याचा कदाचित या गोष्टींसाठी फायदा होईल,'' गॅरी रोझ म्हणाले.

''अशा प्रकारे?''

''हो. याच प्रकारे बॉब, तुम्ही मला विचाराल तर हा सर्वांत योग्य मार्ग आहे.''

लिव्हिंगस्टन यांनी अंदाज केला की, राष्ट्राध्यक्ष व गॅरी रोझ यांनी या मोहिमेमुळे इतर जगाला काय संदेश जाईल, याबाबत सविस्तर चर्चा केली असावी. मात्र राष्ट्राध्यक्षांनी त्यांच्याबरोबर याबाबत अजिबात चर्चा केली नव्हती.

''इतर राष्ट्रांबरोबर आघाडी करण्यात जर आपण दोन महिने वाया घालवले, तर आपल्याबद्दल काय मत होईल, याची मला खात्री नाही.'' एड अब्राहम्स आग्रहाने म्हणाले.

राष्ट्राध्यक्षांनी त्यांच्याकडे पाहिले आणि ते लिव्हिंगस्टन यांच्याकडे वळले.

"बॉब," ते म्हणाले, "मला तिथे जायचं आहे आणि ही गोष्ट करायची आहे, कारण ही एक भलेपणाची गोष्ट आहे आणि आपण ती केली पाहिजे. अमेरिकेने याबाबत पुढाकार घेतला पाहिजे. या जगात एलआरए हा एक सैतान आहे आणि शस्त्र खाली ठेवण्यासाठी त्यांना अनेकवेळा संधी दिली गेली होती, पण त्यांनी ते केलेलं नाही. आता त्यांनी अमेरिकी नागरिकांना ठार केलं आहे आणि आपला क्रोध काय असतो, ते त्यांना दाखवलं पाहिजे. सभ्य जगाचा राग आणि त्याची ताकद काय असते, हे त्यांना माहीत झालं पाहिजे. ही मोहीम सुरू केल्याने आपल्याविरुद्ध कोणी वाद सुरू करू शकेल, असं मला दिसत नाही."

"माझ्या मनात त्याबद्दल शंकाच नाही," लिव्हिंगस्टन म्हणाले. "पण हे करण्याचे मार्ग वेगळे आहेत. आपण इतरांशी संपर्क साधून एक आघाडी निर्माण करू शकतो. अगदी चीन आणि रशिया यांच्याबरोबरही संपर्क साधू शकतो –"

ओकलेंनी फुत्कारण्याचा आवाज काढला.

"होय, अगदी त्यांच्याशी संपर्क साधू शकतो," लिव्हिंगस्टन आपले म्हणणे दामटत पुढे म्हणाले. "आणि ते आपल्याबरोबर सहभागी होऊ शकतात का, हे बघू शकतो. थोडं मागं गेलं तर तुम्हाला आठवेल रशिया आपल्याबरोबर अफगाणिस्तानमध्ये सहभागी झाला होता."

"होय," ओकले म्हणाले. "आणि तुम्हाला आठवतंय, काबूलवर कब्जा मिळवण्यासाठी काय चढाओढ झाली होती?"

"असं वाटतंय याला अनंतकाळ लागेल," उपराष्ट्राध्यक्ष पुटपुटले.

"थोडा वेळ लागेल," लिव्हिंगस्टन म्हणाले, "ते खरं आहे. पण मला वाटतं –"

"सुमारे ८० टक्के अमेरिकी जनतेला आपण ही मोहीम राबवावी, असं वाटतं. मात्र त्यासाठी सहा-सहा महिने आपण घोळ घालत बसावं, अशी त्यांची इच्छा नसेल. आणि तेही कशासाठी तर दोन ब्रीटस आणि एक ऑसी आपल्याला येऊन मिळतील म्हणून." स्टिफन्सन म्हणाले. "त्यांची इच्छा आहे, अंकल सॅमने तिथे जावं आणि काम पूर्ण करावं."

नोल्स यांनी स्मितहास्य केले. फ्लोरिडाचे सेनेटर वॉल्ट स्टिफन्सन यांना त्यांनी निवडले होते, ते स्टिफन्सन फ्लोरिडातील मत मिळवून देऊ शकतात म्हणून. त्यांच्या मुत्सेद्देगिरीसाठी नाही.

"ते मी समजू शकतो," लिव्हिंगस्टन म्हणाले, "पण तरी मला असं वाटतं –"

"आणि आपण इथे काही लाखो तुकड्यांचा विचार नाही करत आहोत,

बरोबर?'' स्टिफन्सन यांनी हेल यांच्याकडे बघितले. ''आपण काय दोन-तीन हजार जणांच्या तुकड्या पाठवू?''

''थोड्या जास्ती सर. नौदल कुमक धरून.''

''एक हल्ला करणारी तुकडी,'' स्टिफन्सन यांनी राष्ट्राध्यक्षांकडे नजर वळविला आणि प्रश्न निकालात निघाल्यासारखे खांदे उडवले.

''तरीही,'' लिव्हिंगस्टन म्हणाले. आपला मुद्दा ते अजूनही समजावून सांगण्याचा प्रयत्न करत होते. ''या संधीचा जास्तीत जास्त फायदा घ्यायचा असेल, तर थोडा जास्तवेळ घेऊन आघाडी बनवली पाहिजे आणि इतर सगळ्या कारणांमुळे आपल्याला त्याची आवश्यकता आहे, हे लक्षात घेऊन आपले त्यांच्याबरोबर संबंध चांगले ठेवण्याचा प्रयत्न केला पाहिजे.''

''यातला वेगळा दृष्टिकोन असा आहे बॉब,'' गॅरी रोझ म्हणाले, ''साहसी कृती, प्रश्न निकालात काढणारी कृती, आपण केली तर आपण पुन्हा नेतृत्वाची धुरा हाती घेऊ. स्पष्ट सांगायचं तर मागच्या काही वर्षांत आपण जे गमावलेलं आहे, ते आपण पुन्हा मिळवू आणि आपल्याला जे करायचं आहे, तेच आपण करत आहोत, हे दाखवून देण्याची अमेरिकेकडे हीच संधी आहे. हे दाखवण्याची हीच खरी वेळ आहे. आपण चांगली तत्त्वं आखून देत आहोत आणि ती अमलात आणण्यासाठी जगात पुढाकार घेत आहोत. एकदा आपलं ते स्थान निर्माण झालं की, त्या शक्तिशाली स्थानावरून इतर गोष्टी आपण करताना बघायला मला आवडेल.''

''मला वाटतं सुरक्षा परिषदेत ठराव संमत करून घेऊन आपण या आधीचं जे काम केलं आहे, त्यातून आपण नेतृत्व करतोय हे दाखवून दिलं आहे,'' लिव्हिंगस्टन म्हणाले.

''आणि मला वाटतं तुम्ही जे सुचवताय, त्यामुळे त्याची वाट लागेल.'' ओकलेंनी सणसणीत टोला मारला.

''राष्ट्राध्यक्ष महोदय,'' जनरल हेल म्हणाले, ''राजकीय सल्ला देणं हे माझं काम नाही, पण लष्करी दृष्टिकोनातून विचार केला, तर आपण एकट्यानंच हे काम केलं, तर जास्त चांगल्या तऱ्हेने आणि लवकर करू शकू.''

लिव्हिंगस्टन यांनी त्रस्त नजरेने हेल यांच्याकडे बघितले. बाकीच्यांच्या बोलण्याची री ओढायची यांना काय गरज होती, असेच त्यांना सुचवायचे होते.

तिथे शांतता पसरली.

राष्ट्राध्यक्षांनी क्षणभर विचार केला. ''मला वाटतं ह्या परिस्थितीतही आपण आघाडी करून ताकद दाखवू शकू. गॅरी, मला नक्कीच वाटतं, युनायटेड स्टेट्स या संदर्भात नेतृत्व करू शकेल. ह्या मार्गाचं दार सध्याच आपण बंद करू

नये. बॉब, मला वाटतं, तुम्ही आपल्यासाठी एक आघाडी बनवण्याचा प्रयत्न करा आणि तोपर्यंत ॲडमिरल प्रेसलर जर आपल्याला एकट्यालाच पुढे जावं लागलं तर त्याप्रमाणे काय करायचं याची योजना तयार करा. त्यासाठी नैरोबी इथे ज्या कोणाशी आपल्याला बोलावे लागेल, त्यांच्याशी बोलणं आपण सुरू करू.''

''होय सर,'' ॲडमिरल म्हणाले.

पुन्हा शांतता पसरली. लिव्हिंगस्टन यांनी चहुकडे बघितले. खोलीतील प्रत्येक जण त्यांच्याकडे बघत होता. एखाद्या माणसाने सरपटत बाहेर जाण्याची तयारी दाखवल्यानंतर, त्याला जितके विचित्र वाटेल तसे त्यांना वाटत होते.

''राष्ट्राध्यक्ष महोदय, जर मला आघाडी बनवायची असेल तर, त्यासाठी किती मुदत आहे?''

राष्ट्राध्यक्षांच्या कपाळावर आठ्या चढल्या. ''मला माहीत नाही, बॉब. पुढे कसं काय होत जाईल, तसं-तसं आपण बघू.'' ते म्हणाले.

४

संयुक्त राष्ट्रसंघासमोरच्या त्यांच्या कार्यालयात, मरिअन इलमन 'स्क्रीन' बघत होत्या.

व्हाइट हाउसच्या ईस्ट रूममधून एक निवेदन देण्यात येणार होते. राष्ट्राध्यक्षांच्या आजूबाजूला जॉन ओकले, गॅरी रोझ, बॉब लिव्हिंगस्टन आणि लष्करी गणवेशातील दोन व्यक्ती होत्या. त्यापैकी एक चेअरमन ऑफ जॉइंट चीफ ऑफ स्टाफ – मार्टलॉक हेल होते, हे त्यांना ओळखता आले. दुसरी भरदार छातीची, बुटकी व्यक्ती कोण होती, ते त्यांच्या लक्षात आले नाही.

निवेदन देण्यात येणार आहे, याची सूचना त्यांच्या कार्यालयाला केवळ एक तास अगोदर मिळाली होती. युगांडातील कारवाईसंबंधीचा जो ठराव झाला होता, त्यासंबंधीचे निवेदन होते, इतकेच त्यांना माहीत होते.

राष्ट्राध्यक्ष म्हणाले, ''सभ्य स्त्री-पुरुषहो, आपण आलात त्याबद्दल आभार. सुरक्षा परिषदेच्या ठराव २६८२नुसार अमेरिका लष्करी बळ पाठवणार आहे, त्यासंबंधी मला आज घोषणा करायची आहे. लॉर्डस रेझिस्टन्स आर्मी ह्या दहशतवादी संघटनेबरोबर लढण्यासाठी युगांडा प्रजासत्ताकाच्या शासनाला सहकार्य करण्यासाठी हा ठराव इच्छुक राष्ट्रांना निमंत्रण देतो, हे आपणास विदित आहे. ठराव मंजूर झाल्यानंतरच्या तीन आठवड्यांत सेक्रेटरी लिव्हिंगस्टन यांनी जगभरातील आपल्या मित्रराष्ट्रांबरोबर अनेक वेळा चर्चा केली आणि त्यांनी आपल्याला जो भरघोस पाठिंबा दिला त्याची आम्ही कदर करतो. त्याचबरोबर ही समस्या एकदाच कायमची निकालात काढण्यासाठी जलद गतीने धडककृती करणे हिताचे आहे, असेही आमच्या लक्षात आलेले आहे. म्हणून युगांडा शासनाबरोबर सल्लामसलत करून मी असा निर्णय घेतला आहे की, अमेरिकेचे सैन्य तत्काळ ह्या मोहिमेवर पाठवले जाईल. ह्या मोहिमेला आम्ही 'जंगल पीस' असे नाव दिले आहे.''

मरिअन इलमन टक लावून स्क्रीनकडे बघू लागल्या. तत्काळ? राष्ट्राध्यक्ष

काय म्हणाले होते? तत्काळ?

"ठराव २६८२मध्ये जसे सूचित केले आहे, त्यानुसार लॉर्डस रेझिस्टन्स आर्मीला संपविण्यासाठी युगांडा प्रजासत्ताकाच्या शासनाला साहाय्य करणे, शक्य असेल तर त्या संघटनेच्या नेत्यांना आणि अनुयायांना पकडणे, कायद्याप्रमाणे त्यांना शिक्षा देणे आणि एलआरएग्रस्त भागात पुन्हा शांततामय जीवन जगता येईल अशी परिस्थिती निर्माण करणे, हे जंगल पीस मोहिमेचे उद्दिष्ट असेल. एकदा जंगल पीस मोहिमेचा उद्देश सफल झाला की, युगांडा शासनास त्या भागाचा विकास व्हावा यासाठी अमेरिका भरीव विकास व साहाय्य निधी देईल. त्यासंबंधीचे तपशील यथावकाश जाहीर करण्यात येतील."

इलमन यांनी निवेदनाचा उरलेला भाग बघितला. राष्ट्राध्यक्षांनी स्पष्ट केले की, केवळ एकोणचाळीस अमेरिकी नागरिकांच्या मृत्यूमुळे त्यांनी हा निर्णय घेतला नव्हता; तर युगांडाच्या उत्तर भागातील जनतेवर अनेक वर्षे होत असलेल्या अत्याचारामुळेही हा निर्णय घेण्यास ते प्रेरित झाले होते. अन्याय व जुलूम यांचा नायनाट करणे अमेरिकाच्या हिताचे आहे, असे ते म्हणाले, कारण एक मुक्त, समृद्धी, भयमुक्त जग अमेरिकेच्या हिताचे आहे. मोहिमेचा प्रमुख या नात्याने त्यांच्यावर किती गंभीर जबाबदारी आहे, इत्यादी नेहमीच्या बाबींचा त्यांनी उल्लेख केला आणि त्यामुळे हा निर्णय खूप विचार करून घेणे, हे त्यांचे कर्तव्य आहे व त्याप्रमाणेच तो घेतला आहे, हे त्यांनी सांगितले. अमेरिकेच्या सैन्याला त्यांच्या प्रदेशाचा उपयोग करण्याची परवानगी दिल्याबद्दल त्यांनी केनियाच्या प्रजासत्ताकाचे व तेथील जनतेचे आभार मानले. मोहिमेत सहभागी होण्याची उदारपणे तयारी दाखविली म्हणून त्यांनी मित्रराष्ट्रांचे आभार मानले. शेवटी त्यांनी मोहिमेच्या कमांडरांचा परिचय करून दिला.

राष्ट्राध्यक्षांनी आताच ज्यांचे नाव ॲडमिरल पीट प्रेसलर आहे, असे सांगितले होते, ती भरदार छातीची व्यक्ती समोर आल्याचे इलमन यांनी बघितले. राष्ट्राध्यक्षांनी त्यांच्यावर दाखवलेल्या विश्वासाबद्दल त्यांनी राष्ट्राध्यक्षांचे आभार मानले. ते म्हणाले की, बरेचसे सैन्य आधीच घटनास्थळी आहे आणि काही दिवसांतच मोहिमेला सुरुवात होईल.

सेनादल आधीच घटनास्थळी होते? ऐकले आहे, त्यावर मरिअन इलमन यांचा विश्वास बसत नव्हता आणि राष्ट्राध्यक्षांचे निवेदन संपण्यापूर्वी त्या अविश्वासाचे क्रोधात रूपांतर झाले होते. आता तर तिच्या संतापाला उकळी फुटत होती. हे कधीपासून सुरू होते? अमेरिकेच्या सैन्यदलाने युगांडात कधी प्रवेश केला होता? फक्त एकट्यानेच पुढे जाण्याचा निर्णय राष्ट्राध्यक्षांनी नेमका कधी घेतला होता?

प्रेसलरच्या मागे राष्ट्राध्यक्षांबरोबर जे लोक उभे होते, त्यांच्याकडे इलमन

यांनी बघितले. बॉब लिव्हिंगस्टन ॲडमिरलकडे एकाग्रतेने बघत होते व ते बोलत असताना अधूनमधून होकारार्थी मान हलवत होते.

संयुक्त राष्ट्रसंघातील फ्रेंच राजदूत – फ्रॅन्कोइज दुबिग्नी यांनी पहिल्यांदा फोन केला. फ्रान्सने सहकार्य म्हणून चार हेलिकॉप्टर पायलट व एक वैद्यकीय पथक देऊ केले होते. दुबिग्नी हे पॅरिसमधील प्रतिष्ठित व्यक्ती होते. बोलताना ऐटबाजपणा किंवा पुरुषी वर्चस्व दाखविल्याशिवाय तर त्यांना चैन पडायचं नाही. ते हळुवारपणे गालातल्या गालात हसले.

''मला वाटतं, मरिअन, तुम्ही... काय बरं म्हणावं... कदाचित तुमच्या राष्ट्राध्यक्षांसाठी एक स्मोकस्क्रीन आहात, तुम्हाला समोर करून ते मागे त्यांना हवं ते करत आहेत?'' ते म्हणाले.

इलमन अजूनही संतापाने धगधगत होत्या, पण त्या दुबिग्नींना त्याचा पत्ता लागू देणार नव्हत्या. ''अजिबात नाही, फ्रॅन्कोइज,'' त्यांनी तिखटपणे उत्तर दिले. ''गेल्या तीन आठवड्यांपासून मी सांगत होते की, आघाडी लगेच बांधली पाहिजे. अगदी अनिश्चित काळापर्यंत वाट बघत थांबून चालणार नाही, मी सतत म्हणत होते.''

आपल्या बचावासाठी हाच पवित्रा त्या घेणार होत्या. आपण अगदी मूर्ख आहोत असे कोणाला वाटू नये यासाठी अनुसरता यावा, असा हा एकच मार्ग होता.

''जशी तुमची मर्जी.'' दुबिग्नी म्हणाले. ''पण माझ्या मते तीन आठवडे म्हणजे अनिश्चित काळ नाही. कदाचित निवडणुका जवळ असल्याने तुमच्या राष्ट्राध्यक्षांचं वेळापत्रक वेगळं असेल.''

''त्यांना कारवाई करून हेतू साध्य करायचा आहे. वाट बघत थांबण्याची त्यांची तयारी नाही. मी ते नेहमीच म्हणत होते.''

दुबिग्नी पुन्हा गालातल्या गालात हसले. ''बॉन. तरीही मला वाटतं, माझ्या नोकरीच्या काळात काही स्मोकस्क्रीन मी बघितलेले आहेत आणि तुमचं त्याच्याशी साम्य आहे, असं मला खेदपूर्वक वाटतं.''

त्या दुपारी त्यांना बऱ्याच जणांशी संभाषण करावे लागले. ब्रिटिश राजदूत सर ॲंटनी सील अपेक्षेप्रमाणेच क्रुद्ध झाले होते. ब्रिटनने ड्रोन वैमानिकांची एक तुकडी पाठवण्याची तयारी दाखविली होती. ही तुकडी अमेरिकेच्या हवाईदलाच्या क्रीच विमानतळावरून काम करेल व अमेरिकेच्या वैमानिकांकडून जितके शिकता येईल तितके शिकेल, हा त्यांचा उद्देश होता. इतर राजदूत गोंधळलेले होते किंवा रागात होते आणि काहींना बहुधा हायसेही वाटले असणार. त्यांना काहीही वाटत असले, तरी त्यांना इलमनबद्दल राग वाटेल, अशा स्थितीत त्या होत्या – अगदी

कालपर्यंत त्या ह्या लोकांना सांगत होत्या की, अमेरिकेला एक सर्वसमावेशक आघाडी बनवायची आहे. त्यांच्या नेत्यांकडून त्यासंबंधी तातडीने संमती मिळवावी ह्यासाठी त्या त्यांचा पिच्छा पुरवत होत्या.

शेवटी त्या बॉब लिव्हिंगस्टन यांच्याबरोबर बोलल्या तेव्हा त्यांनी आपल्या संतापाला वाट मोकळी करून दिली. परराष्ट्रमंत्री बॉब यांनीही निवेदनाबद्दल आदल्या दिवशी संध्याकाळीच माहिती मिळाल्याचे त्यांना सांगितले. त्यावर विश्वास ठेवणे, मरिअनना मात्र कठीण गेले.

"रोझनी निवेदनाचा मसुदा काल रात्री दहा वाजता पाठवला." लिव्हिंगस्टन म्हणाले. "तेव्हाच मी त्याविषयी प्रथम ऐकले. लगेच मी त्यांच्याबरोबर बोललो आणि आज सकाळी पुन्हा त्यांच्याबरोबर बोललो," ते म्हणाले, "राष्ट्राध्यक्षही कारवाई करणार आहेत आणि निवेदनात काही भर टाकायची असेल, तर सुचवा असे मला सांगण्यात आले. आपल्या मित्रराष्ट्रांचे आभार मानणारी त्यात जी ओळ आहे, त्याबद्दल तुम्ही माझे आभार मानू शकता." ते पुढे म्हणाले.

"तुम्हाला जास्तीतजास्त फक्त इतकंच करता आलं?"

"होय. फक्त तितकंच. आणखी काही ओळी सुचवल्या होत्या, पण त्या त्यांनी घेतल्या नाहीत. एक ओळ तरी घेतली यातच मला आनंद आहे."

इलमन गप्प बसल्या. इतरांप्रमाणेच त्यांनाही माहीत होते की, दोन वर्षांत लिव्हिंगस्टन यांचे महत्त्व कमी-कमी होत गेले होते. पण त्यांना अशी वागणूक मिळणे म्हणजे त्यांचा घोर अपमान होता आणि तो उघड होता. तपशील महत्त्वाचा नव्हता. निवेदन त्यांच्याकडे रात्री नऊला पाठविले की दहाला ते महत्त्वाचे नव्हते; पण जे परिस्थितीचे निरीक्षण करत होते, त्यांच्या लक्षात आले असते की, लिव्हिंगस्टन आघाडी बनवण्यासाठी धावपळ करत असताना व्हाइट हाउस मात्र दुसरीच काही योजना आखत होते. परराष्ट्र व्यवहाराबाबत राष्ट्राध्यक्षांचा शब्द अंतिम असतो, तो त्यांचाच अधिकार असतो. परराष्ट्रमंत्र्याचा त्यावर अधिकार असतो, तो एका मर्यादेतच. परराष्ट्रमंत्री परराष्ट्र व्यवहाराबाबत जे बोलतात ती राष्ट्राध्यक्षांची मतं आहेत, असा लोकांचा विश्वास असतो. बॉब लिव्हिंगस्टनबाबत लोकांना आधीच या बाबतीत शंका होती आणि आता शंका काय, त्यांची खात्रीच पटली असती.

मरिअनच्या लक्षात आले, जर हा अपमान त्यांच्या लक्षात आला तर बॉब यांच्याही नक्कीच लक्षात आला असेल. त्यांना दुःख होत असणार. पण ते एक निष्ठावंत सनदी अधिकारी होते. अगदी खाजगीत आणि मरिअननाही आपण किती दुखावले गेलो आहोत, ते त्यांनी सांगितले नसते.

"त्यांना यापासून काय फायदा होणार, बॉब? की आपल्याला आपली जागा

दाखवून द्यायला केलेलं हे पूर्वनियोजित कृत्य आहे? ह्याच्यामुळे कोणाचं हित कसं काय साधलं जाईल, तेच मला कळत नाही.''

''गॅरीने मला जे स्पष्टीकरण दिलं, मरिअन त्यानुसार एकदम चकित करणं हा राष्ट्राध्यक्षांचा हेतू होता. एलआरएची माहिती मिळवण्याची क्षमता खूप चांगली आहे. त्यांच्याबाबत काय घडामोडी होत आहेत, त्याची ते माहिती काढू शकतात. राष्ट्राध्यक्षांचा विचार होता की, आपण सावकाश आघाडी बनवत आहोत, असं त्यांना वाटावं म्हणजे त्यांच्याकडे रसद जमवून, लपून बसण्यासाठी खूप वेळ आहे असं ते समजतील. त्यांना गाफील ठेवून धक्का द्यायचा.''

''हे तुम्हाला माहीत होते?'' इलमन यांनी अविश्वासाने विचारले.

''कालपर्यंत तरी नाही.''

इलमन हसल्या.

''वरवर पाहता तरी ही एक वाजवी सबब वाटते,'' लिव्हिंगस्टन म्हणाले.

''नक्कीच. आणि त्यांना वाटलं की, आपण हे गोपनीय ठेवू शकणार नाही.''

''आपण मित्रराष्ट्रांबरोबर बोलताना, त्यामुळे त्यावर परिणाम झाला असता, असं त्यांना वाटलं असावं. म्हणजे हा आपला माझा अंदाज!''

मरिअन यांनी नकारार्थी मान डोलावली. मंत्री जे म्हणाले होते, त्यावर त्यांचा स्वत:चा तरी विश्वास होता का, अशी शंका त्यांना आली. बॉब लिव्हिंगस्टनविषयी त्यांना आपुलकी होती. ते एक सभ्य गृहस्थ होते. पण ते आवश्यक तितके कठोर नव्हते. ते इतरांना संशयाचा फायदा द्यायचे. आपल्या हक्कासाठी संघर्ष करण्याची त्यांची तयारी नव्हती.

''मोहीम आधीच सुरू झालेली आहे,'' लिव्हिंगस्टन म्हणाले. ''आपले ड्रोन दोन दिवसांपासून पाळत ठेवून आहेत.''

''इतकी घाई का?''

''काय मरिअन! तुम्हालाही माहीत आहे, राष्ट्राध्यक्षांना सहा नोव्हेंबरपूर्वी ठोस परिणाम हवेत.''

''आणि त्यासाठी आपल्या मित्रराष्ट्रांपैकी प्रत्येकाला दुखवायची त्यांची तयारी आहे?''

''खरं बघितलं तर, त्यापैकी बहुतेक फक्त बोलघेवडेपणा करत होते.''

''पण हे करण्याचे काही मार्ग आहेत, बॉब.''

''हो, मला माहीत आहे. मला वाटतं, कृती करण्याची मान्यता मिळूनही स्वत:च्या कमकुवतपणामुळे घोळ घालत बसला आणि काहीच करू शकला नाही, असा राष्ट्राध्यक्ष म्हणून आपल्याकडे पाहिले जाऊ नये, असं त्यांना वाटत

असावं. मध्यावधी निवडणुका जवळ आल्या आहेत आणि धडक्याने निर्णय घेणारा म्हणून त्यांच्याकडे बघितलं जावं, असं त्यांना वाटतंय. तिथे जा आणि काम फत्ते करा. मध्यावधी निवडणुकांत खूप काही पणाला लागलं आहे, तुम्हाला माहीत आहे.''

राष्ट्राध्यक्षांनी ज्या प्रकारे ही कारवाई सुरू केली होती, त्याचे समर्थन म्हणून ही कारणे योग्य आहेत, असे लिव्हिंगस्टनना खरोखर वाटत होते का याविषयी मरिअनना खात्री नव्हती. त्यामुळे परराष्ट्रखात्याच्या काम करण्याच्या क्षमतेवर तो आघात झाला होता – आणि स्वत: लिव्हिंगस्टन यांची परिणामकारकता त्यामुळे कमी झाली होती, त्याचा विचार केला तर हे समर्थन पुरेसे होते का? कदाचित लिव्हिंगस्टनना खरेच ते पुरेसे वाटत असेल किंवा या अपमानास्पद स्थितीतही स्वत:ची थोडीफार प्रतिष्ठा टिकावी, यासाठी ते मुत्सद्दीपणे बोलत असावेत.

''मरिअन, मला झाल्या प्रकाराचा खेद होतो. हे होऊ द्यायला नको होतं, असं मला वाटतं. तुम्ही उघड्या पडलात. मला माहीत आहे. माझ्या खालोखाल, सर्वांत जास्त तुमचं नाव खराब झालं आहे.''

''पूर्ण डिपार्टमेंटचं बॉब. राष्ट्राध्यक्षांच्या हे लक्षात आलंच पाहिजे. त्यांनी काय केलंय, हे त्यांच्या लक्षात आलं पाहिजे.''

''खरंय पण त्यांनी त्यांना हवं ते केलंय.''

इतरांना आपण किती मूर्ख वाटत असू असा इलमन यांच्या मनात विचार आला. पुढच्या वेळी अमेरिकेच्या मोहिमेत सहभागी व्हा, म्हणून इतर देशांचा पाठपुरावा करायचा असेल तर कशाप्रकारे संभाषण होईल, याचा त्यांच्या मनात विचार आला. बॉब लिव्हिंगस्टन त्यांना आवडत होते, पण एका प्रभावहीन परराष्ट्रमंत्र्याबरोबर काम करणे, म्हणजे एक प्रकारचा शापच होता. ह्या सर्वोच्च पदावरील व्यक्तीची कमजोरी त्या खात्यामधील प्रत्येकासाठी खूप हानिकारक होती. दुसऱ्या खात्यामध्ये ती कमजोरी कदाचित थकून गेली असती.

''तुम्ही लिऊ यांच्याबरोबर बोललात का?'' लिव्हिंगस्टन यांनी विचारले.

''नाही. मी बोलावं असं तुम्ही सुचवताय का?' चिनी राजदूताबरोबर संभाषण करण्यास इलमन फारशा उत्सुक नव्हत्या. लिऊ यांच्याबरोबर कामाच्या संदर्भात त्यांचे कामचलाऊ नाते होते; पण आता ह्या प्रसंगामुळे त्याची परीक्षा पाहिली जाईल, असे त्यांना वाटत होते. अमेरिका युगांडामध्ये एकट्यानेच कारवाई करत असल्याने चीन आणखीच तोंडघशी पडत होते. आणि राष्ट्राध्यक्षांच्या निवेदनातील ती ओळ – 'मुक्त, भयमुक्त जग निर्माण करण्यात अमेरिकेला स्वारस्य आहे.' हा तर अनाहूत सल्ला होता. हे प्रक्षोभक विधान होते. राष्ट्राध्यक्ष ते कोणत्याही अर्थाने म्हणाले असोत. इलमन यांच्या लक्षात आले, परक्या देशात अमेरिकेचे

सैन्य पाठवायचे काय कारण ह्याचे देशातील जनतेला स्पष्टीकरण द्यावे म्हणून त्यांनी ते विधान केले असावे; पण चीन मात्र त्या विधानाचा अर्थ थेट त्यांच्यावरचा हल्ला असाच घेणार होते. अप्रत्यक्षपणेसुद्धा कोणतेही विधान त्यांच्या राजकीय व्यवस्थेविषयी आणि मानवाधिकाराच्या रेकॉर्डविषयी काही भाष्य करत असेल, तर ते त्याबाबत विलक्षण संवेदनशील होते.

असे असूनही राष्ट्राध्यक्षांनी ते विधान का केले असावे असे, लिव्हिंगस्टन यांना विचारावे असे इलमनना वाटले. पण त्यांच्या लक्षात आले की, हा बारकावा जो त्यांच्या लक्षात आला आहे तो लिव्हिंगस्टननाही कळलेलाच असावा. ते विधान त्यांनी कधीच सुचवले नसते. उलट त्यांनी ते बदलण्याचा प्रयत्न करूनही त्यांच्या मर्जीविरुद्ध भाषणात ते ठेवले गेले असावे.

'बॉब' त्या म्हणाल्या, ''मी लिऊ यांच्याबरोबर बोलू शकते, पण ते काय बोलायचं, हे मला नक्की माहिती नाही. तुम्ही काही सुचवू शकाल? राष्ट्राध्यक्षांनी जे निवेदन केलं, त्याशिवाय आणखी काही सांगण्यासारखं आपल्याकडे आहे का?''

''ठरावाच्या शर्तींचे आपण पालन करू असं सांगता येईल, आपला त्या प्रदेशाबाबत कोणताही छुपा अजेंडा नाही.''

''ते मी त्यांना आधीच सांगितलं आहे. मी ते पुन्हा सांगू शकेन, पण त्यात अर्थ नाही. *आपण* काय म्हणू त्याला महत्त्व नाही.''

लाइनच्या दुसऱ्या बाजूला स्तब्धता होती. शेवटच्या शेऱ्याबद्दल इलमन यांना खेद वाटला.

''हूं, जाऊ दे मग,'' लिव्हिंगस्टन शेवटी म्हणाले. ''राष्ट्राध्यक्षांनी निवेदन केलेलं आहे. आपण आणखी तळटीप देण्याची आवश्यकता नाही.''

''तळटीपा आहेत कुठे? जे आहे ते स्पष्ट आहे.''

''होय. तुमचं बरोबर आहे.'' लिव्हिंगस्टन थोडा वेळ थांबले. ''मी हस्कल यांच्याबरोबर बोलेन. ते काय म्हणतात ते बघू या.'' स्टीव्ह हस्कल हे अमेरिकेचे बीजिंग येथील राजदूत होते.

''नक्कीच!'' इलमन म्हणाल्या. ''हस्कल यांच्याबरोबर बोला. पण तुम्ही म्हणताय; तसं राष्ट्राध्यक्षांनी निवेदन केलेलं आहे. चीनला त्यावर काही प्रतिक्रिया द्यायची असेल, तर ते काही मार्ग शोधतीलच.''

५

स्टीव्ह हस्कल खाली बसेपर्यंत वू गुओझेंग यांनी वाट बघितली. हस्कल यांनी एक वरिष्ठ सहकारी, दुभाषी व टिपणे घेण्यासाठी म्हणून एक सहकारी बरोबर आणली होती. वू यांचे इंग्लिश हस्कल यांच्या इतकेच चांगले होते, तरीही त्यांच्याबरोबरही दुभाषी होता. चीनच्या संयुक्त राष्ट्रसंघातील मिशनसाठी, वॉशिंग्टन येथे दूतावासातील विविध पदांवर अधिकारी म्हणून काढलेली चार वर्षे आणि चीनचे अमेरिकेतील राजदूत म्हणून काढलेली पाच वर्षे अशा विविध कारणांनी वू यांनी बारा वर्षांहून जास्त काळ अमेरिकेत घालवला होता. ते सध्या उपराष्ट्रमंत्री होते व उत्तर अमेरिकेची जबाबदारी त्यांच्यावर होती. या पदावर त्यांची नियुक्ती होऊन एक वर्ष झाले होते आणि पीपल्स रिपब्लिक पक्षाचे भावी परराष्ट्रमंत्री म्हणून त्यांच्या नावाची चर्चा होती.

परदेशी दूतावासातील अधिकारी म्हणून हस्कल यांच्या कारकिर्दीचा विचार केला, तर ते त्या मानाने जरा कमी अनुभवी होते. रिपब्लिकन पक्षाचे अनेक वर्षांपासूनचे ते देणगीदार होते आणि टॉम नोल्स यांनी नियुक्त केलेले अधिकारी म्हणून बीजिंग येथील पदाचा कार्यभार त्यांनी आदल्या वर्षीच स्वीकारला होता. पण चीनविषयी त्यांना सखोल माहिती होती आणि मँडरीनमध्ये ते स्वबळावर कार्यभार सांभाळू शकत होते. त्यांची नेमणूक म्हणजे मुत्सद्देगिरीचा नमुना मानला जात होता. स्पिअरमन मेबरी या आंतरराष्ट्रीय लॉ फर्मचे व नंतर यूडीबी फिलिप्स या इन्व्हेस्टमेंट बँकेचे भागीदार म्हणून त्यांची हाँगकाँग व शांघायमध्ये कार्यालये होती. शिवाय चीनमध्ये व्यापार उद्योग करण्याचा त्यांना तीस वर्षांहून जास्त काळ अनुभव होता. चीनच्या उद्योगक्षेत्रातील लोकांबरोबर व चीन शासनाच्या द्वितीय क्षेत्रातील अधिकाऱ्यांबरोबर त्यांचे जसे नेटवर्क होते, तसे इतर कोणाचेच नव्हते.

वू यांचा चेहरा लांबट होता. जेमतेम भांग पाडता येईल इतकेच विरळ केस होते. हस्कल यांचे केस एकेकाळी लाल होते. पण आता जेमतेम कवटी झाकेल इतके ते उरले होते. ठरवले असते तरी त्यांना भांग पाडता आला नसता. हस्कल

यांची चीनमध्ये नेमणूक झाल्यापासून ते दोघे नियमितपणे भेटत होते व त्यांचे संबंध चांगले होते. वू यांच्याकडे चांगली विनोदबुद्धी होती. ते खुलेपणाने वागत व व्यवहारी होते. अमेरिकेचे राजदूत आणि राजकारणी यांना अनेक वर्षांपासून जवळून बघत असल्याने त्यांना वास्तवाचे भान होते. कोणत्या मार्गाने काय साध्य करता येईल, यांची त्यांना जाण होती. स्टीव्ह हस्कलही स्वत:ला व्यवहारी समजत.

पण आता होणारे संभाषण सामोपचाराने असणार नाही, हे त्यांना माहीत होते. राष्ट्राध्यक्षांनी जंगल पीसची घोषणा केल्यानंतरच्या दोन दिवसांत चीन सरकारच्या वर्तुळात खूप चर्चा झाली असेल, यांची त्यांना कल्पना होती. हस्कल यांना माहीत होते की, वू यांचे स्वत:चे याबद्दलचे मत काहीही असले तरी चीनच्या उपपरराष्ट्रमंत्र्यांना एक उच्चस्तरीय निरोप पोहोचवायचा असेल. तो संदेश किती कठोर असेल, याविषयी हस्कलना खात्री नव्हती.

राष्ट्राध्यक्षांच्या घोषणेबाबत अमेरिकेतील बहुतेक वर्तमानपत्रांनी सकारात्मक सूर लावला होता आणि अमेरिकेतील ब्लॉगवरही ह्या घोषणेला पाठिंबा मिळत होता. अमेरिकेचा कोणताही वैयक्तिक स्वार्थ नसताना केवळ स्थानिक क्रूरकर्म्यांच्या तावडीतून तेथील जनतेची सुटका करण्यासाठी अमेरिका करत असलेली कृती अशा दृष्टिकोनातून अमेरिकेचे बहुतेक नागरिक या घोषणेकडे बघत होते; स्टीव्ह हस्कल स्वत:ही याच दृष्टिकोनातून या मोहिमेकडे बघत होते; पण चीन या विषयाबाबत किती संवेदनशील आहे, हे त्यांना चांगलेच माहीत होते. चीनमध्ये या घोषणेविषयी गदारोळ उठला नव्हता. मात्र याबाबत तिथे जी शांतता पाळली जात होती, त्यावरून त्यांना त्याचा अंदाज आला होता. चीनच्या माध्यमांनी या विषयाकडे जवळपास दुर्लक्ष केले होते आणि चीन सरकारच्या सेन्सॉरशिपमुळे नेटवरही या विषयाबाबत काहीच उल्लेख नव्हता. सुरक्षा परिषदेतील मतदानाबाबत वरवरचा उल्लेख होता. आणि अमेरिकेच्या राष्ट्राध्यक्षांच्या घोषणेची तर दखलही घेतली गेली नव्हती. हस्कल यांचा चीनशी बराच काळ संबंध असल्याने ह्याचा अर्थ त्यांच्या लक्षात येत होता. जेव्हा सत्ताधाऱ्यांना त्यांच्यावर हल्ला झाला आहे आणि त्या आघाताचा फायदा उठवता येईल असे वाटायचे, तेव्हा ते संतापाचा उद्रेक घडवून आणायचे. नव्वदीच्या दशकाच्या अखेरीस ते शांघायमध्ये होते, चीनच्या बेलग्रेड येथील दूतावासावर चुकीने, अपघाताने बॉम्ब टाकण्यात आले होते, तेव्हा सरकार पुरस्कृत निदर्शने कशी असतात, ते त्यांनी अनुभवले होते. स्पीअरमन मेबरी या त्यांच्या कार्यालयाच्या इमारतीसमोरून मोठमोठ्याने घोषणा देत जमाव आगेकूच करत होता. ते आणि त्यांचे कर्मचारी इमारतीमध्येच दोन दिवस अडकून पडले होते आणि एक रात्र त्यांना तिथेच काढावी लागली होती. पण तो उद्रेक बनावट होता, हे प्रत्येकाला माहीत होते आणि निदर्शनांवर

सरकारचे पूर्ण नियंत्रण होते. चीनमध्ये सार्वजनिक उद्रेक असेल, तर त्यामुळे तुमच्यावर काय बरा-वाईट परिणाम होणार हे तुम्हाला माहीत असते. पण शांतता ही वेगळी गोष्ट होती. शांतता ही संदिग्ध आणि जास्त धोकादायक बाब होती. जेव्हा चिनी सरकार परदेशातून होणाऱ्या वार्तांकनावर प्रतिबंध घालायचे तेव्हा सहसा त्याचा अर्थ असायचा, आपली प्रतिष्ठा धोक्यात येईल, अशी जबरदस्त भीती त्यांना वाटत आहे आणि तेव्हाच ते सर्वाधिक धोकादायक असे.

मँडरीन भाषेत वू बोलत होते. पीपल्स रिपब्लिकच्या शासनाकडून अमेरिकेच्या शासनाला देण्यासाठी त्यांच्याकडे एक टिपण होते. त्यांनी हस्कलना एक सीलबंद पाकीट दिले.

''अमेरिकेच्या सैन्याने युगांडामध्ये नुकताच जो संघर्ष सुरू केला आहे, त्या संबंधीचे हे टिपण आहे,'' वू म्हणाले. ''या वादग्रस्त विषयाबाबत आमच्या काय अपेक्षा आहेत, त्याबाबत दोन्ही सरकारना स्पष्ट कल्पना असावी. तुम्हाला तशी कल्पना आहे, याची खात्री करून घेण्याची आमच्या शासनाची इच्छा आहे.''

हस्कल यांना मँडरीन उत्तम अवगत होती, तरीही त्यांच्या मदतनीसाने त्याचे भाषांतर केले. त्यांनी इंग्लिशमध्ये उत्तर दिले. मँडरीनमध्ये ते सहजगत्या संभाषण करू शकत, पण संभाषणातील सूक्ष्म अर्थच्छटांवरही त्यांचे पूर्ण नियंत्रण असावे, याची त्यांना खात्री हवी होती.

''स्पष्टता हा कळीचा मुद्दा आहे आणि स्पष्टता असण्यासाठी जे काही आपण करू ती चांगलीच बाब आहे.''

वू यांनी संमतीदर्शक मान हलवली. ''तुमच्या मोहिमेला माझ्या शासनाचा विरोध नाही, हे तुम्हाला माहीत आहे. जर विरोध असता, तर ठराव २६८२च्या विरोधात आम्ही मतदान केले असते.''

''आणि तुम्ही ते केले नाही म्हणून अमेरिकेचे शासन कृतज्ञ आहे.''

''तथापि या ठरावातील तरतुदीच्या कक्षा ओलांडणारे काही असेल, तर आम्ही त्याला विरोध करू,'' वू म्हणाले.

''ठरावाच्या बाहेर जाणारी काही कृती आम्ही करू अशी आमची अटकळ नाही,'' हस्कल उत्तरले.

''ठरावात फक्त युगांडाचाच उल्लेख आहे.''

''आणि एलआरएच्या कारवायांचा बीमोड करण्यासाठी सभासद देशांना पाचारण करणाऱ्या इतर देशांचाही उल्लेख आहे.''

''ते बरोबर आहे,'' वू म्हणाले. ''दुसऱ्या कोणत्या देशाने असे निमंत्रण दिल्याची मला माहिती नाही.''

''मलाही नाही,'' हस्कल म्हणाले. त्यांनी स्मित केले.

वू च्या कपाळावर नापसंतीच्या आठ्या आल्या. ''ॲम्बॅसिडर, दुसऱ्या देशातील हस्तक्षेपाला आम्ही विरोध करू.''

''दुसऱ्या देशात हस्तक्षेप करण्याचा आमचा उद्देशही नाही.''

''ती एक फार नाजूक परिस्थिती असेल.''

हस्कल यांनी तत्काळ प्रतिसाद दिला नाही. वू यांनी *'झिनरूओ'* शब्द वापरला होता आणि दुभाष्याने त्याचे 'नाजूक' असे भाषांतर केले होते. पण हस्कल यांचे मँडरीन चांगले असल्याने त्या शब्दाला अनेक छटा आहेत, हे त्यांना माहीत होते. ठिसूळ असाही अर्थ त्यातून निघत होता आणि उपराष्ट्रमंत्र्यानी ज्या आवाजात त्याचा उच्चार केला होता, त्यावरून स्पष्ट होते की, त्यातून काळजी वाटायला लावतील, असे आणखी अर्थ ध्वनित होत होते.

परराष्ट्रखात्याकडून हस्कल यांना टिप्पणी मिळालेली होती. जिथे कारवाई करायची होती, त्या जंगलमय भागातील युगांडा, सुदान आणि काँगो या देशांच्या सीमारेषेबाबत संदिग्धता होती. त्या देशांमध्ये त्या भागाबाबत बरेच वाद होते. जमिनीवरील शत्रूचा पाठलाग करत असताना अमेरिकेच्या अपाशे विमानाचे वैमानिक आपण सीमारेषा ओलांडत आहोत का, वगैरे सारख्या बारीकसारीक गोष्टींचा विचार करतील असे हस्कल यांना वाटत नव्हते. शत्रूच्या मागावर असताना दुसऱ्या देशात आक्रमण करण्याची परवानगी आहे, असा आंतरराष्ट्रीय कायद्याचा अर्थ काढला जाऊ शकत होता. उलट अशी परवानगी नाही असाही अर्थ काढता आला असता, म्हणजेच कायद्यातही संदिग्धता होती.

या तिन्ही देशांच्या सीमावर्ती भागात बंडखोरी सुरू होती आणि मनात आले तर चीन काही घटनांचा आधार घेऊन मोहिमेला विरोध करेल, असा निष्कर्ष काढता येणे सहज शक्य होते.

''उपमंत्री महोदय, आपण दिलेली ही टिप्पणी मी आता वाचतो, म्हणजे काही शंका असतील, तर मला तुम्हाला विचारता येतील.''

''जरूर,'' वू म्हणाले.

हस्कल यांनी पाकीट उघडले. ती एक संक्षिप्त टिप्पणी होती. उपमुख्यमंत्र्यांनी सांगितले, त्यापेक्षा अधिक काही त्यात नव्हते. चीनी शासनाचा नेमका उद्देश त्यातून फारसा स्पष्ट होत नव्हता.

हस्कल यांनी टिपण बाजूला ठेवले. ''माझ्या शासनाला या टिप्पणावर विचार करायला वेळ मिळाल्याबरोबर अर्थातच आम्ही उत्तर देऊ.''

वू यांनी संमतीदर्शक मान हलवली.

''तथापि माझा विश्वास आहे की, तुमचे शासन आमच्या कारवाईकडे, मोहिमेच्या खऱ्या उद्देशाच्या संदर्भात बघेल व त्याप्रमाणे अर्थ लावेल. लॉर्डस

रेझिस्टन्स आर्मी हा खरोखर एक क्रूर ग्रुप आहे आणि त्याला नष्ट करण्यात आपल्या सर्वांना स्वारस्य असले पाहिजे असे माझे मत आहे. ते करण्यापलीकडे या मोहिमेमागे अमेरिकेचा दुसरा कोणताही हेतू नाही. आणि हे काम शक्य असेल तितक्या त्वरेने, आमच्या कमीतकमी सैनिकांचे प्राण पणाला लावून करायचे आहे. नागरी वस्तीतील लोकांच्या जीविताला धोका पोहोचू नये, असाही आमचा प्रयत्न असेल.''

वू त्यांच्याकडे निर्विकार नजरेने टक लावून बघत होते. उपमंत्री याला प्रतिसाद देणार नाहीत, हे हस्कल यांना माहीत होते. या संभाषणाची नोंद ठेवण्यात येत होती आणि जंगल पीस मोहिमेचे नैतिक मूल्यमापन करण्यासाठी वू यांच्या वरिष्ठांनी त्यांना सांगितलेले नव्हते.

''तुम्ही आणि तुमच्या शासनाने ही परिस्थिती लक्षात घ्यावी, अशी माझी इच्छा आहे,'' हस्कल म्हणाले.

वू यांनी किंचित स्मित केले. ''तुमच्या शासनाच्या उत्तराची आम्ही वाट बघू.'' ते उत्तरले.

हस्कल यांनी कारमध्ये पुन्हा एकदा ते टिपण वाचले आणि त्यांच्या साहाय्यकाकडे ते दिले.

''संदेश देण्यासाठी त्यांनी वू यांची निवड केली हे इंटरेस्टिंग आहे,'' ते म्हणाले.

साहाय्यकाने टिपणी वाचत संमतिदर्शक मान हलवली.

हस्कल यांची अपेक्षा होती की, चीनच्या परराष्ट्रमंत्र्यांना भेटा, असे त्यांना बोलावणे येईल. त्या ऐवजी निम्नपातळीच्या मंत्र्यांशी बोलायला बोलावले हे एक सुचिन्ह आहे, असे त्यांच्या मनात आले.

''तुम्हाला काय वाटतं?'' हस्कल म्हणाले... ''मला नाही वाटत याबाबतीत ते खूप ओरड करतील म्हणून –''

''तसं दिसत तर नाही.''

''माध्यमांनी इतकं मौन बाळगलं आहे त्यावरून अर्थ काढता येईल की, 'यामुळे आम्ही संत्रस्त झालो आहोत.' त्यांना न आवडणारं काही घडलं, तर ते आणखी जास्त त्रस्त होतील. मला वाटतं त्यांना संदेश द्यायचा आहे की, आम्हाला या विषयाबाबत काहीही बोलण्यास भाग पाडू नका. आम्हाला काहीतरी बोलायला भाग पडेल, अशा परिस्थितीत आम्हाला ढकलू नका. तुमच्याकडे एक ठराव आहे आणि त्याला धरून रहा. पण त्या ठरावाच्या शर्तीबाहेर जाऊ नका,

कारण तसं केलंत, तर आम्हाला विरोध करणं भाग पडेल आणि आम्हाला ते करायचं नाही. ते आपल्या दोघांच्याही हिताचं नाही.''

''आणि जर सुदानच्या सरकारने आपण त्यांच्या देशात घुसलो आहोत, अशा तक्रारी करणं सुरू केलं तर असं घडू शकेल. सुदान चीनच्या जाहीर पाठिंब्याची मागणी करेल आणि चीनला वाटेल की, त्यांना तो दिला पाहिजे.''

''बरोबर'' हस्कल म्हणाले. ''म्हणून यामागे असा संदेश आहे की, सुदानच्या हद्दीबाहेर राहा.''

''उलटपक्षी,'' त्यांची साहाय्यक म्हणाली, ''ही एक खरीखुरी ताकीद असू शकेल. आपण केलेली एखादी कृती चूक आहे, असा त्यांनी अर्थ लावला तर आक्रमक होण्यासाठी एक सबब म्हणून त्याचा ते वापर करू शकतील. वाळूत मारलेली एक रेष या दृष्टिकोनातून ते ह्या टिपणाकडे बघू शकतील. आपण किती कडक आहोत, ते दाखवण्यासाठी एखादी सबब त्यांना हवी असेल.''

हस्कल यांच्या चेहऱ्यावर नाखुशीचे भाव आले. हे शक्य होते. ''मी विचार करतोय की, याबाबत सैन्याची काय भूमिका असेल.''

त्यांच्या साहाय्यकाने खांदे उडवत टिपण त्यांना परत केले. 'मी दुसऱ्या बाजूने पण विचार करते आहे. समजा, त्यांना एक सबब तयार ठेवायची असती, तर त्यांनी खाजगीरित्या ताकीद दिली नसती. रेनमिन रिबाओ ह्या वर्तमानपत्राच्या पहिल्या पानावर ती बातमी आली असती आणि जगातल्या प्रत्येक माध्यमाकडे प्रसिद्धीसाठी एक निवेदन गेलं असतं. वाळूत रेष आखलेली आहे, हे प्रत्येकाला माहीत असेल, तरच याचा सबब म्हणून उपयोग होऊ शकेल. जर ते खाजगीत केलेले असेल, तर त्याचा त्यांना फायदा होणार नाही.''

''मला वाटतं हे बरोबर आहे.''

''एकूणच, ॲम्बॅसिडर मला वाटतं तुमचं म्हणणं बरोबर आहे. ते सांगत आहेत युगांडामध्ये तुम्हाला जे करायचं आहे ते करा, शक्य होईल तितक्या लवकर तिथून बाहेर पडा आणि तिथे असताना सुदानमध्ये जाऊ नका, म्हणजे आम्हाला काही करायची गरज पडणार नाही.''

हस्कल यांनी टिपण पुन्हा वाचले. नंतर घडी करून ते पुन्हा पाकिटात ठेवले. ''होय,'' ते म्हणाले, ''मला वाटतं, त्यांना तेच म्हणायचं असावं.''

६

मॅनहॅटनच्या मध्यावधी भागातील एका उंच टॉवरमधल्या ३४व्या मजल्यावरची ही मीटिंगरूम छोटी होती. ती एका बाजूला आयताकृती होती आणि रूमच्या भिंती काचांच्या होत्या. दहा जणांच्या बसण्याची सोय होईल, यासाठी बनवलेलं एक टेबल तिथे होतं; पण त्या भोवती आता तेवीस लोक बसल्यामुळे खूप दाटीवाटी झाली होती. त्यात मध्यभागी एड ग्रे बसून होते.

ग्रे हे ५१ वर्षे वयाचे, धिप्पाड, देखणे गृहस्थ होते. त्यांनी केस मागे वळवले होते आणि रेड रिव्हर इन्व्हेस्टमेंटचे ते प्रमुख भागीदार होते. 'हेज करणे' म्हणजे जोखीम कमी करण्यासाठी काही वित्तीय पर्याय वापरणे. पण अर्थव्यवस्थेतील जागतिक संकटाआधी मात्र आक्रमकपणे फंड मॅनेज करून जास्तीत जास्त नफा मिळवण्याचा प्रयत्न करणाऱ्या फंडांना 'हेज फंड' म्हटले जायचे. त्याकरिता हे हेज फंड अनेक वित्तीय साधनांचा व पर्यायांचा ते वापर करायचे व खूप जोखीम घ्यायचे. पण आता अर्थव्यवस्थेतील जागतिक संकटानंतर 'हेज फंड' ही संज्ञा बदनाम झाली होती व त्यामुळे निकालात निघालेली होती. नियमांच्या जंजाळामुळे ती वापरणे हिताचेही नव्हते.

रेड रिव्हर ही आता तांत्रिकदृष्ट्या एक डीआयव्ही होती. म्हणजे 'डाइव्हसिफाइड इन्व्हेस्टमेंट व्हेइकल' होती; पण तिचे काम मात्र हेज फंडासारखेच होते. सबप्राइम मार्केटचा फुगा फुटणार यावर ज्या हेज फंडाने आपले पैसे पणाला लावले होते त्यापैकी ग्रे एक होते आणि या त्यांच्या साहसीपणामुळे म्हणा किंवा सहज लक्षात येण्याजोग्या गोष्टींमुळे म्हणा त्यांनी प्रचंड पैसा कमावला होता. २००८च्या बेधुंद उन्हाळ्यात आर्थिक विश्वात ज्या बेछूट घडामोडी होत होत्या तेव्हाची ही गोष्ट होती. त्या घसरणीच्या काळात ग्रे यांनी ऑइल आणि गॅस यांच्या किमतीवरून आणखी धाडसीपणाने पैसे पणाला लावले होते आणि यशस्वी झाल्यामुळे उत्तम फंड मॅनेजर म्हणून नाव कमावले होते. त्यांच्याकडे स्वत:चे पुरेसे क्लाएंट जमा झाल्यावर त्यांनी २०१२ साली 'रेड रिव्हर' ही स्वत:ची कंपनी सुरू केली होती.

मिळालेल्या पैशाच्या क्षुल्लक हिश्शातून त्यांनी कोलोराडोमध्ये त्या वेळी एक रँच खरेदी केले होते आणि त्याच्या नावावरून रेड रिव्हर हे नाव ठेवले होते. त्यांच्या फायद्याचा खूप मोठा हिस्सा रेड रिव्हरच्या फंडामध्ये होता. आणि इतर गुंतवणूकदाराकडून त्यांनी दोनशे कोटी डॉलरचे सबस्क्रिप्शन जमवले होते. सहा वर्षांनंतर आता क्लाएंटची सोळाशे कोटी डॉलरची पूंजी ते सांभाळत होते. आणि या सोळाशे कोटी तारणावर बँकेकडून अर्थसाहाय्य घेऊन ते आता सहा हजार कोटी डॉलर्सचा फंड सांभाळत होते.

त्यांच्याभोवती बसलेल्या लोकांत पंचविशीपासून ते चाळिशीपर्यंतचे लोक होते. बहुतेक सगळे पुरुष होते आणि दोन-तीनच स्त्रिया होत्या. बहुतेकांचा वेश कॅज्युअल होता. एक-दोन जण तर जीनमध्येसुद्धा होते.

रेड रिव्हरमध्ये मुख्य कार्यपालन अधिकारी, वित्त अधिकारी, कायदा पालन अधिकारी आणि दोन-तीन विक्री अधिकारी विविध प्रशासकीय कर्मचारी असे काही लोक होते. पण इथे जमलेले हे बावीस लोक म्हणजे फर्मचा कणा होते. त्यापैकी सहा पोर्टफोलिओ मॅनेजर होते. त्यांना फंडातून भांडवल दिले जायचे आणि ते जो व्यवहार करीत त्यातून रेड रिव्हरला भरपूर लाभ व्हायचा, इतर काही मार्केट ॲनालिस्ट आणि क्वांटिटेटिव्ह ॲनालिस्ट होते, ते पोर्टफोलिओ मॅनेजरचे साहाय्यक म्हणून काम करत. त्यांचे काम होते फायदा देऊ शकतील असे शेअर शोधायचे, त्यासाठी संशोधन करायचे, संख्यात्मक विश्लेषणाच्या आधारे मॉडेल विकसित करायचे, पोर्टफोलिओ मॅनेजरना उलाढाल करताना निर्णय घेण्यासाठी त्यांच्या कामाचा उपयोग झाला पाहिजे, हा त्यामागचा हेतू होता.

फर्मच्या एकूण भांडवलांपैकी ३५ टक्के भांडवलाच्या पोर्टफोलिओचे व्यवस्थापन स्वत: एड ग्रे करत. हा पोर्टफोलिओ मुख्यत: कमोडीटीजमध्ये व विकसनशील देशांच्या मार्केटमध्ये गुंतवलेला होता. त्याशिवाय एड ग्रे सीईओ म्हणजे चीफ एक्झिक्युटिव्ह ऑफिसर आणि चीफ इन्व्हेस्टमेंट ऑफिसर म्हणूनही काम बघत. त्यांचे सर्वांत ज्येष्ठ पोर्टफोलिओ मॅनेजर टोनी इवानगेलोऊ हे इक्विटी ट्रेडर म्हणजे शेअर्सची खरेदी-विक्री करणारे ट्रेडर होते आणि अमेरिका व युरोपचे मार्केट या दोन मार्केटभोवती त्यांचे ट्रेडिंग केंद्रित झालेले होते. टोनी मोठमोठी डील करण्यात पटाईत होते आणि फर्मच्या भांडवलापैकी एक चतुर्थांश फंडाचे ते व्यवस्थापन करत. फर्मचा उर्वरित फंड हा इतर मॅनेजरमध्ये जवळपास समप्रमाणात विभागलेला होता. हे मॅनेजर बॉंड मार्केट – रोखे मार्केट आणि फॉरेन एक्सेंजमध्ये परदेशी चलनाचे मार्केट यातील तज्ज्ञ होते.

संपूर्ण ग्रुपबरोबर संवाद साधणे, ही आवश्यक बाब होती. एखाद्या घटनेवर आधारित प्रचंड फायदा करून देणाऱ्या संधीच्या शोधात असणे यावर ग्रे व

इवानगेलोऊ लक्ष केंद्रित करत. एकदाच पैसे पणाला लावून त्यावर चाळीस, पन्नास, साठ टक्के रिटर्न्स मिळतील अशा संधींच्या शोधात ते असायचे. इतर मॅनेजर कमी जोखीम असलेले व्यवहार करायचे. या व्यवहारातून नियमितपणे आठ ते दहा टक्के रिटर्न मिळे. त्यामुळे डीआयव्हीला एक आधारभूत रिटर्न मिळायचे. पण प्रचंड मोठा फायदा किंवा घबाड मिळवून देणारी एखादी संधी कधी या इतर मॅनेजरपैकी एखाद्याला मिळायची किंवा त्यांच्या मार्केटमध्ये जे ट्रेंड आहेत त्याची माहिती इतरांना उपयोगी असायची. डीआयव्ही ही जागतिक पातळीवर व्यवहार करणारी कंपनी होती. एकाच वेळी अनेक स्ट्रेटेजींचा वापर ते करायचे. त्यामुळे पूर्ण जगभर कसे आर्थिक वारे वाहत आहेत, कोणत्या महत्त्वाच्या घडामोडी घडत आहेत, हे विचारात घेऊन डीआयव्हीचे पोर्टफोलिओ मॅनेजर आपली रणनीती आखत. त्यांच्यात माहितीची सतत देवाणघेवाण होत असे, पण ग्रे त्या सर्वांना मीटिंगरूममध्ये एकत्र आणत, कधीकधी तर रोज अशी मीटिंग घेत. बहुतेक वेळा ते विश्लेषकांनाही त्यांच्याबरोबर घेत. चर्चा खुल्या वातावरणात होत असे. कोणीही कल्पना सुचवू शकायचा आणि कोणीही त्याला विरोध करू शकायचा.

आज युगांडामधील घडामोडींबाबतचा विचार ग्रे यांच्या मनात होता.

टोनी इवानगेलोऊंच्या मते ही दुर्लक्ष करण्यासारखी बाब होती.

''त्याबाबत कोणाला काही चिंता नाही एड, त्यामुळे कशावर काही परिणाम होईल, असे कोणाला वाटत नाही.''

''माझ्या व्यवहारांबाबत ही एक फार कंटाळवाणी गोष्ट आहे, त्यामुळे काही फरक पडेल असे कोणाला वाटत नाही,'' परदेशी चलनाचे व्यवहार करणारी मारिया लोमाक्स म्हणाली.

इतर पोर्टफोलिओ मॅनेजरांनीही तिच्या म्हणण्याला सहमती दर्शवली.

''तर मग या समजुतीला आपण आव्हान देऊ,'' ग्रे म्हणाले. मार्केट जेव्हा एकमताने एका दिशेने ट्रेंड जाईल अशी अपेक्षा करायचे, तेव्हा मार्केट का चूक असू शकेल, याचे कारण ते शोधायचे. त्या शक्यतेला संख्यात्मक रूप द्यायचे आणि अशा रितीने एक ट्रेड स्ट्रक्चर केला जात असे. मग ते बरोबर निघाले तर प्रचंड फायदा होत असे आणि ते चूक निघाले तरी तोटा होत नसे. अगदी थोडा का होईना पण फायदाच मिळत असे, अशी चलाखी दाखवणे हे घबाड मिळवण्याचे मार्ग होते.

पण मार्केट चूक असण्याची शक्यता शून्य असेल, तर मात्र उलाढाल करायला वाव नसे. ''मार्केटला याबाबत स्वारस्य असण्याचे कारण काय?'' इवानगेलोऊ म्हणाले, ''काहीच नाही. ही एकदम छोटी घटना आहे, एड.

उंदराच्या ढुंगणाचा चावा घेतला जाण्याइतकीही ती मोठी नाही.''

''समजा, सैन्यदलाने तिथे काही सैनिक गमावले?''

इवानगे लोऊंनी खांदे उडवले.

''समजा, आपण तिथे अडकून पडलो... तर?''

''ते काही इराक नाही. किती खर्च होणार आहे, ह्या मोहिमेसाठी? जेमतेम कोंबडीच्या खुराकाएवढा.''

''तुला ते तपासून बघायचं आहे?'' एडनी त्यांच्या एका विश्लेषकाला विचारले.

विश्लेषकाने होकारार्थी मान हलवली. परदेशात विविध ठिकाणी सैन्यदल मोहिमांवर पाठवल्याने संरक्षणखात्याचा खर्च किती वाढेल, यावर तो संशोधन करणार होता. मग त्याच्याकडे असलेल्या माहितीशी ताडून त्यावरून विविध आडाखे तो बांधणार होता. संरक्षणखात्याच्या खर्चात खूप वाढ होत असेल, तर बजेटमधील तूट वाढली असती. त्यामुळे डॉलरवर प्रतिकूल परिणाम झाला असता. व्याजदर, रोख्यांचे मूल्य यावर परिणाम झाला असता आणि इतर अनेक ॲसेट क्लासेसवर परिणाम झाला असता.

''युगांडात गुंतवणूक करण्याचा विचार केला तर?'' पोर्टफोलिओ मॅनेजरांपैकी एक असलेल्या आदिल मेननने विचारले. ''कदाचित केनिया, या संधीचा विचार करू. या मार्केटमध्ये आपली अजिबात गुंतवणूक नाही. तोटा होणारच नाही अशी ही संधी आहे. समजा, ह्या हस्तक्षेपामुळे एलआरएचे उच्चाटन झाले, तर त्यातून काही आर्थिक लाभ होईल. समजा, मोहीम अयशस्वी झाली तरी आज आहे, त्यापेक्षा तिथे आणखी काय वाईट स्थिती होणार आहे?'' तो म्हणाला.

मध्य अफ्रिका आणि तिथल्या देशांविषयी ग्रे यांना काहीच माहिती नव्हती व त्यांनी तिथे कधीच गुंतवणूक केली नव्हती. आदिल हा बहुधा करन्सीचे ट्रेड करायचा. विकसित होत असलेल्या मार्केटपैकी हे चौथ्या जगातील मार्केट सर्वांत कमी विकसित झाले होते व या मार्केटबाबत आपण तज्ज्ञ व्हावे, ते आपले वैशिष्ट्य असावे, अशी आदिल याची तीव्र इच्छा होती.

''तुला तिथे गुंतवणूक करायची आहे?'' ग्रे यांनी विचारले.

आदिलने होकारार्थी मान हलवली.

''जर आपल्याला गुंतवणूकयोग्य काही संधी शोधता आल्या तर आपण युगांडात वीस एक कोटी डॉलर गुंतवू,'' एड ग्रे म्हणाले. त्यांना ती कल्पना आवडली. एके काळी त्यांनी घानासारख्या अविकसित आणि छोट्या देशात गुंतवणूक करून त्यातून खूप पैसा मिळवला होता. 'द इकॉनॉमिस्ट'मध्ये त्या देशाबद्दल आलेले दोन-चार लेख वाचून ते संधीच्या शोधात तिकडे गेले होते

आणि त्यांनी लाभ मिळवला होता.

"लगेच बाहेर पडू शकू अशी गुंतवणूक - लिक्विड," इवानगेलोऊ म्हणाले. "ज्यातून आपण बाहेर पडू शकणार नाही, अशा कुठल्या ट्रेडमध्ये आम्हाला अडकवू नकोस, आदिल."

मेनन हसला. लिक्विडिटी-रोकड सुलभता हा इवानगेलोऊ यांचा मंत्र होता. त्याचा अर्थ होता ज्या मार्केटमध्ये जो व्यवहार करायचा आहे, तसे करणारे पुरेसे गुंतवणूकदार असावेत. म्हणजे खूप मोठी गुंतवणूक विकून तुम्हाला बाहेर पडायचे असेल, तर ते शक्य होईल. 'पासिंग द पार्सल'मधील पार्सल पकडून ठेवणारी शेवटची व्यक्ती तुम्ही असावे, अशी तुमची कधीच इच्छा नसते. विकसित होत असलेल्या मार्केटविषयी, विशेषत: चौथ्या जगातील मार्केटविषयी इवानगेलोऊ यांना तिटकारा होता. कारण लिक्विडिटी ही समस्या तिथे नेहमीच असायची.

"म्हणजे त्या प्रदेशातील स्थानिक पातळीवर होणाऱ्या परिणामांशिवाय ह्या युगांडाच्या गोष्टीला विशेष महत्त्व दिसत नाही. हे चहाच्या पेल्यातील वादळ आहे ना?" ग्रे यांनी विचारले.

टेबलाभोवतीच्या लोकांनी माना डोलावल्या.

ग्रे यांचा स्वत:चाही तोच दृष्टिकोन होता. पण जसजशी तेथील परिस्थिती बदलत जाईल, त्याप्रमाणे ते आपला दृष्टिकोन तपासून बघत राहणार होते. जवळपास तीन वर्षांपासून जगभरातील मार्केट मंदगतीने, पण तरी स्थिरपणे तेजीच्या दिशेने वाटचाल करत होते. आणि प्रमाणाबाहेर मोठे रिटर्न मिळतील अशा घटनाजन्य संधी फार कमी होत्या. युगांडाची घटना ही अशी संधी आहे असे त्यांना वाटत नव्हते, पण ते नजर ठेवून असणार होते. तिथला संघर्ष इतका किरकोळ दिसत होता की, त्यातून समजा प्रचंड मोठी घटना निर्माण झाली आणि त्यामुळे लक्षणीय परिणाम घडू लागला, तर ती संधी ज्यांनी खूप आधी साधली त्यांना खूप फायदा झाला असता.

"आणखी कोणाला काही सांगायचं आहे?" त्यांनी विचारले. क्षणभर शांतता होती.

"माझ्याकडे एक आयडिया आहे."

कोण बोलले ते बघण्यासाठी एड यांनी टेबलाभोवती नजर फिरवली. बोरीस मालेवस्की हा विश्लेषक म्हणून नवीनच रूजू झालेला होता. तो आधी मॉर्गन स्टॅन्लीमध्ये काम करत होता. आणि आता या कंपनीत आल्यावर इवानगेलोऊ यांच्या टीममध्ये त्याची नेमणूक झाली होती. तो एका रशियन निर्वासिताचा मुलगा होता आणि आयुष्याची पहिली अकरा वर्षे मॉस्कोमध्ये काढल्याने त्याच्या उच्चारांवर थोडा तिथला प्रभाव होता. बोरीस हा कुरळ्या केसाचा, स्थूल आणि

घामट मुलगा होता आणि रेड रिव्हरमध्ये काम करायला लागून त्याला आता पंधरा दिवस झाले होते. पण तो क्वचितच सफाचट दाढी करून यायचा. ग्रे यांना तो आवडत होता. मालेवस्कीमध्ये असं काहीतरी होतं की, ज्यामुळे ग्रे यांना वाटायचे की, त्याच्यात ट्रेडर होण्याची क्षमता आहे. बुद्धिमत्ता, धाडसी बंडखोरी आणि ट्रेंडविरुद्ध जाणे या गुणधर्मांचे मिश्रण ज्या पोर्टफोलिओ मॅनेजरकडे असते, तोच एक ग्रेट पोर्टफोलिओ मॅनेजर होऊ शकतो. मार्केटच्या विरुद्ध जाऊन प्रचंड मोठ्या रकमांच्या पैजा ते जिंकतात; त्या ट्रेडमध्ये ते यशस्वी होतात. ग्रेनी स्वत: अशा प्रकारे अनेक ट्रेडमध्ये यश व पैसे मिळवले होते. उलटपक्षी हेच गुणधर्म अगदी खराब, भयानक फंड मॅनेजरमध्ये सुद्धा असू शकतात. लोकांना कल्पना येणार नाही इतका प्रचंड पैसा ते गमावतात. एखादा पोर्टफोलिओ मॅनेजर खूप ग्रेट आहे की खूप भयानक आहे ते ठरते, ते आणखी काही गुणांच्या समुच्चयाद्वारे. ग्रेट पोर्टफोलिओ मॅनेजर होण्यासाठी आवश्यक असते ट्रेडमध्ये घेतलेली पोझिशन धरून ठेवण्याचे धैर्य, तुम्ही ठरवलेली स्ट्रॅटेजी अमलात आणण्याची शिस्त आणि सर्वांत महत्त्वाचे म्हणजे मार्केट तुमच्या विरुद्ध जाईल तेव्हा तुम्ही चूक केलीत, हे स्वीकारण्याचा विनम्रपणा आणि त्याप्रमाणे लगेच कृती करण्याची लवचिकता. नाहीतर तुमच्या पायाखाली एक सापळा तयार होईल आणि तुम्ही त्यात अडकून पडाल. मालेवस्कीकडे हे गुण आहेत की नाही, याची एड ग्रे यांना कल्पना नव्हती, पण त्यांना त्याचा शोध घ्यायचा होता.

"काय आयडिया आहे तुझी?" त्यांनी विचारले.

"आपण अमेरिकेच्या बँकांचे शेअर्स शॉर्ट करू."

टेबलाभोवती छद्मी हास्य पसरले. मार्केटच्या एकदम विरुद्ध आपण किती अंदाज करू शकतो हे दाखवण्यासाठी तो असे बोलतोय का, असे एड ग्रे यांना वाटले.

"याचा युगांडाशी काय संबंध?" इवानगेलोऊंनी विचारले.

"काहीच नाही. तो आहे असं मी म्हणालोच नाही."

"मग तू कशाबद्दल बोलतोयस?"

"मी म्हणतोय आपण काही बँकांचे शेअर्स शॉर्ट करू, " बोरीस म्हणाला. त्याच्या बोलण्यातून थोडा रशियन ॲक्सेंट डोकावत होता.

"बोरीस, सध्या बँकांचे शेअर्स एकतर्फी वरच्या दिशेने चाललेले आहेत."

"आणि आपण लाँग पोझिशन्स घेतलेल्या आहेत म्हणजे आपण हे शेअर्स दीर्घकालावधीसाठी होल्ड करून ठेवणार आहोत. "

"कारण सध्या त्या वर एकाच दिशेने जात आहेत."

"आणि करेक्शन होऊन बँकांच्या शेअर्सचे भाव खाली आले तर?"

"तरीही ते भाव एकतर्फी वरच्या दिशेलाच जात राहतील. करेक्शन झालं तरीही ते मर्यादित असेल. आणि थोड्या काळासाठीच असेल. रेड रीव्हरमध्ये – इथे गुंतवणुकीचे निर्णय घेताना आपण ते सहा महिने ते एक वर्षाच्या कालावधीचा विचार करून घेतो आणि आपल्या गुंतवणूकदारांना त्याची माहिती असते. बँकांचे शेअर्स खाली आले, तरी या सहा महिने ते वर्षाच्या कालावधीत ते पुन्हा आपली पूर्वीची भाव पातळी गाठतील आणि तिथून पुन्हा वर जाणं सुरू करतील."

"ते मी मान्य करतो," मालेवस्की म्हणाला. "पण भाव खाली येतील, तेव्हा आपण काही फायदा घेऊन पैसे मिळवायला नकोत का?"

ग्रे त्याच्याकडे कुतूहलाने बघत होते, "भाव खाली येणार आहेत, हे तुला कसं माहीत?"

"ह्या युगांडा प्रकरणामुळे करेक्शन होईल, असं तुला वाटतं?" मारिआ लोमाक्स म्हणाली. "युगांडात व्यवहार असलेल्या काही बँका, ज्यांनी युगांडातील कंपन्यांना वगैरे मोठी कर्जे दिली आहेत अशा?"

"ते त्या बँकांसाठी लाभदायक ठरेल!" इवानगेलोऊ म्हणाले. "आदिल बोलला ते बरोबर आहे."

"याचा युगांडाशी काहीच संबंध नाही." मालेवस्की म्हणाला.

"बोरीस, मग करेक्शन का होईल? भाव खाली का येतील?" ग्रे यांनी विचारले.

"ह्या सरकारला कारण नसताना भाव फुगत चालले आहेत, असं वाटलं तर ते खूप घाबरतात. कारण नसताना भाव फुगत जाणे म्हणजे बबल आणि बबलची त्यांना भयानक भीती वाटते. बबल तर सोडाच बबलसारखं दिसणारं काही आहे असं फक्त वाटलं तरी ते घाबरतात" बोरीस म्हणाला.

"पण बबल म्हणण्याइतके भाव फुगून तितक्या वर गेलेले नाहीत." इवानगेलोऊ त्रस्त आवाजात म्हणाले.

"नाही, पण सलग अकरा क्वॉर्टर (त्रैमासिक) आपली ग्रोथ होत आहे. आर्थिक विकासदर सलगपणे वाढलेला आहे. नोल्स, फेडरल रिसर्व्हचे अधिकारी, ट्रेझरीचे अधिकारी जाहीरपणे काय भाष्य करतात? त्यांचे कोणतेही भाष्य बघा. हे सरकार बँकांवर लक्ष ठेवून आहे. ते बँकांना बबल निर्माण करू देणार नाहीत."

इवानगेलोऊ यांनी नजर उंचावली. "आपल्याकडे बबलची किंवा फुगवट्याची स्थिती आलेलीच नाही."

"आता मध्यावधी निवडणुका येत आहेत. काही घडलं, अगदी छोटी घटना, तरी ते खूप जास्त प्रतिक्रिया व्यक्त करतील. ते असं काहीतरी करतील

किंवा बोलतील, त्यामुळे बँकिंग क्षेत्र मागे खेचलं जाईल. विशेषत: फेडरल रिझर्व्ह. स्टिकलँड कशा प्रकारे बोलत असतात तुम्ही बघा!'' बोरीस म्हणाला.

रॉन स्टिकलँड हे फेडरल रिझर्व्हचे अध्यक्ष होते. ॲलन ग्रीनस्पॅन आणि बेन बर्नानके यांनी आवश्यक असूनही जे केले नव्हते, ते करण्याकरताच मागच्या शासनाने स्टिकलँड यांची नियुक्ती केली होती. ते काम होतं बबल निर्माण होत असेल, तर त्याचा फुगा फोडणे. अर्थव्यवस्थेत बबल निर्माण होणे, ही हमखास होणारी एक गोष्ट असते; पण हा फुगा फुगत कधी इतका मोठा होतो की, तो फोडताच येत नाही. स्टिकलँड यांना स्पष्ट आदेश होता की, बबल असा इतका मोठा होण्यापूर्वीच तो फोडा. अर्थक्षेत्राच्या संदर्भात बबल याचा अर्थ खऱ्या मूल्याच्या तुलनेत भाव अतोनात वाढणे.

''स्टिकलँड यांचं ते कामच आहे. शासनाचा त्यावरच भर आहे. त्यामुळे विकासदरात जर पंचवीस, पन्नास बेसिस पॉइंटची घट होत असेल, तर त्यालाही त्यांची तयारी आहे. ते बोलून दाखवणार नाहीत, पण ते असं करतील.''

''पण आताच का?'' ग्रे यांनी विचारले.

''अगदी आत्ताच घडेल, अशी माझी खात्री नाही. मी फक्त इतकाच म्हणतोय तसं घडण्यासाठी ही वेळ योग्य आहे. मध्यावधी निवडणुका येत आहेत. जरा जास्तच काळ सर्व चांगलं सुरू आहे आणि हीच वेळ आहे, आपण सावध असायला हवं असं मला वाटतं. डेमोक्रॅट म्हणत आहेत, या शासनाची कसोशीने नियम पाळायची तयारी नाही. अशा सगळ्या गोष्टींची गोळाबेरीज म्हणून ते थोडी कारवाई करतील. नाट्यपूर्ण असं काही नाही. फक्त त्यांचे नियंत्रण आहे हे दाखवण्यासाठी.''

ग्रे यांनी यावर विचार केला. ही कारणमीमांसा फार मोघम आणि मनोराज्यात रमणारी होती. यावर आधारित गुंतवणूक करणे योग्य नव्हते.

''संपूर्ण सेक्टरच शॉर्ट करू असं मी म्हणत नाही,'' मालेवस्की म्हणाला. ''सेक्टर क्रॅश होणार नाहीतर थोडा डुगडुगेल. पण जेव्हा डुगडुगेल तेव्हा त्यातील काही खरोखर खाली येतील.

''खरंच?'' इवानगेलोऊंनी अविश्वास दाखवत म्हटले. ''तुझ्या मनात काही नावं आहेत का?''

मालेवस्कीने टेबलाभोवती नजर फिरवली आणि ग्रे यांच्याकडे बघितले.

ग्रे यांच्या लक्षात आले. ''ओ. के,'' ते म्हणाले.

एड ग्रे दोन दशके ट्रेडर होते आणि त्या अनुभवाने त्यांना काही धडे शिकवले

होते. त्यापैकी एक धडा होता, चुकीच्या वेळी बिनचूक निर्णय घेणे सोपे असते. जगातील सर्वांत ग्रेट ट्रेड तुम्ही केलेला असेल आणि तो जर तुम्ही चुकीच्या वेळी केलेला असेल, तर प्रचंड प्रमाणात पैसे गमवाल. सहा महिने किंवा वर्षानंतर तुम्ही जे भाकित केलं होतं, त्याच दिशेने मार्केट गेले या वस्तुस्थितीचा तुम्हाला काही फायदा होणार नाही. सगळ्यांनीच तोपर्यंत तुमच्यासारखीच कृती केलेली असेल. पुन:पुन्हा असे न करणे, ही त्यातील मेख होती.

करेक्शन झाले असते का? तशी शक्यता होती. दीर्घकाळपर्यंत भाव वाढत राहिले, तर मार्केट नेहमीच थोडासा झटका देते. मार्केटमधील काही खेळाडू मग विक्री करून फायदा खिशात घालायचे ठरवतात. अगदीच काही कारण नसेल तरी पार्टी कधीतरी संपणार आहे, हे प्रत्येकाला माहीत असतेच. बरेच लोक आता करेक्शनविषयी बोलत होते आणि अश्या बोलण्यामुळे सुद्धा एका क्षणी ती गोष्ट घडून आली असती; पण अजूनही कुणी थांबायला तयार नव्हते. मार्केट वर जात राहणार या धारणेनेच त्यांचे व्यवहार सुरू होते. मार्केटची ही वर्तणूक 'स्किझोफ्रेनिक' होती. म्हणजे इथे प्रत्येक गुंतवणूकदाराला जाणीव असते की, चांगला काळ कायमचा टिकणारा नाही आणि तरी ते असे वागत राहतात की तो टिकणारा आहे.

प्रश्न होता कधी, किती कालावधीसाठी आणि किती खोलवर मार्केट खाली येऊ शकेल?

फायदा खिशात घालणे आणि मार्केटची भीती फक्त याच कारणांमुळे करेक्शन झाले, तर ते पोकळच असणार होते आणि थोडा काळच टिकले असते. टोनी इवानगेलोऊ यांच्या अपेक्षेप्रमाणे ते झपाट्याने वर गेले असते.

त्या परिस्थितीत या छोट्याशा करेक्शनची वेळ साधण्याचा धोका पत्करणे योग्य नव्हते. कारण त्या धोक्याच्या प्रमाणात फायदा कमी मिळाला असता.

मार्केट खूप खाली येण्याला काही कारण होते का? अर्थक्षेत्रातील लोकांची एक सर्वसाधारण भावना होती की, नियमांमध्ये पुन्हा त्रुटी जाणवत होत्या. २००८ साली जगभर जे आर्थिक संकट आले होते, त्यानंतर ओबामा यांच्या काळात नवे नियम तयार करण्यात आले व ते लागू करण्यात आले. पण आता इतक्या वर्षांनंतर चलाख लोकांनी त्यातून पळवाटा शोधल्या होत्या. प्रत्येकाला माहीत होते की, काही नावीन्यपूर्ण आर्थिक प्रॉडक्ट व अर्थक्षेत्रातील व्यवहार हे खूप विशिष्ट परिस्थितीत अत्यंत धोकादायक ठरण्याची शक्यता असते. मागच्या आर्थिक संकटाच्या वेळी लीमन ब्रदर्सचे दिवाळे निघाले, तशाच प्रकारचा धोका त्यामुळे होऊ शकत होता; पण त्यावेळेसारखी स्थिती या वेळी अस्तित्वात नव्हती. आणि त्यावेळेसारखा खूप प्रमाणाबाहेर धोका वाढला आहे असे कोणाला

वाटत नव्हते. २००८ साली होती तशी भ्रष्ट, पोकळ अर्थव्यवस्था जगात पुन्हा आहे असे कोणाला वाटत नव्हते.

जागतिक पातळीवर नेहमीचेच ताणतणाव होते. आर्थिक संकटाच्या सर्वांत वाईट दिवसांत अप्रत्यक्षपणे एक सौदा करण्यात आला होता. चीन त्यांचा उपभोगाचा दर (कझम्शन) वाढवेल आणि बचत कमी करेल, त्यामुळे जगाच्या व्यवहारातील आदान-प्रदानात समतोल साधला जाईल आणि त्या बदल्यात चीनला जागतिक अर्थव्यवस्थेत काही अधिकार मिळतील, असा तो सौदा होता. उदाहरणार्थ आयएमएफ आणि जी-२० या संस्थांच्या कारभारात चीनच्या म्हणण्याला जास्त महत्त्व प्राप्त होणार होते. त्याचप्रमाणे अर्थव्यवस्थेच्या क्षेत्रातही चीनचे म्हणणे ऐकून घेतले जाणार होते. या सौद्याचा दोन्ही बाजूंनी भंग झाला होता. जुन्या जी-७ राष्ट्रांकडे जे अधिकार होते त्यातून त्यांनी स्वत:कडे इतकी मते राखून ठेवली होती की, आयएमएफ आणि जी-२२मध्ये (जी-२०चे आत जी-२२ झाले होते.) त्यांचीच चलती होती. ते ठरवतील तेच होत होते. पाश्चिमात्य शक्तिशाली सरकारे वॉशिंग्टन, लंडन आणि टोकियो इथे अनौपचारिक मीटिंग्ज घेऊन त्यातून हवे ते व्यवहार साधत. दुसऱ्या बाजूने चीननेही स्वत:च्या चलनाचे मूल्य कृत्रिमरित्या कमी ठेवलेले होते म्हणजे डॉलरच्या तुलनेत आपले चलन कमजोर आहे असे ते दाखवत. बांधिलकीचा भाग म्हणून त्यात क्वचित किंचित वाढ करत. तसेच नागरिकांच्या बचतीद्वारे जमलेल्या भांडवलाचा ताबा घेऊन तो राज्याच्या बँकात ठेवत; पण लोकांनी खरेदी वाढवावी याला मात्र प्रोत्साहन देत नसत. २०१४ साली चीनमध्ये असंतोषाची स्थिती निर्माण झाली होती. त्या असंतोषामुळे चीनी सत्ताधारी आज सहजपणे म्हणू शकत होते की, आवश्यक ते बदल करणे त्यांना शक्य झाले नाही आणि पाश्चिमात्य जगही म्हणू शकत होते की, आंतरराष्ट्रीय स्तरावर एक मोठी भूमिका पार पाडण्यासाठी चीनची अजून तयारी झालेली नाही. एकूणच काय, काही बदल झालेलाच नव्हता. उलट चीन आणि पाश्चात्त्य जग यांची एकमेकांबद्दलची चीड वाढलेली होती. दोन्ही बाजूचे म्हणणे होते की, दुसऱ्याने दिलेला शब्द पाळलेला नाही. डॉलर, युरो आणि चीनचे चलन युआन, यांचे एकमेकांच्या संदर्भात काय मूल्य असेल व ते कशाप्रकारे वर-खाली होईल यावर रेड रिव्हरने काही खूप मोठे व दीर्घ कालावधीचे बेट्स लावलेले होते. आणि एड ग्रे यांना विश्वास होता त्यातून त्यांचा फायदाच होणार आहे. या दरम्यान विकासवृद्धी सुरूच होती आणि जगातील असमतोल आणखी वाढत होता. त्याबाबत काही करण्यात कोणाचेच तात्कालिक हित नव्हते.

सगळ्या गोष्टींवरून असे अनुमान निघत होते की, मार्केटमध्ये करेक्शन येईल, पण ते पोकळ आणि थोड्या काळासाठीच असेल. मालेवस्कीने म्हटल्याप्रमाणे

आपण किती कठोरपणे निर्णय घेऊ शकतो, हे दाखवून देण्यासाठी शासन पुढच्या एक-दोन महिन्यांत काही करेल ही शक्यता होती. आणि जर करेक्शन आलेच तर फेडच्या निवेदनांमुळे वगैरे करेक्शन जास्त होण्याची शक्यता होती. पण तरीही जोखीम आणि फायदा यातील व्यस्त प्रमाण लक्षात घेता, रेड रिव्हरने याबाबत पोझिशन घेणे उचित नव्हते.

आणि तरीही मालेवस्कीच्या मनात यापेक्षाही जास्त काही विचार सुरू होता हे ग्रे यांच्या लक्षात आले. मालेवस्कीला काहीतरी जास्त माहिती होती, हे नक्की!

ग्रे मालेवस्कीला त्यांच्या केबिनमध्ये घेऊन गेले आणि इवानगेलोऊंनाही आत बोलावले.

''आता बोल त्या कोणत्या बँका आहेत बोरीस?'' त्यांनी विचारले.

''माझ्या मनात चार बँका आहेत!''

''कोणत्या निकषांच्या आधारे तू त्यांची निवड केलीस?'' इवानगेलोऊंनी पृच्छा केली.

''मूलभूत विश्लेषण. लिव्हरेज, भांडवल गुणोत्तरे (रेशोज), दिलेली कर्जे... ह्या बँका बुडतील, असं मी म्हणत नाहीये. मी फक्त म्हणतोय, त्या सर्वाधिक कमजोर आहेत. स्टिकलँडना जेव्हा मार्केट खाली यायला हवं असं वाटेल आणि तसे इशारे ते द्यायला सुरूवात करतील, तेव्हा या चार बँकांचे शेअर्स खाली येतील.''

''किती खाली येतील?'' ग्रे यांनी विचारले.

''माझा अंदाज आहे, दहा ते पंधरा टक्के. कदाचित वीस टक्केही!''

''मग इतर प्रत्येक जण का त्या बँकेचे शेअर्स शॉट करत नाही?'' इवानगेलोऊंनी विचारले.

''कारण या बँका खाली येतील आणि करेक्शन होईल, असं कोणालाच वाटत नाही. या अटकळीवर पैसे लावायला अजून कोणाचीच तयारी नाही. पण करेक्शन होणार. स्टिकलँड जास्तच रिॲक्ट करतील आणि खाली खेचतील.''

ग्रे यांनी यावर विचार केला. मार्केटमध्ये हा कायमचा विरोधाभास असायचा. जर कोणीच काही करत नसेल, तर तुम्ही तसा व्यवहार का करावा? उलटपक्षी सगळे करत आहेत, तेच व तसेच व्यवहार तुम्ही करत राहिलात, तर तुम्ही कधीच पैसे मिळवू शकणार नाही.

''एड ही सगळी फक्त अटकळ आहे,'' इवानगेलोऊ म्हणाले. ग्रे यांनी ते मान्य केले. मालेवस्कीच्या म्हणण्याला काही ठोस आधार दिसत नव्हताच, फक्त काही साधे विश्लेषण होते आणि फेडचे चेअरमन कठोर भाष्य करतील, हा

अंदाज होता. मालेवस्की त्यावर जोर देत होता पण ती एक शुद्ध अटकळबाजी होती. पण ट्रेडर म्हणून मालेवस्की कोणत्या मातीचा बनला होता, ते ग्रे यांना बघायचे होते. त्याचे उत्तर शोधण्यासाठी दोन किंवा तीन कोटी डॉलर शॉर्ट पोझिशन्सवर लावायची त्यांची तयारी होती.

शेअर्स शॉर्ट करण्यासाठी डीआयव्ही ठरावीक कालावधीसाठी बँकांकडून शेअर्स 'उसने' घ्यायची. पेन्शन फंड, विद्यापीठे यासारखे शेअरहोल्डर आपले शेअर्स बँकांकडे ठेवतात. हे शेअर होल्डर शेअर्सची सतत खरेदी-विक्री करत नाहीत, ते निष्क्रिय असतात. बँका असे शेअर्स डीआयव्हींना उसने देऊ शकतात, अर्थातच काही फीच्या मोबदल्यात. ही फी अगदी क्षुल्लक असते. काही हजारांश इतकी टक्के आणि जितके दिवस तुम्ही शेअर्स उसने घेतलेले असतात त्या प्रत्येक दिवसांसाठी ती आकारली जाते. उसने शेअर्स तुमच्या ताब्यात आले की, तुम्ही सध्याच्या भावात ते विकून टाकायचे असतात आणि ठरलेल्या काळात बँकेला परत करायच्या आधी त्या शेअर्सचे भाव खाली येतील व मग तुम्ही ते स्वस्तात खरेदी करून बँकेला परत करू शकाल, अशी आशा बाळगावी लागते. त्या शेअर्सचे भाव खाली येतील, या अटकळीवर तुम्ही व्यवहार करत असता. तुम्ही शेअर्स विकले तो भाव आणि खाली आलेल्या भावात पुन्हा खरेदी केले तो भाव यातील फरक वजा उसने घेण्यासाठी दिलेली फी हा तुमचा फायदा असतो; पण तुम्ही शेअर्स विकल्यानंतर तुमच्या अपेक्षेप्रमाणे भाव खाली न येता वर गेले तर तुम्हाला तोटा होतो. या दरम्यान जितके जास्त दिवस तुम्ही शेअर्स उसने घेऊन ठेवलेले असतील तितकी जास्त फी तुम्हाला द्यावी लागते.

आणि अर्थातच मालेवस्कीला करेक्शन कधी होईल, याची कल्पना नव्हती.

"पुढच्या मंगळवारी स्टिकलँड काँग्रेससमोर (अमेरिकेची संसद) निवेदन करणार आहेत," मालेवस्की म्हणाला. "मध्यावधी निवडणुकीपूर्वीचे त्यांचे हे अखेरचे निवेदन असेल. एका आठवड्यासाठी आपण शेअर्स उसने घेऊ शकतो. अगदीच वाईट म्हणजे उसने घेण्याच्या फी इतकाच तोटा होईल. ही फी एका आठवड्यासाठी फारच कमी असेल – अगदीच नगण्य. उलट सर्वांत छान गोष्ट म्हणजे स्टिकलँड काही विधान करतील आणि शेअर्स खाली जातील."

"चूक," इवानगेलोऊ म्हणाले. "अगदीच वाईट म्हणजे स्टिकलँड यांना वाटेल राष्ट्राध्यक्षांना मार्केट वर गेलेले हवे आहे आणि ते काही उत्साहवर्धक निवेदन करतील आणि भाव वर जातील. मध्यावधी निवडणुकीच्या एक महिना आधी ते कोणत्याही परिस्थितीत मार्केट खाली येऊ देणार नाहीत."

"कोणत्याही परिस्थितीत मार्केट वर जाईल, असे निवेदन ते करणार नाहीत. ते सहसा असे करत नाहीत. आणि राष्ट्राध्यक्षांची पण तसे करण्याची इच्छा नाही.

उलट राष्ट्राध्यक्षांची इच्छा आहे की, स्टिकलँड यांनी मार्केट थोडं खाली ढकलावं. वॉल स्ट्रीट आरडाओरडा करेल आणि नोल्स लाघवी बोलून त्यांचं सचोटी आणि निष्ठा यावरचं भाषण देऊन त्याचा राजकीय फायदा उठवतील.''

''निवडणुकीपूर्वी? मला ते शक्य वाटत नाही.''

''का नाही? निवडणुकीपूर्वी तसं करावं, हीच तर नेमकी नोल्स यांची इच्छा आहे. ते कठोर आहेत असं त्यांना दाखवून द्यायचं आहे. त्यांना दाखवायचं आहे की, मार्केट त्यांना आपल्या तालावर नाचवू शकत नाही. जर एखादा बबल निर्माण होत आहे असं त्यांना वाटलं, तर ते होऊ नये म्हणून ते नक्कीच कारवाई करतील.''

इवानगेलोऊ यांनी ग्रेकडे बघितले. ''एड, स्टिकलँड यांची मानसिकता काय आहे, आणि ते काय बोलणार या संबंधीची ही सगळी अटकळबाजी आहे. मालेवस्कीची अंत:प्रेरणा. हा सगळा फालतूपणा आहे.''

ग्रे यांचंही जवळपास तेच मत झाले होते. त्यांना आशा होती मालेवस्कीला काही जास्त माहिती असेल. पण तो फुकटची बडबड करत होता, असे दिसत होते. ''बोरीस,'' ते म्हणाले ''मला वाटत नाही –''

''आणखी एक गोष्ट आहे,'' मालेवस्की म्हणाला.

ग्रे बोलायचे थांबले.

''मॉर्गनमध्ये असताना मी काहीतरी ऐकलं होतं. ते अजून जाहीरपणे कोणाला माहीत नाही.''

ग्रे यांनी भुवया उंचावल्या. हे होतं तर!

''या बँकांपैकी एका बँकेला भांडवल उभं करायची आवश्यकता भासणार आहे, असं मी ऐकलं होतं. त्यांना काही तोटा ताळेबंदात जाहीर करण्याची आवश्यकता आहे.''

आता ग्रे यांच्या लक्षात आले. मालेवस्की त्याची ही कल्पना म्हणजे काहीतरी मोठ्या मानसिक अंत:प्रेरणेतून आणि विश्लेषणात्मक संशोधनातून सुचलेली आहे, असे दाखवायची धडपड करत होता. पण वास्तवात त्या मागे एक अत्यंत महत्त्वाचा सुगावा आणि अत्यंत गोपनीय माहिती होती.

मालेवस्कीने खांदे उडवले.

''त्यांना किती भांडवल उभं करावं लागेल?'' ग्रे यांनी विचारले.

''मला माहीत नाही. पण लोकांचं लक्ष जाईल इतकं नक्कीच!''

''दोनशे कोटी? पाचशे कोटी?'' ग्रे थांबले. ''हजार कोटी?''

''मला माहीत नाही. मला खरोखरच माहीत नाही. पण त्यांना काही तोटा झालेला ताळेबंदात जाहीर करायचा आहे इतकं मला माहीत आहे. आणि तो

तोटा खूप असल्याने त्यांना मार्केटमधूनच भांडवल उभं करावं लागेल.''

''म्हणजे मग ते स्टिकलँड आणि ते करेक्शन ही सगळी फालतूच बडबड होती ना? खरं कारण हे आहे.'' इवानगेलोऊ म्हणाला.

''नाही. मला नक्की वाटतं की, ते होणार आहे. त्याच संदर्भात या घटना होतील. स्टिकलँड कठोर बोलत राहतील, कदाचित निवडणुकीपूर्वी, कदाचित निवडणुकीनंतर. कधी ते मला नक्की माहीत नाही. पण ही बँक जेव्हा त्या वेळी जास्त भांडवल उभारण्यासाठी मार्केटमध्ये उतरेल तेव्हा बँकांवर अचानक दबाव येईल, ज्या बँकांची मी निवड केली आहे, मला वाटतं त्यांना जास्त मार बसेल. त्यांचे भाव खाली येतील. मी या तिन्ही बँकांचं विश्लेषण केलेलं आहे.''

''फक्त तुझ्या विश्लेषणावरून पहिली बँक तुला ओळखता आली असती का?''

मालेवस्कीने नकारार्थी मान हलवली. ''तीच तर त्यातील गंमत आहे. तशी कोणीच अपेक्षा करणार नाही.''

ग्रे यांनी इवानगेलोऊकडे बघितले. ''तुला काय वाटतं?''

इवानगेलोऊंनी खांदे उडवले. ''हे आता जरा नक्कीच जास्त इंटरेस्टिंग आहे. हे काही अगदी कायद्याला धरून नाही.''

ग्रे त्यावर काही बोलले नाहीत. प्रत्येक मार्केटमध्ये अफवांचा बाजार जोरात असतो. बहुतेक प्रकरणात जर तुम्ही अत्यंत मूर्खपणाने वागला नाहीत तर आतल्या गोटातली माहिती आणि खुल्या माहितीवर आधारित सट्टेबाजी यातील फरक ओळखणे नियामक अधिकाऱ्यांना अशक्य असते. आतल्या गोटातील माहिती म्हणजे अशी माहिती जी त्या कंपनीशी काही कारणाने संबंधित असल्याने तुम्हाला मिळालेली असते; पण ती जाहीरपणे उपलब्ध नसते. अशा माहितीच्या आधारे व्यवहार करणे हा गुन्हा समजला जातो कारण तो अवाजवी फायदा असतो.

मालेवस्कीने आशेने त्यांच्याकडे बघितले.

''हा किरकोळ रकमेचा व्यवहार होईल.'' इवानगेलोऊ म्हणाले. ''एड, आपण किती पैसे मिळवू शकू? एक बँक आणि इतर फंड मॅनेजर काय करतील कोणाला माहीत? समजा, आपण एका बँकेवर दहा कोटी लावले आणि ती दहा टक्क्याने खाली आली, समजा वीस टक्क्याने खाली आली, तर आपल्याला किती मिळतील, दोन कोटी? तेवढ्यासाठी हा व्याप करणं योग्य आहे का?''

''आपण आणखी लाँग पोझिशन घेऊ.''

''आणि कदाचित भाव आहे तिथंच राहतील. आणि आपल्याला इतर काही बँकांचे शेअर्सही शॉर्ट करावे लागतील आणि मग त्या कुठेही जाणार नाहीत – ''

ग्रे यांनी होकारार्थी मान हलवली. पण तरीही हे इंटरेस्टिंग होते. ''मला हा

तर्क आवडला. हमखास यशस्वी होईल असं काहीतरी हे आहे, त्यामुळे या ट्रेडमध्ये धोका उरत नाही. आणि बोरीस म्हणतोय तसं स्टिकलँडनी काही निवेदन केलं तर इतर तीन बँकांच्या व्यवहारातही आपल्याला फायदा होईल. तो आपल्याला बोनस मिळेल. हे ट्रेडचं स्ट्रक्चर मला आवडलं!''

मालेवस्कीच्या चेहऱ्यावर हास्य पसरलं.

बोरीस तू जिच्याविषयी ऐकलंस ती कोणती बँक आहे? ती मोठी बँक आहे का?

मालेवस्कीने होकारार्थी मान हलवली.

''कोणती बँक आहे ती?''

''फिडेलियन बँक.''

७

मरिअन इलमन यांनी थोडक्यात पण स्पष्टपणे आपले मुद्दे मांडले. पर्यावरणाच्या दृष्टिकोनातून हवामान बदल हा चिंतेचा विषय होता व कोपेनहेगन येथील परिषदेत त्याबाबत कृती करण्याचा निर्णय घेण्यात आला होता. पण प्रत्यक्षात नंतरच्या अनेक परिषदांत यासाठी जी उद्दिष्टे ठरविली गेली होती, ती अपुरी होती आणि त्यांचीही अंमलबजावणी होत नव्हती. त्यामुळे हे सगळे प्रयत्न अयशस्वी झाले होते. तथापि, या समस्येबद्दलची जागरूकता वाढत होती. ही समस्या अस्तित्वात आहे, हे राष्ट्रांना मान्य होत होते. त्यामुळे आता समस्येवर मात करण्यासाठी कृती होऊ शकली असती. सांतियागो इथे दोन वर्षांत या समस्येबाबत वाटाघाटी करण्यासाठी मोठी चर्चा होणार होती. घेतलेल्या निर्णयांची जागतिक स्तरावर अंमलबजावणी व्हावी यासाठी सांतियागोमधील बैठकीतून एक यंत्रणा निर्माण होणे आवश्यक होते. ही यंत्रणा मग हवामान बदलाबाबतच्या नियमांचे पालन होत आहे याची खात्री करू शकली असती. मरिअन यांचा विश्वास होता की, असे घडू शकले असते आणि त्यांना याबाबत का विश्वास वाटत होता, ते विशद करणारी अनेक कारणे त्यांनी सांगितली. सांतियागो इथे दोन वर्षांनी होणाऱ्या परिषदेसाठी अमेरिका तयारी करत होती. हवामान बदलाबाबतचे उद्दिष्ट पूर्ण व्हावे यासाठी नेतृत्व करावे, हे अमेरिकेच्या परराष्ट्र धोरणाचे प्रमुख सूत्र होते.

पॅनलच्या सूत्रसंचालकांनी होकारार्थी मान डोलावली. टेबलाभोवती जोएल एहरेनरेक बसले होते, त्यांनी शंकेखोरपणे भुवया उंचावल्याचे मरिअन यांना दिसले. जोएल हे बुटके, लठ्ठ गृहस्थ होते. त्यांचे केस विरळ होते आणि त्यांनी जाड मिशा ठेवल्या होत्या. मरिअन यांचे ते चांगले मित्र होते. त्यांना संधी मिळाली की, मरिअन यांच्या प्रत्येक मुद्याला ते आव्हान देत.

'जागतिक व्यवस्थापन' या विषयांवर परराष्ट्र व्यवहार परिषद अनेक कार्यक्रमांचे आयोजन करीत होती. त्याचाच एक भाग असलेल्या या पॅनेलच्या चर्चेत भाग घेण्यासाठी मरिअन व जोएल यांना आमंत्रण होते व त्यामुळे ते तिथे हजर होते.

जोएल हे येल विद्यापीठात 'आंतरराष्ट्रीय संबंध' या विषयाचे प्रोफेसर होते, पण ते त्याआधी बर्कले विद्यापीठात शिकवित असत, तेव्हा मरिअन तिथे प्रोफेसर होत्या. जगाकडे बघण्याच्या त्यांच्या स्वाभाविक दृष्टिकोनात फरक होता. त्यामुळे त्यांच्यात जोरदार वाद होत असत.

जोएल हे सैद्धान्तिक विचारवंत होते. दशकांमधील-शतकांमधील अशा दीर्घकालीन ऐतिहासिक घटनाप्रवाहांच्या परिप्रेक्षातून ते घडामोडींकडे बघत. या त्यांच्या हस्तिदंती मनोऱ्यात बसून विश्लेषण करण्यात त्यांना सर्वांत जास्त आनंद मिळत असे. साम्राज्यांचा विकास आणि अस्त या विषयांवर वैचारिक क्षेत्रात त्यांनी काम केले होते. मरिअनना मात्र आंतरराष्ट्रीय संबंधातील व्यावहारिक बाजूमध्ये जास्त रस होता. दोन राष्ट्रांमधील शासकीय संबंध, त्यातील चढउतार, दरवर्षी उपाययोजना करत बदल घडवणे आणि त्यात सहभागी असणे यात मरिअन यांना जास्त रस होता. नोल्स यांच्या प्रचाराच्या दरम्यान परराष्ट्र धोरण विषयाबाबत त्यांनी एक बैठक घेतली होती. संयुक्त राष्ट्रसंघात राजदूत म्हणून त्यांची नेमणूक करण्याचा प्रस्ताव आल्याबरोबर त्या संधीचा त्यांनी अगदी लगेच स्वीकार केला होता. जोएल एहरेनरेक मात्र अशा प्रस्तावापासून मैलभर दूर पळाले असते.

सात वाजता पॅनेलचे कामकाज आटोपले आणि मरिअन डिनरसाठी जोएलना घरी घेऊन गेल्या. मरिअनचे पती डेव्ह बार्टोक आणि त्यांची नऊ वर्षांची कन्या इला यांच्याबरोबर त्या जपानी पद्धतीचे डिनर घेणार होत्या. मरिअन आणि डेव्ह यांना बेंजामिन हा चार वर्षांचा मुलगाही होता, पण मरिअन घरी जाईपर्यंत तो झोपी गेला होता. तो जागा आहे का, हे बघायला त्या त्याच्या बेडरूममध्ये गेल्या; पण तो शरीराचे मुटकुळे करून गाढ झोपला होता. रात्रीच्या अंधूक दिव्याच्या पिवळ्या प्रकाशात त्याचा चेहरा न्हाऊन निघाला होता. आंतरराष्ट्रीय घटनासंबंधीचे संभाषण ऐकतच इला मोठी झाली होती आणि तिची जितकी समज होती, त्या मानाने ती अशा संभाषणात जास्त इंटरेस्ट घ्यायची. परिषदेत जोएल काय बोलले ते तिला जाणून घ्यायचे होते.

''संयुक्त राष्ट्रसंघाची स्थापना झाल्यापासून जागतिक व्यवस्थापन परिणामकारक असावे यासाठी लक्षणीय काम आपण केलेलं नाही, असं माझं प्रतिपादन होतं,'' जोएल म्हणाले.

''खरंच?'' दोन चॉपस्टिकच्यामध्ये टुना सुशीचा तुकडा पकडत इलाने गंभीरपणे विचारले. ''तुला हे मान्य आहे का, मॉम?''

''नाही, हनी, मला ते मान्य नाही.''

''ओ. के!'' इला म्हणाली. ''म्हणजे तुम्हा दोघांमध्ये या विषयाबाबत स्वच्छ

मतभेद आहेत असं म्हणता येईल?''

''होय, तू तसं म्हणू शकतेस,'' मरिअन म्हणाल्या.

सुशीचा तुकडा खात, विचार करत इला शांत बसली. प्रौढ तिच्याकडे बघत होते.

''जागतिक व्यवस्थापन काय आहे मला माहीत नाही.'' शेवटी ती म्हणाली.

जोएल उपरोधिक हसले. ''काही काळजी करू नकोस, हनी, ते अस्तित्वातच नाही.''

''जोएल, ते खरं नाही!'' मरिअन म्हणाल्या.

इलाने डेव्ह यांच्याकडे बघितले. ''त्यांच्यात पुन्हा स्वच्छ मतभेद आहेत हे दिसते,'' ती कुजबुजत्या स्वरात म्हणाली.

डेव्ह हसत म्हणाले, ''तसं दिसतंय खरं.''

डिनरनंतर इला झोपण्याची तयारी करण्यासाठी गेली. मरिअन तिच्याबरोबर गेल्या. त्या परत आल्या तेव्हा डेव्ह यांनी कॉफी बनवली होती. त्यांनी त्यांना एक कप दिला.

डेव्ह एका छोट्या वॉल स्ट्रीट फर्मचे वकील होते. मरिअन यांच्या नोकरीमुळे या कुटुंबाला पूर्वेकडे आणि नंतर पश्चिमेकडे; नंतर पुन्हा पूर्वेकडे असे विविध देशांत जावे लागले होते. त्यामुळे डेव्ह यांच्या करिअरला त्यासमोर दुय्यम महत्त्व मिळाले होते. ही व्यवस्था दोघांना मान्य होती, त्यांचे त्यावर एकमत झाले होते. त्या दोघांची सामाजिक सेवेची भावना प्रखर होती आणि मरिअन शिक्षणक्षेत्रात किंवा प्रशासनात कार्यरत असताना, डेव्ह अशा रितीने त्याला हातभार लावत.

''जोएलचं एक पुस्तक येतंय,'' त्या कॉफी पिता-पिता डेव्ह यांना म्हणाल्या.

जोएल यांनी कृतक याचना करणारे भाव चेहऱ्यावर आणले. ''माझ्या आयुष्यात मी दुसरं आणखी काय करणार?''

''इतका पण विनय नको.'' मरिअन म्हणाल्या. ''त्याबद्दल आज मला एक-दोनदा ऐकायला मिळालं.''

''प्रयत्न करणं हा गुन्हा नाही.''

''पुस्तकाचं नाव काय आहे?'' डेव्हनी विचारलं.

'स्वीच.' जोएल उपरोधिक हसले. ''मला माहीत आहे, माहीत आहे लक्षवेधक नाव नं? स्वीच : *'द हिस्टॉरिकल इम्परेटीव्ह फॉर द ट्वेंटी फर्स्ट सेंचुरी'* – 'एकविसाव्या शतकासाठी ऐतिहासिक आदेश.'

''मी तुला एक कॉपी पाठवेन.'' मरिअनकडे बघत ते म्हणाले. ''खरंच पाठवेन.''

''मी वाट बघेन.''

"वाच ते," जोएल म्हणाले. "अगदी पूर्ण नाहीतरी पहिलं, चौथं, सहावं प्रकरण वाचलंस तरी पुरेसं आहे. अर्थातच त्यातला प्रतिवाद अभिजात आहे. आणि ते फार छान लिहिलेलं आहे, त्यामुळे जास्त शिक्षा हवी असेल, तर तू पूर्ण पुस्तक वाचू शकतेस."

"मी बघते ना, काय करता येईल ते!"

जोएलनी होकारार्थी मान डोलावली. त्यांनी कॉफीचा एक घोट घेतला आणि ते मागे रेलून बसले. त्यांच्या ओठांवर अस्पष्टसे हसू होते.

"काय?" मरिअन म्हणाले.

"काही नाही."

"तुझ्या चेहऱ्यावरचे ते भाव मला माहीत आहेत, डॉक्टर एहरेनरेक."

"ओ. के. मी सांगतो काय आहे ते. हे युगांडातील अविचारी साहस मला चक्रावून टाकणारं वाटतं. ते इंटरेस्टिंग आहे."

"खरंच? मला वाटतं ती एक साधी-सरळ गोष्ट आहे."

"असं वाटण्याइतकी तू खचितच भोळी नाहीस, मरिअन. विशेषत: राष्ट्राध्यक्ष ज्या प्रकारे जे अमलात आणत आहेत, त्यावरून तर ते तसं वाटणं शक्यच नाही. त्यांना ते साधंसरळ वाटेल, पण तुला नाही."

मरिअनने उत्तर दिले नाही.

"शासनाची गुपितं सांगता येत नाहीत, असं दिसतंय."

"मला सांग ते साधं-सरळ नाही असं तू का म्हणतेस?"

"ओ. के." जोएल वाटच बघत होते. या विषयावर त्यांना पुढे आणखी बोलायचंच होते. सुरुवात करायची झाली, तर अमेरिकेच्या कमजोरीचे हे लक्षण आहे.'

कोणताही अर्थ स्पष्ट होणार नाही, अशा रीतीने मरिअन यांनी मान हलवली. हीच जोएल यांची शैली होती. एक प्रक्षोभक विरोधी विधान करायचे आणि काय होतेय ते बघत बसायचे. प्रत्येक जण युगांडातील या कृतीकडे शक्तिप्रदर्शनाचा मार्ग म्हणून बघत होता. प्रशासनात जर काही वाद असेल तर तो इतकाच होता, ही वेळ आणि स्थान योग्य होते का?

"कसं काय?" त्यांनी विचारले. खळबळ माजवावी म्हणून काहीतरी म्हटल्यानंतर त्याच्या समर्थनार्थ काही तर्क रचताना जोएलना बघण्यात नेहमीच गंमत असायची.

पण या दृष्टिकोनावर मात्र त्यांनी विचार केलेला दिसत होता. "हे चीनला एक आव्हान आहे. ज्या प्रदेशात त्यांनी एक प्रभावी ताकद निर्माण केली आहे असं त्यांना वाटतं, तिथे आपण जातो आणि म्हणतो की, इथे आम्ही काही चांगल्या गोष्टी घडवणार आहोत आणि काही वाईट गोष्टींचा नायनाट करणार

आहोत. पण आपण जे करायचं ठरवलं आहे ते इतकं साधं सरळ आहे, इतक्या स्पष्टपणे काळं आणि पांढरं आहे – चांगलं विरुद्ध वाईट आहे आणि आपण त्यांना अशा कोंडीत पकडलं आहे की, ते हरकत घेऊच शकत नाहीत. पण विचार करता वास्तवात बघितलं, तर आपल्या भू राजकीय स्वारस्याचा हा पूर्णपणे अगदी किरकोळ मुद्दा आहे. मग मी जर दुसऱ्या बाजूला असेन, मी जर बीजिंगमध्ये बसलेलो असेन, तर या कृतींचा माझ्यासाठी काय अर्थ निघेल? अमेरिका ही एक प्रभावी सत्ता आहे आणि मला खरोखरच ज्याच्या विषयी चिंता वाटते अशा विषयांवर ती मला आव्हान देत आहे, असा तर अर्थ मी काढणार नाही. माझ्यासाठी याचा असा अर्थ असेल की, अमेरिका ही कमजोर होत चाललेली ताकद आहे आणि तिला माहीत आहे की, माझ्यासाठी जे महत्त्वाचे विषय नाहीत, त्याच विषयांबाबत ती मला आव्हान देऊ शकते.''

मरिअन यांनी क्षणभर डेव्ह यांच्याकडे बघितले. मग पुन्हा जोएल यांच्याकडे बघितले. ''एकदम अभिनव अर्थ लावत आहेस तू.''

''तुला तो बरोबर वाटत नाही का?''

''नाही, मला नाही वाटत ते बरोबर आहे. तू त्याच्याकडे एक भू राजकीय फायदा मिळवण्याचा प्रयत्न या दृष्टिकोनातून बघत आहेस.''

''यात दुसरा कोणता मुद्दा आहे?''

''जोएल हे त्याबाबत नाही. राष्ट्राध्यक्ष याबाबत बोलले तेव्हा ते स्पष्टपणे म्हणाले की, पहिली गोष्ट म्हणजे आपल्या नागरिकांचं संरक्षण करणं, हे अमेरिकेचं कर्तव्य आणि जबाबदारी आहे. तुला आठवत असेल तर या दहशतवाद्यांनी एकोणचाळीस अमेरिकी नागरिकांना थंड डोक्यानी ठार मारलं, आणि दुसरं, जगात जिथे कोणाला संरक्षणाची गरज आहे आणि त्यांचं स्वत:चं सरकार ते देऊ शकत नाही, त्या प्रत्येकाला संरक्षण देणं, हे आपलं कर्तव्य आणि जबाबदारी आहे.''

''आणि याच मुद्यामुळे चीन प्रक्षुब्ध होणार नाही? खूप प्रक्षुब्ध होणार नाही?''

त्यांचा मुद्दा लक्षात आल्यासारखा मरिअन हसल्या. ''जोएल वातावरण गढूळ करण्याची गरज नाही. मी म्हणाले की, देऊ शकत नाही, देण्याची इच्छा नाही असं नाही म्हणाले. तो पूर्ण वेगळा मुद्दा असेल. चीनला जाणीव आहे की, आम्ही एक मर्यादित कृती करत आहोत आणि ती त्या भागापुरतीच आहे. तेही युगांडा सरकारने आम्हाला स्वत: तिथे आमंत्रण दिले आहे. त्यामुळे दृष्टिकोनात पूर्ण फरक पडतो. तू, मी आणि डेव्ह आपल्यात पूर्ण गोपनीय राहील, अशी गोष्ट मी मान्य करते, राष्ट्राध्यक्षांनी ज्या प्रकारे ही कृती केली, ती मला फारशी रुचलेली नाही. मला विचारशील तर त्यामुळे चीन सरकारला जास्त अडचण

होऊ शकते. पण आपण जे करतोय त्याचा मुख्य रोख यामुळे बदलत नाही. जंगल पीस मोहिमेमागे कोणताही छुपा अजेंडा नाही. अमेरिकेचा मध्य अफ्रिकेत प्रभाव पडेल, असा काही धोरणात्मक फायदा आम्हाला घ्यायचा नाही. ही मोहीम त्या करता नाहीच आणि चीनला वेळोवेळी त्याबद्दल हमी देण्यात आलेली आहे. संधी मिळेल तेव्हा प्रत्येक वेळी, प्रत्येक पातळीवर, प्रत्येकाला आम्ही हे स्पष्ट केले आहे. मी सुद्धा केलं आहे. संयुक्त राष्ट्रसंघात लिऊ यांना मी हे अनेक वेळा सांगितले आहे.''

''आणि ते लोक काय म्हणाले?''

मरिअननी खांदे उडवले. स्टीव्ह हस्कल यांची चीनच्या उप-परराष्ट्रमंत्र्यांबरोबर जी बैठक झाली होती तिचा अहवाल आणि स्टीव्हना चीनतर्फे जे टिपण आले होते त्यातील मजकूर त्यांनी वाचला होता. पण तो उघड करण्याचे स्वातंत्र्य त्यांना नव्हते.

जोएल त्यांना निरखत होते.

''ज्या पद्धतीने आपण कृती केली आहे, त्यामुळे चीनला तक्रार करायला जागा नाही, असं मी म्हणत नाहीये. मी म्हणत नाहीये की, आघाडी करून आपण कृती करणे जास्त चांगलं झालं नसतं!'' मरिअन पुढे म्हणाल्या.

''किंवा निदान तुला सांगायला तरी हवं होतं की, आघाडी उभी करण्यासाठी आपल्याकडे वेळ नाही'' जोएल म्हणाले. 'आंतरराष्ट्रीय संबंध' या विषयाशी संबंधित जे जाणकार होते, त्या प्रत्येकाला माहीत होतं की, पेंटागॉन पूर्ण तयारीनिशी पुढे जात असताना परराष्ट्रखात्याला मात्र त्यांनी तोंडघशी पाडले होते.

जोएल खडा टाकून आणखी माहिती मिळते का ते बघत होते, पण मरिअन त्याला भुलल्या नाहीत. राष्ट्राध्यक्षांनी ज्या प्रकारे कृती केली होती त्यामुळे त्यांना खूप मनस्ताप सहन करावा लागला होता खरा, पण जोएलना त्या बाबत कळू देण्याचा त्यांचा अजिबात इरादा नव्हता. त्या म्हणाल्या,

'असं बघ, चीन याकडे आव्हान म्हणून बघतोय का? त्यांचं नाव खराब होतंय, हे मी मान्य करते. तो मुद्दा आहे आणि त्याला कमी लेखता येणार नाही. पण प्रश्न आहे, ते याकडे मोठे आव्हान म्हणून बघतात का? जोएल मला नक्की सांगता येणार नाही. पण माझा अंदाज आहे, ते याकडे त्या प्रकारे बघत नाहीत. जोपर्यंत आपण जाहीर केल्याप्रमाणेच कृती करत असू, आपण कायमचं अस्तित्व प्रस्थापित करण्यासाठी तिथे गेलो आहोत, असं वाटावं इतका प्रदीर्घ काळ आपण तिथं थांबणार नाही, त्यावरूनही मला वाटतं आपण काय म्हणतोय त्यांना समजेल.''

"चांगलं आहे," जोएल म्हणाले, "कारण तिथून बाहेर पडण्यासाठी आपल्याला त्यांची मदत लागेल."

"म्हणजे काय?" मरिअननी विचारले.

"म्हणजे जर काही अघटित घडले, तर तेही यात ओढले जातील."

"काहीतरी अघटित घडेल, असं तू गृहीत धरतो आहेस."

"जिथं असं काही झालं नाही, अशी एक तरी लष्करी कारवाई मला दाखव. समजा, एलआरएचा पाठलाग करत आपल्याला सुदानमध्ये जावं लागलं. संघर्षाची ठिणगी तिथंच पडेल. आणि ती काय रूप धारण करेल सांगता येत नाही. सुदानमध्ये जर कोणाचा प्रभाव असेल, तर तो फक्त चीनचाच आहे."

"सगळं अगदी ठरल्याप्रमाणे होईल, याची कोणी हमी देऊ शकत नाही," मरिअन म्हणाल्या. "ती जोखीम आहेच."

"आणि मी म्हणतोय आपली सुटका करायला चीनला यावं लागेल, अशा कचाट्यात आपण सापडू. तुला माहीत आहे, कदाचित चीनने मुद्दाम आपल्याला तिकडे खेचण्यासाठी हा सगळा बनाव रचला असेल."

"जोएल, हे किती हास्यास्पद आहे..." मरिअनना हसू आवरले नाही. आता त्यांची खात्री पटली होती, जोएल केवळ एकदम विरुद्ध विधान करायचे ह्या हेतूनेच बोलत होते.

"मी गंभीरपणे बोलतोय. तुला ते अशक्य का वाटतं?" जोएल दुखावले गेलो असल्याचा भाव चेहऱ्यावर आणून डेव्ह यांच्याकडे वळले. जणू ते न्याय मागत होते. मग चेहऱ्यावरचे भाव तत्काळ बदलत ते पुन्हा मरिअन यांच्याकडे वळले. "तुला माहीत आहे, जर तू १९६०मधील माओ असतीस, तर आपल्याला फक्त व्हिएतनाममध्ये ओढण्यासाठी तू व्हिएतकाँगला पाठिंबा दिला असतास. आपल्याला व्हिएतनाममध्ये ओढल्याने शेवटी निक्सनना चीनमध्ये जाणे भाग पडले. २४ वर्षे आपण चीनला अधिकृत मान्यता दिली नव्हती, पण व्हिएतनाममुळे त्यात बदल करावा लागला. त्यामुळे तू जर १९६०मधील माओ असतीस, तर तू म्हणाली असतीस, 'ही व्हिएतकाँगची बंडाळी घडवून आणू या आणि अमेरिकेला त्यात ओढू या. इतकं अडकवू या की आम्ही अस्तित्वातच नाही असं भासवणं शक्य होणार नाही, हे त्यांच्या लक्षात येईल.' "

"माओ १९६०मध्ये असे म्हणाले, असे मला वाटत नाही." मरिअन म्हणाल्या.

"मलाही वाटत नाही. पण ते जर जास्त चलाख असते तर म्हणाले असते. कदाचित चीनचे आताचे राष्ट्राध्यक्ष झँग आता तसं म्हणत असतील."

"जोएल, आपण चीनला आधीच अधिकृत मान्यता दिली आहे."

“आपल्याकडून त्यांना इतर गोष्टी हव्या आहेत.”

“युगांडा हे दुसरं व्हिएतनाम होईल, असं मला वाटत नाही.”

“ते मी मान्य करतो. आणि तसं होणार नाही, ही आशा नक्कीच आहे. पण तीच तत्त्वे लागू करण्यासाठी परिस्थिती तंतोतंत सारखी असण्याची गरज नाही. आपल्याला त्या ठिकाणी ओढा आणि अशा खोड्यात अडकवा की, त्यांचा त्या क्षेत्रात प्रभाव आहे; हे मान्य करणं आपल्याला भाग पडेल, अशी त्यांची राजनीती असू शकते.”

“आपण ते आधीच मान्य केलं आहे.” मरिअनना पुन्हा हसू आवरता आले नाही. “जोएल मला कळत नाही, तू गंभीरपणे बोलतो आहेस की नाही?”

“मी गंभीरपणे बोलतोय. खूप गंभीरपणे. तुला माहीत आहे, नोल्स यांनी ही कारवाई केली, याचा मला आनंद वाटतो. म्हणजे मला म्हणायचं आहे, ते काय करत आहेत, याची त्यांना स्वतःला अजिबात कल्पना नाही, पण मला वाटतं आपण अशा परिस्थितीत अडकू की चीनची आपल्याला मदत लागेल.”

“मला खरोखरच आशा वाटते की, तसं काही घडणार नाही.”

“नाही, मला वाटतं आपल्याला चीनची मदत घ्यावी लागेल. आणि ती एक चांगली गोष्ट असेल. आपल्याला जगाचं नेतृत्व करायचं आहे, ते आपण त्यांच्या साथीनेच करायला हवं आणि त्याकरिता सक्रियतेने मार्ग शोधायला हवेत. आपल्याला तो बदल 'स्वीच' केला पाहिजे. खरं तर या मुद्द्यावरच कोणीतरी एक अतिशय छान पुस्तक लिहिलं आहे.” जोएल यांनी नाट्यपूर्ण पॉझ घेतला आहे.

“ओह, मीच. आपण इथे बसून आपला प्रभाव वाढण्यासाठी काय करता येईल याचे आडाखे बांधायचे आणि चीनने गप्प राहावं म्हणून त्यांना दोन-चार तुकडे फेकायचे या पवित्र्यात आपण बदल केला पाहिजे. त्या ऐवजी संयुक्त नेतृत्व ही भूमिका घेण्यासाठी भरघोस प्रयत्न करायला पाहिजेत.”

मरिअन यांचे त्या विषयी दुमत नव्हते. त्यांना फक्त वाटत होते की, अमेरिका आणि चीन यांनी त्या पद्धतीने वागण्यास सुरुवात करण्यासाठी अजून खूप खूप काळ जावा लागेल.

“जोपर्यंत आपण आपली भूमिका बदलत नाही तोपर्यंत जागतिक समस्यांबाबत आपला संघर्ष होत राहील. मी खऱ्याखुऱ्या संघर्षाबाबत बोलतोय. प्रश्न स्वतःहून सुटणार नाहीत. गोष्टी कशा घडत जातात तुला माहीत आहे. मरिअन, जेव्हा तणाव असतो, तेव्हा एक ठिणगीसुद्धा पुरेशी असते.”

“मग हा जो संघर्ष होईल असं तू म्हणतो आहेस, त्यासाठी किती काळ अजून बाकी आहे?” मरिअन यांनी अर्धवट थट्टेच्या सुरात विचारले.

“ऐक,” जोएल म्हणाले. ते पुढे झुकले. त्यांच्या चेहऱ्यावर खूप गंभीर भाव

होते. ''मरिअन, तू आणि मी वेगळ्या प्रकारे विचार करतो हे मला माहीत आहे. तुला वाटतं मी ऐतिहासिक दृष्टिकोनातून विचार करतो आणि दोन देशांच्या दैनंदिन संबंधांबाबत खूप अव्यवहारी विचार करतो.''

मरिअनने स्मित केले. ''मी काही नेमकं तसं म्हणणार नाही.''

''माझ्या समोर नाही. ते ठीक आहे. पण तुझं तसं मत आहे हे मला माहीत आहे. आणि तू? तू स्वत: खूप व्यवहारी आहेस. तुझ्याकडे असलेल्या ज्ञानाच्या आधारे तू परराष्ट्र धोरणाचे कामकाज पार पाडतेस. व्यवहारी, उपयुक्त काम. प्रत्येक दिवसाचा विचार करून केलेली कृती. त्याबद्दल मला आदर आहे. खरोखर मी त्याने स्तिमित होतो. पण एक वेळ अशी येते, काही वेळा अशा असतात की ऐतिहासिक दृष्टिकोन आणि दैनंदिन काम या दोन्ही गोष्टी एकवटतात. ही ती वेळ आहे. मी तुला एक उदाहरण देतो. दक्षिण अफ्रिका. अफ्रिकन नॅशनल काँग्रेसच्या हुकूमशहांबरोबर चीनचे सरकार आपले सख्य वाढवत आहे हे आपल्या दोघांना माहीत आहे. एक जागतिक ताकद एका देशाला लोकशाहीपासून दूर जायला मदत करतेय, आपण बघतोय. याबद्दल विचार कर. शीतयुद्ध जोरात होतं, त्यानंतर आपण असं विपरित काही बघितलेलं नाही.''

''जोएल त्याला प्रतिबंध करण्यासाठी आपण खूप जोमाने काम करतोय, आपल्या अजेंड्यावर त्याला अगदी सर्वोच्च प्राधान्य आहे.''

''आणि मला आशा आहे की तुला त्यात यश मिळेल. पण माझ्यासाठी ही अद्‌भूत गोष्ट महत्त्वाची आहे. जगात काय घडत आहे त्यावर ती प्रकाश टाकते. जागतिक महासत्ता कोण होत आहे आणि कोण तिचा वापर करून घेत आहे हे त्यातून स्पष्ट होत जातं.''

''तुझं म्हणणं बरोबर आहे जोएल. आपण दोघे पूर्णपणे वेगळे आहोत. ती अद्‌भूत गोष्ट माझ्यासाठी फारशी महत्त्वाची नाही. त्यातील वास्तव महत्त्वाचं आहे. त्यामुळे दक्षिण अफ्रिकेच्या जनतेवर काय परिणाम होईल, त्याबाबत आपण काय करतोय, ते महत्त्वाचे आहे.''

''ते मला मान्य आहे.'' जोएल म्हणाले. ''मी सैद्धान्तिक बोलत नाहीये. ते सांगताना मी बरोबर सांगितलं नाही. मला म्हणायचं आहे की, आपण त्यांच्या साथीने नेतृत्व करायला हवं. उदाहरणार्थ, दक्षिण अफ्रिकेसारख्या मुद्यांबाबत. नाहीतर ज्या समस्या आपल्याला सोडवायच्या आहेत, त्या सोडवताच येणार नाहीत आणि एक वाईट परिणाम आपल्या हातात येईल किंवा लढाई होईल. त्यातून सध्या चीन रागावलेला आहे, त्यामुळे संयुक्त नेतृत्व साध्य करणं ही सोपी गोष्ट नाही. आणि त्यांना रागावण्याचा अधिकार आहे. आर्थिक संकटानंतर त्यांचा प्रभाव वाढेल, त्यांना महत्त्वाचे अधिकार मिळतील, अशी जी आश्वासने आपण

त्यांना दिली होती, ते काहीच त्यांना मिळालेलं नाही.''

''पण ते अर्थव्यवस्थेत समतोल साधणार होते, त्याचं काय?'' डेव्हनी विचारले.

''एकदम बरोबर. ते रागावले आहेत. आपण रागावलो आहोत. मग काय झालं. बरोबर? इतिहास बघितला तर अनेक देश असे रागावलेले असतातच. नाही, पण या वेळी स्थिती वेगळी आहे. ज्या समस्यांना आपण तोंड देतोय, त्या अशा प्रकारच्या आहेत की, हे चालणार नाही. आपण एकमेकांवर रागावून बसायचं आणि एकमेकांना सहकार्य करायचं नाही हे चालणार नाही. आपल्याला सहकार्य करावं लागेल आणि त्वरेने करावं लागेल. आपण एकमेकांबरोबर सहकार्य करू – खरोखर करू – किंवा एकमेकांबरोबर आपण लढाई करू.''

''तू हे एकदम टोकाचं चित्र रंगवतोयस.'' मरिअन म्हणाल्या.

जोएलनी खांदे उडवले. ''मला तरी असंच वाटतं.''

''मला तुझं म्हणणं मान्य नाही. तू एकदम काळ्या पांढऱ्या रंगात चित्र रंगवतोयस.''

''टॉम नोल्स जितकं काळ्या-पांढऱ्या रंगात काढतायत तितकं नाही.''

मरिअननी त्यावर उत्तर दिलं नाही. जोएल यांची विचारसरणी सहसा अशी काळ्या पांढऱ्यात विचार करणारी नव्हती. पण या वेळी ती तशी वाटत होती. अमेरिकेला तिथल्या कचाट्यातून सुटण्यासाठी चीनची मदत घ्यावी लागेल, या जोएल यांच्या मताशी त्या सहमत नव्हत्या आणि त्यांचा जो त्याबाबत विरुद्ध दृष्टिकोन होता – ती एक चांगली गोष्ट असेल – त्याबाबत तर त्या मुळीच सहमत नव्हत्या. पण युगांडामध्ये स्वतःहून, एकट्यानेच हस्तक्षेप करण्यामुळे चीनचे सहकार्य मिळवणे कठीण जाईल, हे त्यांना पटत होते. आणि चीनचे काही बाबतीत तरी सहकार्य लागणार होते.

''मला भीती वाटते.'' जोएल म्हणाले, ''भूमिकेत इतका मोठा बदल करावा लागेल की, लक्षात आलं तरी तो करता येईल इतके टॉम नोल्स महान नाहीत.''

''ते एक सक्षम राष्ट्राध्यक्ष आहेत.''

''सक्षम राष्ट्राध्यक्षांहून मोठं असणारं कोणीतरी आपल्याला हवं आहे.''

''म्हणजे तुझ्यामते आपला व चीनचा संघर्ष ही एक अपरिहार्य गोष्ट आहे?'' मरिअन यांनी स्मित करत विचारले.

''मला भीती वाटते, संघर्ष होईल अशी भीती वाटते,'' जोएल गंभीरपणे म्हणाले. ''मात्र टॉम नोल्स यांच्या व्यक्तिमत्त्वात बदल झाला, तर संघर्ष टळू शकेल किंवा पुढचे राष्ट्राध्यक्ष – ते बद्दल घडवू शकतील. कदाचित आपण सुदैवी ठरू. निश्चित कालावधी मला माहीत नाही, पण तणाव असेच वाढले तर कोणतीही घटना ठिणगी म्हणून काम करू शकते.''

८

चौतिसाव्या मजल्यावरच्या त्यांच्या ऑफिसात एड ग्रे यांनी सीएनबीसी चॅनेलचा आवाज वाढवला. टोनी इवानगेलोऊ आणि बोरीस मालेवस्की त्याच्या बरोबर होते.

टीव्हीच्या पडद्यावर सेनेट कमिटीची खोली दिसत होती. फेडरल रिझर्व्हचे अध्यक्ष रॉन स्टिकलँड हे आपल्या खुर्चीत आधीच स्थानापन्न झालेले होते. स्टिकलँड यांचा चेहरा लांबट होता, केस चंदेरी होते आणि भुवया दाट होत्या. त्याच्या डाव्या हनुवटीच्या बाजूला मोठी चामखीळ होती. ते पूर्वी स्टॅनफोर्ड विद्यापीठात इकॉनॉमिक्सचे प्रोफेसर होते. आपली कागदपत्रे ते व्यवस्थित लावत होते. सेनेटच्या बँकिंग कमिटीचे अध्यक्ष बिल गिव्हन्स यांनी स्टिकलँड यांचे स्वागत केले. बिल गिव्हन्स रिपब्लिकन पक्षाचे लुईझाना येथील सदस्य होते. स्वागत झाल्यानंतर स्टिकलँड यांनी त्रैमासिक वित्त धोरणाचा अहवाल सादर करण्यास सुरुवात केली.

प्रथम देशांतर्गत अर्थव्यवस्थेचे सर्वेक्षण आणि जागतिक प्रवाह याविषयी त्यांनी सादरीकरण केले. नंतर अर्थव्यवस्थेविषयी त्यांचा काय अंदाज आहे, ते सांगितले. एकूण चित्र आल्हाददायक वाटत होते. जोखमीचे पारडे वरच्या बाजूला होते. नंतर महागाईविषयीचा अंदाज त्यांनी सांगितला.

स्टिकलँड ही सावकाश बोलणारी, पद्धतशीर काम करणारी व्यक्ती होती, करमणूक म्हणून त्यांचे भाषण ऐकणे शक्य नव्हते. ते रंजक नसे. ग्रे, इवानगेलोऊ आणि मालेवस्की त्यांचा प्रत्येक शब्द कानात साठवत होते.

''मार्केटमधील गतविधी किती टिकाऊ आहेत, या संबंधी माझा दृष्टिकोन मी आता सांगतो,'' स्टिकलँड म्हणाले. ते पडद्यावर दिसत होते. एड ग्रे पुढे झुकून बसले. तथाकथित बबलसंबंधी हे विधान असणार होते. अध्यक्षांच्या अहवालातील तो एक भाग होता. त्यात ते महत्त्वाच्या गुंतवणुकी, मार्केटविषयी व तिथे सुरू असलेल्या गतविधीच्या टिकाऊपणाविषयी आपला दृष्टिकोन सांगत. स्टॉक्स,

बाँडस, कमोडिटी, हाउसिंग अशी गुंतवणुकीची महत्त्वाची मार्केट होती आणि त्याचा आढावा स्टिकलँड भाषणात घेत. कारण नसताना आलेल्या तेजीचा छुपा उल्लेख आता पुरेसा असल्याचे समजले जात नव्हते. ग्रीनस्पॅन आणि बर्नाके हे दोघे अध्यक्ष होते, तेव्हा त्यांच्या कार्यकालाच्या दरम्यान सर्वच ॲसेट मार्केटमध्ये बबल निर्माण झाले होते आणि त्याविषयी कृती करण्यात ते दोघे पूर्णत: अपयशी ठरले होते. त्यामुळे बबलविषयी निवेदन हा आता त्यांच्या भाषणाचा एक अनिवार्य भाग होता. हा एक विवाद्य मुद्दा होता आणि वॉल स्ट्रीटला तर त्याविषयी रागच होता.

स्टिकलँड यांनी त्यांच्या नेहमीच्या नीरस आवाजात भाषण पुढे सुरू ठेवले.

''बबलसदृश्य हालचालींची खूण आम्हाला मार्केटमध्ये दिसत नाही. पण शॉर्ट ते मध्यम कालावधीत मार्केट वर जाईल, असा मतप्रवाह असल्याने अनेक प्रकारच्या ॲसेट मार्केटमधील घटनांमध्ये वाढ होईल, या शक्यतेबाबत आम्ही सावध आहोत. भाव आणि होणारे व्यवहार व त्यांची व्याप्ती या माहितीच्या आधारावरून असं दिसतं की, जोखीम घेण्याच्या प्रवृत्तीत वाढ होत आहे. ही वाढ गुंतवणुकीच्या विशिष्ट क्षेत्रात होत असून वाढत्या लिव्हरेजच्या जोरावर ती होत आहे. म्हणजेच तारणावर पैसे उभे करून खरेदीचे व्यवहार होत आहेत. विशेषत: काही विशिष्ट 'कोलॅटराइज्ड डेरिव्हेटीव्हज'च्या व्यवहारात लक्षणीय वाढ झाल्याचे आम्हाला दिसत आहे. पोर्टफोलिओची जोखीम कमी करण्यासाठी अशी गुंतवणूक हा एक वैध मार्ग आहे. पण त्याचबरोबर दुय्यम आणि तिय्यम मार्केटमधून यामुळे 'सिस्टीमिक रिस्क'चा धोका निर्माण होऊ शकतो. मी आधी निवेदन केल्याप्रमाणे आमचे मत आहे की, यामुळे 'ओव्हर हिटिंग' विकोपास जाण्याची शक्यता आहे. म्हणजे भाव नुसते फुगत राहाण्याची शक्यता आहे. इक्विटी डेरिव्हेटीव्हज मार्केटमधील अनेक विभागांवर आम्ही खास लक्ष ठेवून आहोत आणि बँकिंग क्षेत्राचे अशा विभागांना किती योगदान आहे त्याबाबत जागरूक आहोत. जर बँकांकडून या क्षेत्रांना प्रमाणाबाहेर पैसा पुरवला जात असेल तर ती काळजीची बाब आहे.'' अरिष्टसूचक बातमी सांगताना थोडावेळ स्तब्धता असते तसे स्टिकलँड किंचित काळ स्तब्ध राहिले. ''जर अशाप्रकारे ओव्हर हिटिंग होत आहे, असे दिसले तर आम्ही वित्तधोरणाचा एक शस्त्र म्हणून वापर करू. ते अतिशय जलद गतीने आणि निर्णायक पद्धतीने वापरू आणि तसं करण्याची आमची तयारी आहे.''

ग्रे यांनी मालेवस्कीकडे नजर वळविली. टीव्हीच्या पडद्याकडे नजर फिरवून बघताना त्यांच्या कपाळावर नापसंतीच्या आठ्या होत्या. ग्रे यांना मालेवस्कीकडे बघताना इवानगेलोऊ यांनी बघितले आणि त्यांनीही खेदाने आपले खांदे उडवले.

स्टिकलँडनी लिहून आणलेले भाषण संपल्यानंतर सेनेटर्सनी प्रश्न विचारणे सुरू केले. काही प्रश्नांनंतर डेमोक्रॅटिक पक्षाच्या एका सेनेटरने बबलसंबंधी विधानाकडे त्यांचे लक्ष वळवले.

"अध्यक्ष महोदय जोखीम घेण्याची प्रवृत्ती वाढते आहे आणि लिव्हरेज संबंधीही तुम्ही उल्लेख केलात. ही वाढ किती प्रमाणात होत आहे, या संबंधी तुम्ही निश्चित माहिती देऊ शकाल का?"

"जर मला त्याचं वर्णन करायचं असेल, सेनेटर महोदय, तर मी म्हणेन सौम्य ते मध्यम ह्या प्रमाणात वाढ होत आहे. माझे कार्यालय यासंबंधी आकडेवारी देऊ शकेल."

"ते साहाय्यकारी होईल. पण तुम्ही म्हणताय या क्षणी तुम्हाला लक्षणीय धास्ती वाटत आहे, असा मी याचा अर्थ काढतो."

"सेनेटर महोदय, 'लक्षणीय'चा तुमच्या मनातील अर्थ काय यावर ते अवलंबून आहे."

सेनेटरनी त्रस्त होत सुस्कारा टाकला. "मला वाटतं मला काय म्हणायचं आहे ते बहुतेक लोकांना कळेल. अध्यक्ष महोदय, तुमच्या निवेदनावरून असं वाटतं की, तुम्हाला हस्तक्षेप करावा लागेल इतकी लक्षणीय धास्ती तुम्हाला वाटत आहे."

'सेनेटर महोदय, मी आणखी स्पष्ट करण्याचा प्रयत्न करतो. आम्ही त्या निकषांवर देखरेख ठेवतो. आम्हाला हस्तक्षेप करावा लागेल, असा दिवस येईल का? तार्किकदृष्ट्या विचार केला तर त्याचं उत्तर 'होय' हेच असायला हवं. कारण तेजीमंदीचं चक्र सुरू असताना असं प्रत्येक चक्र शेवटी बबलमध्येच रूपांतरित होतं आणि शेवटी तो फुगा फुटतो. आपण त्या बिंदूपर्यंत जाणार नाही, याची खबरदारी घेणं हा माझ्या कर्तव्याचाच एक भाग आहे आणि हस्तक्षेप न केल्यामुळे आपण जर त्या बिंदूपर्यंत पोहोचू अशी शक्यता असेल तर एका क्षणी हस्तक्षेप करावा लागेल, हे उघड आहे."

"अध्यक्ष महोदय, तुम्ही हे छान सैद्धान्तिक उत्तर दिलं आहे."

"थँक्यू, सर."

प्रेक्षकांतून हास्याच्या लहरी उमटल्या.

स्टिकलँड यांच्या लांबट चेहऱ्यावर गंभीर भाव कायम होते. विनोदबुद्धीचे त्यांना वावडे होते आणि सेनेटरांनी जे प्रशस्तिपत्रक दिले होते, त्यातील उपरोध त्यांच्या लक्षात आला नव्हता. फेडचे प्रमुख म्हणून नियुक्ती झाल्यापासून त्यांच्या तांत्रिक आणि नीरस संवाद शैलीबाबत त्यांच्यावर टीकेचा भडिमार होत असायचा.

"अध्यक्ष महोदय," सेनेटर चीड व्यक्त करत म्हणाले. "जर तुम्हाला

धास्ती वाटतेय, पण ती किती प्रमाणात वाटतेय ते तुम्ही सांगत नाहीतर त्याचा काय उपयोग? तुम्ही धास्ती वाटते असा इशारा देता, याचा अर्थ बेसावध गुंतवणूकदारांना सावध रहा, पूर्ण माहिती करून घेऊन मग निर्णय घ्या असं सूचित करताय, तोच त्याचा उपयोग आहे. पण दर तीन महिन्यांनी तुम्ही कमिटीसमोर येता आणि तुम्हाला धास्ती वाटते असं सांगता; पण किती प्रमाणात, खूप धास्ती वाटते का ते मात्र सांगत नाही. जर मी ऐकलेलं तुमचं बोलणं बरोबर असेल तर तुम्हाला खूपच धास्ती वाटत्येय. बरोबर?''

''सेनेटर महोदय, मी अनेक वेळा सांगितलेलं आहे आणि मला वाटतं आजही मी अगदी स्पष्ट शब्दांत सांगितलं आहे की, जर कृती करण्याची आवश्यकता असेल तर फेडरल रिझर्व्ह त्याबाबत टाळाटाळ करणार नाही. राष्ट्राध्यक्षांनी ती जबाबदारी माझ्याकडे दिलेली आहे आणि मी ती अतिशय गंभीरपणे घेत आहे. तुम्ही ज्याला बेसावध गुंतवणूकदार म्हणताय, त्याला किंवा तिला त्यात दिलासा मिळायला हवा.''

सेनेटरने स्टिकलँड यांच्याकडे रोखून बघितले. नंतर आपले समाधान झालेले नसल्याचे जाहीर करण्यासाठी मान हलविली. रिपब्लिकन पक्षाचे बिल गिव्हन्स बँकिंग कमिटीचे अध्यक्ष होते. सेनेटर काय करण्याचा प्रयत्न करतोय हे त्यांना माहीत होते. मध्यावधी निवडणुकीपूर्वीच्या शेवटच्या भाषणात फेडच्या अध्यक्षांनी बबलचा फुगा आता कोणत्याही क्षणी फुटेल याची कबुली द्यावी हेच डेमोक्रॅटना हवं होतं. गिव्हन्सना तो समज दूर करून त्याऐवजी चांगले चित्र दाखवायचे होते.

''मि. स्टिकलँड,'' ते म्हणाले, ''या धास्तीमुळे तुम्हाला लगेच कृती करावी लागेल का, त्यापासून तुम्ही किती जवळ आहात सांगितलं तर आम्हाला कदाचित जास्त समजेल. तुमच्या बोलण्यावरून मला वाटतं की, बबलचा धोका तत्काळ आहे, असं तुम्हाला वाटत नाही, बरोबर ना?''

''तत्काळचा तुमचा अर्थ काय यावर ते अवलंबून आहे, सेनेटर.''

प्रेक्षकांत आणखी हास्य पसरले.

''वित्तीय धोरणात्मक कृती करण्याविषयी तुम्ही बोललात. या पुढील टप्प्यावरील कृती करण्यापासून तुम्ही जवळ आहात की दूर आहात?''

''हे अंतर असं नक्की मोजता येईल का मला माहीत नाही, सेनेटर गिव्हन्स.''

''मोजण्याची आवश्यकता नाही,'' गिव्हन्स वैतागून म्हणाले. ''परिस्थितीच्या संदर्भात सापेक्षतेने सांगा. पूर्वीपेक्षा आता तुम्ही अधिक जवळ आहात की दूर आहात? तुम्ही जे म्हणालात त्यावरून तुम्ही कृती करण्याच्या दिशेने अधिक जवळ गेला आहात असं मला वाटत नाही. मला वाटतं तुम्ही म्हणत आहात, तुम्ही आणि प्रशासनातील इतर लोक सतत दक्ष असता. त्यामुळे तुम्ही जास्त

जवळ गेलेला नाहीत.''

गिव्हन्स थांबले, स्टिकलँड यांनी 'हो' म्हणावे, अशी आशा ते करत होते. त्यांनी फक्त तितकेच म्हणणे पुरेसे होते. ''हो.'' स्टिकलँड नाखुशीच्या स्वरात म्हणाले, ''सेनेटर तुम्ही म्हणताय तसे आम्ही सतत दक्ष असतो. मार्केटमध्ये अविचारी वाढ आम्ही घेऊ देणार नाही. हस्तक्षेप करून ती थांबवू. अविचारी तेजीचा फुगा किंवा त्याच्याजवळ जाणारे काही आम्ही सहन करणार नाही. त्या मुद्याबाबतच्या आमच्या जबाबदारीची आम्हाला स्पष्ट जाणीव आहे, मला त्याची अतिशय स्पष्ट जाणीव आहे.''

गिव्हन्सनी वैतागत मान हलविली. स्टिकलँडना चमच्याने भरवूनसुद्धा काय बोलावे ते माहीत नव्हते.

पडद्यावरचे प्रश्न पुढेही सुरू राहिले. महागाईसंबंधी जे अनुमान स्टिकलँड यांनी केले होते, त्यावर आता जास्त लक्ष केंद्रित झाले होते. शेवटी ते प्रश्न संपले आणि स्टिकलँड तिथून निघून गेले.

ग्रे यांनी आवाज म्यूट केला आणि स्टिकलँड यांचे बोलणे सुरू होण्यापूर्वी मालेवस्कीने स्टॉकच्या भावांची माहिती लिहून ठेवली होती त्याकडे बघितले. मागच्या आठवड्यात फिडेलियन बँक एक-दोन टक्के पॉइंटने खाली आली होती. मालेवस्कीने ज्या इतर तीन बँका निवडल्या होत्या, त्यांचे भाव स्थिर होते; पण एकूण बँकिंग क्षेत्र वर गेले होते. याचा अर्थ बँकिंग क्षेत्राच्या तुलनेत त्याही बँका खाली आल्या होत्या, पण असे तुलनात्मक खाली आल्यामुळे त्यांना पैसे कमावता येत नव्हते.

मागील आठवड्यात मालेवस्कीच्या आयडियावर एड ग्रे यांनी ५ कोटी डॉलर लावले होते. त्यापैकी निम्मे फिडेलियन शॉर्ट करण्यावर लावले होते, तर उरलेले इतर तीन बँकांवर समप्रमाणात लावलेले होते. जर त्यांनी हा ट्रेड आता क्लोज केला असता, तर फिडेलियन खाली आल्यामुळे त्यात किंचित फायदा झालेला दिसला असता आणि इतर तीन बँकांतून काहीच मिळाले नसते.

स्टिकलँड यांच्या निवेदनामुळे मार्केटमधील वातावरण बिघडेल व मार्केट खाली येईल, असे मालेवस्कीचे म्हणणे होते. आता निवेदन करून झाले होते.

''यामुळे काही कोणी बँकांचे शेअर विकत नाही.'' इवानगेलोऊ म्हणाले.

''ते नेहमीपेक्षा जरा जास्त कठोर होते,'' मालेवस्की म्हणाला. ''त्याचं वाक्य, त्वरेने, निर्णायक पद्धतीने, तसं काहीतरी – ते अगदी स्पष्ट होतं आणि प्रश्नाचं उत्तर देतानाही त्यांनी तो मुद्दा पोहोचेल असं बघितलं.'' मालेवस्की पुढे म्हणाला.

''ते हे आधीही बोलले होते. मी तुला सांगतोय, यामुळे काही कोणी बँकांचे शेअर विकत नाहीये.''

ग्रे यांनी ते मान्य केले. त्यांनी मालेवस्कीकडे बघितले, ''मग तुझा काय विचार आहे?''

मालेवस्कीच्या चेहऱ्यावर नाखुशी होती.

''मला काय वाटतंय मी सांगतो,'' इवानगेलोऊ उतावीळपणे म्हणाले. ''आपण हे फालतू स्टॉक पकडून ठेवलेले आहेत आणि आपण ते उसने घेतलेले आहेत. त्या प्रत्येक दिवसासाठी आपण फी भरतोय आणि ह्या शेअरचे भाव स्थिर राहणार आहेत.''

''फिडेलियन एक-दोन टक्क्यांनी खाली आहे,'' मालेवस्की म्हणाला.

''ते आपल्यामुळे बोरीस. आपण शॉर्ट केल्यामुळे. आपल्याबरोबर आणखी कोणी येत आहे, असं दिसत नाही. एड, हा ट्रेड क्लोज करून टाकू आणि विसरून जाऊ. पुन्हा पैसे कमवायच्या कामाला लागू. बोरीस, आयडिया छान होती, पण फायदा झाला नाही.''

ग्रे यांनी मालेवस्कीकडे रोखून बघितले. ''तुला काय वाटतं?'' त्यांनी पुन्हा विचारले.

''टोनी बरोबर सांगत आहेत. यामुळे कोणी काही बँकांचे शेअर विकत नाहीये.''

''मग तुला हा ट्रेड क्लोज करायचा आहे?''

''नाही. मला होल्ड करायचा आहे. फिडेलियन भांडवल उभारण्यासाठी मार्केटमध्ये येत आहे. तो मुद्दा आहेच.''

''कधी?'' इवानगेलोऊ यांनी आव्हानात्मक आवाजात विचारणा केली. मालेवस्कीने खांदे उडवले.

''काहीतरी घडेल अशी आशा करत होल्ड करून ठेवायचं यात मला इंटरेस्ट नाही.'' ग्रे म्हणाले. ''काही प्रत्यक्ष घडलं नाहीतर आपण क्लोज करू,'' ते किंचित काळ थांबले, मग म्हणाले, ''बोरीस मला तुला सांगायचं होतं. ही आयडिया तुझी आहे, त्यामुळे आपल्याला जो फायदा होईल, त्यातील पाच टक्के मी तुला देईन. छान बातमी. वाईट बातमी? जर या ट्रेडमध्ये तोटा झाला तर मी तुला कामावरून काढून टाकेन.''

इवानगेलोऊ यांनी स्मित केले. मालेवस्कीमध्ये किती खंबीरपणा आहे ते ग्रे यांना जोखायचे होते. या ट्रेडमधून किती पैसे मिळतील किंवा गमावले जातील याचसह मालेवस्कीला जोखणे, हाही ट्रेडचा उद्देश होता. एका नवशिक्याकडे ग्रेट ट्रेडर होण्याचे गुण आहेत का, याचा शोध घेणे हे सोपे काम नव्हते. जोपर्यंत अशा नवशिक्याला एखाद्या अग्निपरीक्षेतून जावे लागत नाही, तोपर्यंत असा माणूस खरोखर कसा आहे, ते ओळखण्यात एड ग्रे यांच्यासारखी अनुभवी व्यक्तीसुद्धा चूक करायची. जर तुमच्यासाठी कोट्यवधी डॉलर्स मिळवू शकणारा

माणूस शोधायचा असेल, तर त्याकरता आता काही लाख डॉलर्स गमावण्याची तयारी हवी. निदान तोच माणूस तुमचे कोट्यवधी डॉलर गमावतो का, याचा तरी त्यातून शोध लागतो.

मालेवस्कीकडे धोका असतानाही स्टॉक होल्ड करून ठेवण्याची धमक आहे का ते ग्रे यांना बघायचे होते आणि ते बघण्याचा एकच मार्ग होता. मालेवस्कीचे स्वत:चे हित त्यात पणाला लागलेले असेल, खूप काही पणाला लागलेले असेल, त्या वेळी तो काय करतो ते आजमावून.

"बोरीस, मी सिरियसली बोलतोय. मी तुला खरोखरच हाकलून देईन."

मालेवस्कीने खांदे उडवले. "मला पाच टक्के मिळतील, बरोबर?"

"होय. आता तुला काय वाटतं?"

"मला दुसरी नोकरी कधीही मिळू शकेल."

"जर तू यात वाट लावलीस, तर मी तुझ्याबद्दल काय बोलेन तुला माहीत आहे. त्यामुळे तुला दुसरी नोकरी मिळणार नाही. कदाचित मिळेलही पण संडास साफ करण्याची."

इवानगेलोऊ उपरोधिक हसले. त्यांच्या बॉसला या रूपात बघताना त्यांना मजा यायची. एड ग्रे या बाबतीत धडकी भरवणारे होते. "एडनी ज्या माणसाला काढून टाकलं, त्याचं काय होतं तुला बघायचं आहे का? तो तुझा पिच्छा पुरवेल मालेवस्की. तुला या इंडस्ट्रीतून हद्दपार करेल."

"टोनी, तू उगीचच आहेस," ग्रे म्हणाले. मालेवस्की रशियन भाषेत काहीतरी पुटपुटला.

"ओ. के. बोरीस" ग्रे म्हणाले. "मी तुला एक क्ल्यू देतो. मी जर तुझ्या जागी असतो तर विचारलं असतं, टोनी चूक का आहे? तो म्हणतोय ते का चूक आहे?"

इवानगेलोऊंनी भुवई उंचावली.

"तो का चूक आहे बोरीस? त्याने तुला आताच सांगितलं, याच्यामुळे काही बँकांचे शेअर्स कोणी विकत नाही. तो का चूक आहे? याचं मला एक तरी कार सांग."

"ते चूक नाहीत." मालेवस्की म्हणाला.

"नाही?"

"आज नाहीत. पण उद्या ते असतील. मार्केटमध्ये उलाढाल करणारे लोक शोध घेत असतात. त्यांना माहिती असते. स्टिकलँड यांनी बँकांचा खास उल्लेख केला. ओव्हर एक्स्पोझर म्हणजे खूप जास्त भांडवलाचा पुरवठा करणे याचा त्यांनी उल्लेख केला. त्वरेने आणि निर्णायक पद्धतीने ते कृती करतील, असं बोलले. आज कोणी बँकांचे शेअर विकत नाहीयेत. पण प्रत्येकाला माहीत आहे,

पेचप्रसंग निर्माण होतोय याची चाहूल लागल्याबरोबर स्टिकलँड यांची बँकांवरच नजर असेल.''

"आता तू स्वत:च सापळ्यात सापडतोयस बोरीस.'' उपरोधिक हसत इवानगेलोऊ पुटपुटले. "मला मजा येत आहे. बोलत रहा.''

"ज्या लोकांना वाटतंय बँकांच्या शेअर्सचे भाव वाजवीपेक्षा जास्त चढलेले आहेत,'' त्यांच्याकडे दुर्लक्ष करत मालेवस्की म्हणाला. "ते लोक घाबरून जातील, कदाचित स्टिकलँड आता जे काही म्हणाले त्यानंतर व्याजदर वाढवतील. काही बँकांचे शेअर्स खाली आल्यानंतर घाबरलेले लोक आपले शेअर्स विकून टाकतील.''

"बस इतकंच?'' ग्रे म्हणाले.

"नाही. त्यापैकी एक बँक भांडवल उभारण्यासाठी मार्केटमध्ये येणार आहे हे आपल्याला निश्चित माहिती आहे.''

ग्रे यांनी स्मित केले. मालेवस्की ज्याप्रकारे टोनींचे म्हणणे चुकीचे नाही पण खरोखर ते चूक आहे असे म्हणाला होता ते त्यांना आवडले होते. आणि मालेवस्कीचा तार्किक युक्तिवाद मान्य करण्याकडे त्यांचा कल होत होता. किंवा निदान तो बरोबर आहे की चूक हे पाहण्याइतका इंटरेस्ट त्यांच्यात निर्माण झाला होता. बँकांचे शेअर्स खाली येत असलेले लोकांना दिसणे हा यातील कळीचा मुद्दा होता. तसे घडल्याशिवाय स्टिकलँड यांच्या शब्दांचा काही परिणाम झाला नसता.

फेडच्या अध्यक्षांचे शब्द बँकांचे शेअर खाली येतील, इतके जरासुद्धा कठोर नव्हते. पण ते एक संदर्भ मात्र निर्माण करत होते.

जर वेळ बरोबर साधली असती; कोणीतरी जर नेमक्या वेळी मार्केटमध्ये विक्रीच्या मोठ्या ऑर्डर्स दिल्या असत्या, आणि जेव्हा स्टिकलँड यांच्या निवेदनावर कोण काय कृती करतंय यावर मार्केट विचार करत असताना या ऑडर्स नेमक्या त्याच वेळी बाजारात आल्या असत्या तर अस्थिरता निर्माण झाली असती आणि त्यामुळे मार्केट खरोखरच खाली यायला लागले असते. पण त्यासाठी त्यांनी जे पाच कोटी रूपये लावून विक्रीची ऑर्डर दिली होती, त्यापेक्षा खूप जास्त पैसे लावणे गरजेचे होते.

ग्रे यांनी इवानगेलोऊ यांच्याकडे नजर वळविली. ग्रे यांच्या मनात काय चालले हे ते या ट्रेडरला नेमकं माहीत होतं, इवानगेलोऊंना अशा प्रकारचे ट्रेडिंग आवडायचे नाही. अंत:प्रेरणेवर अवलंबून काही करणे ही त्यांची पद्धत नव्हती. संख्याशास्त्रीय मॉडेल वापरून त्याच्या आधारे दोन डझन जर-तरच्या शक्यता अजमावून मगच काम करायला त्यांना आवडायचे.

'एड तुला इतका पैसा त्यावर लावण्याची इच्छा नाही,'' ते म्हणाले.

"नाही, मला तशी इच्छा?'' ग्रे यांनी विचारले.

१

टॉम नोल्स यांनी त्यांच्या हातातील स्टेपल केलेल्या दोन पानांकडे नजर वळविली. त्यांच्यासमोर बसलेल्या वर्दीतील अधिकाऱ्याने त्यांना जो तोंडी सारांश सांगितला होता, त्यापेक्षा आणखी जास्त माहिती त्यात नव्हती. जंगल पीस मोहीम सुरू होऊन दहा दिवस झाले होते आणि राष्ट्राध्यक्षांना त्याविषयी रोज संक्षिप्त माहिती दिली जायची. पेंटॅगनचा 'व्हाइट हाउस संपर्क अधिकारी' त्याकरिता रोज सकाळी तिथे यायचा. व्यूहरचना आणि माहितीचे आदानप्रदान करण्यासाठी ओव्हल ऑफिसमध्ये रोज सकाळी आठ वाजता 'स्ट्रॅटकॉम' या नावाने बैठका होत. त्यात पेंटॅगनचा संपर्क अधिकारी ताज्या घडामोडींविषयी माहिती द्यायचा. व्हाइट हाउसचे प्रेस सेक्रेटरी डीन मॉस, व्हाइट हाउसच्या चीफ ऑफ स्टाफ रॉबर्टा डेवलीन, गॅरी रोझ, एड अब्राहम्स, राष्ट्रीय आर्थिक परिषदेचे संचालक मार्टी पेरेझ आणि सँड्रा रुईज केलरमन ही ह्या स्ट्रॅटकॉम बैठकांना नेहमी उपस्थित राहणारी मंडळी होती. त्यापैकी सँड्रा ह्या निवडणूक विषयातील तज्ज्ञ होत्या आणि राजकीय सल्लागार होत्या. रिपब्लिकन पक्षाच्या अनेक प्रचार मोहिमांमध्ये त्या सहभागी होत व त्या करता त्यांचे नाव झालेले होते. ही सर्व मंडळी टॉम नोल्स यांचे व्हाइट हाउसमधील सर्वात जवळचे व सर्वात विश्वासू सल्लागार होते.

नोल्स यांनी हातातील पाने खाली ठेवली. युगांडाच्या उत्तर भागात टेहळणी करण्यासाठी ड्रोननी जे अनेक हल्ले केले होते, त्याची माहिती त्यात होती. युगांडा जवळच्या आंतरराष्ट्रीय समुद्रात 'अब्राहम लिंकन' ह्या शस्त्रसज्ज युद्धनौका ग्रुपवर म्हणजे स्ट्राइक ग्रुपवर चीनची दोन संहारक अस्त्रे नजर ठेवून होती. सावलीसारखी ती लिंकनच्या मागेच होती. मोहिमेची सुरुवात झाल्यापासून हा प्रकार सुरू होता. एलआरएकडे इंटरनेटवर संदेश आणि अगदी व्हिडीओसुद्धा पोस्ट करण्याची क्षमता होती. त्यांनी आणखी एक संदेश आता नेटवर टाकला होता. अमेरिकन हल्लेखोरांना ठार मारण्याची आणि त्यांचा मेंदू खाण्याची त्यात धमकी दिली गेली होती. अमेरिकी लोक यामुळे भयभीत होतील अशी त्यांची

अपेक्षा होती.

''थोडक्यात कर्नल,'' ते अधिकाऱ्याला म्हणाले, ''काल नंतरच्या परिस्थितीत काहीच बदल झालेला नाही.''

''– मी अगदी तसंच म्हणणार नाही सर. मागच्या चोवीस तासांत आपण सत्तावीस ड्रोन टेहळणी पथके पाठवली आणि याआधी ज्यांचा सर्व्हे करायची संधी मिळाली नव्हती, अशा अनेक भागांची टेहळणी केली.''

''आणि त्यातून काय मिळालं?''

''त्या भागात आपण शत्रूंची संख्या बरीच कमी केली आहे, अध्यक्ष महोदय.''

राष्ट्राध्यक्षांनी नकारार्थी मान हलवली. ''शून्य. तेच तुम्ही मला सांगताय. आपल्याला काहीच मिळालेलं नाही. शत्रूच्या माणसांपैकी किती माणसांना तुम्ही प्रत्यक्ष ठार केलंत?''

''आमच्या अंदाजाप्रमाणे चार ते सहा.''

''दोन आठवड्यांत?''

''दोन आठवड्यांपेक्षा थोड्या कमी कालावधीत, अध्यक्ष महोदय.''

नोल्स यांनी आपली नजर गॅरी रोझ यांच्याकडे वळविली.

''अध्यक्ष महोदय,'' कर्नल म्हणाले, ''नागरी वस्तीतील त्यांच्या हालचाली आपण खूप मोठ्या प्रमाणात कमी केलेल्या आहेत. आमच्या हिशेबाप्रमाणे त्यांनी सध्या आपल्या हालचाली खूप कमी केल्या आहेत. अगदी छोटे गट बनवून ते एका ठिकाणाहून दुसऱ्या ठिकाणी जातात. ते असं करतील हीच आपली अपेक्षा होती.''

''मला वाटतं आपली अपेक्षा होती, आपल्या ड्रोनच्या मदतीने त्यांना शोधायचं आणि त्यांचा फज्जा उडवायचा.''

''होय. तेच करू शकू अशी आमची आशा आहे सर. स्थानबद्ध करणे आणि संख्याबळ घटवणे, ही आपली व्यूहरचना आहे. आपण त्यांना सध्या स्थानबद्ध केले आहे. त्या भागात जखडून ठेवलं आहे. संख्याबळ घटवणे या गोष्टीला थोडा वेळ लागतो. सध्या आपली अपेक्षा आहे त्याप्रमाणे ते छोट्या-छोट्या गटांत विखुरले जातील आणि थोड्या काळासाठी शांत बसतील. पण जास्त कालावधीसाठी ते असं करू शकत नाहीत आणि त्यांना असं तग धरून राहता येणार नाही, त्यावेळेस आपण म्हणता त्याप्रमाणे त्यांना मोठ्या संख्येने ठार करायला सुरुवात करू.''

तिथे शांतता पसरली. नोल्स यांनी प्रश्नार्थक मुद्रेने इतरांकडे बघितले. कोणी बोलले नाही.

''ठीक आहे,'' ते म्हणाले. ''थँक यू कर्नल.''

अधिकाऱ्याने त्याची ब्रीफकेस घेतली आणि ते खोलीतून बाहेर पडले.

''रोज एकच कहाणी,'' नोल्स पुटपुटले. त्यांनी रोझकडे बघितले. ''तुम्हाला काय वाटतं?''

राष्ट्रीय सुरक्षा सल्लागारांनी खांदे उडवले, ''या मोहिमेत दोन-चार टप्पे असतील. आणि आपण अजून पहिल्याच टप्प्यात आहोत. आपण हलक्या हाताने काम करायचं या धोरणाने वागत आहोत. आपल्याला त्या जंगलात जमिनीवरती सैन्याच्या तुकड्या पाठवायच्या नाहीत. मला वाटतं, या पद्धतीने काम फत्ते होईल; पण त्याला नक्कीच जास्त वेळ लागेल. याला पर्याय म्हणजे मोठ्या संख्येने जमिनीवर उतरवण्यासाठी तिथे तुकड्या पाठवणे. आणि हा पर्याय आपण सुरुवातीलाच बाद केला आहे.''

''सँड्रा या मोहिमेमुळे आपल्याबाबत काय जनमत होत आहे?''

''या टप्प्यावर'' रूईज केलरमन म्हणाल्या, ''या मोहिमेची ज्यांना माहिती आहे त्यांच्याकडून आपल्याला भक्कम पाठिंबा मिळत आहे. आपण तिथे गेलो याबद्दल लोकांना आनंदच आहे.''

''दाखवता येईल, अशी काही कामगिरी आपण केलेली नाही. याबद्दल त्यांना चिंता नाही का?''

'सध्यातरी नाही. जर आपल्या काही सैनिकांनी प्राण गमावले तर पूर्ण गोष्टच वेगळी होईल.'

''तसं होऊ नये याचसाठी ही व्यूहरचना आपण निवडली आहे,'' रोझ म्हणाले.

''गॅरी, मध्यावधी निवडणुकींपूर्वी शत्रूची काही प्रेतं हाती लागणार नाहीत असं तुम्ही म्हणताय का?''

''मध्यावधी निवडणुका अजून फक्त चार आठवड्यांनी आहेत. आपल्याला लक्षणीय यश मिळण्यासाठी त्यापेक्षा जास्त काळ जावा लागेल. त्यामुळे तोपर्यंत काही प्रेतं हाती येणार नाहीत, असं कदाचित होऊ शकेल.''

राष्ट्राध्यक्षांनी अब्राहम्स यांच्याकडे बघितले.

''मला नाही वाटत तो मोठा प्रश्न आहे,'' अब्राहम्स म्हणाले, ''आपण तिथे गेलो आहोत हे लोकांना आवडलेलं आहे, त्यामुळे आपल्याला पाठिंबा मिळत आहे. सध्या सर्व सुरळीत आणि स्थिर आहे आणि मध्यावधी निवडणुकींमधून आपल्याला आवश्यक तितक्या जागा मिळतील असं दिसतंय. तुम्हाला पटतंय का सँड्रा?''

रुईज केलरमन यांनी संमती दाखवली. ''जर उद्या निवडणुका झाल्या तर आपल्याला सेनेटच्या साठ जागा मिळतील. कदाचित एकसष्ट. हाउसमध्ये आपलं बहुमत दहा ते वीसने वाढेल.''

''म्हणजे हे कमी जोखीम असलेलं धोरण आहे,'' अब्राहम्स म्हणाले. 'एलआरएचे खूप लोक मेले तर आपल्याला थोडा जास्त पाठिंबा मिळेल; पण

अमेरिकेचे दोन-चार लोक ठार झाले तर आपण खूप मोठ्या प्रमाणात पाठिंबा गमावून बसू. जोखीम आणि फायदा यांचं प्रमाण बघता जोखीम घेण्यात अर्थ नाही. त्यामुळे गॅरी म्हणताहेत तीच व्यूहरचना आपण वापरू. मानवरहित विमान – त्यात जोखीम नाही. प्रेसच्या ज्या अपेक्षा आहेत, त्या कमी करणे आवश्यक आहे आणि त्या दृष्टीने आपण सुरुवात करायला हवी. शत्रूला एका जागी खिळवून ठेवणे, नागरी वस्तीतील लोकांची सुरक्षितता अशा गोष्टींविषयी आपण बोलायला लागलं पाहिजे. त्यांचा जिंकण्यासाठी वापर करू. मानवतावादी पैलूवर जोर देऊ. आपण काही साध्य करतोय अशासारखी लोकांना सुखवणारी भावना निर्माण करू.''

''हे इतकं रोमांचक वाटत नाही,'' डेवलीन म्हणाल्या.

अब्राहम्सनी मॉसकडे नजर वळविली. ''हे रोमांचक वाटेल असं आपण करू शकतो, बरोबर डीन मॉस?''

प्रेस सेक्रेटरी हसले.

नोल्स यांनी होकारार्थी मान हलविली. ''ओ. के. सँड्रा, तुम्हाला हे बरोबर वाटतंय?''

''होय. मला वाटतं हे बरोबर आहे.''

''ओ. के.'' राष्ट्राध्यक्ष म्हणाले. तो विषय त्या दिवसाच्या बैठकीपुरता तरी संपला होता. ''रॉबर्टा इतर काही विषय आहेत?''

''इमर्जन्सी रिलीफ विधेयकाबाबत आपली भूमिका काय ते आपण बोलायला हवे,'' डेवलीन म्हणाल्या. ''काल रात्री न्यू ओर्लियन इथे सेनेटर हॉचकिस यांनी एक भाषण केलं. या विधेयकात आपण जी विनियोगाची वाढीव तरतूद केली आहे, त्या विरोधात ते बोलले.''

डॉन हॉचकिस हे नोल्स यांच्या मार्गातील काटा बनत होते. ते उजव्या विचारसरणीच्या बाजूचे, परंपरागत, रूढीवादी सेनेटर होते. टेक्सास हा त्यांचा मतदार संघ होता. दोन वर्षांत रिपब्लिकन पक्षाचे राष्ट्राध्यक्षपदाचे उमेदवार जाहीर होणार होते आणि त्याकरता आपले नाव जाहीर करणे, फक्त बाकी ठेवून इतर जे काही करता येईल, ते सगळे ते करत होते. ते प्रत्यक्ष उमेदवारी जाहीर करतील का, हे मध्यावधी निवडणुकीच्या परिणामावर ठरले असते. नोल्स यांना प्रथम फेरीत ज्या प्रतिस्पर्धी उमेदवारांचा सामना करावा लागला होता, त्यातील हॉचकिस हे सर्वांत विश्वसनीय नाव होते. अगदी मिच्च मोयनिहान यांचे नावही हॉचकिस यांच्यानंतरच आले असते. स्वत:च्या पक्षातून गंभीर आव्हानाला तोंड द्यावे लागावे अशी नोल्स यांची इच्छा नव्हती.

''या माणसाच्या आपण मागे लागलं पाहिजे.'' अब्राहम्स म्हणाले. ''म्हणजे खरोखर आपण त्यांच्या मागे हात धुवून लागायला पाहिजे असं म्हणतोय मी.''

"हॉचकिस या विधेयकाबाबत आणखी तीन किंवा चार सेनेटरना त्यांच्याबरोबर घेऊ शकतील." डेवलीन म्हणाल्या. "दुसरं कोणी असतं, तर मी इतकी काळजी केली नसती."

अब्राहम्सनी राष्ट्राध्यक्षांकडे बघितले. "हॉचकिसला आपण पिंजऱ्यातल्या त्याच्या कोपऱ्यात अडकवून ठेवायला पाहिजे आणि दोन वर्षे तो तिथेच बसून राहील याचा बंदोबस्त केला पाहिजे. मी बघतो, काय करता येईल, ते." ते म्हणाले.

नोल्स यांनी संमतीदर्शक मान हलविली. त्यांनी त्यांच्या घडाळ्याकडे पाहिले. "आणखी काही? दुपारी मी कुठे आहे? अलाबामा?"

"कोलोरॅडो," डेवलीन म्हणाल्या.

नोल्स यांनी स्मित केले. प्रचार मोहिमांवर जाणे त्यांना आवडायचे आणि विशेषत: त्यांच्या बाजूने मत खूप अनुकूल असायचे, तेव्हा तर त्यांना ते खूपच आवडायचे. मध्यावधी निवडणुका सत्तावीस दिवसांवर आल्या होत्या आणि त्यांच्या नियोजित कार्यक्रमांप्रमाणे त्यातील कमीतकमी अठरा दिवस ते वॉशिंग्टनबाहेर असणार होते. टॉम नोल्स लोकप्रिय राष्ट्राध्यक्ष होते. निवडणुकीतील उमेदवारांना ते आपल्या सभांत हवे असत आणि या निवडणुकांत नोल्स यांचेही बरेच काही पणाला लागत असल्याने आपले उमेदवार जिंकून यावेत म्हणून वेळ खर्च करायची त्यांची तयारी होती. कोलोरॅडोमध्ये रिपब्लिकन उमेदवारासमोर एक तुल्यबळ उमेदवार उभा होता आणि तेथील लढत अटीतटीची होती. डेन्वर इथे एका सभेत आपल्या पक्षाच्या उमेदवारासह नोल्स भाषण करणार होते.

"फर्स्ट लेडी म्हणजे राष्ट्राध्यक्षांच्या पत्नी माझ्याबरोबर येत आहेत का?" त्यांनी विचारले.

"नाही सर. या शनिवारी आयोवा इथे त्या तुमच्याबरोबर असतील."

"ओ. के. जोशने भाषण तयार केलं आहे का?"

एड अब्राहम्सने स्मित केले. "त्यावर किती काम करावं लागतं?"

नोल्स मोकळेपणाने हसले. त्यांचा पाठिंबा असलेल्या प्रत्येक उमेदवारासाठी ते एक ठरावीक भाषण करत. भाषणात प्रथम उमेदवाराबद्दल एक साधा परिच्छेद असायचा. उमेदवाराच्या प्रचार व्यवस्थापकाने दिलेल्या माहितीवर आधारित हा परिच्छेद, त्यांचे भाषण लिहिणारा जोश बेन्टनर तयार करायचा. भाषणाच्या मुख्य भागात नोल्स यांच्या राष्ट्राध्यक्षपदाच्या कारकिर्दीवर फोकस असायचा. हा भाग प्रत्येक वेळी सारखाच असायचा. त्यात शेवटी उमेदवाराच्या राज्याला त्यांच्या प्रशासनामुळे किती फायदा झाला आहे, याचा उल्लेख असायचा. शेवटी ते पुन्हा उमेदवाराला पाठिंबा देणारे शब्द बोलत.

नोल्स यांच्याकडे सांगण्यासारखी चांगली कहाणी होती आणि उभे राहून ती

सांगताना त्यांना आनंद होत असे. त्यांची राष्ट्राध्यक्षपदाची पहिली दोन वर्षे खूप छान गेली होती. आर्थिक संकट पुन्हा येईल असे चित्र दिसत नव्हते. राज्या-राज्याप्रमाणे तपशिलात थोडा फार बदल होई; पण भाषणातील संदेश नेहमी एकच असायचा. विश्वसार्हता, सचोटी, स्थैर्य, देखरेख. क्रॅशच्या भीतीविरहित समृद्धी आणि विकास.

"आपलं काम आटोपलं का?"

"बहुतेक सगळं झालं आहे." डेवलीन त्यांच्या टॅबलेटच्या स्क्रीनकडे बघत म्हणाल्या. "स्टिकलँड यांनी त्यांचा त्रैमासिक अहवाल काल दिला त्यावर आपण चर्चा केली पाहिजे."

नोल्स यांनी त्यांचे आर्थिक सल्लागार मार्टी पेरेझ यांच्याकडे बघितले.

"विशेष काही नाही," पेरेझ म्हणाले, "हस्तक्षेप करण्यासाठी ते कसे तयार आहेत याबाबत ते बोलले."

"आपल्याला तेच हवं आहे, बरोबर?"

"होय. प्रश्नोत्तरादरम्यान ते त्यावर जरा जास्तच जोर देत राहिले. ते कसे आहेत तुम्हाला माहीत आहे. कौशल्याने बोलायचं, भाषा योग्य तऱ्हेने वापरायची याची तर त्यांना जाणीवच नाही आणि वर्तमानपत्रंही त्यांचं बोलणं म्हणजे धर्मग्रंथच समजतात. त्यांना संवाद साधणं जमत नाही हे खरंच."

"तुम्हाला काय वाटतं त्यांची फेरनियुक्ती करायला हवी का?"

खोलीतील सगळ्यांनी एकमेकांकडे बघितले. नोल्स यांनी हा प्रश्न काहीशा खोडकरपणे विचारला होता. फेडचे अध्यक्षपद या पदाची मार्टी पेरेझ यांना स्वत:ला अभिलाषा होती, हे त्यांना माहीत होते. स्टिकलँड यांचा कालावधी अजून दोन वर्षे बाकी होता. टॉम नोल्स यांच्या मते स्टिकलँड उत्तम काम करत होते. अर्थात प्रत्येक जण त्यांच्या संवादशैलीबद्दल तक्रार करत होता, ती गोष्ट वेगळी. वैयक्तिकरित्या त्यांना स्टिकलँड ताठर, पाल्हाळीक असल्याचे आढळले होते आणि त्यांचे त्या माणसाबरोबर काही वैयक्तिक सूर जुळलेले नव्हते. पण जोपर्यंत अर्थव्यवस्था सुरळीत सुरू होती, तोपर्यंत त्याची काहीच हरकत नव्हती.

"मला वाटतं त्यांना चांगलं संभाषण करणं कधीच जमू शकणार नाही." पेरेझ शेवटी म्हणाले.

"ती गोष्ट आपला सगळ्यांना माहीत आहे," एड अब्राहम्स म्हणाले. "त्यांच्या कालच्या निवेदनामुळे आपल्यासमोर काही प्रश्न निर्माण झाले आहेत की तसं काही नाही?"

पेरेझ यांनी नकारार्थी मान हलवली. "नाही. त्यानंतर मार्केटमध्ये थोडी विक्री झाली इतकंच. काही लोकांनी आपल्याकडेच शेअर्स विकले. बस्स!"

१०

ते नाव त्यांच्या नजरेत भरले. ते नाव त्यांनी नुकतेच यादीत बघितलेले होते हे त्यांना माहीत होतं आणि अपेक्षा नसताना ते नाव यादीत आले होते. आणि आता पुन्हा ते नाव समोर दिसत होते – फिडेलियन बँक.

सॅमी होर्विट्झ हे फेडरल रिझर्व्हच्या न्यू यॉर्क शहरातील शाखेतील तरुण अधिकारी होते. फेडच्या बँक सुपरव्हिजन विभागात बँकांवर देखरेख ठेवण्याच्या विभागात ते काम करत होते. पाच टक्के यादी असे ज्याला म्हटले जायचे, त्यावर लक्ष ठेवणे, हा त्यांच्या कामाचा एक भाग होता. न्यू यॉर्क स्टॉक एक्सचेंजवर नोंदणी झालेल्या सर्व बँकांची किंवा बँक होल्डिंग कंपन्यांची भावातील चढउतार एका स्प्रेडशीटमध्ये रोज दिली जायची. स्प्रेडशीट म्हणजे संगणकातील एक फाइल. न्यू यॉर्क फेड फिडेलियन बँकेसारख्या इन्व्हेंस्टमेंट बँकेचे नियमन करत नव्हती; पण तरीही त्या यादीत फिडेलियनसारख्या बँकेचा समावेश होता. कारण अशा बँकेच्या भावातील चढउतारांचा फेडच्या नियंत्रणाखाली असलेल्या बँकांवर परिणाम होऊ शकला असता. ज्या शेअरचे भाव पाच टक्क्यांपेक्षा अधिक वर गेले किंवा खाली आले किंवा बँकिंग क्षेत्रातील जो सरासरी चढउतार होता त्यापेक्षा जास्त चढउतार ज्या बँकांच्या भावात झालेला होता, असे शेअर्स तिथे ठळकपणे दाखवले जात. भाव वर गेला असेल, तर निळ्या रंगात आणि खाली आला असेल, तर लाल रंगात. रॉन स्टिकलँड यांनी सेनेटच्या बँकिंग समितीसमोर अहवाल सादर केल्यानंतर तीन दिवसांनी फिडेलियन लाल रंगात दाखवलेली होती. होर्विट्झना दिसत होते की, स्प्रेडशीटमध्ये गेले दोन दिवससुद्धा ती लाल रंगातच दाखविलेली होती.

या पाच टक्के यादीबाबत एकच समस्या होती. जरुरीपेक्षा जास्त भावात होणारी चढउतार ही जरी स्पष्टपणे ओळखता येत असली तरी त्याबाबत कोणी काय करावे, याचे मात्र कोणतेच नियम नव्हते. बँक सुस्थितीत आहे की नाही ह्याची खूण पटविणारी जी अनेक लक्षणे होती, त्यातील त्या बँकेच्या शेअरचा

भाव हे एक लक्षण होते. त्यामुळे बँकेबद्दल मार्केटचा काय दृष्टिकोन आहे ते त्यातून कळत असे. एखादा दिवस एखाद्या बँकेच्या शेअरमध्ये पाच टक्के चढउतार झाला तर फेडकडे त्या बँकेबाबत जी माहिती आधीच होती, त्यानुसार असा चढउतार होणे अपेक्षितच होते. उलट असा चढउतार झाला नसता तर ते नवल मानले गेले असते. इतर वेळी एकदम अचानक चढउतार व्हायचा आणि त्याचा असा अर्थ निघू शकायचा की, जे फेडच्या नियामक अधिकाऱ्यांना माहीत नाही असे काहीतरी मार्केटला खरोखर माहीत आहे. ही मात्र एक काळजीची बाब होती. पण बहुधा अशीही शक्यता असायची, मार्केटला वाटायचे त्याला काहीतरी माहीत आहे आणि प्रत्यक्षात त्यांना काहीच माहीत नसायचे. आणि काही विशेष बाबही नसायची.

सॅमी होर्विट्झ यांना फिडेलियन बँकेबद्दल अर्थातच थोडीफार माहिती होती. आर्थिक संकटांच्या काळात या इन्व्हेस्टमेंट बँकेची अतिशय वेगाने वाढ झाली होती आणि आशियाई मार्केटमध्ये त्यांचे खूप फ्रँचाईसी होते. पण इतकी माहिती पुरेशी नव्हती. आणखी माहिती मिळवणे, हे त्यांचे काम होते.

पहिल्यांदा त्यांनी ब्लूमबर्ग या शेअरच्या भावांची नोंद ठेवणाऱ्या सॉफ्टवेअरमधून फिडेलियनच्या भावाचा इतिहास बघितला. एक वर्षापर्यंत ते मागे गेले तेव्हा त्यांना दिसले भाव बऱ्यापैकी स्थिर होते. साधारण एका सरळ रेषेत आलेख जात आहे. पूर्ण बँकिंग सेक्टरचा विचार केला, तर फिडेलियन बँकेच्या शेअरच्या भावाची कामगिरी त्यामानाने काहीशी कमी होती. पण खास दखल घ्यावी असा चढउतार झालेला नव्हता. मात्र गेल्या काही दिवसांत भाव बरेच खाली आलेले होते. फेडच्या अंतर्गत सिस्टीममधून त्यांनी फिडेलियनची फाइल डाउनलोड केली. तसेच सिक्युरीटीज अँड एक्सचेंज कमिशनच्या वेबसाइटवरून कंपनीने जी अद्ययावत माहिती फाइल केली होती, तीही डाउनलोड केली. दोन्हीवर त्यांनी भरभर नजर फिरवली. धोकादायक बँकांवर नजर ठेवण्यासाठी जी यादी होती त्यात फिडेलियनचे नाव नव्हते. बँकांचे भांडवलाचे प्रमाण आणि इतर महत्त्वाचे वित्तीय निकष पुरेसे समाधानकारक होते. सॅमनी एसइसीमधील त्यांच्या समकक्ष अधिकाऱ्याला फोन केला. आणि त्यांना काही माहिती आहे का ते विचारले. 'काळजीचे काहीही कारण असल्याचे त्यांना माहिती नाही' असे उत्तर सॅमना पलीकडून मिळाले. मग त्यांनी फिडेलियनची बेवसाइट ओपन केली आणि तिथे गुंतवणूकदारांसाठी 'माहिती' हा जो विभाग असतो तिथे शोध घेतला, ज्यामुळे त्यांच्या शेअर्सचे भाव घसरावेत असे एखादे जाहीर निवेदन बँकेने मागच्या एक-दोन आठवड्यांत केले होते का, याचा शोध घेतला. पण असे काहीही निवेदन तिथे नव्हते. मग वर्तमानपत्रांनी बँकेबाबत काही लेख आणि विश्लेषण दिलेले

आहे का ते बघितले; पण तिथेही त्यांच्या हाती काही लागले नाही.

यादीत नाव आढळल्यानंतर एका तासानेही सॅमी हार्वीटसला फिडेलियन बँकेच्या शेअर्सचे भाव खाली का येत होते, याविषयी काहीही कल्पना नव्हती. त्या दिवशी नंतर मग त्याचा उल्लेख त्यांनी त्यांची बॉस सिंडी मूरकडे केला. फिडेलियनबाबत काही समस्या आहेत अशा अफवा त्यांनी ऐकलेल्या नव्हत्या.

''ट्रेडिंगचा व्हॉल्यूम काय आहे? खूप मोठ्या प्रमाणात खरेदी विक्री होतेय का?'' मूरनी विचारले.

''सर्वसाधारणच'' होर्विटझने त्याचा आधीच विचार केला होता. त्या शेअरमध्ये खरेदी-विक्रीचे अत्यंत कमी व्यवहार होत असतील, तर दोन-चार आडव्या-तिडव्या ट्रेडमुळे सुद्धा भावात खूप मोठा फरक पडू शकतो.

''त्याच्यावर लक्ष ठेव,'' मूर म्हणाल्या.

होर्विटझने दिवसाच्या अखेरीला भाव बघितला. तो आणखी एक-दोन टक्क्यांनी खाली गेला होता. दुसऱ्या दिवशी शुक्रवारी फिडेलियनचा भाव खाली येत राहिला. त्यामुळे त्या आठवड्यात भाव जवळपास १५ टक्क्यांनी खाली आला.

होर्विटझने त्याच्या बॉसकडे पुन्हा हा विषय काढला.

त्या दुपारी सिंडी मूर यांनी ज्यो मॅन्सीनींना फोन केला. ज्यो हे न्यू यॉर्क स्टॉकएक्सचेंजचे मार्केट सर्व्हायलन्सचे प्रमुख होते. मार्केटमध्ये काही गैरव्यवहार तर होत नाही ना यावर लक्ष ठेवणे हे त्यांच्या विभागाचे काम होते. फिडेलियनबद्दल काही माहीत आहे का असे मूरनी त्यांना विचारले. मॅन्सीनी यांनी त्यांना ''पुन्हा फोन करून माहिती देईन.'' असे सांगितले. त्यांनी सोमवारी फोन केला. फिडेलियनचा भाव आणखी घसरला होता.

''त्यात काही अनियमितता आहे असे आम्हाला आढळत नाही,'' मॅन्सीनी म्हणाले.

''मागच्या आठवड्यात तो जवळपास २० टक्क्यांनी खाली आला आहे.''

''उघड आहे. काही लोकांना ती बँक बेकार वाटते. मार्केटमध्ये असं चालायचंच. तुम्ही त्याबाबत काय करणार आहात?''

''कोणी मुद्दाम ठरवून शॉर्ट करतंय असं तुम्हाला वाटत नाही का?''

''बहुधा करतंय. सिंडी ऐका, पूर्ण बँकिंग क्षेत्रच थोडं खाली आहे.''

''त्याबाबत लोक काय बोलत आहेत?''

''तुमच्या अध्यक्षांनी – फेडच्या अध्यक्षांनी मार्केट खाली घसरवलं. ते जेव्हा कॅपिटल हिलवरती तसं काहीतरी बोलतात तेव्हा दुसरं काय होणार?''

''ते तसं काही बोलले नाहीत. काय बोलले ते?''

''मी काय बोलू? पूर्ण सेक्टरच थोडं खाली आलं आहे, त्यामुळे त्यातील

एक-दोन साहजिकच जास्त खाली येतील. आणि मिस्टर स्टिकलँड यांचं ते विद्वत्तापूर्ण विधान सोडलं, तर पंधरवड्यापूर्वी जी परिस्थिती होती तीच आता कायम आहे. निदान काही बदल झालेला मला तरी आढळला नाही.''

''कोण विक्री करतंय, तुम्हाला माहीत आहे का?''

मॅन्सीनी हसले. ''आम्ही त्याच्यावर लक्ष ठेवू.'' ते म्हणाले.

नंतर मूरना मॅन्सीनीकडून आणखी एक फोन आला. त्यांनी सांगितले एक-दोन बँका भांडवल उभारण्यासाठी पुढच्या काही आठवड्यांत मार्केटमध्ये येतील अशी अफवा आहे आणि या बँका कोणत्या असतील, यावर लोक बेट घेत आहेत.

''आणि फिडेलियन त्यापैकी एक आहे?'' मूरनी विचारले.

''आकडेवारी बघून तोच माझा अंदाज आहे. शॉर्टेड शेअर्सची त्यांची टक्केवारी वर गेली आहे. पण ती एक अफवा आहे. आज फिडेलियनचं नाव आहे उद्या आणखी कोणाचं असेल.''

''आणि तुम्हाला वाटतं हे सगळं कायदेशीर आहे?''

''त्यांना बेट लावायची परवानगी आहे. मार्केटमध्ये तेच काम चालतं, सिंडी. मार्केट असंच करतं.''

मूरनी भुवया उंचावल्या. लहान मुलाला सूचना देऊन जगाची रीत शिकवावी, तसे मॅन्सीनी यांना 'मार्केट असंच करतं' म्हणण्याची सवय होती. त्यांना वाटायचं की, फेडमधील प्रत्येक जण फक्त पुस्तकी विद्वान आहे आणि मार्केट कशाप्रकारे चालते याची तिथे कोणाला कल्पना नाही आणि त्यांच्या मते फेडमधील एखाद्या माणसापेक्षा जास्त वाईट गोष्ट म्हणजे फेडमधील स्त्री. मूर यांच्याबरोबर मॅन्सीनी बोलत, तेव्हा प्रत्येक वेळी मूरना त्यातून त्यांच्या अहंमन्यतेचा दर्प जाणवायचा.

''ज्यो, जर तिथं काही घडत असेल, तर आपल्याला ते लगेच थांबवायला हवं.''

''काही म्हणजे काय? कशासारखं?''

''ही एखादी काही जणांनी एकत्र येऊन केलेली कृती आहे का?''

''म्हणजे मंदीवाल्यांचा तडाखा?'' मॅन्सीनी गालातल्या गालात हसले. ''असं बघा त्या शॉर्ट केल्या जातात. बरोबर? पण त्याचा अर्थ हा नाही की मंदीवाले ठरवून तडाखा देत आहेत,''

''मला हे विनोदी वाटत नाही. मंदीवाल्यांनी विळखा घातला नाही, हे तुम्ही खात्रीने सांगू शकाल का? तुम्ही खात्रीने सांगू शकाल का की, तिथे काही वेगळा प्रकार होत नाही?'' मूरनी विचारले.

''मला जे सांगता येईल, तेच मी तुम्हाला सांगू शकतो.'' मॅन्सीनी यांचा आवाज आता चिडखोर झाला होता. ''जर काही बेकायदेशीर आम्हाला दिसलं तर मी त्याबाबत काही कारवाई करेन याची अगदी खात्री बाळगा. तुमच्या

सांगण्याची वाट बघत मी थांबणार नाही!''

''मला तीच आशा आहे.''

''पण तुम्हाला माहीत आहे. मला आधी काही पुरावा मिळायला हवा. मागच्या वेळेस मी बघितलं तेव्हा हे अजूनही एक खुलं मार्केट होतं. शासन त्यात वाजवीपेक्षा जास्त हस्तक्षेप करत नाही. ते बेट घेत आहेत, सिंडी, ओ. के? भांडवल उभारण्यासाठी मार्केटमध्ये कोण येईल, यावर ते बेट घेत आहेत. हे वर्ष मार्केटमधील गुंतवणूकदारांसाठी छान होतं. त्यातील काही जणांना थोडासा फायदा वसूल करावासा वाटेल. प्रोफेसर स्टिकलँड जेव्हा पार्टी संपली आहे सांगतात आणि ह्या लोकांना ते ऐकू जातं आणि मार्केट थोडं डुगडुगतंय असं त्यांना दिसतं तेव्हा ते म्हणतात की, फायदा वसूल करण्याची हीच वेळ आहे. स्टिकलँडना बबलचा फुगा फोडण्यासाठीच नेमलं आहे, बरोबर? त्यांना भीती वाटते, ते हीच कारवाई करतील.'' सिंडी क्षणभर काही बोलल्या नाहीत, मग त्यांनी विचारले, ''ह्या अफवा तुम्हाला कुठे ऐकायला मिळाल्या?''

''ओह, सिंडी! फक्त काहीतरी त्यांना ऐकू येतंय इतकंच. मार्केटच्या काम करण्याच्या पद्धतीविषयी तुम्ही थोडी अधिक माहिती ठेवायलाच हवी, असं मला वाटतं. इथं मार्केटमध्ये रोजच काहीना काही अफवा असतात.''

''तुम्हाला त्याविषयी आणखी जास्त माहिती आहे का?'' टोमण्याकडे दुर्लक्ष करत मूर यांनी विचारले.

''नाही. शपथेवर सांगतो, मला आणखी माहिती नाही. आज ही अफवा आहे, उद्या दुसरी कुठली असेल. थोडी नफा वसुली होत आहे, त्यामुळे स्थिती थोडी जास्त वाईट असल्यासारखं दिसतंय.'' मूर शांत राहिल्या.

''असं काय करताय, सिंडी. खाली सापाचं बिळ असल्यासारखं ते आहे. तुम्ही स्वस्थ बसून रहा आणि करायची आहे तेवढी वळवळ त्यांना करू द्या. त्यांची मजा बघा. एकमेकांना ते कसे गिळून टाकतायत बघा आणि तुम्ही तिथं त्यांच्याबरोबर नाही आहात यासाठी देवाचे आभार माना.''

''हूं'' मूर म्हणाल्या. ''थँक्स.'' त्यांनी फोन खाली ठेवला. मॅन्सीनी यांचे म्हणणे कदाचित बरोबर होते, पण त्यांनी म्हटल्याप्रमाणे सापांचे वळवळणे केवळ बघत राहणे, ह्यासाठी त्यांना पगार दिला जात नव्हता. त्यापेक्षा जास्त सजग राहणे, हा त्यांच्या कर्तव्याचा भाग होता. आणि त्यांना वाटत होते मॅन्सीनी जरा जास्त बेफिकिरी दाखवत होते. मार्केटमधील अफरातफरी शोधून काढण्यासाठी त्यांना पगार दिला जात होता; पण कोणत्याही ठरावीक पद्धतीने व्यवहार होत असतील तर त्यांना ते मार्केटमधील नेहमीचे व्यवहार ठरवून मोकळे होत होते. घोडा पळून गेल्यानंतर मग धावत येणाऱ्या नियामक अधिकाऱ्यासारखे ज्यो

मॅन्सीनी आहेत असे त्यांना नेहमीच वाटायचे.

त्या ही बाब एवढ्यावरच सोडून देणार नव्हत्या. फेडच्या न्यू यॉर्कमधील कार्यालयात त्या गेल्या चौदा वर्षांपासून काम करत होत्या. त्यामुळे २००८च्या घडामोडी त्यांनी अगदी जवळून बघितल्या होत्या. केवळ साप्ताहिक सुट्टीच्या दरम्यान बेअर स्टर्न्स कंपनी विकली गेल्याचे त्यांनी बघितले होते. लीमन ब्रदर्सचे दिवाळे निघाल्याचे बघितले होते आणि एआयजीचे अठ्ठेचाळीस तासांत राष्ट्रीयीकरण झाले होते, ते अठ्ठेचाळीस तास तर अंगावर काटा आणणारे होते. एकदा घडामोडी व्हायला सुरुवात झाली की, त्या भयानक वेगाने घडतात, हे त्यांना माहीत होते. हे प्रकरण उच्च पातळीवर नेणे आवश्यक होते. त्या त्यांच्या बॉसबरोबर बोलल्या. त्यांच्या बॉसनी हा विषय त्यांचे बॉस जेरी रॅबीन यांच्याकडे नेला. जेरी रॅबीन हे न्यू यॉर्क फेडचे अध्यक्ष होते. त्यांना व सिंडीच्या बॉसना फिडेलियनचे शेअर्स खाली येत आहेत याची माहिती आधीच होती. रॅबीन यांनी फिडेलियन बँकेचे सीईओ मुख्य कार्यकारी अधिकारी बिल कसलर यांना फोन लावला.

रॅबीन कसलरना ओळखत होते आणि ही ओळख घनिष्ठ होती. शेअर्सच्या भागाचे हे काय होतेय, हे त्यांनी कसलरना विचारले. कसलर म्हणाले की, त्यांना काही कल्पना नव्हती.

''बिल,'' रॅबीन म्हणाले, ''आम्हाला माहीत असायला हवं असं काही आहे का?''

''आम्ही नियमांप्रमाणे आवश्यक ती सर्व माहिती दिलेली आहे.''

''ती दिलेली नाही, असं मी म्हणत नाहीये.'' रॅबीन थोडा वेळ थांबले. बिल कसलर हे प्रामाणिक व सक्षम अधिकारी आहेत, असे त्यांचे मत होते व त्यांना त्यांच्याबद्दल आदर होता. ते पुढे म्हणाले, ''लोक तुमचे शेअर्स शॉर्ट करत आहेत बिल. ते तसं का करत आहेत?''

''मला कल्पना नाही.''

कसलर यांच्या स्वरातून रॅबीन यांना काही अंदाज येत नव्हता. बिल यांचा आवाज नेहमीपेक्षा जरा जास्त औपचारिक आणि ताठर वाटत होता.

''बिल, जर तुमच्याकडे काही सांगण्यासारखे असेल, तर कृपा करून ते लवकर सांगा.''

तिथे शांतता होती.

रॅबीनना उत्तर हवे होते.

''बिल?''

''जेरी,'' कसलर म्हणाले, ''तुम्हाला सांगण्यासारखं माझ्याकडे काहीच नाही.''

११

टोनी इवानगेलोऊ मोठ्याने हसले, ''एड, तू वेडा आहेस,'' ते म्हणाले.

एड ग्रे यांनी छद्‌मी हास्य केले. ''ट्रेड आता क्लोज करून टाकू असं तू म्हणतोयस?''

''होय, मी म्हणतोय आपण ट्रेड आता क्लोज करून टाकू. आपण शेअर्स विकत घेऊ आणि उसने घेतलेले परत करू. हा व्यवहार क्लोज करून टाकू आणि या आंधळ्या बेटमध्ये आपल्याला किंचित का होईना फायदा झाला, यातच समाधान मानू.''

निराश झाल्याचा खोटा भाव आणत ग्रे यांनी इवानगेलोऊ यांच्याकडे बघितले. ''टोनी मला तुझ्याकडून यापेक्षा जास्त अपेक्षा होती.''

''नक्कीच होती.''

ग्रे, बोरीस मालेवस्कीकडे वळले, ''आता आपण ट्रेड क्लोज केला, तर आपल्याला किती फायदा मिळेल?''

''३.१० कोटी.''

''आणि त्यापैकी तुला किती मिळतील?''

''सोळा लाख,'' मालेवस्की म्हणाला, ''पाच टक्के बरोबर?''

''राउंड अप करून सांगतोयस.'' ग्रे हसले. ''का नाही? तुला कधी सोळा लाखाचा बोनस मिळाला होता का?''

मालेवस्कीने नकारार्थी मान डोलावली.

''मग तुझी काय करायची इच्छा आहे? सोळा लाख तुला हवे आहेत?''

''दुप्पट किंवा शून्य.'' इवानगेलोऊ म्हणाले. ''यात तोटा झाला तर मालेवस्की तू अजूनही नोकरी गमावशील.''

''ते खरं आहे.'' ग्रे म्हणाले ''हूं, बोरीस, तुझा काय विचार आहे?''

मालेवस्कीने थोडा विचार केला. मग तो म्हणाला, ''मला वाटतं आणखी फायदा मिळू शकेल.''

"खरंच? कसं काय?" ग्रे म्हणाले.

"फिडेलियन रोकड उभारण्यासाठी मार्केटमध्ये येणार आहे आणि मार्केटला अजूनही त्याची माहिती नाही."

"मार्केटने त्याचा भाव वीस टक्क्यांनी खाली आणला आहे आणि स्टिकलँडचे भाषण आणि आपली स्वत:ची छान कारागिरी याशिवाय त्यामागे कोणतंही कारण नाही," इवानगेलोऊ म्हणाले. "वीस टक्के. त्यावरून फिडेलियनला किती भांडवल उभारावं लागेल, हे सांगता येईल. तो हिशेब तू केला आहेस का बोरीस?"

"नऊशे कोटी."

"वीस टक्के भाव खाली येणं याचा अर्थ त्यांना नऊशे कोटी भांडवल उभारायचं आहे असा होतोय?"

"बरोबर."

"ही खूप मोठी रक्कम झाली. हास्यास्पद वाटतं. इतकं मोठं भांडवल उभारण्यासाठी ते मार्केटमध्ये येणार नाहीयेत."

बोरीसने खांदे उडवले.

"एड आपण यामागे खरोखर काही संशोधन केलेलं नाही. यामागे ना कोणती कारणमिमांसा आहे ना...."

"आणि बोरीसने स्वत:साठी आताच सोळा लाख मिळवलेले आहेत. ही फक्त सुरुवात आहे. टोनी तुझा नऊशे कोटींचा मुद्दा मी लक्षात घेतो. ही रक्कम खूपच जास्त आहे. पण तोच मुद्दा आहे. हे सध्या तर्कसंगत वाटत नाही. पूर्ण सेक्टर हलत आहे, आपण वाघावर स्वार झालेलो आहोत आणि वाघावर स्वार झालेले असताना अगदी शेवटपर्यंत स्वार होऊन राहायचं असतं. त्यावरून चटकन उतरणं, ही खूप... खूप... खूप... मोठी चूक होईल."

"आपल्या बोज्यामुळे तो वाघ सपाट होत चाललाय. या वाघात आता ताकद राहिलेली नाही. दुसऱ्या क्षणी तो वळेल आणि आपण त्याच्या पाठीवर अजूनही बसलो आहोत म्हणून आपल्या ढुंगणाचा चावा घेईल."

"खरंय, ती शक्यता आहे," ग्रे उपरोधिक हसले. तुमचा ट्रेड तुम्हाला फायदा देत असेल, तर त्यात भर घालणे आणि आणखी फायदा वाढवत राहणे या पंथाचे ते होते. इवानगेलोऊ मात्र सावधगिरी बाळगणारे होते. ते फक्त आकडे विचारात घेत. भावना, वातावरण यांचा विचार करत नसत. ते अतिशय शिस्तबद्ध पद्धतीने काम करत. ठरवलेलं टार्गेट साध्य केलं की, तो नफा वसूल करायचा, अशा ट्रेडरपैकी ते एक होते. आणि ट्रेडमध्ये आणखी रक्कम पणाला लावावी यासाठी त्यांना नेहमीच धक्का द्यायला लागायचा; पण ग्रे यांना त्यांच्याबद्दल

आदर होता. त्यांची स्वत:ची प्रवृत्ती नेमकी याविरुद्ध होती आणि त्यामुळेच ही एक छान टीम झाली होती. वर्षातून एकदा किंवा दोनदा चालून येत असलेले फार मोठ्या बेटचे ट्रेड ते उत्तम रीतीने हाताळू शकत, ते त्यांच्यातील या परस्पर विरोधी प्रवृत्तीमुळेच.

ग्रे यांनी खुर्ची गर्रकन वळवली आणि ऑफिसच्या भिंतीवरील स्क्रीनकडे बघितले. त्यापैकी एकावर पूर्ण बँकिंग क्षेत्राचे भाव दाखवले जात होते. दुसऱ्या एका स्क्रीनवर फिडेलियनचे भाव दाखवले जात होते. मार्केटमधील भावातील चढउतार मागच्या आठवड्यात त्यांची अपेक्षा होती, त्यापेक्षा जास्त झाले होते. "तुला वाटतंय आपल्यामुळे मार्केटमध्ये ही हालचाल होत आहे? म्हणजे मी म्हणतो फिडेलियन कदाचित आपल्यामुळे खाली येईल. पण पूर्ण साला सेक्टर, त्याकडे बघ. आपण किती पैसे लावलेले आहेत?"

"वीस कोटी," इवानगेलोऊ म्हणाले.

"वीस कोटी," ग्रे पुटपुटले. त्यांनी आवाज करत कॉफीचा एक घोट घेतला. "हे काहीच नाही. क्षुल्लक रक्कम आहे."

"तू कोणाकोणाशी बोललास?" इवानगेलोऊ यांनी विचारले.

"दोन-तीन जणांबरोबर."

अफवांचे वंगण लावल्याशिवाय मार्केटची गाडी हलेल याची तुम्ही अपेक्षा करू शकत नाही. मार्केटच्या हालचालींत वेग निर्माण होण्यासाठी साहाय्य व्हावे त्यासाठी ग्रे त्यांच्या माहितीतील इतर अनेक डीआयव्ही बरोबर बोललेले होते. बोरीस मालेवस्कीने जो माहितीचा तुकडा दिला होता, त्याबद्दल अर्थातच त्यांनी कोणाला सांगितलेले नव्हते. तो सोन्याचा तुकडा फक्त आणि फक्त रेड रिव्हर करताच राखीव होता. पण अफवा सुरू करण्यासाठी तुमच्याकडे काय माहिती आहे ते उघड करण्याची तुम्हाला गरज नसते. फक्त ज्या नक्कीच पसरू शकतात अशा किंवा थोडा फेरफार असलेल्या तशाच प्रकारच्या अफवा यामुळे तुमचे नुकसान होणार नाही, याची मात्र सावधगिरी बाळगावी लागते. अगदी खूप जवळून ओळखणाऱ्या माणसांबरोबर तुम्ही बोललात तरी ते तुमचे मित्र नसतात. ते मार्केटमध्ये असतात ते फक्त पैसे मिळवण्यासाठी. मार्केटमध्ये जेव्हा कोणी एक कवडी मिळवतो तेव्हा दुसऱ्या कोणीतरी ती गमावलेली असते. ज्या रकमेचा एकाला फायदा होतो, तितकीच रक्कम दुसऱ्याला तोटा म्हणून स्वीकारावी लागते. तुम्ही कोणाहीवर विश्वास ठेवू शकत नाही. जर तुम्ही एक सिग्नल दिलात आणि कोणाला वाटले की, तुम्ही चुकीच्या दिशेने निघाला आहात तर तुम्हाला सर्वाधिक प्रोत्साहन देणारे तेच असतील आणि मग तेच तुमच्याविरुद्ध बेट लावून मार्केटला तुमचा गळा कापायला लावतील. तुमचे जितके जास्त रक्त गालिच्यावर

सांडेल तितके जास्त पैसे ते कमावतील.

"आणखी पण कोणीतरी पैसे लावलेले आहेत." ग्रे म्हणाले. इवानगेलोऊ यांनी संमतिदर्शक मान हलवली. "फक्त आपल्या वीस कोटींमुळे सेक्टर अशाप्रकारे खाली जाणार नाही."

"किती रक्कम असू शकेल? पन्नास कोटी?"

"ते अनेक गोष्टींवर अवलंबून आहे पण पन्नास कोटींमुळे हे घडण्याची सुरुवात होऊ शकते."

"कोण असेल आणखी पैसे लावणारे?" ग्रे यांनी या ट्रेडमध्ये आणखी कोण कोण सहभागी असू शकेल यावर विचार केला. आणखी किती लोक असू शकतील? त्यामुळे फरक पडत होता. खूप मोठी रक्कम पणाला लावणारा एकच मोठा खेळाडू असेल, तर ग्रे यांच्यासाठी तो धोका होता. कारण समजा, त्या खेळाडूने विरुद्ध पोझिशन घेऊन शेअर विकत घेणे सुरू केले, तर भाव वर जाणार आणि भाव खाली येतील अशी बेट घेतलेले सगळे जण – त्यात रेड रिव्हरही आली – ते सगळे वाहून जाणार. जर अनेक खेळाडू असतील, तर त्यातल्या वैयक्तिक एका खेळाडूकडे मात्र असे करण्याची ताकद नव्हती. त्या परिस्थितीत वीस कोटी लावणारी रेड रिव्हर ही प्रमुख खेळाडू ठरली असती.

"एड हा सगळा फेसाळ बुडबुडा आहे."

"शक्य आहे," ग्रे म्हणाले. शॉर्ट सेलर – भाव खाली येईल, अशी बेट घेणारे फक्त, खूप काळासाठी भाव खाली आणून ठेवू शकत नाहीत. त्यासाठी त्यांना दीर्घकालीन गुंतवणूकदारांचे साहाय्य आवश्यक असते. कारण भाव जर खूप खाली आले, तर एका पातळीवरती गुंतवणूकदारांना ते खरेदी करण्याइतके आकर्षक वाटतात, ते मग खरेदी सुरू करतात आणि त्यामुळे भाव झपाट्याने वर जातात.

"आपल्याला कमीतकमी आणखी वीस कोटी तरी लावावे लागतील," टोनी म्हणाले.

ग्रे यांनी होकारार्थी मान हलवली. कदाचित तितकेसुद्धा पुरेसे ठरले नसते. आणि जर मार्केट फिरले तर इतकी मोठी पोझिशन क्लोज करण्यासाठी आवश्यक असलेले शेअर्स खरेदी करता येणे शक्य झाले नसते. लिक्विडिटी म्हणजे शेअर उपलब्ध असण्याचा प्रश्न निर्माण झाला असता, हा मुद्दा तर इवानगेलोऊ यांनी चटकन लक्षात आणून दिला असता. मोठी पोझिशन क्लोज करण्यासाठी मिळेल तो प्रत्येक शेअर कोणीतरी खरेदी करायला बघत आहे, हे लोकांच्या लक्षात आल्यावर भाव खूप वाढले असते आणि चांगलीच धुलाई झाली असती. उसने घेऊन खालच्या भावात विकलेले शेअर्स परत करण्यासाठी ते खूप वरच्या भावात विकत घ्यावे लागले असते व तोटा सहन करावा लागला असता. या क्षणी जर

आणखी पैसे लावायचे असतील, तर मार्केट आणखी खाली जाईल असे वाटण्यासाठी तुमच्याकडे खूप सबळ, खूपच सबळ कारण असणे आवश्यक होते. आपण आणखी जास्त पैसे लावून शॉर्ट केले या एकाच कारणामुळे मार्केट खाली येईल, पण जर मार्केटला वाटत नसेल की, सेक्टर खाली यायला हवा, तर ते फार काळ खाली राहणार नाही. लोक खरेदी करायला सुरुवात करतील.

ग्रे यांनी मालेवस्कीकडे बघितले. ''तुला काय वाटतं बोरीस? तुला सोळा लाख मिळाले तर घेशील आणि घरी जाशील?''

मालेवस्कीने नकारार्थी मान हलवली.

''खरंच? यात तोटा झाला तर मी तुझ्या ढुंगणावर लाथ मारून तुला हाकलून देईन.''

बोरीस छद्‌मीपणे हसला.

''मला एक कारण सांग,'' ग्रे म्हणाले. ''तुला सोळा लाख का देऊ नयेत याचं मला एक कारण सांग.''

''माझ्याकडे दोन कारणं आहेत. एक म्हणजे नॅशनल प्रेस क्लबबरोबर उद्या स्टिकलँड बोलणार आहेत.''

इवानगेलोऊ यांनी भुवया उंचावल्या. ''पुन्हा ते –''

''दुसरं म्हणजे, लीमन ब्रदर्सचं दिवाळं वाजलं, त्या दिवशी मी सोळा वर्षांचा होतो.''

''तो तुझा वाढदिवस होता?'' इवानगेलोऊ म्हणाले. ''पण त्याचा याच्याशी काय संबंध आहे, ते मला कळत नाही.''

''तो माझा वाढदिवस नव्हता, पण वाढदिवस जसा लक्षात राहतो तसाच अगदी तो दिवसही लक्षात आहे.''

''कोणाच्या लक्षात राहणार नाही?''

''अगदी खरं आणि मला तर अर्थक्षेत्रातसुद्धा त्या वेळी काही रस नव्हता. त्या वेळी मी डॉक्टर व्हायचं ठरवलं होतं. पण लीमनचं दिवाळं वाजलं आणि प्रत्येकाला त्याबद्दल माहिती होती. अगदी मलासुद्धा. बोरीस मालेवस्की जो डॉक्टर होणार होता, *त्यालासुद्धा.* टाइम्सच्या वेबसाइटवर आज सकाळी मला काहीतरी इंटरेस्टिंग वाचायला मिळालं. एक मथळा. नवे लीमन आपल्याला मिळण्याच्या बेतात आपण आहोत का?''

''हो. हो. टाइम्स आता पूर्वीसारखा राहिलेला नाही, हे हास्यापद आहे.''

''कबूल. पण मला असं वाटतं यासारखी चर्चा स्टिकलँडना थांबवायची आहे. ती चर्चा ते पुढे जाऊच देणार नाहीत. आणि पूर्ण प्रशासनच अशी चर्चा होणार नाही यासाठी दक्ष असेल. त्यामुळे मला वाटतं बँकांविषयी स्टिकलँड खूप

खूप छान बोलतील. ते म्हणतील कुठेही काहीही गडबड नाही. नियम सगळे व्यवस्थित पाळले जात आहेत. यंत्रणा कणखर आहे, इत्यादी.''

''आणि मूलत: आपलाही त्यावर विश्वास आहे. त्यांचं म्हणणं योग्यच आहे. असा आपला विश्वास आहे,'' इवानगेलोऊ म्हणाले.

''बरोबर आणि स्टिकलँड असं म्हणतात तेव्हा आणि त्याचवेळेला जर टाइम्स विचारत आहे की नवे लीमन आपल्याला मिळाले आहे का, तर मला वाटतं स्टिकलँडना जो परिणाम साधायचा आहे त्याच्या नेमका विरुद्ध परिणाम साधला जाईल. लोक म्हणतील, छे फेड असं म्हणतंय तर मी बँकांचे शेअर विकून टाकेन.''

ग्रे मोठ्याने हसले.

''मी गंभीरपणे बोलतोय,'' मालेवस्की म्हणाला.

''ते मला माहीत आहे. मग ही गोष्ट स्टिकलँडला कळत नाही का? तो काही मूर्ख नाही. लीमनची त्याला सुद्धा तुझ्या इतकी आठवण असेल बोरीस.''

''मग ते दुसरं काय म्हणू शकतील? त्यांना काही मार्गच नाही. जर ते त्याविषयी गुळमुळीत बोलले तर लोकांना वाटेल, काहीतरी गडबड आहे. ते जर त्याविषयी बोललेच नाहीत, तर लोकांना वाटेल ते बेफिकीर आहेत.''

''मग त्यांनी अजिबातच बोलू नये.'' इवानगेलोऊ म्हणाले. ''उद्याची पत्रकार परिषद रद्द करावी.

''तुम्ही खरं बोलताय. त्यांनी परिषद रद्द करायला हवी; पण ती होणार हे आधीच जाहिर झालेलं आहे आणि त्याची बरीच प्रसिद्धी झालेली आहे. जर त्यांनी ती रद्द केली तर ते कसं दिसेल? दोन्ही बाजूंनी ते कोंडीत सापडलेले आहेत.''

ग्रेच्या कपाळावर आठ्या होत्या. ''एकूण बोरीस, तू काय म्हणतो आहेस की स्टिकलँड कोणत्याही परिस्थितीत मार्केटला शांत ठेवू शकत नाहीत.''

''नाही, जर मार्केट खाली येणार असेल तर ते त्याबाबत काही करू शकणार नाहीत. तिथे थोडी घबराट पसरलेली आहे. एकदम खाली कोसळलंय असं मी म्हणत नाही. मला अजूनही वाटतं मार्केट खाली येणार आहे. अगदी थोडं तरी खाली येणार आहे. मार्केट जरा जास्त प्रतिक्रिया व्यक्त करेल, पण घाबरगुंडी उडाली तर आणखी जास्त जोरात खाली येईल.''

इवानगेलोऊ रागाने गुरगुरले. ''हे सगळं अंदाजपंचे आहे. स्टिकलँड काय बोलतील, आणि काय बोलणार नाहीत....''

''पण बोरीस म्हणतोय स्टिकलँडनी काहीही म्हटलं तरी त्यामुळे मार्केट खाली येईल. चांगलं बोलले तरी आणि वाईट बोलले तरी. हा जोखीम नसलेला व्यवहार होईल टोनी.''

‘जर प्रत्येक जण घाबरून जाईल असं तुम्हाला वाटत असेल, तरच त्यात जोखीम नाही असं म्हणता येईल.’’

मार्केटमध्ये पूर्ण घाबरगुंडी उडेल आणि ते खाली घसरेल असे एड ग्रे यांना वाटत नव्हते. पण मागच्या काही दिवसांतील शेअर्सच्या भावातील हालचाली बघून त्यांना ते आवश्यकतेपेक्षा जास्त अस्थिर आहे, असे मात्र वाटत होते. प्रत्येकाला वाटत होते की, मार्केट खाली येण्याची वेळ झालेली आहे आणि प्रत्येक जण विचार करत होता, हीच ती वेळ आहे का! जर मार्केट खाली आले असते तर फेडचे अध्यक्ष आणि ट्रेझरीचे सेक्रेटरी यांच्या कार्यकाळात तसे पहिल्यांदाच घडले असते. त्यामुळे प्रत्येक जण जास्तच नाउमेद झाला असता.

‘एड,’ इवानगेलोऊ म्हणाले, ‘‘तू याच्यावरती बेट लावू शकतोस. परंतु ती ब्लाइंड बेट घेणं होईल. अंधारात उडी मारण्यासारखं ते आहे.’’

‘‘बोरीस?’’

‘‘स्टिकलँड काय म्हणणार आहेत, मला माहिती नाही. मार्केटचे समाधान होईल अशा तऱ्हेने बोलणं ही खूप कठीण जबाबदारी त्यांच्यावर आहे आणि त्यांना चांगला संवाद साधता येत नाही. तिथं उभं राहून बोलावं अशी खरी तर ती सर्वांत शेवटची व्यक्ती आहे. पण मला काय माहीत आहे, माझ्यापुरता विचार करायचा तर सध्या आता मला सोळा लाख मिळालेले आहेत; पण आपण अंदाज केला त्याप्रमाणे घडले तर जो फायदा होईल. त्यापुढे हे सोळा लाख काहीच नाहीत. जर आपण म्हणतोय तसं घडलं नाही, तर जे सोळा लाख माझे नव्हतेच – कधीच नव्हते – ते मी गमावेन आणि ही माझी दोन महिन्यांची नोकरी गमावेन.’’ त्याने खांदे उडवले आणि तो रशियन भाषेत काहीतरी म्हणाला.

‘‘तू आता जे रशियन भाषेत जे बोललास, त्याचा अर्थ काय?’’

‘‘फक इट!’’

ग्रे मोठ्यांदा हसले. मालेवस्कीमुळे त्यांना स्वत:चीच आठवण येत होती.

एड ग्रे यांनी भिंतीवरचे स्क्रीन निरखून बघितले. सहसा ते ट्रेड करत तेव्हा त्याला संशोधनाच्या किंवा संख्याशास्त्रीय मॉडेलचा आधार असायचा. पण या ट्रेडमागे त्यापैकी काहीही नव्हते. संशोधन किंवा संख्याशास्त्रीय मॉडेल यावर आधारित ट्रेड करणारे त्यांचे पोर्टफोलिओ मॅनेजर नेमके तसेच ट्रेड करत होते आणि त्यातून वार्षिक आठ किंवा दहा टक्के परतावा मिळेल याची हमी होती. कमी फायदा असलेला परंतु हमी असलेला हा व्यवहार फर्मला स्थैर्य मिळवून देत होता. परंतु भरमसाठ फायदा होईल, अशा खूप मोठ्या ट्रेडमध्ये अंत:प्रेरणेचा घटक नेहमीच असायचा. मनाच्या आवाजाला कौल लावूनच ते केले जात.

पण तो घटक या ट्रेडमध्ये होता, तितका जास्त नसायचा. सहसा जास्त

संशोधन झालेले असायचे आणि त्यामागे यापेक्षा बरा तर्कवाद असायचा. इवानगेलोऊ यांनी म्हटल्याप्रमाणे हे खरोखरच 'ब्लाइंड बेट' घेणे होते किंवा जवळपास पूर्ण ब्लाइंड बेट घेण्यासारखे. त्यांच्याकडे एक ठोस माहिती होती. फिडेलियन भांडवल उभारण्यासाठी मार्केटमध्ये येत आहे. पण शेअरच्या भावाच्या घसरणीमध्ये ही गोष्ट आता समाविष्ट झालेली होती. फिडेलियन नऊशे कोटींचे भांडवल उभारेल हे विचारात घेऊनच भाव इतका खाली आलेला होता आणि फिडेलियन जितके भांडवल उभारणार होती, त्यापेक्षा हा नऊशे कोटींचा आकडा जास्तच होता. बाकी भाव जो खाली आला होता तो फक्त भावनांमुळे!

या भावनांच्या खेळातही तुम्ही प्रचंड पैसे मिळवू शकता, अट एवढीच असते की, तुम्ही स्वत: त्या भावनांचा गुलाम होण्याची चूक करता कामा नये.

समजा, त्यांनी आणखीन पैसे लावून एकूण पन्नास कोटीपर्यंत रक्कम लावली असती तर...? ग्रे यांनी विचार केला. समजा मार्केटने दिशा बदलली आणि भाव वर जायला लागले; समजा ते ट्रेड क्लोज करण्यापूर्वी भाव पाच टक्क्यांनी वर गेले; तर त्या परिस्थितीत त्यांना २.५ कोटीचा तोटा होईल. उलट समजा फिडेलियन आणि त्यांनी शॉर्ट केलेल्या इतर बँका, आणखी २० टक्के खाली आल्या; तर? जोखीम आणि फायदा यांचे प्रमाण खूप आकर्षक नव्हते. अशा बेटसाठी सहसा ते जितके जास्त असायला हवे तितके नव्हते; पण फंडाची इतर गुंतवणूक भक्कम स्थितीत होती. त्यांचे विश्लेषक फंडाच्या सर्व पोर्टफोलिओंचे रोजच्या रोज विश्लेषण करत. त्या वर्षी त्यांना छत्तीस टक्के फायदा झालेला होता. त्यांच्या गुंतवणूकदारांसाठी त्यांनी जे लक्ष्य निर्धारित केले होते, त्यापेक्षा तो दुप्पट फायदा होता.

अनेक प्रकारच्या मालमत्तेत आणि मार्केटमध्ये लक्षणीय आणि एकमेकांना पूरक अशी घट झाली तरच फर्मला खूप नुकसान सोसावे लागेल, असा विविध विश्लेषणाअंती निष्कर्ष निघत होता. त्या संदर्भात २.५ कोटींचा किंवा अगदीच वाईट म्हणजे ५ कोटींचा तोटा काहीच नव्हता.

''जर आपल्याला हा ट्रेड पुढे न्यायचा असेल,'' ग्रे शेवटी म्हणाले, ''तर आपल्याला स्टिकलँड यांच्या वक्तव्यापूर्वी आणखी रक्कम लावावी लागेल.''

मालेवस्कीने होकारार्थी मान हलवली. ''ते उद्या बोलणार आहेत.'' तो म्हणाला.

१२

बॉलरूममध्ये त्या दिवशी नेहमीपेक्षा जास्त गर्दी होती. नॅशनल प्रेस क्लबचे लंचचे कार्यक्रम सहसा मर्मज्ञ लोकांसाठी असत. ते खूप आधी नियोजित केले जात. सैद्धान्तिकबाबी, इतिहास किंवा स्मरणरंजन यांवर त्यात जास्त चर्चा होत असे. पण चोवीस तासांतील घडामोडींशी त्याचा क्वचितच संबंध असायचा. क्लबच्या खूपच नशिबात असेल, तर एखाद वेळी ते घडायचे.

रॉन स्टिकलँड यांनी कार्यभार स्वीकारून दोन वर्षे पूर्ण झाली होती. तो दिवस साजरा करण्यासाठी त्यांचे भाषण अनेक महिने आधी नियोजित केलेले होते. क्लबच्या अध्यक्ष क्लेअर वाईजमन यांनी स्टिकलँड यांचा परिचय करून दिला. मग स्टिकलँड पोडियमजवळ उभे राहिले. त्यांच्यामागे नेहमीचा निळ्या रंगातील पडदा होता व त्यावर अनेक ठिकाणी क्लबचे नाव पांढऱ्या अक्षरांत लिहिलेले होते. त्यांनी खोलीवर नजर फिरवली आणि राष्ट्रीय स्तरावरचा, अर्थविषयावर लिहिणारा जवळपास प्रत्येक पत्रकार तिथे उपस्थित असल्याचे त्यांना दिसले.

''मला आज इथे बोलण्याची संधी दिल्याबद्दल मी नॅशनल प्रेस क्लबचा अतिशय आभारी आहे. त्यामुळे अनेक वेगवेगळ्या मुलाखती देण्याची मला आवश्यकता राहणार नाही.''

खोलीत हास्याची किंचित लकेर उमटली. त्या विनोदाच्या दर्जापेक्षाही रॉन स्टिकलँड भाषणाची सुरुवात विनोदाने करण्याचा प्रयत्न करताहेत, यामुळे ती उमटली होती.

''एक अर्थतज्ज्ञ म्हणून बोलताना अशी घाऊक मुलाखत देण्यामुळे होणारा त्यातील आर्थिक फायदा आपण लक्षात घ्यावा.''

आणखी थोडे हसू पसरले. या ठोकळेबाज विनोदांमुळे वातावरण हलके होईल, अशी स्टिकलँड यांची अपेक्षा होती. मात्र त्यामुळे उलट श्रोत्यांच्या अपेक्षा वाढल्या. मागच्या आठवड्यात त्यांनी काँग्रेससमोर जे निवेदन केले होते व त्यानंतर मार्केटमध्ये जी हालचाल झाली होती, त्यामुळे पत्रकारांच्या अपेक्षा

खूप उंचावलेल्या होत्या. क्लेअर वाईजमन यांनी श्रोत्यांवर नजर फिरवली. बसायला जागा नसल्याने काही लोक मागच्या बाजूला उभे होते. स्वप्नातसुद्धा हवासा वाटेल, असा हा त्यांच्यासाठीचा क्षण होता.

स्टिकलँड यांनी घसा खाकरला.

''फेडरल रिझर्व्हचा अध्यक्ष म्हणून साधारण दोन वर्षांपूर्वी माझी नियुक्ती झाली,'' त्यांनी त्यांच्या छापील भाषणातून वाचन सुरू केलं आणि मी प्रामाणिकपणे सांगू शकतो, ही दोन वर्षे माझ्या कारकिर्दीतील सर्वाधिक महत्त्वाची आणि समाधान देणारी आहेत. फेडच्या कोणत्याही अध्यक्षाला, इतर अध्यक्षांना ज्या आर्थिक घडामोडींना तोंड द्यावं लागलं, अगदी तशाच घडामोडींना तोंड द्यावं लागत नाही. प्रत्येकाच्या कारकिर्दीतील घडामोडी आणि प्रश्न वेगवेगळे असतात. त्यामुळे फेडचा अध्यक्ष या नात्याने योग्य कामगिरी करायची असेल, तर लवचिकता हा सर्वाधिक महत्त्वाचा गुण असणं आवश्यक असतं. ही लवचिकता धोरणांच्या उद्दिष्टांबाबत हवी तशीच फेडकडे वापरण्यायोग्य जी साधने आहेत, त्यांचा वापर करण्याबाबतही हवी. मी जेव्हा आधीच्या दोन वर्षांकडे नजर टाकतो, तेव्हा मला वाटतं की, तो काळ एक छान सुखदायी काळ होता. त्याचं श्रेय मी माझ्या आधीचे फेडचे अध्यक्ष जेफ कोहलर यांना देतो. मला वाटतं, ते एक असाधारण व्यक्तिमत्त्व होतं. जेफ जर अजूनही आपल्यात असते तर माझी खात्री आहे, मी आज इथे तुमच्यासमोर उभा नसतो.'' स्टिकलँड थोडा वेळ थांबले आणि श्रोत्यांमधून काही जणांनी मान डोलावून संमती दर्शवली. ''तर मागील दोन वर्षांत आम्ही जी कामगिरी केली त्यातील महत्त्वाच्या गोष्टी मी आता आपल्याला सांगतो.''

त्यांनी वाचन पुढे सुरू ठेवले. मार्केटमध्ये अगदी ज्या ताज्या घडामोडी होत होत्या, त्याआधीच त्यांनी आणि त्यांच्या कर्मचाऱ्यांनी भाषण तयार केलं होतं. आणि भाषणाचा सुरुवातीचा नऊ दशांश भाग त्यांनी तसाच वाचून दाखविला. स्टिकलँड यांनी कॉंग्रेससमोर अहवाल सादर केल्यानंतर मार्केटवर जो परिणाम झाला होता किंवा तसे दिसत होते, त्यामुळे ते गोंधळात पडले होते. खरं तर नेमका उलटा परिणाम त्यांना अपेक्षित होता. मार्केटबाबत कठोर भूमिका घ्यावी व त्यांच्या जाहीर निवेदनातून ही भूमिका लोकांपर्यंत पोहोचवावी, ही अशी व्हाइट हाउसची त्यांच्याकडून अपेक्षा होती, हे त्यांना माहीत होते. कसे ते त्यांच्या लक्षात येत नव्हते, पण कदाचित त्यांनी जरा जास्तच कठोर भूमिका घेतली असावी, असे त्यांना वाटत होते. मार्केटमध्ये काही अपवादात्मक समस्या होत्या. त्यामुळे लगेच हस्तक्षेप करावा लागेल, असे स्टिकलँड यांना वाटत नव्हते आणि बँकिंग सिस्टीममध्ये मूलभूत समस्या आहे, असे त्यांना अजिबातच वाटत नव्हते. या संधीचा उपयोग – फेड अतिशय दक्ष आहे. आणि अमेरिकेतील

बँकिंग व्यवस्था सुरक्षित आहे व नियमांच्या आधारे उत्तम नियंत्रणाखाली आहे – हे सांगण्यासाठी करण्याचा त्यांनी निश्चय केला होता.

शेवटी ते त्या मुद्याकडे वळले.

''आता या खोलीतील गोरिलांकडे – मोठ्या व आक्रमक पत्रकारांकडे मी दुर्लक्ष करू इच्छित नाही. अर्थव्यवस्थेबद्दलचा अंदाज हा अतिशय अनुकूल आहे आणि लघु व मध्यम कालावधीत निकोप विकास होत राहील, हे आपल्याला दिसतंय. मागच्या आठवड्यात काँग्रेससमोर निवेदन करताना मी ह्याचा उल्लेख केला होता. त्यानंतर आत्तापर्यंतच्या परिस्थितीत काहीही बदल झालेला नाही, हे मी सांगू शकतो. पण मार्केटमधील काही क्षेत्रांत आपल्याला अस्थिरता दिसून येते. पण विकासाच्या मार्गावरून जात असताना त्यात मार्केटमध्ये कमी-जास्त प्रमाणात अस्थिरता राहणारच आणि माझ्यामते मार्केटच्या स्वतःच्याच 'सेल्फ करेक्शन प्रोसेस'ची ती एक अगदी साहजिकच प्रक्रिया आहे आणि आलार्म वाजवण्याचे कोणतेही कारण नाही, असे माझे मत आहे. मार्केटमधील अस्थिरतेमुळे अर्थक्षेत्रावर परिणाम होतो आणि विशेषतः बँकिंग क्षेत्रावर परिणाम होतो, तेव्हा मात्र लोक थोडे जास्त नाउमेद व्हायला लागतात. आणि मला वाटतं, लोकांना मागच्या दहा वर्षांपूर्वी घडलेल्या घटना आठवणेही साहजिक आहे. तशाच घटना आता पुन्हा घडतील का आणि आपल्या अर्थव्यवस्थेला त्याच पेचप्रसंगांना तोंड द्यावं लागेल का? असा प्रश्न त्यांच्या मनात येणं हेही साहजिकच आहे. तुम्हाला जाणून घ्यायला समाधान वाटेल, त्यांच्या मनातील या प्रश्नाचं उत्तर नाही असं आहे.''

स्टिकलँड थोडे तरी हसू पसरेल या अपेक्षेने स्तब्ध राहिले. मात्र तिथे शांतता होती.

''अशा प्रसंगी फेडची देखरेख करण्याची भूमिका आणि मी या आधी उल्लेख केला, त्या गोष्टीचं महत्त्व अधोरेखित होतं. तसंच बँका व वित्तीय संस्था यांचे नियमन करणाऱ्या फेडच्या अधिकार क्षेत्रातील ज्या ॲथॉरिटी आहेत, त्यांनाही हेच तत्त्व लागू होतं. त्यामुळे साहजिकच प्रत्येक संस्था ही नियमांचे पालन करत आहे आणि आर्थिकदृष्ट्या मजबूत स्थितीत आहे, याची आम्ही तपासणी करून खात्री करून घेत आहोत. कोणत्याही संस्थेबद्दल काही शंका असतील, तर त्यांना नियमांचे पालन करणे भाग पडावं यासाठी आमची यंत्रणा सक्षम आहे. जर काही ताण निर्माण झाला असेल, तर धोरणात्मक बाबींचा आम्ही वापर करू आणि अगदी आवश्यक असेल तर मुदत ठेवी स्वीकारणाऱ्या ज्या बँका आहेत, त्यांचा फेडरल डिपॉझिट इन्शुरन्स कार्पोरेशनमार्फत ताबा घेऊ व ठेवीदारांचे संरक्षण करू. अर्थात आवश्यक असेल तरच. एखाद्या दिवशी बँकांचा शेअरचा भाव काय असेल, यापेक्षा आपल्या बँका मजबूत स्थितीत

आहेत, त्यातील ठेवी सुरक्षित आहेत ना याची लोकांना जास्त काळजी असते. तसेच काही जोखमीच्या कार्यपद्धतीमुळे २००८चा पेचप्रसंग निर्माण झाला होता तशा कार्यपद्धती आता अस्तित्वात नाहीत. अशा मुद्यांबाबत लोकांना जास्त काळजी असते. मी जेव्हा आवश्यक असेल तेव्हा आम्ही कारवाई करू असं म्हणतोय, तेव्हा ती पेचप्रसंग घडण्यापूर्वीची कारवाई असेल, तो उद्‌भवूच नये म्हणून केलेली प्रतिबंधात्मक कारवाई असेल, हे मी सांगू इच्छितो. पेचप्रसंग घडून गेल्यानंतर मग नुकसान सावरत बसण्याची कारवाई करावी लागेल, अशा परिस्थितीत आपण सापडणारच नाही, अशी ही कारवाई असेल. आज अतिशय स्पष्टपणे मी त्याबद्दल खात्री देऊ शकतो आणि मला वाटतं लोकांनाही फेडरलकडून ह्याच हमीची अपेक्षा आहे. २००८ साली जी भ्रष्ट आणि कीड लागलेली व्यवस्था अस्तित्वात होती, त्याचा आता दूरन्वयानेही मागमूस उरलेला नाही. सध्याची बँकिंग व्यवस्था चांगली मजबूत व भक्कम आहे. दहा वर्षांपूर्वी आपली बँकिंग व्यवस्था आणि जवळपास पूर्ण आंतरराष्ट्रीय बँकिंग व्यवस्था ही संकटाच्या उंबरठ्यावर असलेली व्यवस्था होती आणि दोन वर्षे ती त्या अवस्थेत होती. सध्या मात्र आपण असे कोणत्याही संकटांच्या उंबरठ्यावर नाही. आपली व्यवस्था मजबूत, भक्कम आहे. तिच्यावर कठोरपणे देखरेख होत आहे आणि आवश्यक ते सर्व नियम लागू करण्यात आले आहेत.

स्टिकलँड पुन्हा थबकले. भावनाविरहित शांतता त्यांना तिथे जाणवत होती. त्यांचे विचार लोकांपर्यंत पोहोचत आहेत, असे त्यांना जाणवत नव्हते. त्यांचे भाषण ऐकणाऱ्यांना ते किती अर्थशून्य आणि ठोकळेबाज वाटत आहे, याची रॉन स्टिकलँड यांना कल्पना नव्हती. त्यांच्या मते ते जे सांगत होते ते इतके स्पष्टपणे खरे होते की, कोणालाही ते कळत कसे नाही, याचेच त्यांना आश्चर्य वाटत होते. क्षणार्धाकरता त्यांनी विचार केला, छापील भाषण सोडून वेगळे बोलावे, पण शेवटी छापील प्रतीप्रमाणेच बोलायचे त्यांनी ठरवले. भाषणाचा समारोप करण्याचेच फक्त बाकी होते. तो झाल्यावर मिनिटभराने त्यांनी भाषण संपवले.

क्लेअर वाईजमन यांनी काही प्रश्न विचारले तर चालतील का? असे विचारले.

"नक्कीच" ते म्हणाले. "दोन-चार प्रश्न आपण घेऊ."

खोलीतील अर्थविषयक प्रत्येक पत्रकाराचा हात वर झाला. वॉल स्ट्रीट जर्नलच्या प्रमुख उद्योगविषयक बातमीदाराने प्रथम प्रश्न विचारला.

"अध्यक्ष महोदय, तुम्ही खोलीत गोरिला आहेत, असं जे आमच्याबद्दल म्हणालात ते मला खूप इंटरेस्टिंग वाटतं. तुम्ही जे आम्हाला सांगत आहात, ते मला स्पष्टपणे कळलेलं नाही. बँकिंग क्षेत्रातील शेअर्सच्या भावात गेल्या काही

दिवसांत जो चढउतार होत आहे, त्यामुळे आपल्याला चिंता वाटत नाही, असं आपण म्हणत आहात का?''

''नाही. त्याबाबत आम्हाला काही चिंता नाही असं आम्ही म्हणत नाही.'' स्टिकलँड म्हणाले. ''आम्ही त्यावर अतिशय काळजीपूर्वक नजर ठेवून आहोत.''

''मग तुम्हाला ते किती चिंताजनक वाटतं?''

''खरं तर तो चिंतेचा विषय नाही...'' स्टिकलँड थांबले. ''मी ते वेगळ्या शब्दांत सांगतो. एखाद्या इन्स्टिटय़ूटचं मूल्य काय असावं याबद्दल मार्केट स्वत: निर्णय घेतं. त्या इन्स्टिटय़ूटचा ताळेबंद किती भक्कम आहे. वाढीच्या काय संधी आहेत, व्यवस्थापनवर्गाची गुणवत्ता, अशा अनेक घटकांचा विचार करून मार्केट हा निर्णय घेतं, हे मी तुम्हाला सांगण्याची आवश्यकता नाही. मार्केट हे जे मूल्यमापन करत असतं ते प्रवाही असतं आणि आवश्यकतेप्रमाणे बदलतं. मार्केट ज्याचं मूल्यांकन करत आहे ती इन्स्टिटय़ूट भक्कम असावी, याची खात्री करणं हे आमचं काम आहे. तिच्याकडे योग्य राखीव निधी आहे, भांडवल आहे, योग्य ते नियम ती पाळत आहे, २००७ साली आपण ज्या गडबडी बघितल्या त्यांच्यासारखं तिच्याकडून काही होत नाहीये, ठेवीदारांना त्यांच्या पैशाचं योग्य व्यवस्थापन होत आहे याची खात्री आहे आणि शेअर होल्डर (शेअरधारक) आणि बॉन्ड होल्डर (रोखेधारक) यांना खात्री आहे की, ते एका प्रामाणिक इन्स्टिटय़ूट बरोबर व्यवहार करत आहेत. या सगळ्याची खात्री करून घेणं, हे आमचं काम आहे. मग मार्केट त्याच्या शेअरला जो भाव देत आहे, तो मार्केटमधील भाव आहे आणि तो भाव मार्केट ठरवतो.''

''मग या गोष्टी लक्षात घेऊन तुम्ही समाधानी नाही, अशा कोणत्या बँका आहेत का?''

''तुम्हाला माहीत आहे देखरेख ठेवायला हवी, अशा नावांची एक यादी आमच्याकडे असते आणि आमच्या यादीत नेहमीच काही संस्था असतात ज्यांच्यावर जास्त लक्ष ठेवावं लागतं. ही अगदी नेहमीचीच सर्वसाधारण परिस्थिती आहे. आमच्या कामाचाच तो एक भाग आहे. जर काही संभाव्य समस्या असेल, तर त्याच्याबद्दल आम्हाला लवकर माहिती व्हावी आणि अर्थात आवश्यक असेल, तर अशा बँकेबरोबर काम करून ती समस्या सोडवावी हाच यामागचा हेतू असतो. बहुतेक वेळा त्यांना आमच्या मदतीची आवश्यकता नसते.''

त्यांनी दुसरा प्रश्न घेतला.

''अध्यक्ष महोदय, पहिल्याच प्रश्नाच्या संदर्भात मला पुढे विचारायचं आहे. ज्या पद्धतीने तुम्ही वर्णन करून सांगितलंत तशा एकूण किती बँकांबरोबर तुम्ही काम करत आहात?''

स्टिकलँड यांनी नाखुशीने मान डोलवली. त्यांनी श्रोत्यांकडे नजर फिरवली. पत्रकारांनी त्यांच्याकडे रोखून बघितले.

''मी त्यावर भाष्य करू शकत नाही, हे तुम्हाला माहीत आहे,'' ते म्हणाले.

''अध्यक्ष महोदय, काही बँका सुस्थितीत नाही अशी शंका असेल, तर त्यामुळे गंभीर परिणाम होऊ शकतात. त्यातल्या काही बँकांच्या शेअर्सचे भाव एका पातळीच्या खाली आले, तर त्या रोकड-रोख रक्कम उभी करू शकणार नाहीत. जर त्या सुस्थितीत नाहीत, असं इतर बँकांना वाटलं, तर त्या बँका अशा शंकास्पद बँकांना कर्जाऊ रक्कम देणार नाहीत.''

''असं बघा, अशा प्रकारचे तणाव दूर करण्यासाठी फेड तयार आहेच. रोखता-लिक्विडिटीचं प्रमाण कमी-जास्त करून आणि मी आधी उल्लेख केलेल्या उपाययोजना करून फेड ती अडचण सोडवेल.''

''२००८मध्ये फेड होती ना?''

''होय, मी प्रतिवाद करेन की फेड होती आणि कोणतीही न्यायी व्यक्ती मला वाटतं माझ्याशी असहमत होणार नाही की, फेडने २००८मध्ये लिक्विडिटी आणली आणि इतर प्रकारे मदत केली. त्यामुळेच आपली बँकिंग व्यवस्था पूर्णपणे कोसळली नाही. त्यामुळेच आंतरराष्ट्रीय बँकिंग व्यवस्थासुद्धा तग धरून राहिली. मागे काय झालं ते चांगलं नव्हतं, पण फेडच्या कारवाईमुळे टोकाची वाईट परिस्थिती उद्‌भवली नाही.''

स्टिकलँड थोडा वेळ स्तब्ध राहिले. आपण थोडे रागावत आहोत, असे त्यांना दिसत होते. हे सगळे पत्रकार आर्थिक विषयांवर भाष्य करणारे अनुभवी पत्रकार होते. या विषयाची त्यांच्याइतकीच पत्रकारांनाही उत्तम जाण होती. हे प्रश्न त्यांना का विचारले जात आहेत, ते त्यांना कळत नव्हते.

त्यांनी घसा खाकरला आणि दुसऱ्याकडे बोट दाखवले.

''अध्यक्ष महोदय, शॉर्ट सेलर – शेअर शॉर्ट – करणाऱ्या लोकांमुळे मार्केट खाली येत आहे, असं तुम्हाला वाटतं का?''

''मला माहीत नाही,'' ते तुटकपणे उत्तरले. ''स्टॉक एक्सचेंज आणि सिक्युरिटी अँड एक्सचेंज कमिशन यांना तो प्रश्न विचारा.''

''जर शॉर्ट करणाऱ्या लोकांमुळे मार्केट खाली येत असेल, तर तो तुमच्यासाठी चिंतेचा विषय आहे का?''

''जर कोणतीही समस्या नसताना, समस्या आहे असं लोकांना वाटत असेल, तर तो माझ्यासाठी चिंतेचा विषय आहे.'' त्यांनी दुसऱ्या पत्रकाराकडे बोट दाखवले. ''तुम्ही?''

''अध्यक्ष महोदय, मागच्या आठवड्यात काँग्रेससमोर जो अहवाल तुम्ही

सादर केला, त्याचा उल्लेख तुम्ही केला. तुमच्या त्या अहवालामुळे मार्केटमध्ये अस्थिरता यायला मदत झाली, असं मला वाटतं.''

स्टिकलँड यांनी नकारार्थी मान हलवली. ''त्यामुळे अस्थिरता कशी काय येईल? ''

''असं बघा, तुम्ही बोलतात काही विशिष्ट प्रकारातील ॲसटचे भाव वाजवीपेक्षा जास्त वाढलेले आहेत आणि तुम्ही जवळपास धमकी दिली की, त्या ॲसेटमध्ये चालणाऱ्या काही हालचालींवर तुम्ही प्रतिबंध घालणार आहात. तुम्ही जेव्हा म्हणता, अनाठायी उत्साह तुम्ही खपवून घेणार नाही किंवा त्याच्या जवळपास जाणारंही काही खपवून घेणार नाही, तेव्हा लोकांना लगेच वाटतं की, आता कडक वित्तीय निर्बंध लागू केले जातील. अर्थव्यवस्थेतील रोखतेचं प्रमाण कमी केलं जाईल. मला वाटतं, अशा प्रकारच्या बोलण्यामुळे विपरित परिणाम साधला जातो. ते हानिकारक ठरतं. तुम्हाला त्याबद्दल काय वाटतं? आणि तुम्ही जे बोललात त्याचा तुम्हाला खेद वाटतो का?''

स्टिकलँडना आपला राग पुन्हा वाढतो आहे हे जाणवले. ''असं बघा, प्रथम जेव्हा तुम्ही माझ्या भाषणाविषयी बोलता तेव्हा ते अचूकपणे उद्धृत करा. काही विशिष्ट प्रकारातील ॲसेटचे भाव वाजवीपेक्षा जास्त वाढलेले आहेत, असं मी म्हणालो नव्हतो. मी म्हणालो होतो, भाव आणि किती शेअर्सची खरेदी-विक्री झाली त्यांची संख्या म्हणजे व्हॉल्यूम डेटा यांच्या माहितीवरून असं दिसून येतं की, इक्विटी डेरिवेटिव्हच्या काही विशिष्ट प्रकारात जास्त व्यवहार होत आहेत आणि आम्ही त्यावर लक्ष ठेवून आहोत आणि आवश्यक असेल, तर आम्ही हस्तक्षेप करू. त्याचा अर्थ असा नव्हता की, आम्ही हस्तक्षेप करणार आहोत. त्याचा अर्थ इतकाच होता की, आमच्याकडे हे शस्त्र आहे.''

''अध्यक्ष महोदय, तुम्ही आताच म्हणालात की, भावासंबंधीचा डेटा, माहिती तुमच्याकडे आहे. त्यावरून तरी कळत असेल की, भाव नक्कीच वाजवीपेक्षा जास्त आहेत.''

''भावाच्या माहितीवरून असं दिसत नाही की, ते वाजवीपेक्षा जास्त आहेत. ते वाजवीपेक्षा जास्त आहेत की नाहीत, हे सांगणं माझ्या कामाचा भाग नाही. मी फक्त इतकंच सांगतोय की, आम्ही मार्केटमधील व्यवहारांचं प्रमाण काय आहे ते बघत असतो.''

त्यांनी वाईजमन यांच्याकडे नजर वळविली. त्या काही यार्ड दूर बाजूला उभ्या होत्या. पण नॅशनल प्रेस क्लबच्या अध्यक्षांचा ही प्रश्नोत्तरे थांबवण्याचा कोणताही इरादा नव्हता. याचे वृत्तांकन खूप आकर्षक झाले असते, हे त्यांना माहीत होते.

"मी आणखी एक प्रश्न घेईन," स्टिकलँड म्हणाले. त्यांनी एके ठिकाणी बोट केले.

'इकॉनॉमिक रिव्ह्यू'च्या बर्नार्ड टोबिन यांनी मायक्रोफोन घेतला.

"अध्यक्ष महोदय, फिडेलियन बँकेबाबत आपण भाष्य कराल का?"

"नाही बर्नार्ड," ते त्रासिकपणे म्हणाले. "मी फिडेलियन बँकेबाबत भाष्य करणार नाही. कोणत्याही एका विशिष्ट बँकेबाबत मी बोलू शकत नाही आणि मला वाटतं तुम्हाला त्या नियमाची माहिती आहे." स्टिकलँड यांनी खरं तर प्रश्न विचारा म्हणून टोबिन यांना इशारा केला नव्हता, तर त्यांच्या मागील स्त्रीला इशारा केला होता. मागच्या आर्थिक संकटात बँकिंगचे तीन तेरा वाजले होते, याचा टोबिन यांना प्रचंड संताप आला होता. बेअर स्टर्न्स कंपनी दिवाळखोरीत गेल्यामुळे त्याच्या शेअर्समध्ये टोबिन यांनी जी लाखो डॉलरची स्वत:ची गुंतवणूक केली होती, ती सगळीच्या सगळी त्यांना गमवावी लागली होती. तोच राग अजूनही त्यांच्या मनात धुमसत असायचा. या नुकसानीबद्दल ते फेडला दोषी मानत होते आणि फेडवर तीव्र टीका करण्यासाठी सबबच शोधत असायचे हे प्रत्येकाला माहीत होते. "बर्नार्ड, खरं तर मी इशारा केला होता –"

"ठीक आहे, तर माझा प्रश्न असा आहे समजा, माझ्याकडे गुंतवणूक करण्यासाठी एक हजार डॉलर्स आहेत. आणि समजा, मी ते फिडेलियन बँकेत ठेवायचा विचार करत आहे. आणि तुम्ही जी सगळी देखरेख करत आहात, नजर ठेवून आहात असं तुम्ही सांगता, त्यामुळे असं म्हणता येईल की, फिडेलियन बँक दिवाळखोरीपासून अमुक इतकी लांब आहे, हे तुम्हाला माहीत आहे. तुम्हाला वाटत नाही का, मी माझे हजार डॉलर त्यात ठेवण्यापूर्वी तुम्ही मला ते सांगायलाच हवं?"

"बर्नार्ड, मी म्हणालो मी इशारा केला होता."

"या प्रश्नाचं तुम्हाला उत्तर द्यायचं नाहीये का, अध्यक्ष महोदय?"

"अर्थात मी उत्तर देईन," स्टिकलँडनी रागाने प्रत्युत्तर दिले. "सगळ्या गोष्टी आपण स्पष्ट करून घेऊ. फिडेलियन बँक दिवाळखोरीच्या उंबरठ्यावर आहे असं मी म्हणत नाहीये. वस्तुत: कोणत्याही एका विशिष्ट बँकेविषयी मी बोलणं योग्य नाही; पण मी तुम्हाला सांगतो की, माझ्या माहितीप्रमाणे फिडेलियन दिवाळखोरीच्या जवळपासही नाही. आणखी एक, तुम्ही त्यात एक हजार डॉलर्स ठेवू शकत नाही, कारण ती ठेवी स्वीकारणारी बँक नाही. ती एक इन्व्हेस्टमेंट बँक आहे आणि ही बँक इन्व्हेस्टमेंट संबंधीचेच कामकाज करते."

"समजा दुसरी एखादी बँक अशा स्थितीत आहे."

"असं बघा, तशा स्थितीत एखादी बँक असेल आणि मी म्हणत नाहीये,

तशी एखादी बँक आहे आणि मी सांगितलं की, ती दिवाळखोरीच्या उंबरठ्यावर आहे तर त्या म्हणण्यामुळेच ती दिवाळखोरीत जाईल, हो की नाही? ते तुम्हाला चांगलंच माहिती आहे.''

''आणि मी जर माझे हजार डॉलर्स तिच्यात ठेवले आणि ती उद्या दिवाळखोरीत गेली तर माझं नुकसान होईल.''

''नाही तुमचं नुकसान होणार नाही, कारण फेडरल डिपॉझिट इन्शुरन्स कॉर्पोरेशन (एफडीआयसी)मुळे त्याला संरक्षण मिळेल.''

''समजा, मी माझे हजार डॉलर्स तिच्या शेअर्सवर गुंतवले.''

''असं बघा, याबाबत मी इतकंच म्हणू शकतो की, तो तुमचा निर्णय आहे. तुम्ही जोखीम पत्करण्याचा निर्णय घेतलात. तुम्हाला जर जोखीम घ्यायची नसेल, तर तुमचे पैसे बँकेतील मुदतठेवीत ठेवा. त्याला एफडीआयसीचं संरक्षण आहे. ते शंभर टक्के सुरक्षित आहेत.''

''पण मी काय म्हणत आहे –''

''बर्नार्ड मला वाटतं तुम्ही दोनपेक्षा जास्त प्रश्न विचारलेत.''

''पण मी इतकंच म्हणतोय –''

''काय? काय म्हणताय तुम्ही?''

''मी इतकंच म्हणतोय की, तुमच्याकडे काही माहिती आहे, ती माझ्याकडे नाही आणि त्यामुळे अनेक लोकांच्या आयुष्यात खूप मोठा फरक पडू शकेल. करदात्यांसाठी ती माहिती अतिशय महत्त्वाची ठरेल आणि त्यांच्याच पैशांतून तुम्हाला पगार मिळतो. मग तुम्हाला वाटत नाही का, तुमच्याकडे जी माहिती आहे ती तुम्हाला पगार देणाऱ्या लोकांना तुम्ही सांगावी? तुम्ही २००८चा वारंवार उल्लेख केलात आणि २००८च्या त्या आर्थिक संकटातील एक गोष्ट अशी होती की, त्यात अनेक लोकांनी खूप पैसे गमावले. कारण कोणत्या प्रकारच्या इन्स्टिट्यूशनमध्ये ते गुंतवणूक करत आहेत, हे अगदी शेवटपर्यंत त्यांना कोणी सांगितलं नाही. आणि मी श्रीमंत माणसांविषयी बोलत नाही, ज्या लोकांनी लाखोंमध्ये बोनस घेतले, त्या लोकांविषयी बोलत नाही. निवृत्त झालेल्या लोकांनी आपली बचत गुंतवली त्याविषयी बोलतोय. त्यावेळेस मिस्टर ग्रीनस्पॅन आणि मिस्टर बर्नानके यांनी ज्या गोष्टी घडू दिल्या, वेळीच कारवाई केली नाही त्यामुळे ज्या लोकांना आज गरिबीत जगावं लागतंय त्यांच्याविषयी बोलतोय. तर मी इतकंच म्हणतोय की, तुम्ही आज इथे नॅशनल प्रेस क्लबसमोर उभे आहात. अनेकांना एकदम संबोधित करून तुमचे श्रम वाचवू शकता, असं तुम्ही स्वत:च म्हणालात. तुम्हाला माहीत असायलाच हवं, काही बँका अडचणीत आहेत, मार्केटला त्या अडचणीत आहेत, असं वाटतं हे स्पष्ट आहे. पण त्या कोणत्या

बँका आहेत ते आम्हाला माहीत नाही. आणि त्या संदिग्धततेमुळे पूर्ण मार्केट खाली आले आहे. वाईट बँकांबरोबर चांगल्याही खाली आल्या आहेत. ही संदिग्धता दूर करण्याची संधी तुम्हाला मिळाली आहे. अध्यक्ष महोदय, आम्हाला सरळ सांगा, कोणत्या बँका अडचणीत आहेत?''

रॉन स्टिकलँडनी त्याच्याकडे रोखून बघितले. बर्नार्ड टोबिनचा त्यांना राग यायचा. टोबिन काही गरिबीत दिवस काढत नव्हता. आणि गरिबीत दिवस काढणारे लोक वगैरे ती सगळी बडबड म्हणजे स्वत:ची नसलेली हुशारी दाखवणे होते. ह्या प्रश्नाचे उत्तर देणे, त्यांना केवळ अशक्य होते आणि टोबिनना ते माहीत होते. उत्तर द्यायची इच्छा असती, तरी ते उत्तर देऊ शकत नव्हते. त्यांच्या देखरेख यादीत ज्या बँका होत्या, त्या तीन महिन्यांपासून तिथे होत्या. मार्केटची घाबरगुंडी का उडालेली आहे, याची त्यांना कल्पना नव्हती. काही शॉर्ट सेलर – शॉर्ट करणारे – बेट लावत असतील इतकेच त्यांना माहीत होते. आणि वर्तमानपत्राचाही तोच अंदाज होता असे दिसत होते. त्यांनी काँग्रेसला जो अहवाल दिला होता त्यामुळे हे घडत आहे, असे त्यांना अजूनही वाटत नव्हते. उलट त्यांना वाटत होते, तो अहवाल दिला नसता तर परिस्थिती आणखी वाईट झाली असती.

सर्व श्रोते त्यांच्या उत्तराची वाट बघत होते.

स्टिकलँड यांनी मान हलवली. ''मी त्यावर भाष्य करू शकत नाही.'' ते म्हणाले.

१३

एड अब्राहम्स यांनी फोन घेतला. ते राष्ट्राध्यक्षांबरोबर एका कारमध्ये होते. मियामीमध्ये फ्लोरिडाचे गव्हर्नर रिक मार्टिनेज यांच्यासह त्यांनी रिपब्लिकन पक्षाच्या मोठ्या देणगीदारांबरोबर लंच घेतला होता व तो कार्यक्रम आटोपून ते बाहेर आले होते. यानंतर पंचेचाळीस मिनिटांनी नोल्स फोर्ट लॉडरडेल इथे सेनेटर जेफ लोगान यांच्याबरोबर एक सभा घेणार होते. त्यानंतर ते फ्लोरिडा विद्यापीठात भाषण देण्यासाठी संध्याकाळी गेन्सव्हिल इथे जाणार होते. मार्टिनेज व लोगान दोघेही डेमोक्रॅट पक्षाच्या भारी उमेदवाराविरुद्ध मध्यावधी निवडणूक लढत होते.

रॉबर्टा डेवलीन फोनवर होत्या. अब्राहम्स फोनवरचे बोलणे ऐकत असताना, जोश बेन्टनर यांनी सभेसाठी जी प्रश्नोत्तरे तयार केली होती. ती राष्ट्राध्यक्ष नजरेखालून घालत होते. अब्राहम्स यांनी नंतर फोन खाली ठेवला व लिमोमध्ये मागील बाजूस इंटरनेटमध्ये 'लॉग इन' केले. ते 'इकॉनॉमिक रिव्ह्यू'च्या वेबसाइटवर गेले व त्यातील मथळ्यावर त्यांनी क्लिक केले.

बुडीत निघणाऱ्या बँकांची नावे सांगण्यास फेडच्या अध्यक्षांचा नकार

''टॉम तुम्ही याकडे बघितलंत तर बरं,'' अब्राहम्स म्हणाले. नोल्स यांनी प्रश्नोत्तरातून डोके वर करून बघितले.

फेडरल रिझर्व्हचे अध्यक्ष रोनाल्ड जे स्टिकलँड यांनी आज अमेरिकेच्या बँकिंग व्यवस्थेतील बुडणाऱ्या बँकांची नावे सांगण्यास नकार दिला.

नॅशनल प्रेस क्लबमधील एका भाषणात स्टिकलँड यांनी मान्य केले की, अनेक बँकांवर फेड खास नजर ठेवून आहे व बारकाईने त्यावर देखरेख करत आहे. फेडरल डिपॉझिट इन्शुरन्सला काही बँका ताब्यात घ्याव्या लागतील ही शक्यता त्यांनी नाकारली नाही. २००८ सालच्या अनेक घटनांशी साधर्म्य दाखवत, त्यावेळेसारखीच

कारवाई केली जाईल, असे स्टिकलँड म्हणाले.

फिडेलियन बँकेच्या शेअरचे भाव नुकतेच खूप खाली आलेत, त्या संदर्भात स्टिकलँड म्हणाले, ही बँक लगेच दिवाळखोरीत जाईल अशी कोणतीही माहिती त्यांच्याकडे नाही. तथापि अशी शक्यता असलेल्या बँकांची नावे सांगा अशी थेट विनंती केल्यावर मात्र स्टिकलँड यांनी त्याला नकार दिला. त्यामुळे फायनान्स मार्केटला खाली आणणाऱ्या अनिश्चिततेत आणखी भर पडली आहे.

''हे काय आहे?'' नोल्स कुरकुरले.

अब्राहम्स त्यांच्या टॅब्लेटवर डाऊ जोन्सची ताजी स्थिती काय आहे ते पाहण्यात गर्क होते. निर्देशांक दोन टक्क्यांनी खाली आला होता.

नोल्सनी त्यांच्याकडे बघितले. ''ते खरोखरच असं बोलले?''

''ते काहीतरी नक्कीच बोलले आहेत,'' अब्राहम्स यांनी पुन्हा स्क्रीनकडे टक लावून बघितले. ''मी डिनना फोन करतो.'' एका क्षणानंतर व्हाइट हाउसचे प्रेस सेक्रेटरी डीन मॉस स्पीकर फोनवर होते.

''एका छोटासा पेचप्रसंग उद्‌भवलेला दिसतोय.''

''त्यांच्या भाषणाची लेखी प्रत मला अजून मिळायची आहे. पण माझ्या माहितीप्रमाणे संदर्भ सोडून त्यांची वाक्ये देण्यात आली आहेत. इकॉनॉमिक रिव्ह्यूच्या कोणत्या तरी पत्रकाराने फेडच्या मते ज्या बँका कमजोर आहेत त्यांची नावे सांगा, असा त्यांच्यावर दबाव आणला. त्यांनी अर्थातच नकार दिला. तेच त्यांनी घेतलं आणि ही तथाकथित स्टोरी बनविली. मला वाटतं त्या दोघांमध्ये थोडी ताणाताणी झाली आणि त्यामुळे वातावरण आणखी चिघळलं.''

''पण हा सगळा वाह्यातपणा आहे?'' अब्राहम्सने विचारले.

''पूर्णपणे. या पत्रकाराला फेडबद्दल राग आहे. हे प्रकरण आणखी किती वाढत जाईल ते बघण्यासाठी इतर लोकही आगीत तेल ओतत आहेत. निवडणुकीमुळे हवा तापली आहे, काय करायचं? भडक मथळा मिळवण्यासाठी ते काहीही करतात.''

''तुम्हाला त्यांच्या भाषणाची लेखी प्रत अजूनही मिळालेली नाही?''

''मी त्याची वाट बघत आहे, एड.''

''ठीक आहे. ती मिळाल्याबरोबर आमच्याकडे पाठवा.''

''नक्कीच आणि आपण काय बोलायचं या संबंधी काही सूचना...?''

''पुन्हा फोन करून आम्ही तुम्हाला सांगू.'' अब्राहम्स म्हणाले आणि त्यांनी

फोन कट केला. नोल्स यांनी अब्राहम्स यांच्याकडे बघितले. "तुम्हाला काय वाटतं?"

अब्राहम्स यांच्या कपाळावर आठ्या आल्या. "नक्की सांगता येत नाही. "आपण त्याकडे दुर्लक्ष करायचं की प्रकरण वाढण्यापूर्वी लगेच संपवायला बघायचं?" नोल्स म्हणाले.

"तोच प्रश्न आहे."

नोल्स यांनी कारच्या खिडकीतून मियामीच्या उत्तरेकडे असलेल्या भागाकडे नजर टाकली. "या अशा गोष्टींमुळे आपल्याला मदत होईल, असं स्टिकलँड यांना वाटतं का? त्यांनी लोकांना हमी द्यायला हवी. निवडणुकीच्या तीन आठवडे आधी घबराट पसरेल असं बोलू नये."

अब्राहम्स शांत राहिले.

"ते काय फालतू बोलत तरी काय होते?"

"माझी खात्री आहे, त्यांनी अतिशय समंजसपणे काही समजावून सांगितले असणार. पण ते सैद्धान्तिक बोलतात ही समस्या आहे. लोक त्यांच्याबरोबर काय खेळ खेळत आहेत, ते दुसऱ्या दिवशी पेपरमध्ये वाचल्यावर त्यांना कळतं."

रिपब्लिक पक्षाच्या उमेदवारांना पाठिंबा मिळावा म्हणून नोल्स जवळपास रोज भाषण करत होते. त्यांच्या मनात त्या भाषणाबद्दल विचार आले. सचोटी, विश्वास, स्थैर्य, देखरेख. क्रॅशची टांगती तलवार डोक्यावर न ठेवता समृद्धी आणि विकास.

"आपण टोकाला जाऊन प्रतिक्रिया व्यक्त करण्यापूर्वी काही घडामोडी खरोखर सुरू आहेत का, ते तपासून बघू. स्टिकलँड आणि अर्थमंत्र्यांबरोबर बोलू. मी त्यांना फोन लावण्याची व्यवस्था करतो. तुम्ही तुमची लोगानबरोबरची सभा पार पाडा. तिथे कदाचित कोणीच याबद्दल काही ऐकले नसण्याची शक्यता आहे." अब्राहम्स म्हणाले.

"त्यांच्याकडे सेलफोन आहेत. डेमोक्रॅटचे छुपे घुसखोर – त्यांना त्याबद्दल सगळं माहीत असेल."

अब्राहम्सनी स्मित केले. "मग राष्ट्राध्यक्ष म्हणून लोकांना भरवसा देण्याचे काम नेहमी तुम्ही इतकं उत्तम करता ते करा."

"आणि नंतर?"

"नंतर," अब्राहम्स म्हणाले, "आपण त्याकडे दुर्लक्ष करायचं की नाही त्याबद्दल मी तोपर्यंत काही ठरवलेलं असेल."

राष्ट्राध्यक्षांचे एअरफोर्स वन हे विमान जॅक्सनव्हिले येथील धावपट्टीवर होते. फोर्ट

लॉडरडेल येथील सभेनंतर राष्ट्राध्यक्षांना घेऊन ते इथे आले होते. राष्ट्राध्यक्षांचे हेलिकॉप्टर मरीन वन हे त्यांची वाट बघत तिथे उभे होते. त्यांचे पुढील भाषण पासष्ट मैलावरील गेन्सव्हिले इथे फ्लोरिडा विद्यापीठात होणार होते. हेलिकॉप्टरची फेरी वीस मिनिटांपूर्वीच व्हायला हवी होती; पण राष्ट्राध्यक्ष अजूनही विमानातून बाहेर पडले नव्हते.

एअरफोर्स वनमधील त्यांच्या ऑफिसमध्ये एड अब्राहम्स आणि जोश बेन्टनर यांच्याबरोबर ते बसून होते. रॉन स्टिकलँड, अर्थमंत्री सुझान ऑप्टिझ आणि राष्ट्राध्यक्षांचे काही वरिष्ठ साहाय्यक वॉशिंग्टनमधल्या अनेक ठिकाणांवरून त्यांच्याबरोबर फोनलाइनवर होते.

एव्हाना स्टिकलँड यांच्या भाषणातील महत्त्वाच्या भागाचे फूटेज नोल्स यांनी बघितले होते आणि स्टिकलँड व इकॉनॉमिक रिव्ह्यूचा पत्रकार यांच्यात झालेली चकमकही त्यांनी बघितली होती. फेडचे अध्यक्ष चुकीचे असे काहीच बोललेले नव्हते. पण त्यांनी धसमुसळेपणा केला होता. यापेक्षा जास्त अदबीने आणि नजाकतीने ते प्रश्नांना उत्तर देऊ शकले असते. त्याऐवजी ते चिडखोर, उतावळे आणि त्रस्त झाल्यासारखे दिसत होते आणि शेवटी तर जवळजवळ त्यांच्या रागाचा भडका उडाला असता असे वाटत होते. त्यांच्या म्हणण्याचा ज्यांना विपर्यास करायचा होता अशा कोणालाही त्यांनी वेचक वाक्यांची जणू खिरापत वाटली होती.

डाऊ तीन टक्क्यांनी खाली आला होता. नोल्स यांना मार्केटमध्ये जे सुरू होते, त्यासाठी एखादा पेचप्रसंग तर खरोखर कारणीभूत नाही ना हे प्रथम जाणून घ्यायचे होते.

ऑप्टिझ आणि स्टिकलँड दोघांनाही त्याबाबत खात्री होती. मार्केट एकदम खाली कोसळेल असे सूचित करणारी कोणतीही माहिती त्या दोघांकडेही नव्हती.

''मला वाटतं मार्केट फक्त सांगत आहे, जरा जास्तीच काळ सर्व काही जरा जास्तच सुरळीत सुरू आहे,'' स्टिकलँड म्हणाले, ''आणि एक सौम्य करेक्शन सुरू आहे.''

''अध्यक्ष महोदय,'' अब्राहम्स म्हणाले, ''हे सौम्य दिसत नाही.''

''जेव्हा त्याची सुरुवात होते तेव्हा ते कधीच सौम्य वाटत नाही. ते आणखी किती खाली जाईल याची धास्ती नेहमीच असते.''

''आणि तुम्ही म्हणताय खूप जास्त करेक्शन होणार नाही,'' राष्ट्राध्यक्ष म्हणाले.

''होण्याचे काही कारणच नाही.''

नोल्स यांनी अब्राहम्स यांच्याकडे नजर फिरवली आणि अब्राहम्स यांनी

भुवया उंचावल्या. “ठीक आहे, रॉन,” राष्ट्राध्यक्ष म्हणाले, “मला वाटतं आपल्या सगळ्यांना, लोकांच्या धास्तीची जास्त कदर करणारी भाषा वापरावी लागेल. लोकांचं घाबरणं साहजिकच आहे हे समजून घेऊन त्या भावनेचा आपण आदर राखला पाहिजे.”

“घाबरण्यासारखी काहीच स्थिती नाही,” स्टिकलँड म्हणाले, “मी छातीवर हात ठेवून सांगतो, राष्ट्राध्यक्ष महोदय, २००८ साली जे घडलं होतं त्याच्यासारखं असणारं असं काहीही घडत नाहीये. कोणी जर काही घोटाळा लपवून ठेवत नसेल आणि खूप हुशारीने लपवून ठेवत नसेल तर बेअर स्टर्न्स आणि लीमन बदर्स या कंपन्या जशा दिवाळखोरीत गेल्या होत्या तसा प्रकार सध्या नाही.”

“तुम्ही खात्रीपूर्वक सांगू शकता?”

“मला अशी एकही कंपनी दिसत नाही. आणि जर अगदी एखादी असेल तरीही २००८ साली आपल्याकडे जी खूप धोकादायक परिस्थिती होती, व्यवस्थेलाच धोका निर्माण झाला होता तसा तो आत्ता नाही. आपल्याला सध्या कोणताही धोका नाही.”

“ठीक आहे पण, हे सांगताना आपण जास्त संवेदनशीलतेने ते सांगायला हवं,” नोल्स म्हणाले.

“जर पत्रकार तुम्हाला सापळ्यात अडकवण्याचा प्रयत्न करत असतील रॉन, तर तुम्ही ते योग्य तऱ्हेने हाताळायला पाहिजे.”

“ठीक आहे,” स्टिकलँड म्हणाले. “ओ. के उत्तम. काही प्रश्न निर्माण व्हावा हा माझा उद्देश नव्हता.”

तिथे क्षणभर शांतता होती. ‘मार्टी,” राष्ट्राध्यक्ष म्हणाले, “तुम्ही लाइनवर आहात?”

‘होय सर,” मार्टी पेरेझ, त्यांचे वित्तसल्लागार म्हणाले.

“तुम्ही रॉन आणि सुझान यांच्याशी सहमत आहात का?”

“होय, मी सहमत आहे. मार्केट एक छोटे करेक्शन व्हावे अशा स्थितीत आहे. हा ऑक्टोबर सुरू आहे आणि ऑक्टोबरमध्ये नेहमीच करेक्शन होतं. काही लोक त्यांना झालेला नफा, शेअर विकून वसूल करत आहेत. एकदा त्यांचं हे काम आटोपलं की ते परत येतील आणि ते पुन्हा शेअर विकत घेतील. काही आठवड्यांनंतर सध्या जितकी वाईट स्थिती वाटतेय, त्यापेक्षा ती बरीच कमी वाटेल.”

नोल्स यांनी अब्राहम्सकडे बघितले. एकच तारीख होती, ज्याची त्यांना काळजी वाटत होती – ६ नोव्हेंबर. प्रत्येक जण ह्या मार्केट खाली येण्याला ‘करेक्शन’ म्हणत होता, पण ते होण्याची ही सर्वांत वाईट वेळ होती.

"त्या बँकेबद्दल काय? काय तिचं नाव, तिच्याबद्दल नेहमी माझ्या कानावर काही ना काही येत राहतं?"

"फिडेलियन" अब्राहम्स म्हणाले.

"तिला तोडलं जातंय, तिचे भाव खाली पाडले जात आहेत," स्टिकलँड म्हणाले. "त्याबद्दल शंकाच नाही. कोणत्याही करेक्शनमध्ये असं होतं. अफवा पसरतात आणि दोन-तीन कंपन्यांना त्याचा तडाखा बसतो. माझ्या माहितीप्रमाणे तरी फिडेलियन ओ. के. आहे. एकदम खूप चांगली नाही, पण ठीक आहे."

"कोणी त्यांच्याबरोबर बोललं आहे का?"

'न्यू यॉर्क फेड त्यांच्याबरोबर दोन दिवसांपूर्वी बोलले. त्या बँकेच्या सीईओचं नाव बिल कसलर. जेरी रॉबीन त्यांना ओळखतात. तो एक चांगला माणूस आहे. आपल्याला माहीत असायला हवं असं काही असेल, तर ते आपल्याला सांगतील."

"कदाचित तुम्ही त्यांच्याबरोबर बोलून बघा."

"मी बोलेन."

"सुझान तुमच्याबद्दल काय? तुम्ही बोलणार आहात का?"

"मी बोलणार आहे," अर्थमंत्री म्हणाल्या.

"ओके." नोल्स थोडा वेळ थांबले. "आपल्याला परिस्थिती नियंत्रणाखाली आणायला हवी." त्यांनी अब्राहम्स यांच्याकडे बघितले. "हा ऑक्टोबर असो किंवा आणखी काही त्याचं मला सोयरसुतक नाही. मार्केटमध्ये आता घबराट नको आहे."

"याकडे आपण दुर्लक्ष करावं असं मला नाही वाटत," अब्राहम्स म्हणाले. "'इकॉनॉमिक रिव्ह्यूने काहीही म्हटलं तरी त्यांच्या गोष्टीत काही दम नाही. तिची स्वतःहूनच फुसकुली होईल. पण मध्यावधी निवडणुका इतक्या जवळ असताना आपण तो धोका पत्करू शकत नाही. आपण हे प्रकरण शांत करायला हवं. मला वाटतं, तुमच्या आजच्या रात्रीच्या भाषणाचा उपयोग एक ठाम निवेदन करण्यासाठी करावा."

"कोणाचे त्याबद्दल मतभेद आहेत का?"

तिथे शांतता होती.

"ठीक आहे. पहिल्यापासून सुरुवात करू. याबाबत मी शंभर टक्के स्पष्ट राहू इच्छितो. सर्वांत प्रथम सुझान, रॉन आणि मार्टी तुम्ही सांगत आहात, आपल्याला काळजीचं कोणतंही मोठं कारण नाही."

"होय, अध्यक्ष महोदय," ऑप्टिझ म्हणाल्या. "नेहमीच्याच मर्यादेतील गतविधी सुरू आहेत आणि ज्या थोड्याफार समस्या उद्‌भवतील त्या माहीत आहेत. त्या पलीकडे व्यवस्था धोक्यात येईल अशी कोणतीही जोखीम नाही."

"रॉन हे विधान तुम्हालाही मान्य आहे."

"होय, सर."

"जोश, तुम्हाला कळलं का ते?" नोल्स त्यांच्या भाषण लेखकाला म्हणाले. तो एअरफोर्स वनच्या ऑफिसच्या दुसऱ्या बाजूला बसला होता.

मान हलवून बेंटनरने 'हो' म्हटले.

"तर मी असं म्हणणार आहे की स्थैर्य आणि आर्थिक विकास याला माझे सर्वोच्च प्राधान्य आहे. माझ्या प्रशासनाची सर्व धोरणे ते साध्य व्हावं हे लक्षात घेऊनच ठरवली जातात." त्यांनी बेंटनरकडे नजर फिरवली. तो नोट घेत होता. "जोश त्याबाबत आपल्याला काही उदाहरणं देता येतील का?"

बेंटनरने पुन्हा मान हलवून 'हो' म्हटले.

"नंतर मी म्हणेन मार्केटमधील अलीकडील हालचाली लक्षात घेऊन मी अर्थमंत्री आणि फेडचे अध्यक्ष यांना वित्तीय व्यवस्थेचा सखोल आढावा घेण्यास सांगितले आहे आणि त्यांनी...!"

"सर" अब्राहम्स म्हणाले, "मी म्हणेन, तुमची आज अर्थमंत्री आणि फेडचे अध्यक्ष यांच्याबरोबर वित्तीय व्यवस्थेबाबत सखोल चर्चा झाली आणि ते अतिशय कठोरपणे देखरेख करीत आहेत. याबद्दल तुम्ही समाधानी आहात, ...नाही, त्यांनी तुम्हाला खात्री दिली आहे की, वित्तव्यवस्था एकदम भक्कम स्थितीत आहे आणि २००८ साली जशी विघ्ने आली होती तशी जोखीम आता नाही."

"तुम्हाला वाटतं आपण अशा पद्धतीने बोलायला हवं? २००८? रॉन कसं बोलले आणि काय घडलं ते बघा."

"फेडच्या अध्यक्षांबद्दल आदर बाळगून मी असं म्हणेन की, आता राष्ट्राध्यक्ष बोलणार आहेत. मी २००८ ला सरळ शिंगावर घेईन. मी दाखवून देईन की, तुम्ही हे अत्यंत गांभीर्याने आणि काळजीपूर्वक हाताळत आहात."

नोल्स यांनी बेंटनर यांच्याकडे नजर वळविली. "तुमच्या लक्षात आलं?"

बेंटनर यांनी मान हलवून 'हो' म्हटलं.

"नंतर लक्ष ठेवण्याचं काम आम्ही सुरूच ठेवू म्हणजे कारवाईची आवश्यकता आहे याची पहिली खूण आढळली तरी आम्ही कारवाई करू शकू, असं काहीतरी मी म्हणेन..." अब्राहम्स थांबले. "नाही, खरं तर मी ते म्हणणार नाही. त्यामुळे काहीतरी प्रश्न आहे असं तुम्हाला वाटतंय अशी समजूत होईल."

"मला वाटतं अस्थिरतेमुळे लोकांना चिंता वाटत आहे याची आपण दखल घ्यायला हवी," मार्टी पेरेझ म्हणाले. "भाव खाली येत आहेत याची त्यांना काळजी वाटत आहे. मला वाटतं त्याविषयी आपण दोन शब्द बोलले पाहिजेत. कारण त्यामुळे खरं तर लोकांना काळजी वाटत आहे. ती किरकोळ बाब आहे

असं न दाखवता आपण त्याबाबत थेट बोलू.''

''मग राष्ट्राध्यक्ष काय बोलतील?'' बेंटनर म्हणाले. ''की असं घडत आहे याची त्यांनी दखल घेतलेली आहे आणि त्यामुळे काळजी वाटते हे ते समजू शकतात, पण मूलभूत अर्थव्यवस्था भक्कम आहे?''

''अशासारखं काहीतरी'', पेरेझ म्हणाले.

''असं बघा'', राष्ट्राध्यक्ष म्हणाले, ''मुख्यतः मला सांगायचं आहे की, कोणतीही समस्या नाही आणि जर एखादी समस्या असेल तर मी आहे आणि आम्ही त्यासाठी लगेच कारवाई करू; पण समस्या नाहीच आहे.'' राष्ट्राध्यक्ष थांबले. ''अशासारखं काहीतरी, जोश ते कसं सांगायचं ते ठरव. ते तुम्हीच करता, बरोबर?''

बेंटनर तिरकस हसले. ते उठून उभे राहिले. ''मी जाऊन आता सुरुवात करतो.''

''ओके.'' नोल्स म्हणाले, ''याबाबत आपण आणखी काही करणं आवश्यक आहे का? म्हणजे निवेदन देण्याशिवाय आणखी काही म्हणतोय मी.''

''आणखी काय करता येईल मला माहीत नाही,'' ऑप्टिझ म्हणाल्या. ''हे मार्केट आहे. ते जर करेक्ट होत असेल तर आपल्याला त्याला करेक्ट होऊ द्यावं लागेल. ते वरती घेऊन जाणं हे आपलं अजिबात काम नाही.'' त्या थांबल्या, ''मला वाटतं शॉर्ट सेलरवर कारवाई करू असं आपण बोलावं.''

''मागे २००८मध्ये त्यांनी त्याच्यावर बंदी आणली आणि त्यामुळे काही फरक पडला याचा पुरावा नाही.'' पेरेझ म्हणाले.

''त्यामुळे काही नुकसान होईल का?'' राष्ट्राध्यक्ष म्हणाले.

''ते मार्केटमध्ये हस्तक्षेप करणं आहे. तत्त्वतः असं आपण काही करू इच्छित नाही. वॉल स्ट्रीट आरडाओरडा करेल.''

''वॉल स्ट्रीटवरील प्रत्येक जण त्याच्याविरुद्ध बोलणार नाही,'' ऑप्टिझ तिखटपणे म्हणाल्या.

''त्यामुळे आपण काहीतरी करत आहोत असं दिसेल.'' राष्ट्राध्यक्ष म्हणाले.

''मी माईक ओ'ब्रायन यांच्याबरोबर बोलते,'' ऑप्टीझ म्हणाल्या. ओ'ब्रायन सिक्युरीटीज अँड एक्सचेंज कमिटीचे प्रमुख होते. ''त्यांना काय वाटतं, ते मी बघते. मला वाटत नाही की आताच त्यांच्यावर बंदी आणावी, पण मी तशी हिंट देऊन ठेवेन. शॉटसवर लक्ष ठेवायला सांगेन.''

''कसं?''

''त्यासाठी काही मार्ग आहेत.''

''ओके सुझान, ते मी तुमच्यावर सोपवतो. मग सध्या इतकंच? अजून काही

करायची आवश्यकता नाही ना? रॉन?''

''नाही सर.''

''मला वाटतं हे पुरेसं आहे,'' ऑप्टिझ म्हणाल्या. ''या टप्प्यावर मला यात काही राजकीय आहे असं वाटत नाही. आणि जर तुम्ही आज रात्री निवेदन केलंत, अध्यक्ष महोदय आणि –''

''जरा थांबा'' नोल्सनी नाखुशीचा स्वर काढला. ''तुम्ही आता काय म्हणालात सुझान? यात काही राजकीय दिसत नाही? हे राजकीय कसं काय असू शकेल?''

''फिडेलियनबाबत एक बाब आहे. त्यांचे सर्वांत मोठे भागधारक – शेअर होल्डर कोण आहेत, ते बघितलं तर त्याचे जवळपास एक चतुर्थांश शेअर – नेमकं सांगायचं तर – सव्वीस टक्के शेअर्स 'पीपल्स इन्व्हेस्टमेंट कॉर्पोरेशन'कडे (पीआयसी) आहेत. या फंडाची मालकी चीनच्या शासनाकडे आहे.''

''म्हणजे तुम्ही सांगताय, या बँकेची एक चतुर्थांश मालकी चीनच्या सरकारकडे आहे?''

''असं आहे की, चीनच्या सरकारची पीआयसी वर मालकी आहे आणि पीआयसीची फिडेलियनच्या एक चतुर्थांश शेअर्सवर मालकी आहे. म्हणजे अंतिमत: चीन सरकारची त्या बँकेवर एक चतुर्थांश मालकी आहे. त्यांच्याकडे बहुधा आणखी जास्त शेअर्स असण्याचीही शक्यता आहे. पीआयसी ही एक अतिशय अपारदर्शी संस्था आहे. सरकारचा फंड आहे हे लक्षात घेतलं, तरीही ते जरा जास्तच अपारदर्शी आहेत. त्यांच्या हजारो नाहीतरी शेकडो दुय्यम कंपन्या आहेत. त्या सगळ्यांची देशाच्या हद्दीबाहेर नोंदणी झालेली आहे. मालकी हक्कांची एक उतरंडच आहे आणि त्या सगळ्याचा शोध घेता-घेता मग पीआयसी हे अंतिम मालक आहेत, हे लक्षात येतं. म्हणून आपण काय म्हणू शकतो की, त्यांच्याकडे कमीतकमी सव्वीस टक्के शेअर्स आहेत. शिवाय रशियन सरकारच्या एका वेल्थ फंडाचीही फिडेलियनच्या काही शेअर्सवर मालकी आहे, तसेच कतारचीही आहे; प्रत्येकी साधारण पाच ते सात टक्के शेअर्स त्यांच्याकडे आहेत.''

''हे काय अपवादात्मक आहे का?'' अब्राहम्सने विचारले.

''नाही. मालकी हक्काचे प्रमाण जास्त आहे, पण असाधारण नाही. मागच्या आर्थिक संकटानंतर आपल्याकडे सार्वभौम म्हणजे सरकारी वेल्थ फंडाच्या भांडवलाचा मोठा ओघ आला आणि त्यानंतर तो सतत सुरू आहे. हे खूप महत्त्वाचं आहे असं मी म्हणत नाही. परंतु आपल्याला माहीत असायला हवं की, मार्केट खाली येण्याला प्रामुख्याने जी कंपनी जबाबदार आहे, तिची जास्त मालकी विदेशी सरकारांच्या फंडांकडे आहे. चीन, रशिया आणि कतार या तिन्ही विदेशी

सरकारांच्या मालकीची बेरीज केली, तर ती एकूण चाळीस टक्क्यांच्या घरात जाते. प्रत्यक्षात फिडेलियन बँकेत पीआयसीचाच वाटा इतका मोठा आहे की, ती बँक पीआयसीच्या संमतीविरुद्ध काहीही करू शकणार नाही. पंचवीस टक्के शेअर्स ज्यांच्याकडे आहेत, त्या शेअरधारकाविरुद्ध तुम्ही जाऊ शकत नाही.''

''पण ते जर काही प्रकारे शेअरचा भाव खाली आणत असतील, तर गुंतवणूकदार म्हणून ते त्यांच्या स्वत:च्याच हिताविरुद्ध होईल,'' राष्ट्राध्यक्ष म्हणाले.

''अगदी खरं. जर तुम्हाला शेअर्स विकून गुंतवणूक कमी करायची असेल तरी तुम्ही ते मार्केटमध्ये असे 'डम्प' करत नाही.''

''अध्यक्ष महोदय,'' पेरेझ म्हणाले, ''एक बाब आपल्यासाठी स्पष्ट असावी की, मार्केटमध्ये जसे इतर गुंतवणूकदार असतात, तसेच सार्वभौम इन्व्हेस्टमेंट फंड फक्त गुंतवणूकदार म्हणून कामकाज करतात, त्यांचा तसा दावा असतो. प्रत्येक सरकार सांगतं की, त्यांचा या फंडामध्ये, त्यांच्या कामकाजात हस्तक्षेप नसतो आणि चीन, रशिया आणि कतार यांनाही ते लागू पडतं.''

राष्ट्राध्यक्षांच्या कपाळावर अजूनही आठ्या होत्या. ऑप्टिझ यांनी त्यांना नुकतेच जे सांगितले होते, ते खूप अस्वस्थ करणारे होते. ''सुझान, त्यापैकी एखादा फंड काहीतरी करतो आहे, त्यामुळे हे घडतंय अशी काही माहिती आपल्याकडे नाही ना?''

''नाही सर. मी म्हटल्याप्रमाणे असं सूचित करणारी काही माहिती आपल्याकडे आहे असं मला वाटत नाही. मालकी हक्काचा मुद्दा मी एवढ्याचसाठी मांडला की, आपल्याला त्याची माहिती असावी.''

''ते सरकारचा पैसा वापरत असतील कदाचित, पण इतर कोणाही प्रमाणे ते शेअर होल्डर आहेत,'' पेरेझ म्हणाले. ''ते जोपर्यंत खरेखुरे गुंतवणूकदार म्हणून वागत आहेत आणि त्यांचा कोणताही दुसरा अजेंडा नाही, तोपर्यंत इतर सर्वांप्रमाणेच त्यांचंही नुकसान होणारच.''

मार्टी पेरेझ यांच्या विधानातील जी सशर्तता होती ती फार ठळक होती.

''जर ते खरेखुरे गुंतवणूकदार म्हणून न वागता दुसऱ्या कोणत्याही पद्धतीने वागत असतील तर ते आपण सहन करणार नाही, बरोबर?''

''अजिबात नाही.'' ऑप्टिझ म्हणाल्या. ''मार्केटमध्ये केली गेलेली ती लबाडी असेल.''

दारावर टकटक झाली. राष्ट्राध्यक्षांचा खाजगी सचिव आत आला आणि त्याने सांगितले की, मरीन वनचा पायलट म्हणत आहे, ते जर पुढच्या दोन-तीन मिनिटांत निघाले नाहीत, तर भाषणाच्या ठरलेल्या वेळेपेक्षा उशीरा पोहोचतील.

विद्यापीठातल्या प्रतिष्ठित व्यक्तींबरोबर जो कॉकटेलचा स्वागतसमारंभ होता, तो आधीच रद्द करण्यात आला होता.

तरीही राष्ट्राध्यक्ष बसून राहिले. व्हाइट हाउसमध्ये व्यतीत केलेल्या या कालावधीत एक गोष्ट त्यांच्या लक्षात आली होती की, एखाद्या समस्येवर विचार करण्यासाठी तुमच्याकडे संधी असताना जर ती तुम्ही साधली नाहीत, तर बहुधा ती तुम्हाला परत कधीच मिळणार नाही. त्यांनी ऑप्टिझच्या म्हणण्यावर आणखी विचार केला. फिडेलियनवर जो हल्ला होत होता तो राजकीय नाही, हा ऑप्टिझ यांचा फक्त तर्क होता. त्यांच्याकडे त्याबद्दल खात्रीशीर माहिती नव्हती.

मध्यावधी निवडणुकांवर प्रभाव टाकणे, हे या मागचे एक उघड कारण होऊ शकले असते. जर एखादे विदेशी सरकार त्यांच्या मालकीच्या इन्व्हेस्टमेंट फंडाद्वारे ते करत असेल किंवा करण्याचा विचारही करत असेल तर ते अजिबात खपवून घेण्यासारखे नव्हते.

"मी विचार करतोय," ते शेवटी म्हणाले. "आपल्याला कोणालातरी एक निरोप द्यावा लागेल का याचा."

१४

बॉब लिव्हिंगस्टन हे चीनच्या राजदूतांना आत घेऊन आले. झू होंगवेई हे एक सडपातळ गृहस्थ होते. ते प्रवृत्तीने असंतुष्ट होते आणि हमरीतुमरीवर येणे हाही गुण त्यांच्यात होता. चीनचे राष्ट्राध्यक्ष झँग यांच्या ते जवळचे होते आणि चीनच्या अमेरिकेतील पूर्वीच्या राजदूतापेक्षा त्यांचे वागणे कमी मार्दवयुक्त होते. त्यांची नियुक्ती झँगनी केली होती आणि बहुधा वॉशिंग्टनमध्ये त्याच पद्धतीने त्यांनी काम करावे, अशी त्यांची इच्छा होती. झू असा संघर्षाचा पवित्रा घेऊनच काम करत होते आणि त्याची सगळ्यांनाच जाणीव होती.

दोन्ही व्यक्तींकडे एकेक सहाय्यक होता आणि गरज पडली, तर तोच दुभाष्याचेही काम करू शकला असता. त्याशिवाय सिक्युरीटीज अँड एक्सचेंज कमिशनच्या आयुक्त मिशेल मॉरिसही खोलीत उपस्थित होत्या.

लिव्हिंगस्टन यांनी परिचयाचा सोपस्कार पार पाडला. नंतर त्यांनी चीनच्या राजदूताला सांगितले, एक विशिष्ट चिंतेचा विषय अमेरिकेला चिनी सरकारच्या नजरेला आणून द्यायचा आहे.

''इन्डीड,'' झू इंग्लिशमध्ये म्हणाले. त्यांनी परराष्ट्रमंत्र्यांकडे रूक्षपणे हसत बघितले.

''त्यामुळेच मी आयुक्त मॉरिस यांना उपस्थित राहण्यास सांगितले. या देशातील सिक्युरीटीज मार्केट कसे काम करते याची माहिती पिपल्स रिपब्लिकच्या सरकारला असावी याची खात्री करून घेण्याची आमची इच्छा आहे.''

''माझ्या सरकारला याबद्दल माहिती आहे, अशी माझी खात्री आहे, मंत्री महोदय,'' राजदूत म्हणाले.

''तुमच्या सरकारच्या सर्व एजन्सीजना त्याबद्दल माहिती आहे, याची खात्री करून घेण्याची आमची इच्छा आहे.''

''काही विशिष्ट एजन्सी तुमच्या मनात आहेत का?''

''या देशातील सिक्युरीटीज मार्केटमध्ये कार्यरत असणाऱ्या तुमच्या

एजन्सीजविषयी आम्हाला बोलायचं आहे. विशेषत: तुमचे सरकारी – सार्वभौम इन्व्हेस्टमेंट फंड.''

झू यांनी एक भुवई उंचावली. ''माझ्या माहितीप्रमाणे आमच्या इन्व्हेस्टमेंट फंडाचे व्यवस्थापक हे अर्थक्षेत्रात खूप अनुभव असलेले आहेत. त्यातील अनेकजणांनी आपल्या करिअरच्या काही टप्प्यांवर अमेरिकेच्या कॉर्पोरेशनकरीता काम केलेलं आहे. मला स्वत:ला अमेरिकेतील सिक्युरीटीज मार्केटमधील सर्व नियमावलींची माहिती नाही; परंतु फंड व्यवस्थापकांना ती नसेल असं समजण्याचं मला कोणतंही कारण दिसत नाही.''

''मी कोणत्याही एका व्यक्तीकडे बोट दाखवत नाही, ॲम्बॅसिडर.''

''तुमच्या मार्केटमध्ये अलीकडे जी अनागोंदी सुरू आहे त्याच्याशी याचा काही संबंध आहे का?''

''मी आयुक्त मॉरिसना या विषयावर पुढे बोलायला सांगतो'' लिव्हिंगस्टन म्हणाले. परराष्ट्रमंत्र्यांना स्वत:ला एसईसीच्या चिंतेचे काय विषय आहेत याविषयी जास्त माहिती नव्हती. चीनच्या राजदूताबरोबर एक बैठक ठरवावी म्हणजे एसईसीच्या एका आयुक्तांना त्यांच्याबरोबर बोलता येईल, असा मार्टी पेरेझकडून त्यांना फोन आला होता. पेरेझकडून बैठकीत काय बोलायचे या संबंधी जे टिपण आले होते, त्यात मार्केटमधील अलीकडील हालचाली आणि चीन सरकारच्या इन्व्हेस्टमेंट फंडांची काम करण्याची पद्धत याविषयी वाटणारी चिंता याबाबत संदिग्ध उल्लेख होता.

''थँक्यू मंत्री महोदय,'' मॉरिस म्हणाल्या. ''ॲम्बॅसिडर, आपण योग्य तऱ्हेने चर्चेला सुरुवात करावी या उद्देशाने केवळ मी स्पष्ट करत आहे की, आमच्या मार्केटविषयी बोलताना आम्ही अनागोंदी हा शब्द वापरत नाही. त्या शब्दामुळे मार्केट शिस्तबद्धपणे काम करत नाही असे सूचित होते आणि अमेरिकेतील सिक्युरीटीज मार्केट नक्कीच शिस्तबद्धपणे काम करत आहे, सर!''

झू किंचित हसले. ''क्षमा करा. बोलण्यात चूक झाली. मला वाटतं माझी भाषा तुमच्याइतकी काळजीपूर्वक नाही, आयुक्त महोदय.''

''नाही. तुमची भाषा उत्तम आहे, सर. मला तुम्हाला दुखवायचं नव्हतं.'' त्या म्हणाल्या.

''मी त्या अर्थाने घेतलं नाही.''

लिव्हिंगस्टन मोठ्याने हसले. ''हे मेंडरीन भाषेत बोलून बघण्याचा आम्ही प्रयत्न करावा, असे तुम्हाला वाटत नसावे, ॲम्बॅसिडर.''

झू शिष्टाचारयुक्त हसले.

''सर,'' मॉरिस म्हणाल्या, ''आमच्याकडे एसईसीमध्ये ट्रेडिंग ॲन्ड मार्केट्स नावाचा एक विभाग आहे. कदाचित तुम्ही त्याविषयी ऐकलं असेल.''

झू यांनी नकारार्थी मान हलवली.

"एसईसीच्या आयुक्तांपैकी हा विभाग माझ्या कक्षेत येतो. या विभागाचं काम आहे उचित, शिस्तबद्ध आणि कार्यक्षमतेने मार्केट चालेल याची काळजी घेणं. जर मार्केटमधील कामकाजात सहभागी असणारे कोणीही अयोग्य पद्धतीने काम करून मार्केटला अनुचित, बेशिस्त किंवा अकार्यक्षम बनवत असतील, तर त्याबाबत कारवाई करणं, हे या विभागाचं काम आहे. याचं महत्त्व तुम्हाला माहीत आहे, अशी माझी खात्री आहे."

"अर्थातच."

"आता आम्हाला माहिती आहे की, सिक्युरिटीज मार्केटमधील अलीकडील गतविधींमुळे ज्या कंपन्यांवर सर्वांत जास्त परिणाम झाला आहे, त्यांच्या मालकीचा मोठा हिस्सा, तुमच्या सरकारच्या मालकीच्या इन्व्हेस्टमेंट फंडाकडे आहे. कंपनीच्या शेअर्सचा मोठा हिस्सा असलेल्या कोणत्याही शेअरधारकाचे एक विशिष्ट कर्तव्य आहे की त्याच्या गतविधी एसईसीच्या नियमावलींप्रमाणे होत आहेत याची खात्री करणे आणि त्याच्या सर्वसाधारण गतविधी केवळ नियमांप्रमाणे असू नयेत, तर त्या नियमांप्रमाणे आहेत हे स्पष्टपणे दिसले पाहिजे."

"पण नक्कीच त्या नियमांप्रमाणे आहेत," झू म्हणाले.

"त्या तशा आहेत, याची आम्हाला खात्री हवी आहे." मॉरिस म्हणाल्या.

"पण त्या नियमानुसार वागत नाहीत अशी स्थिती असेल, तर त्याचा अर्थ मार्केट शिस्तबद्धपणे काम करत नाही. आणि तुम्ही आताच मला सांगितलंत आयुक्त की, मार्केट शिस्तबद्धपणे काम करत आहे."

मॉरिसनी त्यांच्याकडे थंडपणे बघितले. त्यांच्या शाळकरी मुलाच्या युक्तिवादाची त्यांना गंमत वाटली नव्हती. "आमच्या मार्केटची नियमावली ही हसण्यावारी नेण्याची बाब नाही, सर."

"माफ करा," झू म्हणाले. "ती तशी आहे असं सुचवण्याचा माझा हेतू नव्हता. मी मान्य करतो आयुक्त, ही एक गंभीर बाब आहे. त्याचमुळे माझ्या सरकारवर तुम्ही नेमके कोणते आरोप करत आहात ते जाणून घेण्याची मला काळजी लागून राहिली आहे."

मॉरिसनी त्यांच्या ब्रीफकेसमधून पुस्तिकांचा एक संच बाहेर काढला. "त्या पुस्तिकांत एसईसीच्या मार्गदर्शक तत्त्वांच्या महत्त्वाच्या बाबींचा सारांश रूपाने उल्लेख आहे आणि शेअरधारकांनी सिक्युरीटीज्मध्ये व्यवहार करताना काय नियम पाळायचे याची माहिती आहे. संपूर्ण नियमावली आमच्या वेबसाइटवर उपलब्ध आहे, पण सारांशाच्या काही प्रती तुम्हाला दिलेल्या चांगल्या असा मी विचार केला." आयुक्त पुढे झुकल्या आणि त्यांनी त्या झू यांच्यासमोर

टेबलावर ठेवल्या. ''मिस्टर ॲम्बॅसिडर, आम्ही अमेरिकेत हे नियम व मुद्दे अत्यंत गंभीरपणे घेतो. इनसायडर ट्रेडिंग आम्ही खपवून घेत नाही. खोट्या रीतीने मार्केट वर चढवणे किंवा कोणत्याही प्रकारातील मार्केटमधील लबाडीचे व्यवहार आम्ही खपवून घेत नाही. अशा गैरव्यवहार करणाऱ्या लोकांना आम्ही जी शिक्षा करतो ती अतिशय कठोर असते त्याची माहिती या पुस्तिकांमध्ये आहे आणि हे जवळपास गुन्हेगारी स्वरूपाचे कृत्य आहे असं आम्ही मानतो.''

झू क्षणभर स्तब्ध होते. ''मला पुन्हा विचारणं भाग पडत आहे की, तुम्ही माझ्या सरकारवर नेमका कोणता आरोप ठेवत आहात?''

''मी आरोप करत नाही, ॲम्बॅसिडर. मी फक्त –'' मॉरिस योग्य शब्दासाठी विचार करत थोडा वेळ स्तब्ध झाल्या, ''मी फक्त तुम्हाला आमच्या मार्केटमध्ये गुंतवणूकदार म्हणून कोणत्या जबाबदाऱ्या पाळाव्या लागतात याचं स्मरण करून देत आहे.''

''आणि तुम्हाला वाटतं माझ्या सरकारला अशा स्मरणपत्राची आवश्यकता आहे?''

''सर, तुमच्या काही इन्व्हेस्टमेंट फंडांना कदाचित त्याची आवश्यकता असण्याची शक्यता आहे आणि या इन्व्हेंस्टमेंट फंडाची अंतिम मालकी तुमच्या सरकारकडे आहे, त्यामुळे मालकाबरोबर बोलणं उचित आहे.''

''आणि आमच्यावर आरोप आहे की...?''

''ॲम्बॅसिडर आमचा आरोप नाही. फक्त प्रत्येकाला आपल्या जबाबदाऱ्या काय आहेत याची माहिती आहे, याची खात्री करून घेण्याची ही योग्य वेळ आहे. मला खात्री आहे की ही वेळ योग्य का आहे, याचे स्पष्टीकरण देण्याची मला गरज नाही.''

''असं आहे तर,'' झू म्हणाले. त्यांनी एक पुस्तिका उचलली आणि आढ्यताखोरपणे ओठ तिरपे करून ती चाळली. नंतर त्यांनी ती खाली ठेवली. ''तर मी याचा अर्थ असा घेतो की, अमेरिकेच्या सिक्युरीटीज मार्केटमधील गुंतवणूकदारांच्या जबाबदाऱ्या काय आहेत आणि तुमची नियामक यंत्रणा किती उत्तम आहे, या संबंधीचा सर्वसाधारण धडा देण्यासाठी ही योग्य वेळ तुम्ही निवडलेली आहे.'' राजदूतांनी लिव्हिंगस्टन यांच्याकडे बघितले. ''मिस्टर सेक्रेटरी, याचा अर्थ मी अशाप्रकारे घेऊ शकतो ना? तुमच्या चांगुलपणातून तुम्ही आणि तुमच्या आयुक्तांनी या नियमावलींबाबतचा एक पाठ मला शिकवण्याचं ठरविलं आहे वाटतं. असो. तो अतिशय उपयुक्त पाठ आहे.''

''डॉ. झू.'' लिव्हिंगस्टन म्हणाले, ''मी तसा अर्थ घेणार नाही. आमच्या मार्केटमध्ये आव्हानात्मक काळ सुरू झाला आहे आणि त्याबाबत कोणतेही गैरसमज नकोत किंवा नियमांचा चुकीचा अर्थ लावला जाऊ नये याची खात्री करून घेण्याचा आम्ही प्रयत्न करत आहोत. मला वाटतं ही एक चांगली कल्पना

आहे असं आम्हाला का वाटतं ते तुम्हाला समजू शकेल.''

झू यांनी होकारार्थी मान हलवली. ते आयुक्तांकडे वळले. ''कमिशनर मला वाटतं, तुम्ही... ते तुम्ही कशाप्रकारे म्हणाल? गळ टाकून मासे गळाला लागताहेत का बघतात – अंदाजे काही बोलून माहिती मिळवायला बघताय.''

''सर, आम्ही कशासाठीही गळ टाकलेला नाही. मी म्हटल्याप्रमाणे मी कोणतेही आरोप करत नाही.''

''का करत नाही, हा मला प्रश्न पडलाय.''

''मी याकडे सावधगिरीचा इशारा म्हणून बघेन,'' लिव्हिंगस्टन म्हणाले.

''कशाबद्दल सावधगिरी?'' झू क्षणभर थांबले नंतर त्यांनी मॉरिसकडे बघितले. ''या पुस्तिकांबद्दल आभार.'' त्यांनी ती उचलली. ''त्या योग्य व्यक्तींकडे पाठवल्या जातील.''

आणि या पुस्तिका त्यांना आमच्या वेबसाइटवरून डाउनलोड करता येतील.''

''अर्थातच. वेबसाइटवरून.''

''ॲम्बॅसिडर,'' लिव्हिंगस्टन म्हणाले, ''तुमच्या सरकारला आमची चिंता समजेल याची कृपया खात्री करा. तुमचे इन्व्हेंस्टमेंट फंड जबाबदारीने वागतील, अशी आमची अपेक्षा आहे. कमिशनर, पूर्वी त्यांना नियमाबाहेर वागताना आपण बघितलेलं नाही असं म्हणणं योग्य आहे ना?''

''होय मंत्री महोदय, मला वाटतं तसं म्हणणं उचित आहे, पण या सध्याच्या विशिष्ट काळात–''

''होय,'' लिव्हिंगस्टन यांनी स्मित केले आणि मॉरिस यांचे बोलणे मधेच थांबवले. ''असं बघा, ॲम्बॅसिडर झू, जबाबदारीने वागणं पुढेही सुरू राहील, याची खात्री करून घेण्यासाठी हा एक आढावा आहे. हा आमचा निरोप आहे. जर तुम्ही हा निरोप तुमच्या सरकारला दिलात, तर आम्ही आभारी राहू.'' लिव्हिंगस्टननी मॉरिसकडे नजर वळविली. ''हा एक योग्य सारांश आहे, कमिशनर?''

''होय सर, पण मला नक्कीच सांगायचं आहे –''

''मग मला वाटतं आपण आता इथंच थांबावं.''

मॉरिस आणखी काही बोलणार आहेत का, त्याची वाटत बघत झू त्यांच्याकडे बघत होते.

पण त्या गप्प राहिल्या.

''ठीक,'' झू शेवटी म्हणाले, ''माझ्या सगळं स्पष्ट लक्षात आलंय.''

राजदूत निघून गेल्यावर मॉरिसनी लिव्हिंगस्टन यांच्याकडे बघितले. ''हे नेहमीच

असे असतात का?

असे विचारताना मॉरिस यांच्या चेहऱ्यावर गोंधळून गेल्याचे भान होते.

लिव्हिंगस्टन यांनी हळहळ व्यक्त करत खांदे उडवले. "डॉ. झू हे चिडखोर गृहस्थ आहेत. थोडं कारण असलं तरी ते भांडायला तयारच असतात. तुम्हाला इथं बोलवावं इतकं महत्त्वाचं हे नव्हतं, असं आता वाटतंय. मी स्वत:च त्यांना हा निरोप देऊ शकलो असतो."

"नाही, सर. मला वाटतं आपण हे किती गंभीरपणे घेतोय ते राजदूतांना कळणं महत्त्वाचं होतं."

"मार्केटमध्ये लबाडीने व्यवहार होताहेत, असं आपल्याला खरोखर वाटतंय का?"

"या टप्प्यावर, मंत्री महोदय, ते आपल्याला सिद्ध करता येत नाही. पण फिडेलियन बँकेची एक चतुर्थांश मालकी त्यांच्याकडे आहे; तिचे भाव बरेच खाली आलेत आणि कोणतंही स्पष्ट कारण दिसत नसताना ते खाली आलेले आहेत. एखाद्या कंपनीची इतकी मोठी मालकी तुमच्याकडे असेल, तर त्याच्या शेअरच्या भावाबरोबर ते काहीही खेळ करू शकतात, आणि तो खेळ लोकांच्या लक्षात येईपर्यंत बराच उशीर झालेला असू शकतो."

"आणि नंतर?"

"नंतर मग नियमांचं पुस्तक त्यांच्या तोंडावर मारून कंपनीला जाणीव करून दिली जाते की, ते नियमबाह्य वागले आहेत आणि त्यांना कारवाईला तोंड द्यावं लागेल."

बॉब लिव्हिंगस्टन जोरात हसले.

"मंत्री महोदय, जर मुभा असेल तर एक गोष्ट सांगते, आदर कायम ठेवून मला म्हणावं वाटतं की, ज्या पद्धतीने तुम्ही शेवटी निरोप दिलात, तो मला वाटतं आवश्यकतेपेक्षा जरा जास्तच मवाळ पद्धतीने दिला गेला. आणखी थोडं कठोरपणे सांगायला हवं होतं. तुम्ही त्या राजदूतांना चांगलेच ओळखता आणि मी त्यांना अजिबात ओळखत नाही आणि असं काही बोलणं माझ्या कक्षेबाहेरच आहे. पण... मला कळत नाही तुम्ही आणखी जास्त कठोरपणे शेवटी बोलायला हवं होतं का?"

"म्हणजे कसं?"

"जर ते खरोखरच असं काही करत असतील, तर मध्यावधी निवडणुका केवळ दोन आठवड्यांनी होणार आहेत, त्यामुळे हा मुद्दा केवळ आर्थिक मुद्दा राहत नसून तो, ते आपल्या अंतर्गत राजकारणात व त्याच्या प्रक्रियेत ढवळाढवळ करणारा होतो."

"मी गृहीत धरतो की, तुम्ही हा मुद्दा त्यांना सांगणार होता तेव्हाच मी तुमचं बोलणं थांबवलं, आयुक्त."

"होय, सर. ते बोलणं माझ्या कक्षेबाहेरचं होत असेल, असं मी आताच म्हटलं आहे."

लिव्हिंगस्टन यांनी स्मित केले. ''तो मुद्दा माझ्या लक्षात आला होता, पण मी विचार केला, तो उपस्थित न करणं जास्त चांगलं; का ते मी तुम्हाला सांगतो. आपल्याला ठामपणे माहीत नाही की, हा चीनचा इन्व्हेस्टमेंट फंड खरोखरच लबाडी करतोय का किंवा तशा प्रकारच्या कारवायात गुंतलेला आहे का? नक्की माहीत आहे का?''

मॉरिसनी नकारार्थी मान हलविली.

''नाही. समजा, जर ते अशा प्रकारची लबाडी करत असतील तर ते काय करत आहेत, यांची त्यांना चांगलीच माहिती आहे. आपल्या निवडणुकांचं वेळापत्रक चीन सरकारला पूर्णपणे माहीत आहे. त्यांचं महत्त्व आणि परिणामही माहीत आहेत. निवडणुकांवर प्रभाव टाकण्याचा प्रयत्न केला, तर आम्ही ते अतिशय गंभीरपणे घेऊ हे त्यांना सांगण्याची आवश्यकता नाही. आपल्या नियमांची त्यांना आठवण करून देणं पुरेसं आहे. जर ते काही करत असतील तर ते तेवढ्यामुळेही आपण त्यांच्यावर लक्ष ठेवून आहोत, हे त्यांना कळेल. राजदूत झू आणि राष्ट्राध्यक्ष झँग यांना आपण काय म्हणतोय ते चांगलंच कळेल.''

''मग तसं सांगायचं का नाही?''

''कारण, तुम्ही म्हटल्याप्रमाणे, ते खरोखर काही करत आहेत का, आपल्याला माहीत नाही. जर ते काही करत नसतील तर? जर ते कोणत्याही प्रकारे लबाडीचे व्यवहार करत नसतील आणि त्यांचा फंड एक प्रामाणिक शेअरधारक असेल त्याप्रमाणे त्याची वागणूक असेल तर मग काय?''

''माझ्या लक्षात आलं नाही, सर,'' मॉरिस म्हणाल्या. ''त्यात काळजी करण्यासारखं काय आहे?''

''आपल्या देशांतर्गत राजकीय प्रक्रियेबद्दल आपल्याला जी काळजी वाटते, ती किती प्रमाणात त्यांच्यासमोर उघड करायची? आपण कमजोर आहोत, अशी आपली भावना असेल तर आपण घाबरतो आहोत, हे किती प्रमाणात दाखवायचं?''

''पण हे एक गंभीर प्रकरण आहे. यापेक्षा आणखी किती गंभीर असणार? मग इतकं गंभीर असल्यावर त्यांना स्पष्ट सांगायला काय हरकत आहे?''

''ते मान्य आहे. हे प्रकरण खूप गंभीर आहे. ऐन मध्यावधी निवडणुकांच्या तोंडावर मार्केट खाली आणणं, ही आपल्या राजकीय प्रक्रियेत ढवळाढवळ आहे. पण तुम्ही म्हणताय ते कदाचित खरोखर काहीच लबाडी करतही नसतील.''

''मग त्यांना स्पष्टपणे सांगण्यात काय अडचण आहे? त्यात काळजी करण्यासारखं काय आहे?''

''जर ते खरोखर काही करत नसतील तर तसं सुचवून, आपण एक कल्पना त्यांच्या डोक्यात भरवून देऊ.''

१५

बॉब लिव्हिंगस्टन हे चीनच्या राजदूतांना वॉशिंग्टनमध्ये भेटत आहेत, हे मरिअन इलमन यांना माहीत नव्हते. बीजिंगच्या दुसऱ्या एका राजदूताबरोबर त्यांनी स्वत:ची मीटिंग ठरवली होती.

लिऊ यांच्याबरोबर लंच घ्यावा ही मरिअन यांची स्वत:ची कल्पना होती. चीनच्या संयुक्त राष्ट्रसंघातील राजदूतांना त्या औपचारिक आणि अनौपचारिकपणे अनेकदा भेटल्या होत्या. पण पदाचा कार्यभार स्वीकारल्यानंतरच्या एकोणीस महिन्यांच्या काळात त्या त्यांच्याबरोबर कधीच खाजगी, खुल्या चर्चेसाठी बसलेल्या नव्हत्या. ती एक गोड स्वभावाची व्यक्ती होती आणि त्यांना ओळखणाऱ्या बहुतेक लोकांना ते आवडायचे. युगांडा ठरावापूर्वी त्यांचे संबंध सलोख्याचे होते. हे संबंध अजूनही तसेच आहेत, याची खात्री करून घेणे चांगले; असा मरिअन यांनी विचार केला.

त्याशिवाय एक प्रश्न होता, ज्याबद्दल मरिअनना त्यांच्याबरोबर बोलायचे होते. संयुक्त राष्ट्रसंघाच्या कामासाठी अमेरिकेचे न्यू यॉर्कमध्ये कार्यालय होते, त्यातील एका खोलीत त्यांनी लंच घेतले. ज्या साहाय्यकाने लंचचे आयोजन केले होते, त्याने 'टेक्स मेक्स'चा मेनू ठेवला होता. लिऊ यांच्या ऑफिसमधून मिळालेल्या माहितीनुसार तो त्यांचा आवडता मेनू होता.

लिऊ हे बुटके पण चपळ होते. इलमन यांनी त्यांचे स्वागत केले, तेव्हा त्या त्यांच्यापेक्षा बऱ्याच उंच वाटत होत्या.

"मी विचार केला आपण काही गोष्टींबाबत जरा बोलू," ते स्थानापन्न झाल्यावर त्या म्हणाल्या. "वैयक्तिक कक्षेत बोलू या."

"होय" लिऊ म्हणाले. "ही एक चांगली कल्पना वाटते."

इलमन यांनी स्मित केले. दारावर टकटक झाली आणि जेवण वाढण्यासाठी दोन कर्मचारी आत आले. चिकन फजिता, चिली कॉन कार्ने इत्यादी पदार्थ टेबलावर मांडले जात होते.

''तुमचं गुप्तहेर खातं छान काम करतंय असं मला दिसतंय ॲम्बॅसिडर,'' लिऊ विनोदाने म्हणाले.

इलमन हसल्या, ''त्यांना बरोबर माहिती मिळालेली असावी, अशी मला आशा आहे. नाहीतर माझी चांगलीच फजिती होईल.'' त्या म्हणाल्या.

''नाही. त्यांनी खूप छान काम केलेलं आहे.''

एका वेटरने राजदूतासमोर कोक ठेवला.

''एक अतिशय छान काम. मला हे आवडलं ॲम्बॅसिडर. इथे येण्यापूर्वी माझ्या मनात एकच किंतू होता – मला चिनी पदार्थ खावे लागतील की काय?'' लिऊ म्हणाले.

''मला मरिअन म्हणा प्लीज.''

''हो. आणि मला सायमन म्हणा.''

''सायमन... छान!''

वेटर निघून गेला.

''सुरुवात करा प्लीज.'' सुरुवात व्हावी म्हणून इलमन यांनी स्वतः 'टॅको' हा पदार्थ घेतला.

लिऊ यांनी फजिता घेतला. ''हा पदार्थ माझ्या आवडीचा आहे,'' ते म्हणाले.

''पेकिंग डक इतकाच?''

इलमन यांनी स्मित केले.

''प्रत्यक्षात बीजिंगमध्ये पेकिंग डक नाही. तो फक्त पाश्चिमात्य देशांत मिळतो.''

''खरंच? मेक्सिकोतही चिली कॉन कार्ने मिळत नाही. ते फक्त टेक्सासमध्ये मिळतं.''

''ज्या गोष्टी दुसऱ्यांकडे हव्यात असं आपल्याला वाटतं, ते आपण सरळ त्यांच्या माथी मारतो. काय गंमत आहे!'' लिऊ म्हणाले आणि त्यांनी फजिताचा एक घास घेतला.

इलमन यांनी होकारार्थी मान हलवली. लिऊ मूडमध्ये असतील, तर थोडेसे तत्त्वज्ञासारखे बोलतात असे त्यांनी ऐकले होते.

''ते बरं आहे ना? माझ्या मुलांना हा प्रकार खूप आवडतो.''

''आणि तुम्हाला आवडत नाही?'' लिऊ यांनी त्यांच्याकडे खेदमिश्रित आश्चर्याने बघितले. ''माझ्यामुळे तुम्हाला हे खाणं भाग पडतंय की काय?''

इलमन हसल्या. ''नाही... नाही... मलाही ते आवडतं, पण माझ्या मुलांना खूपच आवडतं. त्यांचे वडील त्यांना हे सारखं खाऊ घालत असतात. इला आणि बेन ही माझी मुलं. ती नऊ आणि चार वर्षांची आहेत.''

"मला एक मुलगा आहे." लिऊ म्हणाले. 'आणखी एक मूल असतं तर मला आवडलं असतं. माझा मुलगा सध्या मिनिस्ट्री ऑफ सिक्युरीटीमध्ये आहे."

"खरंच?"

लिऊ यांनी खोडकरपणे एक भुवई उंचावली. "तो काय करतोय हे जाणून घेण्यासाठी जर मला तुम्ही इथं बोलावलं असेल तर मला तुम्हाला अजिबात काही सांगता येणार नाही."

"मी या वेळी तुम्हाला सोडून देते." इलमन म्हणाल्या.

लिऊ मोठ्याने हसले. "फार छान."

त्यांनी जेवण करताना आणखी थोड्या इकडच्या तिकडच्या गप्पा मारल्या. प्रत्येकाने म्हटल्याप्रमाणे लिऊ यांचे बोलणे खरोखर आकर्षक होते; पण इलमन यांना माहीत होते की, ही बैठक कशासाठी ठरवली आहे, ते जाणून घेण्याची ते वाट बघत होते.

"आपण दक्षिण अफ्रिकेबद्दल बोलू या." त्या म्हणाल्या.

लिऊ यांनी मान हलवून संमती दर्शवली आणि फजिताचा आणखी एक घास घेतला.

"आपण त्याबाबत काय करणार आहोत?" इलमन म्हणाल्या.

चिनी राजदूतांच्या कपाळावर आठ्या पडल्या. त्यांनी नॅपकीन उचलून त्यांचे ओठ टिपले आणि नॅपकीन पुन्हा खाली ठेवला.

त्या वर्षाच्या जूनमध्ये येणाऱ्या निवडणुका आपण हरू याची खात्री पटल्यानंतर दक्षिण अफ्रिकेच्या अफ्रिकन नॅशनल काँग्रेसच्या सरकारने आणीबाणी घोषित केली होती. वर्णद्वेषी राजवटीच्या समाप्तीनंतरच्या काळात दक्षिण अफ्रिकेची जी नवी घटना तयार करण्यात आली होती, त्यात बंडाळी असेल तर आणीबाणी लागू करण्याची तरतूद होती. क्वाझुलू नाताल येथील अशांततेची सबब पुढे करत मग त्या सरकारने घटनेच्या तरतुदीचा आधार घेत आणीबाणी घोषित केली होती. आता चार महिन्यांनंतर निवडणुकांची तारीख कधीच येऊन गेली होती; पण त्या काही झाल्या नव्हत्या. पोलिसांच्या क्रौर्यामुळे आता क्वाझुलू नाताल येथील असंतोषाचे बंडाळीमध्ये खरोखर रूपांतर होत होते. संपणारा प्रत्येक आठवडा जणू सांगत होता की, एएनसीने देशावर ताबा मिळवला आहे. तो आता तात्पुरता असणार नाहीतर कायमचा असेल.

आणीबाणीची स्थिती जाहीर केल्यानंतर लगेचच सुरक्षा परिषद, एकमताने एक बंधनकारक नसलेला ठराव संमत करू शकण्यात यशस्वी झाली होती. त्यात दक्षिण अफ्रिका जलद गतीने त्यांचा नेहमीचा घटनात्मक मार्ग पुन्हा स्वीकारेल आणि ठरलेल्या तारखेप्रमाणे, मूळ व न्याय्य पद्धतीने निवडणुका

होतील अशी आशा व्यक्त करण्यात आली होती. सुरक्षा परिषदेच्या इतर ठरावांचा जसा फारसा परिणाम होत नाही तसाच याचाही काही परिणाम झाला नव्हता. आता अजूनही शांत राहणे याचा अर्थ होता सध्याची 'जैसे थे' परिस्थिती मान्य करणे आणि आंतरराष्ट्रीय समुदायाने दक्षिण अफ्रिकेच्या एकपक्षीय हुकूमशाहीत होणाऱ्या रूपांतराला संमती देणे, त्यावर शिक्कामोर्तब करणे. दक्षिण अफ्रिकेत तत्काळ घटनादत्त राज्य पुन्हा सुरू व्हावे आणि आंतरराष्ट्रीय समुदायाच्या देखरेखीखाली तीन महिन्यांत मुक्त वातावरणात निवडणुका घ्याव्यात असा एक कडक ठराव करावा यासाठी ब्रिटिश सरकार खूप आग्रही होते. सुरक्षा परिषदेच्या चॅप्टर सात खाली असा ठराव करता येणे शक्य झाले असते आणि या ठरावाप्रमाणे कार्यवाही करण्याचे एएनसीने नाकारले, तर त्यावर निर्बंध घालण्याचा मार्ग मोकळा होत होता. अमेरिका आणि फ्रान्सचा याला पाठिंबा होता. रशिया किंवा चीन याचा नकाराधिकार वापरण्याचा हक्क लक्षात घेता असा ठराव मंजूर होऊ शकेल का, याबाबत खूपच शंका होती. या दोन्ही देशांनी मागील काही वर्षांत आपल्या स्वत:च्या देशातील विविध भागांत घटनेच्या तरतुदींचा आधार घेत आणीबाणी घोषित केलेली होती आणि चीनमध्ये तर अर्थातच एकपक्षीय एकतंत्री कारभार होता. तशाच प्रकारची व्यवस्था आता एएनसी निर्माण करू बघत होती. रशियातही एकपक्षीय कारभारच होता, फक्त लोकशाही असल्याचा बुरखा ते कधीकधी पांघरायचे एवढेच!

ठराव व्हावा, यासाठी ब्रिटिश सरकार आता जास्त जोरदारपणे प्रयत्न करत होते. त्यांचे संयुक्त राष्ट्रसंघातील राजदूत सर अँटनी सील यांनी मरिअन यांना मागच्या आठवड्यात त्याबाबत तीन वेळा फोन केला होता आणि मीटिंगनंतर दोन वेळा त्यांना गाठून चर्चा केली होती. इंग्लंडमध्ये स्थानिक जनतेचा त्यासाठी किती दबाव आहे, याची इलमनना जाणीव होती. तीस वर्षांपूर्वी दक्षिण अफ्रिकेच्या वर्णद्वेषी धोरणाविरुद्ध मोठी चळवळ झाली होती, त्यात इंग्लंडच आघाडीवर होते आणि त्यामुळे आता ठोस पावले उचलली जावीत, यासाठी ते उत्सुक होते. ब्रिटिश पंतप्रधानांवर त्यांच्या स्वत:च्या मजूर पक्षाकडून टीका होत होती.

मरिअन यांना स्वत:लाही कृती हवी होती. दक्षिण अफ्रिकेत जे सुरू होते त्यामुळे त्यांना मनापासून वाईट वाटत होते. त्या फिलाडेल्फिया इथे सोळा वर्षांच्या शाळकरी विद्यार्थिनी होत्या, तेव्हा मंडेलांची मुक्तता करण्यात आली होती व ते फोटो बघून त्या दिवशी ज्या भावना उचंबळून आल्या होत्या, त्याचा विसर पडणे त्यांना शक्य नव्हते. चार वर्षांनंतर त्या जॉर्जटाउन इथे कॉलेजात शिकत होत्या, तेव्हा दक्षिण अफ्रिकेच्या इतिहासात प्रथमच मुक्त वातावरणात निवडणुका होत होत्या व लोकांनी मतदानासाठी रांगा लावल्या आहेत, असे

फोटो बघून त्यांच्या भावना पुन्हा एकदा उचंबळून आल्या होत्या. आता दक्षिण अफ्रिकेतील असे फोटो पुन्हा बघायला मिळतील की नाही, हे त्यांना कळत नव्हते.

आणि तरीही, युगांडा मोहिमेकरीता आघाडी बनवावी या त्यांच्या प्रयत्नांना जसे यश मिळाले नव्हते, तसेच ब्रिटिशांनी दक्षिण अफ्रिकेबाबत जो ठराव तयार केला होता त्याला किती यश मिळेल याचीही त्यांना शंकाच होती. सुरक्षा परिषदेच्या सर्व सदस्यांकडे ठरावाचा मसुदा पाठवण्यात आला होता. रशिया किंवा चीनकडून त्याबाबत काहीच ऐकायला मिळाले नव्हते. फ्रेंच राजदूताने त्यांना सांगितले होते की, ठराव नामंजूर होणार याची खात्री असली तरी कोणत्याही परिस्थितीत ठराव आणावा, असे त्यांच्या सरकारचे मत होते. निदान त्यामुळे परिषदेचा नैतिक अधिकार किंवा कमीतकमी त्यांचा नैतिक अधिकार शाबूत राहिला असता; पण सुरक्षा परिषदेच्या काही सदस्यांचा नैतिक अधिकार कितीही शाबूत राहिला असता, तरी त्यामुळे दक्षिण अफ्रिकेत लोकशाहीचे पुनरुज्जीवन होणार नव्हते.

या परिस्थितीमुळे त्या निराश झाल्या होत्या. आणीबाणीची स्थिती जितकी जास्त दिवस कायम राहील, तितकी तिची पाळेमुळे जास्त घट्ट होत जातील, हे मरिअन यांना ठाऊक होते. पुन्हा पूर्वपदावर येणे मग अधिकच कठीण होत गेले असते. आताच याला आळा घातला नसता, तर समोर काय होणार याचे काळेकुट्ट चित्र त्यांच्या मनात येत होते. बाहेरच्या देशातून अशा राजवटींविरुद्ध केलेली पांडित्यपूर्ण पोपटपंची आणि अधूनमधून दबाव टाकत राहणे आणि दक्षिण अफ्रिकेत हिंसा आणि त्याचे दमन होत राहणे, हे जर थांबवता येत नसेल तर आपण इथे काय करतोय, इतर कोणीही इथे काय करतेय, असा उद्विग्न सवाल त्या स्वत:ला विचारत होत्या.

लिऊ यांनी घसा खाकरला. ''दक्षिण अफ्रिकेत ही कठीण परिस्थिती आहे,'' ते म्हणाले. ''दुसऱ्या कोणत्याही देशावर राजकीय व्यवस्था लादावी असे चीनला वाटत नाही. आमचे हस्तक्षेप न करण्याचे तत्त्व तुम्हाला माहीत आहे. आमची नेहमी तीच भूमिका राहिली आहे. आमच्या व्यवस्थेत कोणीही ढवळाढवळ करू नये असं आम्ही म्हणतो, तेव्हा इतरांनाही ती मोकळीक नको असं आम्हाला कसं म्हणता येईल? मला वाटतं याबाबत आपल्यात मतभेद आहेत.''

''पण दक्षिण अफ्रिकेत एक व्यवस्था आधीच आहे,'' इलमन म्हणाल्या.

''आम्ही ती लादण्याचा प्रयत्न करत नाही आहोत. त्या देशातील एक गट ती नष्ट करतोय असं आपल्याला दिसतंय.'' त्या पुढे म्हणाल्या.

''ते खरं आहे.''

''आम्ही त्यांना इतकंच सांगतोय की, तुमच्या व्यवस्थेचा आदर करा.

तुमच्या व्यवस्थेची पुनर्स्थापना करा.''

''जुने क्रांतीकारी म्हणतील, व्यवस्था बदललीच पाहिजे,'' लिऊ खोडकरपणे हसले व त्यांनी फजिताचा एक घास घेतला.

मरिअननाही हसू आले. या वाक्याला तर चीनमध्येही हास्याची दाद मिळाली असती. मग त्या पुन्हा गंभीर झाल्या. ''आपल्याला काहीतरी केलंच पाहिजे. तुमच्या व्यवस्थेबद्दल आदर बाळगून, सायमन हे चीनसारखं नाही. ह्याबाबत काही करण्यामुळे आम्ही चीनबाबत भाष्य करीत आहोत, असा अर्थ होत नाही.''

लिऊ यांच्या कपाळावर नापसंतीच्या आठ्या उमटल्या. पण ते खाता-खाता ऐकत आहेत, हे मरिअनना दिसत होते.

''याची चीनबरोबर तुलना होऊ शकत नाही. दक्षिण अफ्रिकेचं हे सरकार असं नाही की, त्यांनी देशासाठी काही महान काम केलं आहे आणि लोकांच्या जीवनमानाचा दर्जा उंचावला आहे आणि जागतिक राजकारणातील एक ताकद म्हणून आपली क्षमता विकसित केली आहे. इतकंच काय त्या प्रादेशिक विभागातही एक ताकद म्हणून त्यांनी स्वत:चं स्थान निर्माण केलेलं नाही. पूर्णपणे वैयक्तिक मत सांगायचं तर हा अफ्रिका खंडातील सिंगापूर देश असता तर तुम्हाला म्हणू शकला असता, ''ठीक आहे, कदाचित एकपक्षीय कारभार इथे काही काळ चालू शकेल. पण ते तसं नाही. एएनसी हा एक भ्रष्ट पक्ष आहे, त्याच्या क्रौर्याची परिसीमा वाढतेय आणि दक्षिण अफ्रिकेकडे विकासाची खूप मोठी क्षमता असूनही त्याला दिवाळखोरीच्या उंबरठ्यावर आणलंय आणि लोकशाही मार्गाने होणाऱ्या निवडणुकांत त्यांना लाथा मिळतील, हा धोका असूनही ते या थराला गेले आहेत. मग निवडणुकांना सामोरं जावं लागणार नाही हे माहीत असेल तर ते किती वाईट थराला जातील?''

''म्हणजे तुम्ही म्हणताय, तुम्ही सुचवताय त्यामागे तुमची अमेरिकेची कोणतीही ध्येयवादी विचारसरणी नाहीये.''

मरिअननी खांदे उडवले. ''नक्कीच आहे. अर्थातच आहे. हे माझं स्वत:चं मत आहे आणि पूर्ण अमेरिकेचं ते मत आहे, प्रत्येकाला लोकशाहीचा अधिकार आहे. पण मी म्हणत्येय त्याच्या खोलात न जाता तुम्ही एक व्यवहारी भूमिका घेऊ शकाल आणि मी म्हणत्येय जर आपण सगळ्यांनीच व्यवहारवादी भूमिका घेतली... जर आपण म्हणालो, ह्या पक्षाने दक्षिण अफ्रिकेचं हित सांभाळलेलं नाही, त्यांचं भलं केलेलं नाही, हा असा पक्ष नाही की, ज्याने अनिर्बंधपणे देशाचा कारभार चालवावा, तर मग मला वाटतं आपण सगळे एकत्र येऊ शकतो आणि मागणी करू शकतो की, ह्या पक्षाने जनतेसमोर जावं. अधिक चांगला कारभार करू शकेल, असा कोणी शोधण्याचा लोकांना हक्क आहेच. आपणही

व्यवहारवादी भूमिका घेऊ शकतो. सायमन, ध्येयवादी नाही आणि असं करून जर आपण फक्त त्याच भूमिकेला धरून राहिलो आणि ध्येयवादी विचारसरणीपासून दूर राहिलो, तर आपण सगळे मिळून दक्षिण अफ्रिकेत तिच्या घटनेची पुनर्स्थापना करू शकू.''

लिऊ काय म्हणताहेत, याची वाट बघत मरिअननी टॅकोचा एक घास घेतला.

''व्यवहारीपणालाही ध्येयवादाची किनार येते,'' ते शेवटी म्हणाले,

''पण ही एक व्यवहार्य भूमिका आहे, नाही का? ते एक अत्यंत खराब सरकार आहे. यापेक्षा चांगलं सरकार असण्याचा दक्षिण अफ्रिकेला हक्क आहे.''

लिऊ यांनी स्मित केले, ''ते खरं आहे. ते एक अत्यंत खराब सरकार आहे.''

''म्हणून त्या बिचाऱ्या देशाला त्याच्या कष्टातून मुक्त व्हायला मदत करू या. एक पक्षीय हुकूमशहाने झिंबाब्वेला अगदी मरणाच्या खाईत लोटेपर्यंत आपण अनेक वर्षे फक्त बघत उभे राहिलो. आपल्याला नक्कीच पुन्हा तसं करायचं नाही.''

लिऊ क्षणभर शांत राहिले. ''आम्हालाही ते नको आहे. त्यामुळेच आम्ही पहिल्या ठरावाला पाठिंबा दिला. हे दक्षिण अफ्रिकेसाठी चांगलं आहे, असं आम्हाला वाटत नाही. हे चीनसाठी चांगलं आहे, असंही आम्हाला वाटत नाही.''

''मग ब्रिटन ज्या प्रकारचा ठराव प्रस्तावित करत आहे, त्याला तुम्ही पाठिंबा द्याल?''

लिऊ यांनी तोंड किंचित वाकडे केले.

''तुम्ही ब्रिटिश मजकूर बघितला आहे का?''

''मरिअन तो मजकूर हास्यास्पद आहे.''

''मग पर्यायी मजकूर सुचवण्यासाठी आम्हाला सहकार्य करा. निर्बंध घालण्याचा आदेश देणाऱ्या ठरावासाठी आम्हाला साथ द्या. तो आपण स्वत:च बनवू. ब्रिटिशांना विसरून जा. ध्येयवादाचा संबंध नसेल असं शब्दांकन आपण करू या. सायमन, परिषद ह्याबाबतीत गप्प राहू शकेल, असं मला वाटत नाही. अमेरिका या बाबत काही करू शकणार नाही किंवा निदान काही करण्याचा प्रयत्न करू शकत नाही असंही मला वाटत नाही.''

''ठराव हा सर्वोत्तम मार्ग आहे असं चीनला वाटत नाही.''

''मग कोणता आहे?''

'या प्रश्नाबाबत दक्षिण अफ्रिकेच्या सरकारबरोबर काम करण्यासाठी आम्हाला

थोडा वेळ द्या.''

''म्हणजे काय?''

''आमचा तिथे प्रभाव आहे.''

मरिअनने त्यांच्याकडे बघितले. दक्षिण अफ्रिकेच्या अर्थव्यवस्थेत चीनने खोलवर हातपाय पसरले होते. दक्षिण अफ्रिकेतील उद्योगांच्या भागीदारीत, तिथल्या खाणकाम उद्योगात खूप मोठे भांडवल गुंतवले होते. अशा उद्योगांपैकी बरेचसे एएनसीच्या उच्चस्तरावरील भ्रष्ट अधिकाऱ्यांबरोबर साटेलोट ठेवून होते. मरिअननी जे गुप्तहेरखात्याचे अहवाल बघितले होते. त्यानुसार चीनचे सरकार दक्षिण अफ्रिकेतील राजकीय पेचप्रसंगात मध्यस्थाची भूमिका बजावू बघत होते. त्यासाठी ते तिथे राष्ट्रीय एकात्मिक सरकार आणून त्यात विरोधी पक्षाला नाममात्र जागा द्यावी असा एएनसीवर दबाव आणत होते. त्यायोगे एएनसी सत्तेत राहू शकली असती. नंतर तिथे निवडणुका घेऊन आणि त्यात अफरातफरी करून एएनसी पुन्हा सत्तेत येऊ शकली असती आणि घटनेची पुनर्स्थापना झाली आहे, असं म्हणायला ते मोकळे झाले असते. एएनसीचा बचाव करणारे म्हणून स्वत:ला प्रस्थापित करण्यासाठी एक संधी या नजरेतून चीन याकडे बघत होते. तसे झाले असते, तर त्या देशाच्या खनिज-साधनसंपत्तीवर चीनला प्राधान्याने ताबा मिळण्याची हमीच होती. लिऊ यांची 'वेळ द्या' ही विनंती म्हणजे त्यांचा हा बेत तडीस नेऊ द्यावा यासाठी केलेली मागणी दिसत होती.

''ब्रिटिशांचं आता काहीच महत्त्व उरलेले नाही. ती फक्त एक जुनी वसाहतवादी ताकद होती,'' लिऊ म्हणाले, ''ते काय म्हणतात याला काहीच महत्त्व नाही. खरंतर त्यामुळे विरुद्ध परिणाम साधला जातो. तुम्ही स्वत:ला ब्रिटिशांबरोबर जोडून दक्षिण अफ्रिकेतील तुमची विश्वासार्हता गमावता. फक्त आर्थिक ताकद प्रभाव टाकू शकते. दक्षिण अफ्रिकेच्या सरकारला समजावण्यासाठी आम्हाला थोडा वेळ द्या. ब्रिटिशांबरोबर बोला आणि त्यांना घाई करू नका म्हणून सांगा. त्यांच्यावर थोडा दबाव टाका.''

''मला वाटत नाही त्याचा उपयोग होईल,'' मरिअन म्हणाल्या.

लिऊ यांनी मान हलवली. ते क्षणभरासाठी हसले. ''युगांडामध्ये काय सुरू आहे?'' ते म्हणाले.

मरिअननी त्यांच्याकडे काळजीपूर्वक बघितले. दोन्ही प्रश्नांचा ते एकमेकांशी संबंध जोडण्याचा प्रयत्न करत होते का? ते काय सुचवत होते? चीन एकाच्या बदल्यात दुसऱ्याचा सौदा करण्यास तयार आहे? का ते सौजन्य म्हणून केवळ विषय बदलवण्यासाठी हे बोलले होते? दक्षिण अफ्रिकेच्या प्रश्नांबाबत आता त्यांच्यात एकदम विरुद्ध टोकाच्या भूमिका होत्या असे दिसत होते आणि त्यामुळे

ज्या खेळकर वातावरणात ते एकत्र बसले होते, तोच खेळकरपणा आता धोक्यात आला होता.

"माझ्या माहितीप्रमाणे तरी ते उत्तम सुरू आहे."

"छान."

तिथे शांतता होती.

"तुम्हीही आमच्याबरोबर त्यात का सहभागी होत नाही?" मरिअननी अचानक विचारले.

लिऊ यांनी त्यांच्याकडे प्रश्न समजला नसल्याप्रमाणे बघितले.

"युगांडामध्ये तुम्हीही त्या मोहिमेत का सहभागी होत नाही?"

लिऊ यांनी स्मित केले. "हे तुमचं सरकार बोलत नाही. माझी खात्री आहे, हे तुम्ही वैयक्तिकपणे बोलताय मरिअन."

"तुम्ही का सहभागी होत नाही? तुमची काही माणसं आमच्या माणसांबरोबर राहू देत. आपण ही एक संयुक्त मोहीम करू. आपण त्याबाबत का चर्चा करू शकत नाही? एलआरएचा नायनाट करणं, यात विवादास्पद काय असू शकतं?"

लिऊ मोठ्याने हसले.

"ही विक्षिप्त कल्पना आहे असं तुम्हाला वाटतं?"

"वैयक्तिकरित्या बोलायचं तर मला वाटतं, ही फार छान कल्पना आहे. या खोलीत जर तुम्ही आणि मी मान्य करू शकलो, मरिअन –"

त्यांनी त्यांच्या बोटांनी चुटकी वाजवली, "तर हे मी लगेच करेन."

"त्यामुळे काय परिणाम साधला जाईल, यावर विचार करा. यामुळे किती मोठं स्टेटमेंट केलं जाईल यावर विचार करा."

"मला वाटतं तुमच्या सरकारकरता हे फार मोठं स्टेटमेंट होईल."

"मला माहीत नाही. काही लोकांशी अनौपचारिकपणे बोलून बघा. मी गंभीरपणे बोलत्येय सायमन. बीजिंगमध्ये यावर काही लोकांचं काय म्हणणं आहे ते अजमावून बघा."

"मला वाटतं बीजिंगमध्येसुद्धा विरोध होईल." लिऊ पुन्हा हसले.

"मला वाटतं तुम्ही वॉशिंग्टनमध्ये काही लोकांशी बोलून बघावं." ते पुढे म्हणाले.

"तिथं काही लोक विरोध करतील. मी खात्रीने सांगते."

"डॉ. रोझ काय म्हणतील ते बघायला मला आवडेल."

"तिथून थोडा पाठिंबाही मिळेल. तुम्हाला आश्चर्य वाटेल पण मिळेल."

"पुरेसा मिळणार नाही. आम्ही सहभागी व्हावं यासाठी पुरेसे लोक अनुकूल असणार नाहीत. मला वाटतं, तुमच्या राष्ट्राध्यक्षांना ते एकट्यानेच करण्यात

जास्त आनंद आहे. इतरांच्या सहयोगाने करण्याची संधी तुमच्याकडे होती. आता तुम्ही तसं करणार नाही.''

''मग आम्हाला तसं करायला लावा.'' इलमन थबकल्या. खरं तर या विषयावर असे एकदम बोलण्यापूर्वी त्यांनी विचार केला नव्हता. ही कल्पना त्यांना आताच सुचली होती. आणि अगदी वैयक्तिक स्तरावरही जितके बोलणे योग्य होते त्याच्या फार पलीकडे त्या गेल्या होत्या. पण ते मरू दे! त्यांनी आता त्याचा उच्चार केला होता. आता शेवटपर्यंत जावे. ''आम्ही नाकारूच शकणार नाही असा प्रस्ताव आमच्यासमोर ठेवा. जाहीरपणे. ते इतकं कठीण असणार नाही.''

लिऊ यांनी त्यांच्याकडे बघितले आणि मग हसत नकारार्थी मान हलवली.

मरिअन पाय रेलून बसल्या. अशी एक छान कल्पना, पण ती खोलीच्या बाहेरसुद्धा नेली जाऊ शकत नव्हती, हे निराश करणारे होते. त्यांना ती आवडली होती. युगांडाचा वापर त्यांच्यात मतभेद निर्माण करण्याऐवजी, त्यांना एकत्र आणण्यात का करू नये? राष्ट्राध्यक्ष नोल्स आणि राष्ट्राध्यक्ष झँग यांनी चीनचे सैन्य अमेरिकेच्या सैन्याबरोबर एकत्र येत आहे अशी घोषणा केल्यानंतर त्याचा काय परिणाम होईल याचे चित्र त्यांच्या डोळ्यांसमोर आले. कोणाच्या ध्यानीमनी नसताना अचानक अशी घोषणा झाल्यामुळे त्याचा फार मोठा परिणाम झाला असता. इजिप्तचे राष्ट्राध्यक्ष सादात इस्त्रायलमध्ये जेरूसलेमला गेल्यानंतर झाला तसा. रॉबेन आयर्लंडमधून मंडेलांना मुक्त करण्यात आले, त्यासारखा. क्रांतीकारी कल्पना. ही कल्पना मरिअनना भावनावेगात सुचली होती, जवळपास एक विनोद म्हणून. पण त्यांनी संयुक्त राष्ट्रसंघात सुरुवात केली तेव्हापासून त्यांना सुचलेली ही सर्वांत बुद्धिमान कल्पना वाटत होती.

पण सध्यातरी त्यात कोणाला आपले हित दिसत नव्हते. ना वॉशिंग्टनला ना बीजिंगला.

''युगांडाच्या जंगलात तुमच्या मोहिमेची प्रगती कशी सुरू आहे?'' लिऊ यांनी विचारले.

''आमच्या ठरवलेल्या योजनेप्रमाणे ती होत आहे.''

''धीम्या गतीने सुरू आहे असं दिसतंय.''

''मानव हितकारी परिस्थितीत बरीच सुधारणा झाली आहे.''

''तुम्ही जेव्हा सुरक्षा परिषदेला याबाबतचा अहवाल देणार आहात तेव्हा त्याबद्दल ऐकण्यास मी उत्सुक आहे.''

''तुम्ही त्याविषयी नक्कीच खात्री बाळगा.''

''मला वाटलं तुमच्या राष्ट्राध्यक्षांना निवडणुकीत मदत व्हावी म्हणून फार मोठा परिणाम तिथे साधावा अशी त्यांना अपेक्षा असेल,'' हे म्हणताना लुई

यांच्या डोळ्यांत खोडकर भाव होते.

इलमन यांनी हसत नकारार्थी मान हालवली. ''छान प्रयत्न.''

''तुम्हाला माहीत आहे, सुदानमध्ये काही घडलं, तर आम्ही केवळ बघ्याची भूमिका घेऊ शकणार नाही,'' लिऊ म्हणाले.

''तुम्हाला माहीत आहे, सुदानमध्ये काही करायचा आमचा इरादाच नाही. ते मी तुम्हाला अनेक आठवड्यांपूर्वीच सांगितलंय.''

''छान, मरिअन, एलआरए ही एक सैतानी गोष्ट आहे, या तुमच्या म्हणण्याशी मी सहमत आहे. आपल्यामध्ये काही तणाव निर्माण न होता तुम्ही तिचा नायनाट करू शकाल, अशी वैयक्तिकरित्या मी आशा करतो.''

''त्यासाठी सर्वोत्तम खात्रीशीर मार्ग म्हणजे दोघांनी मिळून ते काम करणं.''

मरिअन यांच्या ह्या सूचनेवर फेरविचार करावा, ह्या आवाहनाकडे लिऊ यांनी सौजन्यपूर्वक दुर्लक्ष केले.

तिथे शांतता पसरली. दक्षिण अफ्रिकेच्या विषय पुन्हा काढावा का, यावर मरिअन यांनी विचार केला; पण तो विषय आणखी पुढे नेता येईल, असे त्यांना वाटले नाही.

''तुमच्या मार्केटमध्ये काय सुरू आहे असं तुम्हाला वाटतं?'' लिऊ म्हणाले.

मरिअननी त्यांच्याकडे बघितले.

''तुमचं स्टॉकमार्केट. तिथे थोडी अस्थिरता आहे. मला आश्चर्य वाटतंय, काय झालंय ते मला कळत नाही.''

''मलाही कळत नाही. मला वाटतं मार्केट कधीकधी घाबरतं आणि अस्थिरता येते.''

''म्हणजे बलाढ्य अमेरिकेचे मार्केट पुन्हा खाली कोसळणार आहे, याबद्दल आम्ही धास्ती बाळगायची गरज आहे, असं तुम्हाला वाटत नाही ना?''

मरिअननी स्मित केले. ''मी अर्थतज्ज्ञ नाही, पण मला तसं वाटत नाही.''

''तो एक प्रश्न निर्माण होईल. मागच्या वेळेला आमचा खूप मोठा राखीव निधी तुमच्या रोख्यात आणि शेअर्समध्ये गुंतलेला होता.''

''मला माहीत आहे,'' मरिअन म्हणाल्या.

''आता आमची त्याहीपेक्षा जास्त मोठी गुंतवणूक आहे.''

१६

वॉशिंग्टनमधील चीनचे राजदूत, राष्ट्राध्यक्ष झँग यांच्याबरोबर थेट संपर्क साधू शकत होते. या व्यवस्थेचा वापर कोणकोणत्या वेळी करायचा हा निर्णय त्यांच्यावरच सोपवलेला होता. त्यामुळे बॉब लिव्हिंगस्टन आणि एसइसीचे आयुक्त यांच्याबरोबरच्या त्यांच्या मीटिंगचा जो अहवाल एरवी एक आठवडा विदेश मंत्रालयात फिरत राहिला असता आणि परराष्ट्रमंत्री यापलीकडच्या उच्चस्तरावर गेला नसता, तो मीटिंग झाल्यानंतर दुसऱ्या दिवशी सकाळी झँग यांच्या डेस्कवर होता.

झँग योग यांचे वय चौसष्ट वर्षे होते. ते पक्षाचे आजीवन सदस्य होते व पक्षातील अधिकारीपदावर कार्यरत होते. चीनला २०१४मध्ये आर्थिक मंदीचा तडाखा बसला होता, तेव्हा ते देशाचे अंतर्गत सुरक्षा मंत्री होते. चीनमध्ये त्या वेळी अनेक समस्या अनिर्णित अवस्थेत होत्या व त्याचे ताण देशात होते. सततची आर्थिक असुरक्षितता हे जुने दुखणे कायम होते, रोजगारासाठी, कुटुंबाला मागे ठेवून कोट्यवधी लोकांनी शहरात स्थलांतर केले होते, ते सगळ्यापासून तुटले होते. गावाकडील लोकांच्या अनेक समस्या होत्या. आर्थिक विकासामुळे या समस्यांवर नियंत्रण राखता आले होते. पण आता मंदीमुळे त्यांचा भडका उडाला होता. बेरोजगारी व दिवाळखोरीमुळे जनतेत असंतोष पसरला, तो काही ठिकाणी इतका वाढला की, त्याने बंडाचे स्वरूप धारण केले आणि पक्षाची सत्ता धोक्यात आली. तिबेटी, उयघूर आणि दडपले गेलेले इतर अल्पसंख्य समुदाय स्वत:चा हक्क सिद्ध करण्यासाठी नेहमीच संधीच्या शोधात असत. त्यांनी क्रांती करण्यासाठी हाच क्षण साधला. अंतर्गत सुरक्षा मंत्री या नात्याने झँग यांनी त्यावेळेस अत्यंत कठोर कारवाई केली होती. अंतर्गत सुरक्षा दलाचे बळ वापरून आणि सैन्याची मदत घेऊन दयामाया न दाखवता हे बंड चिरडून टाकले होते आणि परिस्थिती नियंत्रणाखाली आणली होती. देशाच्या मध्यावधी आणि पश्चिमेकडील भागातील काही शहरांवर तर जणू युद्ध करून पुन्हा ताबा मिळवावा लागला होता. २०१४च्या त्या उन्हाळ्यातील अनेक महिन्यांत आणि नंतरच्या हिवाळ्यात

चीन अराजकाच्या उंबरठ्यावर हेलकावे खात होता. पक्षाचेही तुकडे झाले होते आणि आपापसात संघर्ष सुरू होता. या सगळ्या वादळी परिस्थितीतून झँग राष्ट्राध्यक्ष पदाच्या सत्तास्थानापर्यंत पोहोचले होते, तर इतर दोन माणसे, संरक्षणमंत्री क्सू चांगजियांग आणि सैन्य प्रमुख जनरल फॅन केमिंग यांचाही सामर्थ्यशाली व्यक्ती म्हणून उदय झाला होता. त्या दोघांना सैन्याच्या विविध विभागांचा पाठिंबा लाभला होता. नंतरच्या वर्षांत झँग यांना त्या दोघांना हटवणे शक्य झाले नव्हते. सत्तास्थानी आल्यानंतर परदेशी निरीक्षकांनी अंदाज केला होता, त्यापेक्षा अधिक आदबशीर अशी झँग यांची वागणूक राहिली होती. सुरक्षाव्यवस्थेत त्यांची कारकिर्द गेलेली असूनही त्यांच्या लगेच लक्षात आले होते की, लष्करी सामर्थ्याच्या जोरावर पक्ष दीर्घकाळ राज्य करू शकत नाही. त्यासाठी आवश्यक असते, आर्थिक समृद्धी. उठावाच्या दरम्यान ज्या भागांना सर्वांत जास्त झळ पोहोचली होती, त्यांची पुनर्बांधणी केली तर विकासाला भरीव चालना मिळेल, हे त्यांच्या लक्षात आले होते. तसेच बंडाळीत उद्योग बंद पडल्याने इतर स्पर्धक देशांनी त्याचा फायदा घेतला होता. अशा उद्योग व्यवसायांवर पुन्हा ताबा मिळवणे आर्थिक प्रगती पुन्हा साधण्यासाठी आवश्यक आहे, हेही त्यांच्या लक्षात आले होते. चीनमधील उत्पादन उद्योग व त्यांची क्षमता प्रचंड होती. बंडाळीच्या काळात चीनच्या दक्षिण आणि पूर्व भागातील उत्पादन उद्योग बंद पडले होते. इतर भागांतील उद्योग मात्र नेहमीसारखेच सुरू होते. मतभेदाची चाहूल लागली तरी ती क्रूरपणे दडपून टाकत झँग यांनी सर्व उद्योग तातडीने पुन्हा कार्यरत केले होते. ग्रामीण भागातील कामगारांनी शहरात नोकरीसाठी परत यावे म्हणून वास्तव्य अधिकार कायदे ढिले केले होते. उद्योगांच्या पुनर्बांधणीसाठी बँकांना त्यांना कर्ज देण्यास भाग पाडले होते. आंतरराष्ट्रीय नियमांप्रमाणे बेकायदा असले, तरी त्याविरुद्ध जात उद्योगांना शासनाचे खूप मोठे अनुदान दिले होते. या अनुदानामुळे उद्योजक आपल्या उत्पादनाच्या किमती इतर देशांपेक्षा स्वस्त ठेऊ शकले होते. त्याच्या साहाय्याने मग जे परदेशी ग्राहक त्यांनी गमावले होते ते परत मिळवले होते. चीनमधील परिस्थिती पूर्वपदावर आली आहे, त्यांचे उद्योगधंदे पूर्वीसारखे सुरळीत सुरू आहेत, यावर पाश्चिमात्य जगताने विश्वास ठेवला कारण असा विश्वास ठेवणे ही त्यांची गरज होती. त्यामुळे चीनने काय वैध-अवैध प्रकाराचा अवलंब केला, याबद्दल त्यांनी प्रश्न विचारले नव्हते. कोणी कल्पनाही केली नसती, इतका याचा लगेच परिणाम झाला होता. एका वर्षाच्या आतच त्यांनी बंडाळीपूर्वीच्या उत्पादनाचे आकडे गाठले होते. दोन वर्षांनंतर त्यात आठ टक्के वाढ झाली होती.

झँगनी घेतलेला प्रत्येक निर्णय चीनची अर्थव्यवस्था मजबूत व्हावी या

हिशेबाने घेतलेला होता. झँग स्वत: अर्थतज्ज्ञ नव्हते. त्यांच्याशी कडवे एकनिष्ठ असलेल्या काही अर्थतज्ज्ञ लोकांवर ते अवलंबून राहात, अशा लोकांना त्यांनी अर्थमंत्रालयात लवकरच बढती दिली होती. या लोकांपैकी सर्वांत वरिष्ठ होते अर्थमंत्री बाय शाओचून. ते वस्तुत: राजकीय व्यक्ती नव्हते, तर टेक्नोक्रॅट होते, पण झँग यांच्या मार्गदर्शनाखाली राजकारणाचे धडे गिरवत राजकीय कौशल्यही ते अवगत करून घेत होते. राष्ट्राध्यक्ष आपला वारस म्हणून त्यांना तयार करत होते. अमेरिकेच्या बँकांच्या शेअर्सचे भाव तिथल्या शेअरमार्केटमध्ये खाली येत चालले आहेत, याची झँगना पुरेपूर माहिती होती. त्याचा चीनच्या मार्केटवर काय परिणाम होत आहे याची माहिती त्यांना रोजच्या रोज मिळत होती. हा परिणाम सध्यातरी किरकोळ होता. पण न्यू यॉर्क स्टॉक एक्सचेंजवर नोंद झालेल्या प्रत्येक कंपनीची माहिती त्यांना नव्हती. वॉशिंग्टनमधील राजदूताने दिलेला अहवाल त्यांनी क्यूइन जीवेईंकडे दिला. क्यूइन हे शांघायमधील पूर्वीचे बँकर होते व चीनच्या अमेरिकेसोबतच्या व्यवहारांबाबत राष्ट्राध्यक्षांचे सर्वांत विश्वासू वैयक्तिक सल्लागार होते. क्यूइन यांनी अनेक वर्षे न्यू यॉर्क येथे काम केले होते. त्यांनी अहवाल वाचून चौकशी केली व आणखी माहिती मिळवली. ज्या दिवशी दुपारी झोन्गनान्ही येथील एका प्रासादात झँग व क्यूइन यांची परराष्ट्रमंत्री यांग, अर्थमंत्री बाय आणि अर्थखात्याचे वरिष्ठ उपमंत्री हू लिरेन यांच्याबरोबर बैठक झाली. हू लिरेन पीपल्स इन्व्हेस्टमेंट कॉर्पोरेशनचे प्रमुख होते. याच फंडाकडे फिडेलियन बँकेच्या सव्वीस टक्के शेअर्सची मालकी होती.

बॉब लिव्हिंगस्टन यांनी अंदाज केल्याप्रमाणे राजदूत झू यांनी पाठवलेल्या बैठकींसंबंधीच्या टिपणात अमेरिका चीनवर आरोप करत आहे असा अर्थ काढण्यात आला होता. अमेरिकेत लवकरच होणाऱ्या मध्यावधी निवडणुकांच्या निकालावर परिणाम व्हावा यासाठी चीन शेअर्सच्या भावात लबाडी करत आहे, असा अमेरिकेचा आरोप आहे, असा अर्थ काढण्यात आला होता. झँग यांनी अशी कोणतीही कृती करा असा आदेश दिलेला नव्हता. अगदी प्रथम त्यांनी इतर कोणी असा आदेश दिला आहे का, याची विचारणा केली. हू लिरेन यांनी नकारार्थी मान हलविली. ''आपण असं काही करत नाही आहोत, राष्ट्राध्यक्ष झँग.''

''कोणीच याबाबत आदेश दिलेला नाही?'' पुन्हा हू यांनी नकारार्थी मान हलविली. ''नाही, राष्ट्राध्यक्ष झँग.''

''तुम्ही अशी कृती कराल का?''

''हा एक इंटरेस्टिंग प्रश्न आहे, राष्ट्राध्यक्ष झँग.''

''आमच्या कृतीचे काय वेगवेगळे परिणाम होऊ शकतात, याचा आम्ही अभ्यास केला.'' बाय म्हणाले, ''एकदम अनेक मोठे व्यवहार करून आपण

मार्केटमध्ये लक्षणीय बदल घडवू शकतो, हे खरं आहे. आपल्याकडे असलेल्या शेअर्सची संख्या व अनेक कंपन्यांचे शेअर्स हे असा बदल घडविण्यासाठी पुरेसे आहेत. पण हे आपल्या स्वत:च्या हिताविरुद्ध होईल. भाव खाली आले, तर आपल्याच होल्डिंगचे मूल्य खाली येईल.''

हू यांनी न बोलता होकारार्थी मान हलवली. बाय यांना आणखी जास्त माहिती देता आली असती. त्यांनी जर-तरच्या अनेक शक्यता आजमावून बघितल्या होत्या. त्यात त्यांनी जर आपल्या ताब्यातील शेअर्सच्या संख्येच्या जोरावर भाव खाली आणायचे ठरवले असते, तर अशी घबराट मुद्दामहून निर्माण करण्यापूर्वी शेअर्स शॉर्ट करून भाव खाली येणार ह्या अपेक्षेने नजिकच्या भविष्यकाळासाठी ते खालच्या भावात विकण्याचे सौदे आधीच करून ते बेसुमार फायदा कमावू शकले असते, हीसुद्धा एक शक्यता होती. शिवाय भाव खाली आल्यावर आणखी जास्त शेअर खरेदी करून ते दुसऱ्यांदा फायदा कमावू शकले असते. खालच्या भावात खरेदी केलेल्या शेअर्सचा भाव शेवटी पुन्हा वर जाणार आहे याची शाश्वती असल्याने हाही फायद्याचा सौदा होता. पीपल्स इन्व्हेस्टमेंट कॉर्पोरेशनसारखा फंड गुंतवणूक करताना दशकांचा विचार करून काम करायचा. वर्षांचा, महिन्यांचा, आठवड्यांचा किंवा दिवसांचा कालावधी लक्षात घेऊन जे गुंतवणूकदार गुंतवणूक करत, त्यांच्या तुलनेत या फंडाला खूपच अनुकूल परिस्थिती होती. उदाहरणार्थ, समजा एखादा गुंतवणूकदार जास्तीत जास्त फक्त तीन महिन्यांकरीता गुंतवणूक करू शकतो व त्याने दहा लाख डॉलर्सची गुंतवणूक केली तर तीन महिने होताच, त्याच्या गुंतवणुकीचे मूल्य खाली येऊन पाच लाख झालेले असले, तरी ती विकणे व तोटा सहन करणे त्याला भाग असते, कारण तीन महिन्यांच्या वर तो गुंतवणूक करूच शकत नाही. उलट पीपल्स इन्व्हेस्टमेंट कॉर्पोरेशनसारखा दीर्घ काळासाठी गुंतवणूक करणारा फंड मात्र ती गुंतवणूक न विकता भाव वर जाईपर्यंत वाट बघू शकतो. हू यांच्या ताब्यात पन्नास हजार कोटींचा फंड होता, त्यामुळे असे व्यवहार करून फायदा मिळवायचे त्यांनी ठरवले असते, तर प्रचंड फायदा ते कमवू शकले असते.

''या केवळ विविध शक्यता आहेत, राष्ट्राध्यक्ष झँग,'' बाय म्हणाले.

झँग यांनी मान हलवून सहमती दाखविली. त्यांनी हू यांच्याकडे बघितले. ''मग या बँकेबाबत तुम्ही काय करत आहात, उपमंत्री?'' त्यांनी विचारले.

''राष्ट्राध्यक्ष फिडेलियन बँकेबद्दल बोलत आहेत,'' क्यूइन म्हणाले.

''भाव खाली आल्याने आपल्या ताब्यातील शेअर्सपैकी थोडेसे आपण विकून टाकले आहेत. आपल्या ताब्यातील शेअर्सच्या दोन टक्के.''

''आणखी जास्त का नाही?''

“जर आपण आणखी विकले, तर त्यामुळे भाव कोसळतील. ते आपल्या हिताचं नाही. शिवाय बँकेच्या संचालक मंडळावर आपले दोन प्रतिनिधी आहेत. उघडपणे आपल्याला विक्री करता येणार नाही. पीआयसीशी थेट संबंधित नसलेल्या कंपन्यांमार्फतच आपण विक्री करू शकतो.”

“पण तुम्ही विक्री करत आहात, उपमंत्री महाशय. त्याचा अर्थ तुमच्या मते ही चांगली गुंतवणूक नाही.”

“त्या बँकेच्या काही समस्या आहेत, राष्ट्राध्यक्ष झँग. आपले प्रतिनिधी संचालक मंडळावर असल्याने ही गोष्ट आपल्याला माहीत आहे. आपल्याला काही गोष्टी माहीत आहेत, ज्या मार्केटला माहीत नाहीत.”

“कोणत्या गोष्टी?”

“बँकेला भांडवलाची गरज आहे. मार्केटमध्ये जाऊन पैसे उभे करणं, त्यांना भाग आहे.”

“म्हणजे तुम्ही वाईट गुंतवणूक केली आहे, उपमंत्री,” झँग तीव्रपणे म्हणाले.

हू यांनी मान खाली घातली.

“मार्केटला याचा पत्ता लागल्यानंतर काय होईल?”

“ते बघावं लागेल,” बाय म्हणाले. “बँकेची भांडवलाची गरज पूर्ण करण्यासाठी आपण त्यात पैसे घालावेत असं बँकेचे सीईओ म्हणत आहेत.”

“आपण घालू शकतो?”

“अर्थातच.”

“तुम्ही त्यांना काय सांगितलं?”

“उपमंत्री हू यांनी आपण तसं करणार नाही अशी त्यांची समजूत करून दिली आहे.”

“मग आता काय होईल?”

“कुठून तरी पैसे आणावेच लागतील. आपण नाहीतर दुसरीकडून कुठून.”

“कोणीच पुढे आलं नाहीतर?”

“अमेरिकेचं सरकार तसं होऊ देणार नाही,” क्यूइन म्हणाले.

“त्यांनी तसं सांगितलंय का?”

“त्यांना त्याबद्दल अजून माहीत नाही. ही इन्व्हेस्टमेंट बँक फार मोठी आहे.” क्यूइन २००८ साली न्यू यॉर्कमध्ये होते आणि त्या वेळी जे घडले, ते त्यांनी बघितले. त्याचा त्यांच्यावर खूप प्रभाव होता. “इतकी मोठी बँक दिवाळखोरीत गेल्यानंतर त्याचा काय परिणाम होतो, ते त्यांनी दहा वर्षांपूर्वी बघितलेलं आहे. आणि तसं पुन्हा बघण्याची त्यांना भयंकर भीती वाटते. जे राष्ट्राध्यक्ष अशी गोष्ट घडू देतील, त्यांना मोठा मार बसेल.”

''तांत्रिकदृष्ट्या बघायचं तर राष्ट्राध्यक्ष झँग,'' हू म्हणाले, ''ती बँक कोसळणार नाही. अशी बँक वाइंड अप करण्याची, तिचं समापन करण्याची एक प्रक्रिया आहे. मंत्री क्यूइन यांनी ज्याचा उल्लेख केला, त्या घटनेनंतर आता त्यांनी या नव्या तरतुदी केल्या आहेत.''

''पण ती बँक वाइंड अप केलेलीही चालणार नाही,'' क्यूइन म्हणाले. ''ती एक फार क्लिष्ट प्रक्रिया आहे. आवश्यक असेल, तर ते दुसऱ्या बँकांना ही बँक विकत घ्यायला सांगतील.''

''पण त्याची किंमत खूप कमी मिळेल,'' झँग म्हणाले.

''वाइंड अप करावी लागेल, अशी त्यांना भीती वाटत असेल, तर किंमत इतकी कमी राहणार नाही.''

बाय यांनी सहमती दाखवली. ''आणि आपण इतर काही गोष्टी करू शकतो. जर या बँकेच्या शेअर्सचे भाव खाली आले, तर इतर बँकांच्या शेअर्सचे भावही खाली येतील. या गोष्टीचा फायदा घेऊन आपण आपला तोटा भरून काढू शकतो. या गोष्टीचा उपयोग करून आपण आपली गुंतवणूक वाढवू शकतो.

हू यांनी गप्प बसत त्यांच्याकडे नजर वळविली.

''गुंतवणुकीबाबतच्या या नेहमीच्याच गोष्टी आहेत.'' बाय पुढे म्हणाले. ''अमेरिका त्याबाबत, आक्षेप घेऊ शकत नाही. त्यांच्या स्वत:च्या इन्स्टिट्यूटसुद्धा तेच करतील.''

''मार्केटमध्ये आपल्याकडे जी ताकद आहे ती त्यांच्या इन्स्टिट्यूटकडे नाही.'' परराष्ट्रमंत्री यांग यांनी त्यांचं निरीक्षण नोंदवलं. ''हे खरं आहे ना?''

''खरं आहे,'' बाय म्हणाले.

''कदाचित अमेरिका आपल्याकडे मदत मागत असेल.''

झँग यांनी त्यांच्याकडे बघितले.

''कदाचित राजदूत झू यांनी चुकीचा अर्थ काढला असेल. कदाचित अमेरिका याबाबत आपल्याला दोष देत नसेल, कदाचित ते म्हणत असतील ही घसरण थांबवण्यास आम्हाला मदत करा.''

''मग त्याचा अर्थ ते आपल्याला मार्केटमध्ये लबाडी करा असं सांगताहेत असा होईल,'' बाय म्हणाले.

''पण तरीही कदाचित त्यांचं तेच म्हणणं असेल.''

''राजदूत झू म्हणताहेत ते आपल्यावर आरोप करत आहेत,'' बाय म्हणाले. वॉशिंग्टनमधील संभाषणाबद्दल झू यांनी पाठवलेली टिपणी त्यांनी बघितलेली होती.

''ते झू आहेत,'' यांगनी कडवटपणे उत्तर दिले. राजदूताचे राष्ट्राध्यक्षांबरोबर थेट संबंध असल्याने आपला परराष्ट्रमंत्री म्हणून अधिक्षेप होत आहे अशी त्यांची

भावना होती आणि त्यामुळे ते त्रस्त असायचे. त्यातून त्यांना वगळून अनेकदा झू राष्ट्राध्यक्षांशी थेट संपर्क साधत, त्याचाही त्यांना राग होता. ''पुडिंगची चोरी केलेल्या मुलासारखे ते वागतात. जिथे बघतात तिथे त्यांना वाटतं की, आपल्यावर आरोप केला जातोय.''

झँगनी परराष्ट्रमंत्र्यांकडे थंड नजरेने बघितले.

''राजदूतांची कदाचित चूक झाली असेल,'' यांग म्हणाले.

''मग त्याचा अर्थ बाय यांनी म्हटल्याप्रमाणे मार्केटला मॅन्युप्युलेट करा किंवा तिथे लबाडी करा अशी विनंती ते करत आहेत.''

''कदाचित परिस्थिती समजून घ्या अशी विनंती असेल, राष्ट्राध्यक्ष झँग. ते घाबरलेले आहेत. निवडणुका तीन आठवड्यांवर आलेल्या आहेत.''

''राष्ट्राध्यक्ष नोल्सना या निवडणुकीत जे हवं आहे ते मिळेल याची हमखास तजवीज करणं ही माझी जबाबदारी नाही,'' झँग तुसडेपणाने म्हणाले. ''अमेरिका ताकदवान आहे, हे युगांडामध्ये दाखवून देण्याचा ते प्रयत्न करत आहेत, मग स्वत:च्या देशात ते कमजोर असतील तर आपल्यासाठी ते चांगलं आहे.''

''ते खरं आहे. त्यामुळे त्यांना संशय येतोय की, मार्केट खाली येण्यामागे आपला हात आहे.''

क्यूइन मोठ्याने हसले. ''मंत्री यांग, मिनिटभरापूर्वी तुम्ही म्हणालात ते आपल्याकडे मदत मागत आहेत.''

यांगनी त्यांच्याकडे रागाने बघितले. ''दोन्हीपैकी काहीही असू शकेल.''

''मी त्यांना मदत का करावी?'' झँग म्हणाले. ''त्यांनी आपल्याला काय मदत केली आहे आणि आता ते आपल्यावर आरोप करत आहेत.''

''जर मार्केट कोसळलं,'' यांग म्हणाले, ''तर ते आपल्यासाठी वाईट असेल.''

''मार्केट कोसळणार नाही,'' बाय चटकन म्हणाले. त्यांना माहीत होतं राष्ट्राध्यक्षांची भीती कमी केली, तर ते त्यांना खूश करू शकतील.

''तुम्हाला कसं माहीत?'' यांगनी जोरात विचारले.

''मार्केट कोसळणार नाही. तशी ही स्थिती नाही.''

''तुमचा गुंतवणुकीतील तोटा भरून काढण्यासाठी तुम्ही काही कराल तर कदाचित मार्केट कोसळेल,'' यांग म्हणाले. ''राष्ट्राध्यक्षांपेक्षा त्यांना अर्थक्षेत्रातील व्यवहाराची अधिक चांगली जाण होती. त्यांना कळत होतं की, बाय यांनी हू यांना जर खाली येणाऱ्या शेअरवर खूप मोठ्या रकमेची बेट लावायला सांगितली, तर केवळ त्यामुळेच मार्केट कोसळेल.''

''हे हास्यास्पद आहे,'' बाय तीव्र आवाजात म्हणाले, ''तुम्हाला अर्थक्षेत्रात

काही गम्य नाही.''

''तुम्हाला परदेश धोरणाबाबत काही कळत नाही.''

''पुरे!'' झँग म्हणाले.

त्यांच्याभोवती शांतता पसरली. झँग यांनी जे ऐकले होते त्यावर विचार केला. लोकशाहीतील निवडणुका या गोष्टीशी त्याचा संबंध नव्हता. पण निवडणुका जवळ आलेल्या असताना ज्या घडामोडी होत आहेत त्याबाबत अमेरिकेचे अध्यक्ष किती संवेदनशील असतील ते त्यांच्या लक्षात येत होते आणि तरीही त्यांच्या अधिकाऱ्यांनी त्यांना सांगितले होते की, मार्केटमध्ये ज्या घटना घडत होत्या त्या त्यांच्यामुळे नव्हत्या. मग अमेरिकेच्या राष्ट्राध्यक्षांची काय तक्रार होती? आणि आरोप करायचा त्यांना काय अधिकार होता?

''आपण या निरोपाला उत्तर द्यावं का?'' त्यांनी शेवटी विचारले.

''राजदूत झू यांनी त्यांना परत भेटावं आणि पीपल्स इन्व्हेस्टमेंट कॉर्पोरेशन एक गुंतवणूकदार म्हणून वागत आहे व आपल्या गुंतवणुकीवर मूल्य मिळवायला बघत आहेत असं सांगावं,'' बाय म्हणाले. ''पीआयसी नेहमीच केवळ एक मूल्य मिळवायला बघणारी गुंतवणूकदार म्हणून वागत आलेली आहे त्यापेक्षा अधिक काही नाही. इतकं पुरेसं आहे.''

''राष्ट्राध्यक्ष नोल्स यांची चिंता आम्हाला समजते आणि आम्ही जबाबदारीने वागू असं आपण म्हणायला हवं,'' यांग म्हणाले. ''मूल्य मिळवायला बघणारे गुंतवणूकदार म्हणून आपण वागतो,'' बाय म्हणाले. ''जबाबदारीने वागणं याचा अर्थ हाच होतो.'' ते पुढे म्हणाले.

''मग त्याबाबतीत अमेरिका व आपल्यात वाद नाहीत. होय ना?'' झँग म्हणाले. बाय आणि यांग यांनी एकमेकांकडे नजर वळविली. त्यांच्यात नक्कीच वाद होता.

''या बँकेसाठी आपण त्यांना मदत करू, असा त्यांनी विचार करू नये,'' झँग म्हणाले. ''त्यांनी आपल्याला कधी मदत केली आहे? दक्षिण अफ्रिकेबाबतचा ठराव त्यांनी येऊ देऊ नये.''

''पण मार्केट कोसळण्याची भीती असेल,'' यांग म्हणाले, ''तर आपण मदत करू.''

''मार्केट कोसळण्याची कोणतीही भीती नाही,'' बाय म्हणाले.

१७

एड ग्रे यांनी आपल्या ऑफिसमधील एका स्क्रीनवर सीएनबीसी चॅनेल सतत लावून ठेवलेले असायचे. साधारण अकराच्या सुमारास त्यांच्या लक्षात आले की, जिम रोझारिओ एक बातमी सांगत आहे. स्क्रीनच्या तळाशी असलेला मथळा सांगत होता 'शॉर्ट सेलर्सना धोका.'

एड यांनी आवाज वाढवला. रोझारियो सांगत होता, शॉर्ट सेलिंगच्या ॲक्टिव्हिटीमुळे मार्केट जर प्रमाणाबाहेर खाली येत असेल, तर शॉर्ट सेलिंगवर तात्पुरती बंदी घालण्याचा एसइसी विचार करू शकेल, अशी अफवा त्यांनी ऐकली होती. त्याच्या सत्यतेबद्दल त्याला माहिती नव्हती. पण प्रशासनातील विश्वसनीय सूत्रांकडून ही माहिती मिळाली आहे, असा त्यांचा विश्वास होता. अमेरिकेतील मार्केट सुरक्षित असावे आणि त्यात शिस्तबद्ध पद्धतीने काम व्हावे हा सरकारचा निश्चय यातून दिसत होता, असे तो म्हणत होता.

जिम रोझारियोची ट्रेझरीतील लोकांबरोबर जवळीक होती, हे प्रत्येकाला माहीत होते. जेव्हा तो प्रशासनातील विश्वसनीय सूत्रे म्हणायचा तेव्हा त्याचा अर्थ ट्रेझरी खाते असायचे, इतकेच नाहीतर ट्रेझरी खात्याने त्याला तसे सांगायला सांगितले असेल, अशी शक्यताही होती.

शॉर्ट सेलिंगवर बंदी घाला? प्रथम तर एड यांना त्याबद्दल हसू आले. नंतर त्यांना राग आला. त्यांच्या मनात आले, सरळ मार्केटमध्ये जाऊन आणखी थोडे शेअर शॉर्ट करावेत. ट्रेझरीच्या मनसुब्याबद्दल त्यांच्या मनात किती तुच्छता होती, हे दाखविण्याच्या एकमात्र उद्देशाने तसे करावे, असा विचार त्यांच्या मनात आला.

आणि ह्या विचारावर मनन केल्यावर त्यांना ह्या विचाराची भीती वाटू लागली.

ही किती कमालीची मूर्खपणाची कल्पना आहे हे दाखवून द्यावे, अशी आपली प्रतिक्रिया आहे, तर वॉल स्ट्रीटवरील जवळपास प्रत्येक डीआयव्हीची

तीच प्रतिक्रिया असेल हे ग्रे यांना माहीत होते. रोझारियो, जर खरंच ट्रेझरी अधिकाऱ्याने सांगितल्याप्रमाणे बातमी देत असेल तर त्या अधिकाऱ्याला हाच परिणाम साधायचा होता का याची एड ग्रे यांना शंका होती. त्यांना पक्की खात्री होती की शहरातील प्रत्येक डीआयव्हीने आपल्याला वाकुल्या दाखविण्यासाठी शेअर शॉर्ट करावेत अशी ट्रेझरीची नक्कीच इच्छा नव्हती. शिवाय ती अफवा कदाचित खरी असेल तर बंदी घालेपर्यंत जो वेळ आहे, तेवढ्या वेळात जाऊन शेअर शॉर्ट करावेत, पुन्हा ती संधी मग मिळणार नाही, असा विचार करणाऱ्याही काही डीआयव्ही असतील, हा मुद्दाही अयोग्य नव्हता. लोकांनी जाऊन शेअर शॉर्ट करावेत, ही ट्रेझरीची अपेक्षा असण्याची शक्यता फार कमी होती आणि बातमी आली म्हणून डीआयव्ही शेअर शॉर्ट करण्याचे व्यवहार लगेच थांबवतील अशी शक्यताही फार कमी होती. त्यामुळे हे विधान म्हणजे फार, फार मोठी चूक होती. साफ चुकीची चाल होती.

उलट परिस्थिती जास्तच बिघडली असती. जर लोकांना ट्रेझरी यावर गंभीरपणे विचार करत आहे असे खरोखर वाटले असते, तर त्यांनी एक निष्कर्ष पटकन काढला असता. येत्या काळात अर्थजगतात काहीतरी भयंकर वाईट परिस्थिती येणार आहे, त्याची ट्रेझरीला माहिती आहे पण मार्केटला माहिती नाही. आणि त्या गोष्टीचे दुष्परिणाम त्यांना लगेच जाणवणार असतील. जेव्हा प्रशासन असे चित्र उभे करते, तेव्हा काहीही घडू शकते.

त्याचीच एड ग्रे यांना खरोखर भीती वाटत होती. त्यांना आनंद वाटू शकला असता. जर या कमालीच्या मूर्खपणाच्या धमकीमुळे किंवा ट्रेझरीला काही वाईट गोष्टींची माहिती आहे, या भीतीमुळे बँकिंग सेक्टर आणखी खाली असते, तर त्यांना आणखी भरपूर फायदा झाला असता. बँकांचे शेअर शॉर्ट करण्यावर त्यांनी पन्नास कोटी डॉलर्सच्या वर पैसे लावले होते. ते शेअर्स त्यांनी आता विकत घेतले असते आणि सौदे पूर्ण करून ट्रेड क्लोज केले असते तर त्यांना पंधरा कोटीच्या वर फायदा मिळाला असता. पण रेड रिव्हरची मार्केटमधील इतरही काही सेक्टरमध्ये गुंतवणूक होती. बँकांचे शेअर्स खाली येण्याआधीपासूनची ही गुंतवणूक होती आणि इतर सेक्टरमधील ते शेअर वर जातील यावर बेट लावून ही गुंतवणूक केलेली होती. बँकिंग सेक्टर खाली आल्याने आधीच त्याचा परिणाम म्हणून हे इतर शेअर्सही खाली येणे सुरू झाले होते. हा संसर्गजन्य रोग सगळीकडे पसरत चालला होता. शेअर मार्केटमधून त्याची लागण कमोडीटी मार्केटलाही झाली असती. अनेक प्रकारच्या ॲसेटमध्ये त्याचा परिणाम दिसायला लागला होता. एड ग्रे यांना कोसळणारे मार्केट बघायची इच्छा नव्हती. मार्केटमध्ये हलकल्लोळ उडणे त्यांना नको होते. त्यांची इच्छा होती बँकिंग सेक्टर खाली

जावा, त्याने तळ गाठावा, फिडेलियनने किती भांडवलाची गरज आहे ते मार्केटमध्ये उतरून जाहीर करावे, ते स्पष्ट झाल्याने, अनिश्चितता संपल्याने सगळ्यांनी समाधानाचा सुस्कारा टाकावा आणि मग तळाला गेलेले बँकिंग सेक्टर पुन्हा वर जावे. बँकांच्या शेअर्सचे भाव खाली आले तसे इतर मार्केटही खाली आले तर रेड रिव्हरचा पंधरा कोटींचा फायदा त्यात वाहून गेलाच असता; शिवाय प्रचंड तोटा झाला असता. रक्तबंबाळ होतील इतका मोठा तोटा झाला असता. भाव खाली येणे सगळीकडे पसरू नये, नियंत्रणात राहावे अशी ग्रे यांची इच्छा होती. राष्ट्राध्यक्षांनी काही दिवसांपूर्वी फ्लोरिडा इथे निवेदन केले होते ते एकदम योग्य होते, त्याचा सूर, त्याची तीव्रता योग्य होती. पण ही अफवा – जर ती ट्रेझरीतून आली असेल – तर – त्यामुळे वाटत होते की, जणू प्रशासनाला आपला ताबा सुटतोय अशी भीती वाटत आहे. घाबरून गाळण उडाल्याचा त्याला वास येत होता.

टोनी इवानगेलोऊ दरवाजातून डोकावले. ''रोझारिओ आताच काय म्हणाले, ते तू बघितलंस?''

ग्रे यांनी मान हलवून 'हो' म्हटले.

''ते हरामी काय करत आहेत?''

''काही कळत नाही.''

''फिडेलियनवर मी आताच आणखी दोन कोटी शॉर्ट केले.''

ग्रे यांनी अंदाज केला, पूर्ण शहरभर नेमके हेच होत असणार.

''टोनी आत ये आणि एक सेकंद बस. तुला वाटतंय आपण इतर काही शेअर्सपण शॉर्ट करायला हवेत?''

''मला मोह होतोय,'' खुर्ची पकडत इवानगेलोऊ म्हणाले. ''ट्रेझरी अशा गोष्टी बोलत राहिले तर २०१५मध्ये आपण जितके पैसे मिळवले होते, त्यापेक्षा जास्त पैसे मिळवू.''

''हो, पण सगळेच शेअर्स आपण शॉर्ट केलेले नाहीत. आपण लाँग आहोत – भाव वाढतील ह्या हिशेबाने गुंतवणूक केलेली आहे. मार्केटमधील आपल्या एकूण पोझिशनचा हिशेब केला तर आपण 'लाँग' आहोत.''

''पण ही सगळी भंकस आहे, एड. जर आपल्याकडे तीन ते सहा महिन्यांचा कालावधी असेल तर मला चिंता नाही. मिळतोय तोवर थोडा फायदा कमावू, पण मार्केट फार काळ खाली राहणार नाही. आपण हे सुरू केलंय, आठवतंय ना? फिडेलियनला किती भांडवल उभं करायचं असेल? पाचशे कोटी? हजार कोटी? फक्त एका बँकेला उभं करायचं आहे. ह्यात काही दम नाही. भाव वाजवीपेक्षा जरा जास्त आहेत, पण मार्केटने त्यापेक्षा जास्त खाली आणले

आहेत. ते परत वर येणार. फंडामेंट्लस – आर्थिक स्थिती चांगली आहे.''

''कदाचित ती चांगली नसेल.''

''तू काही ऐकलं आहेस, तसं?''

''नाही, पण कदाचित स्थिती चांगली नसेल. कदाचित ट्रेझरीकडे माहिती असेल.''

''हा! मला वाटतं ते हूल देत आहेत. मला वाटतं मध्यावधी निवडणुकीच्या आधी त्यांना मार्केट पुन्हा वर आणायचं आहे.'' इवानगेलोऊ मोठ्यांदा हसले. ''त्यासाठी काय ही मूर्खपणाची पद्धत.''

ग्रे यांच्या कपाळावर आठ्या आल्या. ''कदाचित याची सुरुवात आपण केली नसेल. कदाचित ती आपली फक्त समजूत असेल. कदाचित आपण काही सुरू केलं आणि आता वेगाने ते हाताबाहेर जात असेल आणि जर परिस्थिती अशी बिघडत राहिली... भाव खाली येत येत पूर्ण मार्केटच कोसळलं तर ती पूर्ण वेगळी गोष्ट होईल.''

टोनी त्यांच्याकडे बघत होते.

''बांधकाम, रिटेल, खाणकाम. सर्व सायक्लिकल सेक्टर – तेजीमंदीच्या चक्रात असणारे सेक्टर ते सर्व खाली येतील.''

''ते पुन्हा वर येतील. तोपर्यंत आपण वाट बघू शकतो.''

ग्रे यांनी नकारार्थी मान हलविली. रेड रिव्हर खूप मोठ्या प्रमाणात लिव्हरेज्ड होती म्हणजे आपल्या ताब्यातील शेअर्स, बॉन्ड अशा सिक्युरिटीज गहाण ठेवून त्यावर त्यांच्या मूल्यांच्या अनेक पटींनी त्यांनी कर्ज घेतले होते व ते पुन्हा मार्केटमध्ये गुंतवले होते. फंडाच्या सहा वर्षांत ते प्रथमच इतक्या मोठ्या प्रमाणावर लिव्हरेज्ड होते. फंड जितका जास्त यशस्वी कामगिरी करत होता, तसा तो जास्त कर्ज घेत होता. जर मार्केट खाली आले तर काही न करता बसून राहणे, ही क्षमता त्यांच्याकडे नव्हती. बँकांकडे घाण ठेवलेले शेअर्स इत्यादी सिक्युरिटिज भाव एका विशिष्ट पातळीच्या खाली गेले तर बँका कर्जाची भरपाई करा म्हणून मागणी करतात याला 'मार्जिन कॉल' म्हणतात. त्यामुळे मार्केट खाली आले असते तर घेतलेल्या कर्जावर मार्जिन कॉलप्रमाणे पैसे देऊन भरपाई करा म्हणून बँका त्यांच्या मागे लागल्या असत्या. जर समजा वीस कोटी मूल्याचे शेअर तारण ठेवून वीस कोटी कर्ज त्यावर घेतले आहे व शेअर्सचे भाव खाली आल्याने त्या तारण ठेवलेल्या शेअर्सचे मूल्य दहा कोटी झाले असते, तर बँकेने आम्ही वीस कोटींचे मूल्य हिशेबात धरून कर्ज दिले होते, आता ते दहा कोटी झाल्याने दश कोटी रोख रकमेत आमच्याकडे तारण ठेवा, अशी मागणी केली असती. मग रोख रक्कम उभी करण्यासाठी त्यांना आपले ॲसेट-शेअर-रोखे इत्यादी विकावे

लागले असते. खाली येत चाललेल्या मार्केटमध्ये त्यांना ते ॲसेट विकावे लागले असते. इतर प्रत्येकावर हीच वेळ ओढवली असती. सगळ्यांनीच बँकांना रोख रक्कम देण्यासाठी आपले ॲसेट विकण्याचा प्रयत्न केला असता, त्यामुळे भाव आणखी खाली आले असते.

"आपल्या लोकांना क्षमता चाचणी करायला लाव, टोनी म्हणजे मी म्हणतोय सर्वांत वाईट परिस्थितीत काय होईल? सुरुवात म्हणून आपण गृहीत धरू, सर्व शेअर्सचे भाव वीस टक्क्यांनी येतील."

"जर आपल्याला सर्वांत वाईट परिस्थिती हिशेबात घ्यायची असेल तर आपण भाव चाळीस टक्क्यांनी खाली येतील हे गृहीत धरू."

ग्रे यांनी होकारार्थी मान हलवली. "आपल्या सांख्यिकी तज्ज्ञांना विविध शक्यता आजमावून बघायला सांग. त्यात अनेक गोष्टींचा एकमेकांवर काय परिणाम होईल ते बघायला सांग. मला वाटतं डाऊ निर्देशांक हेज करण्यासाठी आपण ऑप्शन विकत घ्यावा."

"त्यासाठी, फार उशीर झाला आहे. आपल्याला ते फार महागात पडेल."

"तुला तसं वाटतं?"

इवानगेलोऊंनी होकारार्थी मान हलविली.

"जर आपण आणखी शंभर कोटी शॉर्ट केले तर?"

"अनेक सेक्टरमध्ये मिळून?"

"जर आपल्याला शॉर्ट करण्यासाठी तितके उसने शेअर मिळू शकत असतील तर."

"मला यावर काही काम करू दे."

ग्रे यांनी मान हलवत संमती दर्शविली. "मी काही फोन कॉल करतो."

पुढच्या दोनेक तासात एड ग्रे अर्धा डझन डीआयव्हींबरोबर बोलले. बहुतेकांच्या प्रतिक्रिया त्यांचा अंदाज होता त्याप्रमाणेच होत्या. जर ट्रेझरी धमक्या देणे सुरू करत असेल तर त्यांना काही माहिती असल्यामुळे किंवा फक्त धाक दाखविण्यासाठी – तर मार्केट त्यांना ते काय करू शकते ते दाखवून देईल.

ते बोलत असताना ग्रे यांच्या भिंतीवरील स्क्रीनवर परिणाम दिसून येत होता. सकाळच्या पूर्ण सत्रात मार्केट खाली येत चालले होते. वॉल स्ट्रीटवरील प्रत्येकाला मार्जिन कॉलना आता तोंड द्यावे लागेल हे त्यांना माहीत होते. मार्जिन कॉलची मागणी झाल्यामुळे रोकड उभी करण्यासाठी लोकांना शेअर विकावे लागणार होते आणि या विक्रीमुळे भाव आणखी खाली आले असते.

त्यातूनही पैसे मिळवण्याची संधी होती. अशी संधी नेहमीच असते. पण ग्रे यांनी मार्केट वर जाणार या हिशेबानेच खूप बेट लावले होते. टोनी शक्यता

आजमावून त्यांना माहिती देईपर्यंत त्यांनी एका कागदावर काही कच्ची आकडेमोड करून बघितली. त्यासाठी त्यांना खूप तपशिलाची आवश्यकता नव्हती.

कागदावरील आकड्यांकडे त्यांनी काळजीपूर्वक बघितले. नंतर त्यांच्या साहाय्यकाला फोन केला.

"जोई, मला अमेरिकेच्या अर्थखात्याबरोबर जोडून देतोस का प्लीज?"

"वॉशिंग्टनमध्ये का, मिस्टर ग्रे?"

"होय. अर्थमंत्र्याच्या ऑफिसला फोन लावता येईल का बघ. त्यांचं नाव आहे सुझान ऑप्टिझ. एड ग्रे यांना अर्थमंत्र्यांशी बोलायचं आहे, असं त्यांच्या साहाय्यकाला सांग."

त्या दिवशी संध्याकाळी सुझान ऑप्टिझनी ग्रे यांना फोन केला. ग्रे त्यांना वीस वर्षांपेक्षा जास्त काळाहून ओळखत होते. बिझनेस स्कूलमधून शिक्षण पूर्ण करून बाहेर पडल्यानंतर मॅकीन्सी ह्या मॅनेजमेंट कन्सल्टिंग फर्मच्या न्यू यॉर्कमधील कार्यालयात ते एकमेकांचे सहकारी होते. तिथे फक्त दोन वर्षे काढून मग ग्रे करिअरसाठी फंडांकडे वळले होते. ऑप्टिझही फार काळ तिथे न राहता युटीलीटी इंडस्ट्रीकडे वळल्या होत्या. त्यात चमकदार करिअर करत, ग्रँडवेस्ट पॅसिफिक कंपनीच्या सीईओ पदापर्यंत त्यांनी झेप घेतली होती. नंतर त्या टॉम नोल्स यांच्या कॅबिनेटमध्ये रूजू झाल्या होत्या. ग्रे व त्या दोन वर्षे मॅकीन्सीमध्ये एकत्र होते, त्यातील दहा महिने त्यांनी एकाच प्रकल्पावर एकत्र काम केले होते. दहा महिने रोज अठरा तास एकत्र काम केल्यावर तुमच्यात असे अनुबंध निर्माण होतात आणि ते सहजासहजी विसरले जात नाहीत.

"एड," ऑप्टिझ म्हणाल्या, "माझा साहाय्यक आपल्या बोलण्याची नोंद ठेवत आहे हे मला तुला प्रथमच सांगायला हवं. मला त्यातून काही सूचित करायचं नाही, पण या परिस्थितीत मला वाटतं हे उचित आहे."

"नक्कीच सुझान." ग्रे म्हणाले. "ते मी समजू शकतो. हॅलो साहाय्यक."

साहाय्याने उत्तर दिले नाही.

"मी तुझ्यासाठी काय करू शकते, एड?"

"सुझान मला कॉलबॅक केलंस, त्याबद्दल आभार."

"हें, तुझं कसं काय चाललंय?"

"छान. तुझं?"

"छान. ऐक, माझ्याकडे फार वेळ नाही सॉरी."

"ओ. के. तुला माहीत आहे, जिम रोझारियो आज सीएनबीसीवर म्हणाला, "तुम्ही लोक शॉर्ट सेलिंगवर बंदी घालणार आहात, अशी काही अफवा आहे."

"होय, मी ऐकलं त्याबद्दल." ऑप्टिझ त्याशिवाय इतर काही बोलल्या

नाहीत. रोझारियोला ही माहिती त्यांच्या संपर्क संचालकानेच दिली होती.

''मी बोलू नये असं काही जर बोलत असेन, तर सुझान मला थांबव पण रोझारियोने जे सांगितलं ते जर तुमच्या अधिकाऱ्याकडून आलं असेल तर त्याला काय परिणाम अपेक्षित होता ते मला माहीत नाही; पण त्याला जर वाटत असेल की तो आम्हाला मदत करतोय तर इतकी मदत आम्हाला पुरेशी झाली; आता ती आवरती घ्यायला हवी. मार्केटमध्ये आज काय घडलं ते तुला माहीत आहे असं मी समजतो.''

ऑप्टिझला ते माहीत होते. ''एड,'' नोंद घेणाऱ्या त्यांच्या साहाय्यकाकडे पाहात त्या म्हणाल्या, 'याबाबतीत मला काळजीपूर्वक बोलावं लागेल. मार्केट वर जातं की खाली, कोणत्या दिशेने जातं यात तुला स्पष्टपणे इंटरेस्ट आहे. माझ्यावर प्रभाव टाकून आपल्याला अनुकूल असं माझं मत बनवायचा तू प्रयत्न करत नाहीस, असं मी गृहीत धरते.''

''सुझान, मार्केट वर जावो की खाली, मी फायदा कमावू शकतो. हे त्याबाबत नाही.''

ऑप्टिझने भुवई उंचावली. ते एकत्र काम करत होते, तेव्हा एड ग्रे त्यांना आवडायचा. उत्साह त्याच्यात ठासून भरलेला असायचा. जग म्हणजे स्वत:च्या करमणुकीसाठी बनवलेले खेळण्याचे मैदान आहे, असं तो समजायचा. त्याच्याबरोबर काम करताना खूप गंमत यायची. पण त्याची दुसरी बाजू सुद्धा त्यांच्या नजरेला पडली होती. बेदरकार, अहंमन्य आणि पुढे जाण्याच्या निर्दयी महत्त्वाकांक्षेने पछाडलेला!

तो आकर्षक होता पण धोकादायक होता, असा माणूस ज्याच्याबरोबर काम करताना तुम्हाला आनंद होईल, पण त्याच्या खूप जवळ जाण्याची इच्छा असणार नाही. आणि आता तो एका डीआयव्हीचा मालक होता. मार्केटमधील सर्वांत मोठ्या डीआयव्हींपैकी एका डीआयव्हीचा. तो बोलतोय त्यातल्या एकाही शब्दावर त्यांनी विश्वास ठेवला नसता.

''मला काय भीती वाटते,'' ग्रे म्हणाले, ''मला वाटतं... आम्हा सगळ्यांनाच काय भीती वाटते की, तुमचे लोक काय करताहेत ते त्यांना कळत नाही. आता मी असं समजतो की, हा कोणीतरी कनिष्ठ पातळीवरचा तुमचा माणूस होता, त्याच्या मनात असेल की, रोझारियोच्या मदतीने आपण एक फुगा फुगवू या, त्यामागे त्याचा खूप चुकीचा तर्क होत असेल की यामुळे मार्केट शांत होईल, बरोबर?''

ऑप्टिझनी उत्तर दिले नाही. त्यांनी साहाय्यकाची नजर चुकवली.

''बरं, तू ते सांगावंस अशी माझी अपेक्षा नाही. अशी धमकी जाहीर

करण्याचं एकच समर्थन होऊ शकतं, काहीतरी वाईट गोष्टीबाबत तुम्हाला माहिती आहे.'' त्या काय उत्तर देतात ते ऐकण्यासाठी एड थांबले. फोन करण्यामागे त्याचा उद्देश होता, शॉर्टवर बंदी घालण्याची धमकी किंवा त्यासारखी दुसरी काहीतरी मूर्खपणाची कृती करायचा अर्थखात्याचा विचार असेल, तर त्यांना जो परिणाम साधायचा आहे त्याच्या नेमका उलटा परिणाम साधला जाईल, हा निरोप त्यांच्यापर्यंत पोहोचविणे. पण या उद्देशाशिवाय जर त्यांना माहीत नाही अशी एखादी गोष्ट अर्थखात्याला माहीत असेल आणि ती काढून घेता आली तर चांगलेच, असेही त्यांच्या मनात होते.

''एड, आम्हाला काय माहीत आहे आणि काय नाही, ते मी तुला सांगू शकत नाही.''

''खरंय, ते जाऊ दे. पण ही बंदीची धमकी जर खरोखर तुमच्या खात्याकडून आली असेल आणि ज्या कोणी दिली त्याचा उद्देश शॉर्ट सेलिंग करणं कमी व्हावं, नियंत्रणाखाली राहावं असा असेल तर त्याने नेमका उलटा परिणाम साधलेला आहे.''

''आणि हे असं का झालं असं तुला वाटतंय?'' ऑप्टिझने सावधगिरी बाळगत विचारले.

''सुझान ते मार्केट आहे. ती त्याची मानसिकता आहे. जर तुम्हाला आमच्याविरुद्ध अगदी कठोर कारवाई करायची आहे, तर ती ताबडतोब करा. धमक्या चालत नाहीत, धमक्यांमुळे तुम्ही कमजोर आहात असं वाटतं. तुम्ही कमजोरी दाखवा आणि मग फक्त तुम्हाला खड्ड्यात घालण्यासाठी आम्ही नेमकं विरुद्ध करू.''

''घडलंय ते यामुळे का?''

''अंशत: खरंय. तुम्ही भीती दाखवली. ताबा सुटल्याचं दाखवलं. मग मी म्हटल्याप्रमाणे इतर काही लोक विचार करतील, अर्थखाते जर या धमकीबाबत खरोखर गंभीर असेल, तर त्यांना असं काय माहीत आहे, जे आम्हाला माहीत नाही? चला, बंदी घालण्याच्या आत आपण शॉर्ट करू या. मला वाटतं यामुळे आज मार्केटमध्ये शॉर्ट सेलिंगची एक लाटच आली. जर कोणीच काही बोललं नसतं, तर ही लाट आली नसती. साहजिकच माझ्याकडे आकडेवारी नाही. पण ज्याप्रकारे मार्केट खाली गेलंय आणि आमचं स्वत:चं ट्रेडिंग करताना जे आमचं इतरांबरोबर बोलणं होतं, त्यावरून हा माझा निष्कर्ष आहे. मला वाटतं जर तुम्हा लोकांना यावर खरोखर ताबा ठेवायचा असेल, तर तुम्ही फक्त शांत बसावं आणि मार्केटला जे करायचं आहे ते करू द्यावं.''

ऑप्टिझ यांच्या कपाळावर आठ्या आल्या. मार्केट अशी प्रतिक्रिया देईल, असे त्यांना त्यांच्या खात्यातील कोणीही सांगितले नव्हते.

अशी धमकी दिली, तर मार्केटला तो त्यांचा ठाम निश्चय वाटेल, अशी अर्थखात्यातील लोकांनी स्वत:ची समजूत करून घेतली होती. कदाचित मार्केटमध्ये आज जे घडले त्यामागे इतर काही करणे असू शकतील. एक गोष्ट त्यांना पक्की माहिती होती की, जर त्याचे स्वत:चे आर्थिक हित सांभाळले जात असते, तर एड ग्रे यांनी हे सांगितले नसते.

''एड आम्ही काय हस्तक्षेप करणार आहोत किंवा करणार नाही आहोत, आमचा काय विचार सुरू आहे याबाबत मला काहीही बोलता येणार नाही.''

''ते मला माहीत आहे, सुझान. आणि मध्यावधी निवडणुका जवळ असल्याने मार्केट खाली येत राहणं राष्ट्राध्यक्षांना राजकीयदृष्ट्या अडचणीचं आहे, असंही मला वाटतं. मला वाटतं, राष्ट्राध्यक्षांनी जे निवेदन केलं होतं, ते चांगलं होतं. पण आता ही शॉर्टवर बंदी घालायची अफवा जाहीर झाल्याने त्याचा परिणाम पुसून टाकला आहे आणि उलट जरा जास्त वाईट परिणाम झाला आहे. माझं म्हणणं आहे की, मार्केटमध्ये मागच्या दोन आठवड्यांपासून जे होत होतं, ते मार्केटमध्ये नेहमीच होत असतं. त्यात काही विशेष नव्हतं. फक्त काही लोकांना वाटतंय, सध्या भाव थोडे जास्त फुगले आहेत, शेअर्स विकून थोडासा फायदा खिशात घालावा.''

''म्हणजे यामागे काही मूलभूत समस्या आहेत, असं तुला वाटत नाही?''

''मला नक्की सांगता येणार नाही,'' ग्रे म्हणाले. ''तुला काय वाटतं?''

आपल्याला माहीत नाही असे अर्थखात्याला काही माहीत आहे का हे कळेल, या आशेने ग्रे, ऑप्टिझ यांच्या उत्तराची वाटत बघत होते. ऑप्टिझनी विचार करत त्यांच्या साहाय्यकाकडे नजर वळविली.

त्या अचानक स्पीकरफोनकडे वळल्या. ''तू फिडेलियन शॉर्ट करत आहेस का, एड?''

ग्रे मोठ्यांदा हसले. ''वॉव. हा थेट प्रश्न आहे.''

''एड, तू शॉर्ट करतोयस का? मग तुला शेअर उसने कोण देत आहे? एड, फिडेलियनचे शेअर्स तुला कोण उसने देत आहे?''

''समजा, मी फिडेलियन शॉर्ट करत असलो तरी ते कुठून उसने घेतले आहेत यामुळे काय फरक पडतो?''

''ते शेअर कुठून आलेत, ते मला जाणून घ्यायचं आहे.''

''ते महत्त्वाचं आहे?''

''होय. आहे.''

ग्रे शांत राहिले. हे इंटरेस्टिंग होते. शेअर कुठून आलेत हे महत्त्वाचे का होते? सहसा किती शेअर्स शॉर्ट केले जात आहेत, तेच महत्त्वाचे असायचे.

कोण उसने देत आहे ते नाही.

"एड, मला तुला काही विचारायचे आहे. हे तू काय करतोयस? त्याबद्दल नाही. फक्त तुझ्या नजरेला काय पडत आहे, त्याबद्दल आहे."

"फिडेलियनबाबत?"

"एकूणच. तिथे काही वेगळं घडत आहे का?"

"वेगळं? सुझान तू काय म्हणतेस माझ्या लक्षात आलं नाही."

ऑप्टिझ यावर थोडा वेळ घुटमळल्या. फिडेलियनच्या सीईओबरोबर आणि न्यू यॉर्क फेडरलच्या अध्यक्षांबरोबर त्यांची दुसऱ्या दिवशी भेट होणार होती. बँकेत काही सुरू आहे का ते कळेल, अशी त्यांना आशा वाटत होती. आता जे बोलायचे आहे ते त्यांना अत्यंत काळजीपूर्वक बोलावे लागणार होते. त्यांच्या बोलण्याच्या आधारे एड ग्रे यांनी काही अफवा बाजारात पसरवावी आणि त्यामुळे विक्रीची आणखी एक लाट यावी हा धोका त्यांना पत्करायचा नव्हता. तसेच त्यांचे विचार माहीत झाल्यामुळे किंवा प्रशासनाला का चिंता वाटते हे माहीत झाल्यामुळे ग्रे यांना त्याचा अनुचित फायदा मिळाला असा नंतर कोणी अर्थ काढायला नको, ह्या दृष्टीनेही बोलताना सावधगिरी बाळगणे त्यांना भाग होते. एकूणच विचार केला तर काहीच न बोलणे जास्त श्रेयस्कर असा त्यांनी विचार केला.

पण तरीही ज्याप्रकारे ग्रे मार्केटमध्ये कार्यरत होता, अर्थखात्यातील कोणीही अधिकारी किंवा फेडरलचा किंवा एसइसीचा अधिकारी मार्केटमध्ये त्या प्रकाराने कार्यरत नव्हता. ग्रेला ज्या गोष्टी ऐकू आल्या असत्या, त्या त्यांच्या ऑफिसरच्या कानावरसुद्धा पडल्या नव्हत्या.

"सुझान तुझ्या म्हणण्याचा अर्थ काय, मला सांगणार आहेस का?"

"एड, या फक्त काही डीआयव्ही शेअर्स शॉर्ट करून फायदा मिळवण्याचा प्रयत्न करत आहेत का? फक्त डीआयव्ही आहेत की आणखी कोणी त्यांच्या बरोबर आहे?"

ग्रे मोठ्याने हसले, "तू मला सांग."

"तुला काय वाटतं?"

"सुझान, चल, फक्त डीआयव्ही कधीच नसतात. तो एक मोठा गैरसमज आहे. प्रत्येक जण सहभागी असल्याशिवाय मार्केट अशाप्रकारे मूव्ह होत नाही."

"तू प्रत्येक जण म्हणतोयस, म्हणजे त्यात...?"

"बँका, फंड, किरकोळ गुंतवणूकदार."

"ओके एड, मला खरोखर काय विचारायचं आहे –"

ऑप्टिझ पुन्हा थांबल्या. त्यांनी त्यांच्या सहाय्यकाकडे नजर वळविली. त्याच्या कपाळावर आठ्या होत्या, "समजा, शॉर्ट करण्याकरता तू शेअर उधार

घेत आहेस. कोण उधार देत आहे?''

''मला माहीत नाही. नेहमी कोण उधार देतं?''

''तुझ्या लक्षात आलंय कोण...'' ऑप्टिझ स्वत:च भांबावून गेल्या. त्यांना ते सरळ म्हणायचं होतं. थेट म्हणायचे होते. राजकीय उद्देशानी प्रेरित होऊन कोणी विक्री करत आहे, अशी तुझ्याकडे माहिती आहे का? सार्वभौम इन्व्हेस्टमेंट फंडांनी आणि विशेषत: पीआयसीने काही अशी कृती केल्याचे तुला माहीत आहे का? पण इतक्या स्पष्टपणे बोलणं त्यांना शक्य नव्हते. त्या असे बोलल्या असत्या आणि समजा ग्रेला वाटले असते, जर त्याला आर्थिक फायदा दिसला असता, तर त्याने त्यावर आधारित अफवा पसरायला सुरुवात केली असती. अर्थखात्याच्या मते मार्केट कोण खाली आणत आहे, याबद्दलच्या अफवा त्याने पसरवल्या असत्या आणि त्यामुळे दुसऱ्या दिवशी सकाळी मार्केट सुरू होताना त्याचा जबरदस्त परिणाम दिसून आला असता.

ग्रे शांतपणे ऐकत होते. ऑप्टिझ यांच्या मनात अर्थातच काहीतरी होते. ते काय होते यावर ग्रे विचार करत होते. त्यामुळे मार्केटवर कसा काय परिणाम होऊ शकतो?

''मग तुला काही विलक्षण वेगळं असं काही आढळून येत आहे का?'' ऑप्टिझ शेवटी म्हणाल्या.

''तू आणखी नेमकेपणाने बोलू शकशील का?'' ग्रे म्हणाले.

''नाही. हा एक सर्वसाधारण प्रश्न आहे.''

ऑप्टिझ आणखी बोलतील या आशेने ग्रे वाट बघत होते.

तिथे शांतता होती.

शेवटी ग्रे बोलले. ''नाही, सुझान. विलक्षण वेगळं असं मला तरी काही आढळलेलं नाही. रोझारियोच्या बातमीबद्दल मला काय वाटतंय ते सांगण्यासाठी मी फोन केला. मार्केटमध्ये त्या बद्दल काय मत आहे, ते तुला कळावं असं मला वाटलं.''

''त्याची मी कदर करते.''

''सुझान, माझं मन सांगतंय, प्रत्येक जण अस्वस्थ आहे. प्रत्येक जण विचार करतोय, काही मोठा प्रश्न आहे का? आता त्याबाबत तुझं आणि माझं मत वेगळं असणार. पण प्रशासनातील कोणीही जे विधान करेल – तू, फेडरल किंवा इतर कोणीही, त्याने ते अत्यंत काळजीपूर्वक करणं आवश्यक आहे.''

''आम्ही नेहमीच काळजीपूर्वक बोलतो.''

''ते मला माहीत आहे. पण मी म्हणतोय खरोखर खूप काळजीपूर्वक. मी मार्केटमध्ये व्यवहार करतो. मी तुला सांगतोय, सुझान, ही एक चटकन पेट घेणारी

गोष्ट आहे. आणखी कोणी चुकीचं काही बोलला तर पटकन भडका उडेल.''

''तो कशामुळे थांबू शकेल?''

ग्रे यांनी चटकन विचार केला. फिडेलियनमधील पोझिशन क्लोज करून फायदा वसूल करण्याच्या स्थितीत ते होते. मार्केट ज्या प्रकारे हालचाल करत होते, त्यामुळे त्यांना अस्वस्थ वाटत होते. आता खूपच अनिश्चितता होती. ती कमी करण्यासाठी काही घडावे, असे त्यांना वाटत होते. आणि एका गोष्टीमुळे ती अनिश्चितता कमी होऊ शकली असती.

''फिडेलियनला त्यांच्या सरत्या त्रैमासिकाच्या उत्पन्नाचे आकडे, नियोजित तारखेच्या आधी, लवकरच जाहीर करायला सांगा.'' ग्रे म्हणाले, ''प्रत्येकाला ते आकडे बघण्याची इच्छा आहे. सरत्या त्रैमासिकाचा निकाल जाहीर करण्याची त्यांची तारीख पुढच्या महिन्यात आहे. त्यांना तो आधीच जाहीर करायला लाव.''

१८

सुझान ऑप्टिझ या आधी बिल कसलरना भेटल्या होत्या, पण त्या त्यांना जवळून ओळखत नव्हत्या. युटीलीटी इंडस्ट्रीजमधील माजी अधिकारी म्हणून वॉल स्ट्रीटवरील लोकांशी त्यांचा फारसा परिचय नव्हता. उलट न्यू यॉर्क फेडरलचे अध्यक्ष जेरी रॅबिन यांनी मात्र आपले पूर्ण आयुष्य वॉल स्ट्रीटच्या लोकांबरोबर काम करण्यात किंवा नियामक अधिकारी या नात्याने त्यांच्यावर नियंत्रण ठेवण्यात घालवले होते.

सुझाननी घड्याळाकडे पाहिले. ''थेट मुद्यावर येऊ. मि. कसलर. स्थिती कशी काय आहे?''

ते रॅबिनच्या कार्यालयात बसलेले होते. रॅबिन हे उंच होते. त्यांचे केस दाट कुरळे होते. त्यांचे खांदे खाली झुकलेले असायचे. वॉल स्ट्रीटचे नियमन करण्याचे अवघड काम करत असल्याच्या जबाबदारीने ते नेहमी त्या बोज्याखाली वाकलेले दिसायचे. त्या दोघांच्या समोर कसलर बसून होते. कसलर हे मध्यम उंचीचे व सडपातळ होते. त्यांचे केस विरळ व पांढरे होत चालले होते आणि त्यांचे डोळे निळे होते.

''आम्ही फाइल केलेले अहवाल तुमच्याकडे आहेत, आम्ही सर्व नियमांचे पालन करत आहोत. आमचे भांडवली गुणोत्तर (कॅपिटल रेश्यो) योग्य त्या प्रमाणात आहे.'' कसलर म्हणाले.

''जेमतेम आहेत.''

''तेवढं पुरेसं आहे, मॅडम.''

''स्पष्टपणे बोलू या. रोख रक्कम उभी करण्यासाठी तुम्ही मार्केटमध्ये येणार आहात अशी अफवा आहे.''

''मी अफवांना पुष्टी देऊ शकत नाही.''

''मला वाटतं तुम्ही त्याची सुरुवात करावी किंवा तुम्ही त्या अफवांचं खंडन तरी करावं.''

तिथे शांतता होती. कसलरनी अस्वस्थ होऊन सभोवताली नजर फिरवली.

"आम्ही जी कर्जे दिली आहेत त्यांचा आम्ही आढावा घेत आहोत," ते शेवटी म्हणाले.

ऑप्टिझ पुढे झुकल्या. "मि. कसलर त्यात काय दिसलं?"

"मी म्हटल्याप्रमाणे आम्ही आढावा घेत आहोत."

ऑप्टिझनी रॅबिन यांच्याकडे नजर वळविली, मग पुन्हा फिडेलियनच्या सीईओंकडे "मि. कसलर मला वाटतं तुम्ही, अशा स्थितीत आहात की, आम्हाला सर्व स्पष्ट करायला हवं."

"बिल," रॅबिन म्हणाले, "काय चाललंय ते तुम्ही सांगण्याची खरोखर आवश्यकता आहे."

कसलर घुटमळले.

"मि. कसलर वस्तुस्थिती तुम्ही लक्षात घेतली पाहिजे. निवडणुका दहा दिवसांवर आल्या आहेत आणि राष्ट्राध्यक्षांना हा विषय संपवून टाकायचा आहे. ही स्पष्ट बोलण्याची वेळ आहे. ही तुम्हाला शेवटची संधी आहे."

"आता मी शेवटच्या संधीच्याही पलीकडे गेलो आहे," कसलर म्हणाले.

ऑप्टिझनी चमकून त्यांच्याकडे बघितले. "म्हणजे काय?"

कसलरनी दीर्घ श्वास घेतला. "आमच्या बँकेने जी एकूण कर्जे दिली आहेत ती... कर्जांचा मोठा भाग... विकसनशील मार्केटमध्ये आमचा काही व्यवसाय आहे. आम्ही तो सुरू केला तेव्हा जरा तेजीत होता. तुम्हाला माहीत आहे, आर्थिक संकटानंतरच्या काळात या बँकेची वाढ अतिशय वेगाने झाली. त्या वेळच्या मॅनेजमेंटचे धोरण होते, मार्केटमध्ये आपल्या व्यवसायाचा हिस्सा वाढवण्यासाठी अतिशय आक्रमकपणे व्यवहार करायचे. विशेषतः आशियामध्ये आपला व्यवसाय वाढवायचा. मला बँकेत आणण्याचं एक कारण होतं, तो व्यवसाय जरा जास्तच वाढत चालला होता आणि ती काळजीची बाब होती. त्या व्यवसायाचे परिणाम अजून शिल्लक आहेत, त्यावेळेला घेतलेल्या निर्णयांपैकी काही फार चांगले नव्हते."

"किती चांगले नव्हते?"

"चांगले नव्हते."

"तुम्हाला ती कर्जे राईट ऑफ करावी लागतील का, म्हणजे बुडीत खात्यात टाकावी लागतील का?"

कसलरनी होकारार्थी मान हलवली.

"ही रक्कम खूप जास्त आहे का?" रॅबिन म्हणाले. "तुम्हाला वाटत नाही ही माहिती तुम्ही आम्हाला सांगायला हवी होती? मी तुमच्याबरोबर बोललो

होतो, बिल. दोन आठवड्यांपूर्वी तुमच्याबरोबर बोललो होतो, तेव्हाही तुम्ही काही सांगितलं नव्हतं.''

कसलरनी क्षमा मागत असल्याचे भाव आणून त्यांच्याकडे बघितलं. ''जेरी, आमचे चीफ कम्प्लायन्स ऑफिसर मला सूचना करतात त्याप्रमाणे बोलावं लागतं.''

''तुमच्या चीफ कम्प्लायन्स ऑफिसरबरोबर कोणाला तरी बोलावं लागेल असं दिसतंय.'' ऑप्टिझ म्हणाल्या.

''हे राईट ऑफ तुम्ही कधी करणार आहात?'' रॅबिननी विचारले.

''आमचा त्रैमासिक निकाल फाइल करण्यासाठी अजून एक महिना अवकाश आहे. मी तोपर्यंत एक बाँड इश्यू – रोखे उभारून भांडवल जमा करण्याचा प्रयत्न करत आहे.''

''कोणाच्या साहाय्याने?''

''मॉर्गन स्टॅन्ली या इश्यूचे लीड मॅनेजर आहेत. आम्ही त्रैमासिक निकाल जाहीर करू त्याच वेळेला काही कर्जे राईट ऑफ करणार आहोत, असं जाहीर करू. त्याच वेळेला हा रोख्याचा इश्यू आणत आहोत, अशी घोषणा करायचा आमचा बेत होता.''

''आणि मग आता?''

''आमच्या शेअर्सचे भाव खाली येण्याअगोदरचा हा बेत होता. आमचे शेअर्स शॉर्ट होत असल्यामुळे आम्ही मरतोय. आम्ही पार गाडले जातोय. आता मॉर्गन आम्हाला सांगताहेत भाव इतके खाली आलेले असताना या भावात ते आम्हाला अंडरराईट करू शकत नाहीत. रोखे विकले गेले नाहीत, तर ते स्वत: रोखे खरेदी करतील, अशी हमी देऊ शकत नाहीत.''

''बिल किती भांडवल उभारण्याचा तुमचा बेत आहे?''

''दोन हजार तीनशे कोटी.''

ऑप्टिझ आणि रॅबिन त्यांच्याकडे आश्चर्याचा झटका बसल्यासारखे बघत राहिले.

''बिल...'' रॅबिन म्हणाले.

''दोन हजार तीनशे कोटी, जेरी, तितकं भांडवल हवं आहे.''

सुझान ऑप्टिझ मागे रेलून बसल्या आणि त्यांनी एक दीर्घ श्वास घेतला. रॅबिन यांनी मान झटकली जणू ते आपण खरोखर जागे आहोत का, हे तपासून बघत होते.

''बिल,'' ते म्हणाले. ''इतकी रक्कम तुम्हाला रोख्यांच्या द्वारे उभी करायची आहे? सर्व रक्कम त्या द्वारेच?''

कसलरनी होकारार्थी मान हलवली.

“राईट्स इश्यूबद्दल काय? त्या माध्यमातूनही तुम्ही काही भांडवल उभारू शकता.”

“आमचे शेअरधारक... म्हणजे आमचे प्रमुख मोठे शेअरधारक, यांना ती कल्पना पसंत नाही. त्यांचा याला पाठिंबा नाही.”

“पूर्ण राईट इश्यू नाहीतरी त्यातील थोडा हिस्सा, त्याला ते सबस्क्राईब करू शकतात?”

कसलर यांनी नकारार्थी मान हलवली.

“या रोख्यांच्या इश्यूमधील काही हिस्सा, ते खरेदी करणार आहेत का?”

“या टप्प्यावर मला वाटत नाही ते खरेदी करतील.”

“मि. कसलर.” ऑप्टिझ म्हणाल्या, “मला वाटतं मॉर्गन स्टॅन्लीबरोबर मला सहमत व्हावं लागेल. तुमच्या शेअर्सचे भाव मागच्या महिन्यात चाळीस टक्क्यांनी खाली आले आहेत. आणि तुमच्या स्वत:चे मेजर शेअरधारक यांची त्या रोख्यांच्या इश्यूपैकी थोडा हिस्सा सुद्धा खरेदी करायची तयारी नाही, मग मार्केटमध्ये तुम्हाला दोन हजार तीनशे कोटी उभे करता येतील, अशी आशा तुम्ही कशाच्या बळावर करता?”

“अर्थमंत्री मॅडम, मी ते नाकारत नाही. मी स्वत:च झोपेशिवाय रात्री तळमळत काढल्या आहेत. मलासुद्धा तीच चिंता आहे इतकं मी सांगू शकतो.”

“बिल” रॅबिन म्हणाले, “परिस्थिती किती गंभीर आहे – यापैकी किती कर्ज अजिबात वसूल होण्यासारखी नाहीत? ह्या दोन हजार तीनशे कोटींपैकी पक्की बुडतील याची खात्री असलेली किती रक्कम आहे? अगदी कमीतकमी?”

“ही कमीतकमी रक्कम आहे, जेरी, यामुळे आम्ही कसेबसे निभावून नेऊ शकतो.”

“जिझस ख्राईस्ट,” रॅबिन पुटपुटले.

आपल्या छातीवरचे एक ओझे कमी झाल्यासारखा बिल कसलरनी दीर्घ श्वास घेतला.

“आणि हे सगळं विकसनशील मार्केटला दिलेल्या काही कर्जांमुळे?” रॅबिन म्हणाले.

“आणि इतर काही कर्जे. बरेच काही वाईट निर्णय घेतले गेले होते.”

“उदाहरणार्थ कोणते?” ऑप्टिझनी विचारणा केली.

“बऱ्याच गोष्टी.”

“खरंच? त्या गोष्टी काय ताळेबंदावर अचानक आल्या? जादूने आल्या की काय?”

“तसं नाही, माझ्या माहितीप्रमाणे तरी नाही.”

''तुमच्या माहितीत नाही?''

''असं बघा अर्थमंत्री मॅडम, हे निर्णय घेतले गेले, तेव्हा मी सीईओ नव्हतो. हे पाच-सहा वर्षांपूर्वी घेतले गेलेले निर्णय आहेत. मी सूत्रं हाती घेतल्यानंतर या व्यवहारांबाबत खरी परिस्थिती काय आहे, ते मला खूपच उशीरा समजले. बँकेला अस्थिर न करता, ती धोक्यात येणार नाही, याची काळजी घेत मी मार्ग काढायचा प्रयत्न केला. आणि ते शक्य होतं. जर आम्ही भांडवल उभारू शकलो असतो तर यातून पार पडू शकलो असतो आणि जर मार्केटमध्ये आमचे शेअर शॉर्ट करणं सुरू झालं नसतं, तर आम्ही भांडवल उभारू शकलो असतो आणि सगळं ठीक झालं असतं.''

''दोन हजार तीनशे कोटी?''

मॉर्गन स्टॅन्ली म्हणाले, ''ते उभं करू शकतील असं त्यांना वाटतं; पण आता आमचे शेअर शॉर्ट झाले आहेत आणि अफवा पसरत आहेत. त्या अफवा कोण पसरवतंय मला माहीत नाही –''

''त्याने काय फरक पडतोय?'' रॅबिननी विचारणा केली. ''बिल त्यांपैकी कोणतीही अफवा खऱ्या परिस्थितीइतकी भयानक नाही.'' रॅबिन पुढे म्हणाले.

''पण, आम्ही रोकड उभी करणार होतो, जेरी. ते सगळं ठीक होणार होतं. खरं बोलायचं तर शेअरचे भाव खाली येणं कुठून सुरू झालं, मला माहीत नाही. माझ्या माहितीप्रमाणे तरी भाव खाली येणं सुरू होईपर्यंत बाजारात कोणत्याही अफवा नव्हत्या.''

''हो, पण कोणाला तरी काहीतरी माहिती होती.''

''ते बरोबर आहे. आमच्यापैकी किंवा मॉर्गन स्टॅन्लीपैकी कोणाकडून माहिती मिळाली असेल. खरोखर आम्हाला जितकी गरज आहे, त्या रकमेचा उल्लेख कोणी केलेला मी ऐकला नाही, त्यामुळे कोणाला खरोखर किती माहिती आहे याची मला कल्पना नाही, पण... कोणाला तरी काही माहिती होती हे नक्की आणि ते आम्हाला बेफाम शॉर्ट करत सुटलेत.''

''आणि बुडीत कर्जे, रोकड उभारणं वगैरे सगळं तुम्ही त्रैमासिक निकाल जाहीर करताना, त्यांचीही घोषणा करणार आहात?'' रॅबिन म्हणाले.

''मी करणार होतो. पण आता तितका वेळ थांबता येईल, असं मला वाटत नाही.''

''मी म्हणणार होतो –''

''आमच्याकडील रोकड संपत चाललीय. अफवांच्या बाजारामुळे आमचं मरण ओढवलंय. पैसे संपत चालले आहेत. माझ्यावर मार्जिन कॉलचा दबाव आहे. कर्जाची परतफेड करण्याऐवजी त्या कर्जाचे नुतनीकरण करणे म्हणजे 'रोल

ओव्हर' करण्याचा पर्याय उपलब्ध असतो, पण माझी माणसं मला सांगत आहेत की, आम्हाला कोणी रोल ओव्हरची सवलत द्यायला तयार नाही. किती भयानक परिस्थिती आहे बघायचं असेल, तर आज दुपारी आमच्या क्रेडिट मीटिंगसाठी हजर राहा.''

''बिल तुमच्याकडील रोकड संपत चाललीय, पैसे संपत चाललेत तुम्ही म्हणताय? म्हणजे किती आठवडे पैसे पुरू शकतील असं तुम्ही म्हणताय?''

''आठवडे नाही. काही दिवस पुरतील इतकेच पैसे आमच्याकडे आहेत.''

''दिवस?'' ऑप्टिझनी विचारणा केली. ''काहीच दिवस शिल्लक आहेत. आणि तुम्ही आम्हाला ते सांगितलं पण नाही.''

कालपर्यंत मला वाटत होतं, माझ्या हातात काही आठवडे शिल्लक आहेत.''

''किती दिवस?'' रॅबिननी विचारले.

''तीन, कदाचित चार, कसं-कसं घडत जातं, यावर ते अवलंबून आहे.'' ऑप्टिझ आणि रॅबिन सीईओकडे रोखून बघू लागले. त्यांचा चेहरा दु:खाने विदीर्ण झाला होता.

''मला एक निवेदन करावं लागेल. त्यासाठी मी थांबू शकत नाही. प्रत्येक विश्लेषक मी तिमाही निकाल वेळेआधीच जाहीर करावेत म्हणून मागे लागलाय.''

''निवेदन?'' रॅबिन म्हणाले. ''बिल, फतव्याचं काय सांगणार आहात तुम्ही?''

तिथे शांतता पसरली....

मीटिंगला येताना सुझान ऑप्टिझना आशा होती की, फिडेलियनमध्ये जे काही सुरू होते, ते रोखून धरता येईल. निवडणुका दहा दिवसांवर आहेत तोपर्यंत बँक स्थिर ठेवता येईल. पण आता तितके दिवस दम धरणे शक्य नव्हते. ॲनालिस्टच्या दबावाला कसलर जरी तोंड देऊ शकत असले, तरी जर ते पैसे उभे करू शकत नसतील, तर मार्केटला त्याची माहिती देणे, हे विश्वस्त या नात्याने त्यांचे कर्तव्य होते. निवडणुकीपर्यंत काही न बोलता गप्प बसणे, त्यांना आता शक्य नव्हते. जास्तीतजास्त उद्यापर्यंत कळ काढता आली असती.

''तुम्ही माझ्याकडे या आधीच आला नाहीत यावर माझा विश्वासच बसत नाही.'' रॉबिन म्हणाले.

''मी काय बोलू?'' कसलर म्हणाले. ''अगदी कालपर्यंत, परवापर्यंत, इतकी वाईट स्थिती आहे असं वाटत नव्हतं. ह्या शॉर्टमुळे आमची धुलाई होतेय.'' त्यांनी आशेने वर बघितले. ''तुम्ही शॉर्टवर बंदी का आणत नाही? तुम्ही तसं म्हणाला आहात.''

''बंदी तुम्हाला वाचवू शकणार नाही, बिल.''

"नाही." कसलरनी नकारार्थी मान हलविली आणि शून्य नजरेने जमिनीकडे बघत ते मान हलवत राहिले.

"जर तुम्ही ते निवेदन केलंत, मि. कसलर, तर तिथेच तुमचा अंत होईल. तुमच्याबरोबर कोणीही व्यवहार करणार नाही."

कसलरनी असहाय्य नजरेने ऑप्टिझ यांच्याकडे बघितले. ते त्यांना आधीच माहीत होते.

"मिस्टर कसलर, प्रचंड पैसा ओतू शकणारं कोणी मिळणं तुम्हाला आवश्यक आहे. तुमची कर्जे व दायित्व यांसह तुमची बँक विकत घेईल, अशा कोणाला तरी तुमची बँक विकण्याची आवश्यकता आहे. त्याचा तुम्ही विचार केलाय का?"

कसलरनी त्यांच्याकडे रोखून बघितले.

"बिल," रॅबिन म्हणाले, "तुम्ही कोणाबरोबर बोलणी करत आहात का?"

"ते अधिकार मला नाहीत."

रॅबिननी संशयाने त्यांच्याकडे बघितले. वॉल स्ट्रीटच्या सीईओंना एकमेकांबद्दल प्रेम असते असे नाही; पण त्यांचा एकमेकांशी परिचय असतो. जर ते कधी संकटात सापडले, तर कोणत्या फर्मबरोबर भागीदारी करण्याचा विचार करता येईल हे सगळ्यांना माहीत असते आणि कोणत्या फर्मबरोबर अजिबातच तसा विचारही करता येणार नाही, हेही त्यांना माहीत असते. जर कसलरनी म्हटल्याप्रमाणे फिडेलियनची स्थिती इतकी वाईट असूनही ते कोणाबरोबर बोलणी करत नसतील तर रॅबिन यांच्यासाठी ती अतिशय आश्चर्याची बाब होती.

"तुम्हाला अधिकार नाही म्हणजे काय?" त्यांनी विचारले.

"म्हणजे मला अधिकार नाही. माझ्या बोर्डाने मला बोलणी करू नका, असं सांगितलेलं आहे."

"तुमच्या बोर्डाने – काय?" ऑप्टिझ म्हणाल्या.

"बिल, त्यांना परिस्थिती काय आहे हे माहीत आहे का?" रॅबिन म्हणाले. "अगदी आजपर्यंतची. तुम्ही जी आत्ता आम्हाला सांगितली, त्याबद्दल त्यांना माहीत आहे का?"

कसलरनी होकारार्थी मान हलवली.

"तुमच्या बोर्डाबद्दल मला काही सांगता यायचं नाही, मि. कसलर, पण तुमची बँक विकत घेणारा मिळणं तुमच्यासाठी आवश्यक आहे. तुम्ही मार्केटपुढे जाऊन निवेदन करण्यापूर्वी तुम्हाला असा बँक विकत घेणारा मिळणं आवश्यक आहे." ऑप्टिझ म्हणाल्या.

"मी अर्थमंत्र्यांशी सहमत आहे," रॅबिन म्हणाले. राजकीय दृष्टिकोनातून

कोणती वेळ चांगली आणि कोणती वाईट याची त्यांना फारशी पर्वा नव्हती. पण फिडेलियनसारख्या मोठ्या प्रतिष्ठित इन्व्हेस्टमेंट बँकेने ती जवळपास दिवाळखोरीत आहे आणि कोणतीही बचाव योजना त्यांच्याकडे तयार नाही अशी घोषणा केली तर त्यामुळे मार्केटमध्ये काय हाहाकार माजेल याची मात्र त्यांना चिंता होती. ''आपल्याला कोणीतरी खरेदीदार आवश्यक आहे. बिल, मला हे सांगताना वाईट वाटतं, कारण मला माहीत आहे, तुमची नोकरी पणाला लागलेली आहे, पण जर तुमचे शेअरधारक पैसा ओतणार नसतील, तर आपल्याला एक खरेदीदार शोधणं आवश्यक आहे. मग तुमच्या शेअरधारकांना ते आवडो किंवा न आवडो.''

''मि. कसलर, तुमच्या शेअरधारकांना एक निर्णय घेणं भाग आहे. एकतर त्यांनी स्वत: पैसे टाकावेत किंवा चुपचाप बाजूला व्हावं आणि त्यांच्यावतीने दुसऱ्या कोणालातरी ते काम करू द्यावं.''

कसलर गप्प राहिले.

''कोणीतरी ही बँक वाचवायला पाहिजे,'' ऑप्टिझ म्हणाल्या. ''पुढच्या आठवड्यात वाचवायला पाहिजे. एकतर तुम्हीतरी नाहीतर दुसरा कोणीतरी, जो ही बँक बुडवणार नाही. आपल्याला खरेदीदार मिळेपर्यंत तुम्ही निवेदन करणार नाही.''

''बिल, आपल्याला कोणीतरी मिळेपर्यंत, आम्ही तुम्हाला निवेदन करणं स्थगित ठेवण्याची परवानगी देऊ. तोपर्यंत आवश्यक असेल, तर आम्ही तुम्हाला जिवंत ठेवू. बँक बुडालेली आम्हाला चालणार नाही. ते आम्ही होऊ देणार नाही. तसं झालं तर इतर बँकांवर त्याचा फार मोठा वाईट परिणाम होईल. ती चूक याआधी एकदा केली होती आणि ती शेवटचीच.''

''तशी चूक आम्ही पुन्हा करणार नाही.'' ऑप्टिझ म्हणाल्या, ''प्रशासनाचा तसा अजिबात विचारसुद्धा नाही आणि सध्यातर नाहीच नाही. आपल्याला यावर लगेच तोडगा शोधला पाहिजे. मि. कसलर, याबाबत तुम्हाला स्पष्टपणे सांगते – तुम्हाला ही बँक विकणं आवश्यक आहे.''

कसलरनी विशादपूर्ण स्मित केले.

''काय?''

''अर्थमंत्री ऑप्टिझ मला वाटतं तुमच्या लक्षात येत नाही, तुम्ही असं बोलताय की, जणू मी या बँकेचा मालक आहे. मी फक्त ती चालवतो.''

१९

सिरियाच्या पंतप्रधानांबरोबरीची बैठक आटोपून राष्ट्राध्यक्ष नुकतेच बाहेर आले होते. आता ते त्याबाबत बॉब लिव्हिंगस्टन व मध्यपूर्वेबाबतचे त्यांचे वाटाघाटी प्रमुख यांच्याबरोबर चर्चा करणार होते. त्याऐवजी सुझान ऑप्टिझ, न्यू यॉर्कवरून फोनवर बोलत होत्या. ते आता ते ऐकत बसले होते. सुझान जे सांगत होत्या त्यावर विश्वास ठेवणे, त्यांना कठीण जात होते.

"ह्या हरामी लोकांचा बचाव करावा अशी माझी इच्छा आहे, असेसुद्धा मला वाटत नाही," ते म्हणाले.

"राष्ट्राध्यक्ष महोदय, आपल्याकडे पर्याय नाही. फिडेलियन इतकी मोठी बँक बुडू दिली, तर त्याचा फटका पूर्ण व्यवस्थेला बसेल. ते फार वाईट होईल."

"किती वाईट?"

"हे २००८ नाही, पण पूर्ण सेक्टरला तडाखा बसेल. अगदी पूर्णपणे बंद झालं नाहीतर बँकांचं एकमेकांना कर्ज देण्याचं प्रमाण कमी होईल. कोणत्या बँकांवर विश्वास ठेवता येईल आणि कोणत्या नाही हे माहीत नसल्याने बँका कोणावरच विश्वास ठेवणार नाहीत. प्रत्यक्ष मूल्यरक्कम खूप मोठी नाहीये, राष्ट्राध्यक्ष महोदय, पण त्यामुळे विश्वासाला तडा जातोय. आपण कार्यभार स्वीकारल्यापासून, मागील दोन वर्षे आपण म्हणतोय हा सेक्टर पुन्हा मार्गावर आला आहे. त्यावर आपली मजबूत पकड आहे असं आपण अभिमानाने सांगतोय आणि जरा डुगडुगल्यावर फिडेलियनसारखी मोठी बँक बुडत असेल, तर विश्वासाच्या बाबत आपण पुन्हा मूळ पदावर आलो आहोत असं होईल."

"मला वाटतं अर्थमंत्री सांगत आहेत," अब्राहम्स म्हणाले, "आपली वाट लागली आहे."

राष्ट्राध्यक्षांनी क्षणभर अब्राहम्सकडे बघितले व अविश्वासाने मला हलविली. मार्टी पेरेझसुद्धा खोलीत असतील याची रॉबर्टा डेवलीन यांनी व्यवस्था केली होती. रॉन स्टिकलँड यांना ऑप्टिझ आणि रॅबिन यांनी या प्रकरणाची पूर्ण

माहिती आधीच दिली होती. रॉनसुद्धा फेडरलच्या ऑफिसमधून फोनलाइनवर होते.

"दोन गोष्टी आपल्याला तातडीने करणं आवश्यक आहे," स्टिकलँड म्हणाले. "पहिली गोष्ट, हा प्रश्न सोडवेपर्यंत बँक तग धरू शकेल याची आपण खात्री केली पाहिजे. व्यावसायिक दराने त्यांना रोख रक्कम उपलब्ध होईल अशी विशेष सोय आपण त्यांच्यासाठी केलेली आहे. ही रक्कम लघुमुदतीसाठी असेल. त्या बदल्यात त्यांच्याकडचे ॲसेट आपल्याकडे ठेवावे लागतील. यामुळे बँक बुडाली तरी करदात्यांना संरक्षण मिळेल. जर आपल्याला आवश्यक वाटलं तर इतर बँकांनाही आपण ही सोय उपलब्ध करून देऊ. आता दुसरी गोष्ट राष्ट्राध्यक्ष महोदय, ती म्हणजे हा प्रश्न सोडवणं. रोख रक्कम उपलब्ध असण्याची सोय करून दिल्यामुळे फिडेलियन थोड्या काळासाठी तग धरू शकेल. पण एकदा का त्यांनी कर्जे बुडीत खात्यात टाकावी लागणार ही घोषणा केली की, त्यांचा शेवट होईल. त्यामुळे आपल्याला एक खरेदीदार पाहिजे. तो मिळवण्यासाठी –"

"अध्यक्ष महोदय," अब्राहम्स मध्येच बोलले, "तुम्ही थोड्या काळासाठी म्हणताय म्हणजे किती? दिवस? आठवडे?"

"दिवस." जेरी रॅबिन म्हणाले.

"हे इतकं अटीतटीवर का आलं आहे?"

"आता अफवांचं पीक आलं आहे. त्यांना उधारीवर एक पैसा द्यायला कोणी तयार नाही आणि ज्या कोणाचा तिथे पैसा आहे, तो ते काढून घ्यायचा प्रयत्न करतोय. ते अक्षरश: रक्त सांडून मरतायत. एक निवेदन करणं, त्यांना आवश्यक आहे आणि त्यांनी काहीही निवेदन केलं तरी मार्केटने ज्याचा आधीच अंदाज केला आहे त्यालाच पुष्टी मिळेल आणि जर त्यांनी निवेदन केलं नाही – तरीही त्याचा तितकाच वाईट परिणाम होईल. या परिस्थितीत मौन बाळगणं म्हणजे अपराधाचा स्वीकार करणं."

"आणि पूर्णपणे स्पष्टता असावी म्हणून," अब्राहम्स म्हणाले, "एक निवेदन करणं भाग पडेल अशा टप्प्यावर ते कधी येतील, काही दिवसांत?"

"त्या टप्प्यावर ते आताच आहेत. आपण त्यांना रोख रक्कम उपलब्ध करून देत असल्यामुळे थोडा जास्त काळ ते तग धरू शकतील. त्याशिवाय तर ते मेलेलेच आहेत."

तिथे शांतता होती.

"रोख रकमेच्या सोयीची घोषणा केल्यामुळे आणखी एक फायदा होईल. मार्केटमध्ये जी घाबरगुंडी उडेल ती रोखून धरण्यास मदत होईल," रॅबिन म्हणाले. "त्यांना जर आपल्या मदतीची गरज असेल, तर फेडरल त्यांच्यासाठी उपलब्ध आहे हे प्रत्येकाला माहीत होईल. या सोयीचा कोण उपयोग करत आहे

ते जाहीर करण्याची आपल्याला आवश्यकता नाही.''

''आणि जेरी'', राष्ट्राध्यक्ष म्हणाले, ''मला हे समजून घेऊ देत. तुम्ही म्हणताय कोणीतरी ही बँक विकत घेईल, असा व्यवहार होण्याची व्यवस्था आपण काही दिवसांतच करू शकतो, बरोबर?''

''जर आपण त्यावर लगेच काम करणं सुरू केलं तर. त्यावर आम्हाला प्रचंड काम करावं लागेल आणि कदाचित तुम्हाला कोणावर काही दबावही टाकावा लागेल.''

''आपण त्या बँकेला वाइंड अप करू शकत नाही का?'' नोल्सनी बोलता-बोलता मार्टी पेरेझ यांच्याकडे नजर वळविली. ''ओबामांनी जे पॅकेज आणलं होतं, त्यात हीसुद्धा एक तरतूद होती ना? दिवाळखोरीत जाणाऱ्या इन्व्हेस्टमेंट बँका व्यवस्थित पद्धतीने वाइंड अप करणे?''

वाइंड अप म्हणजे सर्व कर्जे इत्यादी चुकती करून व्यवस्थित गाशा गुंडाळणे. दिवाळखोरी म्हणजे कर्जे न फेडताच कंपनी बंद करणे. त्यामुळे वाइंड अप हा जरा बरा पर्याय ठरत होता, त्यामुळेही पृच्छा होती.

''तसं करण्याची ही पहिलीच वेळ असेल,'' रॅबिन म्हणाले.

''प्रत्येक गोष्टीसाठी पहिली वेळ असतेच.''

''पण त्यामुळे मार्केट खूश होणार नाही. एखादी रिटेल बँक बुडाली तर फेडरल डिपॉझिट इन्शुरन्स कॉर्पोरेशन त्याचा ताबा घेते आणि ती सुरू ठेवते अशी ही बँक नाही. ही इन्व्हेस्टमेंट बँक आहे. हे लोक शेकडो कोटींची लघु मुदतीची रक्कम दर दिवशी इकडून तिकडे करतात. वॉल स्ट्रीटवरील प्रत्येक इतर बँकेच्या व्यवहारात ते सहभागी असतात. तुम्ही कशाही प्रकारे केलंत तरीही हे तथाकथित शिस्तबद्ध पद्धतीने वाइंड अप करणं भयंकर घोळाचे होईल. वाइडिंग अपची प्रक्रिया पूर्ण होईपर्यंत फिडेलियनच्या बुडण्यामुळे कोणत्या बँकेवर खूप वाईट परिणाम होईल, याचा इतर इन्व्हेस्टमेंट बँका अंदाज घेत बसतील. मग त्या बँका अशा बँकांना कर्जाऊ रक्कम देणार नाहीत. त्यामुळे त्याही दबावाखाली येतील आणि त्याच्यामुळे आणखी काही बँका दबावाखाली येतील. साखळी परिणाम होईल. फिडेलियनचा भार तिच्या बाजूच्या दुसऱ्या बँकेवर पडू नये, यासाठीचा एकमेव मार्ग म्हणजे त्यांच्या शेअरधारकांकडून त्यांनी पैसे उभे करणं किंवा ती बँक विकणं. त्यामुळे आपल्याला कव्हर मिळालं म्हणून प्रत्येक जण खूश असेल.''

''आणि त्यांच्या शेअरधारकांकडून रक्कम उभी करता येईल, असं आपल्याला वाटत नाही?''

''ते पैसे टाकतील असं दिसत नाही,'' रॅबिन म्हणाले, ''आणि मार्केटमधून

तर त्यांना कोणत्याही परिस्थितीत ते मिळणार नाहीत. त्यामुळे जो पैसे टाकू शकेल, अशा कोणाला तरी ती बँक विकणं आपल्याला भाग आहे.''

राष्ट्राध्यक्षांनी हिशेब केला. मध्यावधी निवडणुका मंगळवारी, ६ नोव्हेंबरला होत्या. त्यांना बारा दिवस मिळत होते. ''अगदी लवकरात लवकर विक्रीचा सौदा होण्यास किती वेळ लागतो? खरोखर वास्तवात किती वेळ लागेल?''

''असे सौदे एका रात्रीतही झालेले आहेत, राष्ट्राध्यक्ष महोदय, जर तुमच्याकडे खरेदीदार असेल तर ते शक्य आहे. जर तुमच्याकडे खरेदीदार नसेल, तर विक्रीच होणार नाही.''

''आपल्याकडे खरेदीदार आहे का?''

''अजूनपर्यंत तरी नाही. आपण विचारणा सुरू केलेली नाही. फिडेलियनच्या बोर्डाने, त्यांच्या सीईओंना, बिल कसलरना सांगितले आहे, सध्यातरी खरेदीदाराचा शोध घेऊ नका, पण ते बोर्डासमोर पुन्हा जाऊन बोलणार आहेत. ते काहीही असलं तरी आपण तो शोध सुरू करतोय. काही काळापूर्वी गोल्डमनला फिडेलियनच्या फिक्स्ड इन्कम बिझनेसमध्ये इंटरेस्ट होता, असं दिसत होतं. बर्कलेजला एका टप्प्यावर फिडेलियनच्या ब्रोकरेज बिझनेसमध्ये इंटरेस्ट होता. खरं तर, संपूर्ण बँकच एकगठ्ठा विकता आली, तर मला आवडेल. पण कदाचित तिचे असे तुकडे करून प्रत्येक विभाग वेगवेगळा विकावा लागेल. काय करावं लागेल, ते आपण लवकरात लवकर शोधू.''

''आणि जर कोणालाच ही बँक विकत घ्यायची नसेल तर?''

''ही विक्री होणं हे त्यांच्या हिताचं आहे असं त्यांच्या लक्षात येईल, अशी मला आशा आहे. लीमनचा फक्त उल्लेख केला तरीही त्यांना ते कळेल.''

''आणि फिडेलियनचे शेअरधारक तिला वाचवण्याचं मान्य करतील, अशी कोणतीही शक्यता नाही का?'' अब्राहम्सने विचारले.

''त्यावर मी विसंबून राहणार नाही. पण प्रत्यक्ष विक्री करण्याची वेळ येईल तेव्हा कदाचित ते पैसे गोळा करतील. कसलर त्यांच्या समोर पुन्हा जाऊन बोलणार आहेत?''

''ह्याच शेअरधारकांना बॉब लिव्हिंगस्टननी दिलेला निरोपही मिळाला असेल हे लक्षात घ्या,'' मार्टी पेरेझ म्हणाले.

राष्ट्राध्यक्षांनी होकारार्थी मान हलवली. त्या निरोपामुळे किती चांगला परिणाम साधला गेला होता, ते राष्ट्राध्यक्षांना माहीत नव्हते. त्या निरोपाला उत्तर म्हणून चीनच्या सरकारने संघर्षाचा पवित्रा घेणारे एक निवेदन दिले होते. त्यांनी म्हटले होते, पीआरसी ही नेहमीच गुंतवणुकीचे मूल्य हवी असणारी गुंतवणूकदार म्हणून वागत आलेली आहे.

त्यांनी सभोवताली नजर फिरवली. ''ओके. आपण ही बातमी पसरू नये याचा प्रयत्न करणार आहोत. बरोबर?''

''निदान आपल्याला कोणी खरेदीदार मिळेपर्यंत तरी.'' ऑप्टिझ म्हणाल्या.

''सर्वांत वाईट गोष्ट म्हणजे,'' रॅबिन म्हणाले, ''बँक जितकी खाली जाईल तितके खरेदीदार मिळणं मुश्कील होईल. ही बँक व्यवसाय करत असतानाच ती विकण्याची जास्त चांगली संधी आहे. एकदा का ती बुडाली की मग ती खरेदी करायला कोणी पुढे येणार नाही आणि ती सर्वांत वाईट गोष्ट असेल.''

''ते ठीक आहे. आपल्याला उद्या एक खरेदीदार मिळेल, बरोबर? एका रात्रीत. तेच तुम्ही म्हणालात ना?''

''एका रात्रीत, अगदी लगेच मिळेल असं मला वाटत नाही, राष्ट्राध्यक्ष महोदय.''

''बारा दिवसांत काय होणार आहे त्याची तुम्हाला आठवण करून देण्याची आवश्यकता नाही,'' नोल्स म्हणाले.

''नाही सर.''

''ओ के. थँक्यू. काय-काय घडतंय मला सांगत रहा.''

त्यांनी फोनलाइन कट केली.

''इथेच थांबा,'' ओव्हल ऑफिसमधील इतरांना ते म्हणाले. दाराकडे मान करून त्यांनी त्यांच्या खाजगी सचिवाला गॅरी रोझना बोलवायला सांगितले.

एड अब्राहम्सनी रोझना संक्षिप्तपणे माहिती दिली. हात डोक्यावर मागे ठेवून राष्ट्राध्यक्ष मागे रेलले. ''तुम्हाला काय वाटतं?'' त्यांनी विचारले.

राष्ट्रीय सुरक्षा सल्लागारांनी क्षणभर विचार केला. ''त्याचे अनेक अर्थ निघू शकतात.''

''सर्वांत चांगला अर्थ कोणता?''

''सर्वांत चांगला? ही मार्केटमधील एक घटना आहे. इतकं साधं. बुडीत कर्जे असलेली एक बँक आहे, मार्केटला त्याचा वास येतो त्यामुळे इतर बँकांवरही दुष्परिणाम होतो... आणि जे घडतंय ते आपण बघतोय.''

''सर्वांत वाईट अर्थ काय लावला जाऊ शकेल?''

''मी अर्थतज्ज्ञ नाही; पण मी सांगेन... चीन या बँकेला मुद्दाम काही उद्देशाने बुडवत आहे.''

राष्ट्राध्यक्षांनी पेरेझ यांच्याकडे बघितले ''ते शक्य आहे का?''

''नक्कीच. तांत्रिकदृष्ट्या ते नक्कीच शक्य आहे. दिवाळखोरीत जाण्यापासून

थांबवण्यासाठी जे आवश्यक आहे ते करायला तुम्ही नकार देता किंवा ती विकायला पण तुम्ही नकार देता, त्याचा अर्थ तुम्हाला ती बुडवायचीच आहे. ते असं करतील का? त्यामागे काय कारण असेल?'' पेरेझने खांदे उडवले. ''पीआयसीसारख्या संस्थेने अनेक ठिकाणी अनेक प्रकारे गुंतवणूक केलेली असते. मार्केट खाली जाईल, यावर त्यांनी खूप मोठ्या प्रमाणात बेट घेतलेल्या असू शकतात. या एका कंपनीचा उपयोग करून ते मार्केट खाली आणणे घडवून आणत आहेत. फिडेलियनमध्ये त्यांची जी गुंतवणूक आहे, ती गमवायला ते तयार आहेत. कारण त्यात गमावलेला पैसा मार्केट खाली येण्यामुळे त्यांच्या इतर बेटमधून भरून निघेल शिवाय भरपूर फायदा मिळेल. हे शक्य आहे का? की फक्त तार्किकदृष्ट्या शक्य आहे? तर हे पूर्णपणे शक्य आहे, असं याचं उत्तर आहे.''

''हे कायदेशीर नसणार.'' डेवलीन म्हणाल्या.

''नाही, ते फार मोठ्या प्रमाणावर मार्केट मॅन्युप्युलेशन करणं म्हणजे लबाडी करणं होईल.''

''गॅरी,'' राष्ट्राध्यक्ष म्हणाले, ''मला वाटत नाही तुम्ही सांगितलंत तो सर्वांत वाईट अर्थ आहे.''

''म्हणजे ते मुद्दाम करत आहेत? तो सर्वांत वाईट अर्थ आहे, असं तुम्हाला वाटत नाही?''

''नाही, ते मुद्दाम करत नाहीत असं नाही, पण ते पैशासाठी करत नाहीत.''

''हो खरं आहे; पण आपण त्यांना निरोप दिला, त्यात ह्याचा उल्लेख केला होता, बरोबर? जर ते आपल्या राजकीय प्रक्रियेवर प्रभाव टाकण्यासाठी असं करत असतील, तर त्यांनी ते थांबवावं.''

''आपल्या मध्यावधी निवडणुकीवर प्रभाव टाकण्याचा ते का प्रयत्न करत असावेत?'' अब्राहम्स म्हणाले, ''आता का? ह्या निवडणुकीवर का?''

''त्यासाठी अनेक कारणं आहेत,'' रोझ म्हणाले, ''युगांडा, दक्षिण अफ्रिका आणि आपलं महत्त्व ठसवण्याची एक सर्वसाधारण इच्छा – दादागिरी करायची.''

''त्यांना हे करता येणं शक्य आहे म्हणून ते करताहेत, असं तुम्ही म्हणताय?''

''शक्य आहे. जसं मागील काही वर्षांत त्यांनी विमानवाहू जहाजं बनवली आहेत, ती ते कशासाठी वापरणार आहेत? त्यांना नौसेनेची काय गरज आहे? पण त्यांना ती हवी आहेत, बस्स आणि त्यांच्याकडे आहेत याची माहिती आपल्याला असावी असंही त्यांना वाटतं.''

''ही काही विमानवाहू जहाजं नाहीत,'' अब्राहम्स म्हणाले. ''ही आपली अर्थव्यवस्था आहे.''

"आणि कदाचित आपल्या अर्थव्यवस्थेबरोबर ते काय करू शकतात ते त्यांना दाखवून द्यायचं असेल."

"पण यामुळे त्यांच्याही अर्थव्यवस्थेवर परिणाम होईल," डेवलीन म्हणाल्या.

"आपण जखमी झालो तर तेही जखमी होतील. तुम्हाला वाटतं झँग असा धोका पत्करतील? त्यांना स्थैर्य हवं आहे, बरोबर?"

"अगदी खरं."

"मग हे जर राजकीय असेल आणि जर त्यांना निरोप मिळाला असेल, तर ते आता थांबतील. त्यांना जे म्हणायचं आहे ते त्यांनी दाखवून दिलं आहे. मला वाटतं... ते काय करतील?"

"ते फिडेलियनसाठी पैसे गोळा करतील," पेरेझ म्हणाले.

"समजा, आपण धरून चालू तो सर्वांत वाईट अर्थ नाही," राष्ट्राध्यक्ष म्हणाले. "आणि खरोखर हा चीनचा इन्व्हेस्टमेंट फंड एक खराखुरा गुंतवणूकदार म्हणून वागत असेल आणि बुडणाऱ्या बँकेमध्ये त्याना आणखी पैसा ओतायचा नसेल. हेच समजा, समस्या असेल तर...."

"मग सुझानने त्या बँकेसाठी एक खरेदीदार शोधणं आवश्यक आहे."

"मग आपण ते खरोखर वेळेच्या आत करू शकू का? आपल्याकडे बारा दिवस आहेत."

"बारा दिवसांपेक्षाही, त्याच्या आतच, खूप झटपट ते करणं आवश्यक आहे," अब्राहम्स म्हणाले, "हा प्रश्न असाच अनिर्णित ठेवून, निवडणुकीच्या एक दिवस आधी जागं होण्यात काही अर्थ नाही."

"२००८मध्ये अर्धे वॉल स्ट्रीट विकलं गेलं आणि त्यासाठी फक्त वीस मिनिटं लागली," पेरेझ म्हणाले, "तुमच्याकडे खरेदीदार असेल तर तुम्ही ही बँकही लगेच विकू शकता."

"आपल्याला खरेदीदार कसा मिळेल?"

"हाव!" पेरेझ उत्तरले. "प्रतिस्पर्ध्याच्या व्यवसायावर ताबा मिळवण्याची संधी आणि तीही एकदम कमी भावात."

"समजा तो व्यवसाय खूपच खराब स्थितीत असेल तर? जो कमी भाव लावला आहे, तो हवा तितका स्वस्त नसेल तर ?"

"भीती. आपल्या व्यवसायालाही तडाखा बसेल, अशी इतर बँकांना वाटणारी भीती. त्यांना जर खूप घाबरवून टाकले, तर ते एका तासात विकत घेतील." पेरेझनी स्मित केले. "बँकरना या दोन भावना फक्त माहीत असतात. भीती आणि हाव. दोन्हीपैकी एक भावना त्यांच्या मनात जागी करा, मग तुम्हाला हवं ते करायला ते तयार होतील."

नोल्सनी यावर विचार केला. ''ओके. समजा, आपण ही बँक विकू शकलो तरीही ती काही चांगली बातमी ठरणार नाही, मग ती कशाही प्रकारे विकलेली असो. त्यातल्या त्यात बरी बातमी, एवढंच दिसेल. आपल्याला एखादी चांगली बातमी आवश्यक आहे. प्रत्येक दिवशी या मार्केटचा घोळ असतो. डीन मॉसला यामुळे अजेंड्याप्रमाणे काम करता येत नाही.''

टॉम नोल्स यांच्या मार्केटमधील मान्यता मानांकनांमध्ये मागच्या दोन आठवड्यात घसरण झाली होती. ते जवळपास एक्कावन्न टक्क्यांपर्यंत घसरले होते. राष्ट्राध्यक्षपदाच्या काळातील त्यांचे हे सर्वांत कमी गुण होते. ज्या रिपब्लिकन उमेदवारांना राष्ट्राध्यक्षांच्यावतीने अटीतटीची लढत द्यावी लागणार होती, तेही तडाखा सहन करत होते. काहींनी राष्ट्राध्यक्षांना त्यांच्याबरोबरच्या भाषणाचे दौरे रद्द करायला सांगितले होते. राष्ट्राध्यक्षांबरोबर नाव जोडले जात नसेल, तर निवडणुकीत आपण जास्त चांगली कामगिरी करू असे त्यांना आढळून येत होते.

''परराष्ट्र धोरणाबाबत एखादं मोठं संकट आपल्याला आवश्यक आहे,'' अर्धवट विनोदाने रोझ म्हणाले. ''आपण पाकिस्तान्यांबरोबर बोललं पाहिजे.''

''चांगली बातमी,'' राष्ट्राध्यक्ष त्रस्तपणे म्हणाले, ''गॅरी, मी चांगली बातमी म्हणालो. वझिरीस्तानच्या बाहेर कुठेतरी बॉम्बस्फोट म्हणालो नाही.'' नोल्सनी अस्वस्थ होत त्यांची बोटे खुर्चीवर आपटली. जाणारा प्रत्येक दिवस मध्यावधी निवडणुकांच्या बाबतीत प्रश्न निर्माण करत होता आणि रिपब्लिक पक्षाच्या उमेदवारांनी त्यांच्याबरोबरचे भाषणाचे कार्यक्रम रद्द करणे, हे त्यांना खजिल करणारे होते. मोठी गर्दी असलेले त्यांचे प्रचार दौरे हे जाहीर चर्चेचा विषय होते आणि असे दौरे ते एकामागून एक करत होते. आता अचानक त्यात मधेमधे खंड पडत होता. रिपब्लिक पक्षाच्या उमेदवारांना त्यांच्यासह भाषणाचे कार्यक्रम करायचे नाहीत हे मान्य न करता दौऱ्यात खंड का पडतोय, याचे स्पष्टीकरण त्यांना द्यावे लागत होते. ''जंगल पीस मोहिमेबद्दल काय?'' त्यांनी अचानक विचारले. ''त्या मोहिमेत काय सुरू आहे तरी काय?''

अब्राहम्सने संमतिदर्शक मान हलवली. ''तिथे खूप मोठा तडाखा द्या. ती बातमी पहिल्या पानावर आणा.''

''तिथे आपल्याला काहीतरी यश मिळवण्याची हीच वेळ आहे,'' नोल्सनी रोझ यांच्याकडे बघितले. ''त्यांच्याकडे आत्तापर्यंत शत्रूसंबंधीची पुरेशी माहिती जमा झालेली असेल.''

''जर आपण त्यांना काही करायला सांगितलं, तर ते नक्कीच तिथे काही घडवू शकतील अशी मला खात्री आहे.''

''त्यांच्या रोजच्या कारवायांमध्ये हस्तक्षेप करण्याची माझी इच्छा नाही; पण

प्रेसलरचं काम इतक्या धीम्यागतीने सुरू आहे की, जणू त्यांच्या हातात अनेक वर्षे आहेत. ही अगदी चटकन आटोपणारी मोहीम असणार होती. बॅम! त्या दुष्ट माणसांचा नायनाट करू या.''

''मी संरक्षणमंत्र्यांबरोबर बोलतो. हे आपण प्रसिद्धीसाठी किंवा इतर कशासाठी करतो आहोत, असं जॉन ओकलेंचं मत व्हावं ही माझी इच्छा नाही. पण, आपल्याला काहीतरी करायला सुरुवात करणं आवश्यक आहे. सैन्याच्या लोकांना यासाठी आपण पुन्हा केव्हा भेटणार आहोत?''

''मी बघून सांगतो.''

''उद्याचीच भेट ठरवा आणि ते काय करू शकतात यासंबंधी त्यांच्याकडे काही योजना असतील, तर त्या घेऊन यायला सांगा.''

''आणि तोपर्यंत आपण वाट बघू,'' अब्राहम्स म्हणाले.

राष्ट्राध्यक्षांनी त्यांच्याकडे प्रश्नार्थक नजरेने बघितले, ''काय?''

''फिडेलियन बँकेच्या बुडण्यामधून जो सर्वांत चांगला अर्थ निघतोय तो खरा आहे की, सर्वांत वाईट अर्थ निघतोय तो खरा आहे. कसलर बोलणी करण्यासाठी पुन्हा त्यांच्या शेअरधारकांसमोर जाणार आहेत, बरोबर?''

२०

न्यू यॉर्कमध्ये शेअर मार्केट सुरू झाले होते. खरेदी-विक्रीचे व्यवहार होत होते. एड ग्रे यांच्या ऑफिसात भिंतीवरील स्क्रीनवर त्या व्यवहाराची माहिती दिसत होती. उत्तराच्या शोधात ते त्या स्क्रीनवरून नजर टाकत होते आणि त्यावरील आकडे तपासून बघत होते.

शॉर्ट पोझिशन क्लोज करण्याची वेळ आली होती का? फेडरल रिझर्व्ह बँकांना लघु मुदतीसाठी रक्कम पुरवणार आहे, अशी सूचना शुक्रवारी सकाळी जारी करण्यात आली होती. शुक्रवारच्या ट्रेडिंगमध्ये फिडेलियनसहित बहुतेक शेअर्सचे भाव स्थिर होते. आता सोमवार उजाडला होता. रात्रभरात वॉल स्ट्रीटवर काय होईल, त्याची वाट बघत आशियातील मार्केटही शांत होते. युरोपमधील मार्केटची सुरुवात चाचपडत झाली होती. वॉल स्ट्रीट कोणत्या दिशेने जातेय ते कळेपर्यंत ते दम धरून बसले होते. इतर शेकडो फंड ओनर आणि मॅनेजरसह ग्रे यांनी घेतलेल्या निर्णयावर मार्केटची दिशा ठरणार होती.

हा निर्णय साधा-सरळ नव्हता.

ह्या घडीला फक्त फिडेलियनमध्ये त्यांना २५ कोटींचा फायदा झालेला होता. बोरीस मालेवस्की इतर अनेक बँकांचे शेअर्स शॉर्ट करत होता. तसेच टोनी इव्हानगेलोऊ यांनी इतर सेक्टरमधील शेअरवर आणखी थोडे बेट लावलेले होते. या दोघांचे व्यवहार हिशेबात घेतले, तर त्यातून रेड रिव्हरला आणखी वीस कोटींचा फायदा झालेला होता. दुसऱ्या बाजूला, रेड रिव्हरने मार्केट वर जाणार हे गृहीत धरून त्यावर लाँग पोझिशन घेतलेली होती. ती या शॉर्टच्या व्यवहाराच्या आधीपासूनच अस्तित्वात होती. त्यात मात्र कागदावर तरी सुमारे पंच्याहत्तर कोटींचा तोटा झालेला होता. ग्रे यांनी कल्पना केली होती, त्यापेक्षा जास्तच घडामोडी घडत होत्या. त्यांना वाटले होते, बँकिंग सेक्टरमध्ये शॉर्ट करू या आणि त्यातून थोडा पैसा मिळवू या. त्याऐवजी संपूर्ण मार्केटच खाली येत चालले होते. ग्रे यांचा तरीही विश्वास होता, मार्केट झटक्यात वर जाईल. त्यांची

जवळपास खात्री होती, आतापासून सहा महिन्यांनी किंवा फार तर एका वर्षानी खाली गेलेला डाऊ निर्देशांक पुन्हा वर येईल. चार आठवड्यांत झालेला तोटा तर भरून काढता येईलच; शिवाय त्यापेक्षाही तो थोडा वर जाईल. मार्केट अस्थिर असताना डीआयव्हीचा कारभार करताना एक हुशारी नेहमी दाखवावी लागायची, फायदा नेमक्या वेळी वसूल करणे. शॉर्ट केलेले असताना मार्केट पुन्हा वर जाणार आहे, नेमके त्यावेळेआधी पोझिशन कव्हर करून फायदा घ्यायचा आणि लॉंग पोझिशन असताना मार्केट खाली येण्याच्या नेमके आधी विक्री करून फायदा मिळवायचा. वरच्या भावात विका, खालच्या भावात खरेदी करा किंवा दुसऱ्या शब्दांत मार्केट वरवर जात असताना त्याचा टॉप कोणता आहे आणि खाली-खाली येत असताना त्याचा तळ कोणता आहे, ते ओळखणे.

जोपर्यंत तुम्ही आपली पोझिशन क्लोज करत नाही – शॉर्ट केलेले शेअर्स पुन्हा विकत घेत नाही किंवा होल्ड करून ठेवलेले शेअर्स विकत नाही – तोपर्यंत तुम्हाला प्रत्यक्षात काहीही फायदा झालेला नसतो. ते सगळे फक्त कागदावर असते. आणि जे कागदावर असते ते कितीही भक्कम वाटले, तरी धुराच्या एका वलयात नाहीसे होऊ शकते.

जर त्यांनी शॉर्ट पोझिशन आता क्लोज केल्या, उसने घेतलेले शेअर परत करण्यासाठी शेअर विकत घेतले, तर त्यांना खात्रीशीर फायदा होत होता. जवळपास पंचेचाळीस कोटींचा फायदा. त्यातला निम्म्याहून अधिक फिडेलियनमधून. जर शॉर्ट पोझिशन क्लोज न करता मार्केट आणखी खाली जाईल, फायदा आणखी वाढेल या अपेक्षेने ते वाट बघत थांबले असते आणि मार्केट वर गेले असते तर त्यांचा फायदा गायब झाला असता. हा फार मोठा प्रश्न होता, कारण मार्केट आणखी खाली गेले असते, तर एका दिवसात फायदा दुप्पट झाला असता. स्वत: एड ग्रे दोनशे कोटींचे धनी होते. बेसुमार, प्रमाणाबाहेर फायदा मिळवण्यात त्यांना थरारक आनंद मिळत होता. काही कोटींचा फायदा म्हणजे त्यांच्यासाठी किस झाड की पत्ती! चाळीस कोटींचा फायदा छान होता. पण ऐंशी कोटी किंवा समजा पूर्ण छान शंभर कोटी. तो फारच वेगळा आनंद होता. शेवटी नऊ शून्य असलेला आकडा सांगताना उर अभिमानाने भरून आला असता.

मार्केट खाली आल्यावरही शॉर्ट पोझिशन धरून ठेवण्याचे ग्रे यांच्याकडे आणखी एक कारण होते. घबाड मिळवण्याचा थरारक आनंद घेणे हेच एकमेव कारण त्यामागे नव्हते. जर मार्केट खाली आले तर त्यातून होणारा जास्तीचा फायदा, लॉंग पोझिशनमधील कागदावर झालेल्या तोट्याची भरपाई करण्यासाठी आवश्यक होता. मार्केट जसजसे जास्त-जास्त खाली येत जाईल, तसतसा लॉंग पोझिशनमधील तोटा वाढत जाणार होता. मग त्याची भरपाई होण्यासाठीसुद्धा

शॉर्ट पोझिशन धरून ठेवणे आवश्यक होते. ती भरपाई जर होऊ शकली नसती, तर तोटा वाढत गेला असता. त्या परिस्थितीत ज्या बँकांनी रेडरिव्हरला कर्जाऊ रक्कम दिलेली होती, त्यांनी तगादा सुरू केला असता. कर्जाऊ रकमेच्या बदल्यात तारण म्हणून बँकांकडे शेअर्स गहाण ठेवावे लागतात. त्या शेअर्सचे मूल्य मार्केटमध्ये जो प्रत्येक दिवशी भाव असतो, त्याप्रमाणे रोजच्या रोज कमी जास्त होते. तारण ठेवलेल्या शेअर्सचे मूल्य किती आहे, ते ठरविण्याची हीच पद्धत होती. ग्रे यांनी खरोखर ते शेअर विकेपर्यंत हा फक्त कागदावर झालेला तोटा होता ह्याला बँकांच्या लेखी काही महत्त्व नव्हते. जर हा कागदावरील तोटा विशिष्ट प्रमाणापर्यंत गेला असता, तर बँकांनी उसने दिलेल्या रकमेसाठी जास्तीची रोख रक्कम मागितली असती. जर ग्रे मागणी केल्याप्रमाणे रक्कम देऊ शकले नसते तर, त्यासाठी आपल्या ताब्यातील तारण ठेवलेले शेअर्स विकून त्यांनी रक्कम मिळवली असती.

थोडक्यात सांगायचे म्हणजे त्यांची ही शॉर्ट पोझिशन त्यांच्यासाठी हेजिंगचे काम करत होती. मार्केट खाली येण्यामुळे त्यांना शॉर्टिंगच्या व्यवहारात भरपूर फायदा होत होता, तर लाँग पोझिशनच्या व्यवहारामध्ये भरपूर तोटा होत होता. म्हणजेच शॉर्ट पोझिशनमधील फायदा हा एक प्रकारे त्यांचे संरक्षणच करत होता.

तरीही जर मार्केट वर गेले असते आणि त्याआधी त्यांनी आपली शॉर्ट पोझिशन क्लोज केली नसती, तर त्यांनी कागदावर कमावलेला पंचेचाळीस कोटींचा फायदा नेहमीकरता गायब झाला असता. मार्केट जिथून खाली यायला सुरुवात झाली होती. त्याच पातळीला पुन्हा परत आले असते आणि या पूर्ण व्यवहारातून हाती काहीच लागले नसते. फक्त नसता उपद्व्याप मात्र झाला असता.

ग्रे स्क्रीन्सकडे बघत होते. त्यावर मधूनच झळकणाऱ्या आकड्यांकडे ते बघत होते. ते वर जाणार होते की खाली येणार होते किंवा मार्केट काय करेल ते कुणालाच सांगता येत नव्हतं. एक दिशा शोधण्यासाठी ते धडपडत होते आणि त्या अनिश्चितेच्या गर्तेत ग्रे सापडलेले होते. मार्केटची दिशा ठरेपर्यंत वाट बघत राहणे, इतकेच त्यांच्या हातात होते.

प्रत्येक जण हेच करत असेल, हे त्यांना माहीत होते. ते त्यांना अगदी जाणवत होते. त्याचा त्यांना वास येत होता. लोक वाट बघत होते. शेअर्सचे भाव एका मर्यादित पट्ट्यात फिरत होते. जास्त वर नाही जास्त खाली नाही. होणारे व्यवहारही नेहमीपेक्षा कमी रकमेचे होत होते.

मार्केटमध्येही शांतता होती का की, फेडरल रिझर्व्हने मार्केटला वेसण घातली होती? पुन्हा खाली जाणे सुरू करण्यापूर्वी मार्केट श्वास घेऊन सावरायला बघत होते की, वर जाणे सुरू करण्यापूर्वी एक पकड मिळवायला बघत होते?

आर्थिकदृष्ट्या बँकिंग व्यवस्था भक्कम आहे, असे एड ग्रे यांचे मत होते. शेअर्सच्या भावाचे मूल्य, थोडेसे जास्त होते असे त्यांचे मत होते, पण आता ते जास्तच खाली आले होते. या दोन्ही मतांवरून भाव वर यायला हवेत हाच निष्कर्ष निघत होता. पण नेमकी वेळ साधणे हाच कळीचा प्रश्न होता. त्यांना चिंता वाटत होती, ती फिडेलियनची. त्यांच्या कागदी नफ्यापैकी पंचवीस कोटी फक्त फिडेलियनमधून मिळत होते. ती आणखी किती खाली जाऊ शकेल? फिडेलियनला मिळणारे क्रेडिटचे मार्ग, कर्जाऊ पैसे मिळण्याचे मार्ग सारे धडाधड बंद होत होते, अशा अफवा होत्या आणि मिळेल तो भाव घेऊन गुंतवणूकदार त्यातून आपली गुंतवणूक काढत आहेत, अशाही अफवा होत्या. एक निवेदन जाहीर करावे या मागणीला बिल कसलर कसे काय तोंड देत होते, ते ग्रे यांना माहीत नव्हते.

फिडेलियन पैसे उभे करण्यासाठी मार्केटमध्ये येणार आहे, ही अफवा आता पूर्ण मार्केटभरच पसरलेली होती. लोकं वेड्यासारखे आकडे फेकत होते. आठशे कोटी, हजार कोटी, एक बेफाम अफवा तर सांगत होती की, हा आकडा पंधराशे कोटींचा आहे. लोक असे बोलायला सुरुवात करतात तेव्हा प्रत्यक्षात स्थिती मात्र तितकी वाईट कधीच निघत नाही. लोक अंदाज करत आहेत तितकी वाईट स्थिती नाही, हे कसलरनी शेवटी निवेदन केल्यावर कळले असते, तर शेअरचे भाव वर गेले असते. आत्तापर्यंत ते खूप खाली आल्यामुळे मोठ्या प्रमाणावर वरही गेले असते. जर तसे झाले तर त्यांना जो पंचवीस कोटींचा कागदी नफा झाला होता, त्यातील बराच मोठा भाग त्यांच्या डोळ्यांसमोर हवेत विरून गेला असता.

एड ग्रे यांनी दुसरी एक अफवा ऐकली होती, फिडेलियन विकत घेण्यामध्ये अनेक कंपन्यांना इंटरेस्ट होता. ह्या अफवेमुळे फिडेलियनच्या शेअर्सची वाजवीपेक्षा जास्त विक्री झाली होती हा आपला अंदाज योग्य आहे, असा आणखीच विश्वास त्यांना वाटत होता. बँक विकत घेण्यात फायदा आहे असे दिसत असेल, तर त्यासाठी खरेदीदार पुढे येतात. कोणत्या भावात विकत घेतल्यावर त्यात फायदा मिळेल, हे त्यांना माहीत असते. याचाच अर्थ भावाची पातळी त्यांनी निश्चित केलेली होती आणि मार्केटमधील सध्याच्या भावापेक्षा ती जास्त असणार होती.

स्क्रीनवरील आकडे त्यांनी आणखी थोडावेळ बघितले. नंतर त्यांनी इवानगेलोऊ आणि मालेवस्कींना त्यांच्या केबिनमध्ये बोलावले.

''तुला काय वाटतं?'' त्यांनी विचारले.

''मार्केट नक्कीच वर जाणार आहे,'' इवानगेलोऊ म्हणाले.

''आणि नंतर? आपण पुन्हा खाली येऊ?''

''आणखी तिथं काय आहे, यावर ते अवलंबून आहे.''

"आणखी काही आहे का तिथं?"

इवानगेलोऊंनी खांदे उडवले. "मायला ते कोणाला माहीत?"

ग्रे यांनी मालेवस्कीकडे नजर वळविली. "तुला काय वाटतं?"

"मार्केट वर जाऊ शकेल." मालेवस्की म्हणाला.

"किती?"

"थोडं. अगदी पहिल्याइतकं तर वर जाणार नाही."

"आपल्या फायद्यापैकी आता तुझा हिस्सा किती आहे?"

"दोन कोटी वीस लाख."

"भरपूर पैसा झाला बोरिस, हू?" इवानगेलोऊ म्हणाले. "तुला घ्यायचा आहे तो? घे आणि मस्त फ्लोरिडात जाऊन आरामात राहायचं."

मालेवस्की मोठ्यांदा हसला.

"मग तुम्ही म्हणताय आपण क्लोज करून टाकायचं?" ग्रे म्हणाले. "असंच ना?"

इवानगेलोऊंनी होकारार्थी मान हलविली. मालेवस्कीनेही मान हलवून सहमती दर्शविली.

"तुम्ही दोघंही पुचाट आहात."

"एड, तुला काय पुढे सुरू ठेवायचं आहे? मायला तू वेडा आहेस! आपली पैज, जर आपला फायदा आणखी वाढला तर मी तुला एक रुपयावर हजार रुपये देईन. काय बोलतोस बोल?"

"मोहात पाडणारं आहे." एड म्हणाले.

"मायला मला वाटलं तू हिंमत दाखवशील."

एड ग्रे यांनी स्मित केले, मग ते पुन्हा गंभीर झाले. "ठीक आहे. फिडेलियनचं काय? तिच्याबाबत काय विचार करायचा?"

"वाजवीपेक्षा जास्त विक्री झाली आहे," इवानगेलोऊ म्हणाले. "तीही आपल्यामुळेच."

"सगळंच मार्केट आता तिच्याबाबत घाबरलेलं आहे."

"त्यांना हवे असलेले पैसे कुठून येतील?" ग्रे यांनी विचारले.

"मी ऐकलं, कोणी खरेदीदार आहे," इवानगेलोऊ म्हणाले.

"जर कोणी नसेल तर काय?"

"त्यांना किती रक्कम हवी आहे, यावर ते अवलंबून असेल."

"त्यांचे रोखे आता कोण विकत घेणार? त्यांच्या शेअर्सचे भाव बघ. कोण पैसा टाकणार त्या कंपनीत?"

इवानगेलोऊंनी खांदे उडवले. "त्यांचे शेअरधारक टाकतील."

मालेवस्कीने होकारार्थी मान डोलविली.

''त्यांनी नाही टाकले, तर त्यांची वाट लागेल.''

''मग त्यांची वाट लागली तर काय?''

''तसं होणार नाही. फिडेलियनच्या शेअर्सपैकी पंचवीस टक्के चीनच्या मालकीचे आहेत. शिवाय आणखी किती असतील कोणाला माहीत? इतकी गुंतवणूक पाण्यात गेलेली बघून ते स्वस्थ बसणार नाहीत. त्याऐवजी त्यात पाचशे, हजार कोटी ते सहज टाकू शकतील. त्यामुळे इतर शेअरधारकांचे त्यातील प्रमाण, त्या मानाने कमी होईल, पण त्यांनाही हवे असेल तर तेही पैसे टाकू शकतील. चीनच्या बाजूने बघितलं तर दुसरा काय पर्याय आहे? काहीच न मिळण्यापेक्षा थोडंफार जे मिळतंय ते बरं. बरोबर?''

ग्रे खुर्चीत मागे रेलून बसले. ''मग आता हा व्यवहार क्लोज करून टाकायचा आपण?''

''स्वाभाविकच'' मालेवस्की म्हणाला. ''फिडेलियनला एक हजार कोटी उभे करायचे आहेत, असं आपण गृहीत धरू. जास्तीतजास्त अंदाजे हजार कोटी उभे करायचे आहेत. मागच्या सहा आठवड्यांत इतर काहीच बदल झालेला नाही, याचा अर्थ तिच्या शेअर्सचे मूल्य आजच्या भावापेक्षा सात टक्क्यांनी अधिक हवे. त्याहीपेक्षा खाली गेले आहे, ते सगळे इतर गोंगाटामुळे.''

''हे प्रकरण जरा शांत झालं की, प्रत्येक जण हाच हिशेब करेल.'' इवानगेलोऊंनी पुस्ती जोडली.

ग्रे यांनी होकार दर्शवला. शहरातील हजार ऑफिसेसमध्ये बहुधा याच आकडेवारीच दळण दळले जात असणार. अर्थात त्यासाठी पूर्वअट होती, फेडरलच्या कारवाईमुळे बँकिंग सेक्टर नियंत्रणात आले आहे, असे प्रत्येकाला वाटणे. तसे नसेल तर गोंगाट आणखी वाढत जाऊन भाव खाली येत राहणार.

''ओके,'' ग्रे म्हणाले. ''एका सेकंदासाठी आपण समजू, आपण चलाख आहोत. प्रत्येक जण तेच बोलत आहे. त्यांना एक हजार कोटी रकमेची गरज आहे, या हिशेबाने वाजवी मूल्यापेक्षा, त्यांच्या शेअरचे भाव सात टक्क्यांनी खाली आलेत. मग आपण आपल्या शॉर्ट पोझिशन क्लोज करतो, फायदा झाला त्याबद्दल धन्यवाद देतो. पण आपण चूक असलो तर काय?''

''एक हजार कोटी हा जास्तीतजास्त धरूनच अंदाज आहे. त्यांना जर कमी पैसे उभे करायचे असतील, तर भाव वाजवी मूल्याच्या तुलनेत सात टक्केपेक्षा आणखी जास्त खाली आहेत असा अर्थ होईल.'' मालेवस्की म्हणाला.

''पण जर त्यांना जास्त रकमेची आवश्यकता असेल तर?''

''समजा, त्यांना एक हजार तीनशे कोटी हवे असतील, तर अंदाजे हिशेब

करून त्यांचे मूल्य शेअरच्या आजच्या भावाइतके होईल.''

''टोकाच्या स्थितीची कल्पना करू. जर त्यांना पैसे उभे करता आले नाहीत, तर काय होईल?''

''मग ती बँक विकण्यात येईल. मी जे ऐकलं आहे त्यावरून बहुधा बँक विकली जाईल आणि चीनला काही पैसे टाकावे लागणार नाहीत.''

''जर ती विकली गेली नाहीतर? जर ती बुडाली तर?''

''जर ती बुडाली तर प्रत्येकाची वाट लागेल,'' इवानगेलोऊ म्हणाले. ''सरकारचे वाइंड अप म्हणजे समापनाचे अधिकार वगैरे सगळी बंडलबाजी आहे. २००८च्या परिस्थितीच्या हिशेबाने त्या तरतुदी तयार केल्या होत्या. पण ती शक्यता खूप कमी आहे, एड.''

ग्रे यांनी सहमती दर्शविली. ''ते मी मान्य करतो. पण कमी शक्यता असलेल्या घटना अचूक ओळखूनच आपण पैसे मिळवतो.''

''पण जास्त शक्यता असलेल्या घटनांबाबतचे आपले अनुमान चुकले तर आपण पैसे गमावू. असं बघ, जर ताकदवान शेअरधारक यात गुंतलेले नसते, तर मी म्हटलं असतं, चला चान्स घेण्याचा विचार करू या. पण जोखीम आणि नफा यांचं प्रमाण खूपच व्यस्त आहे. जोखीम खूप मोठी, नफा त्यामानाने खूप कमी. पीआयसीचा त्यात पंचवीस टक्के हिस्सा आहे, म्हणजे चीनच्या सरकारकडून त्यांना पैशाचा अमर्यादित पुरवठा होऊ शकतो. फिडेलियनला जर इतर कुठून पैसे उभे करता आले नाहीत, तर चीनच्या सरकारकडून ते मिळतील.''

ग्रे यांनी ते मान्य केले. त्यांनी मालेवस्कीकडे बघितले. ''तुला काय वाटतं?''

''बँक बुडेल हा अंदाज म्हणजे अगदी कमी शक्यता असलेली घटना नाही. ती शून्य शक्यता असलेली घटना आहे.''

ग्रे मोठ्यांदा हसले. ''शून्य शक्यता असलेली कोणतीच घटना नसते. अजून काही काळ या व्यवसायात टिकून राहा मग कळेल.''

मालेवस्कीने खांदे उडवले. ''अंतिम विश्लेषण केलं तर लक्षात येईल की, सरकार ही बँक बुडू देणार नाही. निवडणुका एक आठवड्यावर आल्या आहेत. बँकेला किती पैसा आवश्यक आहे, त्यांचे शेअरधारक काय करतील किंवा करणार नाहीत, खरेदीदार मिळेल किंवा मिळणार नाही, अशा अनेक शक्यतांवर आपण विचार करू. पण शेवटी हाच निष्कर्ष निघतो, बँक बुडणार नाही, कारण तिला बुडू दिलं जाणार नाही.''

ग्रे यांनी ते मान्य केले.

''त्याला त्याचे दोन कोटी वीस लाख पाहिजेत,'' इवानगेलोऊ म्हणाले.

''मी नको म्हणणार नाही,'' मालेवस्की पटकन म्हणाला.

ग्रे यांनी त्यावर उत्तर दिले नाही. आपण निर्णय घेऊ शकत नाही, हे त्यांना जाणवत होते. सहसा असे होत नसे. केलेला ट्रेड कुठपर्यंत जाऊ शकेल आणि त्याच्यातून बाहेर पडण्याची वेळ आली आहे, याची त्यांना स्पष्ट जाणीव असायची. पण या ट्रेडबाबत मात्र त्यांना काहीच खात्री नव्हती. जो ट्रेड उत्तम नफा कमवत होता यात आणखी पैसे टाकत राहणे, ही त्यांची नेहमीच ट्रेडिंगची शैली होती. याही ट्रेडमध्ये त्यांनी तसेच केले होते. एक चाल कुठपर्यंत जाईल त्याचा अंदाज सांगणे अशक्य आहे, हा पहिला धडा ते या व्यवसायात शिकले होते. एका ट्रेडने ठरवलेले टार्गेट गाठले, तर त्याचा अर्थ तो तिथे संपला असा नसतो. बरेचदा ती चाल फक्त सुरू झालेली असते. तुम्ही जे टार्गेट ठरवले होते त्याहीपेक्षा कितीतरी पुढे ते जाऊ शकते.

या सगळ्या कारणमिमांसेचा विचार केला, तर फिडेलियन शॉर्ट करण्याच्या ट्रेडमधून बाहेर न पडता ती पोझिशन ओपन ठेवणे, उलट थोडीशी वाढवणे योग्य आहे असे दिसत होते. पण तुमच्या उत्साहाला तार्किक विचारसरणीचा बांध घालावा लागतो. कोणत्यातरी एका टप्प्यावर तुम्हाला ट्रेड क्लोज करावाच लागतो. आर्थिक निकषांचा विचार करता बँकिंग सेक्टर किंवा पूर्ण मार्केटच आणखी खाली येण्याचे कोणतेच कारण नाही, असे ग्रे यांना वाटत होते. अफवा आणि घाबरगुंडी या दोहोंचा परिणाम नसता, तर ते शेअर्स इथपर्यंतही खाली आले नसते आणि या बाबीचा विचार केला तर ट्रेड क्लोज करून त्यातून बाहेर पडणे योग्य आहे असे त्यांना वाटत होते. हे मार्केट असे होते की त्यातून त्यांना खरे तर अजिबातच काही मिळायला नको होते; पण याच मार्केटने त्यांना पंचेचाळीस कोटींचा फायदा करून दिला होता. तो वसूल करायचा आणि आनंद साजरा करायचा हे त्यातल्या त्यात सोपे होते.

''मग आपण काय म्हणतोय?'' ते म्हणाले, ''अगदी आक्रमक विचार केला, तरी फिडेलियनचे मूल्यांकन आधीच खूप कमी आहे. आपल्या हातात पंचवीस कोटींचा फायदा आहे आणि जर आपण ट्रेड क्लोज केला नाहीतर आपण तो गमावू. उलट दुसऱ्या बाजूला बँक बुडण्याची शक्यता आहे. म्हणजे त्यांना भांडवल उभं करता येणार नाही किंवा ती बँक विकली जाऊ शकणार नाही. त्या स्थितीत आपल्याला फार मोठे घबाड मिळेल, प्रचंड फायदा होईल. पण आपण म्हणतोय ती शक्यता जवळपास शून्य आहे. बँकिंग सेक्टरची आर्थिक स्थिती मजबूत आहे, असा आपला विश्वास आहे. त्याचा अर्थ भाव वर जातील. या सगळ्याचा एकच अर्थ निघतो, आपण ट्रेड क्लोज करावा आणि तोही आत्ताच.''

इवानगेलोऊ यांनी मान हलवून 'हो' म्हटले. मालेवस्कीनेही मान हलवून

'हो' म्हटले.

"ट्रेड क्लोज करणं याचा अर्थ आपल्या लाँग पोझिशनला जे संरक्षण आपल्याकडे आहे ते गमावणं. म्हणजे त्याचा अर्थ जर मार्केट खरोखर खाली कोसळलं, तर बँका मार्जिन कॉलचा भरणा करा म्हणून आपला गळा पकडतील."

"पण ती शून्य शक्यता असलेली घटना आहे," इवानगेलोऊ म्हणाले.

"जवळपास शून्य शक्यता असलेली घटना. पण ती घडली तर आपली पूर्ण वाट लागेल."

"नाही. वाट लागणार नाही." इवानगेलोऊ म्हणाले, "आपण फिडेलियन क्लोज करतो, त्यामुळे आपल्या हातात पैसा येतो. जर बँकांनी, मार्जिन कॉलचा भरणा करा असे सांगितले तर तो पैसा आपल्याकडे असेल. एड, ही एकदम योग्य स्थिती आहे. आपण फायदा वसूल करू. मार्केट खाली येत राहील, ही एक खूप कमी शक्यता असलेली घटना आहे. बहुधा एक ते पाच टक्क्यांपेक्षा जास्त ही शक्यता नाहीच. मग मार्जिन कॉल आले तरी ते देण्यासाठी आपल्याकडे पैसा असेल. लाँग पोझिशनमध्ये जे शेअर्स आपल्याकडे आहेत, ते आपण होल्ड करू शकतो. माझ्या एका सांख्यिकी तज्ज्ञाला मार्केट इथून आणखी, वीस टक्क्यांनी खाली आलं तर काय होईल, याची आकडेमोड करून बघायला मी सांगितलं. वाईटातील अगदी वाईट म्हणजे फिडेलियनच्या पैशांमुळे आपण काही काळ तग धरून राहू शकू."

"मार्केट जर पन्नास टक्क्यांनी खाली आलं तर काय?"

"आता तू बोलतोयस त्याची एक टक्कासुद्धा शक्यता नाही. एड, मी आकड्यांवर विश्वास ठेवणारा माणूस आहे, हे तुला माहीत आहे, पण हे मार्केट वर जाणार आहे. ते करेक्ट झालेलं आहे. खाली आलेलं आहे. जास्तच खाली आलेलं आहे. आणि तसं नसेल, आणखी खाली येणार असेल तरी त्याला तोंड देण्यासाठी आपल्याकडे पैसे आहेत. घडू शकेल अशा शक्यतेचा विचार करूनच मी बोलतोय."

ही निर्णय घेण्याची वेळ होती. एड ग्रे यांनी पैसे मिळवले होते ते असे – निर्णय घेऊनच! जर निर्णय घेण्याची तुमची तयारी नसेल तर कागदावर झालेला नफा तुम्हाला प्रत्यक्षात कधीच हातात मिळणार नाही. तो वसूल करून पुन्हा फंडात कधीच जमा करता येणार नाही.

टोनी म्हणाले त्या प्रत्येक शब्दाशी ते सहमत होते. मार्केट वर जाईल, हे गृहीत धरून त्यांनी लाँग पोझिशन घेतल्या होत्या आणि मार्केट खाली आले होते, त्यामुळे त्यात त्यांना तोटा होत होता. मार्केट खाली येत राहिले, तर त्यातील तोटा आणखी वाढत गेला असता. उलट फिडेलियनमध्ये मात्र त्यांनी

शॉर्ट पोझिशन घेतली होती, त्यामुळे मार्केट खाली येत राहिले तर ह्या ट्रेडमधून मात्र फायदा होत होता. म्हणजे लाँग पोझिशनमुळे होणाऱ्या तोट्याची भरपाई म्हणून फिडेलियनच्या शॉर्टमधून होणाऱ्या फायदा उपयोगी पडत होता.

पण जर फिडेलियनचा ट्रेड आता क्लोज केला तर ते पैसे फंडात जमा झाले असते. फक्त कागदावर राहिले नसते. जर फिडेलियन आवश्यक असलेले भांडवल उभे करण्यात अयशस्वी झाली आणि सरकार काही न करता फक्त बघत राहिले किंवा बँकेला खरेदीदार मिळू शकला नाहीतर त्या स्थितीत मात्र तो पैसा पुरेसा ठरला नसता. फिडेलियन बुडाल्यामुळे पूर्ण मार्केटच खाली आले असते. मग त्यांच्या बचावासाठी तो पैसा अपुरा ठरला असता. अर्थात त्यातही मार्केट पूर्वी कधीही जितके खाली गेले नव्हते, त्या पातळीपर्यंत खाली गेले असते, तरच पैसा अपुरा पडला असता. हे सगळे घडण्याची शक्यता अगदीच नगण्य होती.

पण एड ग्रे यांना माहीत होते की, ही शक्यता नगण्य असली तरी त्यावर बेट घेतली जाऊ शकते.

२१

जेरी रॅबिन यांनी आपली मूठ टेबलावर आपटली. न्यू यॉर्क फेडरलच्या अध्यक्षांना सहसा लवकर राग येत नसे; पण या घटकेला मात्र ते रागाने भडकले होते.

"काय होईल, असं तुम्हाला वाटतंय, बिल? देवाशपथ! तुम्हाला काय वाटतंय काय होईल?"

बिल कसलर यांनी नकारार्थी मान हलविली. दुसरे काय बोलायचे त्यांना माहीत नव्हते. त्यांचा घसा कोरडा पडला होता.

"तुमच्या बोर्डाला निर्णय घेण्यासाठी वेळ हवा म्हणून तुम्ही माझ्याकडे दोन दिवस मागितले. ते मी तुम्हाला दिले. मग आणखी एक दिवस मागितला. मग आणखी एक दिवस."

"मी हमी दिली नव्हती –"

"आणि तुम्ही परत येता आणि मला सांगता ते काहीही भांडवल घालणार नाहीत आणि ते बँक विकणार नाहीत? तुम्ही मला हे सांगत आहात? ते हे पण करणार नाहीत आणि ते पण करणार नाहीत?"

कसलरनी असहाय्यपणे त्यांचे हात वर केले आणि मग खाली पडू दिले. रॅबिन त्यांच्याकडे रोखून बघत होते. परिस्थिती अतर्क्य होती. फिडेलियन बँकेचे भग्नावशेष विकत घेणारा खरेदीदार मिळवण्यासाठी त्यांनी आणि सुझान ऑप्टिझ यांनी आठवडाभर धडपड केली होती. त्यासाठी ते अनेक लोकांबरोबर तावातावाने बोलले होते, दबाव आणला होता. मार्केटमध्ये पसरणाऱ्या अफवा रोखून धरल्या होत्या आणि आता शुक्रवारी सकाळी त्यांना एक खरेदीदार कसाबसा मिळाला होता. पण आता बिल कसलर येऊन त्यांना जो प्रश्न आहे, असं सांगत होते त्याबाबत रॅबिनना काहीच करता येण्यासारखे नव्हते. हा अडथळा असू शकेल असे त्यांना कधी वाटलेही नव्हते. त्यांच्याकडे खरेदीदार नाही हा प्रश्न नव्हता तर विक्री करणारा नाही हा प्रश्न होता.

"तुम्ही फक्त माझ्यामुळे जिवंत आहात बिल. आम्ही तुम्हाला रोख रक्कम पुरवतो आहोत म्हणून फक्त तुम्ही जिवंत आहात." आतापर्यंत फिडेलियनच्या कारभाराबाबत कसलर इतकीच पूर्ण माहिती रॅबिननाही झालेली होती. मागच्या आठवड्यापासून नियामक अधिकाऱ्यांची एक टीम फिडेलियनच्या मुख्यालयात बसून त्यांना किती रोख रकमेची गरज आहे, यावर जवळपास दर तासाने लक्ष ठेवून होती. या टीममध्ये फेडरलचे आणि एसईसीचे अधिकारी होते.

"तांत्रिकदृष्ट्या विचार करता मिस्टर रॅबिन, बोर्ड विक्री करायला तयार आहे," कसलरबरोबर दोन एक्झिक्युटिव्ह आले होते, त्यांपैकी फिडेलियनचे मुख्य वित्तअधिकारी डिक ओव्हरब्रुक म्हणाले, "पण मार्केटच्या मूल्याप्रमाणे पूर्ण किंमत मिळेल तरच."

"आणि मार्केटच्या मूल्याप्रमाणे पूर्ण किंमत याची त्यांची व्याख्या काय आहे?" रॅबिनने विचारणा केली.

ओव्हरब्रुक यांनी फाइलमधून एक कागदाचा तुकडा बाहेर काढला आणि टेबलावर सरकवला.

"हे मूल्य आम्ही सांगत असलो तरीही आमच्यावर ते कराराप्रमाणे अजिबात बंधनकारक नाही, सर." फिडेलियनचे जनरल काउन्सिल म्हणाले. कसलरबरोबर आलेले, ते दुसरे एक्झिक्युटिव्ह होते. "बोर्डाच्या व्याख्येप्रमाणे मार्केटच्या मूल्याप्रमाणे पूर्ण भाव काय याचा हा अंदाज आहे."

रॅबिननी त्या कागदाकडे निरखून बघितले. फेडरलचे इतर दोन अधिकारी त्यांच्याबरोबर होते, त्यांनी त्याकडे बघितले.

बिल कसलर दबकत त्यांच्याकडे बघत होते.

रॅबिन यांनी कागदाचा तुकडा समोर ढकलला. "हा एक मोठा विनोद आहे, मिस्टर ओव्हरब्रुक. हा एक विनोद आहे आणि तो फारसा हसवणारा नाही."

रॅबिनच्या एका अधिकाऱ्याने घसा साफ केला. "पूर्ण फिडेलियन बँक किंवा तिचे विविध विभाग विकत घेण्यात ज्यांना इंटरेस्ट असू शकेल, अशा काही लोकांबरोबर आम्ही बोलत आहोत. आम्हाला... एक खरेदीदार...."

"आमच्याकडे एक खरेदीदार आहे," रॅबिन उतावळेपणे म्हणाले. "पण तुमचा आकडा म्हणजे विनोद आहे!"

"होय," फेडरलचे अधिकारी म्हणाले. "आमच्याकडे एक खरेदीदार आहे, जो पूर्ण बँक विकत घेण्याची शक्यता आहे. आणि आमच्याकडे... अहा... आमच्याकडे काही खरेदीदार आहेत, ज्यांना बँकेचे विविध विभाग विकत घेण्यात इंटरेस्ट आहे." त्यांनी त्यांच्या ब्रीफकेसमधून एक कागद बाहेर काढला आणि टेबलवर सरकवला.

" अर्थातच हे सगळे सूचक आकडे आहेत आणि बँकेचे हिशेब, ताळेबंदपत्रक यांची बारकाईने पाहणी करूनच मग ते निश्चित करता येतील. पण मला... अहा... वाटतं की, त्यांना बँक विकत घेण्यामध्ये खरोखर इंटरेस्ट आहे आणि अगदी कमी वेळात हा सौदा करता येईल."

"लगेच," रॅबिन तीव्र स्वरात म्हणाले. "आपल्याला हे आजच करणं आवश्यक आहे. आपल्याला हे करून, सही आणि शिक्का घेऊन साप्ताहिक सुट्टीसाठी मार्केट बंद होण्यापूर्वी त्याची घोषणा करणं आवश्यक आहे."

कसलरनी त्या कागदाकडे बघितले. या ऑफर त्यांना चांगल्या वाटत होत्या, उदारपणे केलेल्या आहेत असेही वाटत होते, पण ते बोलायची सोय नव्हती. "ते आमच्याबरोबर खेळ खेळतायत. तुम्हाला माहीत आहे, जेरी."

"तसं काही होणार नाही."

"अर्थात तसं होईल. सही करायला पाच मिनिटं असताना ते म्हणतील आमच्या हिशेबात त्यांना मूल्य आणखी कमी करण्याजोगं काहीतरी आढळलं आणि ते किंमत अर्ध्यावर आणायला बघतील."

"ते तसं करणार नाहीत. मी तुम्हाला हमी देतो, ते तसं करणार नाहीत."

"मग त्यांना फक्त आमची हिशेबाची पुस्तकं बघायची आहेत म्हणजे स्वत:चा बचाव कसा करायचा याचा अंदाज येऊ शकेल आणि आमचे भाव खाली आल्यावर त्यातून काही पैसे मिळवता येतील."

"बिल, ह्या खऱ्याखुऱ्या ऑफर्स आहेत. त्यांना परिस्थिती माहीत आहे. मी बोलतोय ते कळतंय ना? त्यांना माहीत आहे."

कसलरना कळत होते. त्याचा अर्थ होता, वॉल स्ट्रीटवरील प्रत्येकालाच या तपशिलाची लवकरच माहिती होईल. इतका वेळपर्यंतच ती दडवून ठेवणे शक्य होते, त्यापुढे नाही.

कसलरनी कागदाकडे टक लावून बघितले. जर त्यांच्या हातात असते तर त्यांनी ते एका पायावर मान्य केले असते. त्यांनी उसासा टाकला. "हे होऊ शकत नाही, जेरी. डिकने जो आकडा तुम्हाला दाखवला तो आम्हाला हवा आहे."

"तो आकडा हास्यास्पद आहे."

"आणि ते अगदी कवडीमोलाचे भाव आहेत," फेडरलच्या कागदाकडे बोट दाखवत ओव्हरब्रुक म्हणाले.

"तुमच्या कदाचित लक्षात आलं नसेल मि. ओव्हरब्रुक; पण तुमच्या बँकेची स्थिती अत्यंत खराब आहे. बिल, माझ्याकडे तुमच्यासाठी एक खरेदीदार आहे. मला विचाराल तर मी तीही ऑफर स्वीकारेन. पण तुम्हाला ही ऑफर नको असेल तर इतर तुमच्या बँकेचे विविध विभाग विकत घेणारे काही जण आहेत

म्हणजे ती तुकड्या तुकड्यांनी विकली जाईल. तुम्ही या लोकांबरोबर बोलणी करायला सुरुवात केली पाहिजे. तुम्ही सौदा करायला सुरुवात केली पाहिजे.'

कसलरने खांदे उडवले. "जेरी, हे होऊ शकत नाही. दुसऱ्या कोणत्या शब्दांत सांगता येईल, मला माहीत नाही. मला हाच भाव हवा आहे. नाहीतर मला निवेदन करणं भाग आहे, ते मी रोखून धरू शकत नाही."

"तुम्ही मला ब्लॅकमेल करण्याचा प्रयत्न करू नका!"

"मी कोणालाही ब्लॅकमेल करायचा प्रयत्न करत नाही." कसलर थकलेल्या सुरात म्हणाले. "जेरी, मी तुम्हाला वस्तुस्थिती सांगत आहे."

रॅबिन उभे राहिले. रागाने डोके हलवत त्यांनी खोलीत येरझाऱ्या घातल्या. अचानक ते थांबले आणि कसलर यांच्याकडे वळले. "बिल तुम्ही काय करत आहात? फिडेलियनची लीमनसारखी स्थिती करायचा तुमचा विचार आहे का? ही बँक पुढील लीमन असावी, अशी तुमची इच्छा आहे का?"

"नाही!" कसलरनी प्रत्युत्तर दिले. दुःखं आणि अपमान यामुळे त्यांचा भडका उडाला होता. "मला मायला काय हवं आहे, असं तुम्हाला वाटतंय? जिझस ख्राईस्ट जेरी, मी चौतीस वर्षे या उद्योगात आहे आणि तुम्हाला वाटतं अशा तऱ्हेने त्याचा शेवट व्हावा, अशी माझी इच्छा आहे?"

"मग, मायला कशा तऱ्हेने शेवट व्हावा, अशी तुमची इच्छा आहे?" रॅबिन ओरडले.

"मायला, तुम्हाला काय वाटतं?" कसलर त्यांच्यावर ओरडले.

तिथे शांतता पसरली. ते दोघेही जोरजोरात श्वासोच्छवास घेत होते.

रॅबिन पुन्हा खाली बसले.

"मी या बँकेचा मालक नाही," कसलर शांतपणे म्हणाले, "ते तुम्ही का समजून घेत नाही? हे मी घेतलेले निर्णय नाहीत. हे माझ्या बोर्डाने घेतलेले निर्णय आहेत आणि मला निर्णय घेण्याची परवानगी नाही." फिडेलियनचे प्रतिस्पर्धी तिचा कारभार विकत घेण्यासाठी जे पैसे द्यायला तयार होते, त्या आकड्यांकडे त्यांनी बघितले. "मी तुम्हाला सांगतो अशा, इतक्या कमी पैशांकरता ते बँक विकणार नाहीत. त्याच्या जवळपास जाणारे आकडेसुद्धा आमच्या बोर्डाला चालणार नाहीत. तुम्ही जर या लोकांना हे आकडे तिप्पट करायला सांगितले, तर आपण पुढे काहीतरी बोलणी करू शकू."

"त्या आकड्यांत फार तर दहा टक्क्यांनी फरक होऊ शकेल." रॅबिन म्हणाले.

"जेरी, आमचं दिवाळं वाजेल असं त्यांना खरोखर वाटत असेल, तर काय? जर त्यांनी पैसे टाकले नाहीतर आमचं अगदी खरोखर दिवाळं वाजेल असं त्यांना वाटत असेल, तर काय आणि आम्ही बुडाल्यानंतर त्याचा त्यांच्यावर

काय परिणाम होईल?''

''तुमचं दिवाळं वाजणार हे त्यांना खरोखरच वाटतंय.''

''मग ते खूपच जास्त पैसे गमावतील. आमचं दिवाळं वाजल्यानंतर ते खूप जास्त पैसे गमावतील. सध्या ते आम्हाला जे देऊ करताहेत, त्याच्यापेक्षा खूप जास्त.''

''माझ्यावर विश्वास ठेवा, बिल. त्यांना ते माहीत आहे.''

कसलरनी कागद रॅबिन यांच्याकडे सरकावला, ''त्यांना तसं वाटतंय असं दिसत नाही.''

रॅबिननी कसलरचा कागद त्यांच्याकडे सरकवला. ''तुमचे शेअरधारक स्वप्नांच्या दुनियेत वावरताहेत.''

कसलरनी जोरात उसासा टाकला. ''आमच्या शेअरधारकांच्या दृष्टिकोनातून विचार करा. ज्या किमतीत विक्री करा, असं तुम्ही सुचवताय त्यातून त्यांना काय मिळणार? एवढे कमी पैसे घेण्यापेक्षा बँक खड्ड्यात गेली, तरी त्यांना चालेल.'' कसलरनी रॅबिननी दिलेला कागद बाहेर काढला. ''म्हणजे मी म्हणतो, आमच्या युरोबाँडच्या ट्रेडिंग ऑपरेशनसाठी तुमच्याकडे ही पाच कोटींची ऑफर आहे.''

''तुमचं युरोबाँडचं ऑपरेशन म्हणजे काही तुम्ही त्यात मार्केट लिडर नाही आहा.''

''ते तुमचं मत आहे.''

''असं बघा, मी मान्य करतो, त्यातील काही पार्टी किती कमीतकमी किमतीत विकत घेता येईल, याचा प्रयत्न करताहेत. पण काही दुसऱ्या ऑफर्सकडे बघा. तुमच्या कारभाराच्या इतर काही विभागांकरता अतिशय चांगल्या ऑफर्स आहेत. तुमच्या बँकेला व्यवसाय पुढे सुरू ठेवण्यासाठी दोन हजार तीनशेकोटी भांडवलाची आवश्यकता आहे. ती हिशेबात घेऊन तुमची पूर्ण बँक विकत घ्यायला एक पार्टी तयार आहे आणि ती ऑफर एकदम मान्य होण्यासारखी आहे.''

ओव्हरब्रुक गुरगुरले. ''मान्य होण्यासारखी? कोणाला?''

रॅबिननी त्यांच्याकडे दुर्लक्ष केले. ''बिल, जर तुमच्या शेअरधारकांची त्यांच्या बँकेत पैसे घालायची तयारी नसेल, तर तुम्हाला ह्याच ऑफर्स येतील. तुमचे शेअरधारक स्वत:साठी स्वत:च प्रश्न निर्माण करत आहेत. ते त्यात आणखी पैसे का घालत नाहीत?''

''मला माहीत नाही. त्यांच्याकडे किती पैसे आहेत, तेही मला माहीत नाही. कदाचित त्यांच्याकडे तितके पैसे नसतील.''

''त्यावर कोणीही विश्वास ठेवणार नाही.''

''मिस्टर कसलर,'' फेडरलचा एक अधिकारी म्हणाला, ''फिडेलियनमध्ये धोकादायक ॲक्टिव्हिटी करण्यासाठी तुम्हाला सांगितलं जातंय का?''

कसलरनी त्याच्याकडे अविश्वासाने बघितले.

"इतर बँकात तुम्ही काम केलेलं आहे. तिथे ज्या प्रकारे तुम्ही काम केलं त्याच्याशी मेळ न बसणाऱ्या काही ॲक्टिव्हिटीज करा, असं तुमचे शेअरधारक तुम्हाला सांगत आहेत का?"

"नाही," कसलरनी पुन्हा रॅबिन यांच्याकडे बघितले. "हे काय आहे जेरी?"

"तिथे काय सुरू आहे, ते जाणून घ्यायचा आम्ही प्रयत्न करतोय."

"मला माहीत आहे, ते तुम्हाला सांगितलं. आम्हाला काय किंमत हवी आहे, ते मी तुम्हाला सांगितलं."

रॅबिननी त्यांच्या ऑफिसरकडे नजर वळविली. अचानक ते कसलर यांच्याकडे वळले. "त्यांच्या ताब्यात किती टक्के शेअर आहेत?"

"कोणाच्या?"

"चीन सरकारच्या."

"पीपल्स इन्व्हेस्टमेंटच्या ताब्यात सुमारे पंचवीस टक्के शेअर्स आहेत." ओव्हरब्रुक म्हणाले.

"ते आकडे आम्ही बघितलेले आहेत."

"म्हणजे तुम्हाला हे माहीत आहे."

"त्याशिवाय इतर किती टक्के आहेत?"

ओव्हरब्रुक गप्प बसले. त्यांनी कसलर यांच्याकडे नजर वळविली. "किती टक्के?" रॅबिनने पुन्हा विचारले.

"मला वाटतं त्यांच्याकडे बहुधा चाळीस टक्क्यांच्या आसपास शेअर्स आहेत," ओव्हरब्रुक हळूच म्हणाले.

"पण तुम्हाला माहीत नाही."

"आमच्या शेअरधारकांची साखळी कशीकशी आहे, ते आम्हाला निश्चितपणे ओळखता येणार नाही. पीआयसीची रचना कशी आहे, तिच्या कोणकोणत्या उपकंपन्या आहेत, याची आम्हाला तुमच्यापेक्षा जास्त चांगली माहिती नाही. खरंतर तुमच्यापेक्षाही आम्हाला कमी माहिती असेल, पण मला वाटतं त्यांच्या अक्षरश: शेकडो उपकंपन्या आहेत."

"मग हा चाळीस टक्क्यांचा आकडा कुठून आला?"

ओव्हरब्रुक गप्प बसले.

"मला सांगण्यात आलेलं आहे," कसलर म्हणाले.

रॅबिननी त्यांच्याकडे रोखून बघितलं. "तुम्हाला स्पष्टपणे सांगण्यात आलं आहे?"

"पीआयसीच्या ज्या अधिकाऱ्यांबरोबर माझा संबंध आला त्यांनी सूचित

केलं की, चाळीस टक्के मते त्यांच्या ताब्यात आहेत. मला लेखी काही मिळालेलं नाही.''

''तुम्ही लक्षात घ्या,'' रॅबिनचा एक अधिकारी म्हणाला, ''असं असेल आणि त्यांनी ते जाहीर केलेलं नसेल, तर फेडरलच्या नियमांप्रमाणे तो एक गंभीर गुन्हा आहे.''

''आपल्याविषयी आदर राखून सर, मला वाटतं नाही. पीआयसीचे प्रमुख हू या गुन्ह्याच्या धमकीला घाबरतील.''

''त्यांनी नक्कीच त्याबाबत काळजी करायला हवी.''

''अल,'' रॅबिन त्यांच्या अधिकाऱ्याला म्हणाले, ''कायद्याच्या जंजाळात अडकून पडायला नको. कोर्टाच्या केसमध्ये तीन वर्षे जातील. त्याने आजचा प्रश्न सुटणार नाही.''

''ते खरं आहे,'' ओव्हरब्रुक तीव्र स्वरात म्हणाले. ''असे मुद्दे काढाल, तर अर्ध्या वॉल स्ट्रीटवर गुन्हे दाखल करावे लागतील.''

तिथे शांतता पसरली. पीआयसीकडे इतके मताधिक्य असताना, त्यांच्या संमतीशिवाय इतर शेअरधारक काहीच करू शकत नव्हते.

रॅबिननी त्यांच्यासमोर बसलेल्या त्या तिघांकडे बघितले. ''मग आपण काय करणार आहोत?''

उत्तर मिळाले नाही.

''बिल, तुम्ही त्यांच्याबरोबर पुन्हा एकदा बोलाल का?''

''आणि त्यांना काय सांगू जेरी? कोर्ट केसची धमकी देऊ?''

रॅबिननी ऑफरच्या कागदावर बोट ठेवले. ''टेबलवर पैसे ठेवलेले आहेत.''

''ते पुरेसे नाहीत.''

''ही सुरुवात आहे. मी आणखी काही वाढवून मिळतील का ते बघतो. तुमच्या लोकांना परत भेटून ते काही व्यवहार्य मागणी करतील का, ते तुम्ही बघा. त्यासाठी तुमची तयारी असेल तर माझीही ह्या खरेदीदारांबरोबर पुन्हा एकदा बोलायची तयारी आहे.''

कसलरनी खांदे उडवले.

''तुम्ही त्यांच्याबरोबर बोलाल का?''

''मी त्यांच्याबरोबर बोलेन,'' कसलर म्हणाले. जणू काही सगळे दैवावर सोडले आहे, असा सूर त्यांच्या बोलण्यातून डोकावत होता. ''अर्थातच मी त्यांच्याबरोबर बोलेन. अगदी माझा घसा कोरडा पडेपर्यंत बोलेन. या बँकेला वाचवण्यासाठी आणि तिथं काम करणाऱ्या लोकांच्या नोकऱ्या वाचवण्यासाठी मी काहीही करायला तयार आहे. पण मी तुम्हाला सांगतोय, ह्या ऑफर्स घेऊन मी

बोर्डाकडे पुन्हा गेलो तर त्यातून काहीही साध्य होईल, असं मला वाटत नाही.''

''बिल, हे अजिबात मान्य होण्यासारखं नाही. हे आमच्या राष्ट्राध्यक्षांकडून आलेलं आहे. त्यांनी आम्हाला आजची अंतिम मुदत दिली होती. आता मला त्यांना जाऊन सांगावं लागेल की, ती आम्ही पाळू शकत नाही.''

कसलर गप्प होते.

रॅबिननी खुर्चीत स्वत:ला मागे झोकून दिले. राष्ट्राध्यक्षांची प्रतिक्रिया काय असेल, याची कल्पना करत ते मान हलवत होते. दिवस निघून गेले होते. बारा दिवस असताना त्यांनी सुरुवात केली होती – आता फक्त चार दिवस शिल्लक होते. आज शुक्रवार. मध्यावधी निवडणुका मंगळवारी होत्या. म्हणजे डील जाहीर करण्यासाठी फक्त सोमवार शिल्लक होता. व्हाइट हाउस ते डील कसे जाहीर करेल, यावर विचार करण्याचा त्यांनी प्रयत्न केला. प्रशासनाचा धाडसी निर्णय आर्थिक संकटाची पुनरावृत्ती टाळण्यासाठी बुडणाऱ्या बँकेला वाचवण्याची केलेली कृती. मध्यावधी निवडणुकीच्या एक दिवस आधी? त्यांनी पुन्हा नकारार्थी मान हलवली.

निवडणुका नसत्या तरीही हे डील होणे आवश्यक होते. मार्केटने बराच काळ दम धरला होता आणि आणखी जास्त काळ वाट बघणे, शक्य नव्हते. आठवडा संपायच्या आत एक डील जाहीर केले जाईल, अशा अफवा असल्याने मार्केटने धीर धरला होता. जर फिडेलियनबाबतची स्थिती रविवारपर्यंत स्पष्ट झाली नसती, जर सोमवारी मार्केट उघडण्यापूर्वी एक निश्चित निवेदन केले गेले नसते, तर अभूतपूर्व विक्रीचा मारा झाला असता. सगळ्या लोकांनी शेअर्स विकायची एकच घाई केली असती.

''हे डील होणं आवश्यक आहे,'' ते म्हणाले, ''त्याला काही पर्याय नाही, बिल. तुमच्या शेअरधारकांना ते समजणं आवश्यक आहे.''

''आणि मी तुम्हाला सांगतोय की, मी त्यांना ते आधीच सांगितलं आहे. मी पुन्हा त्यांच्याबरोबर बोलेन पण –''

''नाही मी काय सांगतोय ते ऐका. सोमवारी सकाळी मार्केट उघडण्यापूर्वी आपण हे डील करायला पाहिजे, बस्स, बस्स. त्यापेक्षा जास्त वेळ नाही. त्यांनी 'हो' म्हटलंच पाहिजे.''

कसलरनी त्यांच्याकडे धारदार नजरेने बघितलं. ''मग कदाचित दुसऱ्या कोणीतरी तो निरोप त्यांना दिला पाहिजे.''

२२

''**नाही, मला** समजत नाही!'' नोल्स म्हणाले, ''तुम्ही मला सांगितलंत एका रात्रीत डील करू शकता. नंतर तुम्ही मला सांगितलंत कोणत्याही परिस्थितीत आज तुम्ही डील फायनल कराल.''

जेरी रॅबिन न्यू यॉर्कवरून राष्ट्राध्यक्षांबरोबर बोलत होते. बिल कसलरबरोबर त्यांचे जे बोलणे झाले होते, त्याचा गोषवारा त्यांनी राष्ट्राध्यक्षांना दिला होता. सुझान ऑप्टिझ आणि रॉन स्टिकलँडसुद्धा लाइनवर होते. राष्ट्राध्यक्षांचे वरिष्ठ मदतनीस ओव्हल ऑफिसमध्ये त्यांच्याबरोबर होते.

''असं काही खरोखरच घडणार नाही. बरोबर?'' नोल्स म्हणाले, ''ही बँक बुडेल, अशी खरोखर भीती नाही ना?''

थोडा वेळ शांतता होती. नंतर ऑप्टिझने उत्तर दिले. ''आठवडा संपायच्या आत डील होणं आपल्यासाठी आवश्यक आहे, हे त्यांना माहीत आहे, राष्ट्राध्यक्ष महोदय.''

टॉम नोल्सनी आपले डोळे बंद केले. या सगळ्यातून त्यांना अशुभ घडणार असण्याचा वास येत होता. रॉबिन आणि ऑप्टिझ यांच्याकडे डील करण्याकरता पूर्ण आठवडा होता. आता ते सांगत होते की, आठवडा संपायच्या आत या दोन दिवसांत ते करता येईल. जरी त्यांनी डील केले, तरी निवडणुकीच्या एक दिवस आधी त्याची घोषणा करणे, ही काळजात धडकी भरवणारी, धोकादायक गोष्ट होती.

''आपण ते मंगळवारच्या पुढे ढकलू शकत नाही का?'' त्यांनी विचारले.

''काही निवेदन केलं जावं किंवा कृती व्हावी, अशी मार्केटची जबरदस्त मागणी आहे. निवेदन करावं म्हणून कसलर यांच्यावर प्रचंड दबाव आहे. ते केलं नाहीतर मार्केटमध्ये एकच कत्तल होईल... रक्तरंजित व्यवहार हा धोका आहे.''

''त्यांच्या शेअर्सचे भाव थोडेसे वाढले ना?'' नोल्सनी खात्री करून घेण्यासाठी मार्टी पेरेझ यांच्याकडे बघितले. त्यांनी मान हलवून 'हो' म्हटले.

''सर, ते अफवांमुळे,'' रॅबिन म्हणाले, ''लोकांना वाटतंय की, राजकीय

दबावामुळे निवडणुकीच्या आधी डील होईल. त्यामुळे भाव वर जातील, या आशेने लोक शेअर्स खरेदी करत आहेत.''

नोल्स यांनी अविश्वासाने मान हलवली. वित्तीय मार्केटची त्यांना फारशी माहिती नव्हती; पण जितका त्यांचा त्याच्याबरोबर संबंध येत होता, तितका त्यांना या मार्केटचा तिटकारा येत होता. एक अफवा दुसऱ्या अफवेला जन्म देत होती. आणि प्रत्येक जण त्यावर पैसे कमवायला बघत होता. गिधाडे प्रेतांवर घिरट्या घालत असतात तसे सगळे जण या आर्थिक संकटातूनही पैसे मिळवायला बघत होते.

''फिडेलियनबरोबर कोणीही व्यवहार करत नाहीय. त्यांना कोणी पैसे कर्जाऊ देत नाही. त्यांच्याबरोबर कोणी व्यवसाय करत नाही. सध्या ती एक मृतावस्थेतील बँक आहे आणि फक्त फेडरलमुळे तिच्यात धुगधुगी शिल्लक आहे.''

''आणि आपण जर मंगळवारपर्यंत वाटाघाटी करत राहिलो तर?'' एड अब्राहम्स म्हणाले.

''सोमवारी विक्रीचा सपाटून मारा होईल. जर कसलर यावर काही बोलले नाहीत तर मार्केटला वाटेल, निवडणुकीमुळे गप्प बसण्यासाठी त्यांच्यावर राजकीय दबाव आहे. मार्केटला कळेल, वाईट बातमी आहे. दोन अधिक दोन बरोबर चार हा सोपा अर्थ त्यांना लावता येईल.''

तिथे शांतता पसरली.

''हा घोळ आहे'', राष्ट्राध्यक्ष म्हणाले. ''भयंकर घोळ आहे.''

कोणीच काही बोलले नाही. ते बोलले ती उनोक्ती होती.

''सुझान, ही बँक बुडाली तर किती वाईट परिणाम होईल? निवडणूक आहे हे क्षणभर विसरून जाऊ. जर निवडणूक नसती तरीही आपण याबाबत काही करण्याचा प्रयत्न केला असता का? आर्थिकदृष्ट्या याचा किती वाईट परिणाम होईल?''

''खूप वाईट. हे अचानक आलं. एक महिन्यापूर्वी तर याचा मागमूसही नव्हता. त्यामुळे मार्केट याकडे बघेल आणि म्हणेल, ओके, आणखी कोण बुडू शकेल? पुढचा नंबर कोणाचा आहे? जरी कोणी नसेल तरी ते शोधक नजरेने बघत राहतील.''

''आणखी कोणत्या बँकेचा यानंतर नंबर आहे असं मात्र आम्हाला वाटत नाही,'' स्टिकलँडनी तातडीने खुलासा केला.

''पण तुम्हाला खात्री नाही,'' अब्राहम्स म्हणाले. ''ही बँक तुम्हाला दिसली नव्हती, बरोबर?''

''नेमकं, त्याच्यामुळेच प्रश्न येतोय,'' ऑप्टिझ म्हणाल्या. ''प्रत्येक जण तेच म्हणेल. इतर बँकाही तेच म्हणतील. फिडेलियन बुडल्यानंतर तर प्रत्येक

जण स्वत:ला सुरक्षित ठेवण्यासाठी पळापळ सुरू करेल. फिडेलियनशी संबंधित जी कर्जे आहेत, जे काही ॲसेट आहेत, काहीही असो, मिळेल त्या भावात ते विकले जातील. त्यामुळे फिडेलियनचे ॲसेट ज्या इतर बँकांकडे आहेत, त्यांना फटका बसेल. मग त्या बँकाही धोक्यात येतील. दुसऱ्या बँका, मग या बँकांबरोबर व्यवहार करण्याचे थांबवतील. याचा साखळी परिणाम होऊन तो पसरत जाईल. ज्या संस्था मुळात भक्कम आहेत, पण... ज्यांच्याकडे पुरेशी लिक्विडीटी नाही, भरपूर रोकड रक्कम नाही, त्याही अडचणीत येतील.''

''हे २००८सारखं वाटतंय.''

''हे २००८ नाही,'' स्टिकलँड म्हणाले, ''शॉर्ट-टर्मसाठी थोडा आधार दिला तर इतर बँका बुडणार नाहीत. आर्थिक पाया भक्कम आहे.''

''मी ते मान्य करते,'' ऑप्टिझ म्हणाल्या. ''पण प्रचंड उलथापालथ होईल. जरुरीपेक्षा जास्त प्रतिक्रिया उमटेल. राष्ट्राध्यक्ष महोदय, प्रत्येक जण तुम्ही म्हणालात तेच नेमकं म्हणेल. तसं नसलं तरी ते म्हणतील की, हे २००८ वाटतंय. ते त्यांच्या लक्षात यायला वेळ लागेल आणि तोपर्यंत चित्र फार भयानक दिसेल.''

''या बँकेने काही करावं म्हणून आपल्याला त्यांच्यावर सक्ती करता येणार नाही का?'' राष्ट्राध्यक्ष म्हणाले. ''आपल्याला... ती ताब्यात घेता येणार नाही का?''

''म्हणजे राष्ट्रीयीकरण करायचं म्हणता?''

''मला माहीत नाही. मी म्हटलं त्याचा तो अर्थ होतो का?''

''आपल्याला ती वाइंड अप करण्याचे अधिकार आहेत,'' ऑप्टिझ म्हणाल्या, ''पण त्यामुळे मार्केटवर जो धक्कादायक परिणाम होईल, तो प्रश्न सुटत नाही.''

''आपण त्यांना विकायला भाग पाडू शकत नाही का?''

''नाही, सर.''

''त्याबद्दल खात्री आहे का? तुम्ही सगळे नियम नीट तपासून बघितलेत का? सगळ्या पर्यायांचा विचार केलाय का?''

''आपण सगळे पर्याय तपासून बघितले आहेत. काही मार्ग नाही.''

''दिवाळखोरीच्या उंबरठ्यावर असूनही एक वाजवी ऑफर कोणी धुडकावून लावेल, अशा स्थितीची आपण कल्पना केली नव्हती.'' रॉन स्टिकलँड म्हणाले.

''त्या मागे व्यावसायिक कारण नाही,'' एड अब्राहम्स पुटपुटले.

नोल्सनी त्यांच्याकडे बघितले.

''राष्ट्राध्यक्ष महोदय,'' रॅबिन म्हणाले. ''ते कदाचित आपल्याला हूल देत असतील. किंमत वाढवून मिळावी म्हणून ते नाटक करत असतील.''

''पण ते तसं करत नसतील, ही पण शक्यता आहे.''

''होय, सर. माझी सूचना आहे, आपण फक्त जास्तीत जास्त दबाव टाकणं इतकंच करू शकतो. फिडेलियन बँक विकत घेण्याची बोलणी करण्यासाठी काही बँकांच्या प्रमुखांना मी भेटणार आहे. आवश्यक असेल, तर तुम्ही त्यांच्याबरोबर बोलाल का?''

''मी बोलणं गरजेचं आहे का?''

''मला वाटतं कदाचित त्याची गरज पडेल, सर.''

''ते योग्य होईल का, मी काऊन्सलरना विचारून बघते.'' रॉबर्टा डेवलीन म्हणाल्या.

राष्ट्राध्यक्षांनी होकारार्थी मान डोलविली.

''दुसरी गोष्ट,'' ऑप्टिझ म्हणाल्या, ''दुसऱ्या बाजूवर पण आपण दबाव टाकला पाहिजे. पीआयसीवर दबाव टाकला पाहिजे. त्यांनी एक तर दोन हजार तीनशे कोटींपैकी बराच मोठा पैसा त्यात टाकला पाहिजे किंवा एका व्यवहार्य किमतीत त्यांची विक्री केली पाहिजे.''

''आपण त्यांच्यावर दबाव टाकण्याचा या आधीच प्रयत्न करून बघितला,'' अब्राहम्स म्हणाले.

''मग ते योग्य पद्धतीने केलं पाहिजे.''

''ते कशाप्रकारे करावं, अशी आपली सूचना आहे?''

''ते चीन सरकारचीच एक शाखा आहेत ना?''

''आपण त्यांच्या राजदूताबरोबर बोललो आहोत.''

''मग आपल्याला त्यांच्यावर जावं लागेल.''

सगळ्यांचे डोळे राष्ट्राध्यक्षांवर खिळले होते. ऑप्टिझ म्हणाल्या त्याचा नेमका अर्थ त्यांना माहीत होता.

नोल्स यांच्या कपाळावर क्षणभर नापसंतीच्या आठ्या आल्या. ते अर्थमंत्र्याकडे वळले. ''जोपर्यंत माझ्याकडे सांगण्यासारखं काही नाही. तोपर्यंत मी कोणाशी बोलणार नाही.'' ते सावकाश म्हणाले.

२३

शनिवारी सकाळी नऊ वाजता, वॉल स्ट्रीटचे सर्वांत मातब्बर सीईओ न्यू यॉर्क फेडरलच्या ३३, लिबर्टी स्ट्रीटवरील ऑफिसातील कॉन्फरन्सरूममध्ये जमलेले होते. जेरी रॅबिन यांनी त्यांना त्यांच्या पदामुळे मिळणारा खास अधिकार वापरला होता. अमेरिकेच्या वित्त क्षेत्रातील मान्यवरांना त्यांच्या वीक एन्ड होम्समधून व गोल्फ मैदानातून त्यांनी एका गुप्त बैठकीसाठी बोलावले होते.

रॅबिन, सुझान ऑप्टिझ आणि सिक्युरीटीज एक्सचेंज कमिशनचे प्रमुख माईक ओ'ब्रायन यांनी त्यांच्या अनेक साहाय्यकांसह खोलीत प्रवेश केला. अभिवादनाचा सोपस्कार थोडक्यात पार पडला. बैठकीचा उद्देश काय आहे, ते न सांगताच ती आयोजित करण्यास रॅबिननी त्यांच्या साहाय्यकाला सांगितले होते. पण बैठक कशासाठी आहे, याचा प्रत्येकाला अंदाज होता. बिल्डिंगच्या समोरच्या प्रवेशद्वारासमोर कदाचित पत्रकार उभे असतील, तर त्यांना चुकवण्यासाठी मागील दाराने या, अशी सीईओंना सूचना होती, त्याप्रमाणे ते मागच्या दाराने आले होते. प्रत्येक जण आपल्याबरोबर अनेक वरिष्ठ अधिकाऱ्यांना (एक्झिक्युटिव्हना) घेऊन आला होता. पण प्रत्यक्ष खोलीत फक्त आठ सीईओच बसले होते. इतर अधिकारी बाहेर वाट बघत थांबले होते.

आठवड्याच्या सुरुवातीला त्यातील बहुतेक सीईओंबरोबर फिडेलियनबाबत वैयक्तिक बोलणे झाले होते, त्या वेळी रॅबिन यांनी तोपर्यंतच्या परिस्थितीची माहिती दिली. फिडेलियनला होणाऱ्या तोट्याचा तपशील, बँकेला आवश्यक असलेल्या रकमेची माहिती आणि इतर महत्त्वाचे मुद्दे, यांची त्यांनी पुन्हा उजळणी केली. प्रतिस्पर्ध्यांपासून जी माहिती खूप गुप्त ठेवली गेली असती, तीसुद्धा उघड करून सांगण्यात आली. आठही जण ही माहिती शांतपणे ऐकत होते. आकड्यांचा उल्लेख होत असताना चेहऱ्यावर कोणतीही प्रतिक्रिया दाखवत नव्हते. जास्तीत-जास्त, एखाद्या वेळी एकमेकांशी नजरानजर करत होते.

त्यांच्याकडून नेमकी काय अपेक्षा करावी, हे रॅबिनना माहीत नव्हते. ही

माणसे एकमेकांना उत्तमप्रकारे ओळखत होते. अनेक कार्यक्रमादरम्यान ती एकमेकांना भेटत असत. अनेक व्यवहारांमध्ये आपण एकाच बाजूने आहोत किंवा विरुद्ध बाजूने आहोत, असे त्यांना आढळून येई आणि वॉल स्ट्रीटवरील हे बॉस आपल्या कोणा भाऊबंदाची कातडी धोक्यात आली व त्यामुळे त्यांची स्वत:ची कातडी धोक्यात येत असेल तर ती वाचवण्यासाठी एकत्र येत. हा रिवाजच होता. पण हे सगळे त्यांच्या स्वत:च्या कंपनीत त्यांच्या साम्राज्याचे सत्ताधीश आणि ते एकमेकांचे कट्टर प्रतिस्पर्धी होते. या आठ जणांबरोबरच त्यातील काहींचा एकमेकांबरोबर असणारा वैरभावसुद्धा त्या खोलीत प्रवेश करता झाला होता. एकमेकांचे क्लायंट पळवणे, एकमेकांच्या व्यवसायाला हीन लेखणे, एकमेकांचे कर्तबगार एक्झिक्युटीव्ह चोरणे यामुळे – वैरभाव असण्यासाठी कारणेही बरीच होती. त्यापैकी काही जण हे सारे स्थितप्रज्ञपणे घेत व सलोख्याचे संबंध ठेवत, इतर काही मात्र त्याचा कधीच विसर पडू देत नसत व वैरभाव धगधगत ठेवत. गोल्डमन सॅशचे सीईओ जिम पर्लमन आणि डॉईश बीओएचे बॉब अस्पिन हे एकमेकांचा अक्षरश: तिरस्कार करत. दोन दशकांपूर्वी एका डीलमधून, एकमेकांवर अप्रामाणिकपणाचा आरोप करत ते त्यातून बाहेर पडले होते, तेव्हापासून त्यांचे हे वैर होते. दैववशात जर ते एकाच खोलीत आले, तर एकमेकांसमोर उभे राहून एकमेकांविरुद्ध आरडाओरडा करणार हे नक्कीच होते.

बिल कसलरनी मागितलेल्या किमतीचा रॅबिन यांनी उल्लेख केला नाही. त्यांच्या विनंतीवर विचार करण्यापूर्वीच या बँकर लोकांनी सभात्याग करावा, अशी त्यांची इच्छा नव्हती. मात्र फिडेलियनच्या व्यवसायातील मालमत्तेसाठी एक उचित किंमत ठरवण्याचा मार्ग शोधला पाहिजे, असे मात्र ते जरूर म्हणाले. खूप कमी किमतीत फायद्याचा सौदा मिळवायला ते बघत असतील, तर त्यांनी तिथे असण्याची आवश्यकता नव्हती.

''मी इथे खरं तर अजिबातच असायला नको,'' अस्पिन पुटपुटले.

पर्लमनने खांदे उडवत म्हटले, ''तुम्ही निघून गेलात, तर आमच्यापैकी कोणाची निराशा होईल, असं मला वाटत नाही.''

रॅबिनने त्या शेऱ्यांकडे दुर्लक्ष केले. निष्ठुरपणे खर्चात बचत करणारे म्हणून बॉब अस्पिन यांनी नाव कमावले होते. डॉईश बँकेचा अमेरिकेतील व्यवसाय व बँक ऑफ अमेरिका एकत्र आणताना त्यांनी ज्या प्रकारे खर्चाला कात्री लावली होती, त्यामुळे हे नाव झाले होते. फिडेलियनबाबत त्यांच्याशी आधी झालेली बोलणी उपयुक्त ठरलेली नव्हती. पण अस्पिन यांच्या खर्चाला कात्री लावण्याच्या धोरणांमुळे डॉईश-बीओएकडे रोख रक्कम खूप होती आणि त्यांनी ठरवले, तर ते मदत करू शकतील, हे रॅबिनना माहीत होते.

''जेरी,'' मॉर्गन स्टॅन्लीचे प्रमुख हमिश हार्वे-विल्स म्हणाले, ''फिडेलियनमधील सद्‌गृहस्थ घासाघीस करण्याच्या स्थितीत आहेत, असं मला दिसत नाही.'' हमिश मूळ ब्रिटनमधून येऊन इथे स्थायिक झाल्याने त्यांची भाषा आदबशीर होती.

''तुम्हाला तेच वाटेल,'' रॅबिन म्हणाले. ''पण ते गृहीत धरू नका. त्यांना वाटतंय की, ते ठामपणे वाटाघाटी करू शकतात.''

हार्वे-विल्स यांनी एक भुवई वर केली.

''परिस्थितीचा गैरफायदा घेऊन त्यांचं शोषण केलं जातंय असं वाटतं तर ते बँक विकणार नाहीत. त्याऐवजी ते दिवाळखोरीत जाणं पसंत करतील,'' रॅबिन पुढे म्हणाले.

''मग जाऊ देत त्यांना,'' पर्लमन म्हणाले, ''कोणाला पर्वा आहे? ताकदवान जगेल. दुबळे त्यांचं भक्ष्य असतील.''

''जिम,'' रॅबिन म्हणाले, ''अशा शक्यतेवर आपल्याला विचार करायचा नाही.''

''पण त्यांना तर या शक्यतेवर विचार करायचा आहे ना, मग त्यामुळे त्यावरही विचार करू.'' पर्लमन उभे राहिले. ''जेव्हा वास्तवाला धरून विचार करण्याची त्यांची तयारी झाली, असेल तेव्हा मला बोलवा.''

''याचं पुन्हा सुरू झालं.'' अस्पिन पुटपुटले.

''जिम, असं काय करताय? खाली बसा,'' जेपी मॉर्गन सूझचे सोनी मेलो म्हणाले. सोनी मेलो हे उंच, सडपातळ गृहस्थ होते. त्यांचे केस चंदेरी होते. सॅव्हील रो ह्या प्रख्यात ब्रँडचे सूट वापरणं, त्यांना आवडायचे आणि त्यांनी ते लंडनवरून मागवले होते.

बँकेच्या चीफ एक्झिक्युटीव्हमध्ये सलोख्याचे संबंध प्रस्थापित करण्यात ते महत्त्वाची भूमिका बजावत. वॉल स्ट्रीटवरील सीईओ म्हणजे एकत्र आल्यावर भांडणारी जमात होती, त्यात सोनी अनौपचारिकपणे मध्यस्थाचे काम करत.

पर्लमन यांनी खोलीत आजूबाजूला नजर फिरवली. ते खाली बसले. जिम पर्लमनना नाटके करण्यात आनंद मिळायचा. तोपर्यंत तेही खरोखर रागावलेले नव्हते.

''जेरी,'' सीटी ग्रुपचे सीईओ एड लो एफलर म्हणाले. त्यांच्या पुतण्याच्या लग्नासाठी कॅलिफोर्निया इथे जाण्याचा त्यांनी बेत केला होता; पण आता तो त्यांनी पुढे ढकलला होता. ''इथे जमलेल्या प्रत्येकाने काय ऑफर दिली होती मला माहीत नाही, पण फिडेलियनच्या व्यवसायाच्या काही विशिष्ट विभागाकरता मी ऑफर दिलेली होती. त्यावर त्यांचं काय म्हणणं आहे? या शनिवारी सकाळी तुम्ही आम्हाला इथे बोलावलं आहे, म्हणजे मी गृहीत धरतो की, ती ऑफर स्वीकारायची त्यांची तयारी नाही. त्यांनी काही किंमत सांगितली आहे का?''

रॅबिन यांनी नकारार्थी मान हलविली. ''एक वाजवी मूल्य मिळावं, अशी

त्यांची इच्छा आहे. काही विशिष्ट किंमत आहे का ते मला माहीत नाही.''

लोएफलर यांनी फेडरलच्या अध्यक्षांकडे सूचकतेने पाहिले. ''जेरी, तुम्ही काही त्यांना आकडा दिला आहे का?''

''कोणताही बंधनकारक आकडा आपल्या समोर नाही.''

''अरे देवा, जेरी,'' पर्लमन म्हणाले.

''त्यांनी तुम्हाला आकडा दिलेला आहे की नाही?''

रॅबिननी त्यांच्या साहाय्यकाकडे नजर वळविली.

''आम्ही एक आकडा बघितलेला आहे, मि. पर्लमन, पण तो वास्तवाला धरून आहे, असं आम्ही समजत नाही. तो पक्का नाही. तो आम्ही कमीत कमी आहे, असं समजत नाही.''

''तुम्ही काय समजताय ते मरू दे. ते काय समजताहेत?''

''तो वास्तवाला धरून नाही हे आम्ही त्यांना सांगितलेलं आहे. ते त्यांना माहीत आहे. आपण इथे बोलत असताना बिल कसलर त्यांच्या शेअरधारकांबरोबर बोलत आहेत.''

''ही सगळी फालतूगिरी आहे,'' अस्पिन म्हणाले, ''जेरी, तुम्ही आम्हाला ही फालतू बँक विकत घ्यायला सांगताय, खरंतर ती बँक नसून एक थट्टा आहे आणि तिचे मालक आपण कोणत्या परिस्थितीत आहोत तेच मान्य करायला तयार नाहीत. माफ करा, पण अशाप्रकारे कुठला व्यवहार केल्याचं मी कधीच बघितलेलं नाही.''

रॅबिननी त्यावर उत्तर दिले नाही.

''किमतीचा मुद्दा क्षणभरासाठी बाजूला ठेवू.'' हार्वे-विल्स म्हणाले, ''बुडीत खात्यातील कर्जे म्हणून तुम्ही जो आकडा सांगितला आहे तो तितकाच आहे, हे आम्हाला कसं कळणार? इथं जमलेल्यांपैकी कोणालाही माहीत नसतील, असे आणखी प्रचंड मोठे जोखमीचे त्यांचे व्यवहार असू शकतील. त्याशिवाय हे आम्ही कधीपर्यंत मान्य करावं असं तुम्ही म्हणताय... कधीपर्यंत?''

''सोमवारी सकाळी मार्केट सुरू होण्यापूर्वी आपल्याला डीलची घोषणा करायची आहे,'' सुझान ऑप्टिझ म्हणाल्या.

''काळजीपूर्वक हिशेबाची तपासणी करता येईल, असं दिसत नाही.''

''हा मला राजकीय अजेंडा वाटतो,'' अस्पिन पुटपुटले.

''तुमच्यामते, फिडेलियनचे मूल्य किती आहे त्याची तुम्हाला प्रत्येकाला कल्पना आहे,'' रॅबिन म्हणाले, ''निदान त्यातल्या काही विभागांचे तुमच्या मते काय मूल्य आहे ते तुम्हाला माहीत आहे, बॉब. त्याच्या कारभाराचा एक विभाग विकत घेण्याची तुमची वर्षभरापूर्वी इच्छा होती.''

''ती तेव्हा होती,'' अस्पिन म्हणाले, ''आम्हाला जी माणसं हवी होती

त्यांपैकी निम्मी आता तिथून गेलेली आहेत.''

''हो,'' पर्लमन म्हणाले, ''कारण तुम्ही त्यांच्यावर झडप घालून त्यांना तुमच्याकडे घेतलंत.''

''त्यांच्याबद्दल तुमची काही हरकत आहे का जिम?''

''हो, त्याबद्दल माझी हरकत आहे. तुम्ही ज्याप्रकारे माझी फॉरेक्स टीम माझ्या ऑफिसातून पळवली, मायला त्याच्याबद्दल माझी हरकत आहे.''

''हो-हो – कारण तुम्ही त्यांना सांभाळू शकला नाहीत जिम....''

''तुम्ही मला सांगताय, मी काय करावं? तुम्हाला मला सांगायचं आहे का की, मी काय करावं आणि काय करू नये ते....?''

''कोणीतरी सांगणं भाग आहे असं दिसतंय. मला विचाराल तर जी एके काळी उत्तम फर्म होती, तिथं आता तुम्ही काय करताय आणि त्याचं काय करताय त्यावर खरोखर खोलात जाऊन विचार केला पाहिजे.''

''मी काय करतोय? जर दुसरा कोण काय करतोय, हे बघण्याबद्दल आपल्याला बोलणं सुरू करायचं असेल तर मी म्हणतो आपण सुरुवात –''

''सद्‌गृहस्थ हो!'' रॅबिन म्हणाले, ''पुरे झालं हे, पुरे आता.''

पर्लमन थांबले. त्यांनी आणि अस्पिन यांनी एकमेकांकडे रागाने बघितले. फेडरलच्या अध्यक्षांनी त्या दोन नामवंतांतील स्मरणीय ठरण्याजोगे भांडण थांबवले. त्यामुळे इतर सीईओंची निराशा झाली होती.

''आपण इथे ज्यासाठी जमलेलो आहोत, त्या विषयाकडे पुन्हा वळू या,'' रॅबिन म्हणाले. ''आमचा हा प्रस्ताव आहे. तो तुम्ही संपूर्ण बळावर स्वीकारण्याची आवश्यकता नाही. केंद्रसरकार तुम्हाला जी लागेल, ती मदत देईल. तुम्हाला त्यात दोन हजार तीनशे कोटींचं भांडवल घालावं लागेल. तो आकडा माहीत आहे. तुम्ही हिशेब करताना त्याचा त्यात समावेश करा. हे होणार आहे हे गृहीत धरा आणि तो कव्हर करण्यासाठी काय आवश्यक आहे, ते आम्हाला सांगा. तुम्हाला किती रक्कम आवश्यक आहे ते सांगा. दीर्घ मुदतीच्या तत्त्वावर तुम्हाला फंड देण्याची आमची तयारी आहे. व्यावसायिक दराने कर्ज देण्याबद्दल आपण बोलू. त्याशिवाय फिडेलियनची पुढील बारा महिन्यांत आणखी काही बुडीत कर्जे निघाली, तर त्यासाठी कव्हर देण्याची आम्ही हमी देतो.''

''आम्ही म्हणजे कोण?'' पर्लमनने विचारले.

''सरकार,'' ऑप्टिझनी उत्तर दिले. ''तुम्हाला भयानक आश्चर्याचे धक्के बसावेत, अशी आमची इच्छा नाही. दोन हजार तीनशे कोटींच्या वर जी काही आणखी बुडीत कर्जे निघतील, त्यातील पहिल्या दोनशे कोटींचा भार फक्त तुम्हाला घ्यावा लागेल. त्याच्यापुढे दोन हजार कोटींपर्यंत जे दायित्व तुम्हाला

आढळून येईल, त्याचा खर्च आम्ही सहन करू. शासन त्याची हमी देईल.''

जेरी रॅबिन यांनी होकारार्थी मान हलवली.

खोलीत शांतता होती. ते लोक आकडेमोड हिशेब करत असल्याचे ऑप्टिझना दिसत होते.

''तुम्ही एक हजार आठशे-कोटींची हमी देताय की दोन हजार कोटींची?'' लोएफलरनी विचारले.

''एक हजार आठशे कोटी. एकूण दोन हजार कोटींपर्यंत. पहिल्यांदा दोनशे कोटींची तुम्हाला जबाबदारी घ्यावी लागेल. मग आवश्यक असेल तर पुढील एक हजार आठशे कोटींपर्यंत आम्ही आहोत. आम्हाला वाटतं हा अतिशय उदार प्रस्ताव आहे.''

''कोणाला हवाय?'' अस्पिन त्रस्तपणे म्हणाले. ''मला याच्याशी काहीही देणंघेणं नाही. फेडरलचा पैसा मला नको. ते विष असतं. मला तो नको आहे आणि मला त्याची आवश्यकता नाही.''

''आमच्या हिशेबाची किती खोलवर जाऊन छाननी करणं तुमच्यासाठी आवश्यक आहे?'' हार्वे-विल्सनी विचारले.

''जी जास्तीची बुडीत कर्जे आलेली आहेत, ती खरोखर फिडेलियनच्या व्यवसायातून आली आहेत, याची आम्हाला खात्री करून घ्यावी लागेल,'' रॅबिन म्हणाले.

''हो! आणि आमच्या लक्षात येण्यापूर्वीच तुम्ही आमचे पगार आणि बोनस काय आहेत ते बघाल. एखाद्या ट्रेडरला आम्ही आधीच ठरल्याप्रमाणे जो पगार देतोय तो का देतोय, याचे आम्हाला कॉंग्रेससमोर येऊन स्पष्टीकरण द्यावं लागेल.'' अस्पिनच्या नाकपुड्या रागाने फुरफुरत होत्या. त्यांनी इतरांकडे बघितले. ''आपण हे आधी बघितलेलं आहे. तुम्हा लोकांना यात सहभागी व्हायचं असेल, तर खुशाल व्हा. मला त्यात काही इंटरेस्ट नाही. कॉंग्रेसने माझ्या बँकेत लक्ष घालावं, याची मला आवश्यकता नाही. मी करदात्यांच्या पैशावर डल्ला मारलाय, असं पेपरवाल्यांनी लिहावं, याची तर मला अजिबातच गरज नाही.''

''बॉब,'' रॅबिन म्हणाले, ''ती फक्त हमी आहे.''

''त्रयस्थाच्या नजरेतून बघितलं, तर एकूण एकच.''

''ती हमी तुम्ही घ्यायलाच पाहिजे असं नाही. त्याशिवायही तुम्ही डील करू शकता,'' ऑप्टिझ म्हणाल्या.

''हो, बरोबर. आणि बेहिशेबी धोका पत्करायला तयार झालं पाहिजे. कारण फक्त सहा तासांत डिल करायला तुम्ही मला सांगत आहात. मॅडम सेक्रेटरी, मी ह्या स्थानापर्यंत सहजासहजी आलो नाही. एखाद्या मुलाच्या हातातील कँडी लोक

सहज चोरू शकतात. मी असा लहान मुलगा नाही.''

ऑप्टिझ यांनी एक दीर्घ श्वास घेतला. ''मिस्टर अस्पिन, मला वाटतं आपण सगळे कुठून आलो आहोत, ते आपण सर्वांनी लक्षात घ्यावं.'' त्यांनी खोलीवर नजर फिरवली. ''तुमच्यापैकी प्रत्येकाच्या प्रत्येक संस्थेने २००८मध्ये सरकारकडून पैसे घेतलेले आहेत. माझ्यासाठी त्याचा अर्थ असा आहे की, जर सरकार, जर अमेरिकेचे करदाते यांनी गरज असताना तुम्हाला प्रचंड पैसा दिला नसता, त तुमच्यापैकी कोणीही आज इथे नसता. त्याची आठवण ठेवा. आता मला वाटतं अमेरिकेचा करदाता म्हणत आहे, त्या बदल्यात तुम्ही काही करण्याची वेळ आली आहे.''

अस्पिन कडवटपणे हसले. ''हे ब्लॅकमेल आहे.'' त्यांनी रॅबिन यांच्याकडे बघितले. ''सेक्रेटरी आता जे म्हणाल्या त्याच्याशी तुम्ही सहमत आहात का जेरी? कारण तसे असेल तर हे सरळ सरळ ब्लॅकमेल आहे.''

''मिस्टर अस्पिन, हे ब्लॅकमेल नाही,'' ऑप्टिझ शांतपणे म्हणाल्या. ''जेव्हा तुम्हाला कोणी काही करायला सांगतं आणि ते केलं नाहीतर ते तुमचं काही बरं-वाईट करतील अशी धमकी देतं, त्याला ब्लॅकमेल म्हणतात. मी तसं म्हणत नाहीये. जो अनिष्ट परिणाम होईल, तो तुम्ही स्वत:च स्वत:वर करून घ्याल. ही बँक बुडाली तर तुमच्यापैकी प्रत्येकावर त्याचा अनिष्ट परिणाम होईल, तुम्हालाही नुकसान सहन करावं लागेल, हे लक्षात घ्या. ते माझ्यापेक्षा तुम्हाला जास्त चांगलं माहीत आहे. त्यामुळे मी म्हणत आहे, ह्या प्रश्नाची व्यवस्थित तड लागणं, ही आवश्यक गोष्ट आहे आणि ती आपल्या सर्वांसाठीच आवश्यक आहे. तुम्हाला मदत करायची तयारी दाखवून फेडरल शासन त्यांचं कर्तव्य पार पाडत आहे, म्हणजे तुम्हाला तुमचं काम करता येईल. तुमच्या स्वत:च्या हितासाठी एक व्यावसायिक निर्णय घ्या आणि आम्ही त्याला टेकू देऊ, असं आम्ही सांगतोय. आम्ही तुम्हाला तुमचं काही धोक्यात टाका असं म्हणत नाही. या डीलमध्ये जी जोखीम आहे ती आम्ही तुमच्यासाठी बाजूला करत आहोत.''

''फेडरल शासन यात हस्तक्षेप करत आहे आणि त्यांचा एजंट म्हणून काम करावं असं तुम्ही आम्हाला सांगताय. मग मॅडम अर्थमंत्री, तुम्ही स्वत:च हे का करत नाही?''

''तुम्हाला माहीत आहे, आम्ही तसं करू शकत नाही.''

''आणि त्याच्यासाठी छान कारण आहे. त्याला मार्केट म्हणतात. मार्केट काय करायचं त्याचा निर्णय घेत असतं.''

''चर्चा आपण या मुद्यापुरती ठेवू,'' रॅबिन म्हणाले, ''ही बँक बुडाली तर काय होईल, हे या तुम्हा सर्वांना माहीत आहे.''

“बुडाली तर बुडाली,” अस्पिन म्हणाले.

“बॉब,” रॅबिन म्हणाले, “मला वाटतं लीमन बुडाली त्याआधीही लोक हेच म्हणाले होते.”

“फिडेलियन म्हणजे लीमन नाही.”

“ती पुरेशी मोठी आहे. तिला आपण वाचवलं पाहिजे. तुम्हीही ती बुडू देऊ नये. जर फिडेलियन बुडाली तर आपल्याला किती नुकसान सोसावं लागेल याचा हिशेब तुम्ही प्रत्येकाने आधीच तयार ठेवलेला आहे, असं मी गृहीत धरतो.”

“या आधीच सांगितलंय,” अस्पिन म्हणाले, “फिडेलियन ही लीमन नाही. डॉईश बीओएसाठी नाहीच. मला वाटतं इथं राजकीय गणित आर्थिक सोंगाच्या रूपात पेश केलं जात आहे.”

“नाही. आम्ही तसं अजिबात करत नाही!” ऑप्टिझनी रागाने प्रत्युत्तर दिले. “बँक बुडाली तर संपूर्ण आर्थिक व्यवस्थेवर विपरीत परिणाम होऊन त्याच्यामुळे किती नुकसान होईल, याचा तुम्ही हिशेब केला आहे का? आम्ही केलेला आहे.”

“ब्लॅकमेल,” अस्पिन म्हणाले.

“बॉब, मला नाही वाटत आपण तो शब्द वापरायला हवा,” सोनी मेलो म्हणाले. “मला नाही वाटत तो योग्य शब्द आहे.”

अस्पिननी रागाने खांदे उडवले.

जेरी रॅबिन यांनी ऑप्टिझ यांच्याकडे क्षणभर बघितले. त्यांनी किंचित मान हलवून सहमती दाखवली. जेरींनी पुन्हा सोईओंकडे बघितले, “ही एक अतिशय गंभीर परिस्थिती आहे. राष्ट्राध्यक्ष तुमच्याबरोबर बोलतील.”

रॅबिनच्या एका साहाय्यकाने ब्रीफकेस उघडली आणि त्यातून एक सिक्युअर फोन बाहेर काढला.

व्हाइट हाउसच्या बोर्ड लाइनवरून थेट राष्ट्राध्यक्षांशी संपर्क साधण्यास दोन-तीन मिनिटे गेली. बँकर तोपर्यंत शांतपणे वाट बघत होते. मग राष्ट्राध्यक्षांनी त्यांना आग्रह केला. स्पष्ट केले की त्यांची अपेक्षा आहे की, ते सगळे डील व्हावे यासाठी काही मार्ग शोधतील. राष्ट्राध्यक्ष बोलत असताना अस्पिन हातांची घडी छातीवर ठेवून चेहरा कठोर करून बसले होते.

“चला,” राष्ट्राध्यक्षांचे बोलणे झाल्यावर अस्पिन म्हणाले, “आता हे सुंदर रीतीने सजवून सादर केलेलं ब्लॅकमेल आहे.” ते उभे राहिले. “अध्यक्ष महोदय, मॅडम अर्थमंत्री, यात काही करता येईल असं डील आहे, असं डॉईश बीओएला वाटत नाही. बैठकीची सुरुवात करताना तुम्ही सांगितलं होतं की, या खोलीत घडणारी प्रत्येक गोष्ट गोपनीय ठेवली जाईल. त्या हमीचा तुम्ही आदर ठेवाल असं मी गृहीत धरतो.”

रॅबिन यांनी मानेने 'हो' म्हटले.

"गुड बाय!"

ॲस्पिन निघून गेले. पर्लमन स्वत:शीच काहीतरी पुटपुटले.

तिथे शांतता होती.

"ओके!" सोनी मेलो म्हणाले. "हे डील अशाप्रकारे केलं तर होऊ शकेल. या व्यवसायात काही कर्जे अशी आहेत, जी कोणालाच नको आहेत. आपण ती वेगळी करू. उरलेलं मग साधारण प्रति शेअर दोन डॉलर या भावाने अधिक फेडरल जो पैसा उपलब्ध करून देत आहे, त्याच्या साहाय्याने करता येण्यासारखं आहे. याचा अर्थ बाजूला काढलेली कर्जे आपल्या शिरावर घेईल, अशी एक वेगळी संस्था निर्माण करावी लागेल. त्यासाठी आपल्यापैकी प्रत्येकाला त्यात काही पैसे टाकावे लागतील. सोप्या शब्दांत बोलायचं तर फिडेलियनला वाचवण्यासाठी आपण प्रत्येक जण किती पैसे टाकू?" एका कागदावर त्यांनी काही आकडेमोड केली होती, त्यावर त्यांनी नजर फिरवली. "मला जे ऐकू आलं आहे आणि सरकार जी हमी देऊ शकत आहे, ती हिशेबात धरून साधारण पंच्याहत्तर कोटी प्रत्येकाला द्यावे लागतील असं दिसतंय. इतके पैसे द्यायला कोणाची तयारी आहे?"

कोणीही उत्तर दिले नाही. रॅबिननी खोलीभर नजर फिरवली. बँकर लोकांनी त्यांची नजर चुकवली. बचाव कार्य इथेच थांबवावे लागेल की काय, अशी धास्ती त्यांना अचानक वाटू लागली.

"आपण डील अनेकप्रकारे करू शकतो," ते घाईघाईत म्हणाले, "तुमच्या टीमला त्यावर काम करायला लावा. योग्य ती छाननी करा. आठवडा संपेपर्यंत आपल्याकडे वेळ आहे."

टॉम नोल्स यांनी आठवड्याचे शेवटचे दोन दिवस व्हाइट हाउसमध्ये बसूनच घालवले. त्यांच्यासाठी आखलेल्या प्रचारमोहिमा रद्द करण्यात आल्या होत्या. मंगळवारी होणाऱ्या निवडणुकीच्या आधी देशभरातून निवडणुकीत काय कल असेल, याचे अंतिम निष्कर्ष हाती येत होते. राष्ट्राध्यक्ष आपल्या साहाय्यकांसह त्यांचे तासन्तास विश्लेषण करत होते. सेनेटमध्ये साठ जागा मिळतील, ही शक्यता आता नव्हती. रिपब्लिकन पक्षाकडे जितक्या जागा होत्या, त्या टिकवल्या तरी पुरे इतकीच आशा ते करत होते. न्यू यॉर्क फेडरलच्या कार्यालयात जी चर्चा सुरू होती, त्याचा फार मोठा प्रभाव निवडणुकांवर पडणार होता. डील झाले नसते तर त्याचा कल्पना करता येणार नाही, इतका वाईट परिणाम झाला असता.

डील झाले असते, तरी त्यामुळेही निर्भेळ आनंद मिळाला नसता. फेडरल शासनातर्फे हमी देण्याबाबत एड अब्राहम्स अतिशय प्रतिकूल होते. त्याबाबत

सावधगिरी बाळगावी असे त्यांचे मत होते; पण रॅबिन आणि ऑप्टिझ यांनी राष्ट्राध्यक्षांची खात्री पटवून दिली होती की, त्याशिवाय डील होऊच शकले नसते. त्यांना माहीत होते की, अशी हमी देणे चांगले दिसणार नव्हते आणि त्याबद्दल माहिती जाहीर होताच त्यांच्यावर टीकेचा भडिमार झाला असता. ऑप्टिझनी त्यांना सांगितलं होतं, डीलच्या तपशिलाबाबत जी माहिती उघड होणार होती, त्याबाबत एक-दोन दिवस संदिग्धता बाळगता आली असती. त्यामुळे फेडरलने दिलेल्या हमीचे प्रमाण किती मोठे होते ते निवडणुकीनंतरच लोकांना कळले असते; पण त्याबाबतही शाश्वती नव्हती. एकच गोष्ट नक्की होती, ती म्हणजे डीलमध्ये सरकार आणखी पैसा घालणार नव्हते. जास्तीत जास्त एक हजार आठशे कोटी. रक्कम खूपच मोठी असेल, तर त्याचे आर्थिक परिणाम काय असतील ते वेगळे, पण प्रचंड मोठी रक्कम टाकून बँक वाचवणे हे राजकीयदृष्ट्या हिताचे नव्हते. बँक बुडाल्यामुळे जे राजकीय नुकसान झाले असते, त्याच्याइतकाच वाईट परिणाम अशारीतीने बँक वाचवण्यामुळेही झाला असता.

राष्ट्राध्यक्षांना या बाबतीतील ताज्या घडामोडींची माहिती ऑप्टिझ शनिवारभर देत होत्या. वाटाघाटी सुरू होत्या आणि अर्थमंत्र्यांना काय होईल, याचा अंदाज येत नव्हता. बँकर्सच्या टीम रात्रभर काम करत होत्या, पण ऑप्टिझ यांनी रविवारी सकाळी फोन केला तेव्हाही डील दृष्टिपथात नव्हते. लंचच्या वेळी ऑप्टिझ यांनी फोन करून सांगितले की, आणखी दोन सीईओ आपल्या टीमला घेऊन निघून गेले आहेत. एड लोएफलर निघून जाण्याच्या मार्गावर होते, असे दिसत होते. ते गेले असते तर खेळच संपला असता. राष्ट्राध्यक्ष पुन्हा फोनवर बोलले आणि लोएफलरना थांबवून ठेवण्यात यशस्वी झाले. संध्याकाळी सात वाजता ऑप्टिझनी अजूनही डील झालेले नव्हते असे सांगायला फोन केला. डील होऊ शकेल की नाही तेही त्या सांगू शकत नव्हत्या. नोल्स रात्री अकरा वाजता त्यांच्याबरोबर बोलले आणि त्या म्हणाल्या, त्या तेव्हाही काही सांगू शकत नाहीत.

शेवटी ते झोपायला गेले तेव्हा जागे झाल्यावर काय होणार आहे व कशाची अपेक्षा ठेवावी हे त्यांना माहीत नव्हते. मार्केट उघडण्यापूर्वी, सोमवारी सकाळी, बरेच आधी, ते चीनच्या राष्ट्राध्यक्षांबरोबर फोनवर बोलणार होते. फिडेलियनबाबत नोल्स, चीनच्या राष्ट्राध्यक्षांना एक ऑफर देऊ शकतील, या आशेने ही फोन-भेट ठरवण्यात आलेली होती.

सहसा प्रश्न बाजूला ठेवून टॉम नोल्स रात्रीची झोप व्यवस्थित काढू शकत. पण त्या रात्री त्यांना फारच कमी झोप लागली.

सकाळी सहा वाजता ते उठले; तेव्हा अर्थमंत्र्यांनी ठेवलेला निरोप त्यांची वाट बघत होता.

२४

रविवारी पहाटे चार वाजता डील पक्के करण्यात आले होते. तीन बँकांनी मिळून हे डील करायचे ठरवले होते. त्यांनी फिडेलियनचे वेगवेगळे भाग बनवले होते. बँकेची जी सर्वांत जास्त वाईट बुडीत कर्जे होती, ती एका नव्या कंपनीकडे हस्तांतरित केली गेली असती. ही नवी कंपनी खास या कर्जांचा व्यवहार हाताळण्यासाठीच बनवली गेली होती. डीलमध्ये बँकेसाठी जी किंमत लावण्यात आली होती, ती कसलरनी पूर्वी नाकारलेल्या किमतीपेक्षा जास्त होती. पण तरीही ती खूप मोठी नव्हती. कसलरनी त्यांच्या बोर्डाला जी किंमत हवी आहे, असे सांगितले होते, त्याच्या जवळपासही ती नव्हती.

पण निदान त्यामुळे नोल्स यांना बोलण्याची सुरुवात करण्यासाठी काही मिळत होते. चीनच्या राष्ट्राध्यक्षांबरोबर त्यांचा कॉल वॉशिंग्टनमधील वेळेनुसार सकाळी सात वाजता नियोजित करण्यात आला होता. त्या वेळी बीजिंगमध्ये रात्रीचे आठ वाजलेले असते. गॅरी रोझ, एड अब्राहम्स आणि रॉबर्टा डेवलीन चर्चा ऐकण्यासाठी ओव्हल ऑफिसमध्ये आले होते. मँडरीनमध्ये बोलू शकणारा राष्ट्रीय सुरक्षा परिषदेचा एक कर्मचारीही हजर होता.

नोल्स झँगना चार प्रसंगी भेटले होते आणि त्यांना ते आवडले होते, असे म्हणता येणार नव्हते. चीनच्या राष्ट्राध्यक्षांकडून काय अपेक्षा करायची ते त्यांना सांगण्यात आले होते व त्याप्रमाणेच त्या दोघांचे बोलणे झाले होते. झँग हे अत्यंत औपचारिकपणे वागत, खाजगी संभाषणसुद्धा ते मोकळेपणाने बोलायला तयार नसत. सतत मोजून-मापून बोलत. दयामाया नसणारे, करारी व्यक्तिमत्त्व म्हणून त्यांची ख्याती होती आणि त्यांचे वागणे त्याप्रमाणेच असायचे. आर्थिकवृद्धी यावरच त्यांचे लक्ष केंद्रित झालेले असे. त्याबाबतीत ते दुराग्रही होते. लोकशाही आणण्यासाठी भूमिकेत बदल करणे, मानवी अधिकार किंवा शाश्वत पर्यावरण यासंबंधीचा उल्लेख त्यांच्या बोलण्यात कधीही नसायचा. झँग यांच्या कारकिर्दीत चीनने नैसर्गिक संसाधनांची आपल्याला खूप तहान आहे, हे दाखवून दिले होते.

त्याच वेळी हवामानातील बदल या मुद्याबाबत अर्थपूर्ण तडजोड करण्याविषयी उदासिनता दाखवली होती. त्यांच्या पूर्वसूरींचे धोरणच ते पुढे चालवत होते.

पण झँग यांचा आर्थिकवृद्धीचा ध्यास निदान या स्थितीत एक अनुकूल बाब ठरत होती. फिडेलियनच्या बुडण्यामुळे अमेरिकेच्या अर्थव्यवस्थेत जी अनागोंदी माजेल, त्यातून चीनच्या राष्ट्राध्यक्षांना फायदा मिळणार नव्हता. २००८ आणि २००९ साली आर्थिक संकट आले होते, ते चीन टाळू शकले होते. पण त्याला कारण होते, त्यांनी अंतर्गत स्तरावर खूप मोठे उपाय योजून उद्योगांना मदत केली होती. पण सहा वर्षांनंतर त्याचे दुष्परिणाम, भूत म्हणून त्यांच्या मानगुटीवर बसले होते. महागाई वाढली होती, बँकिंग व्यवस्थेत कर्जाचा सुळसुळाट झाला होता, बेरोजगारी मोठ्या प्रमाणात वाढत होती. या सगळ्यांमुळे राज्यव्यवस्थाच कोसळण्याच्या काठावर आली होती. अशी परिस्थिती पुन्हा उद्‌भवावी, अगदी त्यासाठी दार किलकिले व्हावे, असे काही झँग घडू देतील, असा विचार करायचे कोणतेच कारण नव्हते.

पण हेच सगळे मुद्दे लक्षात घेऊन नोल्सना हे कळत नव्हते की, झँग यांनी फिडेलियन वाचवण्यासाठी या आधीच काही कृती का केली नव्हती. त्यांची अर्थव्यवस्था पारदर्शी आहे, असे चीनचे अधिकारी कितीही म्हणत असले तरीही ती केवळ बोलण्याची गोष्ट होती. प्रत्यक्षात सरकारने एखाद्या बँकेला कोणाला कर्ज द्या असे सांगितले असते, तर त्यांना ते द्यावेच लागले असते, अशीच त्यांची अर्थव्यवस्था होती. जर त्यांनी त्यांच्या इन्व्हेस्टमेंट फंडांना त्यांच्या मालकीच्या एखाद्या कंपनीत पैसे टाकायला सांगितले असते किंवा एक विक्रीव्यवहार मान्य करा असे सांगितले असते तर ते त्यांना करावेच लागले असते. अमेरिकेच्या अर्थव्यवस्थेमध्ये जे संकट उद्‌भवत होते त्याची चीनच्या राष्ट्राध्यक्षांना माहिती नसावी अशी शक्यताही नव्हती. जगभरातील सर्व मार्केटस एकाच वेळी घसरली होती. अनेक राष्ट्रीय नेत्यांनी टॉम नोल्स यांना फोन करून अमेरिका मोठ्या आर्थिक संकटाच्या काठावर उभी आहे का, असे विचारले होते व चिंता व्यक्त केली होती. सुझान ऑप्टिझ यांना तर त्याहीपेक्षा जास्त संख्येने अनेक अर्थमंत्र्यांनी फोन केले होते. संपूर्ण जग या परिस्थितीवर नजर ठेवून होते.

कदाचित झँगना माहिती नसेल किंवा कदाचित स्वत:चा इन्व्हेस्टमेंट फंड कशाप्रकारे काम करतोय ते त्यांना माहीत नसेल किंवा कदाचित त्यांना सांगण्यात आले असेल, जितके जास्त दिवस ते वेळ काढतील तितक्या जास्त चांगल्या ऑफर्स त्यांना येत राहतील. याबाबत त्यांना वस्तुस्थिती कळवणे, हा फोन कॉल करण्यामागे उद्देश होता. या विशिष्ट डीलमध्ये पीआयसीच्या हातात हुकमाची पाने आहेत हे चीनच्या राष्ट्राध्यक्षांना माहीत आहे, याची पक्की खात्री करून घेणे

हा उद्देश होता. पीआयसीला आता जी ऑफर मिळणार होती, ती शेवटची सर्वांत उत्तम ऑफर होती. त्यांचा इन्व्हेस्टमेंट फंड जर फिडेलियनला आधार द्यायला तयार नसेल किंवा त्याची विक्री करायला तयार नसेल, तर एक आर्थिक वादळ घोंघावत येईल, या स्थितीची जाणीव चीनच्या राष्ट्राध्यक्षांना करून द्यायची होती. हे वादळ मग पॅसिफिक महासागराच्या एका किनाऱ्यापासून लगेच दुसऱ्या किनाऱ्यापर्यंत पसरत गेले असते.

त्यांच्या दुभाषांमार्फत त्यांनी एकमेकांना अभिवादन केले. झँग यांचा आवाज नेहमीइतकाच औपचारिक होता.

सकारात्मक सुरांनी सुरुवात करावी, या उद्देशाने नोल्स यांनी जुन्या उत्तर कोरियाबाबतच्या एका मुद्द्याने सुरुवात केली. अमेरिका व चीन तिथे संयुक्त राष्ट्राच्या देखरेख पथकाचे सदस्य म्हणून एकमेकांच्याबरोबरीने एका मोहिमेत काम करत होते. ही मोहीम होती आण्विक दूषितपणा तिथून नष्ट करण्याबाबत. या मोहिमेबाबत नोल्स यांनी आधी थोडक्यात चर्चा केली. झँग यांना फोन केला जाणार आहे, असे सांगितल्यावर बॉब लिव्हिंगस्टन यांनी चीनच्या राष्ट्राध्यक्षांबरोबर कोणकोणत्या मुद्द्यांवर बोलता येईल याची यादी नोल्सना दिली होती आणि त्यातल्या प्रत्येक मुद्द्यावर काय बोलायचे त्यासाठीही मुद्दे दिले गेले होते; पण गॅरी रोझ यांनी ती यादी नजरेखाली घालून बाद केली होती. यादीतील जवळजवळ प्रत्येक मुद्द्यावर दोन राष्ट्रांमध्ये काही प्रमाणात तरी संघर्ष होता. या मुद्द्यांवर चर्चा केल्यामुळे संभाषणाला चुकीचे वळण मिळाले असते किंवा नोल्स फिडेलियनला साहाय्य करण्याच्या बदल्यात त्यातील एखाद्या मुद्द्यांवर सौदा करायला बघत आहेत, असा झँग यांचा समज झाला असता.

''राष्ट्राध्यक्ष महोदय,'' दोन-एक मिनिटांनंतर नोल्स म्हणाले, ''आपल्या दोघांमध्ये आणखी सहकार्य करण्याची संधी असू शकेल, अशा आणखी एका विषयाकडे मला वळायचं आहे.''

''कदाचित दक्षिण अफ्रिकेतील परिस्थितीबाबत आपण चर्चा करावी,'' उत्तर आले, ''त्या देशांत घटनेची पुनर्स्थापना करण्यासाठी त्यांना प्रोत्साहन मिळावं म्हणून आपण जास्त परिणामकारक मार्ग शोधले पाहिजेत. तसं करताना परदेशीसत्ता आणून आपण आपली इच्छा त्यांच्यावर लादत आहोत, असं वाटता कामा नये.''

''ते खरं आहे, राष्ट्राध्यक्ष झँग, आपल्या इच्छा आपण त्यांच्यावर लादता कामा नयेत. उलट दक्षिण अफ्रिकेच्या जनतेकडे एक घटना आहे आणि त्या घटनेप्रमाणे राज्यकारभार चालवणं हा त्यांचा हक्क आहे.''

“ते साध्य करण्यासाठी वेगळे मार्ग आहेत,” झँग म्हणाले.

नोल्स यांनी रोझ यांच्याकडे नजर वळविली. राष्ट्रीय सुरक्षा सल्लागाराने नकारार्थी मान हलवली.

“आणखी एक वेगळा विषय आहे, ज्याबाबत मला तुमच्याबरोबर चर्चा करायची आहे.” नोल्स म्हणाले. “एक तातडीचा विषय. अमेरिकेतील एक बँक सध्या काही संकटात आहे, त्याबाबतचा हा विषय आहे.”

“होय, मी त्याबद्दल ऐकलं आहे. ती फिडेलियन बँक आहे ना?”

“बरोबर, मी अमेरिकन बँक म्हणतो, तेव्हा तिचा कारभार जगभर पसरलेला आहे.”

“होय,” झँग म्हणाले, “मला याची माहिती आहे. या बँकेकडे चीनमधील बँकिंग परवाना आहे, हे मला माहीत आहे.”

नोल्सनी भुवई उंचावली. झँग यांना या विषयाबाबत त्यांच्या अधिकाऱ्यांनी माहिती दिली होती आणि आपल्याला त्याची पूर्ण माहिती आहे, हे नोल्स यांना दाखवण्यात झँगना आनंद होत होता.

“तुमच्या सरकारच्या इन्व्हेस्टमेंट फंडाची या बँकेवर फार मोठ्या प्रमाणात मालकी आहे.”

“आमच्या इन्व्हेंस्टमेंट फंडाची अनेक ठिकाणी गुंतवणूक आहे व अनेक कंपन्या त्यांच्या ताब्यात आहेत.”

“मी आपल्याबरोबर अतिशय मोकळेपणाने बोलत आहे, राष्ट्राध्यक्ष झँग. हा अतिशय गोपनीय व नाजूक विषय आहे. फिडेलियन बँक दिवाळखोरीच्या उंबरठ्यावर आहे. माझी समजूत आहे की, तुमच्या इन्व्हेंस्टमेंट फंडाच्या पुढाकाराखाली तिचे शेअरधारक या बँकेत आणखी पैसे घालायला तयार नाहीत.”

“हा एक व्यावसायिक निर्णय असेल,” झँग म्हणाले, “आमचा कोणताही सरकारी फंड काय व्यावसायिक निर्णय घेतो त्याची माहिती मला नसते.”

“ते मी समजू शकतो. आमची अशी समजूत आहे की हा फंड त्या बँकेत आणखी भांडवल घालण्यास तयार नाही. पण तो एक वैध व्यावसायिक निर्णय आहे. तुम्ही म्हणता तसाच. पण इतर पार्टी फिडेलियनच्या दायित्वासह तिचा व्यवसाय वाजवी किमतीत विकत घ्यायला तयार असतानाही त्या ऑफर स्वीकारायची फंडाची तयारी नाही. अशाप्रकारे व्यवहार झाला तर बँकेचा व्यवहार पुन्हा सुरळीत सुरू होऊ शकतो.”

“तुम्ही ज्याबद्दल सांगत आहात त्या व्यावसायिक निर्णयाची मला माहिती नाही.”

“मी असं सुचवत नाही –”

“त्यांनी जर ती किंमत स्वीकारली नाही –” झँग यांचा दुभाषी थांबला.

दोन्ही दुभाषी एकाच वेळेला बोलले होते.

''प्लीज, पुढे सांगा, राष्ट्राध्यक्ष महोदय,'' नोल्स म्हणाले.

चीनच्या नेत्याने नोल्स यांना बोलण्यास सांगितले.

''नाही, आपण बोला,'' नोल्स पुन्हा म्हणाले.

तिथे शांतता होती. नोल्स त्रस्त होऊन वाट बघत होते. दोन मुख्य व्यक्ती आणि दोन दुभाषी असे मिळून चार जणांनी संभाषण करणे, त्यांना आवडायचे नाही. या संभाषणातील अर्धा वेळ दोन माणसे एकाच वेळी बोलण्यात खर्च व्हायचा किंवा कोणीच काही बोलत नसायचे.

''मी म्हणत होतो की जर त्यांनी ती किंमत स्वीकारली नाही,'' झँग यांनी पुन्हा सुरुवात केली. ''तर त्यामागे निश्चितच काही सबळ कारण असणार असं मी समजतो. त्यांच्या निर्णयाबाबत मी शंका घेणार नाही. प्रश्न उपस्थित करणार नाही. आमच्या सरकारी फंडाचे मॅनेजर अतिशय सक्षम आहेत. चिनी जनतेच्यावतीने सर्वांत उत्तम गुंतवणूक करण्याचे या फंडांना आदेश आहेत. ते त्यांचं कर्तव्य आहे. राष्ट्राध्यक्ष नोल्स मी तुम्हाला खात्रीने सांगू इच्छितो की, या शिवाय इतर काही करा असं आपल्याला त्यांना सांगता येणार नाही.''

''ते मी समजू शकतो,'' नोल्स म्हणाले. ''तथापि इतक्या दूरवरून फंडाचे व्यवस्थापन करताना त्यांच्या निर्णयाचे काय परिणाम होतील आणि त्याच्याशी निगडित काय मुद्दे असतील त्या प्रत्येकाची माहिती असणं त्यांना कदाचित शक्य नसावं. फिडेलियन बँकेबाबत जो निर्णय ते घेणार आहेत असं दिसतं, त्याचे अनेक अत्यंत गंभीर परिणाम होणार आहेत. अशा निर्णयाचे जे सर्वसाधारण परिणाम असतात त्याच्या फार पलीकडे हे परिणाम होतील.''

''मी पुन्हा सांगतो, राष्ट्राध्यक्ष नोल्स, हा एक व्यावसायिक निर्णय असेल.''

नोल्स एका क्षणासाठी थबकले. चीनचे राष्ट्राध्यक्ष हाच पवित्रा घेतील हे त्यांना माहीत होते; पण आपण बोलतो आहोत ते त्यांच्यापर्यंत पोहोचते की नाही त्याबाबतच त्यांना शंका वाटत होती.

''राष्ट्राध्यक्ष झँग,'' ते म्हणाले, ''फिडेलियन बँक विकत घेण्याची एक ऑफर आहे हे तुम्हाला माहीत असावं अशी माझी इच्छा आहे. मि. रॅबिन हे आमच्या न्यू यॉर्क येथील फेडरल रिझर्व बँकेचे प्रमुख आहेत. त्यांनी इतर तीन बँकांच्या मदतीने फिडेलियनचा व्यवसाय विकत घेण्यासाठी एक डील ठरवलं आहे. हे डील काल रात्री तयार करण्यात आलं आणि माझ्या समजुतीप्रमाणे ते फिडेलियन बँकेच्या व्यवस्थापनासमोर अजूनपर्यंत ठेवण्यात आलेलं नाही. परंतु पुढच्या काही तासांत ते त्यांच्यासमोर ठेवलं जाईल.

एक ऑफर येणार आहे. फिडेलियन बँकेच्या बोर्डाने त्याचा स्वीकार करावा,

असा माझा अतिशय आग्रह आहे.''

''माझी खात्री आहे ते त्याचा नक्कीच विचार करतील.''

''राष्ट्राध्यक्ष झँग, त्यांनी मागणी केली तेवढी ही किंमत नाही. खरं तर, ती त्यापेक्षा बरीच कमी आहे. आमच्यामते त्यांनी जी मागणी केली आहे, खरं सांगायचं तर ती वास्तवाला धरून नाही. या डीलमध्ये जी ऑफर दिलेली आहे ती सर्वांत उत्तम – अगदी उत्तम अशी किंमत आहे. सर्वांत वरचा भाव मिळावा यासाठी मी स्वत: हस्तक्षेप केला. खरं तर सर्वांत जास्त जो वरचा भाव मिळू शकेल त्याहीपेक्षा हा वरचा भाव आहे. या डीलकडे बघताना कोणीही हे लक्षात घ्यायला पाहिजे की, ते घासाघीस करण्याच्या परिस्थितीत नाहीत. ही एक अंतिम ऑफर आहे आणि याशिवाय अधिक काहीही मिळणार नाही.''

''राष्ट्राध्यक्ष नोल्स या माहितीबद्दल मी तुमचा आभारी आहे.''

तिथे शांतता पसरली. नोल्सनी रोझकडे बघितले. रोझनी किंचित खांदे उडवले.

''राष्ट्राध्यक्ष झँग हा निरोप इन्व्हेंस्टमेंट फंडाच्या जबाबदार लोकांकडे द्या, असं मी तुम्हाला सांगू शकतो का? फिडेलियनच्या बोर्डावर त्यांचे दोन प्रतिनिधी आहेत असं मला समजतं. ही एक तातडीची गरज आहे. एका तासात डीलची माहिती त्यांना दिली जाईल. फिडेलियन बँकेला त्यांची आर्थिक स्थिती काय आहे याबद्दल एक निवेदन करणं आवश्यक आहे. ते निवेदन केलं जाण्यापूर्वी हे डील होणं आवश्यक आहे. न्यू यॉर्कमध्ये मार्केट सुरू होण्यापूर्वी आज सकाळी ते डील होणं आवश्यक आहे.''

''तुम्ही जे सांगितलंय त्यावरून माझ्या लक्षात येतंय की, ही ऑफर बँकेच्या नेहमीच्या चॅनेलमार्फत त्यांना कळवण्यात येईल. जर ही अंतिम ऑफर असेल तर फिडेलियन बँकेला ते स्पष्टपणे कळलं आहे, ह्याची खात्री तुमच्या अधिकाऱ्यांनी करून घ्यावी असा माझा आग्रह राहील,'' झँगने उत्तर दिले.

''ते तसं करतील, परंतु तुमच्या इन्व्हेस्टमेंट फंडाचे अधिकारी ही ऑफर समजून घेणार नाहीत, अशी मला काळजी वाटते आहे. ही ऑफर गंभीरपणे घेणं किती महत्त्वाचं आहे ते त्यांनी लक्षात घ्यावं असं मला वाटतं. ही अंतिम ऑफर आहे. राष्ट्राध्यक्ष महोदय, त्यांच्या ते लक्षात येईल याची तुम्ही खात्री करू शकाल का?''

काय उत्तर मिळतंय याची कान टवकारून प्रतीक्षा करत नोल्स वाट बघत होते. खोलीतील प्रत्येकाचे लक्ष स्पीकर फोनवर होते.

''राष्ट्राध्यक्ष नोल्स सरकारी फंडाच्या व्यावसायिक निर्णयात मी हस्तक्षेप करत नाही.''

नोल्स यांनी डोळे बंद केले.

''तथापि सरकारी फंडांनी वस्तुस्थिती काय आहे त्याचा विचार केलाच

पाहिजे,'' झँग पुढे म्हणाले.

नोल्स यांनी रोझ आणि अब्राहम्स यांच्याकडे नजर वळविली. ते दोघेही झँग काय म्हणाले, त्याचा अर्थ लावण्यात गर्क होते.

''राष्ट्राध्यक्ष महोदय,'' नोल्स म्हणाले. ''ते साहाय्यकारी होईल. वास्तव व त्याचं महत्त्व लक्षात घेतलं जावं हे जितक्या स्पष्टपणे बोलता येईल तितक्या स्पष्टपणे मी सांगतोय. ही बँक बुडाली तर आमच्या मार्केटमध्ये खूप अनिश्चितता आणि अव्यवस्था निर्माण होईल, पण ते तेवढ्यावरच न राहता संपूर्ण जागतिक मार्केटमध्ये तशी स्थिती येईल. मला वाटतं याचा गंभीर परिणाम केवळ अमेरिकेवर होणार नाहीतर चीनवर सुद्धा होईल. आपले आर्थिक हितसंबंध व अर्थव्यवस्था एकमेकांत गुंतलेली आहे.''

''आपली मार्केटस एकमेकांशी निगडित आहेत हे खरं आहे.''

''मला भीती वाटते यामुळे आर्थिक स्थितीबाबतचा लोकांचा विश्वास नाहीसा होईल. जर लोकांना आर्थिक स्थितीबाबत विश्वास राहिला नाहीतर काय होतं, ते आपल्याला नजीकच्या भूतकाळात डोकावलं तरी लक्षात येईल.''

तिथे शांतता होती. नोल्सना अचानक वाटले नजीकचा भूतकाळ याचा अर्थ झँग चीनमध्ये २०१४ साली जी परिस्थिती बिघडली होती, त्या अर्थाने घेतला जात आहे का? त्यांनी २००८ लक्षात घेऊन तो उल्लेख केला होता.

''मी म्हटल्याप्रमाणे,'' झँग म्हणाले, ''आपण सर्व वास्तवाचा विचार केला पाहिजे.''

झँग यांना त्यातून नेमके काय म्हणायचे होते? ते कोणत्या संदर्भाकडे निर्देश करत होते? दक्षिण अफ्रिकेबाबतची चर्चा त्यांना पुन्हा सुरू करायची होती का? नोल्सनी रोझकडे बघितले. राष्ट्रीय सुरक्षा सल्लागाराने नकारार्थी मान हलवली.

नोल्सनी ठरवले की, जो अगदी स्पष्ट अर्थ आहे तोच लक्षात घ्यायचा आणि त्याशिवाय इतर काही लक्षात आले नाही, असे दाखवायचे. ''फिडेलियन बँकेच्या बोर्डाने या ऑफरचा स्वीकार केला नाहीतर आपल्या दोन्ही देशांना भयंकर नुकसान सहन करावं लागेल. वाईट परिस्थितीशी सामना करावा लागेल हे पुन्हा एकदा मी त्यावर भर देऊन सांगत आहे. गेल्या काही वर्षांत आपण प्रगती साधलेली आहे. त्याऐवजी आपण पुन्हा त्या आधीच्या काळात जाऊ. राष्ट्राध्यक्ष महोदय, या ऑफर्सचे गांभीर्य तुमच्या अधिकाऱ्यांच्या लक्षात येईल याची तुम्ही खात्री करून घ्याल असं मी समजू का?''

''त्यांच्या लक्षात येईल.''

''आणि हे किती तातडीचे आहे, हे मी लक्षात आणून देऊ का?''

''तातडीचे आहे, हे लक्षात आलेलं आहे.''

''आणि ही अंतिम ऑफर आहे. दुसरी संधी मिळणार नाही. ही शेवटची संधी आहे.''

''माझ्या लक्षात आलं.''

''थँक यू, राष्ट्राध्यक्ष महोदय.''

''राष्ट्राध्यक्ष नोल्स, या शिवाय काही तुम्हाला बोलायचं आहे का?''

''आज नाही, राष्ट्राध्यक्ष झँग, तुम्हाला दुसरं काही बोलायचं आहे का?''

''हा फोन कॉल तुमच्या विनंतीवरून झाला होता.''

आपण पुरेसे बोललो आहोत का, याचा विचार करत नोल्स क्षणभर शांत राहिले. ही त्यांना शेवटची संधी होती. पण त्यांना जे सांगायचे होते, ते त्यांनी सांगितले होते. ते पुन्हा सांगून फायदा होणार नव्हता.

''थँक यू, राष्ट्राध्यक्ष झँग. आपण वेळ दिल्याबद्दल आभारी आहे. या प्रकरणात तुम्ही मदत करू शकाल, अशी मी आशा करतो. आपण एकमेकांना मदत करू शकतो, तेव्हा बोलणं महत्त्वाचं असतं.''

''ते खरं आहे. तुमच्याबरोबर लवकरच पुन्हा बोलण्याची मी वाट बघतो.''

''थँक्यू, राष्ट्राध्यक्ष झँग. गुड नाइट.''

''आणि तुम्हाला गुड मॉर्निंग, राष्ट्राध्यक्ष नोल्स.''

नोल्स यांनी फोन खाली ठेवला.

त्यांनी सभोवताली बघितले. एड अब्राहम्सनी एक दीर्घ श्वास घेतला आणि खोलवर सुस्कारा सोडला.

''ठीक आहे! हे झालं आहे,'' नोल्स म्हणाले. ''ही अगदी अंतिम ऑफर आहे, हे त्यांच्या लक्षात आलं असेल अशी मी आशा करतो.''

''तुम्ही त्यांना सांगितलं,'' अब्राहम्स म्हणाले. ''त्याशिवाय दुसरं तुम्ही काय करू शकता?''

''आता पुढे काय?''

''मी सुझानना फोन करते आणि तुमचं संभाषण झालं आहे याची माहिती देते,'' रॉबर्टा डेवलीन म्हणाल्या. ''त्या कसलरना फोन करतील आणि ऑफर बोर्डापुढे न्या असं सांगतील.''

''आणि नंतर?''

''एक निवेदन केलं जाणार आहे, याची स्टॉक एक्स्चेंजला माहिती आहे. तीन बँका जे निवेदन जारी करणार आहेत, त्याचं आपण कसून मूल्यमापन केलं आहे. तुम्ही जे निवेदन करणार आहात, त्यांच्या अंतिम मसुद्यावर जोश काम करत आहे.''

''मी ते कधी करायचं आहे?''

''फिडेलियनने ऑफर स्वीकारली, हे आपल्याला माहीत झालं की लगेच.''

२५

राष्ट्राध्यक्ष झँगनी फोन खाली ठेवला. दुभाषी खोलीतून निघून गेला. राष्ट्राध्यक्षांचे सल्लागार क्यूइन जीवेई यांनी संभाषणाच्या काढलेल्या टिपणांवर नजर फिरवली. संभाषण होत असताना ते तिथेच होते.

"राष्ट्राध्यक्ष नोल्स हे घाबरलेले आहेत." झँग म्हणाले.

"होय," क्यूइन म्हणाले. "प्रश्न असा आहे की, ते खरोखर कशाला घाबरत आहेत?"

झँगनी मान हलवून सहमती दाखवली. "जा आणि बाय यांना घेऊन या."

अर्थमंत्री बाजूच्या ऑफिसमध्ये वाट बघत थांबले होते, त्यांना घेऊन येण्यासाठी क्यूइन उठले.

ते येईपर्यंत झँग, संभाषणाची मनातल्या मनात उजळणी करत होते. राष्ट्राध्यक्ष नोल्सना त्यांच्या देशातील राजकारणात ज्या अडचणी होत्या त्यात मदत करण्याची त्यांची इच्छा नव्हती. ज्याप्रकारे अमेरिकेच्या नेत्याने युगांडामध्ये एकतर्फी मोहीम सुरू केली होती, त्यामुळे त्यांना राग आला होता आणि केवळ ह्या एकाच कारणामुळे सुद्धा त्यांना मदत करायची इच्छा त्यांना नव्हती. त्याशिवाय दक्षिण अफ्रिकेतील परिस्थिती हाही मुद्दा होता. आणि तो पूर्णपणे वेगळा आणि फार मोठा मुद्दा होता. जर दक्षिण अफ्रिकेमध्ये चीनला आपल्या मताप्रमाणे हस्तक्षेप करता आला असता, तर त्यांच्या प्रदेशाच्या बाहेरील वादात सुद्धा ते परिणामकारक भूमिका निभावू शकतात असे दाखवून देता आले असते. म्हणजे चीन ही खरोखर एक जागतिक ताकद आहे, हे दाखवून देता आले असते. अमेरिकेने इतकी वर्षे तेच केले होते. आंतरराष्ट्रीयदृष्ट्या जे महत्त्वाचे जागतिक मुद्दे होते, त्यांच्याकरीता वाटाघाटी करण्यासाठी मग एक नवा संदर्भ निर्माण झाला असता. त्यात चीनच्या भूमिकेचे वजन खूपच वाढले असते. पाश्चिमात्य देशात २००८ आणि २००९च्या आर्थिक मंदीनंतर चीनला जागतिक स्तरावर महत्त्वाचे स्थान मिळेल असे आश्वासन देण्यात आले होते; पण ते कधीच प्रत्यक्षात आले नव्हते.

देशातील राजकारणातही त्यामुळे दिसून आले असते की, जगामध्ये चीनची जी ताकद आहे त्याचा खरा स्रोत आहे चीनचा आर्थिक प्रभाव. दक्षिण अफ्रिकेचे सरकार चीनच्या म्हणण्याला मान देत होते, ते या कारणाने आणि चीनचे सैन्यबळ ही चीनची खरी ताकद नव्हती.

हे झँग यांच्यासाठी महत्त्वाचे होते. २०१४मध्ये चीनमध्ये असंतोषाची आग भडकली होती, त्यानंतर चार वर्षांनी ज्या तीन व्यक्तींचा सत्तास्थानाची केंद्रे म्हणून उदय झाला, त्यांनी आपले वर्चस्व कायम राखले होते. बंडाळीचा बीमोड करताना, ज्या अंतर्गत सुरक्षा दलाचे नेतृत्व झँग यांनी केले होते, ते दल त्यांच्याशी एकनिष्ठ होते. जर झँग विरुद्ध फॅन असा सामना झाला असता तर सैन्याचा बराचसा भाग जनरल फॅन यांची बाजू घेईल हे झँगना माहीत होते. सैन्याच्या काही भागांचा फॅनना पाठिंबा नव्हता. ते लोक संरक्षणमंत्री क्सूंचे पाठीराखे होते. विशेषत: हवाई दलातील उच्चभ्रू युनिट आणि नौदलातील काही घटक. या त्रिकोणात क्सू यांची भूमिका निर्णायक ठरू शकली असती. तिघांमध्ये संरक्षणमंत्री सर्वांत दुबळे होते. इतर दोघांवर ते मात करू शकतील अशी शक्यता नव्हती. पण ते कोणाला पाठिंबा देतील त्यावर कोणाची जीत हे निर्णायकपणे ठरले असते. चार वर्षे ते कुंपणावर बसण्याचा खेळ खेळले होते. त्यांच्या पाठिंब्यासाठी इतर दोघांना एकमेकांशी स्पर्धा करायला लावून स्वत:चे स्थान त्यांनी शाबूत राखले होते.

पण ही परिस्थिती अशीच कायम राहण्यासारखी नव्हती. बंडाळीनंतरची पहिली दोन वर्षे ते शक्य होते. त्यांच्यानंतर त्यांची जागा घेऊ शकेल असे कोणते नेते आहेत यावर झँग विचार करत होते आणि फॅनही आपले वारसदार कोण याचा शोध घेत होते. त्यांच्या माणसांना योग्य स्थानावर नियुक्त करून त्यांना सत्तेसाठी तयार करणे, यासाठी आधी त्यांच्या स्वत:कडे अनिर्बंध सत्ता असणे आवश्यक होते. ही सध्याची तडजोडीची स्थिती सहन करायची झँग याची तयारी नव्हती आणि फॅन यांचीही नव्हती हे उघड होते. फॅनशी एकनिष्ठ असणाऱ्या सैन्यातील लोकांचे वागणे असह्य होईल इतके उद्दाम होत चालले होते. सैन्यातील या लोकांनी अंतर्गत सुरक्षा दलातील लोकांबरोबर संघर्षाचा पवित्रा घेतल्याचे प्रसंग घडले होते. हा संघर्ष आता टीपेला पोहोचत होता.

त्यांच्या स्वत:च्या कट्टर पाठीराख्यांशिवाय सैन्यातील इतर गटांचा पाठिंबा आपल्याला मिळावा यासाठी हे दोघे धडपडत होते. चीनचे धोरण काय असावे, कशाप्रकारे जागतिक नेतृत्व करावे अशा संकल्पना फॅन यांच्याकडे नव्हत्या. सैन्याची ताकद आणि केवळ जास्तीत जास्त सैन्याची ताकद हीच त्यांची कल्पना होती. फिडेलियन बँकेचे बुडणे झँग यांच्यासाठी आकस्मिकपणे आले होते.

लष्करी ताकदीपेक्षा आर्थिक ताकदीमुळेच चीन जागतिक राजकारणात सत्ताकेंद्र म्हणून महत्त्वाचे स्थान मिळवू शकेल ही झँग यांची सातत्याने भूमिका होती.

आर्थिक ताकद असेल तर अगदी अमेरिकेविरुद्धही चीन त्यामुळे वरचढ ठरू शकेल असे ते मानत. दक्षिण अफ्रिकेतील परिस्थितीमुळे आपला मार्ग जास्त योग्य आहे हे दाखवण्याची संधी त्यांना मिळत होती आणि आता फिडेलियनच्या बुडण्यामुळे आणखी एक संधी त्यांना मिळत होती; पण ह्या संधीत स्वत:ची काही आव्हाने होती. जर अमेरिकेच्या राष्ट्राध्यक्षांची मागणी झँगनी स्वीकारली असती व त्यांनी सांगितले तसे केले असते तर फॅन यांनी ह्या घटनेचा उपयोग चीनची आर्थिक ताकद हा एक भ्रम आहे हे दाखवण्यासाठी केला असता किंवा निदान ताकद असूनही झँग कमजोर असल्यामुळे ती वापरू शकत नाहीत असे दाखवले असते. पण त्याच वेळेला झँगना चीनचे आर्थिक स्थैर्य धोक्यात आणायचे नव्हते. चीनची अर्थव्यवस्था सुरक्षित राखण्यासाठी जर अमेरिकेच्या राष्ट्राध्यक्षांना मदत करावी लागत असेल तर ती करायची त्यांची तयारी होती. मग फॅन यांनी काही अडथळे आणले तरी त्यातून त्यांना मार्ग शोधावा लागला असता.

क्यूइन बाय यांना घेऊन परत आले.

''एक ऑफर दिली जाईल,'' झँग अर्थमंत्र्यांना म्हणाले.

''बाय यांनी मान हलवून 'हो' म्हटले.

''हू यांनी मागितली होती, तितकी ती नाही.''

''ती किती असेल?''

''त्यापेक्षा कमी,'' क्यूइल म्हणाले, ''बरीच कमी.''

''राष्ट्राध्यक्ष नोल्स म्हणाले, यापेक्षा जास्त मूल्य असलेली ऑफर मिळणार नाही,'' झँग पुढे म्हणाले, ''ही अंतिम ऑफर आहे.''

''मिनिस्टर बाय,'' क्यूइन म्हणाले, ''तुम्ही त्यावर विश्वास ठेवाल?''

''मी संभाषण ऐकलं नाही,'' बाय तीव्रपणे म्हणाले. संभाषण होत असताना त्यांनाही तिथे उपस्थित राहायचे होते.

क्यूइननी खांदे उडवले. ''नोल्सना इतकी चिंता वाटत आहे की ते स्वत: फोन करतात आणि तरीही ते आपली विनंती पूर्ण करण्यासाठी थोडे शेकडा कोटी टाकू शकत नाहीत? राष्ट्राध्यक्ष झँग, तुम्ही स्वत:ला त्यांच्याजागी ठेवा. तुम्ही फोन कराल आणि राखीव म्हणून काहीच नसेल? हे खरोखरच इतके काळजीत असतील तर यातूनही मार्ग शोधतील. जर ते पुरेसे पैसे देतील तर वॉल स्ट्रीटवरील बँका ते म्हणतील तसं करतील. त्यांच्याबरोबर बसून एक डील ते तयार करू शकतील. ते त्यांच्या स्वत:च्या हिताचं आहे.''

झँगच्या कपाळावर नापसंतीच्या आठ्या आल्या. अमेरिकेची अर्थव्यवस्था कशाप्रकारे काम करते, याबद्दलचा त्यांचा समज जवळपास शून्य होता. त्यांच्या पूर्ण करिअरमध्ये त्यांनी सुरक्षा व्यवस्थासंबंधीचेच काम केलेले होते. जर २०१४मध्ये बंडाळी झाली नसती, तर त्यांचासारखा माणूस कधीच राष्ट्राध्यक्ष झाला नसता. अमेरिकेला समजून घेण्याबाबत ते जवळपास पूर्णपणे क्यूइन आणि राजूदत झू यांच्यावर अवलंबून होते.

"ते जितके जास्त घाबरलेले असतील तितके ते जास्त चांगली ऑफर देतील याची मला खात्री आहे," क्यूइन म्हणाले. "जर त्यांनी तुम्हाला फोन केला नसता तर मी म्हणालो असतो की, त्यांच्याकडे पर्याय नाही. जर आपण आत्ता त्यांचं म्हणणं मान्य केलं, तर आपण वॉल स्ट्रीटवरील त्यांची प्रतिष्ठा कायम राखू इतकंच. वॉल स्ट्रीट जे जास्तीचे पैसे देऊ शकतं ते मात्र आपण गमावू."

पण किती पैसे पणाला लागले आहेत, हा मुद्दाच नव्हता आणि त्या तिघांनाही ते माहीत होते.

"मग आपण 'नाही' म्हणायचं?" झँग म्हणाले.

"अर्थातच, जाऊ दे त्यांना वॉल स्ट्रीटवर परत आणि पडू देत तोंडघशी."

"त्यांच्यामुळे आपल्याला कसं काय साहाय्य होईल?"

"त्यामुळे ते कमजोर होतील. जास्त किंमत देऊन ते बँकेला वाचवतील आणि प्रत्येक जण म्हणेल वॉल स्ट्रीटवरील यांच्या मित्रांना वाचवण्यासाठी त्यांनी पैसा खर्च केला. त्यामुळे निवडणुकी दरम्यान त्यांच्याविषयी प्रतिकूल मत बनेल. रिपब्लिकन पक्षाने कमी जागा जिंकल्या तर ते कमजोर आहेत हे दिसेल."

झँग यांनी होकारार्थी मान हलवली.

"आणि प्रत्येक जण हा परिणाम बघू शकेल." क्यूइनने पुस्ती जोडली. "फॅन आणि क्सू आणि त्यांची सगळी माणसं."

"तुम्हाला काय वाटतं?" झँगनी बाय यांना विचारले.

"आपण ऑफर नाकारली, तर राष्ट्राध्यक्ष ही बँक वाचवतील, याची मला मंत्री क्यूइनइतकी खात्री नाही."

"बाय, मागच्या वेळी काय झालं ते बघा!" क्यूइन म्हणाले.

"जर ते म्हणाले ही अंतिम ऑफर आहे, तर बहुधा ती अंतिम ऑफरच असेल. ते कदाचित वाढीव ऑफर देऊ शकणार नाहीत; पण जर ही अंतिम ऑफर असेल तर त्याचं कारण आहे, ही बँक बुडाली तर ही पूर्ण व्यवस्था कोसळेल, असं त्यांना वाटत नाही. तथापि ते बँक वाचवतील, या मंत्री क्यूइन यांच्या म्हणण्याशी मी सहमत आहे."

"म्हणजे आपण दोन वेगळ्या गोष्टी बोलतोय का?" क्यूइन म्हणाले.

बाय यांनी नकारार्थी मान हलवली. "मला वाटतं आपण एकच गोष्ट म्हणतोय, पण त्यामागची कारणं वेगळी आहेत. हा मुद्दा राजकीय आहे. हा पूर्णपणे राजकीय आहे. हा निवडणुकीशी संबंधित आहे. त्यांना इतक्या घाईत डील का करायचं आहे? आणि त्याची घोषणा करण्याची त्यांना इतकी घाई का आहे?"

"बँकेने एक निवेदन करणं आवश्यक आहे," झँग म्हणाले, "अमेरिकेतील मार्केट आज सुरू होण्यापूर्वी निवेदन केलं जाणं आवश्यक आहे. असं ते म्हणाले." झँगनी आणखी खुलासा केला.

"आणि उद्या निवडणुका आहेत. जर न्यू यॉर्कमध्ये मार्केट सुरू होईपर्यंत डील झालं नाहीतर मार्केट कोसळेल आणि जर मार्केट कोसळलं तर निवडणुकीत ते वाईट कामगिरी करतील. त्यामुळे नोल्सना डील घोषित करायचं आहे. जर त्यांना डील घोषित होण्याची गरज असेल तर, मंत्री क्यूइन यांच्याशी मी सहमत आहे. वॉल स्ट्रीटला त्यांनी सर्वांत जास्त किंमत द्यायला भाग पाडावं आणि स्वत: या डीलमध्ये पैसे टाकावेत. त्यांनी काय किंमत मोजली आहे, हे जगाला दिसलं पाहिजे."

"पण जर ती त्यांची अंतिम ऑफर असेल तर?" झँग म्हणाले.

"अशा दिवाळखोरीचा काय परिणाम होतो? निवडणुकीवर खूप परिणाम होईल, पण त्या पलीकडे?" बाय यांनी खांदे उडवले. "काही दिवस घबराट असेल; पण हे २००८सारखं नाही. अर्थव्यवस्था भक्कम पायावर उभी आहे, असं फेडरल रिझर्व्ह नेहमी सांगत असते आणि आपलं पण तेच मत आहे. काही दिवसांनंतर घबराट थांबेल. त्यापेक्षा जास्त परिणाम होणार नाही. नेमक्या या काही दिवसांतच त्यांच्या निवडणुका आहेत, त्यामुळे नोल्सना इतकी काळजी वाटते आहे. जर ते पुढच्या आठवड्यात घडणार असतं तर त्यांनी तुम्हाला फोन केला नसता."

"जर बँक बुडाल्यामुळे खूप मोठा परिणाम झाला तर आपल्यालाही नुकसान सहन करावं लागेल."

"तसं होणार नाही."

"मी काय म्हणतोय ते लक्षात घ्या, बाय." झँग म्हणाले. "अमेरिकेतली अर्थव्यवस्था मला कोसळवायची नाही. तसं काहीही नको आहे, अशा काही गोष्टीचा धोका असेल, तर मी ही ऑफर घेईन."

"ते मला समजलं, राष्ट्राध्यक्ष झँग. राष्ट्राध्यक्ष नोल्सनासुद्धा अर्थव्यवस्था कोसळलेली नको आहे. त्यामुळे ते ही बँक बुडू देणार नाहीत."

"मला वाटतं ही बँक बुडाल्यामुळे अर्थव्यवस्था कोसळणार नाही, असं तुम्ही म्हणालात," झँग म्हणाले. बाय यांच्या बोलण्यातील विरोधाभास त्यांनी

तत्काळ त्यांच्या नजरेस आणून दिला.

"बरोबर. अर्थव्यवस्था कोसळणार नाही. काही दिवस घबराट निर्माण होईल. आपल्यावर परिणाम होणार नाही आणि नोल्सनी बँक वाचवली नाहीतर हे घडेल; पण मी मंत्री क्यूइन यांच्याशी सहमत आहे. ते बहुधा ही बँक वाचवतील कारण नाहीतर जी घबराट निर्माण होईल, त्यामुळे त्यांच्या पक्षाला निवडणुकीत हार पत्करावी लागेल."

"बघितलंत?" क्यूइन म्हणाले.

"फरक असा आहे की मी म्हणतो आहे, जर त्यांनी बँक वाचवली नाहीतर, एक छोटी घबराट उडेल, पण अर्थव्यवस्था कोसळणार नाही." बाय यांनी स्मित केले. "घबराट राष्ट्राध्यक्ष झँग. त्यांच्या निवडणुकीच्या वेळेला एक छोटी घबराट."

झँगनी क्यूइन यांच्याकडे नजर वळविली. क्यूइनननी मान हलवून 'हो' म्हटले.

बाय यांच्या खिशातील फोन थरथरला. त्यांनी तो बाहेर काढला आणि त्यातील मेसेज वाचला.

"हा उपमंत्री हू यांच्याकडून आला आहे," ते म्हणाले. "त्यांना ऑफर मिळालेली आहे."

"ती किती आहे?" झँग म्हणाले.

बाय यांनी त्यांना आकडा सांगितला.

वातावरणात शांतता पसरली.

"अमेरिकेचं मार्केट किती वाजता सुरू होतं?" झँगनी विचारले. बाय यांनी त्यांना वेळ सांगितली. झँगनी त्यांच्या घड्याळाकडे बघितले.

झँग योंगना एकट्याने निर्णय घेणे आवडायचे. त्यांनी त्या दोघांना बाहेर वाट बघत थांबण्यास सांगितले.

हू नी मागितलेली रक्कम नोल्स इतर बँकांना देण्यास भाग पाडतील याबद्दल क्यूइनना खात्री होती, असे दिसत होते. झँग यांची स्वत:ची मात्र तितकीशी खात्री नव्हती. नोल्स यांनी फोनवरून बोलताना ज्याप्रकारे संभाषण केले होते, त्यावरून तरी त्यांच्याकडे काही पर्याय होता असे दिसत नव्हते. पण जरी त्यांनी बँक वाचवली नसती तरी अर्थव्यवस्था कोसळणार नाही असे बाय म्हणाले होते. एक छोटी घबराट होईल, पण कोसळणार नाही. नोल्स यांच्या आवाजात जो गंभीरपणा होता, तिचे कारण ही घबराट असू शकेल. अगदी अगतिकता नाहीतरी त्यांच्या आवाजात घबराट होतीच. निवडणुकीत मोठी हार होईल, याची त्यांना भीती वाटत होती. पण यात चीनने घाबरून जावे असे काही नव्हते आणि अमेरिकेच्या राष्ट्राध्यक्षाने त्याच्याकडून साहाय्याची का अपेक्षा

करावी? दुसऱ्या कोणाचे जाणुनबुजून नुकसान करणे, ही एक गोष्ट आहे आणि दुसऱ्याला केवळ मदत करायचे नाकारणे ही वेगळी गोष्ट आहे. ते जाणूनबुजून नुकसान करायला निघाले नव्हते. ही परिस्थिती आकस्मिकपणे उद्‌भवली होती आणि त्यांनी साहाय्य केले असते, तर झँग यांचे स्वतःचे नुकसान होईल असे दिसत होते. त्यामुळे फॅनना एक हत्यार मिळाले असते. उलट जर मदत करणे नाकारले असते तर क्सू आणि अजून दोलायमान स्थितीत असलेले इतर लोक यांच्या लक्षात आले असते की, चीनची खरी ताकद तिच्या आर्थिक शक्तीमध्ये आहे. फॅन क्षेपणास्त्रे तयार करत राहतात. ती चीनची खरी ताकद नाही.

पण अगदी बाय हे सुद्धा चुकीचे असू शकतात. त्या एका गोष्टीची त्यांना काळजी वाटत होती. घबराटीचे रूपांतर पुढे अर्थव्यवस्था कोसळण्यात होऊ शकते. तो धोका होता.

झँग यांच्यामध्ये खूप मोठा जुगार खेळण्याची प्रवृत्ती नव्हती. धोका पत्करण्याऐवजी निश्चित परिणाम माहीत असलेली गोष्ट करणे, त्यांना आवडायचे.

तरीही जनरल फॅन यांच्याबरोबर दोन हात करण्यासाठी एक मार्ग शोधावा लागेल हेही नक्की होते.

शिवाय बाय यांना पूर्ण खात्री होती, असे दिसत होते.

झँगनी यावर विचार केला.

त्यांनी त्यांच्या घड्याळाकडे बघितले.

त्यांना एक निर्णय घ्यावा लागेल, हे माहीत होते. वेळ निघून जात होता. अमेरिकेतील मार्केट लवकरच सुरू होणार होते.

२६

साडेआठनंतर लगेच निवेदन प्रसिद्ध करण्यात आले. एड ग्रे ऑफिसात डेस्कवर पाय ठेवून, खिडकीतून समोर बघत पॅरिसमधील त्यांच्या क्लायंटबरोबर फोनवर बोलत होते. टोनी इवानगेलोऊ यांनी दार उघडले आणि आत बघितले. एडनी वळून त्यांना बाहेर जाण्याचा इशारा केला. एड यांच्या भिंतीवरील एका स्क्रीनकडे टोनी यांनी बोट केले. एडनी बघितले. आवाज बंद करण्यात आला होता, पण स्क्रीनवरचा मथळा त्यांना आवश्यक ते सर्व सांगत होता.

ते टक लावून बघत राहिले.

त्यांचा क्लाएंट बोलत होता, पण एड यांचे लक्ष नव्हते. ''गिल्स,'' ते म्हणाले. ''मला तुम्हाला पुन्हा फोन करावा लागेल. गिल्स, सॉरी, मी पुन्हा फोन करेन.''

स्क्रीनच्या तळाशी मथळा अजूनही तसाच होता.

फिडेलियन बँकेने दिवाळखोरी जाहीर करण्यासाठी अर्ज दाखल केला.

इवानगेलोऊ त्यांच्याकडे बघत होते.

ग्रे स्तब्ध बसून होते. त्यांचे डोके बधीर झाले होते. एक आठवडा आधी त्यांनी त्यांच्या शॉर्ट पोझिशन क्लोज केल्या होत्या, त्याबद्दलच फक्त त्यांच्या मनात विचार येत होते. त्यांनी काय केले होते, त्याची जाणीव झाल्यावर क्षणभरासाठी त्यांचा मेंदू गारठून गेला.

ते उठले आणि त्यांच्या केबिनमधून बाहेर आले.

फंडाच्या सगळ्या डेस्कवर तणावग्रस्त शांतता होती. वातावरण स्तब्ध झाले होते. मॅनेजर व विश्लेषक खोलीतील भिंतीवर, उंचावर असलेल्या एका स्क्रीनकडे टक लावून बघत होते. वित्त संस्थांच्या कार्यालयाची गर्दी असलेल्या एका रस्त्यावर एक पत्रकार उभा होता. निवेदक व त्याच्यात मुलाखत सुरू होती. एका मिनिटांनंतर निवेदक स्टुडिओतील एका अर्थतज्ज्ञाकडे वळला.

''ते हे का करत आहेत, कोणी सांगितलं का?''

ग्रे यांनी विचारले. "विकसनशील देशांच्या व्यवसायातील बुडीत कर्जे." मारिया लोमॅक्स म्हणाल्या, "आणि इतर काही गोष्टी. त्याची भरपाई करण्यासाठी ते भांडवल उभारण्यात अयशस्वी झाले."

"दोन हजार तीनशे कोटी," बोरीस मालेवस्की म्हणाला. तो निस्तेज दिसत होता.

ग्रे यांनी त्यांच्याकडे बघितले. "तेवीसशे?"

"चीनने त्यांना ते द्यायला हवेत," मालेवस्की म्हणाला, "ते का देत नाहीत, मला कळत नाही."

फेडरलचे अध्यक्ष स्क्रीनवर आले. रॉन स्टिकलँड थकलेले, निस्तेज दिसत होते.

"ही एक गंभीर घटना आहे आणि आपल्या बँकिंग व्यवस्थेवर थोड्या काळासाठी तिचा नक्कीच परिणाम होईल. पण आपली अर्थव्यवस्था भक्कम आहे, मजबूत पायावर उभी आहे. ह्या बँकेला व्यवस्थित गाशा गुंडाळता यावा, यासाठी आपल्याकडे 'वाइंड अप' व्यवस्था आहे. या बँकेच्या बुडण्यामुळे लिक्विडिटीचा प्रश्न आला तर पैशाचा पुरवठा करण्यासाठी आम्ही सज्ज आहोत. या उपायांमुळे कोणालाही पैशाची अडचण येणार नाही. ही एकच बँक आहे. मी पुन्हा सांगतो, फक्त ही एक बँक अडचणीत आली आहे. ही २००८ची पुनरावृत्ती नाही. आपल्याकडे इतर समस्याग्रस्त बँकांची साखळी नाही. त्याबद्दल मला खात्री आहे आणि सावधगिरीचे सर्व उपाय आम्ही योजलेले आहेत व ते चोखपणे काम करीत आहेत. आपण खूप काही शिकलेलो आहोत –"

"हरामखोरा, बंद कर बकबक!' इवानगेलोऊ ओरडले आणि एक बूट उचकटून काढून त्यांनी स्क्रीनवर फेकला. "तुझ्या बडबडीतील एका शब्दावर तरी कोण विश्वास ठेवणार आहे का?"

काय ऐकले होते, त्याचा अर्थ लावण्याची प्रक्रिया ग्रे यांच्या मनात सुरू होती. काय होणार होते, हे ते फेडरलला कसे काय माहीत नव्हते? लीमन ब्रदर्सचे २००८मध्ये दिवाळे निघाले, त्यानंतर दिवाळखोरीत जाणारी ही एक प्रमुख, मोठी इन्व्हेस्टमेंट बँक होती. लीमननंतर पुन्हा तसे घडू दिले जाणार नाही यावर लोकांची जणू श्रद्धाच बसली होती. लीमनच्या बाबतीत घडलेली फार मोठी चूक म्हणजे तिला वाचवण्याची व्यवस्था करण्यासाठी सरकारने साहाय्य करायचे नाकारले होते. जेव्हा वॉल स्ट्रीटने सरकारच्या मदतीशिवाय लीमनला वाचवण्याचे नाकारले तेव्हा सरकार मागे सरले आणि तिला बुडू देण्यात आले. पुन्हा असे घडू दिले जाणार नाही हा अलिखित नियम होता.

ग्रे यांनी डेस्कवरील शेअरच्या किमती दाखवण्याऱ्या एका स्क्रीनकडे बघितले.

एका मागून एक ते आकडे लाल रंगात दाखवले जात होते. म्हणजे प्रत्येक शेअरचा भाव कालच्या बंद झालेल्या भावापेक्षा खाली उतरत चालला होता.

अचानक त्यांना जाणीव झाली की, खोलीतील सगळ्यांचे डोळे त्यांच्यावर खिळलेले आहेत.

ते आता नगण्य शक्यता असलेल्या घटनेचा प्रत्यक्ष सामना करत होते. काहीही घडू शकले असते. त्यांच्या मनात विचारांची गर्दी होऊ लागली व तिचा वेग वाढू लागला. व्याजाचे दर फेडरल कमी करेल, हे जवळपास नक्की होते आणि बहुधा त्या सकाळीच त्यांनी ते कमी केले असते. व्याजाचे दर कमी झाल्यामुळे रोख्यांचे भाव वाढले असते. डॉलरचे मूल्य घसरले असते. यामुळे त्यांच्या मालकीच्या प्रत्येक वर्गवारीतील ॲसेटवर त्याचा परिणाम झाला असता. विकसित आणि विकसनशील देशांतील इक्विटीज – शेअर्स, कर्जरोखे, चलन आणि सर्व प्रकारचे डेरिव्हेटिव्हज यांच्यावर परिणाम झाला असता.

''तुम्ही,'' ते दोन-तीन विश्लेषकांना म्हणाले, ''एक मॉडेल बनवा. व्याजदर पंचवीस बेसिस पॉइंटनी, पन्नास, शंभर बेसिस पॉइंटनी खाली जातील, असं गृहीत धरा. डाऊ दहा टक्क्यांनी, वीस, पन्नास टक्क्यांनी खाली जाईल, असं समजा. त्यांचे एकमेकांवर काय परिणाम होतील ते बघा.''

त्यांनी आणखी एक क्षणभर विचार केला. दीर्घमुदतीत काय होऊ शकेल आणि आत्ता लगेच काय होऊ शकेल, म्हणजे येत्या काही दिवसांत काय होऊ शकेल. रोखेबाजार सोडला तर जगातील जवळपास प्रत्येक मार्केट येत्या काही तासांत खाली आले असते. आता जर त्यातील काही तुम्ही विकून टाकू शकलात, तर उद्या परत ते कमी भावात विकत घेता आलं असतं.

खोलीतील प्रत्येक मॅनेजर त्यांच्याकडे बघत होता. तीन लोक ट्रेडिंग डेस्कवर काम करत. त्यांचे काम होते, मॅनेजरनी सूचना दिल्याप्रमाणे ट्रेड करायचे. फोन हातात घेऊन ते सूचनांची वाट बघत थांबले होते.

''तुमच्याकडे जे काही आहे,'' ग्रे म्हणाले, ''ते विका.''

पण असे सांगणारे ते एकटेच नव्हते. रेड रिव्हर सारख्याच हजारो कार्यालयांतील हजारो पोर्टफोलियो मॅनेजर विकून टाकण्याचा आदेश देत होते. मार्केटमध्ये जणू सुनामीच्या आकाराच्या विक्रींच्या माऱ्यांच्या लाटा उंच उसळत होत्या.

एड ग्रे यांनी नंतरचे जवळपास दोन तास फोनवर बोलण्यात घालवले. ज्यांना-ज्यांना फोन करता येणे शक्य होते, त्यांच्याशी बोलून काही माहिती हाताला लागत्येय का, ते मिळवण्याचा ते प्रयत्न करत होते. इतर प्रत्येक जणही तेच करत होता. कुणालाच काही माहिती नव्हते. या बँकेला वाचवण्याची व्यवस्था का

केली गेली नाही, ते कुणालाच कळत नव्हते. फिडेलियनला किती नुकसान झाले आहे आणि त्यामुळे इतर कोणत्या बँका धोक्यात येऊ शकतील. याबद्दल मार्केटमध्ये अफवा पसरत होत्या. अनेक बँकांना त्यांना लिक्विडीटिची समस्या नसल्याचे निवेदन करणे भाग पडले होते. अर्थात अशा निवेदनांबद्दल मार्केटला कधीच विश्वास वाटायचा नाही आणि तसा तो आताही वाटत नव्हता. त्या बँकांच्या शेअरचे भाव पंधरा-वीस टक्क्यांनी खाली आले होते आणि आणखी खाली येत होते. फोनवर बोलतानाही ग्रे यांचे लक्ष स्क्रीनवरील शेअर्सच्या भावांकडे होते. ते वेगात खाली येत होते. त्यांचे त्या आकड्यांकडे अर्धवट लक्ष होते तरी ते मनातल्या मनात हिशेब करत होते, मागच्या आठवड्यात त्यांनी शॉर्ट पोझिशन क्लोज केल्या नसत्या तर त्यांना शेकडो कोटींचा फायदा झाला असता. सर्व शॉर्ट पोझिशन्स क्लोज केल्याने आता मार्केटमध्ये फक्त त्यांच्या जवळजवळ पूर्ण लाँग पोझिशन होत्या. म्हणजे शेअर्सचे भाव वर जाणार या अपेक्षेने खरेदी करून ठेवलेले शेअर्स त्यांच्या पोर्टफोलिओत होते. मात्र मार्केट वेगात खाली कोसळत होते. फिडेलियनचा ट्रेड क्लोज केल्यामुळे पंचेचाळीस कोटींची रक्कम त्यांच्या हातात होती. पण आता बँकांनी मार्जिन कॉलमुळे आणखी रकमेचा भरणा करा अशी मागणी सुरू केली की, हे पंचेचाळीस कोटी हातातून वाळूसारखे निसटून जातील, हा विचार त्यांच्या मनात येत होता. आता कोणत्याही क्षणी मार्जिन कॉल येणे सुरू झाले असते. त्यांचा मुख्य वित्त अधिकारी या पोझिशनवर नजर ठेवून होता आणि तो ग्रे यांच्या ऑफिसमध्ये अर्ध्या डझनवेळा तरी येऊन परत गेला होता.

आता सकाळचा दुसरा धक्का आला होता. स्क्रीनवर दुसरा मथळा झळकत होता.

फिडेलियनने बचावाची योजना फेटाळली. निनावी सूत्रांच्या आधारे.

ग्रे यांनी फोन बाजूला ठेवला आणि टीव्हीचा आवाज वाढवला.

''...पण ते चित्र नक्कीच तसं दिसतंय,'' एक स्त्री पत्रकार सांगत होती. ''वॉल स्ट्रीटवरील एका निनावी सूत्राने ही माहिती दिली आहे. या सूत्राचा दावा आहे की, बचाव योजनेच्या वाटाघाटीत सहभागी झालेल्या प्रत्येक व्यक्तीशी त्याचा संपर्क आहे, डिक.''

स्क्रीनवर स्टुडिओतील निवेदक दिसू लागला. ''आणि हे कधी झालं, अँड्रिया?''

''या आठवड्याच्या अखेरीस फेडरलच्या न्यू यॉर्कमधील कार्यालयात एक मीटिंग झाली. त्यात फेडरलचे अधिकारी आणि वॉल स्ट्रीटवरील सर्वांत महत्त्वाचे सीईओ सहभागी झाले होते. आज पहाटे शेवटी एक बचाव योजना आकाराला आली होती. वॉल स्ट्रीटवरील एखादं उत्तम प्रातिनिधिक बचाव कार्य असावं

त्यासारखं हे दिसतंय, डिक.''

''आणि ते अंमलात येऊ शकलं नाही.''

''तसं दिसतंय खरं! याच सूत्राने दिलेल्या माहितीनुसार, फिडेलियन बँक स्वीकार करू शकेल अशी किंमत देण्यासाठी बँकांवर खूप मोठा दबाव आणण्यात आला. आणि जी ऑफर तयार करण्यात आली, ती खूपच सढळ होती, असं म्हटलं जातंय. विशेषत: फिडेलियनची आर्थिक स्थिती बघता ती फारच उदारपणे देऊ केली होती. आम्हाला असंही कळतंय की, प्रशासनातील सर्वोच्च व्यक्तीचा हे डील ठरवण्यात सहभाग होता. आणि तरीही –''

''अँड्रिया, सॉरी मला तुला मधेच थांबवायचं नाही, पण तू सर्वोच्च व्यक्ती म्हणतेस म्हणजे राष्ट्राध्यक्ष स्वत: यात सहभागी झाले होते असं तू म्हणत आहेस का?''

''त्यांच्यापेक्षा सर्वोच्च कोणी असत नाही, डिक.''

''पण ते सहभागी झाले होते, असं आपण म्हणतोय का? अँड्रिया ज्या सूत्राकडून माहिती मिळते आहे, ते आपल्याला तसं सांगत आहेत का?''

''व्हाइट हाउसकडून याची पुष्टी केली जात नाही किंवा त्याचं खंडनही केलं जात नाही. परंतु असं दिसतंय की, यात लक्षणीय राजकीय सहभाग होता. नेमकी ज्यावेळेला ही घटना घडत आहे ती वेळ लक्षात घेता, त्यात आश्चर्य करण्यासारखं काहीच नाही. उद्या मध्यावधी निवडणुका आहेत आणि यामुळे निवडणुकीच्या निकालावर याचा खूप मोठा परिणाम होईल हे उघड आहे, डिक.''

''याचे राजकीय परिणाम काय आहेत, त्याकडे आपण नंतर बघू. पण हे कशाप्रकारे घडलं याबद्दल तू आता आणखी काही माहिती देऊ शकतेस का?''

''आज सकाळी फिडेलियन बँकेने दिवाळखोरीचा अर्ज दाखल करण्यापूर्वी अगदी थोडावेळ आधी बचाव योजना फेटाळली गेली असं दिसतं आहे.''

एखाद्या भयानक गोष्टीचे आकर्षण वाटते, त्याप्रमाणे एड ग्रे ते बघत होते. बचावाचे प्रयत्न नक्की झाले असतील, हे त्यांना माहीत होते. काय घडणार आहे ते फेडरलला अजिबात माहीत नाही, अशी कल्पना करणेसुद्धा शक्य नव्हते. प्रशासनाने बचावाचा प्रयत्न केला नव्हता, अशी सुतराम शक्यता नव्हती आणि तरीही बचाव योजना फेटाळण्यात आली होती.

''फिडेलियन बँकेने याबाबत आपल्याला काही सांगितलं आहे का, अँड्रिया?''

''नाही, डिक, आपल्याला त्यांच्याकडून अजून काही कळलेलं नाही. फिडेलियन बँकेचे सीईओ विल्यम कसलर आज सारखे मागे राहात आहेत. ते टीव्हीसमोर येत नाहीत.''

''मागे राहत आहेत काय; ते जवळपास अदृश्यच झाले आहेत, अँड्रिया.''

"त्यांच्याबरोबर बोलण्याची आज कोणालाही संधी मिळाली, असं मला वाटत नाही. फिडेलियनच्या संपर्क प्रमुखाने आज या आधी दिवाळखोरीची घोषणा केली आणि माझ्या माहितीप्रमाणे तरी त्या व्यतिरिक्त त्यांच्याकडून काहीही सांगितलं गेलेलं नाही. बचाव योजना फेटाळण्यात आली, या अगदी आताच्या आरोपाबद्दल फिडेलियनकडून कोणतीही प्रतिक्रिया देण्यात आलेली नाही. तथापि त्यांच्याबरोबर शक्य होईल तितक्या लवकर संपर्क साधला जाईल अशी आपल्याला नक्कीच आशा आहे, डिक."

"आणि फेडरल आपल्याला काही सांगत आहे का, अँड्रिया?"

"अजूनतरी नाही, डिक."

ग्रे यांनी चॅनेल बदलवून बघितले. सगळ्या चॅनेलवरून तशीच माहिती दिली जात होती. त्यांनी आवाज बंद केला आणि जे ऐकले होते, त्याच्याबद्दल विचार केला. जर यावर विश्वास ठेवायचा तर त्याचा अर्थ होता, फिडेलियन बँकेच्या सीईओने बचाव योजना फेटाळून त्याऐवजी दिवाळखोरीचा अर्ज केला होता. तथापि त्या सीईओचे आणि त्यांच्या बोर्डाचे एक विश्वस्त या नात्याने त्यांच्या शेअरधारकांसाठी सर्वांत उत्तम डील मिळवणे, हे एक कर्तव्य होते. ग्रे यांच्या कपाळावर प्रश्नचिन्ह उमटले. जर दिवाळखोरीत जाणे त्यांना जास्त चांगले वाटत असेल तर बचावाची ऑफर किती कमी होती? हे समीकरण जुळत नव्हते. प्रशासनाने इतक्या कमी भावाची ऑफर नक्कीच पुढे जाऊ दिली नसती. जर त्यांना बचाव करण्याची इच्छा होती, तर ऑफर खूप कमी असेल ही शक्यता नव्हती. मध्यावधी निवडणुकीच्या एक दिवस आधी त्यांनी असे घडू दिले नसते. देशांतील प्रत्येक रिपब्लिकन उमेदवाराला त्याची किंमत चुकती करावी लागली असती.

काहीही असलं तरीही ती एक बँक होती. एक इन्व्हेस्टमेंट बँक होती. एक प्रमुख बँक होती. ती अशी बुडू देणे चालण्यासारखे नव्हते. एक डील कोणत्याही परिस्थितीत होणे आवश्यक होते. आणि तरीही ते झालेले नव्हते.

काही गोष्टी जुळत नव्हत्या. अगदी अपमान वाटेल इतकी ऑफर कमी नव्हती, हे गृहीत धरले तर ती कोणी फेटाळली असावी?

सुझान ऑप्टिझबरोबर त्यांचे फोनवर बोलणे झाले होते. ते बोलणे त्यांना अचानक आठवले. "शेअर कोण उसने देत आहे, सुझाननी विचारले होते, "ते शेअर कोण उसने देत आहे एड?"

आपल्या मणक्यांतून एक शिरशिरी गेल्यासारखे ग्रे यांना वाटले. फिडेलियन बँकेचा सर्वांत मोठा शेअरधारक कोण होता, ते त्यांना माहीत होते.

त्यांनी टोनी इवानगेलोऊ यांना बोलावलं.

"काय होतंय?" त्यांनी विचारले.

इवानगेलोऊ यांनी नकारार्थी मान हलवली. "जर शेअर विकत घेणारा कोणी तुला मिळाला, तर त्याच्याबद्दल मला सांग."

'ऐक. दोन-तीन विश्लेषकांना एक काम कारायला सांग. अमेरिकेच्या कंपन्यांच्या शेअरमध्ये त्यात सार्वभौम इन्व्हेस्टमेंट फंडाचा खूप मोठा हिस्सा आहे. अशा कंपन्या कोणत्या आहेत, अशा प्रत्येक कंपनीची यादी मला द्यायला सांग."

"त्या यादीत अमेरिकेतील जवळपास प्रत्येक कंपनी असेल."

"आहे का ते आपण शोधून बघू आणि त्यांचा किती हिस्सा आहे ते बघू. आणि टोनी, चीनच्या मालकीच्या इन्व्हेस्टमेंट फंडाचा ज्यात मोठा हिस्सा आहे अशा कंपन्यांची यादी बनव. ती आपल्याला खात्रीने हवीच आहे."

२७

निवडणुकीचा असा दिवस टॉम नोल्स यांनी याआधी कधीही बघितला नव्हता. एक मोठे संकट उद्‌भवल्यानंतर काही तासांतच मतदान होत होते. या पेचप्रसंगाचा खरा अर्थ काय आहे, ते खरोखर किती गंभीर आहे, परिस्थिती किती वाईट होऊ शकते, हे सगळं कोणी विचारण्यासाठी सुद्धा वेळ नव्हता. घबराट माजलेली असताना निवडणूक. त्या दिवशी सकाळी वर्तमानपत्रात आलेले मथळे अविश्वसनीय होते. मार्केट कोसळत होते. वर्तमानपत्रांनी एकच काहूर माजवले होते.

नोल्स यांनी तो दिवस त्यांच्या आर्थिक सल्लागारांबरोबर आणि रिपब्लिकन पक्षाच्या वरिष्ठ राजकीय नेत्यांबरोबर मीटिंग घेण्यात खर्च केला. तसेच त्यांचे परदेशी नेत्यांबरोबर फोनवरही बोलणे सुरू होते. जगभरातील सर्वच मार्केटना तडाखा बसत होता. चीनमधील २०१४मध्ये झालेल्या बंडाळीनंतर अत्यंत कष्टाने मार्केटविषयीचा विश्वास पुनर्स्थापित केला गेला होता. आता तो विश्वास असा उडून चालला होता की, तो जणू कधी पुनर्स्थापित झालाच नव्हता. ज्या-ज्या परदेशी नेत्यांबरोबर त्यांचे बोलणे झाले, त्या प्रत्येकाला त्यांनी एकच निरोप सांगितला. फिडेलियन ही एकमेव घटना आहे. व्यवस्था मजबूत आहे. एकदा ते मार्केटच्या लक्षात आले की, घसरण थांबेल. तो संदेश त्या नेत्यांनी त्यांच्या देशातील लोकांना सांगणे नोल्स यांच्यासाठी आवश्यक होते. हे पुन्हा दुसरे २००८ आहे, ही कल्पना फेटाळून लावण्यासाठी ते जितके एकत्र आले असते, तितका या पेचप्रसंगातून लवकर तोडगा निघू शकला असता.

पण देशभरात त्या दिवशी मतदान केंद्रात जो रक्तपात सुरू होता, तो मात्र यामुळे अजिबातच थांबणार नव्हता. मागच्या आठवड्यात निवडणुकीच्या निकालाबाबत जे सर्वेक्षण झाले होते, त्याचे अहवाल आता अर्थहीन होते. निकाल किती वाईट लागणार आहेत, ते फक्त आजच्या रात्रीने जाहीर केले असते.

न्यू यॉर्कमध्ये जंगल पीस मोहिमेबद्दलचा आपला पहिला अहवाल मरिअन इलमन सुरक्षा परिषदेला सादर करणार होत्या. पेंटागॉन – अमेरिकेचे संरक्षण

खाते आणि स्टेट डिपार्टमेंट – परराष्ट्र खाते या दोघांनी मिळून हा मसुदा बनवला होता आणि त्यामुळे तो बराचसा बोजड – बेढब झालेला होता. तो मसुदा मरिअननी वाचला. मोहिमेची प्रगती सावकाश पण निश्चित गतीने होत होती. आणि स्थानबद्ध करून ठेवण्याचे धोरण चांगलेच यशस्वी होत होते. जंगलांमधून अनेक बंडखोर प्रकट झाले होते आणि त्यांनी शरणागती पत्करली होती. त्यांच्या प्रकरणावर विचार सुरू होता व तोपर्यंत त्यांना युगांडाच्या एका छावणीत डांबून ठेवले होते. त्या परिसरातील नागरी वस्तीतील लुटालुटींमध्ये लक्षणीयरित्या घट झाली होती. ते सिद्ध करणारी आकडेवारी त्यांनी दिली. सुरक्षा परिषदेतील राजदूतांनी ती शांतपणे ऐकली. थोडेफार प्रश्न विचारले गेले. जणू त्या खोलीतील प्रत्येकाला जाणीव होती की, दिवसभरातील महत्त्वाच्या घटना त्या इमारतीच्या बाहेर घडत होत्या. त्या वॉल स्ट्रीटवरील ट्रेडिंगरूममध्ये, शाळांमधल्या मतदान कक्षात आणि नगरपालिकांच्या इमारतीमधल्या मतदानकक्षात घडत होत्या.

तिथून मॅनहॅटनवरील सोळा ब्लॉक दूर असलेल्या आपल्या कार्यालयात एड ग्रे आपल्या फंडातून होणारा रक्तस्राव थांबवण्याचा दिवसभर प्रयत्न करत होते. त्यांचे ट्रेडर शेअरमध्ये गुंतलेला पैसा मोकळा करून तो रोख्यांमध्ये गुंतवण्याचा प्रयत्न करीत होते. गुंतवणूकदार इक्विटीमधून पळ काढत असल्याने रोख्यांचे भाव वर उसळत चालले होते. त्यांच्या प्रमुख क्लायंटबरोबर ते फोनवर बोलत होते. प्रत्येकाला ते आठवण करून देत होते, रेड रिव्हर नेहमीच सहा ते बारा महिन्यांचा काळ हिशेबात घेऊन, त्या कालावधीत मार्केट कसे असेल, याचा विचार करून गुंतवणूक करते. ग्रे त्यांच्या क्लायंटना रिडिम्प्शन घेण्यापासून परावृत्त करण्याचा प्रयत्न करत होते.

ते सांगत होते, आता जर रिडिम्प्शन घेतले तर प्रत्यक्षात तोटा सहन करावा लागेल. उलट मार्केट सावरेपर्यंत गुंतवणूक होल्ड करून ठेवली, तर प्रत्यक्ष तोटा सहन करावा लागणार नाही. हे सांगताना आपल्या आवाजात अगतिकता येऊ न देण्याचा प्रयत्न ते करीत होते; दिवसभर ते बँकांबरोबरही बोलत होते. मार्जिन कॉल सध्या रोखून धरा म्हणून त्यांची विनवणी करत होते. जर आता मार्जिन कॉल करून पैशांचा भरणा करायला सांगितला, तर कोसळणाऱ्या मार्केटमध्ये त्यांना आणखी जास्त विक्री करणे भाग पडले असते व त्यामुळे परिस्थिती आणखी बिकट झाली असती, असे ते सांगत होते.

मार्केटमधील घबराटीमुळे वाईट शेअर्सबरोबरच चांगल्या शेअर्सचे भावही खाली आले होते. त्यामुळे स्वस्त भावात चांगले शेअर्स खरेदी करण्याची अद्भूत संधी चालून आली होती. पण ग्रे त्याचा फायदा घेण्याच्या स्थितीत नव्हते. ते शेअर्स त्यांच्या डोळ्यादेखत उडून चालले होते, पण ते त्यांना स्पर्शही करू

शकत नव्हते.

रिपब्लिकन पक्षाच्या सर्वोच्च पदाधिकाऱ्यांबरोबरच्या डिनरच्या कार्यक्रमात त्या रात्री टॉम नोल्स सन्माननीय पाहुणे म्हणून जाणार होते. जेव्हा हा कार्यक्रम नियोजित केला होता, तेव्हा रिपब्लिकन पक्षाला २००४नंतर प्रथमच सेनेटमध्ये साठपेक्षा जास्त जागा मिळतील असे दिसत होते. निवडणुकीच्या रात्री विजयाचा जल्लोष म्हणून हा कार्यक्रम आयोजित केला होता. त्याऐवजी आता त्याची रया गेली होती. उपस्थितांपैकी अनेकांनी त्यांच्या राज्यात त्या सकाळी मतदान केले होते आणि रात्री डिनरसाठी ते विमानाने परत येणार होते. निवडणुकीत काही ठिकाणी हार पत्करावी लागेल, अशी चिन्हे दिसत होती आणि त्यामुळे रिपब्लिकन पक्षाच्या सेनेटरांची संख्या पन्नासपर्यंत कमी होईल, असे दिसत होते. पक्ष आपले बहुमत गमावेल, अशीही एक टोकाची शक्यता होती.

त्या दिवशी संध्याकाळी सहा वाजता टॉम नोल्स, त्यांचे भाषण लिहिणारा प्रमुख जोश बेंटनर व एड अब्राहम्स यांच्यासह ओव्हल ऑफिसात बसले होते. त्या रात्री त्यांना जे भाषण करायचे होते त्यावर ते नजर फिरवत होते.

बेंटनरनी जवळपास पूर्ण दिवस त्या भाषणावर काम करण्यात घालवला होता. हे भाषण फक्त पंधरा मिनिटांचे असणार होते, पण त्यांच्याइतक्या हुशार भाषण लिहिणाऱ्यांसाठीसुद्धा ते एक आव्हान झाले होते. त्यांनी अब्राहम्सना दिवसभरात पाच मसुदे दाखवले होते आणि त्यातील एकही त्यांना योग्य वाटला नव्हता.

नोल्स यांनी कार्यक्रमाला उपस्थित राहणे रद्द करावे असा विचार केला होता, पण एड अब्राहम्स त्याच्या सक्त विरोधात होते. त्यांच्या मते ते पळपुटेपणाचे कृत्य ठरले असते आणि त्यामुळे पक्षात त्यांची प्रतिष्ठा खूपच धोक्यात आली असती. पण मार्केटमध्ये जो गोंधळ सुरू होता त्याची किती जबाबदारी त्यांनी घ्यावी? स्वत:च्या शिरावर किती दोष घेण्याची तयारी दाखवावी? खरी गोष्ट तर अशी होती की, फिडेलियनचा बट्ट्याबोळ होणे आणि त्यामुळे मागील दोन दिवसांत मार्केटचे कोसळणे याबद्दल ते स्वत:ला कमीतकमी जबाबदार धरत होते. त्यांच्या मते, तर ती त्यांची अजिबातच जबाबदारी नव्हती. नियम अयशस्वी ठरले नव्हते की, प्रशासकीय यंत्रणेने कर्तव्यात कसूर केली नव्हती. आणखी काहीही जास्त करता आले असते असे त्यांना वाटत नव्हते. मार्केटवर कोणी नियंत्रण ठेवू शकत नाही, अगदी राष्ट्राध्यक्षसुद्धा नाही. पण त्या रात्री त्या खोलीत जे लोक उपस्थित राहणार होते, ते सर्वसामान्य लोक नव्हते. दोन वर्षांनंतर राष्ट्राध्यक्षपदासाठी नामांकन होणार होते. त्या वेळी या लोकांची मते, त्यांची

प्रवृत्ती, कोणत्या पर्यायी उमेदवारामागे आपला वेळ आणि पैसा ते उभा करतात, त्यांचे राजकीय लागेबांधे कसे आहेत, आपली स्वत:ची प्रतिष्ठा पणाला लावण्याची त्यांची किती तयारी आहे, यावरून नोल्स यांच्यासमोर किती तगडे आव्हान असेल ते ठरले असते. जर ह्या रात्रीने सेनेटच्या साठ जागांचा नजराणा त्यांना बहाल केला असता, तर त्यांना बिनविरोध नामांकन मिळाले असते. एड अब्राहम्सच्या भाषेत सांगायचे तर हुकमाचे तेराही पत्ते त्यांच्या हातात आले असते. पण आता ती शक्यता नव्हती. त्यांचे बिनविरोध नामांकन होईल ही शक्यताच नव्हती.

या लोकांच्या नजरेला विनम्रपणा पडणे आवश्यक होते. पदावर कार्यरत असलेल्या राष्ट्राध्यक्षाच्या विरुद्ध जाण्यास पक्षाला अत्यंत सबळ कारण लागते. पण पराभव समोर दिसत असताना उद्दामपणा दाखवणे हे एक कारण ठरू शकले असते. या पेचप्रसंगातून बाहेर पडण्याच्या मार्गाचा त्यांनी विचार केला आहे, हेही त्यांना दिसणे आवश्यक होते. पर्यायी उमेदवाराचे नामांकन केले जावे म्हणून पक्षाच्या सर्वोच्च पातळीवर जर आता हालचाल होणार नव्हती, तर सहा महिन्यांत या लोकांना एकदम खात्रीने वाटायला हवे होते की, मार्केटमध्ये जे वादळ आले ती केवळ तात्पुरती घटना होती. सलग अकरा त्रैमासिक देशांचा आर्थिक विकास होत होता. ही आताची घटना सोडली तर तीच दिशा कायम राहिली असती. अर्थव्यवस्था विकासाच्या मार्गावरच वाटचाल करत राहिली असती. एका पातळीपर्यंत काही जबाबदारी घ्यायची, पण निवडणुकीतील हारण्याची जबाबदारी स्वत:वर घेऊ नये. त्या दिवशी काय घडले, ती एक क्षुल्लक किरकोळ घटना आहे, असे न दाखवता भविष्याचे एक सकारात्मक व उज्ज्वल चित्र रंगवायचे असा हा विचार होता.

त्यांनी भाषणाच्या मसुद्याची आताची प्रत उचलली आणि अब्राहम्स व बंटनर यांच्याबरोबर त्यावर काम करणे सुरू केले.

परंपरेप्रमाणे अमेरिकेचा संयुक्त राष्ट्रसंघातील प्रतिनिधी परदेशी राजदूतांसाठी निवडणूक दिनाची कॉकटेल पार्टी देत असतो. संध्याकाळी सहा वाजता त्यांनीच आयोजित केलेल्या या पार्टीला इलमन उपस्थित होत्या. एक कर्तव्य म्हणून त्यात सगळ्यांबरोबर मिळून मिसळून त्या बोलत होत्या. परंतु त्या खूप आनंदाने, मनापासून ते काम करतायत असे वाटत नव्हते. दंतवैद्याकडे जायला एखादी व्यक्ती जितकी नाखूश असते, तोच भाव त्यांच्या मनात होता. फ्रॅन्कोईज दुबिग्नी हे औपचारिकपणे मरिअनबरोबर बोलत होते व चहाटळपणा करत होते. मरिअननी सौदी अरेबियाच्या राजदूताबरोबर बोलायचे आहे, असे सांगून स्वत:ची सुटका करून घेतली. लॅटिन अमेरिकेचे काही राजदूत एकत्र जमल्याचे त्यांनी डोळ्यांच्या कोपऱ्यातून बघितले. त्यातले एक-दोघे त्यांच्याकडे बघून मानभावीपणे हास्य

करत आहेत, असे त्यांना वाटले.

शहराच्या दुसऱ्या भागात एड ग्रे अजूनही ऑफिसमध्ये होते, अजूनही फोनवर बोलत होते आणि आणखी बरेच तास तेच करणार होते. त्यांचे डोळे लाल झाले होते, ते खूप थकले होते. निवडणुकीचा दिवस म्हणजे त्यांच्यासाठी अस्तित्वाची लढाई होती.

२८

डिनरचा कार्यक्रम आटोपल्यानंतर टॉम नोल्स साराह यांच्यासह व्हाइट हाउसला परत आले.

राष्ट्राध्यक्षांचे आपल्या पत्नीबरोबर अनेक वर्षांपासून केवळ कामचलाऊ संबंध होते. त्यांचे काही स्त्रियांबरोबर विवाहबाह्य संबंध आले होते. सुदैवाने त्या स्त्रिया प्रकरणाचा बोभाटा होऊ नये म्हणून त्यांच्याहीपेक्षा जास्त सावधगिरी बाळगणाऱ्या निघाल्या होत्या. प्रकरण संपल्यानंतरही त्यांनी कधी बभ्रा केला नव्हता. पण तरीही साराहना जे कळायचे ते कळले होतेच. एका क्षणी तर त्यांनी घटस्फोट घ्यायचा विचार केला होता. अगदी टोकापर्यंत गेले होते. सुदैवाने त्यांनी माघार घेतली होती. घटस्फोटित, एकटा, व्यभिचारी माणूस असूनही नेवडा राज्याचा गव्हर्नर होणे अशक्य नव्हते. पण व्हाइट हाउसच्या मात्र जवळपासही त्यांना जाता आले नसते. साराहना सामाजिक जाणीव होती आणि काही प्रश्नांवर त्या काम करायच्या. नेवडाची फर्स्ट लेडी म्हणून व आता राष्ट्राध्यक्षांची पत्नी म्हणून या प्रश्नांसाठी काम करायची त्यांना जी संधी मिळत होती, ती एरवी मिळाली नसती.

युद्धावरून परतलेल्या सैनिकांसाठी त्या अविश्रांतपणे काम करत. अमली पदार्थांच्या गुन्ह्यात सापडून शिक्षा भोगलेल्या व्यक्तींचे पुनर्वसन व्हावे यासाठी त्या प्रचार मोहीम राबवत. त्यांच्या कामामुळे टॉमना त्यांच्याबद्दल आदर होता. इतर अनेक कारणांमुळेही ते त्यांच्याविषयी आदर बाळगत. व्हाइट व्हाउसमधील कार्यकाल संपल्यानंतर ते कदाचित घटस्फोट घेतील, ही शक्यता होती किंवा कदाचित त्यांनी तो घेतलाही नसता. ही व्यवस्था दोघांच्याही सोयीची होती. विवाह टिकून राहणे ही त्यांच्यासाठी केवळ एक सोय होती, पण नेहमी नाही, तरी कधीकधी या नात्यात उबदारपणा येत असे.

"तुझं भाषण मला चांगलं वाटलं," त्या म्हणाल्या. "तू योग्य तोच सूर लावलास."

नोल्सनी विषादपूर्ण स्मित केले. डीनर पार्टीत अवकळा पसरलेली होती.

आपण काय विचार करतोय, ते लोकांनी बोलून दाखवले नव्हते. राष्ट्राध्यक्षांच्या तोंडावर ते बोलून दाखवले नसतेच. एड अब्राहम्स आपले लागेबांधे वापरून पक्षामध्ये काय प्रतिक्रिया उमटतात व काय वातावरण निर्माण होते, त्याचा पुढील काही दिवसांत अंदाज घेणार होते.

व्हाइट हाउसला पोहोचल्यानंतर ते वेगवेगळ्या रस्त्याने गेले. साराह निवासी मजल्याकडे आणि नोल्स वेस्ट विंगकडे गेले. तिथे रॉबर्टाच्या ऑफिसमध्ये अब्राहम्स, रुईज केलरमन आणि डेवलीन निवडणुकांचे निकाल बघत होते. सोडा, कॉफी आणि पिझ्झाचे राहिलेले तुकडे सगळ्या खोलीभर होते. ते एका खुर्चीत बसले.

''आपण कुठे आहोत?'' ते म्हणाले.

''फ्लोरिडामध्ये लोगानची हार झाली,'' डेवलीन म्हणाल्या.

''मॉरिसनचं काय?''

''ते जिंकणार नाहीत. बकले सुरक्षित आहे.''

''ओगडेन?''

डेवलीननी नकारार्थी मान हलविली.

''ओहयोमध्ये अँडर्स सुरक्षित दिसतोय,'' रुईझ-केलरमन म्हणाल्या.

''अॅडर्सबद्दल आपल्याला शंका होती का?''

''कालच्या घटनांनंतर आपल्याला शंका होती.''

''जीझस ख्राईस्ट. हाउसबद्दल काय?''

''काठावरती. आपलं नेटवर्क म्हणतंय चार किंवा पाच जागांचा फक्त फरक राहील. पारडं दोन्हीपैकी कोणाच्याही बाजूला झुकू शकेल. जे निष्कर्ष हाती येत आहेत, त्यावरून मलाही तसंच वाटतं. अगदी अटीतटीची परिस्थिती आहे.''

नोल्सनी एक दीर्घ सुस्कारा सोडला. त्यांनी अब्राहम्सकडे बघितले. ''हे वाईट आहे.''

अब्राहम्सनी होकारार्थी मान हलविली. ''मायला, खरंच फार वाईट आहे.''

हाउस ऑफ रिप्रेझेंटेटिव्हवर कोणाचा ताबा राहील, याबद्दल टीव्हीवर काही जण संदिग्धपणे बोलत होते, त्याकडे राष्ट्राध्यक्षांनी बघितले.

अब्राहम्सन रिपब्लिकन पक्षाचे राष्ट्रीय अध्यक्ष जॅक हॅरिस यांच्याबरोबर बोलले होते.

''ते काय म्हणाले?'' नोल्सनी विचारले.

''काहीच नाही. ते काय म्हणणार? ते उद्या तुम्हाला फोन करतील.''

तिथे शांतता पसरली. खोलीतील वातावरण खूप उदास होते.

''ठीक आहे सेनेटमध्ये साठ जागा पाहिजेत कोणाला?'' अब्राहम्स म्हणाले.

"त्यामुळे हॉचकिसना फक्त आणखी एक हत्यार मिळेल. स्वत:चा फायदा दिसत असेल तर प्रत्येक वेळेला ते आपल्या विरुद्ध मत द्यायची धमकी देतील आणि त्यांच्या थोड्या पाठीराख्यांना आपल्यासमोर उभं करतील."

"ते तर ते आत्ताही करतात." डेवलीन म्हणाल्या.

अब्राहम्सनी स्मित केले, "खरं आहे."

"हे त्यांना फारच आवडेल, मायला हे त्यांना फारच आवडेल."

"मला वाटतं त्यांची प्रचार मोहीम आजपासून सुरू होईल, असं आपण गृहीत धरू."

"आणि आपलीही सुरू होईल," अब्राहम्स म्हणाले. "हे ठीक करण्यासाठी आपल्याकडे दोन वर्षे आहेत. हॉचकिसबाबत बोलायचं तर ते बंडखोर आहेत असं चित्र आपण रंगवू. एकनिष्ठ नाहीत. मग ते टोकाला जातील. तो त्यांचा स्वभावच आहे. प्रत्येक वेळेला ते त्रास देतात आणि आपण त्यांना धोबीपछाड देतो."

"एड", डेवलीन म्हणाल्या. "त्यांच्या मतदारसंघाची इच्छा आहे, त्यांनी बंडखोर असावं. त्यांच्याबद्दलचं तेच त्यांना आवडतं. गर्भपातविरोधी, कडवे धर्मनिष्ठ, त्यासाठी पिस्तुलाचा धाक दाखवणारे, त्यांना आपले कार्यक्रम अयशस्वी करण्यात आनंदच आहे."

अब्राहम्स हसले. "रॉबर्टा, तुम्ही आपल्या पक्षाच्या मुख्य घटकाबद्दल बोलत आहात. असं बघा, जेव्हा आपल्याकडे सेनेटमध्ये अठ्ठावन्न जागा होत्या, तेव्हा त्यांना त्यांचे काय चाळे करायचे होते, ते चालून जात होते. त्यामुळे काही फरक पडत नव्हता. आता त्यांनी तसं काही केलं, तर आपले कार्यक्रम अयशस्वी होतील. त्यामुळे त्यांनी काही नाटकं केली, तर त्यांना त्याची किंमत चुकवावी लागेल. रिपब्लिकन पक्षाचे लोक बेईमानीचा तिरस्कार करतात. त्यांच्या मतदारसंघाला ते आवडेल, पण इतर कोणालाच नाही. हां, ते जर डेमोक्रॅट असते तर, त्या पक्षाच्या सगळ्या लोकांना ते आवडलं असतं. आपल्याकडे नाही. त्यामुळे आपल्याला त्यांची कोंडी करता येईल."

टॉम नोल्स विषण्ण नजरेने स्क्रीनकडे टक लावून बघत होते. "युगांडाबाबत आपल्याला काही चांगली बातमी मिळाली का?" त्यांनी अचानक विचारले. "रोज मला ते अहवाल मिळतात आणि घडत तर काहीच नाही. आपल्याला चांगली बातमी कधी मिळणार आहे?"

"नाही मिळाली ते बरंच झालं. मिळाली असती, तर या दोन दिवसांच्या गदारोळात ती हरवून गेली असती."

"आता आपल्याला अशा बातमीचा उपयोग करता येईल," नोल्सनी अब्राहम्सकडे बघितले. "आपल्याला त्याबाबत काही करता येईल का?"

"मी गॅरींबरोबर बोलतो." अब्राहम्स म्हणाले.

आपला अंदाज कधीच चुकणार नाही, अशा तोऱ्यात स्क्रीनवरील पंडितांचे बोलणे सुरूच होते. देशाच्या विविध भागांतील चौघे जण एकाच वेळेला स्क्रीनवर दिसत होते आणि सूत्रधार चर्चेवर नियंत्रण ठेवण्याचा प्रयत्न करत होता.

"त्यांनी ऑफर का स्वीकारली नाही, कोणी कसलरशी बोलून जाणून घेतलं का?" नोल्सनी विचारले.

"सुझान त्यांच्याबरोबर बोलत आहे. पण ते उघड आहे, नाही का? मार्केटला ते कारण कळलं. चीनने ती बँक मुद्दाम बुडू दिली. आज मार्केटने काय केलं बघा. चीन सरकारचा मोठा हिस्सा ज्या-ज्या कंपन्यांच्या शेअर्समध्ये आहे, अशा कंपन्यांचे शेअर्स मार्केटने सरळ मोडीत काढले."

"असं झालं?"

डेवलीननी होकारार्थी मान हलविली. "त्या चिन्यांना असाच धडा मिळायला हवा. त्यांच्या होल्डिंगचं मूल्य खूप खाली आलं."

"शांघायमध्ये काय घडलं?"

"त्यांचं मार्केट चार टक्क्यांनी खाली आलं."

"त्यांचे इन्व्हेस्टमेंट फंड किमती वर राहाव्यात म्हणून खरेदी करत राहतील," अब्राहम्स म्हणाले. "तो एक अलिखित नियम आहे. शांघाय एका दिवसात चार टक्क्यांपेक्षा जास्त कधीच खाली पडत नाही."

चीनच्या अध्यक्षांनी फिडेलियनचा बचाव का केला नाही, ते नोल्स यांच्या अजूनही लक्षात येत नव्हते. शेवटी सरकारी हस्तक्षेपाने त्यांना शांघायमधील मार्केटचे पडणे थांबवावे लागले होते. मग त्यांचे काय भले झाले होते?

"झँग पीआयसीला आपल्या इच्छेप्रमाणे वागायला नक्कीच भाग पाडू शकले असते, बरोबर? वॉल स्ट्रीटवरील सर्वांत व्यवहारदक्ष बँकरना मी एक ऑफर द्यायला लावली आणि तीही अशा बँकेसाठी की, जिला हात लावण्याची त्या कोणाची इच्छा नव्हती आणि फिडेलियनने ऑफर घेतली नाहीतर काय होईल, ते मी झँगना सांगितलं. ही अंतिम ऑफर आहे असंही सांगितलं. मी तसं सांगितलेलं तुम्ही ऐकलंत ना?"

"कदाचित ते आपल्याला काही संदेश देण्याचा प्रयत्न करत असतील," डेवलीन म्हणाल्या.

"काय संदेश आहे तो? मला फोन करू नका? रात्री नऊनंतर मला त्रास देऊ नका?" नोल्स थांबले. त्यांच्या लक्षात आले की, ते अचानक भडकले होते. "तो माणूस, मी तुम्हास सांगतो, त्या माणसाबरोबर बोलायचा मला तिटकारा वाटतो. स्फोट घडवणारी सिगार जर कोणा एकाच नेत्याला पाठवायची असेल,

तर मी ती झँगना पाठवेन. झँगना हसताना कोणी पाहिलंय का? जणू काही तोंडाभोवती बोटोक्सचं ऑपरेशन करून तिथली कातडी ताठ केलीय.''

एड अब्राहम्सनी गालांतल्या गालात स्मित केले.

''मी ती सिगार पाठवली, तरी बहुधा ते ती ओढणार नाहीत,'' नोल्स पुटपुटले.

अब्राहम्स मोठ्याने हसले.

''तुम्हाला त्यांच्याबरोबर बोलावं लागलं असतं तर बरं, असं मला वाटतंय, एड. मी अगदी आनंदाने तुम्ही बोला असं सांगितलं असतं.''

''मला नाही वाटत, राष्ट्राध्यक्ष झँगना ते आवडलं असतं.''

''ते खरं, पण कोणती एखादी तरी गोष्ट त्यांना आवडते का, याचीच मला शंका आहे.' नोल्सनी स्क्रीनकडे बघितले. त्यावर हाउस ऑफ रिप्रेझेंटेटिव्हमध्ये कोणाला किती जागा मिळू शकतील, याचा अंदाज आलेखाच्या साहाय्याने दाखवला जात होता. त्यात रिपब्लिकन पक्षाचे बहुमत कमी होईल, असे लाल रंगात दाखवले जात होते. नोल्सनी तिथे बोट खुपसल्यासारखे केले. ''असं घडावं म्हणून हे मुद्दाम, योजनाबद्ध रितीने केलेलं कारस्थान होतं, हा निष्कर्ष काढणं आपल्याला भाग पडतंय.''

''हा आपल्या लोकशाही प्रक्रियेत हस्तक्षेप आहे,'' अब्राहम्स म्हणाले. ते आता एकदम गंभीर झाले होते.

''आहेच. हे अपमानकारक आहे.''

''होय.''

''त्याबद्दल आपण काय करणार आहोत?''

''ते आपल्याला ठरवावं लागेल.''

तिथे शांतता होती.

''फिडेलियनने ऑफर फेटाळली, हे कोणी उघड केलं याची काही कल्पना?'' रूइझ्‌-केलरमननी विचारले.

''ती माहिती उघड होणारच होती,'' अब्राहम्स म्हणाले. ''बऱ्याच लोकांना त्याबद्दल माहीत होतं. बचाव करण्याचा प्रयत्न झाला असेल, याचाही वॉल स्ट्रीटने आडाखा बांधलाच असता. आपण झँगबरोबर बोललो ते उघड झालं असतं, तर त्यामुळे खरोखर आपली जास्त हानी झाली असती. त्यामुळे आपल्याबद्दल वाईट मत झालं असतं. एक तर मदत करा म्हणून आपल्याला एका परदेशी नेत्याला फोन करावा लागतोय आणि तो मदत करायचं नाकारतोय.''

नोल्सनी मान हलवून सहमती दाखविली. ते उघड झाले असते, तर त्यांच्याविषयी फारच वाईट मत झाले असते.

२९

निवडणुकीनंतरच्या दुसऱ्या दिवशी सकाळी तासागणिक राजकीय खळबळ वाढत असताना मरिअन इलमनना नेहमीच्या स्टाफ मीटिंगमधून मधेच बाहेर जावं लागलं. एका कॉन्फरन्स कॉलमध्ये सहभागी होण्यासाठी त्यांना मीटिंग सोडावी लागली होती. फिलिपाईन्सच्या दौऱ्यावर गेलेले बॉब लिव्हिंगस्टन, वॉशिंग्टनमधून उपपरराष्ट्रमंत्री डॉग हावरिंग आणि बीजिंगमधून स्टीव्ह हस्कल यांच्यासह हा कॉन्फरन्स कॉल होता. फिडेलियन बँक दिवाळखोरीत गेली त्या घटनाक्रमांचा आढावा घेण्यासाठी व त्यावर चर्चा करण्यासाठी राष्ट्रीय सुरक्षा परिषदेची बैठक शुक्रवारी आयोजित करण्यात आली होती. बॉब लिव्हिंगस्टनना या बैठकीच्या आधी परराष्ट्रखात्याचा अहवाल राष्ट्राध्यक्षांना देण्याची इच्छा होती.

यासारख्या विषयाशी राष्ट्रीय सुरक्षा परिषदेचा काय संबंध आहे, ते मरिअनना माहीत नव्हते किंवा परराष्ट्रखात्याने त्याबाबत आपले विचार सांगावेत असे का सांगण्यात आले होते, तेही त्यांना कळत नव्हते. फिडेलियन बुडण्याच्या काही तास आधी टॉम नोल्स आणि चीनचे राष्ट्राध्यक्ष यांच्यात काय झाले होते, ते परराष्ट्रखात्यात फक्त लिव्हिंगस्टन आणि उपपरराष्ट्रमंत्र्यांना माहीत होते. हा कॉन्फरन्स कॉल सुरू झाल्यानंतर लिव्हिंगस्टन यांनी घटनांचा सारांश सांगितला. पाच मिनिटांतच मग ती बाब मरिअननाही माहीत झाली.

त्या दिवसानंतर मरिअनना दक्षिण अफ्रिकेच्या ठरावाबाबत ब्रिटिश आणि डच राजदूतांबरोबर अचानकच एक मीटिंग घ्यावी लागली होती. संयुक्त राष्ट्रसंघाच्या इमारतीतील कॉरिडोरमध्ये मरिअनची गाठ पडते का, ते बघण्यासाठी ते जणू दबा धरून बसले होते. मरिअनना मग घरी पोहोचायला उशीर झाला, तोपर्यंत डॅनिअल झोपी गेलेला होता आणि इला झोपी जाण्याच्या तयारीत होती. मरिअननी ती झोपी जाण्यापूर्वी तिच्यासाठी थोडेफार वाचन केले. नंतर त्यांनी स्वत:च्या ईमेल बघितल्या. राष्ट्राध्यक्षांसाठी जो अहवाल द्यायचा होता, त्याचा मसुदा आलेला होता – तो बघण्यासाठी इतर आणखी कोणताही वेळ काढणे, त्यांना

शक्य नव्हते, त्यामुळे त्यावर लगेच काम करणे त्यांनी सुरू केले. गरम केलेले डिनरही त्यांच्या डेस्कवर होते. हे काम संपेपर्यंत दोन तास निघून गेले.

डेव्ह पुस्तक वाचत बिछान्यावर पडले होते.

त्या येत असताना त्यांनी मान वर केली. ''झालं तुझं?''

त्यांनी होकारार्थी मान हलवली आणि त्या बेडवर बसल्या. ''आज अगदी पिट्टा पडला.''

''तुला माहीत आहे, आज आपल्या गुंतवणुकीचं मूल्य आणखी दहा टक्क्यांनी खाली आलं.''

''खरंच?''

''होय, म्हणजे या आठवड्यात ते साधारण पंचवीस टक्क्यांनी खाली आलं. वाईट नाही. मला वाटलं, तुझ्या बॉसला ते कदाचित जाणून घ्यायची इच्छा असेल. काय बरं त्यांचं नाव?'' डेव्हनी बोटे झटकली. ''नोल्स? कोणीतरी नोल्स.''

''मी त्यांना नक्कीच सांगेन.''

''तू हे वाचलं पाहिजेस.'' डेव्हनी पुस्तक बंद केले आणि त्यांच्याकडे फेकले.

ते जोएल एहरेनरेक याचे पुस्तक होते. दोन-एक दिवस आधी ते आले होते. मरिअननी ते वाचायचेच या उद्देशाने स्वत:च्या डेस्कवर ठेवले होते, पण त्यांना क्षणाचीही फुरसत मिळाली नव्हती.

''पुस्तक चांगलं आहे,'' डेव्ह म्हणाले.

''तू वाचलंस का ते?''

''काही-काही भाग. तू प्रकरण पाच वाचलं पाहिजेस.''

डेव्हनी मान हलवली. ''मी सांगतो, ते तू वाचायलाच हवं.'' ते पुन्हा म्हणाले.

त्या तयार झाल्या आणि बेडवर परत आल्या. डेव्हनी टीव्ही लावला होता आणि आवाज बारीक करून ते तो बघत होते. जोएलचे पुस्तक अजूनही बिछान्यावर होते. त्या थकलेल्या होत्या, पण तरीही त्यांनी ते उचलले. झोपण्यापूर्वी निदान त्यावर नजर टाकू असा त्यांनी विचार केला.

नंतर त्यांनी जेव्हा मान वर केली तेव्हा डेव्ह तोंड उघडे टाकून झोपी गेले होते. टीव्हीवर 'लेट शो' प्रोग्रॅमची श्रेयनामावली दाखवली जात होती.

संपूर्ण जगच आता एकमेकांशी निगडित झाले होते. जोएल त्याला जागतिक जाळे म्हणत होते. या जाळ्याचा एकेक धागा घेऊन त्यांनी त्याचे एकेका प्रकरणात विच्छेदन केले होते. प्रकरण पाच अशाच एका प्रकरणांपैकी होते. कॉर्पोरेट धागा असे जोएलने नाव दिलेल्या एका विषयाबाबत ते होते. अनेक

राष्ट्रांत व्यवसाय असणाऱ्या कॉर्पोरेट कंपन्या ह्या राष्ट्रीय प्रभावापासून मुक्त असतात असे मानण्याची प्रथा आहे, जोएलनी त्याबाबत विचारमंथन केले होते. या कंपन्या राजकीय सरहद्दी पलीकडे जात, आपली क्षमता जास्तीतजास्त वाढवण्याचा प्रयत्न करतात. कमीत कमी खर्चात कुठून काम होईल, जास्तीतजास्त फायदा कुठे मिळेल, याचा या कंपन्या शोध घेत असतात. मग कोणत्या राष्ट्राशी ते व्यवसाय करतात व कोणत्या राष्ट्रात करतात याबाबत त्यांना देणघेणे नसते, अशी नेहमीची समजूत होती. तथापि प्रत्यक्षात एका महत्त्वाच्या निकषाबाबत तरी हे खरे नव्हते. जोएलनी शंभर कंपन्यांचे विश्लेषण केले होते. त्या सर्व अमेरिकेतून सुरू झालेल्या, अनेक राष्ट्रांत व्यवसाय असणाऱ्या सर्व उद्योग क्षेत्रातील पब्लिक लिमिटेड कंपन्या होत्या. त्यापैकी कोणातही अमेरिकेच्या सरकारची मालकी नव्हती. विश्लेषणावरून असे दिसत होते की, त्यातील वीसपेक्षाही कमी कंपन्या परदेशी राष्ट्राच्या इन्व्हेस्टमेंट फंडाच्या ज्ञात मालकीपासून पूर्णपणे मुक्त होत्या. तीसपेक्षा जरा जास्तच कंपन्यांत अशा फंडांची वीस टक्कांपेक्षा जास्त मालकी होती. इतक्या टक्क्यांच्या आधारे बहुतेक ठिकाणी या फंडांच्या मालकांना त्या कंपनीत महत्त्वाचा प्रभाव गाजवता आला असता. तथापि कंपनीचा ताबा घेता येईल, अशी मात्र स्थिती नव्हती. ही परिस्थिती कशामुळे उद्‌भवली हे प्रकरणात पुढे दिलेले होते. २००८च्या आर्थिक संकटानंतर अनेक कंपन्यांच्या शेअर्सचे भाव खाली आले होते, अशा पडलेल्या भावात खरेदी करण्यासाठी सार्वभौम इन्व्हेस्टमेंट फंड आतुरच होते आणि त्यांनी खरेदी केली होती. तसेच अर्थव्यवस्था सुधारल्यानंतर कंपन्या भांडवलासाठी भुकेल्या होत्या, त्यांच्यासाठीही भांडवल पुरवण्यात आले होते. त्या मार्गानेही ह्या कंपन्यांच्या मालकी हक्कात या फंडाचा हिस्सा वाढत गेला होता. तसेच अर्थव्यवस्था वेगाने सुधारत गेली तेव्हा आखाती प्रदेशांमधील तेल उत्पादक देश आणि चीनसारखे उत्पादक-निर्यातदार देश यांच्याकडे भरपूर पैसा जमा होत होता. त्यांनीही महत्त्वाच्या कॉर्पोरेशनमध्ये आपला हिस्सा वाढवत नेणे सुरूच ठेवले होते. मंदीच्या आणि त्यानंतरच्या काळात पाश्चात्त्य देशांच्या सरकारांनी प्रचंड मोठ्या प्रमाणात सरकारी रोखे विकायला काढले होते. ते विकत घेण्याच्या बदल्यात परदेशी सार्वभौम फंडानी आपल्या देशातील कंपन्या ताब्यात घेण्यासही त्यांनी मूक संमती दिली होती.

एकूणच एहरेनरेक यांचे प्रतिपादन होते की, पाश्चात्त्य देशांच्या उपभोगवादी वृत्तीमुळे जगातील तेल उत्पादक व उत्पादक निर्यातदार देश यांना भरपूर फायदा मिळाला होता. हा फायदा त्या देशांच्या सरकारी मालकीच्या फंडामार्फत ते पाश्चात्त्य देशातील मोठ्या कंपन्यात गुंतवत होते. एकप्रकारे पाश्चात्त्य देशातून मिळालेला फायदा पुन्हा त्या देशात आला होता; पण त्यामुळे एक विसंगत

परिस्थिती उद्भवली होती. विकसित देशांतील मुक्त बाजारपेठेमधील संपत्ती निर्माण करणाऱ्या कंपन्या व आर्थिक प्रगतीचे स्रोत यावर कधी नव्हे, इतकी परक्या सरकारांची मालकी होती. अमेरिकेच्या सरकारने त्यांच्या देशांतील खाजगी उद्योगांवर सरकारची मालकी असावी अशी इच्छा कधीच बाळगली नव्हती. पण सौदी अरेबिया, अबूधाबी, चीन, रशिया, सिंगापूर आणि कुवेत या देशांच्या सरकारांनी मात्र हे साध्य केले होते. परिस्थिती चांगली असताना हा काही फारसा चिंतेचा मुद्दा असण्याची शक्यता नव्हती. पण तणाव निर्माण झाला, तर हे देश या होल्डिंगचा गुंतवणुकीचा कसा वापर करतील, कोणी सांगावे? जगाने झोपेत चालत जाऊन एका विशिष्ट परिस्थितीला जन्म दिला होता. जागतिक जाळ्याच्या राजकारणातील सर्व तणाव व संभाव्य संघर्षाचे मुद्दे आणि जगाच्या प्रमुख ट्रान्सनॅशनल कार्पोरेशन – अनेक राष्ट्रात कारभार असणाऱ्या कार्पोरेशन – यांचे धागे एकमेकांत खोलवर गुंतलेले होते.

हे असे घडायला नको होते किंवा ही परिस्थिती बदलवायला हवी, हा एहरेनरेक यांचा मुद्दा नव्हता. मुक्त बाजारपेठेचे वास्तव हे होते की, बाजारपेठ म्हणून काम करण्यासाठी ते मुक्त असणे आवश्यक होते. खुलासेवार सांगायचे तर बाजारपेठेचा अर्थ कृत्रिम नियंत्रणाशिवाय, सरकारी नियंत्रणाशिवाय तिथे खरेदी विक्रीचे व्यवहार होतील व या व्यवहारात खरेदी-विक्रीची काय किंमत असेल, ते बाजारपेठ स्वतःच ठरवेल. त्यामुळेच त्यावर सरकारी मालकी नसणे आवश्यक होते. त्यांचा असा मुद्दा होता की, जोपर्यंत या तत्त्वाशी आणि जागतिक जाळ्याच्या इतर मजबूत धाग्यांशी जागतिक व्यवस्थापन सुसंगत असणार नाही, तोपर्यंत ही परिस्थिती अपरिहार्यपणे तणावाला जन्म देत राहील. यातील प्रत्येक धागा म्हणजे जणू एक बाद रेषा – फॉल्ट लाइन होती, तिला स्पर्श झाला की बाद होणार. मग जागतिक व्यवस्थापन जर ह्या धाग्यांशी सुसंगत राहिले नाही, तर त्यातून निर्माण होणाऱ्या तणावांमुळे भूकंप झाला असता. डेव्हनी झोपाळूपणे बाजूला बघितले. "तू अजून वाचत आहेस?"

"झालं माझं," मरिअन म्हणाल्या. त्यांनी पुस्तक बंद करून पलंगाशेजारच्या टेबलावर ठेवले.

डेव्हनी टीव्ही बंद केला. "तुला काय वाटतं? मला कळत नाहीये, एका विस्मयजनक अंतर्दृष्टीतून त्यांनी हा मुद्दा मांडला आहे की ती फुकाची बडबड आहे."

"मागच्या काही दिवसांत मी जे बघितलं, ते मी बघितलं नसतं तर मला वाटतं माझं वेगळं मत असतं. पण आता मी म्हणेन ते... इंटरेस्टिंग आहे."

"इंटरेस्टिंग?"

“जोएल इंटरेस्टिंग – त्याच्या पद्धतीचं विचारप्रक्षोभक. नियमांना आव्हान देणारं. ऐतिहासिक संदर्भांनी संपृक्त.”

“पण मी सुप्रीम कोर्टाचा न्यायमूर्ती होण्याची जितकी शक्यता आहे, तितकीच हे सारं प्रत्यक्षात येण्याची शक्यता आहे.”

मरिअननी स्मित केले.

“आणि आता?”

“ते वाचून माझ्या अंगावर शहारे आले.”

डेव्हनी त्यांच्याकडे आश्चर्याने बघितले.

“सध्या जे काही घडतंय, त्यामागेही आणखी काही घडत आहे. बऱ्याच लोकांना त्याची माहिती नाही.”

त्या पुढे काय बोलताहेत याची डेव्ह वाट बघत होते.

“टीएस.” तो त्यांचा सांकेतिक शब्द होता. टीएस म्हणजे अत्यंत गोपनीय. मरिअनना जे माहीत असे, पण डेव्हना त्या ते सांगत नसत, अशा गोष्टींबद्दल ते हा शब्द वापरायचे. “मला आजच कळलं. असं दिसतंय, फिडेलियन कोसळण्यापूर्वी आम्ही ते थांबवण्यासाठी, चीनची मदत घेण्याचा प्रयत्न केला होता.”

“आम्ही...?”

“टॉम नोल्स झँग यांच्याबरोबर बोलले होते.”

डेव्हनी एक दीर्घ श्वास घेतला.

“होय,” मरिअन म्हणाल्या. “मीही तोच विचार करतेय.”

३०

निवडणुकीचे निकाल जाहीर होऊन दोन दिवस झाले होते आणि प्रशासनावरील दबाव वाढत चालला होता. उजव्या विचारसरणीची वर्तमानपत्रे राष्ट्राध्यक्षांवर जीवघेणी टीका करत होती. मध्यावधी निवडणुकीतील निकालाचा पुरावा म्हणून उपयोग करत, उजव्या विचारांच्या मार्गावर चालाल तरच रिपब्लिकन पक्षाला भवितव्य आहे, असे ती म्हणत होती. याच निकालांचा पुरावा म्हणून उपयोग करत उदारमतवादी वर्तमानपत्रे बढाई मारत होती की, डाव्या विचारांच्या मार्गावर चालण्यातच देशाला भवितव्य आहे. खुद्द पक्षाच्या सर्व थरांतून टीकेचा भडिमार होत होता. राष्ट्राध्यक्षांच्या कारभार हाकण्याच्या क्षमतेबद्दल शंका घेऊन, त्याचे काय परिणाम होतील, याबद्दल गंभीर विधाने केली जात होती. ती करणारे पक्षाचे वरिष्ठ नेते होते, तसेच दोन वर्षांनी राष्ट्राध्यक्षपदाच्या नामांकनाच्या शर्यतीत उतरू बघणारे नेतेही होते. राजकीय पक्षातील अंतर्गत हेवेदावे, दोषारोप यांना ऊत येण्यासाठी निवडणुकीतील पराभवाइतकी दुसरी चांगली सबळ परिस्थिती नसते. नोल्स यांनी निवडणुकीचे निकाल मान्य करणारे निवेदन जारी केले होते. त्यांनी त्यांचे कार्यक्रम नव्या काँग्रेससह जिद्दीने राबवले जातील याची ग्वाही दिली होती. मार्केटमधील घटना केवळ तात्पुरत्या असतील व त्या सीमित असतील असा आशावाद प्रकट केला होता. मार्केटचे खाली येणे आता थांबले होते, पण ते हेलकावे घेत होते, धास्तावलेल्या स्थितीत होते, अफवांमुळे क्षुब्ध स्थितीत होते. दिशा दाखवणारे काही घडावे याची वाट बघत होते.

व्हाइट हाउसमध्ये पत्रकार परिषद घेण्यासाठी खास कक्ष होता. डीन मॉस तिथे रोज पत्रकार परिषद घ्यायचे. या परिषदेत त्यांना आज जबरदस्त भडिमाराला तोंड द्यावे लागत होते. राष्ट्राध्यक्ष नोल्स यांचे प्रेस सेक्रेटरी म्हणून त्यांना काहीवेळा खूप टीकेचा सामना करावा लागला होता, पण त्या दिवसाइतका भडिमार त्यांच्यावर कधीच झाला नव्हता. प्रत्येक राष्ट्राध्यक्षपदाच्या कारकिर्दीत कसोटीचे क्षण येतात. एक पेचप्रसंग मानगूट पकडतो आणि खोलीत भिरकावून

देतो. मागोमाग कर्कश्श ओरडणाऱ्या वर्तमानपत्रांच्या टोळ्या येतात. प्रशासन स्वत:ला कसे सावरेल आणि पुन्हा उठून उभं राहील, याची त्या तर श्वास रोखून वाट बघत असतात. त्या लोकांना मूलत:च आशा असते की, खाली पडलेल्या प्रशासनाच्या बरगड्यात आपल्यालाही दोन चार लाथा हाणायला मिळतील. दोन वर्षे तुलनेने शांततेत गेली होती आणि टॉम नोल्सना सुदैवाची साथ मिळेल, फारशा कठीण प्रसंगाशिवाय त्यांची कारकिर्द पूर्ण होईल असे वाटत होते, पण आता हे प्रकरण उद्‌भवले होते. राष्ट्राध्यक्षांच्या निवेदनामुळे माध्यमांचे समाधान झाले नव्हते आणि त्यांच्या प्रश्नांचा मारा मॉसना सहन करावा लागत होता. माध्यमांना आणखी माहिती हवी होती. आता काँग्रेसमधील राष्ट्राध्यक्षांचे मताधिक्य गेल्याने कोणत्या कार्यक्रमाबाबत नोल्स तडजोड करायला तयार होतील, याची माहिती त्यांना हवी होती. फिडेलियनसाठी डील करण्यात त्यांनी मध्यस्थी केली होती का आणि केली असेल तर ते का अयशस्वी झाले, हे माध्यमांना जाणून घ्यायचे होते. मंत्रीमंडळात फेडरल रिझर्व्हमध्ये, व्हाइट हाउसमध्ये बदल होतील का याची त्यांना माहिती हवी होती. मग कोणीतरी हात वर केला आणि विचारले, ‘‘राष्ट्राध्यक्षांनी, राष्ट्राध्यक्ष झँग यांच्याबरोबर बोलणं केलं होतं का?’’

टाचणी पडली तरी आवाज येईल, इतकी शांतता खोलीत पसरली. प्रश्न ऐकलेल्या प्रत्येकाला लगेच त्याचे महत्त्व कळले होते. राष्ट्राध्यक्ष जर झँग यांच्याबरोबर बोलले हे खरे असेल तर त्याचा काय परिणाम होईल, ते प्रत्येकाच्या लक्षात आले. डीन मॉसनाही याचा अर्थ कळला. फेडरल रिझर्व्हमधील, अर्थखात्यामधील, परराष्ट्रखाते आणि व्हाइट हाउसमधील सर्वोच्च व्यक्तींना केवळ ही माहिती असायला हवी होती.

‘‘तुम्ही मला विचारताय राष्ट्राध्यक्ष, झँगबरोबर बोलले का?’’ मॉस वेळकाढूपणा करण्यासाठी म्हणाले. ‘‘हेच तुम्ही विचारत आहात का?’’

‘‘होय, सर.’’

‘‘राष्ट्राध्यक्ष अनेक जागतिक नेत्यांबरोबर नियमितपणे बोलत असतात. तो त्यांच्या कामाचा एक महत्त्वाचा भाग आहे.’’

‘‘मग मी जितकं शक्य आहे तितक्या नेमकेपणाने पुन्हा विचारतो. फिडेलियनने दिवाळखोरीचा अर्ज दाखल करण्यापूर्वीच्या रात्री राष्ट्राध्यक्ष नोल्स, राष्ट्राध्यक्ष झँग यांच्याबरोबर बोलले आणि डील होईल, याची खात्री करण्यासाठी त्यांनी त्यांची मदत मागितली हे खरं आहे का? मिस्टर मॉस?’’

मॉस घुटमळले. तांत्रिकदृष्ट्या ते याचे उत्तर ‘नाही’ असे देऊ शकत होते. राष्ट्राध्यक्ष, झँग यांच्याबरोबर बोलले होते, ते आदल्या रात्री नाहीतर फिडेलियन बुडाली त्या दिवशी सकाळी बोलले होते. क्षणिक जोशाने त्यांच्या विचारांवर

ताबा मिळवला आणि ते बोलून गेले, ''नाही.''

''म्हणजे फिडेलियन बुडण्यापूर्वी ती वाचवण्याची आवश्यकता आहे, याबाबत ते त्यांच्याशी बोलले नव्हते?''

''मार्गारिट, तुम्हाला माहीत आहे, राष्ट्राध्यक्षांनी केलेल्या प्रत्येक संभाषणाची यादी मी तुम्हाला देऊ शकत नाही.''

त्यांनी इतरही प्रश्न घेतले, पण नोल्स आणि झँग यांच्यातील संभाषणाबाबत विचारलेल्या प्रश्नाला उत्तर देताना मॉस टाळाटाळ करण्याचा प्रयत्न करत होते, हे पत्रकारांच्या लक्षात आले होते. त्यामुळे पत्रकार त्या अनुषंगानेच प्रश्न विचारून काही माहिती मिळते का बघत होते. मॉस मात्र एका प्रश्नाचे उत्तर एकदाच दिले जाईल हे तत्त्व पुढे करून त्या प्रश्नाचे किंवा थोडा फेरफार केलेल्या पण त्याच अर्थाच्या प्रश्नाचे उत्तर देणे नाकारत राहिले. त्यामुळे कोणाची समजूत पटत होती की नाही, हे त्यांना कळत नव्हते. स्वत:ला घाम फुटल्याचे त्यांना जाणवत होते. ते मध्यम उंचीचे गृहस्थ होते आणि त्यांनी आपल्या डोक्यावरचे केस भादरले होते. त्यामुळे त्यांना माहीत होते की, घाम आल्यानंतर त्यांचे डोके चमकायचे. पत्रकारसुद्धा बहुधा ते बघू शकत असणार.

नंतर त्यांना एक निराळा प्रश्न विचारला गेला.

''राष्ट्राध्यक्ष कसे आहेत?''

''ते उत्तम आहेत,'' मॉस सावधगिरी बाळगत म्हणाले.

''खरंच? क्लिंटन यांचा १९९४मध्ये सत्तेत असताना पराभव झाला होता, त्यानंतर पहिल्यांदाच सत्तेत असलेल्या पक्षाला मध्यावधी निवडणुकीतील इतक्या वाईट निकालांना सामोरं जावं लागतंय. २००८च्या काळात बुश यांना आर्थिक संकटांचा सामना करावा लागत होता, त्यानंतर राष्ट्राध्यक्षांना आता सर्वांत मोठ्या आर्थिक संकटाला तोंड द्यावं लागतंय. ओबामांवर आरोग्य सुविधेच्या मुद्यावरून टीका झाली होती. त्यानंतर यांनाच टीकेचा भडिमार सहन करावा लागतोय. त्यांच्या स्वत:च्या पक्षातील निम्म्या लोकांना पुढच्या सार्वत्रिक निवडणुकीसाठी त्यांचे नामांकन करणे योग्य होईल का, याविषयी शंका आहे. उरलेले निम्मे लोक त्यांची मामुली स्तुती करून त्यांची वाट लावताहेत. सेनेटर हॉचकिस नामांकन त्यांच्यापासून हिरावून घेण्याचा प्रयत्न करत आहेत, ते एक तगडं आव्हान उभं करत आहेत हेही आता उघड आहे.'' असे बोलून पत्रकाराने स्मित केले आणि तो म्हणाला, ''म्हणूनच मी विचारलं की ते कसे आहेत?'' मॉसना खोलीतील पत्रकारांच्या चेहऱ्यावर स्मित दिसले. त्यातील प्रत्येक मुद्द्याला एकेक करून उत्तर देऊन तो खोडून काढावा का, याचा त्यांनी क्षणभर विचार केला. नंतर त्यांनी ठरवले अशा प्रश्नाला फार महत्त्व देण्याची गरज नाही. फक्त त्यांचे

खंडन केले तरी पुरेसे आहे.

"ते उत्तम आहेत. विचारल्याबद्दल धन्यवाद! राष्ट्राध्यक्षांची तब्येत सुदृढ आहे आणि वर ओव्हल ऑफिसमध्ये ते देशासाठी जे-जे करणं आवश्यक आहे ते-ते सध्या करत आहेत. पण तुम्ही विचारणा केलीत हे मी त्यांना नक्कीच सांगेन आणि मी अशा गोष्टींवरून राईचा पर्वत करणार नाही. मला माहीत आहे, तुम्हा लोकांना असं करायला आवडतं पण राष्ट्राध्यक्ष आणि हे प्रशासन यांचं परिस्थितीवर आणि कारभारावर पूर्ण नियंत्रण आहे. ओके, आणखी एक ओवेन?"

"आम्ही राईचा पर्वत करतोय का मला माहीत नाही." मॉसनी नाव घेतलेला पत्रकार म्हणाला. "मी हा प्रश्न विचारतो. अनेक अफवा आम्हाला ऐकायला मिळत आहेत. फेडरलने एक डील तयार केलं होतं, ते डील फेटाळण्यात आलं, ते फेटाळणारं चीनचं सरकार होतं आणि आत्ताच आम्ही ऐकलं की डील फेटाळण्यापूर्वी काही तास आधीच राष्ट्राध्यक्ष झँग यांच्याबरोबर राष्ट्राध्यक्ष नेमक्या याच विषयाबाबत फोनवर बोलले होते. असं दिसतंय की, यातील एकाही अफवेला तुम्ही अनुमोदन देत नाही किंवा त्याचं खंडनही करत नाही. आता मी याबाबत पुन्हा प्रश्न विचारत नाही. कारण मला माहीत आहे, तुम्ही मला सांगाल तुम्ही अफवांबाबत भाष्य करत नाही किंवा तुम्ही त्या प्रश्नाचं उत्तर आधीच दिलं आहे किंवा काहीतरी तसंच सांगाल. त्यामुळे डीन मी तुम्हाला विचारतो की मी काय बातमी द्यावी, अशी तुमची इच्छा आहे."

मॉसनी त्याच्याकडे टक लावून बघितले. "तो तुमचा निर्णय आहे, ओवेन."

"तो आहेच. पण मला मदत करण्याची एक संधी मी तुम्हाला देत आहे. कारण सध्या तरी जे मी ऐकलं आहे, त्यावरून मला इतकंच म्हणता येईल, अशा गोष्टी घडल्या हे नाकारण्यासाठी व्हाइट हाउस नकार देत आहे."

सर्व पत्रकारांचे डोळे त्यांच्यावर खिळले आहेत, हे डीन मॉसना जाणवत होते. उत्तराच्या शोधात त्यांचे मन वेगात धावत होते. "तुम्ही काय बातमी द्यावी हे मला वाटतं... तुम्ही काय बातमी द्यावी, हे मी सुचवेन. असं पहा, तुम्ही मला विचारत आहात म्हणून सांगतोय आणि ती सर्वांत महत्त्वाची गोष्ट आहे म्हणून सांगतोय फिडेलियन बँकेने दिवाळखोरीचा अर्ज दाखल करण्यापूर्वी काय घडलं किंवा घडलं नाही याबाबतीतील अफवांपेक्षा सध्या काय घडत आहे, ते महत्त्वाचं आहे. पुढच्या काही दिवसांत काय घडणार आहे, ते महत्त्वाचं आहे. त्यांच्या सल्लागारांसह ह्या घटनेचे काय परिणाम होतील, ते राष्ट्राध्यक्ष जाणून घेत आहेत. आवश्यक असेल तर पुढे काय कृती करायची याचा विचार करत आहेत. आपली अर्थव्यवस्था मजबूत आहे. ट्रेझरी खात्याच्या आणि नामवंत अर्थतज्ज्ञांच्या मते अर्थव्यवस्थेत अजून खूप वृद्धी होऊ शकेल. आपण योग्य मार्गावर वाहून ती

वृद्धी साध्य करू यासाठी राष्ट्राध्यक्ष काम करत आहेत. या विकासाचा लाभ देशाच्या कानाकोपऱ्यांत जावा यासाठी काम करत आहेत. आणि मी हे पण सांगतो की राष्ट्राध्यक्ष आणि हे प्रशासन इतर अनेक गोष्टींवर काम करत आहे. तुम्ही लोक एका वेळी एकाच गोष्टींवर लक्ष केंद्रित करता आणि ते मी समजू शकतो, पण राष्ट्राध्यक्षपदावर राहून अशा प्रकारे काम होत नाही. इतर काही गोष्टी सुरू आहेत. महत्त्वाच्या गोष्टी आहेत आणि आपण त्या नजरेआड करता कामा नयेत.''

पत्रकाराने संशयाने त्यांच्याकडे बघितले.

''जंगल पीस घ्या. युगांडातील लाखो लोकांच्या आयुष्यात सकारात्मक बदल व्हावा यासाठी अमेरिका ही महत्त्वाची कारवाई करत आहे. क्रूर संघटनांनी तेथील जनतेवर तीस वर्षे अत्याचार केले, त्यांच्या तावडीतून त्या जनतेची आपण सुटका करत आहोत. ह्या घटनेमुळे आपण त्यात खंड पडू दिला आहे का? नाही, सर आपण तसं काही केलेलं नाही.''

''पण जंगल पीस मोहिमेचे परिणाम कुठे दिसत आहेत? तुम्ही युगांडात गेलात तेव्हा सांगितलं होतं की, आपल्याला लगेच परिणाम दिसू लागतील.''

''बघाच. तुम्ही बघा.'' मॉस खोलीत जमलेल्या पत्रकारांकडे बघत म्हणाले.

चार मैल दूर अमेरिकेच्या संरक्षणखात्याच्या कार्यालयात, पेंटागॉनमध्ये संरक्षणमंत्री जॉन ओकले आणि जॉइंट चीफ ऑफ स्टाफचे चेअरमन मार्टलॉक हेल यांच्याबरोबर गॅरी रोझ यांची मीटिंग सुरू होती. अब्राहम लिंकन ही विमानवाहू युद्ध नौका केनियाच्या किनारपट्टीवर होती, त्यावरून पीट प्रेसलर फोनलाइनवरून मीटिंगमध्ये सहभागी झाले होते.

गुळमुळीत बोलण्याऐवजी रोझ थेट मुद्यावर आले. काय चालले होते, ते त्यांना जाणून घ्यायचे होते. युगांडाच्या दक्षिणेकडे काही मैलांवर सुदानच्या सीमेजवळील घनदाट जंगलात एलआरएचा मोठा तळ किंवा तत्सदृश्य काही असावे असे टेहळणीत आढळल्याचा प्रेसलर यांनी काही दिवस आधी अहवाल दिला होता. आणखी टेहळणी केली तेव्हा त्यांची खात्री पटली होती की, एलआरएच्या या तळावर काही वरिष्ठ नेतेही असण्याचीही दाट शक्यता होती. एलआरएचा संस्थापक – जर तो जिवंत असेल, तर जोसेफ कोनी हा सुद्धा तिथे असण्याची शक्यता होती. तो बरीच वर्षे दृष्टीस पडलेला नव्हता आणि तो जिवंत आहे की नाही, याबद्दल परस्परविरोधी मते होती. तसेच जिवंत असला तरी एलआरएवर त्याची हुकमत आहे की नाही, याबद्दलही मतभेद होते. तो तळ खूप

महत्त्वाचा होता हे स्पष्ट होते आणि तरीही काहीही कारवाई केली गेलेली नव्हती.

प्रेसलर यांच्यामते कार्यवाही अमलात कशी आणायची म्हणजे ती कृती करण्याबाबतची समस्या होती. जंगल असलेल्या भागात ड्रोन कसे वापरायचे याचे जणू धडेच त्यांना मिळत होते. आणि ते खूप कठीण होते. अफगाणिस्तानात पर्वतांवर झाडे जवळपास अजिबात नव्हती. वैमानिक विरहित विमानात लावलेल्या कॅमेऱ्यातून त्यामुळे सर्व काही स्पष्ट दिसायचे. आणि एक मैल दूरवरूनसुद्धा हल्ला करणे शक्य व्हायचे. युगांडातील जंगलात मात्र ड्रोनना खूप खालून आणि अतिशय धीम्या गतीने उडावे लागायचे. त्यानंतर त्यांना इन्फ्रारेड किरणांच्या माध्यमातून लक्ष्य कुठे आहे त्याचा शोध लागू शकायचा; पण त्यामुळे एलआरएला त्यांच्या आगमनाचा सुगावा लागायचा. प्रेसलर यांच्या शब्दांत ड्रोनचा आवाज ऐकू आला की एलआरएचे लोक, पोत्यातून उंदीर बाहेर पळत सुटतात तसे पळत सुटायचे. त्यांना मारण्यासाठी मग खूप दूरपर्यंत दारूगोळा टाकणे आवश्यक असायचे. पण ही मानवरहित वाहने, जो दारूगोळा आपल्याबरोबर नेत तो खूप अपुरा पडायचा. दुसरीही एक समस्या होती. एकदा ड्रोननी दारूगोळ्याचा भडिमार सुरू केला की, इन्फ्रारेडचा जवळपास अजिबात उपयोग नंतर होत नसे. कारण त्या भडिमारामुळे तेथील सर्वच वातावरण अतिशय तप्त झालेले असे. ही समस्या खरंतर आधी लक्षात यायला हवी होती, पण ड्रोन चालकांनी पहिल्यांदा काही मारा केल्यानंतर मग त्यातल्या या अडचणी लक्षात आल्या होत्या. नेवडा येथील हवाईदलाच्या क्रीच तळावरून वैमानिक ड्रोनवर नियंत्रण ठेवत. एकदा का त्यांनी पहिल्या क्षेपणास्त्राचा मारा केला की, त्यांचा स्क्रीन पूर्ण पांढरा होऊन जायचा आणि मग त्या क्षणापासून नंतर ते फक्त बेछूट मारा करत.

यामुळे दोनच पर्याय शिल्लक राहत होते. एक तर हल्ला करणारे अपाशे हेलिकॉप्टर वापरून त्यांना त्या भागात जायला लावून हल्ला करायचा. या हेलिकॉप्टरची विध्वंसक शक्ती खूप मोठी होती. पण या हेलिकॉप्टरच्या पायलटला ते ज्या क्षेत्रावर मारा करत आहेत, त्याचे फारसे स्पष्ट दृश्य दिसले नसते. हे हेलिकॉप्टर मानवरहित विमानांपेक्षा जास्त परिणामकारक ठरले असते; पण हल्ल्याच्या पहिल्या काही क्षणांतच जर त्यांना मोठ्या संख्येने शत्रूला ठार करता आले नसते, तर घनदाट जंगलातून शत्रूला निसटून जाता आले असते. दुसरा पर्याय होता, प्रत्यक्ष सैनिक तिथे पाठवणे. परंतु शत्रूच्या लष्करी तळाने भरपूर कुमक जमवून ठेवलेली असणार. तसेच हल्ला होईल हे माहीत असल्याने बचावाचीही तयारी केली असणार. अमेरिकेच्या सैनिकांना त्यांच्या विरुद्ध लढायला पाठवणे धोक्याचे ठरले असते. विशेषत: त्यांना कशाप्रकारच्या विरोधाचा सामना करावा लागेल, याची आधी काहीही माहिती नसताना आणि दाट जंगलामुळे

टेहळणी करण्याची सोय नसताना तर ते फारच धोकादायक ठरले असते. त्यामुळेच यात उघडच काही धोके होते. प्रेसलर यांच्या समजुतीप्रमाणे राष्ट्राध्यक्ष तरी हे धोके पत्करायला तयार नव्हते. त्यामुळे प्रत्यक्ष सैनिक लढाईला पाठवणे हा मार्ग सर्वांत जास्त परिणामकारक असूनही वापरता येण्यासारखा नव्हता.

"अर्थात पीट, सध्या जे करत आहेत तेच करणं सुरू ठेवतील," हेल म्हणाले. "हल्ले करत राहणे आणि शत्रूला रोखून धरणे हेच करत राहावं लागेल. जर आपण एकूण चित्रं काय दिसतंय ते बघितलं तर एकेक माणूस बाहेर येतोय, खूप जास्त प्रमाणात नाही, पण रोज साधारण दोन माणसं जंगलातून बाहेर येत आहेत आणि ती शरण येत आहेत. आता हे नक्कीच आहे की, ही बाहेर येणारी माणसं म्हणजे कडवे दहशतवादी नाहीत, तर कोणत्या तरी खेड्यातून चोरून नेलेली मुलं आहेत. तसंच ही बाहेर आलेली मुलं स्थानिक लोकांच्या तावडीत सापडली आणि त्यामुळे अनावस्था प्रसंग उद्‌भवला, असं दोन-तीन वेळा घडलं. ते काही चांगलं झालं नाही. अशा प्रसंगांमुळे इतर लोक शरण यायला उद्युक्त होणार नाहीत. त्याबाबतही काही करण्याचा आम्ही प्रयत्न करत आहोत. तर अशा सर्व बाबींचा विचार करून सध्या आपण जे करत आहोत, तेच पुढे करत राहू. अनेक दृष्टींनी विचार केला तर तो कमीतकमी धोका असलेला पर्याय आहे."

"पण सर्वांत जास्त वेळ लागेल असा." रोझ म्हणाले.

"येस, सर."

"ॲडमिरल प्रेसलर आपण जर फक्त हाच मार्ग वापरला, तर तुमच्यामते किती दिवस लागतील?"

"संपूर्ण एलआरएचा नायनाट होण्यासाठी?" प्रेसलर यांचा आवाज फोनवर आला. "प्रामाणिकपणे सांगायचं तर डॉक्टर रोझ, मला नाही वाटत ते कोणी सांगू शकेल. ही संघटना त्या जंगलात तीस वर्षे तग धरून राहिलेली आहे. दुसरी बाजू विचारात घेतली तर अन्न आणि औषधाच्या पुरवठ्यासाठी, तसेच नवीन लोकांना भरती करून घेण्यासाठी ते नियमितपणे बाहेर येतात. तीच त्यांची पद्धत आहे आणि त्यामुळेच ते तग धरून राहू शकले. ते काही स्वावलंबी नाहीत आणि स्वत:च्या गरजा स्वत:च भागवू शकत नाहीत. आपल्याला आवश्यक असणारे अन्नधान्य इत्यादी ते स्थानिक लोकांकडून घेऊ शकत नाहीत, कारण त्या जंगलात लोकवस्तीच नाही. सध्या त्यांच्या ताब्यात किती कुमक आहे यावर आपल्याला किती वेळ लागेल ते ठरेल. काही प्रमाणात आपण त्यांची रसद कमी केलेली आहे; पण ती किती केली आहे ते आपल्याला सांगता येणार नाही."

"म्हणजे कदाचित एक वर्षपण लागू शकेल." रोझ म्हणाले.

“नक्की किती काळ लागेल ते सांगता येणार नाही.”

“साधारण?”

हेलनी खांदे उडवले.

त्याचा अर्थ दोन वर्षे सुद्धा लागू शकतील. रोझ याच्या मनात विचार आला. खांदे उडवण्याचा तोच अर्थ होता. जनरल हेल इतक्या निर्लज्ज, उद्धटपणे कसे काय तिथे बसू शकतात आणि त्यांना या गोष्टी सांगू शकतात, हे गॅरी रोझना कळत नव्हते. त्यांना स्पष्टपणे आठवत होते की, मोहीम सुरू करण्यापूर्वी यावर चर्चा झाली होती. त्या वेळी रोझ म्हणाले होते की, प्रेसलरनी हल्ला सुरू केला की, लगेच शत्रूचे लोक मरायला सुरूवात होईल.

रोझ यांनी ओकलेंकडे नजर वळविली. हवाई हल्ल्यासाठी आणि जमिनीवरील माऱ्यासाठीसुद्धा मानवरहित वाहने वापरणे या धोरणाशी संरक्षणमंत्री कटीबद्ध होते. अमेरिकेच्या सैन्याचे तेच प्रमुख हत्यार असावे, असे त्यांचे मत होते. युगांडामध्ये याचा वापर करून ते किती परिणामकारक आहे, ते त्यांना दाखवून द्यायचे होते. ड्रोननी मोठे यश मिळवलेले त्यांना बघायचे होते, म्हणजे आपले धोरण त्यांना पुढे रेटता आले असते. पण मानवरहित ताकद जर अपुरी होती तर ती अपुरीच होती. राष्ट्राध्यक्षांना परिणाम हवा आहे, हे संरक्षणमंत्र्यांना माहीत होते. त्यासाठी ते दोन वर्षे वाट बघत थांबणार नव्हते.

“हा एलआरएच्या तळाचा मुद्दा पुन्हा लक्षात घेऊ,” रोझ म्हणाले. “ॲडमिरल, असं दिसतंय की, तुम्ही त्याबाबत काही करू शकता.”

“आपण तिथे बॉम्बवर्षाव केला आणि खूप जास्त संख्येने शत्रूला मारलं नाही,” प्रेसलर म्हणाले. “तरीही त्यामुळे आपण त्यांचं नुकसान करू. त्यांना कमजोर करू. काही क्रूझ क्षेपणास्त्रं वापरून ते आपल्याला करता येईल. शत्रूचा तिथे मालाचा पुरवठा असणार; काही सोईसुविधा असणार; त्याचा विध्वंस झाला तरी त्यामुळेही ते कमजोर होतील.”

रोझनी ओकलेंकडे बघितले आणि मान किंचित हलवून नकार दर्शविला. हे इतके पुरेसे होणार नव्हते. राष्ट्राध्यक्षांवर वर्तमानपत्रे आधीच तुटून पडली होती आणि मग आणखी काय बातम्या आल्या असत्या त्यांची ते कल्पना करू शकत होते. एलआरएचा मिळालेला हा पहिलाच मोठा तळ होता आणि त्यावरील हल्ल्यात जर मोठ्या संख्येत दहशतवादी मारले गेले नसते, तर ते अपयश आहे असे दिसले असते. मग किती नारळ त्यांनी उडवले, त्याला काही फारसे महत्त्व नव्हते. एलआरएने त्यांच्यापेक्षा जास्त चलाखी दाखवली असे दिसले असते. मानवरहित विमान वापरून स्वत:च्या सैनिकांच्या रक्ताचा एक थेंबही न सांडता शत्रूचे संख्याबळ घटवणे हे दीर्घकालावधीत साध्य करता येईल, असे धोरण

होते, हा बारकावा वर्तमानपत्रांनी लक्षात घेतला नसता. सध्या ती राष्ट्राध्यक्षांवर टीका करायची संधीच शोधत होती आणि त्यांना आयतेच खाद्य मिळाले असते.

''आपण जरा जास्त आक्रमकपणे विचार करू.'' ओकले म्हणाले.

''प्रत्यक्ष सैन्य तिथे पाठवण्याचा तुमचा विचार नाही, हे मी गृहीत धरतो.'' जनरल म्हणाले.

''नाही,'' रोझ म्हणाले. राष्ट्राध्यक्षांना अमेरिकेच्या सैनिकांना प्रत्यक्ष लढाईपासून दूरच ठेवायचे होते.

''मग अपाशे वापरण्याची त्यांची इच्छा आहे का? पीट त्याबाबत तुमचं काय म्हणणं आहे?'

''ते आपल्याला वापरता येतील. आपण तयारी केलेली आहे.''

''आणि एलआरएकडे त्याचा मुकाबला करण्याची साधने आहेत का?''

''आम्हाला तसं वाटत नाही, सर.''

हेलनी गॅरी रोझ यांच्याकडे पुन्हा बघितले. ''हा मार्ग आपल्याला उपलब्ध आहे असं दिसतंय.''

''ॲडमिरल प्रेसलर हे मोहिमेचे ऑपरेशनल कमांडर आहेत,'' रोझ म्हणाले. ''कोणत्याही तऱ्हेचा राजकीय दबाव आहे, असं त्यांना वाटू नये. ही बाब स्पष्ट आहे, अशी मी आशा करतो. ॲडमिरल हा अर्थातच तुमचा निर्णय आहे.''

''पीट, तुम्ही हे किती लवकर करू शकाल?''

''तयारी झालेली आहे,'' प्रेसलर म्हणाले. ''आपण ते उद्यासुद्धा करू शकू. आपण संध्याकाळी तिथे जाऊन हल्ला करू, म्हणजे त्यानंतर पुन्हा जमवाजमव करणं, त्यांना जास्तीतजास्त कठीण जाईल. आम्हाला फक्त पुढे जाण्याची परवानगी पाहिजे.''

''मला वाटतं डॉ. रोझ म्हणत आहेत,'' रोझ यांचा चेहरा न्याहाळत ओकले म्हणाले, ''ड्रोनपेक्षा अपाशेंचा वापर करून जास्त चांगले आणि मोठे परिणाम मिळत असतील, तर राष्ट्राध्यक्ष त्यांना परवानगी देतील. बरोबर गॅरी?''

राष्ट्रीय सुरक्षा सल्लागारांनी मान हलवून 'हो' म्हटले, ''मला वाटतं ते योग्य आहे.''

३१

नागरी आणि लष्करी दोन्ही वर्गवारीतील प्रतिनिधींसह संपूर्ण राष्ट्रीय सुरक्षा परिषदेची बैठक सुरू होती व सर्व जण त्याला उपस्थित होते. एड अब्राहम्स आणि व्हाइट हाउसमधील महत्त्वाचे साहाय्यक निरीक्षक म्हणून बाजूला बसून होते. राष्ट्राध्यक्ष झँग यांच्या वागण्यामागचे कारण आणि त्याबाबत काय करावे हे जाणून घेणे, हा राष्ट्राध्यक्ष नोल्स यांचा उद्देश होता.

फिडेलियन बँक बुडण्यापर्यंतच्या घटनाक्रमांचा सारांश व त्यानंतरच्या चार दिवसांत त्याचे झालेले आर्थिक परिणाम प्रथम सांगण्याची त्यांनी सुझान ऑप्टिझना सूचना केली. सुझान यांचे बोलणे थोडक्यात पण स्पष्ट होते. ते ऐकणे अतिशय खिन्न करणारे होते. संक्षिप्त केल्यामुळे त्यातील गंभीरपणा कमी झाला नव्हता. नोल्स राष्ट्राध्यक्ष झाले तेव्हापासूनच्या काळात हेच तीन दिवस मार्केटसाठी सर्वांत वाईट दिवस होते. मंगळवारी, मध्यावधी निवडणुकीच्या दिवशी एकाच दिवसात मार्केट सर्वांत जास्त खाली होते. २०१४नंतर चार वर्षांनी प्रथमच असे घडले होते. बँकांनी परस्परांना कर्जाऊ रकमा देणे जवळपास स्थगित केले होते. फेडरल रिझर्व्हने लिक्विडिटीची खास तरतूद करून पैसा दिल्यामुळेच अनेक बँका तग धरू शकल्या होत्या.

राष्ट्राध्यक्षांनी नंतर राष्ट्रीय हेरखात्याचे संचालक रायन फेरीस यांना त्यांच्या मते झँग यांच्या वागणुकीमागची कारणमिमांसा स्पष्ट करण्यास सांगितले. चीनमधील माध्यमांमधून आणि नेटवरील ब्लॉग इत्यादींमधून काहीही माहिती मिळालेली नाही, असे फेरीस यांनी सांगितले. चीनमधील सत्ताधाऱ्यांबरोबर त्यांचे जे संबंध होते, त्यांच्याकडून त्यांनी जी माहिती गोळा केली होती त्यानुसार सत्तेच्या समीकरणात काहीही बदल झालेला नव्हता. प्रत्येकाकडे पूर्वीइतकीच राजकीय ताकद होती. त्यांना जितकी माहिती होती, त्यानुसार तरी अमेरिकेबरोबरच्या संबंधात धोरणात्मक बदल झालेले नव्हते. नंतर नोल्स यांनी कोणाला सुरुवातीला भाष्य करायचे आहे का असे विचारले. राष्ट्राध्यक्षांनी झँग यांना फोन केला या

अफवांमुळे मार्केटवर काय परिणाम होत आहे, हे जॉन ओकलेंना जाणून घ्यायचे होते.

''त्यामुळे अनिश्चितता निर्माण होते,'' ऑप्टिझ म्हणाल्या, ''अनिश्चिततेमुळे अस्थिरता निर्माण होते.''

''जर आठवडाभरातील मार्केटच्या हालचालींच्या वेळेचं विश्लेषण केलं तर,'' मार्टी पेरेझ म्हणाले. ''फक्त फिडेलियनच्या दिवाळखोरीत जाण्यामुळे मार्केट कोसळलेलं नाही, हे स्पष्ट होतं. डील फेटाळण्यात आलं या अफवेमुळे ते खरंतर कोसळलं. मग नंतर झँग यांच्याबरोबर राष्ट्राध्यक्ष बोलले ही अफवा आली तेव्हा तर मार्केटचं कोसळणं थांबण्यासाठी काही कारणच उरलं नव्हतं.

''मार्केट ओव्हर रिॲक्ट करत आहे, असं आपल्याला वाटत नाही का?'' उपराष्ट्राध्यक्षांनी साशंकतेने विचारले. ''फेडरलने इतकं सगळं करण्याची खरोखर गरज आहे का?''

''होय सर, या सगळ्यांची खरंच गरज आहे.''

''मला वाटतं खूप जास्त कृती करून तुम्ही फक्त घबराट निर्माण करता.''

उपराष्ट्राध्यक्षांना आर्थिक धोरणाची फारशी समज नव्हती, असे मार्टी पेरेझ यांचे मत होते. ''जे करणं आवश्यक आहे तेच नेमकं फेडरल करत आहे,'' ते म्हणाले. ''उलट त्यांनी आणखी जास्त कृती केली पाहिजे.''

उपराष्ट्राध्यक्षांनी भुवई उंचावली. जेव्हा एखाद्या गोष्टीवर त्यांचा विश्वास नसे परंतु त्याबाबतची त्यांची जाण इतकी तोकडी असे की, त्याला थोडंफार आव्हान देणे सुद्धा त्यांना शक्य नसायचं तेव्हा ते अशी भुवई उंच करत. व्हाइट हाउसचे कर्मचारी त्यावरून नेहमीच विनोद करत असत.

ऑप्टिझ बोलत असताना राष्ट्राध्यक्षांनी थोडक्यात टिपणे काढलेली होती. त्याकडे त्यांनी टक लावून बघितले. ''आत्तापर्यंत झालेली चर्चा मला समजली असेल तर विशेषत: मार्टी, शेअर खाली येण्याच्या वेळेबाबतचा तुमचा मुद्दा लक्षात घेऊन सध्या जे घडत आहे, त्यामागे चीनच्या सरकारने फिडेलियनला जाणूनबुजून दिवाळखोरीत ढकलले ही भीती आहे. बरोबर?''

''होय, सर,'' पेरेझ म्हणाले. ''प्रत्येक जण एकच प्रश्न आता विचारत आहे, ते आणखी कोणाकोणाबाबत असं करणार आहेत?''

''तो धोका किती मोठा आहे, याची आपल्याला काही कल्पना आहे का?''

''आपल्याकडे नेमकी संख्या नाही. आपल्या अंदाजाप्रमाणे चीनकडे दीड ते दोन लाख कोटी डॉलर इतका परदेशी चलनांचा साठा आहे. त्यांच्या तीन सर्वांत मोठ्या सार्वभौम इन्व्हेस्टमेंट फंडांकडे आणखी एक ते दीड लाख कोटी इतकी रक्कम उपलब्ध आहे. चीनशिवाय सौदी अरेबिया आणि आखाती देश यांच्या

वेल्थ फंडांची गुंतवणूक विचारात घेतली, तर ती दीड ते दोन लाख कोटी इतकी आहे. मोठी गुंतवणूक असलेले इतर देश विचारात घ्यायचे तर रशियाच्या वेल्थ फंडाची तीस, चाळीस हजार कोटींची गुंतवणूक आहे.'' पेरेझ म्हणाले.

हे आकडे भयानक होते. खूपच अवाढव्य गुंतवणूक होती. टॉम नोल्सना त्यांच्याबाबत कुठून सुरुवात करावी तेसुद्धा कळत नव्हते. अशा परिस्थितीत ते कसे काय अडकले होते? इतर देशांच्या सरकारी फंडांची गुंतवणूक इतकी कशी काय वाढत गेली होती?

''मार्टी, तुम्ही असं तर म्हणत नाही ना की, हा सगळाच्या सगळा पैसा अमेरिकेतील शेअर्समध्ये गुंतवण्यात आलेला आहे.'' रोझ म्हणाले.

''नाही. त्याचं कोणी विश्लेषण केलेलं आहे, असं मला वाटत नाही. पण हा आकडा काहीही असला तरी तो खूप मोठा आहे. इतका केंद्रित झालेला पैसा कोणी विशिष्ट हेतूने एका पद्धतीने वापरला तर त्यामुळे आपल्या मार्केटमध्ये हालचाल होऊ शकते का? या प्रश्नाचं उत्तर आहे – अगदी नक्की होऊ शकते.''

''बरं आपल्याला निदान संख्या कळू शकेल का?'' राष्ट्राध्यक्ष म्हणाले, ''निदान एक-दोन तथ्यं तरी आपल्याला मिळू शकतील का?''

पेरेझनी होकारार्थी मान हलवली.

''ठीक आहे. आता मी झँगना काय घडतं आहे, ते तंतोतंत सांगितलं होतं. ते पीआयसीला आदेश देऊ शकत नाहीत; असं आपल्याला वाटत नाही आणि कोणालाच तसं वाटत नाही. म्हणजे त्यावरून सकृतदर्शनी तरी एकच निष्कर्ष निघतो, त्यांनी हे जाणूनबुजून केलेलं आहे. ते गृहीत धरण्यापूर्वी त्यांनी ते मुद्दाम केलेलं नाही, असं दाखवणारा एक तरी पुरावा आपल्याकडे आहे का?''

तिथे शांतता होती.

रायन फेरीस यांनी नकारार्थी मान हलवली.

''ते अशा तऱ्हेने या आधी कधीच वागलेले नाहीत,'' पेरेझ म्हणाले. ''जास्तीतजास्त इतकंच प्रशस्तीपत्र मला त्यांना देता येईल. ज्या देशांकडे खूप मोठ्या प्रमाणात अतिरिक्त पैसा आहे, त्या देशांनी हे फंड उभे केलेले आहेत. त्यातील काही देश, निदान त्यातील तेल निर्यातदार देशांसारखे देश हा अतिरिक्त पैसा कायम टिकून राहील, अशी अपेक्षा ठेवू शकत नाहीत. त्यामुळे हा पैसा कामाला लावणं, हे त्यांच्यासाठी अत्यंत योग्य ठरतं. व्यावसायिक फायदा मिळावा म्हणून केलेली ही व्यावसायिक गुंतवणूक आहे, हेच नेहमी सांगण्यात आलेलं आहे. चीनने सुद्धा नेहमी तेच सांगितलं आणि आपल्या माहितीप्रमाणे त्यांची गतकाळातील वागणूक त्याबरहुकूमच होती.''

''आणि फिडेलियनमध्ये त्यांनीसुद्धा भरपूर पैसा गमावलेला असेल.'' ऑप्टिझ

म्हणाल्या. ''त्यामुळे त्यांची वागणूक त्यांच्याही हिताविरुद्ध आहे. पण त्यांनी इतर अनेक मार्गांनी ते नुकसान भरून काढलं असेल, हे आपल्याला माहीत आहे.''

''आणखी काही?''

कोणीही उत्तर दिलं नाही.

''राष्ट्राध्यक्ष महोदय,'' बॉब लिव्हिंगस्टन म्हणाले. ''राष्ट्राध्यक्ष झँग हे थांबवू शकले असते आणि तरीही त्यांनी ते थांबवलं नाही, हे उघड आहे. मग प्रश्न येतो, जे घडलं त्याची त्यांनी अपेक्षा केली होती का?''

''मग दुसऱ्या आणखी कशाची त्यांनी अपेक्षा केली असणार?'' जॉन ओकले गुरगुरले.

''गोष्टी अशा घडत जातील, ही त्यांची अपेक्षा नसणार.'' लिव्हिंगस्टन म्हणाले.

''तुम्हाला काय वाटतं, तो कोणीतरी मूर्ख आहे!'' ओकले म्हणाले.

''नाही, जॉन,'' लिव्हिंगस्टन म्हणाले. ''ते मूर्ख आहेत, असं मला वाटत नाही.''

''तुमच्या बोलण्यावरून तरी तसंच वाटतंय.''

लिव्हिंगस्टन यांनी त्यांचा जबडा आवळला. ओकलेंबरोबर बोलायला त्यांना आवडायचे नाही. संरक्षणमंत्री दुसऱ्यावर अधिकार गाजवायला बघत आणि विशेषत: त्यांच्याबाबत तर ते जास्तच आक्रमक होते. गॅरी रोझ निदान सभ्यपणे वादविवाद करत. राष्ट्राध्यक्ष ओकलेंच्या मतांना इतके महत्त्व का देतात, ते लिव्हिंगस्टनला माहीत नव्हते.

''राष्ट्राध्यक्ष महोदय,'' ओकलेंकडे दुर्लक्ष करत ते म्हणाले, ''माझ्या लोकांना मी यावर विचार करायला लावला. मी तुम्हाला त्यासंबंधी टिपण पाठवलं होतं. तुम्हाला बघायला वेळ मिळाला असेल, अशी आशा मला आहे.''

''मी ते बघितलं,'' गॅरी रोझ म्हणाले. ''बँक बुडू देण्यासाठी हेतूपूर्वक घेतलेला निर्णय याशिवाय मला नाही वाटत झँगच्या कृतीचा दुसरा कोणता अर्थ तुम्हाला काढता येईल.''

''मान्य आहे. मी काय म्हणतोय; त्यामुळे किती तीव्र परिणाम होतील याची त्यांना कल्पना नसेल. त्यांच्या सल्लागारांनी असा परिणाम होईल हे त्यांना सांगितलं नसेल.''

''पण मी त्यांना सांगितलं होतं,'' राष्ट्राध्यक्ष म्हणाले.

''आणि त्यांनी विचार केला असेल; तुम्ही बँकेला बुडू देणार नाही.''

''ही अंतिम ऑफर आहे, असं मी त्यांना सांगितलं होतं.''

"सर, आपल्याला माहीत आहे की त्यांनी तिला बुडू दिलं. प्रश्न असा आहे की त्यामुळे त्यांनी जे प्रश्न निर्माण केले, ते निर्माण करण्यासाठीच ती बुडू दिली की, जे काय घडायचं आहे ते घडेल, पण ते खूप वाईट असणार नाही, असं त्यांना वाटल्यामुळे त्यांनी ते घडू दिलं. दोन्हीत सूक्ष्म फरक आहे, पण तो महत्त्वाचा आहे."

"आहे का?" ओकलेंनी विचारणा केली. "जरी त्याचा अर्थ आपल्या निवडणुकीचा खेळखंडोबा करणं असा आहे तरी? काहीतरी मुद्याचं बोला? ते काय करताहेत ते त्यांना नेमकं माहीत होतं."

"बॉब, तुम्हाला काय म्हणायचं आहे?" उपराष्ट्राध्यक्ष म्हणाले. "हा झँग यांच्याकडून 'खड्ड्यात जा' असा संदेश आहे? अमेरिकेचे राष्ट्राध्यक्ष मदत मागण्यासाठी त्यांना फोन करतात आणि ते त्यांना म्हणतात 'खड्ड्यात जा' जे काय व्हायचं ते होईल? तुमच्या मते हे त्यांना करायचं आहे?"

अगदी नेमके हेच शब्द लिव्हिंगस्टन यांनी वापरले नसते. "तुम्ही तशा प्रकारे ते म्हणू शकता."

"आयला." स्टीफन्सन यांनी राष्ट्राध्यक्षांकडे नजर वळविली. "आयला ते काय करतायत, असं त्यांना वाटतंय?"

"जर हा 'खड्ड्यात जा' संदेश असेल," राष्ट्राध्यक्ष म्हणाले, "तर तो कशाबाबत आहे?"

"नेहमीच्याच गोष्टी," लिव्हिंगस्टन म्हणाले, "शिवाय आता युगांडा आहे. मला स्वत:ला वाटतं की, ते दक्षिण अफ्रिकेमुळे असेल. अफ्रिकन नॅशनल काँग्रेस बरोबर बोलणी करण्यासाठी ते आपल्याकडे वेळ मागत आहेत. पण आता हे बरेच स्पष्ट झालं आहे की, ब्रिटिश त्यांचा ठराव पुढे नेणार आहेत आणि त्यांना थांबवण्यासाठी आपण काहीही करत नाही."

"आता तर मी तो ठराव थांबवणार नाहीच."

"जसं काही दक्षिण अफ्रिकेच्या नैसर्गिक साधनसंपत्तीवर पुढच्या तीस वर्षांसाठी आपण त्यांना कब्जा मिळवून देऊ," रोझ म्हणाले.

"अगदी बरोबर. आता हे सगळं झाल्यानंतर जसं काही त्यांना हवं आहे, ते मी मिळू देणार आहे."

"दुसरी शक्यता," लिव्हिंगस्टन म्हणाले, "अशी आहे की, हा त्यांचा काही अंतर्गत मामला असेल, झँगचा देशांतर्गत काही अजेंडा असेल. त्यामुळे त्यांनी ही कृती केली. त्या अजेंड्याची आपल्याला माहिती नाही. माझ्या टिपणामध्ये या शक्यतेबद्दलही लिहिलेलं आहे."

"पण या वेळी का?" गॅरी रोझ म्हणाले.

“काहीतरी घडलं असेल.”

“तुम्हाला काही निश्चित माहिती आहे का?” राष्ट्राध्यक्षांनी विचारले.

“निश्चित अशी माहिती नाही.”

“रायन?”

राष्ट्रीय हेरखात्याच्या संचालकांनी नकारार्थी मान हलवली. “मी म्हटल्याप्रमाणे ‘जैसे थे’ परिस्थितीत काही बदल झाल्याची आपल्याकडे माहिती नाही. आपल्या माहितीप्रमाणे तरी सर्व स्थिर आहे. झँग, फॅन, क्सू. सत्तेचा नेहमीचाच त्रिकोण.”

“जर हा त्यांचा आपापसातील सत्तेसाठीचा संघर्ष असेल तर काय?”

“त्यामुळे काय फरक पडतो?” रोझ म्हणाले, “झँग त्यांच्या देशांतर्गत अजेंड्यामुळे काही करत असतील किंवा फॅन त्यांना अडथळा आणत असतील; पण त्यांनी जे केलं आहे तो आपल्या राजकीय प्रक्रियेत हस्तक्षेप आहे आणि त्यांच्या कृतीमुळे आपल्या अर्थव्यवस्थेत फार मोठा गोंधळ झाला आहे. इतर नेत्यांना त्यांच्या देशांतर्गत हेतूसाठी आपण असं काही करू देता कामा नये. आणि राष्ट्राध्यक्ष महोदय, तुम्ही त्यांच्याबरोबर बोललात तेही लक्षात घ्या. त्यांना काही कल्पनाच नव्हती, असं तर नाही.”

“त्यांचा उद्देश काय होता, ते महत्त्वाचं आहे सर,” लिव्हिंगस्टन म्हणाले.

“माझ्यासाठी तरी तो महत्त्वाचा नाही,” ऑप्टिझ म्हणाल्या, “त्यांना आपलं मार्केट जाणूनबुजून खाली आणायचं होतं की, त्यांना ‘खड्ड्यात जा’ म्हणायचं होतं की, त्यांच्या अंतर्गत राजकारणातील हेव्यादाव्यांमुळे ते काही त्यांनी केलं, हे महत्त्वाचं नाही. मार्केटने तर निर्णय घेतला. मार्केटने फक्त इतकंच बघितलं की, चीनच्या सरकारने फिडेलियन बुडू देण्याचा निर्णय घेतला. बचावाचं पॅकेज तयार असूनही ती बँक बुडू दिली. याचा अर्थ मार्केटच्या मते, हा आर्थिकदृष्ट्या गैर निर्णय आहे, चुकीचा आहे. म्हणजेच तो राजकीय निर्णय आहे. जर मार्केटला वाटतं की, तो राजकीय आहे तर तो राजकीय आहे. त्याचा अर्थ आपल्याला राजकीय व्यासपीठावरच त्याचा सामना करावा लागेल आणि सध्या आपण काय म्हणतोय ते महत्त्वाचं नाही. आपल्यावर विश्वास ठेवला जाणार नाही. फक्त एकच व्यक्ती हे शांत करू शकेल. झँग स्वत:च्या तोंडाने जोपर्यंत ते पुन्हा घोळ घालणार नाहीत असं सांगणार नाहीत, तोपर्यंत मार्केट शांत होणार नाही.”

तिथे शांतता होती.

नोल्सनी सभोवताली नजर फिरवली. “आपलं यावर एकमत आहे का?”

“मला वाटतं ते काय करण्याचा प्रयत्न करत होते, ते आपण समजून घेणं आवश्यक आहे,” लिव्हिंगस्टन म्हणाले.

“ते आवश्यक नाही; असं मी म्हणत नाही,” ऑप्टिझ म्हणाल्या. “पण ती

दुय्यम बाब आहे, बॉब. मुख्य मुद्दा आहे, आता पत्र्याच्या गरम छतावर बसलेल्या मांजराइतकं मार्केट अस्वस्थ झालेलं आहे. आणि फक्त एकच गोष्ट त्याला शांत करू शकते.''

टॉम नोल्सनी त्यांची बोटे टेबलावर वाजवली. याआधी एकदा ते झँगवर अवलंबून राहिले होते आणि त्याचा परिणाम त्यांना भोगावा लागला होता. आता पुन्हा झँगना त्यांना 'खड्ड्यात जा' म्हणायची संधी द्यावी, असे त्यांना वाटत नव्हते.

''हे आपण कशाप्रकारे करू शकतो?'' त्यांनी तुटकपणे विचारले. ''मला झँगबरोबर परत बोलावं लागेल का?''

''सर झँगना याबद्दलची तुमची चिंता आधीच माहीत आहे,'' रोझ म्हणाले. ''जर दुसऱ्या कुठून त्यांना सल्ला मिळाला तर कदाचित ते आपल्यासाठी जास्त परिणामकारक होईल.''

''मी चीनच्या अर्थमंत्र्यांबरोबर बोलेन,'' ऑप्टिझ म्हणाल्या.

''मला वाटतं परराष्ट्र मंत्रालयाने बोलायला हवं,'' लिव्हिंगस्टन म्हणाले.

'राष्ट्राध्यक्ष महोदय,'' रोझ म्हणाले, ''हा खरंतर आर्थिक मुद्दा आहे. मला वाटतं त्यांच्या अर्थमंत्र्यांनी त्यांना सल्ला दिला, तर जास्त चांगलं होईल.''

''मी बाय यांना ओळखते,'' ऑप्टिझ म्हणाल्या. ''मी त्यांच्याबरोबर बोलेन. आर्थिक सल्ल्यासाठी झँग त्यांच्यावर अवलंबून असतात. जर बाय यांनी त्यांना सांगितलं की, त्यांनी निवेदन करणं महत्त्वाचं आहे, तर ते निवेदन करण्याची दाट शक्यता आहे.''

''मला वाटतं परराष्ट्र मंत्रालयाकडून फोन यावा, अशी त्यांची अपेक्षा असेल.''

''तुम्ही दोघांनी त्यांच्याबरोबर बोलणं आपल्यासाठी योग्य नाही,'' नोल्स त्रस्तपणाने म्हणाले. ''सुझान तुम्ही बोला. काय होतंय ते बघा. हे ठीक आहे, बॉब?''

''मला खरोखर वाटतं यात परराष्ट्र मंत्रालयाने पुढाकार घ्यायला हवा.''

''बरंय, ते तुम्ही एकमेकांबरोबर बोलून ठरवा. सुझान तुम्ही त्यांच्या अर्थमंत्र्यांशी बोला. बॉब परराष्ट्रमंत्रालयाकडून जी-जी माहिती सुझानना माहीत असणं आवश्यक आहे, ती त्यांना मिळेल याची खात्री करा. फिडेलियनच्या दिवाळखोरीशी झँग यांचा काहीही संबंध नाही असं निवेदन आपल्याला त्यांच्याकडून हवं आहे, बरोबर ना? तेच आपल्याला हवं आहे ना? तसंच काहीतरी?''

''तसंच काहीतरी, सर,'' ऑप्टिझ म्हणाल्या.

''भविष्यात पुन्हा असं काही घडणार नाही असं. ते आपण व्यवस्थित ठरवू.''

राष्ट्राध्यक्षांनी नापसंतीदर्शक मान हलवली. ''त्यांच्याकडे अशातऱ्हेने जाणं मला आवडत नाही. अजिबातच आवडत नाही. दुसरा काही मार्ग कोणाला सुचतोय का? जॉन, तुम्हाला काय वाटतं?''

ओकलेंनी खांदे उडवले. ''आपण त्यांना विचारू. पण ते आपल्याला मदत करतील यावर जास्त विश्वास ठेवता येणार नाही, पण तरीही ते आमनेसामने येतील, या दृष्टीने त्यांच्याबरोबर बोलणं उपयुक्त ठरेल. तुम्ही त्यांना काय सांगणार आहात ते मला माहीत नाही, सुझान पण ते काहीही असलं तरी त्यांनी चुकीचे आडाखे बांधू नयेत, किती परिणाम होईल, याबाबतचा त्यांचा हिशेब चुकू नये याची आपण खात्री केली पाहिजे. मग जर त्यांनी निवेदन केलं तर उत्तम. जर त्यांनी केलं नाहीतर ते खरोखर काय करत आहेत, ते आपल्याला कळेल. मग झँगना इतका परिणाम होईल याचा अंदाज आला नाही वगैरे बॉब जे म्हणत आहेत; ते चुकीचे आहे, हे आपल्याला कळेल. पण हे आपल्याला खूपच गोपनीयरित्या करावं लागेल. जर कुठल्या बातमीदाराला याचा सुगावा लागला आणि त्याने बातमी दिली की, आपण झँगची विनवणी करण्यासाठी बीजिंगकडे भीक मागत गेलो तर काय होईल – ते कसं दिसेल ते सांगता येत नाही.''

नोल्सनी होकारार्थी मान हलवली. ''या गोष्टी बाहेर फुटतात त्याबाबत आपल्याला काही करता येईल का?'' त्यांनी त्रस्तपणे चीफ ऑफ स्टाफकडे बघितले. ''रॉबर्टा? हूं? आपल्याला त्याबाबत काही करता येईल का?''

''आपण त्याचा शोध घेतोय.''

''याची वाच्यता नको.'' नोल्स टेबलाभोवती बघत म्हणाले. ''अजिबात बाहेर कुठे वाच्यता नको. बॉब, तुम्ही स्वत: सुझानबरोबर याबाबतीत काम करा. तुमचा स्टाफसुद्धा यात सहभागी होऊ नये आणि सुझान, चिनी लोकांबरोबर बोलताना तुम्ही काळजी घेऊन बोला. आपण भीक मागतोय असं दिसता कामा नये. तुम्ही त्यांच्याबरोबर काय बोललात, याबद्दल निवेदन जारी करणं भाग पडलं, तर ते खंबीर वाटलं पाहिजे. आपण त्यांना 'नाही' म्हणण्याची संधी देत होतो असं ते वाटलं पाहिजे.''

''आपण त्यांच्यावर मेहेरबानी करत आहोत असं वाटलं पाहिजे,'' ओकले म्हणाले. ''आणि आपण खरोखरच मेहेरबानी करतोय, कारण त्यांनी जे काही केलं त्यानंतर आता त्यांची इतकीही लायकी नाही.''

राष्ट्राध्यक्षांनी होकारार्थी मान हलवली. ''मग बॉब सुझानबरोबर काम करणार आहेत आणि त्या ते कोण ते..., त्यांच्याबरोबर बोलणार आहेत.''

''बाय यांच्याबरोबर, सर.''

''सुझान, बाय यांच्याबरोबर बोलणार आहेत आणि त्यांनी हे मुद्दाम घडवलं

नाही असं त्या बीजिंगमधल्या भामट्या लोकांकडून वदवून घेणार आहेत. बरोबर? आणि जर ते काही बोलले नाहीत तर जॉनने म्हटल्याप्रमाणे, आपल्याला कळेल की त्यांनी हे मुद्दाम केलं.'' नोल्स जरा वेळ शांत राहिले. ''ओके. आणखी काही? थँक्यू.''

ते उठले. एड अब्राहम्स त्यांच्या बाजूने चालत होते.

''ही भयंकर स्थिती आहे,'' लिफ्टमध्ये शिरल्यावर ते पुटपुटले. ''भयानक घोळ.''

''मला वाटतं आपण त्यावर नियंत्रण मिळवण्याच्या मार्गावर आहोत,'' अब्राहम्स म्हणाले.

''तीच आशा आहे.''

ते ओव्हल ऑफिसमध्ये परत आले. तिथे बसून पाच मिनिटे होत नाहीत तोवर लगेच दारावर टकटक झाली आणि त्यांचा खाजगी सचिव आत आला. ओकले आणि जनरल हेल जे दोघंही राष्ट्रीय सुरक्षा परिषदेच्या मीटिंगला हजर होते. ते बाहेर आलेले होते.

''मी आत्ताच तर त्यांचा निरोप घेऊन आले,'' नोल्स म्हणाले.

''ते म्हणतात हे अर्जंट आहे.''

''माझ्याकडे आता किती वेळ आहे?''

''आपली पुढील मीटिंग दहा मिनिटांनंतर आहे सर.''

''ओके, त्यांना आत पाठवा.''

नोल्स वाट बघत होते. जॉन ओकले आणि मॉर्टलॉक हेल आत आले.

''मला वाटतं सगळ्या गोष्टींवर आपला विचार करून झाला.'' नोल्स म्हणाले. ''तुम्हाला आणखी काही सांगायचं आहे का?''

''हे त्याबद्दल नाही,'' ओकले म्हणाले. ''युगांडामधून काही बातमी आहे.''

नोल्सनी स्मित केलं. ''ती अगदी योग्य वेळी आली आहे. पहिल्या पानावरून ही बातमी हटविण्यासाठी आपल्याला काहीतरी हवंच होतं.''

''खरं तर सर,'' जनरल हेल म्हणाले. ''ही बातमी चांगली नाही.''

३२

युगांडात संध्याकाळ असताना हेलिकॉप्टर जंगलात गेले होते; त्या वेळी वॉशिंग्टनमध्ये सकाळचे दहा वाजले होते. सुदानच्या सीमेजवळ युगांडाच्या दक्षिणेकडील जंगलात एलआरएचा जो तळ सापडला होता, त्यावर हल्ला करण्यासाठी नऊ अपाशे कमी उंचीवरून त्या तळावरून उडत होती. त्यानंतरच्या चकमकीत काय झाले ते अजून स्पष्ट नव्हते आणि सैन्याचे तज्ज्ञ त्या घटनांचा क्रम लावण्याचा प्रयत्न करत होते. मात्र एकच बाब स्पष्ट होती, त्यातील दोन अपाशे खाली पडले होते आणि त्याबरोबर त्याच्यातील चार कर्मचारीही जंगलात उतरले होते. याचाच अर्थ ते शत्रूच्या ताब्यात सापडले असण्याची दाट शक्यता होती.

''हे पाच तासांपूर्वी झालं?'' नोल्स यांनी अविश्वासाने विचारणा केली. ''पाच तास? आणि कोणीही मला सांगितलं नाही?''

''मला ते मीटिंग नंतरच कळलं, सर,'' ओकले म्हणाले.

''भयानक आहे, काय –'' राष्ट्राध्यक्ष थांबले. त्यांनी हेल यांच्याकडे बघितले. ''तुम्हाला कधी कळलं, जनरल?''

''ही मोहीम अत्यंत गरजेची आहे, हे मला काल रात्रीपासून माहीत होतं. आपण काल परवानगी दिलीत तीच ही मोहीम आहे, राष्ट्राध्यक्ष.'' हेल म्हणाले.

''आणि तुम्हाला हे कळलं होतं का... की ही मोहीम, माहीत नाही, तुम्ही याला काय म्हणता. हा भयानक घोळ तेच म्हणता का तुम्ही त्याला?''

''मला वाटतं ते योग्य वर्णन आहे सर. आपल्या पायलटना आपण परत मिळवायचा प्रयत्न करत आहोत.''

''निदान परिस्थिती काय आहे, ते तरी आपल्याला कळेल का?''

हेलनी होकारार्थी मान हलविली. ''मी ॲडमिरल प्रेसलरना फोनवर बोलावतो.''

हेलनी काही कॉल केले. तोपर्यंत ते सर्व वाट बघत थांबले. शेवटी राष्ट्राध्यक्षांच्या फोनवर एक कॉल आला.

''ॲडमिरल,'' हेल स्पीकरफोनवर म्हणाले, ''मी इथे राष्ट्राध्यक्ष आणि मंत्री

ओकलेंबरोबर आहे.''

पीट प्रेसलर, *अब्राहम लिंकनच्या* नियंत्रण कक्षातील फोनवरून लाइनवर होते. मागे मशिनचा हलका फर्ऽऽ आवाज येत होता.

''ॲडमिरल,'' नोल्स म्हणाले. ''काय सुरू आहे मला सांगाल काय?''

''आपले दोन अपाशे खाली उतरले आहेत सर,'' ॲडमिरल यांचा आवाज करारी होता. ''ते कसं काय घडलं अजून पुरेसं स्पष्ट नाही. आम्हाला वाटतं की, दाट झाडीमुळे, त्यांच्यापैकी एक झाडाला धडकलं आणि खाली पडताना, आपल्याबरोबर दुसऱ्या हेलिकॉप्टरला घेऊन खाली पडलं. चांगली बातमी म्हणजे, आम्हाला वाटतं एलआरएच्या पन्नासपेक्षा जास्त लोकांना आपण ठार केलं आहे. त्यात कदाचित एलआरएचे वरिष्ठ नेतेही असतील. त्या दृष्टिकोनातून बघितलं तर ही प्रभावी परिणाम घडवणारी कारवाई होती, पण आपली चार माणसं बेपत्ता आहेत. आम्हाला वाटतं, त्यांपैकी एका धडकेमुळे मेला असावा.''

''पीट, ते आता आपल्याला नक्की माहीत आहे का?'' हेल म्हणाले.

''मला वाटतं आता आपल्या ताब्यात प्रेत आहे, सर.''

''आपली माणसं तिथे आता प्रत्यक्ष गेलेली आहेत का? त्या जंगलात आपली माणसं आत पाठवली आहेत का?'' राष्ट्राध्यक्षांनी विचारले.

''होय सर, आहेत. खाली उतरलेले अपाशे आपल्या ताब्यात आहेत, पण आपल्या तीन लोकांची काही खबरबात नाही आणि त्यांचाही कोणी अतिरेकी आता तिथे नाही. फक्त एलआरएच्या लोकांच्या प्रेताचे तुकडे विखुरलेले पडले आहेत. ही घटना घडली, त्या वेळी आपली माणसे तिथे जमिनीवर नव्हती. आपल्या इच्छेप्रमाणे केवळ हवाई हल्ला केला होता, सर.''

''ॲडमिरल प्रेसलर,'' ओकले म्हणाले, ''असे ऑपरेशनल निर्णय तुमचे असतात, तुम्हाला माहीत आहे. राष्ट्राध्यक्ष हस्तक्षेप करत नाहीत.''

''होय, सर,'' प्रेसलर तुटकपणे म्हणाले. ''पण, सध्या माझी तीन माणसं शत्रूच्या ताब्यात आहेत, हीच माझ्यासाठी सर्वांत काळजीची बाब आहे. जरा होल्ड ऑन करा.''

त्यांना पार्श्वभूमीवर काहीतरी बोलल्याचा आवाज ऐकू आला आणि ॲडमिरलनी त्याला तीव्रपणे उत्तर दिले ते ऐकू आले. मग ते पुन्हा लाइनवर आले.

''ॲडमिरल,'' ओकले म्हणाले, ''या घटनेनंतर किती वेळाने तुम्ही तिथे माणसे पाठवलीत?''

''शक्य होईल तितक्या त्वरेने. आता सध्या आपण अंधारात आहोत. आपले ड्रोन टेहळणी करत आहेत, पण या क्षणी ते पूर्णपणे इन्फ्रारेडवर अवलंबून काम करत आहेत आणि जंगलात रात्री फार गजबज असते. खूप

गोंधळ असतो. हल्ल्यानंतर एलआरएच्या लोकांनी वेगवेगळे गट बनवले आणि ते वेगवेगळ्या दिशांना गेले. आम्ही त्यांच्यावर लक्ष ठेवून आहोत, त्यांचा मागोवा घेत आहोत. त्यांच्यापैकी कोणाच्या ताब्यात आपली माणसे आहेत, ते सांगणं अशक्य आहे. या सगळ्या गटांवर हल्ला करून त्यांचा खात्मा करणं मला फारच आवडेल, पण हवाई हल्ला केला तर आपलीही माणसं मरण्याचा धोका आहे.''

तिथे मौन होते, फक्त अब्राहम लिंकनच्या मशिनचा फर्रऽऽ आवाज मागे ऐकू येत होता.

''ॲडमिरल,'' राष्ट्राध्यक्ष म्हणाले, ''आता तुमची काय योजना आहे?''

''सध्या, ह्या वेळेस आपण त्याचा मागोवा घेत राहू. सकाळी आपली तिथे प्रत्यक्ष जागेवर असलेली माणसं आणखी व्यापक टेहळणी करतील. जर ड्रोनच्या साहाय्याने आपल्याला त्यांचे गट नजरेस पडले आणि आपली माणसे त्यांच्याबरोबर नसतील, तर आपण त्यांच्यावर हल्ला करू. जर आपली माणसं कुठं आहेत, ते आपल्याला शोधता आलं, तर आपल्याला लगेच हेलिकॉप्टर्स पाठवता येतील. केनियातील लोडवार शहरातून चिनूक ही जास्त क्षमतेची हेलिकॉप्टर त्यासाठी तयारच आहेत.''

''आपली सध्या तिथे जी माणसे आहेत, ती मारली जाण्याची काही शक्यता आहे का?''

''गोळीबार होण्याची नेहमीच शक्यता असते.''

''आणखी कोणी मेलेलं आपल्याला चालणार नाही,'' राष्ट्राध्यक्ष म्हणाले.

''सर, मलाही ते तुमच्याइतकंच नको आहे. पण आता आपण ही कारवाई केली आहे, ती तडीला न्यावी लागेल. त्यांच्या ताब्यातील आपली माणसं फार दूरवर गेलेली नसणार; विशेषत: ती जखमी झाली असतील तर. त्यांना बहुधा टाकून देण्यात आलं असेल.''

राष्ट्राध्यक्षांनी हेल यांच्याकडे नजर वळविली व मानेने इशारा केला.

''पीट, याशिवाय आणखी काही?''

''नाही, सर.''

''ओके. थँक यू.''

फोन बंद झाला.

डेस्कसमोरच्या एका सोफ्यावर राष्ट्राध्यक्षांनी स्वत:ला झोकून दिले. ''अजूनपर्यंत तरी.'' ते म्हणाले. ''हे कोणाला माहीत नाही ना?''

हेलनी नकारार्थी मान हलवली. ''आपल्या बाजूने नाही, पण जर एलआरएला वाटलं, तर ते जगाला सांगू शकतात. ते नेटवर संदेश देऊ शकतात, हे आपल्याला माहीत आहे. अमेरिकेच्या अगदी एका सैनिकालासुद्धा ठार मारणं,

हा त्यांच्यासाठी विजय आहे. सध्या ते संदेश प्रसारित करण्याचे प्रयत्न करत असतील, हे आपण गृहीत धरू. कधी करतायत इतकाच फक्त प्रश्न आहे.''

''आपल्या माणसांच्या मोबदल्यात त्यांनी काही मागण्या केल्या आहेत का?''

''अजून तरी नाही. ते करतील हे नक्कीच. पुन्हा मी तेच म्हणेन की, ते त्या कधी करतील इतकाच फक्त प्रश्न आहे.''

जॉन ओकलेंनी त्याबद्दल शंका व्यक्त केली. ''त्यांचं काम अशाप्रकारे चालत नाही. मुळात ते खुनी लोक आहेत. शत्रूला सरळ ठार करतात. त्यांच्याकडे दुसरा कोणताही कार्यक्रम नाही.''

''आपल्या माणसांच्या बदल्यात आपल्याकडे मागावं अशा त्यांच्या काही मागण्या नक्कीच असू शकतात. कैद्यांची अदलाबदल? त्यांना मालाचा पुरवठा?'' नोल्स म्हणाले.

''त्यांचा समूळ नायनाट करणं हे आपलं ध्येय आहे असं आपण म्हटलेलं आहे. त्यांच्या दृष्टिकोनातून बघा. जोपर्यंत ते माघार घेत नाहीत, तोपर्यंत आपण त्यांना काही देऊ केलं तरी त्यात काय अर्थ आहे?''

''कदाचित त्यांच्यातल्या काही लोकांना शेवट जवळ आला आहे, हे कळून चुकलं असेल आणि स्वत:साठी सौदा म्हणून ते आपल्या माणसांना वापरतील.''

ओकलेंनी जनरलकडे बघितले. ''तसं काही चिन्ह दिसतंय का?''

''नाही, सर. पण इतक्या लवकर काही सांगता येणार नाही.''

''समजा, त्यांना शरण येण्याचा सौदा करायचा असेल तर आपण काय करणार?''

''मी त्यांना सरळ ठार मारेन.'' ओकले म्हणाले.

''पण आपल्याला सौदा करावा लागला तर?'' नोल्स त्रस्तपणे म्हणाले.

ओकलेंनी खांदे उडवले. ''त्यांना कोर्टाच्या सुनावणीला तोंड द्यावं लागेल, हे आपल्याला सांगावंच लागेल. मला वाटतं त्यांना मृत्युदंडाची शिक्षा ठोठावली जाणार नाही याची हमी देता येईल. आपण त्यांना हेगला पाठवू शकतो. तिथे ते मृत्युदंडाची शिक्षा देत नाहीत.''

राष्ट्राध्यक्षांनी हेल यांच्याकडे बघितले. ''आपल्याला एका वाटाघाटी पथकाची आवश्यकता पडेल का?''

''गरज भासली तर तयार असावे म्हणून, आपण एक पथक तयार ठेवत आहोत. याबाबत आपण जितका जास्त काळ मौन बाळगू तितकं जास्त चांगलं. बाहेर कोणाला कळलं नाहीतर त्यामुळे काय कारवाई करायची त्याचं आपल्याला सर्वाधिक स्वातंत्र्य मिळेल.''

''तुम्ही आताच म्हणालात एलआरए त्याला प्रसिद्धी देईल, हे आपण गृहीत

धरलं पाहिजे.''

''ते खरं आहे, राष्ट्राध्यक्ष महोदय. त्यांना शक्य होईल तितक्या लवकर ते तसं करतील असं मी गृहीत धरतो. त्यांच्या मृत माणसांचा आकडा ते कमी करून सांगतील आणि आपला फुगवतील.''

''मी काही प्रेस सेक्रेटरी नाही,'' ओकले म्हणाले, ''पण एखादं वृत्त दुसऱ्या कोणी प्रकाशित केलं आणि मग त्यावर आपण खुलासे करत बसलो, असं व्हायला नको. आपण त्यात आघाडीवर असायला पाहिजे.''

''म्हणजे आपल्याला एखादं निवेदन करणं आवश्यक आहे?'' राष्ट्राध्यक्षांनी तोंड वाकडे केले. ''आपण वाईट परिस्थितीत अडकलो आहोत, असं त्यामुळे दिसेल. भयानक वाईट. क्लिंटन यांची सोमालियात फजिती झाली होती, त्यासारखं हे दिसेल.''

''आपल्याला इथे यश मिळालेलं आहे, राष्ट्राध्यक्ष महोदय. ते कसं विसरता येईल?''

''हा विजय असल्यासारखं वाटत नाही.''

''आपल्या चार माणसांसमोर शत्रूची पन्नासपेक्षा जास्त माणसं मेलेली आहेत.''

''आपला एक सुद्धा माणूस मरायला नको होता, जनरल. शत्रूचे लोक तर पाषाण युगाच्या काळातील आहेत.''

''मी एक निवेदन जारी करेन,'' ओकले म्हणाले.

''आपला एक माणूस मरण पावला आणि तीन माणसं त्यांच्या ताब्यात आहेत, हे उघड करायचं का?''

''नको,'' हेल म्हणाले. ''हे संपेपर्यंत आपण त्याविषयी जितकी कमीतकमी माहिती उघड करू तितकं जास्त चांगलं. मी म्हणेन आपली एक कारवाई यशस्वी झाली. शत्रूचे पन्नास लोक मेले आणि त्या भागात आपले सैनिक आहेत. तिथलं वास्तव काय आहे, ते यावरून समोर येईल. त्यांनी काही चुकीचा आकडा सांगण्याअगोदर शत्रूची किती माणसं मेली ते उघड होईल. नंतर मग ते काय करतात ते बघू.''

नोल्स यांच्या कपाळावर नापसंतीच्या आठ्या आल्या. ''मला याबाबत एड आणि डीन यांच्याबरोबर बोलावं लागेल. जॉन, तोपर्यंत निवेदन करू नका.'' त्यांनी हेल यांच्याकडे बघितलं. ''जनरल नेमकं काय घडतंय त्याची तत्काळ मला माहिती मिळायला हवी. मग रात्रीची कोणतीही वेळ असो. आपल्या माणसांबाबत काहीही माहिती मिळाली तर मला लगेच कळवा.''

''होय, सर.''

राष्ट्राध्यक्ष उभे राहिले. इतरही सगळे उभे राहिले.

दारावर टकटक झाली.

दारात डीन मॉस उभे होते. त्यांचा चेहरा पांढराफटक पडला होता. राष्ट्राध्यक्ष महोदय, नेटवर एक व्हिडीओ आहे.

ओव्हल ऑफिसमध्ये एका स्क्रीनभोवती ते सगळे बसले. राष्ट्राध्यक्षांचे महत्त्वाचे साहाय्यकसुद्धा तिथे आलेले होते. मॉसनी अमेरिकाविरोधी घोषणांचा मारा असलेली एक वेबसाइट स्क्रीनवर घेतली. आपला हात रिमोटवर ठेवून ते थबकले.

''हे...'' त्यांनी दीर्घ श्वास घेतला. ''जर कोणी खूप घाबरट असेल, तर त्याने आत्ताच निघून गेलेलं बरं.'' ते म्हणाले.

''व्हिडीओ सुरू करा.'' राष्ट्राध्यक्ष शांतपणे म्हणाले.

एका तंबूतील प्रखर उजेडात कोणीतरी न कळणारी बडबड करतंय, अशी सुरुवात झाली. सॅटेलाइट कनेक्शनमार्फत तो व्हिडीओ नेटवर अपलोड केलेला असावा. प्रतिमा आधी दोन-तीन वेळा दिसली आणि नाहीशी झाली. मग कॅमेरा आणि लाइट प्रकाशित झाले. अमेरिकेच्या एका वैमानिकाला पाच जणांनी घेरल्याचे नंतर स्पष्ट दिसले. त्याचा चेहरा रक्ताने माखलेला होता आणि एक डोळा भयंकर सुजला होता. तो वेदनेने कळवळत वाकून उभा होता आणि त्याच्या भोवतीच्या माणसांनी त्याला धरून ठेवले होते. त्यांनी चेहऱ्यावर मास्क लावला नव्हता किंवा आपली ओळख लपवण्याचा ते कोणताही प्रयत्न करत नव्हते. त्यांच्यापैकी एकाने वैमानिकाच्या कपड्यावरचा ओळख पटवणारा बिल्ला जोराने टरकावून काढला आणि तो बिल्ला उद्दामपणे कॅमेराकडे दाखवत तो हलवत राहिला. त्यांच्यापैकी एक जण त्याच्यावर ओरडला. नंतर दोन माणसांनी अमेरिकेच्या वैमानिकाला गुडघ्यावर बसायला लावले. आता काय दाखवले जाणार ते बघायची टॉम नोल्स यांची इच्छा नव्हती.

ते सुरू झाले.

''ओ, देवा...'' रॉबर्टा डेवलीन हलक्या आवाजात म्हणाल्या आणि त्यांनी त्याकडे पाठ फिरवली.

''तीच त्यांची पद्धत आहे,'' हेल म्हणाले. ''त्यांना ते सोट्याने करायला आवडतं.''

गॅरी रोझ धडपडत उठले. त्यांचा हात तोंडावर होता.

वैमानिकाचे प्रेत आता खाली जमिनीवर पडलेले होते. तो पाय घासत तडफडून झटके देत होता.

एका माणसाने फुटलेल्या कवटीवर पुन:पुन्हा प्रहार केले.

राष्ट्राध्यक्षांनी डोळे बंद केले. त्यांचे डोके बधीर झाले होते.

३३

टॉम नोल्स यांनी कोणत्याही माणसाला कोणी ठार मारत आहे, असे प्रत्यक्षात कधी बघितलेले नव्हते. कोणत्याही पद्धतीने ठार मारताना बघितलेले नव्हते. त्यासंबंधी त्यांना जी माहिती होती ती चित्रपटात जे बघितलेले होते, त्या आधारे होती.

व्हिडीओत बघितलेले दृश्य त्यांच्या डोक्यातून ते घालवून देऊ शकत नव्हते. विशेषत: झटके देणारे पाय. अगदी शेवटपर्यंत ते झटके देत होते. रक्ताने माखलेल्या चेंदामेंदा झालेल्या कवटीपेक्षासुद्धा त्याचा जास्त भयानक परिणाम त्यांच्यावर झाला होता. एखादा प्राणी तडफडून मरताना जसे आचके देतो, तसे ते झटके देणारे पाय....

सहसा व्हाइट हाउसच्या वेस्ट विंगमधील वरिष्ठ कर्मचारी म्हणजे राष्ट्राध्यक्षांचे विस्तारित कुटुंबच असते. राष्ट्राध्यक्षांना जेव्हा रात्रीच्या वेळी काही पूर्वनियोजित काम नसायचे तेव्हाही सगळे तिथेच थांबायचे आणि त्यांच्याबरोबर अभ्यासिकेत फुटबॉल मॅच बघायचे किंवा व्हाइट हाउसच्या चित्रपटगृहात एखादा चित्रपट बघायचे. विरंगुळ्याबरोबरच त्यात थोडा कामाचाही भाग असे. त्या वेळी ते कामाच्या संदर्भातही बोलत राहायचे आणि त्यामुळे त्यांना अनेकदा निर्णय घेणे सोपे जायचे, कारण नेहमीच्या संदर्भाशिवाय समस्यांवर विचार केला, तर त्यांच्याकडे बघण्याचा वेगळा दृष्टिकोन मिळतो; परंतु त्या रात्री मात्र त्यांना कोणाचीही सोबत नकोशी वाटत होती. ते निवासी मजल्यावर गेले आणि त्यांच्या अभ्यासिकेत त्यांनी एकट्यानेच डिनर केले. त्यांनी बरोबर काही कागदपत्रे आणली होती. त्यावर नजर फिरवली. ते चित्त एकाग्र करू शकले नाहीत. टीव्ही लावला पण त्यावर बघण्यासारखे काही आढळले नाही. तो सुरूच ठेवून ते चॅनेल बदलत राहिले. पडद्यावर बदलणाऱ्या प्रतिमा बघत राहिले. पण त्यामुळे त्यांच्या डोक्यातील प्रतिमा निघून जात नव्हत्या.

त्यांना जबरदस्त एकटेपणा जाणवत होता. त्यांना मनापासून वाटत होतं

की, ते ओझे त्यांना एकट्यानेच सहन करायचे होते. ते इतर कोणाबरोबर वाटून घेता येणार नाही. कमांडर इन चीफ या नात्याने त्या बिचाऱ्या माणसाला अशा भयानक मृत्यूला सामोरे जायला त्यांनी लावले होते. जंगल पीस ही मोहीम त्यांची आणि फक्त त्यांची होती. तो हल्ला करावा, अशी त्यांची इच्छा होती आणि तो लगेच करावा अशीही इच्छा होती. त्यांच्या मनात त्यांचा मुलगा स्टीव्ह याच्याबद्दल विचार आले. त्यांचा एकुलता एक मुलगा. स्टीव्ह, त्याची पत्नी आणि त्यांच्या जुळ्या मुली अधूनमधून व्हाइट हाउसमध्ये येत. थँक्स गिव्हिंगनिमित्त ते दोन-एक आठवड्यांनी तिथे येण्याची शक्यता होती. आदल्यावर्षी पारंपरिक रीतीने थँक्स गिव्हिंग साजरे करताना जुळ्या मुली त्यांच्या बाजूलाच उभ्या होत्या. ह्या सणाच्या दिवशी टर्की पक्षाचे मांस खाल्ले जाते. पण राष्ट्राध्यक्षांनी ऐनवेळी त्या पक्षाला जीवदान देण्याची प्रथा पडून गेली होती. मागील वर्षीही त्यांनी जीवदान दिल्यानंतर तो पक्षी घेऊन त्यांच्या नाती जोरात पळत सुटल्या होत्या.

त्या आठवणीने त्यांना क्षणभर हसू आले. नंतर ते पुन्हा गंभीर झाले.

ते उठले आणि हॉलमध्ये आले. सहसा राष्ट्राध्यक्ष जी खोली बेडरूम म्हणून वापरतात ती त्यांनी साराहना दिली होती आणि पश्चिम बेडरूम ते स्वत:साठी वापरत होते. साराहच्या दारावर त्यांनी टकटक केली आणि ते उघडले. त्या तिथे नव्हत्या. त्यांनी अभ्यासिकेत बघितले, तीसुद्धा रिकामी होती.

''टॉम,'' साराह म्हणाल्या.

ते वळले. साराह त्यांच्यामागे हॉलमध्ये होत्या. ती भयानक बातमी त्यांनी ऐकलेली होती, हे साराहच्या चेहऱ्याकडे बघून त्यांना कळले.

''मी आत्ताच परत आले,'' त्या म्हणाल्या. ''मला... ते जाऊ दे, मला एक भाषण द्यायचं होतं.''

त्यांनी मान हलवली.

''तू ठीक आहेस?'' साराहनी विचारले.

''होय.''

''तुला बोलायचं आहे?''

त्यांच्या चेहऱ्यावर स्मित आले. साराहकडून त्यांना ते नेहमी ऐकू यायचे नाही.

''बोलायचं आहे का?'' साराह पुन्हा म्हणाल्या.

त्यांनी नकारार्थी मान हलवलाह्ल. ''ते ठीक आहे.''

साराहनी त्यांचा हात हातात घेतला. ''ये,'' त्या म्हणाल्या. त्या त्यांना स्वत:च्या अभ्यासिकेत घेऊन गेल्या.

''तुला ड्रिंक हवे आहे का?''

त्यांनी होकारार्थी मान हलवली.

"बर्बन?"

त्यांनी पुन्हा होकारार्थी मान हलवली.

बाहेर जाऊन त्या एक ग्लास घेऊन आल्या.

"तू काही घेणार नाहीस?" त्यांनी विचारले.

"नको," त्यांनी नकारार्थी मान हलवली आणि त्यांच्या बाजूला सोफ्यावर बसल्या.

साराहनी निळ्या रंगाचा पँटसूट आणि फिकट जांभळ्या रंगाचा शर्ट घातला होता. त्यांचे केस फिकट तपकिरी रंगाचे होते. टॉम त्यांना प्रथम भेटले होते; तेव्हा साराह यांच्या केसाचा तो नैसर्गिकरित्याच रंग होता. आता केस थोडे रंगवावे लागत होते. त्या छान दिसत होत्या. त्या किती छान दिसतात ते कधीकधी राष्ट्राध्यक्ष विसरून जायचे.

त्या त्यांच्याकडे बघत होत्या.

त्यांनी बर्बनचा घोट घेतला व डोळे बंद केले.

"तू व्हिडीओ बघितला नसशील; तर बरं," ते म्हणाले.

"नाही बघितला."

"बघू नकोस. भयानक आहे." त्यांनी त्यांच्याकडे बघितले. "ते सैतान आहेत साराह. हा जुना शब्द आहे, मला माहीत आहे, पण त्यासाठी दुसरा कोणता शब्द मला माहीत नाही. देव-धर्म, पाप-पुण्य तुम्ही माना किंवा मानू नका, पण ते थेट नरकात जाणार हे नक्की." त्यांनी उसासा टाकला. "जे योग्य आहे तेच मी तिथे करण्याचा प्रयत्न करत आहे. माझा दुसरा कोणताही हेतू नाही."

"तू तिथे एक चांगलं काम करत आहेस, टॉम."

"त्यामुळे त्या बिचाऱ्या माणसाच्या कुटुंबाचं कसं काय समाधान होणार ते मला माहीत नाही. त्यांच्याबरोबर बोलताना काय म्हणायचं मला कळत नाही."

"तुला शब्द सुचतील."

"माझ्याकडे शब्द नाहीत."

"तुला ते सुचतील, टॉम."

त्यांनी बर्बनचा आणखी एक घोट घेतला. "त्याचं नाव हर्ले गॉस होतं. सव्वीस वर्षांचा. कॅप्टन हर्ले गॉस." क्षणभरासाठी ते शांत बसले. "काही गोष्टी... अशा एखाद्या गोष्टीमुळे सगळंच बदलून जातं."

साराह त्यांच्याकडे बघत होत्या.

ते मागे रेलले आणि मान हलविली. "हे राष्ट्राध्यक्षपद –"

ते विषादपूर्ण हसले. "अचानक मला वाटतंय, मी काय करतोय, तेच मला

माहीत नाही.''

''टॉम असं क्रूर कृत्य... ते आहे त्यापेक्षा खूप मोठं वाटतं. आता या वेळी ती अगदी सर्वांत वाईट घटना वाटते.''

''ते मला माहीत आहे. माझ्या लक्षात आलं.'' संत्रस्तपणे विचार करत ते थांबले. ''मी विचार करत होतो, जंगल पीस मोहीम सुरू करून जेमतेम एक महिना झाला. विश्वास बसणार नाही. मागे वळून बघितलं तर...'' अविश्वासाने स्मित करत ते पुन्हा थांबले. ''दुसरा काळ वाटतो. काही सैतानी लोकांचा नायनाट करण्यासाठी आपण एक साधी मोहीम सुरू करत होतो. सत्तर टक्के जनतेचा मला पाठिंबा होता. अर्थव्यवस्था मजबूत दिसत होती, मार्केट भक्कम होतं. सेनेटमध्ये साठ जागांचं बहुमत मिळेल, अशी माझी अपेक्षा होती आणि माझं पुन्हा बिनविरोध नामांकन झालं असतं. आणि आता...'' ते कडवटपणे हसले. ''देवा, साराह, सगळं उद्ध्वस्त झाल्यासारखं आहे. एका महिन्यात... एक बेकार महिना. हे कसं झालं, ते मला कळत नाही.''

त्या त्यांच्याकडे बघत होत्या.

''मला खरंच कळत नाही. आणि हे अजून संपलेलं नाही. आपली दोन माणसं अजून त्यांच्या ताब्यात आहेत. कदाचित आपल्याला आणखी दोन व्हिडीओ मिळतील किंवा ओलीस म्हणून त्यांना धरून ठेवलंय असं होईल. मग ते प्रकरण दीर्घकाळ चालेल.''

''तसं होणार नाही.''

''नाही होणार? तू किंवा मी किंवा इतर कोणी त्याबाबत काहीच सांगू शकणार नाही. त्या दोघांना कसं शोधायचं याची आपल्या लोकांना जरासुद्धा कल्पना आहे, असं मला वाटत नाही. आणि आता आपली माणसे तिथे जंगलात आहेत. कदाचित आणखी काही माणसं आपण गमावू. मग काय होईल? त्या सैन्याच्या लोकांनी मला सांगितलं की, ही निर्धोक मोहीम आहे. फक्त हवाई हल्ला करायचा. पहिल्यांदाच मी त्यांना काही सांगितलं आणि आपले दोन अपाशे खाली पडले, दोन माणसं मेली आणि काही बेपत्ता आहेत. आता जमिनीवरूनही आपण मोहीम सुरू केलीय, त्यात आणखी जास्त समस्या येतील. त्याचं स्वरूप खराब असेल असं दिसतंय. हे असं व्हावं, अशी माझी कधीच अपेक्षा नव्हती.''

''टॉम, तू सर्वांत वाईट शक्यतेची कल्पना करतोयस. परिस्थिती सुधारेल. त्यावर नियंत्रण मिळवता येईल. आपलं सैन्य त्या दोघांना परत आणेल आणि त्यांनी म्हटल्याप्रमाणे काम पूर्ण करेल, कशावरून तसं घडणार नाही?''

''हो, कदाचित तेही शक्य आहेच.'' त्यांनी कपाळावर बोटे टेकवली. एक

दीर्घ श्वास घेतला आणि तो सावकाश सोडला. ''आणि हे मार्केट, बँका आणि चिनी लोक काय करतात कोण जाणे? हे पण प्रश्न आहेत.'' साराहनी त्यांच्याकडे बघितले. त्यांना अंदाज येत नव्हता. फिडेलियन बुडाली त्या दिवशी सकाळी झँगबरोबर संपर्क साधला होता का, याबाबतचे सत्य त्यांना माहीत नव्हते.

''काय करायचं कोणाला माहीत? स्टिकलँड आणि ऑप्टिझ धावपळ करताहेत, सर्व तऱ्हेच्या गोष्टी करून बघताहेत; पण त्यामुळे प्रश्न सुटेल की नाही, ते मला समजत नाही. आणि मला वाटतं त्यांनाही ते माहीत नाही. मला तर असं दिसतंय की, एखाद्या दिवशी एक गोष्ट उद्भवल्यानंतर त्याचा सामना करण्यासाठी ते एखाद्या गोष्टीचा विचार करतात; नंतर मग आणखी त्यातून काय निघेल, त्याप्रमाणे दुसऱ्या गोष्टीचा विचार करतात. मागच्या आठवड्याआधी एकही दिवस मला कधी प्रश्न पडला नव्हता की, मी इथे काय करतोय. मला वाटत नाही मी हे तुला कधी सांगितलं; पण मी जेव्हा निवडणूक जिंकली तेव्हा मला वाटलं होतं की, मी इथे एक कोणी तोतया, लादला गेलेला माणूस आहे अशी भावना माझ्या मनात येईल. लबाडी केल्यासारखं वाटलं; म्हणजे मी सुरुवात केली तेव्हाचं म्हणतोय. मला वाटलं होतं, रीतसर कार्यभार स्वीकारल्यानंतर मी व्हाइट हाउसमध्ये येईन. दुसऱ्या दिवशी सकाळी ओव्हल ऑफिसमध्ये काम करायला सुरुवात करेन आणि माझ्या मनात विचार असतील की, मी इथे असायला नको होतं. इथे ड्वाईट आयसेनहॉवर किंवा रोनाल्ड रीगन असायला हवे होते, मी नाही.''

साराहनी स्मित केले.

''पण मला वाटलं नाही साराह, तशी भावना माझ्या मनात आली नाही. मी इथे आलो, त्या स्थित्यंतरानंतर मला छान वाटतं होतं. ही माझी जागा आहे, असं मला वाटलं आणि या आठवड्याआधीपर्यंत रोजच मला तसंच वाटायचं. पण आता मला खात्री वाटत नाही. माझी जागा इथे आहे का नाही, ते मला माहीत नाही. नक्कीच तसं वाटत नाही. असं वाटतं की, देशाला कोणीतरी जास्त चांगला माणूस हवा आहे.''

''टॉम,'' साराह म्हणाल्या. त्यांनी त्यांचा हात हातात घेतला.

''आणि आता या रविवारी व्हेटरन्स डे – माजी सैनिक दिनानिमित्त मला भाषण द्यायचं आहे. काय विचित्र वेळ आहे ना?'' त्यांनी मान हलवली. ''तुला माहीत आहे, जॉर्ज डब्ल्यू बुश म्हणाले होते की, या पदावरील काही रात्री मोठ्या असतात आणि तेव्हा तुम्ही एकटेच असता. त्यांनी जे-जे म्हटलं त्यांपैकी लक्षात ठेवावी अशी ही इतकीच गोष्ट. दोन वर्षांनी मला वाटलं होतं की, त्यांना काय म्हणायचं होतं ते मला समजलं. पण खरं तर मला वाटतं मला ते कळलेलं

नव्हतं. या आठवड्यापर्यंत त्याचा अर्थ कळलेला नव्हता. मागच्या आठवड्यात तशा काही रात्री मी घालवल्या. मला वाटतं आजची रात्र तशीच असेल. मला वाटतं आजची रात्र अजून एक सर्वांत वाईट रात्र असेल.''

ते त्यांच्याकडे टक लावून बघत राहिले. साराहनी स्मित केले. त्यांच्या लग्नाची जी अवस्था होती, ती त्यांना माहीत होती. पण अजूनही ते एकमेकांना समजून घेऊ शकत होते. इतर कोणाहीपेक्षा जास्त ते एकमेकांच्या खूप जवळ होते. आपण अजूनही त्यांच्याबरोबर का आहोत, ते साराहना स्वत:ला माहीत नव्हते. त्या खरे तर त्यांच्याबरोबर नसायला पाहिजे होत्या; पण त्या होत्या. दुरून बघणाऱ्या माणसांना गोष्टी जितक्या सरळ वाटतात तितक्या त्या सरळ नसतात.

त्यांनी त्यांना आपल्याकडे ओढले. क्षणभर धरून ठेवले. मग त्या मागे रेलल्या आणि त्यांनी त्यांच्या डोळ्यांत बघितले.

''तू एक चांगला राष्ट्राध्यक्ष आहेस, टॉम नोल्स.''

त्यांनी नकारार्थी मान हलवली. ''ज्युरीने तो निर्णय दिलेला आहे.''

''नाही. त्यांनी दिलेला नाही. प्रत्येक माणसाला स्वत:बद्दल कधी ना कधी शंका वाटते. ते नैसर्गिक आहे. ते माणूसपणाचं लक्षण आहे. तू एक चांगला राष्ट्राध्यक्ष आहेस. तू योग्य त्याच गोष्टी करशील. तू यातून आम्हाला सुखरूप बाहेर काढशील. माझा त्यावर विश्वास आहे. देशाचा त्यावर विश्वास आहे. ऐक माझं, तू एक चांगला राष्ट्राध्यक्ष आहेस.''

''पण एक चांगला नवरा नाही. हूं?''

साराहनी उदासपणे त्यांच्याकडे बघितले. ''ओह, टॉम,'' त्या म्हणाल्या.

३४

आठवड्याच्या अखेरीस 'व्हेटरन्स डे' म्हणजे माजी सैनिक दिनानिमित्त माजी सैनिकांप्रती आदरभाव दाखवण्याचा दिवस. नेमक्या याच दिवशी संपूर्ण देशाला मोठी धक्कादायक बातमी कळली. मार्केट अर्थातच बंद होते. निदान अठ्ठेचाळीस तास तरी आर्थिक संकटाच्या विचाराला कुणाच्या मनात जागा नव्हती. त्याऐवजी हर्ले गॉस या माणसाचा भयानक मृत्यू – त्याचा विचार त्यांच्या मनात घोळत होता. हा माणूस प्रत्येकाचा अचानकच जणू मुलगा, वडील किंवा भाऊ झाला होता.

युद्धात प्राण गमवावे लागलेल्या सैनिकांच्या कुटुंबाबरोबर टॉम नोल्स याआधी बोलले होते. ते त्यांना भेटले होते. झेंडा गुंडाळलेल्या कॉफिनजवळ – शवपेटीजवळ – त्यांच्याबरोबर अंत्ययात्रेच्या वेळी उभे राहिले होते. नेवडाचे गव्हर्नर म्हणून आणि राष्ट्राध्यक्ष म्हणून असे प्रसंग त्यांना पार पाडावे लागले होते. ही माणसे अफगाणिस्तान, पाकिस्तान, कोलंबिया, फिलिपाईन्समध्ये मरण पावली होती. पण त्यांच्यापैकी कोणीही हर्ले गॉससारखा मरण पावला नव्हता.

ते शनिवारी सकाळी त्यांच्याबरोबर बोलले. घटना झाल्यानंतर चोवीस तासांच्या आतच बोलले होते. जॅक डफे ह्या वैमानिकांचा युगांडात धडक दिल्यामुळे मृत्यू झाला होता. त्याचे आई-वडील रोझ व्हील, कॅलिफोर्निया इथे होते. या दुःखी मातापित्यांबरोबर ते आधी बोलले. एका चांगल्या कामासाठी त्यांच्या मुलाचा मृत्यू झाला आहे, याची त्यांना ग्वाही दिली. त्याचे धैर्य, बांधिलकी, निष्ठा आणि देशभक्ती याची त्यांनी वाखाणणी केली. संपूर्ण देशाच्यावतीने त्याच्या बलिदानासाठी आभार मानले. त्यांनी सांगितले की, त्यांच्या मुलासारखे उत्तम तरुण आणि तरुणी यांच्या मुळेच इतर अमेरिकी लोकांच्या स्वातंत्र्याचे रक्षण होते, सर्वांना मुक्त वातावरणात जगता येते. त्या पालकांना जे सांगायचे होते ते त्या पालकांनी ऐकले. त्यांनी दुःख व्यक्त केले ते ऐकले. त्यांना माहीत झाले होते की, जिथे नातेवाईक संभाषण करतात ते कॉल सोपे असतात.

नातेवाईक जेव्हा मौन बाळगतात, ते कॉल कठीण असतात. तुम्हाला वाटते की, जणू तुम्ही एका पोकळीत बोलत आहात. तुम्ही बोललेला प्रत्येक शब्द मग जास्तच विचित्र आणि निरस वाटायला लागतो. त्यांनी या पालकांना सांगितले त्यांच्या मुलाला परत आणण्यात येईल आणि अर्लिंग्टनमध्ये इतर युद्धवीरांसह त्याला जागा देण्यात येईल. जर त्यांच्या मुलाने तिथे चिरविश्रांती घ्यावी अशी त्यांची इच्छा असेल, तर हे करता येईल. शेवटी पालकांनी त्यांना धन्यवाद दिले. लोक ज्याप्रकारे शेवटी त्यांना धन्यवाद द्यायचे त्यामुळे नेहमीच त्यांना भरून यायचे.

नंतर त्यांनी दुसरा फोन केला. नॉर्थ करोलिना येथील जॅकसन व्हिले येथील तरुण विधवेला तो होता. शब्द सुचत नव्हते. ते बोलत असतानाही त्यांच्या डोळ्यासमोर तो व्हिडीओ होता. ते झटके देणारे पाय होते. त्या स्त्रीनेही तो व्हिडीओ बघितलाय का, ते त्यांना माहीत नव्हते. परंतु ते विचारण्याचे धैर्य त्यांच्याकडे नव्हते. तिने तो बघितला नसेल इतकीच ते आशा करत होते. ती काही बोलत नव्हती. फक्त निर्विकारपणे 'येस सर' म्हणत होती. त्या व्यतिरिक्त काहीही नाही. फोनच्या दुसऱ्या बाजूला एक मोठी पोकळी; अविश्वसनीय पोकळी असल्याची भावना त्यांना जाणवत होती.

'मिसेस गॉस, सिंडी, ज्या लोकांनी हे केलं, त्यांना आम्ही पकडू. मॅडम, त्या लोकांना आम्ही शिक्षा देऊ.'' त्यांच्या डोळ्यांत अश्रू होते.

पुढे काय बोलायचे ते त्यांना कळत नव्हते. तिचा नवरा लवकर गेला. तो गेलेला नव्हता, त्याने देशाची उत्तम सेवा केली आणि सन्मानाने केली होती. ते त्यांचे आधीच म्हणून झालेले होते. रानटी खुन्यांकडून भर जंगलात सोट्याचे घाव सहन करून कोणालाही मरण येऊ नये, असे त्यांनी म्हणायला हवे होते का? होय, पण त्यामुळे सांत्वन कसे काय झाले असते?

''मॅडम, आम्ही त्याला अर्लिंग्टनला परत आणू. आम्ही त्याला अर्लिंग्टनला परत आणू आणि तिथे चिरविश्रांती देऊ.''

''होय, सर.''

आणखी काय बोलायचे ते त्यांना माहीत नव्हते. पण इतके पुरेसे नव्हते.

''सिंडी, तुझी काळजी घेणारं, तुझ्याबरोबर कोणी आहे का? ते तुझ्याकडे बघत आहेत का?''

''होय, सर.''

''मी माझ्या खाजगी सचिवाला तुला एक नंबर द्यायला सांगत आहे. तुला माझ्याबरोबर बोलायचं असेल तर त्या फोन नंबरवर तू फोन कर. तू मला थेट फोन कर.''

''होय, सर.''

"आपण त्याला परत आणणार आहोत, सिंडी."

"होय, सर. थँक्यू सर."

शनिवारी व्यूहरचना आखणारी बैठक नोल्स घेत. फोन झाल्यानंतर नोल्स त्या बैठकीसाठी ओव्हल ऑफिसमध्ये गेले. आता आक्रमक होण्याची गरज आहे यावर सर्वांचे एकमत होते. आठवड्याची सुरुवात झाली होती, निवडणुकीच्या तोंडावर फिडेलियनला वाचवण्यासाठी एक डील तयार करण्यासाठी; पण तो आठवडा नंतर भयंकर आपत्तीजनक ठरला होता. आर्थिक, राजकीय आणि आता लष्करी आपत्ती. आठवडाभर त्यांचा सूर बचावात्मक होता. तो बदलणे त्यांना आवश्यक होते; नाहीतर लोकांचा प्रशासनावरचा विश्वास उडाला असता. या प्रत्येक पैलूवर राष्ट्राध्यक्ष शांतपणे व खंबीरपणे काम करत असल्याचे जर दिसले असते; त्यांच्यात दृढनिश्चय आणि स्पष्ट हेतू दिसला असता, तर अमेरिकेचे लोक त्यांच्यामागे उभे राहिले असते. कितीही भयंकर असले तरीही हर्ले गॉसच्या मृत्यूमुळे त्यांना ती संधी मिळाली होती. मार्केटमध्ये पेचप्रसंग होता, त्यामुळे अकार्यक्षमता आहे, असे दिसत होते. सहा नोव्हेंबरला निवडणुका झाल्या होत्या त्याला वर्तमानपत्रांनी 'मध्यावधी कत्तल' असे नाव दिले होते. ते निकाल म्हणजे अस्थिरतेचे चिन्ह होते. पण आता निकालानंतर केवळ चारच दिवसांनी हर्ले गॉसच्या मृत्यूमुळे मध्यावधी कत्तल हे शब्द बाद झाले होते. एका नि:शस्त्र हवाई कर्मचाऱ्याची क्रूर हत्या झाल्यामुळे अमेरिकेला स्वत:वर हल्ला होत आहे, असे वाटत होते. आणि देशावर जेव्हा हल्ला होतो, तेव्हा लोकांची राष्ट्राध्यक्षांच्या मागे उभे राहण्याची, त्यांचे हात बळकट करण्याची इच्छा असते. राजकीय पक्षांनी एकमेकांच्या काढलेल्या उखाळ्या-पाखाळ्या ऐकायची त्यांना इच्छा नसते. कमांडर इन चीफवर लोक टीका करत आहेत, हे त्यांना बघायचे नसते. एड अब्राहम्स यांचे म्हणणे होते की, जर कौशल्याने वाक्यरचना करता आली तर राष्ट्राध्यक्षांचे आर्थिक पेचप्रसंग हाताळणे ह्या मुद्द्यालाही हा पाठिंबा आहे, असे दाखवता आले असते. पण तो नेमका क्षण साधणे आवश्यक होते. ही पुढाकार घेण्याची वेळ होती.

रूईज-केलरमन आदल्या दिवशीच्या निवडणूक निकालांच्या आधारे – हर्ले गॉस यांचा व्हिडीओ येण्याअगोदरही – म्हणाल्या होत्या की, राष्ट्राध्यक्षांनी स्वत: अधिक सूत्रे हाती घ्यावीत, ही लोकांची मागणी आहे. रॉन स्टिकलँड आणि सुझान ऑप्टिझ यांना बघण्याचा लोकांना वैताग आला होता. त्या दोघांना लोकांनी मतदान केलेले नव्हते. त्यांनी थॉमस पॅक्सन नोल्स यांना मतदान केले होते. त्यांनी ज्या माणसाला व्हाइट हाउसमध्ये बसवले होते, त्या माणसाला त्यांना बघायचे होते.

नोल्स रिपब्लिकन पक्षाच्या अध्यक्षांबरोबर आणि पक्षाच्या अनेक महत्त्वाच्या नेत्यांबरोबर बोलले. त्यांनी सुद्धा हेच मत व्यक्त केले.

'माजी सैनिक दिना'निमित्त ते दुसऱ्या दिवशी जे भाषण करणार होते, ती यासाठी एकदम योग्य संधी होती. ते भाषण पूर्णत: नव्याने लिहिणे आवश्यक होते. जोश बेंटनर आणि आणखी एक भाषण लिहिणारा यांनी मिळून त्या भाषणावर पूर्ण दिवस काम केले. माजी सैनिक दिन हा शोकदिन. त्याचे पावित्र्य जपत; भाषणात राष्ट्राध्यक्षांच्या आर्थिक पेचप्रसंग हाताळण्याचा संदर्भ पेरण्याची त्यांनी खूप धडपड केली. दुपारी साधारण दोन वाजता बेंटनरने पहिला मसुदा एड अब्राहम्सना दाखवला.

"अरे तू काय करतो आहेस?" अब्राहम्सनी विचारणा केली.

"मार्केटबद्दल एक चकार शब्दही त्यांनी काढणं आवश्यक नाही. राष्ट्राध्यक्ष मुत्सद्दी आहेत, इतकंच दाखवणं पुरेसं आहे. आपल्या वेदनेत ते सहभागी होऊ शकतात; आपलं धैर्य उंचावू शकतात हे दाखवणं आवश्यक आहे. हे देवा, जोश! तुला काय झालंय? काव्यमय भाषा हवी, रूक्ष गद्य नको! ते कमांडर इन चीफ आहेत, अर्थशास्त्राचे प्राध्यापक नाहीत! ते तसे वाटले पाहिजेत असं कर."

माजी सैनिक दिनाच्या कार्यक्रमासाठी; दुसऱ्या दिवशी सकाळी नोल्स न्यू यॉर्कला विमानातून रवाना झाले. साराह त्यांच्यासोबत होत्या. पहिल्या जागतिक महायुद्धाच्या धडाडणाऱ्या तोफा १९१८मध्ये याच दिवशी शांत झाल्या होत्या. हा मूळ 'युद्ध तहकुबी दिवस' होता आणि आज त्याची शताब्दी होती.

भाषण करण्यासाठी त्यांनी न्यू यॉर्क शहरातील गोदीची जागा निवडली होती. महायुद्धाच्या शेवटच्या वर्षात वीस लाख अमेरिकन सैनिकांनी युद्धात भाग घेण्यासाठी जलमार्गे युरोपला प्रयाण केले होते. त्यापैकी कित्येकांनी ह्या गोदीवरूनच आपल्या प्रवासाची सुरुवात केली होती. त्यातील लाखो लोक कधीच परत आले नव्हते.

मॅनहॅटनमध्ये नोव्हेंबरमधील या रविवारी स्वच्छ सूर्यप्रकाश पसरला होता. त्यांच्यासमोर जे माजी सैनिक बसले होते, त्यांची शौर्यपदके सूर्यकिरणांनी चकाकत होती. जॉर्जिया, इराक, अफगाणिस्तान, व्हिएतनाम इथल्या लढायांतून त्यांना ही पदके मिळालेली होती. दुसऱ्या महायुद्धात लढलेले काही सैनिकही तिथे होते. पांढऱ्या केसांच्या या सैनिकांच्या छातीवरही पदके लटकत होती. त्या पिढीचे हे मागे राहिलेले थोडेफार लोक होते आणि ते कमी-कमी होत जाणार होते. मागच्या दोन दिवसांतील घटना सगळ्यांच्या मनात ताज्या होत्या. अमेरिकेच्या एका सैनिकाला शत्रूने क्रूरपणे ठार केले होते. आणि याच शत्रूच्या तावडीत आणखी दोन माणसे आहेत, हे सगळ्यांना माहीत होते. त्यामुळेच नोल्स भाषण वाचत असताना त्याची तीव्रता जाणवत होती. भाषण वाचताना त्यांचा कंठ काही

वेळा दाटून आला होता. श्रोत्यांमधील वृद्ध माणसे आपल्या डोळ्यांना रुमाल लावत आहेत, असे त्यांना दिसले. आणि तरुण माणसांचेसुद्धा डोळे पाणावलेले होते.

अंतिम शब्द कदाचित फार भावनिक होते. इतर वेळी त्यांनी बेंटनरला ते कमी करायला सांगितले असते; पण या वेळी त्यांना ते योग्य वाटले होते. भाषणावर काम केलेल्या इतर प्रत्येकालाही तेच वाटत होते. हे शब्द बोलण्याची प्रत्यक्ष वेळ आली तेव्हा त्यांच्या आवाजातील भावना अगदी सच्च्या होत्या.

''दरवर्षी, या दिवशी, आपण आठवण काढतो. कोणाला गमावण्याच्या वेदनेची आपण आठवण काढतो – मग ती एक दिवसापूर्वीची असो किंवा शतकापूर्वीची असो – त्या आठवणींमुळे मग आपण इथे का आहोत, याचे आपल्याला भान येते. ही ठुसठुसणारी जखम काळोखात आपल्याला प्रकाश देते आणि आपण काय करणं आवश्यक आहे, त्याचा मार्ग दाखवते. जेव्हा जगातील अंधार दीपस्तंभाला विझवण्याचा प्रयत्न करतो, तेव्हाच अमेरिका सर्वांत जास्त शक्तिमान असते, सर्वांत जास्त प्रखर असते आणि दीपस्तंभ म्हणून जगाला मार्ग दाखवण्याचे काम करत राहते. तो दीपस्तंभ कधीच विझणार नाही. तो आपण जास्त शक्तिनिशी आणि जास्त ध्येयनिष्ठेने तेवत ठेवू. चांगलं काम करण्यासाठी आपण उभे राहू.'' ते क्षणभर थांबले, नंतर म्हणाले, 'या देशाला देवाचा आशीर्वाद लाभो. अमेरिकेला देवाचा आशीर्वाद लाभो!''

३५

रात्री नोल्स न्यू यॉर्कला परत आले. व्हाइट हाउसमध्ये एड अब्राहम्सबरोबर ते रविवारी रात्रीची फुटबॉल मॅच बघत होते. सेंट लुईस रॅम व फिलाडेल्फिया इगल्स यांच्यात मॅच सुरू होती. मॅच बघताना ते बिअर घेत होते आणि त्यांनी दोन पिझ्झाही मागवले.

सेंट लुईसची सहज सरशी होत होती. तिसऱ्या क्वार्टर दरम्यान सेंट लुईसचा स्कोअर २३ विरुद्ध ६ असा होता. इगल्सची बचावफळी फार फुसकी होती.

त्यांनी एडकडे बघितले. ''चीनच्या अर्थमंत्र्यांबरोबर कधी बोलणार आहे त्याविषयी सुझानने काही सांगितलं का?''

अर्थमंत्र्यांनी चीनच्या अर्थमंत्र्यांशी बोलावे, हा निर्णय घेऊन बराच काळ लोटला आहे, असे त्यांना वाटत होते. पण फक्त दोनच दिवसांपूर्वी हा निर्णय घेण्यात आला होता.

''उद्या,'' अब्राहम्स म्हणाले. ''पहिल्यांदा तेच करणार.''

''तुम्हाला वाटतं का की, ते निवेदन करतील?''

''बहुधा काही दिवस रोखून ठेवतील. लगेच करतील अशी माझी अपेक्षा नाही. आणि गॅरी मला सांगत आहेत चीनचे प्रिमिअर लियांग बहुधा निवेदन करतील. ज्या गोष्टी झँगना स्वत:च्या तोंडाने सांगायच्या नाहीत, त्या ते त्यांच्यामार्फत सांगतात. ते झँगच्यावतीने बोलतात, हे प्रत्येकाला माहीत आहे. त्यामुळे तोच परिणाम साधला जाईल. एकदा त्यांनी काही म्हटलं की, आपल्याला ते अधोरेखित करता येईल. हा व्यावसायिक निर्णय होता, असं ते म्हणू शकतात. ह्या किंवा त्या, कोणत्याही प्रकारे हस्तक्षेप केला नाही, असं ते म्हणू शकतात. त्यांना आवडेल ते असत्य ते सांगू शकतात. त्यांना निरोप मिळाला आहे, हे मार्केटला कळेल.''

''त्यांनी निवेदन केलंच पाहिजे.''

''झँगना जो काय मुद्दा ठसवायचा होता, ते करून झालं आहे. मार्केट खरोखर

आर्थिक संकटात सापडावं अशी आपली इच्छा नाही, तितकीच त्यांचीही नसावी.''

नोल्सनी बिअरचा घोट घेतला आणि गेल्या दोन दिवसांतील घटनांवर विचार करत तो घोट घशाखाली उतरवला. त्यांच्या आजच्या भाषणावर त्यांना हव्या तशाच प्रतिक्रिया आल्या होत्या. राजकीय भाष्यकार म्हणत होते की, खंबीर, मुत्सद्दी राजकीय नेतृत्वाचे हे भाषण आहे. डीन मॉस ह्या पैलूची जास्त दखल घ्यावी, यासाठी प्रयत्न करत होते.

ते अब्राहम्सकडे वळले. ''एड, मी तुमच्या धोरणाशी सहमत आहे. ही वेळ बचावात्मक वागण्याची नाही. आपण खंबीरपणा दाखवायला पाहिजे. आपला अजेंडा राबवला पाहिजे. पण ते केवळ बोलणं आहे. प्रत्यक्ष कृती घडायला हवी. जर शत्रूच्या ताब्यातील आपली माणसं परत मिळाली नाहीत, तर फार कठीण होईल.'' नोल्स क्षणभर थांबले मग म्हणाले, ''जर थँक्स गिव्हिंगच्या आत आपल्याला त्यांना परत आणता आलं नाहीतर फार मुश्कील होईल.''

अब्राहम्सनी तोंड वाकडे केले. ''अशी मुदत आपण स्वत:वरच लादून घ्यायला नको. ते स्वत:ला सुळावर चढवणं होईल.''

''प्रेसलरच्या जागी दुसऱ्या कोणाला आणायला पाहिजे, असं तुम्हाला वाटतं का?''

अब्राहम्सनी आश्चर्याने नोल्स यांच्याकडे बघितले. ''फिल्डवर असलेल्या एका कमांडरला बदलवणं ही छोटी गोष्ट नाही. सैन्याचे लोक बोंबाबोंब करतील.''

''हो, हेलही तितकाच वाईट आहे. मला वाटतं त्याच्याही जागी दुसरा कोणी आणायला हवा.'' नोल्सनी स्क्रीनकडे बघितले. सेंट लुईसने आणखी एक गोल केला होता. ''ते बघितलं? असा बचाव कधी बघितलाय? स्वीस चीजला असतात तितकी ह्यांच्या बचावफळीला भोकं आहेत.''

''टॉम, हे ठीक आहे. तुमच्या पहिल्या कालावधीच्या मध्यावर तुम्ही आहात. या गोष्टींवर नियंत्रण मिळवण्यासाठी तुमच्याकडे भरपूर वेळ आहे.''

नोल्सनी त्यांच्याकडे बघितले.

''भरपूर वेळ.''

''मी सीएसएस रद्द केली पाहिजे, असं तुम्हाला वाटतं का?''

''आणि काय करायचं?'' अब्राहम्स म्हणाले.

'सीएसएस' म्हणजे 'कॅरिबियन स्टॉर्म समिट' ही चौतीस कॅरिबियन देशांची शिखर परिषद होती. ती पुढच्या आठवड्यात होणार होती. हवामान बदलांमुळे दिवसेंदिवस वादळाची तीव्रता वाढत चाललेली होती. त्या मुद्यावर चर्चा करण्यासाठी या परिषदेचे आयोजन केलेले होते. आणीबाणीच्या प्रसंगी एकमेकांना मदत करण्यासाठी तरतुदीची व्यवस्था करणे, असा परिषदेचा तथाकथित उद्देश होता.

प्रत्यक्षात प्रत्येक जण अमेरिकेकडून मदत उकळायचा. वादळानंतरच्या पुनर्निर्माणाच्या प्रकल्पासाठी ते अमेरिकेकडून पैसा गोळा करायचे.

"वॉल्ट जाऊ शकतात," नोल्स म्हणाले. "मी वॉशिंग्टनच्या बाहेर असावं की नाही याबद्दल मला शंका आहे."

"आज तुमची जी प्रतिमा तुम्ही उभी केली, त्याबरोबर याचा मेळ साधला जात नाही."

"मी म्हणालो होतो, इथे येणाऱ्या समस्यांवर मी काम करेन. आपल्या अजब शेजाऱ्यांना दोन-चारशे कोटी देण्यासाठी कॅनकूनला जाईन असं मी म्हटलं नव्हतं."

"मला नाही वाटत. तुमच्या म्हणण्याचा असा अर्थ होता की, मी राष्ट्राध्यक्ष आहे आणि या देशाचं अजूनही नेतृत्व करत आहे. ज्या कोणाला तसं वाटत नाही, तो गेला उडत! फक्त माझ्याच हातात सूत्रं आहेत, हे लक्षात घ्या वगैरे सीएसएसला जाणं हे राष्ट्राध्यक्षपदाचाच एक भाग आहे," अब्राहम्सनी आपले अवाढव्य शरीर पुढे झुकवले. "टॉम, या प्रकरणाचा एकदा आपण निकाल लावला की, मग त्यावर विचार करत बसायची गरज नाही. दोन वर्षांनी तुम्ही त्याचा सामना कसा केलात ते फक्त लोकांच्या लक्षात राहील. मॅचमध्ये विजय मिळवल्यावर शेवटचे गोल कसे केले, ते तेवढं लक्षात राहतं." अब्राहम्सनी हातावर हात आपटला. "प्रत्येक राष्ट्राध्यक्षाला हे करावंच लागतं. याचा सामना तुम्ही करू शकता, हे तुम्हाला दाखवावंच लागेल. त्यामुळेच तुम्ही प्रमुख नेते ठरता. खंबीर, मुत्सद्दी म्हणून तुमचं नाव होतं. या गोष्टीमुळे तुम्ही पुन्हा निवडून येण्याची शक्यता जास्त निर्माण होते. कमी नाही."

नोल्स क्षणभरासाठी शांत राहिले, "एड, जी जबाबदारीची भावना माझ्यात आहे, ती तुम्हाला जाणवणार नाही. तुम्ही त्या माणसांना युगांडाला पाठवलं नाही."

"टॉम, मला जाणीव आहे."

नोल्सनी त्यांच्या बिअरमध्ये टक लावून बघितले. "तेच विचार माझ्या डोक्यात सतत घोळत राहतात." त्यांनी अब्राहम्सकडे बघितले. "त्याच्या नुसत्या विचारानेसुद्धा मला अस्वस्थ व्हायला होतं. एखाद्या जनावराची हत्या होताना बघितल्यासारखी भावना मनात येते. एखाद्या जनावरालासुद्धा असं कोणी मारेल का? कोणत्या प्रकारचे रानटी लोक अगदी जनावरालासुद्धा अशाप्रकारे मारतील?"

"त्यामुळेच आपण जे करत आहोत, ते एकदम योग्य आहे."

"ते मला माहीत आहे. पण त्यामुळे मनावरचा ताण कमी होत नाही. आणि आता आपले लोक ओलीस ठेवलेले आहेत. ओलिसांचा विचार आला की, मला जिमी कार्टर आठवतात. वाटतं आपणही त्यांच्यासारखं एकाच टर्मसाठी राष्ट्राध्यक्ष होऊ आणि उरलेलं पूर्ण आयुष्य निवडणुकांचा आढावा घेण्यात घालवू."

"टॉम, तुम्ही कशाप्रकारे प्रकरण हाताळता हे सर्वांत जास्त महत्त्वाचं आहे. ओलीस नव्हे; तर कशाप्रकारे तुम्ही या परिस्थितीचा सामना करता ते महत्त्वाचं आहे. इतिहासाकडे बघा. तेहरान ओलीस प्रकरणामुळे कार्टर यांचा राजकीय अंत झाला, पण बैरूत ओलीस प्रकरणामुळे रोनाल्ड रेगन वर ओरखडाही आला नाही. बरोबर? आणि कार्टर यांचा राजकीय अंत का झाला? कारण त्यांनी स्वत:चं भवितव्य त्या घटनेशी निगडित केलं. त्यांनी स्वत:ला ओव्हल ऑफिसमध्ये स्थानबद्ध करून ठेवलं आणि ते स्वत:च ओलीस झाले. रोनाल्ड रेगन फक्त स्मितहास्य करत राहिले. दुपारी वामकुक्षी घेत राहिले आणि आपली माणसं परत मिळवण्यासाठी नैतिक, अनैतिक, सद्सद्विवेकबुद्धीला धरून असलेल्या किंवा नसलेल्या सर्व कृतींकडे त्यांनी काणाडोळा केला. आता सीएसएसला जाणं रद्द करून या गोष्टीची चिंता करत तुम्ही इथे व्हाइट हाउसमध्ये बसून राहिलात – कारण चिंता करण्यापलीकडे तुम्ही सध्या आणखी काही जास्त करू शकत नाही – तर त्यामुळे तुम्ही स्वत:ला जिमी कार्टर बनवत आहात."

त्यावर विचार करत नोल्स यांनी बिअरचा आणखी एक मोठा घोट घेतला.

"टॉम, मागच्या आठवड्यात जे घडलं ते चांगलं झालं असं मी म्हणत नाही, एकोणपन्नासपेक्षा जास्त सेनेटर आपल्याला हवेच आहेत, पण आता आपल्याला इतकेच मिळालेले आहेत. चार वर्षांच्या कारकिर्दीच्या दरम्यान काही अनिष्ट गोष्टी नक्कीच घडतील. आपण चांगली वेळ साधायला हवी होती, हे ही खरं आहे. पण आता तुम्ही एक खंबीर राष्ट्राध्यक्ष आहात हे दाखवण्याची संधी तुमच्याकडे आहे आणि ही एक चांगली बाब आहे. म्हणजे या इतक्या अनिष्ट गोष्टीतून निदान एकतरी चांगली बाब मिळते."

राष्ट्राध्यक्षांना निरखत अब्राहम्स थोडा वेळ थांबले. मग म्हणाले, "हा आठवडा तुमच्या राष्ट्राध्यक्षपदाचा कस बघणारा आहे. जेव्हा इतिहासकार तुमच्या पहिल्या टर्मकडे बघतील तेव्हा त्यांना दिसेल की, तुम्ही पोलादी पुरुष आहात हे तुम्ही दाखवून दिलंत, तो हाच नेमका क्षण होता. याच क्षणी तुम्ही झँगच्या थेट नजरेला नजर भिडवलीत आणि त्याला खाली बघायला लावलंत. एका सैनिकाची क्रूरपणे हत्या झाल्यानंतर तुम्ही देशाला दिलासा दिलात आणि इतरांना परत आणलं जाईल, यासाठी ठोस पावलं उचललीत. आर्थिक संकटाचा सामना केलात आणि त्याला तुम्ही विकासाचा पाया बनवलात. आत्तापासून एका आठवड्याने झँगने निवेदन केलेलं असेल, मार्केट स्थिर झालेलं असेल. फिडेलियन ही फक्त एकच बुडालेली बँक असेल. नशिबाची थोडी साथ मिळाली, तर आपली दोन माणसं परत मिळतील आणि तुम्ही हिरो व्हाल."

"इतक्या सहज?"

अब्राहम्सनी स्मित केले. ''का नाही? हा आठवडा इतका वाईट असेल, असं कोणाला वाटलं होतं का?''

नोल्स हसले.

''फक्त झँग लगेच काही बोलतील अशी अपेक्षा ठेवू नका.''

दुसऱ्या दिवशी सकाळी सुझान ऑप्टिझ, चीनच्या अर्थमंत्र्यांबरोबर बोलल्या. चीनच्या राष्ट्राध्यक्षांनी किंवा त्यांच्या उपराष्ट्राध्यक्षांनी त्या दिवशी काही निवेदन केले नाही किंवा त्यानंतरच्या दिवशीही केले नाही. मार्केट अनिश्चिततेच्या गर्तेत हेलकावे खात होते, अस्थिर होते. अफवा आणि चुकीची माहिती यामुळे वैयक्तिक कंपन्यांचे शेअर्सचे भाव खाली जायचे, मग वर यायचे, मग पुन्हा खाली जायचे. दोन बेपत्ता हवाई कर्मचारी कुठे आहेत, त्यांचा ठावठिकाणा अजूनही समजलेला नव्हता. बुधवारी राष्ट्राध्यक्ष सीएसएस परिषदेला गेले. त्या भागातील वादळग्रस्तांसाठी साहाय्य म्हणून दोनशे कोटींची मदत त्यांनी जाहीर केली. ही रक्कम खूप मोठी आहे म्हणून किंवा फारच कमी आहे म्हणून वर्तमानपत्रांनी त्यांच्यावर टीका केली.

झँगनी अजूनही निवेदन केलेले नव्हते, पण दुसऱ्या सूत्रांकडून बातमी आलेली होती. बेपत्ता असलेले अपाशे हवाई कर्मचारी जिवंत होते आणि युगांडाची हद्द ओलांडून त्यांना सुदानमध्ये नेण्यात आले होते, असा अहवाल संरक्षण खात्याच्या गुप्तहेरांकडे आला होता. हा अहवाल विश्वसनीय होता की नाही, हे माहीत नव्हते.

या अहवालाची माहिती पेंटागॉन आणि व्हाइट हाउसमधील सर्वोच्च व्यक्तींनांच फक्त होती. अहवालाची खातरजमा होईपर्यंत त्याबद्दल कोणालाही सांगण्यात येणार नव्हते. इतर प्रत्येक जण त्याबाबत अनभिज्ञ होता. परराष्ट्रखात्याकडेसुद्धा त्याबाबत काहीच माहिती नव्हती.

३६

बॉब लिव्हिंगस्टन यांच्याबरोबर फोनवरून बोलताना मरिअन इलमन, संयुक्त राष्ट्रसंघाच्या अतिउंच, आयताकृती इमारतीतील त्यांच्या ऑफिसच्या खिडकीतून समोरच्या रस्त्याकडे बघत होत्या. हा कॉन्फरन्स कॉल होता. वॉशिंग्टनमध्ये उपपरराष्ट्रमंत्री डॉग हावरिंग; लिव्हिंगस्टन यांच्याबरोबर बसलेले होते. स्टीव्ह हस्कल बीजिंगहून आणि जोहान्सबर्गहून अमेरिकेचे दक्षिण अफ्रिकेतील राजदूत टॉमसिना रोलिन्स ह्या कॉलमध्ये सहभागी झाले होते.

दक्षिण अफ्रिकेत एएनसीने सत्ता बळकावलेली होती. त्याविरुद्ध दक्षिण अफ्रिकेवर बहिष्कार घाला असा ठराव वर्ष संपायच्या आत ब्रिटन सुरक्षा परिषदेत आणणार असे दिसत होते. लिव्हिंगस्टनना या मुद्द्याबाबत पुढे काय कृती केली जावी, या बद्दलचे मत बनवायचे होते. व्हाइट हाउसमधील त्यांना माहीत असलेल्या ताज्या घडामोडी सांगण्यात त्यांनी सुरुवातीची काही मिनिटे खर्च केली. त्यांनी सांगितले, सुझान ऑप्टिझनी चीनच्या अर्थमंत्र्यांना फोन केला होता. झँग किंवा चीनमधील इतर कोणी वरिष्ठ निवेदन करतील, याची ते वाट बघत होते. ही निवेदनाची मागणी व दक्षिण अफ्रिकेतील समस्या यांचा काही संबंध आहे, असे व्हाइट हाउसला वाटत नव्हते. तथापि लिव्हिंगस्टनना स्वत:ला मात्र चीन सरकारचेही तेच मत असेल का, याबद्दल शंका होती. चीनसाठी हा देवाणघेवाणीचा मामला असण्याची त्यांना शंका होती.

दक्षिण अफ्रिकेतील घडामोडींबद्दल त्यांनी रोलिन्सचे मत विचारले. टॉमसिना रोलिन्स या अफ्रिकेच्या अतिशय अनुभवसमृद्ध माजी उपपरराष्ट्रमंत्री होत्या. आपल्या अखत्यारीतील देशांबद्दल परराष्ट्रखात्यातील कोणाही इतकी किंवा सीआयए इतकी पुरेपूर माहिती त्यांना होती. अमेरिकेच्या मोजक्याच राजदूतांना अशी माहिती असायची. त्यांचे मत होते की, ब्रिटिश ठरावाबाबत 'व्हेटो'चा म्हणजे नकाराधिकाराचा वापर करून तो फेटाळून लावू अशी हमी चीनने दक्षिण अफ्रिकेचे राष्ट्राध्यक्ष मेम्बाथी मथ्वेसा यांना दिली होती. अमेरिकेकरता कठीण

समस्या त्यानंतर सुरू होत होती. जर ठराव फेटाळला गेला असता, तर ब्रिटिशांचा दक्षिण अफ्रिकेतील दूतावास बंद करण्याचा आणि त्यावर स्वत:च बहिष्कार टाकण्याचा बेत होता. अशी चर्चा त्यांनी केली होती. अमेरिकेनेही तसेच करावे का हा निर्णय त्यांना घ्यावा लागला असता.

"जर आपल्याला बहिष्काराचा मार्ग स्वीकारायचा असेल तर तो खरोखर त्यांना हानी पोहोचेल असा असायला हवा, तरच हे अस्त्र परिणामकारक ठरेल. वरवरच्या दिखाऊ उपाययोजना केल्या, तर दक्षिण अफ्रिकेवर अन्याय होतोय असा कांगावा मथ्वेसा करताहेत त्यालाच बळ मिळेल. त्यामुळे त्यांची सत्ता आणखी बळकट होईल. आपली अतिशय कठोर पाऊल उचलायची खरोखर तयारी आहे का? आणि असली तरीही त्यामुळे अपेक्षित परिणाम साध्य होईल का? दक्षिण अफ्रिकेतून निर्यात होणारा माल आपण घेतला नाहीतर बीजिंग तो आनंदाने घेईल. म्हणजे आपली कृती त्यांच्यासाठी प्रभावशून्य असेल. पण उलट आपल्यावर टीका करण्यासाठी आपण मथ्वेसांच्या हातात मात्र एक हत्यार देऊ."

रोलिन्स यांना जी माहिती होती त्यानुसार दक्षिण अफ्रिकेत निवडणुका घेऊन चीन तिथे घटनेची पुनर्स्थापना झालेली आहे, असे दाखवावे असे सुचवत होते. पण या निवडणुकीत धांदली आणि अफरातफर करून एएनसीच विजयी होईल याची खात्री केली गेली असती. एकदा हे झाले की चीनने मुक्त वातावरणात आणि न्यायपद्धतीने निवडणुका झालेल्या आहेत, घटनेची खरोखर पुनर्स्थापना झालेली आहे अशी भूमिका घेत, त्या सरकारला पाठिंबा मिळवण्यासाठी राजकीय प्रयत्न केले असते. जर पाश्चात्त्य देशांनी ही व्यवस्था मान्य केली नसती आणि एएनसीच्या सरकारवर बहिष्कार टाकला असता, तर त्यामुळे जो काही आर्थिक दुष्परिणाम झाला असता त्याची चीनने भरपाई केली असती. चीनचे व्यापारी आणि साहाय्यता पॅकेज त्यासाठी तयारच होते.

खुद्द एएनसीमध्ये चीनच्या या व्यवस्थेला विरोध असणारे अनेक गट होते. एका गटाला दक्षिण अफ्रिका एकपक्षीय देश आहे, असा शिक्का नको होता. त्यांच्या मते हारण्याची शक्यता असली, तरी एएनसीने खुल्या वातावरणात निवडणुका लढवणे गरजेचे होते. हा अगदी सर्वांत छोटा गट होता, कारण अशा विचारांच्या कार्यकर्त्यांची आधीच्या दोन वर्षांत पक्षातून एकेक करून हकालपट्टी झालेली होती. त्यापेक्षा थोड्या मोठ्या गटाला भीती वाटत होती की, चीनबरोबरच्या या व्यवस्थेमुळे पक्षात राष्ट्राध्यक्ष मथ्वेसा यांचे स्थान इतके बळकट होईल की, त्यांना हातच लावता येणार नाही. त्यांना एएनसीची सत्ता हवी होती, परंतु मथ्वेसा आयुष्यभरासाठी राष्ट्राध्यक्ष म्हणून नको होते आणि शेवटी एएनसीमधला

या व्यवस्थेविरोधात असणारा जो सर्वांत मोठा गट होता, त्याची दक्षिण अफ्रिका एकपक्षीय देश असण्याला किंवा मथ्वेसा पुढच्या वीस वर्षांसाठी राष्ट्राध्यक्ष असण्यालाही हरकत नव्हती. त्यांची हरकत होती, ती एका व्यावहारिक दृष्टिकोनातून. दक्षिण अफ्रिका इतरांनी बहिष्कृत केलेला चीनच्या आश्रयाने जगणारा देश असावा याला त्यांचा विरोध होता. हा एक विषारी प्याला आहे, असे त्यांचे मत होते. आणि हा जर एकमेव पर्याय असेल तर त्यापेक्षा निवडणुका घेऊन जे होईल ते स्वीकारण्याची त्यांची तयारी होती. त्यांच्या मते मथ्वेसांनी मनमानी करून स्वत:चे स्थान बळकट करणारी योजना बनवली असती, तर खूप मोठा असंतोष निर्माण झाला असता. रोलिन्सना वाटत होते जर एएनसीने चीन रक्षणकर्ता असलेली ही व्यवस्था स्वीकारली केवळ स्वत:चे एकमेव पक्षाचे सरकार स्थापन केले आणि जर क्वाझुलू नाताल भागातील लोकांनी ही व्यवस्था स्वीकारायला नकार दिला तर यादवी युद्धासारखी परिस्थिती निर्माण झाली असती. एएनसीच्या सर्वोच्च पातळीवरील नेतृत्वाची अशा संघर्षाची सामना करायची तयारी आहे की नाही हे स्पष्ट नव्हते. बहुधा या एकमेव गोष्टीमुळेच मथ्वेसांचे खंदे पाठीराखे चीनबरोबरच्या सौद्याला अजून होकार देत नव्हते.

''ते आपल्या हातातील सर्वांत परिणामकारक हत्यार आहे.'' रोलिन्स म्हणाल्या. ''दिखाऊ बहिष्काराच्या पोकळ कृतीमुळे मथ्वेसांचे देशांतर्गत स्थान बळकट होतं. ती बहिष्काराची कृती आपल्या हिताची नाही. संबंध तोडून तिथून बाहेर पडायचं... असा काही विचारही असेल, तर तो वेडेपणा आहे. एएनसीमधील व्यवहारवादी गटाचे हात बळकट करणं आणि या कोंडीतून त्यांची सुटका करण्याचा काही मार्ग शोधणं, हा आपल्यासाठी सर्वांत चांगला मार्ग आहे. आपल्याला वाटणाऱ्या चिंतेबद्दल सुरक्षा परिषदेत एक निवेदन केलं, तर ते ठीक आहे. नकाराधिकार वापरून फेटाळला गेलेला ठराव, त्याचा अर्थ मग कोणालाच मागे फिरण्याची संधी नाही; तो भयंकर घातक होईल. माझ्यामते त्यामुळे मथ्वेसांना इतकी ताकद मिळेल की ते चीनला 'हो' म्हणू शकतील.''

''ब्रिटिशांना आपण ठराव मांडण्यापासून रोखलं पाहिजे.'' मरिअन म्हणाल्या. रोलिन्सबरोबर दोन-चार दिवस आधी त्यांचे बोलणे झालेले होते आणि त्यानुसार त्यांनी हा निष्कर्ष आधीच काढलेला होता.

हावरिंग मोठ्यांदा हसले.

''डाउंग, ठराव मांडण्याची वेळ अतिशय चुकीची आहे आणि तो फेटाळला जाणार आहे. जर एएनसीमध्ये आपल्या बाजूला असलेले लोक आहेत, तर टॉमसिना म्हणतात त्याप्रमाणे त्यांचे स्थान बळकट करण्यासाठी जे-जे आवश्यक आहे ते-ते आपण केलं पाहिजे. आहे ती परिस्थिती आपण स्वीकारणार नाही

याबाबत आपण एकदम ठाम असलं पाहिजे; पण तितक्याच ठामपणे यातून बाहेर पडण्यासाठी दक्षिण अफ्रिकेला स्वत:चा मार्ग शोधण्यासाठी मदतही केली पाहिजे.''

''मथ्वेसा त्याला कधीच होकार देणार नाहीत,'' हावरिंग म्हणाले.

इलमन यांनी आपले वैफल्य रोखून धरण्याचा प्रयत्न केला. एएनसीमधील बहुसंख्य लोक स्वीकारतील असा सौदा तयार करण्यासाठी चीनला वेळ हवा होता. अमेरिकेनेही त्याच वेळेचा उपयोग करून हा सौदा होणार नाही याची खात्री करून घ्यायला हवी होती. स्वत: एक वेगळा सौदा तयार करायला हवा होता. सुरुवात म्हणून निवडणुकांऐवजी एएनसीने विरोधकांबरोबर सत्तेत भागीदारी करणं अशी काही व्यवस्था होऊ शकली असती. एक-दोन वर्षांसाठी तात्पुरती व्यवस्था म्हणून ती राबवता आली असती. त्याला मधाचे बोट म्हणून अमेरिकेने काही मदतीचे पॅकेज देऊ केले असते.

''डाउंग,'' त्या म्हणाल्या, ''हे मथ्वेसांसाठी नाही. एएनसीमध्ये जे अंतर्गत विरोधक आहेत, त्यांना बळ देण्यासाठी आहे. याला फक्त थोड्या चिकाटीची आवश्यकता आहे. आपल्याला त्यांना एक अस्त्र आणि त्याचा वापर करण्यासाठी पुरेशी ताकद देणं आवश्यक आहे.''

''ब्रिटिश ठराव आणतील, त्या वेळी आपण गैरहजर राहू असं राष्ट्राध्यक्षांना सांगता येईल असं मला वाटत नाही.''

''आपण गैरहजर राहू असं मी म्हटलं नाही. ब्रिटिशांना ठराव मांडण्यापासून काही काळ रोखून ठेवणं आवश्यक आहे, बॉब, तुम्ही त्याच्याशी सहमत आहात का? ब्रिटिशांना रोखून धरण्याचा प्रयत्न करू किंवा काहीतरी कमी संघर्षात्मक ठराव मांडायला सुचवू. तसंच एएनसीमधील विरोधकांना काही मार्ग मिळेल ह्यासाठी काम करू.''

''लोकशाहीशी स्पष्ट बांधिलकी असलेल्या ठरावाच्या वेळी राष्ट्राध्यक्ष गैरहजर राहणार नाहीत,'' लिव्हिंगस्टनने उत्तर देण्यापूर्वीच हावरिंग बोलले.

''डाउंग'' मरिअन संतापाने म्हणाल्या. ''ब्रिटिशांबरोबर आपण बोलू आणि ठराव मांडण्यापासून त्यांना रोखून धरण्याचा प्रयत्न करू, असं मी आत्ताच बोलले.''

''तुम्ही तसं करावं अशी राष्ट्राध्यक्षांची इच्छा नाही. ठराव आणला जाईल असं त्यांना वाटतंय आणि सध्या तो रोखून धरण्याचा त्यांचा कोणताही विचार नाही. उलट त्यांना ठराव हवा आहे.''

ही माहिती समजून घेण्याचा प्रयत्न करताना इलमन यांच्या कपाळावर आठ्या आल्या. ''तुम्ही मला काय सांगताय?''

''त्यांनी एक टिपण बघितलेलं आहे.''

''कधी?''

"गॅरी रोझ यांनी या मुद्याबाबत एक टिपण मागितलं होतं."

"आणि तुम्ही त्यांना ते आधीच देऊन टाकलं?"

"राष्ट्राध्यक्ष सध्या चीनवर नाखूश आहेत. तुम्ही लक्षात घ्या मरिअन, ते चीनबाबत खूश नाहीत."

"आणि यामुळे चीन काय तुम्हाला जास्त अनुकूल भूमिका घेणार आहे का?"

"मरिअन," लिव्हिंगस्टन म्हणाले, "पर्यायी व्यूहरचना सुचवण्यासाठी आपल्याला कोणतीच आडकाठी नाही."

कोणतीच नाही. मरिअनच्या मनात विचार आला आणि राष्ट्राध्यक्षांना नेमकी विरुद्ध व्यूहरचना आधीच सुचवलेली असतानासुद्धा या नव्या व्यूहरचनेवर राष्ट्राध्यक्षांनी विचार करावा, यासाठी प्रयत्न करण्यासाठी कोणाचीच आडकाठी नाही.

आता फोनवर शांतता होती. इलमन यांचा डॉंग हावर्रिंगवर विश्वास नव्हता. बॉब लिव्हिंगस्टन म्हणजे एक कचकड्याचा बाहुला आहे, असे त्यांनी ठरवलेले दिसत होते आणि आता उघडपणे त्यांना डावलून ते व्हाइट हाउसबरोबर थेट काम करत होते असे दिसत होते. या परिस्थितीला बॉबसुद्धा तितकेच जबाबदार होते. डॉंगना असे व्हाइट हाउसबरोबर थेट संपर्क साधण्यापासून त्यांनी रोखले नव्हते.

"असं करू," लिव्हिंगस्टन म्हणाले. "ब्रिटिश या ठरावाबाबत किती गंभीर आहेत आणि तो फेटाळला गेल्यानंतर काय करायचा त्यांचा विचार आहे, त्याची आधी माहिती मिळवू. मी लंडनबरोबर बोलेन. इतर कोणाला काही म्हणायचं आहे का ते ऐकण्यासाठी ते थांबले. "पहिल्यांदा हे करू."

"मंत्री महोदय," मरिअन म्हणाल्या, "हा कॉल झाल्यानंतर मला तुमच्याबरोबर दोन मिनिटं बोलता येईल का?"

इतरांनी फोन खाली ठेवेपर्यंत त्यांनी वाट बघितली.

"मरिअन बोला आता," लिव्हिंगस्टन म्हणाले.

"बॉब, हे बरोबर होणार नाही."

"काय बरोबर होणार नाही?"

"हेच. चीन नकाराधिकार वापरून फेटाळून लावणार आहे, अशा ठरावाला पाठिंबा द्यायचा आणि ब्रिटिश दक्षिण अफ्रिकेतून बाहेर पडतील तेव्हा काय करायचं याचा विचार करत बसायचं."

लिव्हिंगस्टननी उसासा टाकला. "मरिअन मला वाटलं दक्षिण अफ्रिकेतील परिस्थितीबाबत तुमच्या भावना तीव्र आहेत. मला वाटलं तुम्हाला ठराव हवा आहे."

"मला परिणाम हवा आहे. हा प्रश्न सुटायला हवा आहे. दक्षिण अफ्रिकेत

लोकशाहीची पुनर्स्थापना झालेली मला बघायची आहे. जर ठराव करून ते होणार नसेल तर विसरा तो ठराव. एएनसी राजवटीतील ज्या गटांना लोकशाहीची पुनर्स्थापना हवी आहे, त्यांच्याबरोबर आपण काम केलं पाहिजे. मथ्वेसांच्या विरुद्ध लढण्यासाठी आपण त्यांना बळ द्यायला हवं. ठरावामुळे ते मिळतं का? नाही. उलट मथ्वेसांना बळ मिळतं आणि परिस्थिती आणखी बिघडवतं. चिनी त्यामुळे भडकतील. आपल्याला अगदी फिडेलियनबाबतही त्यांच्याकडून अजून निवेदन मिळालेलं नाही. अशामुळे ते आपल्याला मिळेल असं तुम्हाला वाटतं का? आपण त्यांना लाथाडत राहून?''

लिव्हिंगस्टन क्षणभर शांत राहिले.

''मरिअन, जर ते फिडेलियनबाबत काहीच म्हणाले नाहीत, तर ते खूप वाईट होईल. त्याचा अर्थ झँग स्वत:ला अपराधी मानतात असं समजायचं यावर राष्ट्रीय सुरक्षा परिषदेत मागच्या आठवड्यात एकमत झालं.''

''त्याबाबत इतर कोणताही पुरावा नसताना तसा अर्थ काढणं चुकीचं होईल. मरिअन म्हणाल्या.

''मी ते मान्य करतो.''

''बॉब, सुझान त्यांच्या अर्थमंत्र्यांना असं म्हणाल्या का? त्यांनी निवेदन केलं नाहीतर त्याचा अर्थ ते स्वत:ला अपराधी मानतात असा आपण घेऊ?''

''मला माहीत नाही. त्या जे बोलणार होत्या, त्यासाठी मी माझं टिपण दिलं. त्यांना व्हाइट हाउसकडूनही त्यांचं टिपण मिळणार होतं. त्या बोलल्या, तेव्हा मी तिथं नव्हतो.''

''जे बोलणं झालं, त्या संभाषणाची लिखित प्रत तुम्ही बघितली का?''

''नाही.''

''बॉब, आपला दृष्टिकोन असा आहे, असं त्यांना वाटलं तर ते निवेदन करणार नाहीत.''

''तेच मी त्यांना सांगितलं. मी सुझानना सांगितलं. ही विनंती म्हणजे धमकी आहे असा कोणत्याही प्रकारे त्यांना अर्थ काढता आला, तर मग निवेदनाचं विसरून जा. त्यापेक्षा त्यांच्याबरोबर काहीच न बोललेलं बरं.''

मरिअन यांच्या कपाळावर आठ्या आल्या. चीनच्या निवेदनाची आशा करण्यात आता अर्थ नव्हता.

''युगांडामध्ये आपली दोन माणसं शत्रूच्या ताब्यात आहेत, त्याचं काय झालं?'' मरिअननी अचानक विचारले. ''तुम्ही त्यांच्याबद्दल काही ऐकलं का?''

''नाही,'' लिव्हिंगस्टन म्हणाले. ''त्याचा याच्याशी काय संबंध?''

''काहीच नाही. माझ्या मनात फक्त विचार आला.'' मरिअन थोडा वेळ

शांत राहिल्या. ''झँग निवेदन करण्याची शक्यता जवळपास नाही, तुम्हाला माहीत आहे. त्यांनी का करावं? त्यामुळे ते तोंडघशी पडतील. याबाबत त्यांचा अंदाज चुकला असं सांगायला आपण त्यांना सांगतोय. असं म्हणण्यासाठी त्यांचे आपल्याबरोबर अतिशय सलोख्याचे संबंध हवेत.''

''जरा वेगळ्या शब्दांत ते सांगू शकतात.''

कोणत्याही शब्दांत सांगण्यासाठी त्यांचे आपल्याबरोबर अतिशय सलोख्याचे संबंध हवेत. जर ते निवेदन मिळवण्याची संधी आपल्याला हवी असेल तर ब्रिटिश ठरावाला आपला पाठिंबा नाही, असं आपण चीनला सांगितलं पाहिजे.''

''मी ते करू शकत नाही.''

''मी लिऊ यांना सांगते.''

''नाही! मरिअन, तुम्ही याबाबत लिऊ यांच्याबरोबर बोलू नका. राष्ट्राध्यक्षांच्या पूर्वसंमतीशिवाय तसं करू नका.''

मरिअननी उत्तर दिले नाही.

''मरिअन?''

''मी ऐकलं, बॉब.''

फोनवर दोन्ही बाजूंनी मौन होते.

''मरिअन हा दक्षिण अफ्रिकेचा मुद्दा झँग यांच्यासाठी किती महत्त्वाचा आहे असं तुम्हाला वाटतं?''

त्यांना नक्की माहीत नव्हते. दक्षिण अफ्रिकेतील घटना स्थगित ठेवण्याच्या कृतीचा धिक्कार करणारा ठराव सुरक्षा परिषदेत सहज संमत झाला होता. पण त्या ठरावात निर्वाणीचा इशारा नव्हता की, बहिष्काराची धमकी नव्हती. आज मात्र इतका सौम्य ठरावसुद्धा संमत होईल, याची कल्पनाही करणे कठीण होते. ''मला वाटतं ते महत्त्वाचं होत चाललं आहे. मी तुम्हाला एक प्रश्न विचारते, बॉब. फिडेलियनबाबत झँग यांचा अंदाज चुकला, असं तुम्हाला खरोखर वाटतं का?''

''बहुधा. ती बँक त्यांनी स्वत:च का बुडू द्यावी मला कळलं नाही.''

''बॉब, जोएल एहरेनरेकना तुम्ही ओळखता का?''

''मी त्यांचं नाव ऐकलं आहे.''

''त्यांचं एक नवीन पुस्तक आलं आहे. तुम्ही ते वाचलं पाहिजे.''

''मला एक कॉपी पाठवून द्या. मरिअन, मला आता निघावं लागेल. आणखी काही बोलायचं आहे का?''

''कदाचित आपण याबाबत चीनसह काही करू शकू. चीन, आपण, दक्षिण अफ्रिका असे तिघे मिळून चर्चेला बसण्याचा प्रस्ताव देऊ. त्यातून या प्रश्नाचं उत्तर मिळतंय का बघू.''

‘‘कल्पना वाईट नाही. पण दुर्दैवाने राष्ट्राध्यक्ष मान्य करतील, असं मला वाटत नाही.’’

‘‘मग ते चूक करत आहेत. बॉब, याबाबतीत त्यांचं चुकतं आहे. जर ब्रिटिशांना आपण याबाबत पाठिंबा दिला, तर आपण नैतिक आचरण केलं असं समाधान मिळण्यापलीकडे आपल्या हातात काही येणार नाही. उलट प्रभाव टाकण्याची क्षमता आपण गमावू. एक छोटीशी लढाई आपण जिंकू आणि युद्धात हार पत्करू.’’

लिव्हिंगस्टननी ऊसासा टाकला. ‘‘मरिअन, तुमचं चूक आहे असं मी म्हणत नाही, पण राष्ट्राध्यक्षांसाठी हा अगदी सोपा निर्णय आहे. तुम्ही लोकशाहीच्या बाजूने उभे राहता की नाही, असा हा प्रश्न आहे.’’

‘‘आपण लोकशाहीच्या बाजूने उभं राहू नये, असं मी म्हणत नाही. अर्थातच आपण लोकशाहीच्या बाजूने आहोत. पण त्यासाठी काही मार्ग आहेत –’’

‘‘आणि राष्ट्राध्यक्षांनी हा मार्ग स्वीकारला आहे.’’

‘‘मग राष्ट्राध्यक्षांचं चुकत आहे आणि तुम्ही त्यांना ते सांगणं गरजेचं आहे.’’

‘‘मरिअन,’’ लिव्हिंगस्टननी रागाने प्रत्युत्तर दिले. ‘‘मी राष्ट्राध्यक्षांना काय वाटेल ते सांगू शकत नाही! सॉरी. मी गॅरी रोझ नाही. मी जॉन ओकले नाही. ह्या प्रशासनात अशा प्रकारे काम चालत नाही.’’

३७

अमेरिकेच्या दोन हवाई कर्मचाऱ्यांना सुदानला हलवण्यात आले आहे, याचा पहिला अहवाल आल्यानंतर चार दिवसांनी आता जवळपास खात्रीच झाली होती की ते दोघे तिथे होते. विश्वसनीय सूत्रांच्या आधारे सीआयएला ह्या माहितीचा दुजोरा मिळाला होता. सुदानच्या संदेशवहन यंत्रणेवर नजर ठेवल्यानंतर काही इलेक्ट्रॉनिक संदेश उघडकीस आले होते. बालिश सांकेतिक नावे वापरून त्या संदेशात गोपनीयता राखण्याचा थोडा प्रयत्न करण्यात आला होता, पण ते संदेश अपाशे वैमानिकांबाबत होते, हे जवळजवळ निश्चित होते.

चीनचे अर्थमंत्री बाय यांच्याबरोबर सुझान ऑप्टिझना बोलून आठवडा उलटून गेला होता. चीन सरकारने अजूनही निवेदन केलेले नव्हते.

मार्केट स्थिर होते, उसळी घेण्यासही तयार होते, पण कोणत्या दिशेने उसळी घ्यायची, खाली की वर, ते त्याला नक्की कळत नव्हते. एके दिवशी मार्केट थोडे वर जायचे. सर्वांत वाईट गोष्टी घडून गेलेल्या होत्या, आता मार्केट खाली जाणार नाही, असे म्हटले जायचे आणि वर गेलेले मार्केट दुसऱ्या दिवशी पुन्हा खाली यायचे. मग सर्वांत वाईट स्थिती येणे अजून बाकी आहे, असे सांगितले जायचे. कोणकोणत्या बँका सुरक्षित आहेत, टिकाव धरतील यासंबंधी संदिग्धता होती. त्यामुळे बँकांचे एकमेकींना कर्ज देणे अजूनही बंद होते. शिवाय जशा अफवा येतील, तसे त्या बँकेच्या शेअर्सचे भाव खाली-वर जायचे. फेडरल रिझर्व्हने रोखतेची सुविधा अजूनही सुरू ठेवली होती, त्यामुळे व्यवस्था टिकून होती. मार्केट विश्लेषक व माध्यमातील टीकाकार चीनकडून काही निवेदन येईल अशी अपेक्षा करत होते, असे दिसत होते. सुझान ऑप्टिझनी संपर्क साधलेला होता, हे कोणाला माहीत नव्हते. मार्केटची ही स्थिती तात्पुरती होती. अजूनही घबराट होती. त्यामुळे लगेच परिणाम झाला नसता, पण धाकधूक होती. दोन आठवड्यांपूर्वी फिडेलियनला कसे बुडू देण्यात आले याचा काहीतरी खुलासा येईपर्यंत घबराट राहिली असती.

राष्ट्रीय सुरक्षा परिषदेची बैठक दुपारी एक वाजता सुरू झाली. मार्केट आणखी खूप खाली येण्याची शक्यता आहे, असे आपले मत ऑप्टिझनी सांगितले. ''अशा परिस्थितीत एखादी घटना सुरुवातीला किरकोळ वाटते, पण नंतर तीच मार्केट खाली आणण्यास कारणीभूत ठरते,'' असे त्या म्हणाल्या.

शत्रूच्या ताब्यातील दोन हवाई कॅप्टन पीट डेवी व फिल मॉन्टेझ गेल्या चार दिवसांपासून सुदानमध्ये होते, अशी माहिती मिळाल्याचे गॅरी रोझनी परिषदेच्या सभासदांना सांगितले. बॉब लिव्हिंगस्टननी अविश्वासाने राष्ट्राध्यक्षांकडे बघितले. चार दिवस? चार दिवस आणि त्यांना माहिती देण्यात आली नव्हती? बोलण्यासाठी त्यांनी तोंड उघडले, पण स्वत:लाच आवर घातला. टेबलाभोवतीची इतर माणसे त्यांच्याकडे कशी बघत आहेत, याची त्यांना जाणीव होती. प्रत्येकाला आधीच माहीत असलेली गोष्ट, सर्वांत शेवटी कळणाऱ्या मूर्ख माणसाकडे बघितले जाते, तसे त्यांच्याकडे बघितले जात होते.

फिडेलियनबाबत चीनने निवेदन करावे, ही मागणी व दक्षिण अफ्रिकेबाबतच्या ठरावाला अमेरिकेने पाठिंबा देण्याचे मान्य करणे, यातील गुंतागुंत किती प्रचंड प्रमाणात वाढली आहे ते राष्ट्राध्यक्षांच्या लक्षात येईल, अशी ते आशा करत होते.

युगांडामधील परिस्थितीबाबत जॉइंट चीफ ऑफ स्टाफचे चेअरमन मार्टलॉक हेल यांनी अहवाल सादर केला. जॅक डफे आणि हर्ले गॅास मृत्युमुखी पडले होते, त्या हल्ल्यानंतर खूप तीव्रतेने आणखी ड्रोन हवाई हल्ले करण्यात आले होते. त्यात शत्रूची अंदाजे शंभर माणसे मारली गेली होती. ह्या हल्ल्यांमुळे एलआरएचे खूप लोक इकडेतिकडे विखुरले गेले होते. काही लोक कमी झाडी असलेल्या प्रदेशात गेले होते. अशा ठिकाणी ड्रोनचा हल्ला करणे, तुलनेने जास्त परिणामकारक ठरत होते.

''गॅासचं काय?'' राष्ट्राध्यक्षांनी विचारणा केली. ''आपल्याला त्याचं प्रेत मिळालं का?''

''नाही सर.''

''कुठे आहे, काही कल्पना?''

''जोपर्यंत आपण त्यांच्या काही माणसांना पकडत नाही आणि त्यांना प्रश्न विचारत नाही, तोपर्यंत ते समजणार नाही. सध्या आपण फक्त मानवरहित वाहने वापरत आहोत. त्यामुळे ती शक्यता नाही.''

''आपल्याला ते प्रेत मिळायलाच हवं,'' राष्ट्राध्यक्ष पुटपुटले.

''स्पष्टपणे बोलायचं तर, राष्ट्राध्यक्ष महोदय आतापर्यंत त्याची काय अवस्था झाली असेल, मला माहीत नाही.''

''ते आपल्याला मिळायलाच हवं, जनरल. तुम्ही हे प्रेसलरना सांगा.''

हेलनी होकारार्थी मान हलवली. दोन बेपत्ता हवाई कर्मचाऱ्यांच्या सध्याच्या ठावठिकाण्याबद्दल जी माहिती होती, ती त्यांनी दिली. संरक्षणखात्याच्या गुप्तहेर खात्यानुसार ते सुदानच्या दक्षिणेकडील भागात होते. विश्वसनीय सूत्रांकडून जी सर्वांत शेवटी माहिती आली होती, त्यानुसार ते युगांडाच्या सरहद्दीपासून दोनशे मैल दूर असलेल्या सुदानच्या रूम्बेक शहरात दिसले होते. उपग्रहाद्वारे त्या भागांवर सतत नजर ठेवण्यात आलेली होती. जोपर्यंत ही माणसे दक्षिण भागात होती तोपर्यंत केनियाच्या लोडवार विमानतळावरून अमेरिकेचे सैन्य त्यांच्यापर्यंत पोहोचू शकत होते.

"लढाई कोण करेल?" गॅरी रोझने विचारले. "एलआरए का सुदानी लोक....?"

दोन्हीपैकी कोणीही एक किंवा कदाचित दोघंही."

"चीनचे लष्करी सल्लागार सुदानमध्ये आहेत, याची आपल्याला माहिती असायला हवी." राष्ट्रीय हेरखात्याचे संचालक रायन फेरीस म्हणाले. सुदानमध्ये उत्पादित होणारे बहुतेक सर्व खनिज तेल चीन घ्यायचे. जरी कोणी मान्य करत नसले तरी हेरखात्यातील अनेकांना चीनचे तिथे अनेक लष्करी सल्लागार आहेत, हे माहीत होते. सुदानमध्ये पश्चिम आणि दक्षिण भागात दीर्घ कालावधीपासून बंडाळ्या होत, त्यापासून बचाव करण्यासाठी सुदानच्या सत्ताधाऱ्यांना हे लष्करी सल्लागार मदत करत असत.

"ते सल्लागार आहेत की सैन्याच्या तुकड्या आहेत?" लिव्हिंगस्टननी विचारले.

"त्यात एकदम सूक्ष्म भेद आहे, मंत्री महोदय, तुम्ही जर विचारत असाल तिथले चिनी बंदूक वापरू शकतात का, तर त्याचं उत्तर 'होय' आहे. आम्हाला वाटतं डेवी आणि मॉन्टेझ यांना बहुधा सुदानच्या हवाली करण्यात आलेलं आहे. पण या क्षणी आम्ही त्याबाबत नक्की सांगू शकत नाही. तसाही हा प्रश्न काहीसा विवाद्य आहे. आपण त्यांच्या इलेक्ट्रॉनिक संदेशावर नजर ठेवली होती, त्यावरून आपल्याला माहीत आहे की, सुदानच्या सरकारला आपल्या या दोन माणसांबद्दल माहिती आहे. ते दोघे अजूनही एलआरएच्या ताब्यात असतील, तर त्याचं कारण ते त्यांच्या ताब्यात असणं सुदानच्या सोयीचं आहे."

"मग आपल्याला जर त्यांना परत आणता येईल असं वाटत असेल, तर त्यासाठी सुदानमध्ये जाण्याचा आपला बेत आहे का?" ऑप्टिझनी विचारले.

"नक्कीच," ओकले म्हणाले. "त्यांनी आपल्या माणसांना पकडून ठेवलं तर आपण आत जाणार." त्यांनी बॉब लिव्हिंगस्टनच्या दिशेने कटाक्ष टाकला. "त्यासाठी आपला संयुक्त राष्ट्रसंघाच्या ठरावाची आवश्यकता नाही, हे त्यांना

माहीत असायला हवे.''

''मला वाटतं ते कुठे आहेत आपल्याला नक्कीच शोधता येईल,'' फेरीस म्हणाले. ''सुदान म्हणजे बैरुत नाही.''

''जर त्यांना सुदानच्या हवाली त्यांनी केलेलं असेल,'' लिव्हिंगस्टन म्हणाले, ''तर त्याच्या बदल्यात त्यांना काय मिळेल?''

''बंदुका, बहुधा जास्त आधुनिक हत्यारं, हवाई हल्ला करण्याची क्षमता, अशा गोष्टी.''

''आणि सुदान सरकारला?'' राष्ट्राध्यक्ष म्हणाले. ''यात त्यांना कशासाठी मध्ये पडायचं आहे?''

रोझनी उत्तर दिले, ''आपण त्यांच्या निम्म्या सरकारविरुद्ध अजूनही मानवतेविरुद्धच्या गुन्ह्याबाबत आरोपपत्र ठेवलेलं आहे. गेली दहा वर्षे डारफूर हा हवाई उड्डाणासाठी बंदी असलेला भाग म्हणून घोषित केलेला आहे. तिथल्या सत्ताधाऱ्यांविरुद्ध कोणत्याही प्रकारचे आर्थिक व्यवहार करण्यावर आपण बहिष्कार घातला आहे. फक्त चीन आणि त्याचे मित्र त्यांच्याबरोबर व्यवहार करतात.''

''आणि त्यांना वाटतं की, दोन ओलिसांच्या बदल्यात आपण त्यांच्यावरचा बहिष्कार हटवू?''

''शक्य आहे. त्यावर विश्वास ठेवण्याइतके ते मूर्ख असतील, अशी शक्यता आहे.''

''जीझस, तसं नसेल अशी आशा करू या.''

''राष्ट्राध्यक्ष महोदय,'' बॉब लिव्हिंगस्टन म्हणाले, ''जर आपल्याला डेवी आणि मॉन्टेझ कुठे आहेत याचा शोध लागला नाहीतर कोणालातरी सुदानच्या सरकारवर दबाव आणावा लागेल.'' पुढची वाक्ये बोलण्यासाठी ते नाखूश होते, पण कोणालातरी ते बोलणे भागच होते. रंगात आलेल्या पार्टीचा विचका करण्याचं काम जणू त्यांच्याकडे देण्यात आलेले होते आणि प्रत्येक मीटिंगमध्ये जणू ते करणे त्यांना भाग होते. ''तो दबाव कोण आणू शकेल, ते आपल्या सगळ्यांना माहीत आहे. त्या बदल्यात आपल्याला त्यांना काही द्यावं लागेल.''

राष्ट्राध्यक्षांनी क्षणभर त्यांच्याकडे टक लावून बघितलं. ''तुम्ही काय सुचवता?''

लिव्हिंगस्टननी स्पष्टीकरण दिले, ब्रिटिशांना ठराव रोखायला लावून किंवा निदान त्याला पाठिंबा न देऊन ते चीनला काहीतरी देऊ करत आहेत, असे दिसेल. त्यामुळे मग कदाचित चीन फिडेलियनबाबत आणि सुदानमधल्या दोन माणसांबाबत मदत करेल.

''हे म्हणजे अपहरणकर्त्यांना शरण जाऊन त्यांना पैसे देण्यासारखं आहे,'' ओकले म्हणाले.

"नाही. एएनसीमध्ये चीनशी साटंलोटं करण्याच्या विरुद्ध जी आघाडी आहे, तिला बळ देण्यासाठी यामुळे आपल्याला वेळ मिळतो. हे चीनच्या हिताचं दिसत असलं, तरीही त्यामुळे आपलं हितही साधलं जाईल."

"मी नेमकं तेच म्हणतोय. यामुळे त्यांचं हित साधलं जातंय असं दिसतं."

"ते वास्तव नाही."

"आपण सुदानमध्ये जायचं आणि आपल्या माणसांना स्वत:च परत आणायचं हे वास्तव आहे."

"वास्तव असं आहे," लिव्हिंगस्टन म्हणाले. त्यांचं हृदय संतापाने धडधडत असल्याचे त्यांना जाणवत होते. "ते सगळं ठीक आहे, पण जनरल हेलना आपली माणसं नक्की कुठे आहेत ते माहीत नाही, हेच वास्तव आहे की माझी काही चूक होत आहे, जनरल? नाही. मग जर ते नक्की कुठं आहेत हे आपल्याला माहीत नसेल, तर त्यांची सुटका करण्यासाठी आपल्याला चीनची मदत लागेल. जॉन, तुम्ही तुमचं डोकं कितीही हलवा, पण परिस्थिती अशी आहे आणि आपल्याला अजूनही त्यांच्याकडून फिडेलियनबाबत निवेदन हवं आहे. तुम्ही सांगताय दक्षिण अफ्रिकेवर बहिष्कार घालण्याबाबतही आपल्याला त्यांचा पाठिंबा हवा आहे. शिवाय पुढच्या वर्षी अनेक बाबींसाठी आपल्याला त्यांचं सहकार्य आवश्यक आहे. आर्कटिक म्हणजे उत्तर ध्रुव आणि त्या भोवतालच्या प्रदेशातील वाद; हवामान बदल, अशा अनेक गोष्टी आपल्याला त्यांच्याकडून किती आणि काय-काय हवं आहे, याबद्दल विचार करा."

"आपण आपल्या माणसांना परत आणू," ओकले म्हणाले. "अमेरिकेच्या सैन्यावर विश्वास ठेवायचा की झँग आणि त्यांच्या बीजिंगमधल्या चौकडीवर विश्वास ठेवायचा? कोणावर विश्वास ठेवायचा हे मला माहीत आहे."

लिव्हिंगस्टननी जवळजवळ टेबलावर हात मारला. हा कोणत्या प्रकारचा युक्तिवाद होता?

"बॉब," राष्ट्राध्यक्ष म्हणाले. "एएनसीमधील आपल्या बाजूला जे गट आहेत असं तुम्ही म्हणता, त्यांच्याबरोबर तुम्ही खुशाल बोलणी करा."

"आणि ठराव?"

"तो वेगळा मुद्दा आहे. ब्रिटिशांनी तो मांडला, तर आपण त्यांना पाठिंबा देऊ."

"मग त्यांनी तो आणू नये म्हणून आपण त्यांना सांगणं आवश्यक आहे."

"ब्रिटिश पंतप्रधान माझ्याबरोबर बोलले. तो आणणं त्यांना आवश्यक आहे आणि आम्ही त्यांना पाठिंबा देऊ असं मी सांगितलेलं आहे."

"आणि आपण नेमकं तेच करावं, हीच चीनची इच्छा आहे. त्यांच्या काव्याला आपण बळी पडू. चीन नकाराधिकार वापरून तो ठराव फेटाळून

लावेल आणि दक्षिण अफ्रिकेतील ज्या लोकांना आपल्याला बळ द्यायचं आहे, त्यांना कमजोर करणं इतकंच आपण साध्य करू. त्यामुळे मथ्वेसांची ताकद वाढेल आणि ते चीनच्या बाहुपाशात ढकलले जातील.''

''ठरावाला पाठिंबा देऊ असं मी सांगितलं आहे,'' राष्ट्राध्यक्षांचा स्वर तुटक होता. ''आपल्या दोन माणसांना परत मिळवण्यासाठी दक्षिण अफ्रिकेतील लोकशाहीला मी पाठिंबा देणार नाही, असं मी झँगना सांगणार नाही. तुम्ही असा सौदा सुचवत आहात.''

''आपला आदर राखून मी सांगतो सर, ते तसं नाही. मी म्हणत आहे जर ठराव आणला गेला नाहीतर दक्षिण अफ्रिकेत लोकशाही येण्याची जास्त शक्यता आहे. चीनला जो वेळ हवा आहे तो आपण त्यांना देऊ आणि त्याचबरोबर आपल्या स्वत:च्या हेतूसाठी तो वेळ वापरू.''

''सॉरी. पण ते चालणार नाही. कारण तो एखादा सौदा केला आहे, असं वाटेल. जॉन बरोबर सांगताहेत. आपण अपहरणकर्त्याला खंडणी देत आहोत, असं ते दिसेल. जो समज होतो, तेच वास्तव असतं. तुम्ही एकदा खंडणी दिलीत की तुम्हाला पुन्हा खंडणी द्यावी लागेल. झँग बरोबर अशाप्रकारे संबंध ठेवण्याची माझी तयारी नाही.''

''राष्ट्राध्यक्ष महोदय, तसं नाही –''

''बॉब, त्यावर एक टिपण लिहा.''

ओकले तिरस्कारपूर्ण हसले.

लिव्हिंगस्टन यांनी बोलण्यासाठी तोंड उघडले; पण राष्ट्राध्यक्ष ज्याप्रकारे त्यांच्याकडे बघत होते, ते बघून ते थांबले. टेबलाखाली त्यांचे हात थरथरत होते. मरिअन इलमन बरोबर त्यांचे जे संभाषण झाले होते, त्यातील मरिअनचे शब्द त्यांना खूप लागले होते आणि मीटिंगमध्ये नेहमीपेक्षा जास्त आग्रहाने त्यांनी आपले म्हणणे रेटून मांडले होते. आजारी असल्याची भावना त्यांच्या मनात येत होती. त्यांना उलटीचीही भावना होत होती. श्वास घ्यायला कठीण जात आहे असे वाटल्यामुळे त्यांनी टायची गाठ सैल केली. संघर्षाचा पवित्रा घेण्याची त्यांची प्रवृत्ती नव्हती आणि जॉन ओकलेंबरोबर भांडण करायची तर त्यांना भीतीच वाटायची. आता ती केल्यानंतर त्यांना वाटत होते की, आपण कुचकामी ठरलो आहोत.

राष्ट्राध्यक्ष पुन्हा बोलत होते. ''आपली माणसं सुदानमध्ये आहेत याबद्दल आपण मौन बाळगावे हे मी गृहीत धरतो.''

हेलनी होकारार्थी मान हलवली.

''आपली माणसं त्यांच्या ताब्यात आहेत आणि ती आपल्याला परत हवी आहेत, हे सुदानला माहीत असणं आवश्यक आहे.'' ओकले म्हणाले, ''त्या

हरामी सुदानी लोकांना आपण सांगायला पाहिजे की, जर त्यांनी लगेच आपल्या माणसांना परत केलं नाहीतर आपण तिथे जाऊ आणि त्यांना परत आणू.''

''बॉब, हा निरोप त्यांना मिळेल असं खात्रीने बघा,'' लिव्हिंगस्टननी मान वर केली आणि होकारार्थी हलवली.

''मी तुम्हाला मसुदा देईन,'' रोझ म्हणाले.

''जनरल,'' राष्ट्राध्यक्ष म्हणाले. ''ॲडमिरल प्रेसलर, ह्यांची सुदानमध्ये जाण्याची पूर्ण तयारी झालेली आहे, असं मी समजतो.''

''सूचना मिळाल्यानंतर एका क्षणात आपण जाऊ शकतो. आपली माणसं कुठे आहेत याचा ठावठिकाणा समजला की लगेच. आपण आदेश दिल्यानंतर मगच तिथे जाऊ.''

राष्ट्राध्यक्षांनी संमतिदर्शक मान हलविली. 'थँक्स गिव्हिंग' तीन दिवसांवर होतं. तोपर्यंत दोन्ही वैमानिक परत येण्याची काय शक्यता आहे, असा विचार त्यांच्या मनात येऊन गेला.

''ओके,'' ते म्हणाले. ''आपण ते करू. दुसऱ्या एका गोष्टीबाबत मला माहिती हवी आहे. झँगचं काय सुरू आहे, कोणी काही ऐकलंय का? त्यांच्याकडून निवेदन केलं जाणार आहे की नाही?''

कोणालाच माहीत नव्हते.

''राष्ट्राध्यक्ष महोदय,'' सुझान ऑप्टिझ म्हणाल्या, ''थँक्स गिव्हिंगनंतर साक्ष देण्यासाठी काँग्रेस बील कसलरना बोलावणार आहे, असं मला समजतं.''

नोल्सनी क्षणभरासाठी डोळे बंद केले. हे फारच छान होते, याचीच तर त्यांना आवश्यकता होती.

''चीनच्या सरकारी स्तरावर काय सुरू होतं, याचा तपशील जर कसलरना माहीत असेल आणि तो ते काँग्रेससमोर सांगतील, तर चीनचे निवेदन गैरलागूच होईल. त्याची आवश्यकता भासणार नाही.''

''त्यांना कधी बोलावणार आहे.''

''पुढच्या सोमवारी.''

नोल्स खुर्चीत मागे रेलून बसले आणि त्यांनी एक दीर्घ सुस्कारा सोडला. कसलर काय बोलतील ते जाणून घेण्यासाठी झँग वाट बघत थांबले असतील अशीही शक्यता होती. आपण एक निवेदन करायचे आणि फिडेलियनच्या सीईओने त्याविरुद्ध बोलायचे असे होऊ नये, ही चीनच्या राष्ट्राध्यक्षांची इच्छा असणार. त्याचा अर्थ अजून एक आठवडा चीनकडून काही सांगितले जाणार नव्हते.

''फिडेलियन बुडाल्यानंतर मी कसलर यांच्याबरोबर एकदाच बोलले.'' ऑप्टिझ म्हणाल्या. ''बोर्डात आणि त्यांच्यात काय घडले ते सांगायला त्यांनी

नकार दिला. मला वाटतं समितीसमोर काहीही न सांगता, गप्प राहण्याचा त्यांना अधिकार आहे. ते गप्प राहणार आहेत की काही बॉम्ब टाकणार आहेत, ते मला माहीत नाही.''

''आपण माहिती काढायला हवी असं तुम्हाला वाटत नाही का?''

''राष्ट्राध्यक्ष महोदय?'' राष्ट्राध्यक्षांचे वकील बोलले. ''काँग्रेसने कसलरना बोलावल्यानंतर आता या वेळी प्रशासनाच्या अधिकाऱ्यांनी त्यांच्याशी संपर्क करणे हे अतिशय अयोग्य होईल, असं माझं मत आहे. त्यांच्या साक्षीत ढवळाढवळ करणं असा त्याचा सहजच अर्थ काढला जाऊ शकेल. जर मंत्री किंवा इतर कोणी त्यांच्याशी संपर्क साधणार असतील, तर त्या मीटिंगमध्ये त्यांच्याबरोबर वकील असणं आवश्यक आहे आणि संभाषणाची लेखी प्रत देण्याची त्यांची तयारी हवी.''

राष्ट्राध्यक्षांनी अविश्वासाने स्मित केले.

''मी गंभीरपणे बोलतोय सर.''

''हे एकदम कडक नियम वाटतात.''

वकिलाने होकारार्थी मान हलवली.

राष्ट्राध्यक्षांनी ऑप्टिझकडे बघितले. ''कसलर काय बोलणार आहेत, याची तुम्हाला खरोखरच काही कल्पना नाही?''

अर्थमंत्र्यांनी नकारार्थी मान हलवली.

३८

''**मिस्टर कसलर,** फिडेलियन बँकेचे चीफ एक्झिक्युटीव्ह ऑफिसर या नात्याने तुमची काय उद्दिष्टे होती, ते मला तपशीलवार सांगा.''

फिलाडेल्फियातील डेमोक्रॅट पक्षाचे सेनेटर हेन्री वेस्थेम यांनी हा प्रश्न विचारला होता. त्यांचा बांधा लहानखोर होता, नाक नकटे होते. सेनेटर बँकिंग समितीचे सदस्य तिथे बसलेले होते, त्यात हेन्री मध्यभागापासून डाव्या बाजूला दुसऱ्या स्थानावर बसलेले होते.

बिल कसलरनी त्यांच्याकडे उलट टक लावून बघितले आणि ते म्हणाले, ''सेनेटर, मला वाटतं कोणत्याही मोठ्या इन्व्हेस्टमेंट बँकेच्या सीईओची जी उद्दिष्टे असतात त्यासारखीच माझी उद्दिष्टे होती. माझ्या आधीच्या करिअरमध्ये मी जे करत होतो, त्यापेक्षा वेगळं असं काही करण्यास मला कधीच सांगण्यात आलं नाही.''

''ती उद्दिष्टे तपशीलवारपणे सांगा.''

कसलरनी क्षणभर विचार केला. ''शेअरधारकांसाठी संपत्ती निर्माण होईल अशारितीने बँकेचं कामकाज चालवायचं, ग्राहकांना उत्तम सेवा द्यायची आणि कर्मचाऱ्यांना अनुकूल व सुरक्षित वातावरण मिळेल, याची काळजी घ्यायची. कार्पोरेट व आर्थिक जगताचा चांगला सदस्य राहणे आणि अर्थातच लागू असलेल्या सर्व नियमांचे पालन करणे.''

''आणि तुम्हाला वाटतं की, तुम्ही हे साध्य केलंत?''

''जे पत्ते मला देण्यात आले होते, त्या मर्यादांमध्ये मला वाटतं मी ते साध्य केलेलं आहे. होय, सर.''

''हे जे तुम्ही पत्ते म्हणताय ते काय होते?'' वेस्थेमनी तुच्छतेने विचारले.

''बँकेसमोर खूप मोठ्या समस्या होत्या हे आता लपून राहिलेलं नाही आणि मी स्वत:ची सुटका करून घ्यायला बघत नाही सेनेटर, पण या समस्या मी फिडेलियनमध्ये येण्याअगोदरपासूनच्या होत्या आणि या पत्त्यांबद्दल मी बोलत आहे आणि या मर्यादांमध्ये सर, मला वाटतं मी उद्दिष्टे साध्य करू शकलो.''

"कॉर्पोरेट व आर्थिक जगताचा... तुम्ही काय म्हणालात? चांगला सदस्य असणं?"

"होय, सर."

"कर्मचाऱ्यांना अनुकूल व सुरक्षित वातावरण मिळेल याची काळजी घेणं? मला वाटतं त्यापैकी बहुसंख्य आता कर्मचारीच राहिलेले नाहीत. तुम्ही अनुकूल व सुरक्षित वातावरण त्यांना दिलंत असं तुम्हाला वाटतंय, हे ऐकून त्यांची काय प्रतिक्रिया असेल? मिस्टर कसलर तुम्ही भयंकर अल्पसंतुष्ट दिसता, विशेषत: जी व्यक्ती आताच बँक बुडत असताना अध्यक्ष होती... मला वाटतं माझ्यापेक्षा न्यू यॉर्क टाइम्स जास्त नेमकेपणाने सांगू शकेल." वेस्थेम यांनी वर्तमानपत्रातील एक ताजा लेख असलेला टॅब्लेट कॉम्प्युटर दाखवला. "मी उद्धृत करतो... दहा वर्षांपूर्वी लीमन ब्रदर्स दिवाळखोरीत गेली, तिचं नावही विस्मृतीत गेलं, त्या वेळी तिचे अध्यक्ष होते, डिक फल्ड. त्यांनी त्या वेळी जी विलक्षण अपात्रता दाखविली होती, आपण त्या पदाला लायक नाही, हे सिद्ध केलं होतं. त्यानंतर आता आम्हाला तसंच उदाहरण पुन्हा समोर दिसत आहे."

"काँग्रेसमन, मी त्याकडे अशाप्रकारे बघत नाही."

"नाही सर, पण अमेरिकेची जनता त्याच प्रकारे बघते."

बिल कसलरनी त्यावर प्रतिक्रिया व्यक्त केली नाही. काँग्रेस समितीच्या ह्या खोलीत त्यांना ज्याला तोंड द्यावे लागेल, त्यातील बरेचसे त्यांना माहीत होते. ह्या खोलीभोवती असलेल्या टीव्ही कॅमेऱ्यांसाठी ती कदाचित चमकधमक होती म्हणून असेल. जितके प्रश्न विचारले जातील, तितकेच उपदेशाचे डोस मिळतील, हे त्यांना माहीत होते. वस्तुस्थितीचा शोध घेतला जाईल तितकेच टीव्हीवर चमकण्यासाठी चमकदार वाक्ये फेकली जातील. त्यांच्या बाजूला बसलेल्या त्यांच्या वकिलांनी त्यांना सल्ला दिला होता, अशा गोष्टींवर प्रतिक्रिया व्यक्त करूच नये, करावी लागलीच तर अगदी क्वचित करावी. भडकलेल्या या क्रोधाग्निला मुद्दामहून शांत करण्याचा प्रयत्न करू नये, त्यात त्यांना यश मिळणार नाही. तो शांत करण्यासाठी नव्हताच! तो प्रदर्शनासाठी होता.

समितीचे अध्यक्ष सेनेटर गिव्हन्स अरिझोना येथील रिपब्लिकन पक्षाच्या सेनेटर नॅन्सी डेला रोव्हर यांच्याकडे वळले.

डेला रोव्हरनी त्यांना दिलेल्या पंधरा मिनिटांपैकी कमीतकमी अर्धा वेळ सुरुवातीला बँकिंग प्रणालीतील नियमांवर हल्ला करण्यात खर्च केला. डेमोक्रॅटिक पक्षाची सत्ता असताना हे नियम लागू करण्यात आले होते आणि त्यांनी ते डझनभर वेळा जोर देऊन सांगितले. ओबामा प्रशासनाच्या काळात हे नियम लागू करण्यात आले होते. शेवटी त्या प्रश्नाकडे वळल्या. "मिस्टर कसलर," त्या

म्हणाल्या, ''ही घटना कशारीतीने आकार घेत गेली, ते मला जास्त चांगल्याप्रकारे जाणून घ्यायचं आहे. बँकेत समस्या होत्या त्याचा तुम्ही उल्लेख केलात आणि अगदी नक्कीच समस्या होत्या. मला विचाराल तर त्यांना समस्या म्हणणं हे त्यांना कमी लेखणारं विधान होईल. फिडेलियन बँक दिवाळखोरीत जाण्याला ज्या समस्या कारणीभूत होत्या त्याबाबत तुम्हाला प्रथम कधी माहीत झालं, हा माझा प्रश्न आहे.''

''सेनेटर, ह्याचं उत्तर मला जरा नेमकेपणाने द्यावं लागेल. त्यामुळे कृपया जरा विस्ताराने सांगण्याची परवानगी द्या. समस्या म्हणजे... बुडीत कर्जे. आमच्या विकसनशील मार्केटच्या व्यवसायातील बुडीत कर्जे हे सर्व समस्यांचे मूळ होते आणि त्यामुळे इतर सगळ्या गोष्टी बिघडत गेल्या. मी या आधीच स्पष्ट केल्याप्रमाणे... या समस्या आहेत, हे काही काळापासून स्पष्ट झालेले होते. ज्या निर्णयांमुळे हे नुकसान झाले, ते अनेक वर्षांपूर्वी घेण्यात आले होते, बहुतेक प्रकरणात ते कित्येक वर्षांपूर्वी घेण्यात आलेले होते.''

''मिस्टर कसलर, मी तुम्हाला विचारलं त्या तुम्हाला प्रथम कधी माहीत झाल्या?''

''होय, मॅडम तेच मी सांगत आहे. ह्या समस्यांची मला काही महिन्यांपासून माहिती होती. पण माझा विश्वास होता, या तोट्याचा परिणाम नेहमीच्या पद्धतीने आम्हाला मॅनेज करता येईल. म्हणजे त्याचा अर्थ,'' सेनेटर प्रश्न विचारण्यासाठी तोंड उघडत आहेत असे दिसल्यामुळे ते घाईघाईने म्हणाले, ''मार्केटमध्ये जाऊन भांडवल उभारणी करणं. एकदा हा तोटा बुडीत खात्यात टाकण्यात आला की, मग उभारलेल्या भांडवलाद्वारे आमचा ताळेबंद पुन्हा भरून काढणं. सेनेटर, अशाप्रकारे अनेकवेळा मार्केटमधून मी भांडवल उभारणी केलेली आहे. इतर कंपन्यात असताना केलेली आहे; तसेच खुद्द फिडेलियन बँकेत असतानाही केलेली आहे. आम्हाला खूप मोठ्या रकमेची आवश्यकता होती हे खरं आहे. पण तत्त्वत: इतर वेळच्या भांडवल उभारणीत आणि यावेळेस काही फरक होता, असं मानण्याचं कारण नाही.''

''आणि तुम्हाला वाटलं तुम्ही दोन हजार तीनशे कोटी डॉलर्स उभे करू शकाल?''

''होय, मॅम, मॉर्गन स्टॅन्ली हे ह्या बाँड इश्यूचे प्रमुख अंडरराईटर असणार होते. बाँड इश्यूपैकी मार्केटमध्ये विक्री न झालेला हिस्सा अंडरराईटर म्हणून मॉर्गन स्टॅन्ली यांनी स्वत: खरेदी केलाच असता. त्यांनाही इतकी भांडवल उभारणी करू शकू असा विश्वास होता. मी आताच म्हटल्याप्रमाणे ही मोठी रक्कम होती; पण आमच्या आडाख्याप्रमाणे ती करणं शक्य होतं.''

''पण तुम्ही ती शेवटी करू शकला नाहीत.''

''नाही. मॅम!''

''त्याची जाणीव तुम्हाला कधी झाली?''

''आम्ही दिवाळखोरीत जाण्याच्या काही आठवड्यांच्या दरम्यानच ती झाली. मुख्यत: शेअरचा भाव व भांडवल उभारणी यांचा एकमेकांशी संबंध असतो. शेअरचा भाव वर असेल, तर भांडवल उभारणी करणं सोपं जातं. तुम्हाला माहीत आहे, आमच्या शेअरचे भाव बरेच खाली आले आणि तो खाली आल्यामुळे मार्केटचे आमच्या बँकेबाबतचे मत अत्यंत नकारात्मक झाले, हे स्पष्ट झाले आणि जितक्या भांडवलाची आम्हाला आवश्यकता होती, ती रक्कम आम्ही उभी करू शकणार नाही, हे स्पष्ट झालं. त्याचवेळेला आमचा बॉंड इश्यू अंडरराईट करण्याची त्यांची तयारी नाही, असं मॉर्गन स्टॅन्लींनी आम्हाला कळवलं.''

''त्यांनी केलेलं परिस्थितीचं मूल्यमापन उचित होतं, असं तुम्हाला वाटतं का?''

''होय, मॅम. मी त्यांना दोष देत नाही. त्यांच्या जागी मी असतो, तर बहुधा मीही तोच निर्णय घेतला असता.''

''शेअरचे भाव खाली का आले, मि. कसलर.''

''ते मला सांगता येणार नाही, सेनेटर.''

''ज्या तोट्याचा तुम्ही उल्लेख केलात त्याची लोकांना माहिती होण्याअगोदरच भाव घसरले.''

''होय. ते बरोबर आहे.''

''बुडीत कर्जाबद्दलच्या अंतर्गत माहितीचा वापर कोणी करत होतं, याची तुम्हाला माहिती आहे का?''

''नाही, मॅम.''

''म्हणजे ते एक रहस्य आहे.''

''होय, मॅम.''

''तुमच्या व्यवसायासाठी भांडवलाची पुनर्उभारणी करण्यासाठी भाव वर राहण्याची आवश्यकता असताना नेमके त्याच वेळेला ते का पडले, या बाबतचं हे रहस्य आहे.''

कसलरनी उत्तर दिले नाही. सेनेटर गर्भितपणे जे काही सुचवत होत्या, ते त्यांनी तसेच राहू दिले.

''तुम्ही उल्लेख केलात त्या तोट्याकडे मी पुन्हा वळते. त्यांची तुम्हाला कधी माहिती झाली?''

''विकसनशील देशाच्या व्यवसायातील बुडीत कर्जाबद्दल? त्याबद्दल तुम्ही बोलत आहात का?''

''होय, मि. कसलर'' सेनेटर तुटकपणे म्हणाल्या. ''मी त्याबद्दलच विचारत आहे. त्याची तुम्हाला कधी माहिती झाली?''

''जसजसं चित्र स्पष्ट होत गेलं तसतसं काही कालावधीदरम्यान ते माहीत होत गेलं, मॅम.''

''तुम्ही फिडेलियनचे सीईओ झालात तेव्हा तुम्हाला ती माहिती होती का?''

''नाही, मॅम, एका प्रतिस्पर्धी बँकेतून मला इथं नियुक्त करण्यात आलं होतं आणि फिडेलियनच्या अंतर्गत बाबींची मला माहिती असण्याचं काहीच कारण नव्हतं.''

''मग तुम्हाला प्रथम त्याची कधी माहिती झाली?''

''मी रुजू झाल्यानंतर.''

''कधी?''

कसलर घुटमळले. ते वकिलांकडे वळले. वकिलांनी कसलर समोरील मायक्रोफोनवर हात ठेवला आणि त्यांच्या कानांत कुजबुजले.

फिडेलियन बुडाल्यामुळे एकामागून एक खटले दाखल करण्यात येतील, हे बिल कसलरना माहीत होते. त्यातील पहिला खटला या आधीच दाखल करण्यात आला होता. त्यांना स्वत:लाही खटल्याला तोंड द्यावे लागेल, हेही माहीत होते.

कसलर सेनेटरकडे पुन्हा वळले. ''जसजशी वेळ येत गेली तसतशा विविध समस्या मला माहीत होत गेल्या.''

''आणि तरीही त्याबद्दल तुम्ही कोणतंही निवेदन प्रसिद्धीला दिलं नाहीत?''

कसलर पुन्हा त्याच्या वकिलाकडे वळले. त्या वेळी क्षणभरच कुजबुजत संभाषण झालं.

''मॅडम, नियमाप्रमाणे आवश्यक असलेलं सर्व निवेदन केलं गेलं होतं, असं माझं मत आहे.''

''आणि तरीही तुमची बँक दिवाळखोरीत गेली, त्या दिवसापर्यंत काहीही सांगण्यात आलं नाही?''

वकील पुन्हा कसलर यांच्या कानात कुजबुजला.

''मॅम, मी म्हणालो तेच मी पुन्हा सांगेन. मला जितकी माहिती आहे त्यानुसार – तिथल्या संपूर्ण कालावधी दरम्यान आमचे चीफ फायनान्शिअल ऑफिसर आणि चीफ कम्प्लायन्स ऑफिसर यांच्यासह आमचं स्पष्ट धोरण होतं. ते म्हणजे हिशेबाचे जे नियम आहेत आणि नियामक संस्थांचे जे नियम आहेत, त्यांचे शंभर टक्के पालन करणं. कागदपत्रांची छाननी केली, तर हे स्पष्टपणे दिसेल आणि माझा तो नक्कीच हेतू होता. मला वाटतं याबाबत मी इतकंच सांगू शकेन.''

''कागदपत्रांबद्दल तुमचं म्हणणं बरोबर असेल, अशी मी अपेक्षा करते, मि. कसलर, जास्त तपशीलवारपणे त्याची छाननी करण्यात येईल, असं मला वाटतं.''

कसलर यांनी मौन बाळगले.

डोनाल्ड गॉस यांच्याकडे सेनेटर गिव्हन्स वळले. धिप्पाड शरीराची ही व्यक्ती दक्षिण करोलिनामधील सेनेटर होती.

''मि. कसलर,'' त्यांनी वेळ न घालवता सुरुवात केली. ''माझा का गोंधळ उडाला आहे, ते सांगतो. तुमची बँक दिवाळखोरीत का गेली, ते मला समजत नाही. असं बघा, ज्या भागातून मी आलो आहे, तिथे व्यवसाय चांगला चालत नसेल तर कोणी विकत घेऊ शकेल का, हे तुम्ही बघता आणि त्यांना विकता. तुम्ही छाती वर करून उताणे पडत नाही. जर तुम्ही ते टाळू शकत असाल, तर नक्कीच नाही. तुमच्या कर्मचाऱ्यांना तुम्ही रस्त्यावर आणत नाही, त्यांचं थोडंतरी भलं करण्याचा प्रयत्न करता. तुमच्या बँकेत किती कर्मचारी होते? आम्हाला आठवण करून द्याल, मि. कसलर?''

''अठरा हजार, सेनेटर, थोडेसे जास्तच.''

''आणि त्यांच्यापैकी किती जण अजूनही कामावर आहेत?''

''माझ्याकडे नेमकी संख्या नाही,'' कसलर शांतपणे म्हणाले.

''तुमच्या अंदाजाप्रमाणे?''

''फारसे नाहीत, सर.''

''अस्सं, फारसे कर्मचारी आता कामावर नाहीत. आता माझ्या माहितीप्रमाणे तुमची बँक विकत घेऊ इच्छिणारं कोणीतरी होतं आणि तुम्ही ती ऑफर स्वीकारली नाहीत. सीईओ म्हणून तुमची उद्दिष्ट्यं काय होती, ते तुम्ही सेनेटर वेस्थेमना सांगितलंत आणि मला सांगणं भाग आहे की, मी सेनेटर वेस्थेम यांच्याशी सहमत आहे की, तुम्ही तुमचं कर्तव्य पार पाडलंत, असं तुम्हाला वाटत असेल तर ती तुमची चूक आहे. तुम्ही सेनेटरना सांगितलंत, तुमच्या शेअरधारकांसाठी संपत्ती निर्माण करणं, हे तुमचं एक उद्दिष्ट आहे, मग तुम्ही जे निर्णय अमलात आणले, जी कृती केली त्यामुळे ते कसं काय साध्य झालं, त्याचं या समितीला स्पष्टीकरण द्या.''

''सर, बँकेसाठी एक ऑफर होती, हे खरं आहे.''

''होय, ऑफर होती हे आम्हा सगळ्यांना माहीत आहे. तुम्ही त्याला 'नाही' का म्हणालात हे आम्हाला माहीत नाही.''

''सेनेटर, ती स्वीकारण्याजोगी ऑफर नव्हती.''

''कोण म्हणतं? तुम्ही म्हणता?''

''नाही, सर. हा मी घेतलेला निर्णय नव्हता. माझ्या बोर्डाने सल्लामसलत केल्यानंतर त्यांच्याकडून आलेला हा निर्णय होता.''

''आणि तुमचं बोर्ड कोण आहे, मि. कसलर? 'पीपल्स इन्व्हेस्टमेंट कॉर्पोरेशन

ऑफ चायना' हे तुमचं बोर्ड आहे का?''

''नाही, सर.''

''मग पीपल्स इन्व्हेस्टमेंट कॉर्पोरेशनचे मि. हू म्हणजे तुमचं बोर्ड आहे का?''

''नाही, सर पीपल्स इन्व्हेस्टमेंट कार्पोरेशनचे दोन प्रतिनिधी फिडेलियन बँकेच्या बोर्डावर आहेत. पण ते म्हणजे संपूर्ण संचालक मंडळ नाही.''

''मग मी तुम्हाला विचारतो, पीपल्स इन्व्हेस्टमेंट कार्पोरेशन ऑफ चायनाने ही ऑफर घेऊ नका असं तुम्हाला सांगितलं का?''

''सेनेटर, पीपल्स इन्व्हेस्टमेंट कॉर्पोरेशन ही फिडेलियन बँकेची एकमेव शेअर होल्डर नाही, हे मी सांगितलेलं आहे.''

''ते मला माहीत आहे. मि. कसलर. मी तुम्हाला एक प्रश्न विचारतो, फिडेलियन बँकेचा चीफ एक्झिक्युटिव्ह ऑफिसर म्हणून काम करताना पिपल्स इन्व्हेस्टमेंट कार्पोरेशन ऑफ चायनाची संमती नाही अशा गोष्टींना बोर्डाने – संचालक मंडळाने किती वेळा मान्यता दिली?''

कसलरनी त्यांच्या वकिलाकडे बघितले. वकील त्यांच्या कानात कुजबुजला.

''सेनेटर, मी –'' कसलर थांबले आणि त्यांनी पुन्हा एकदा वकिलाकडे बघितले.

''मि. कसलर, जाऊ दे त्याची चिंता करू नका. इतक्या मोठ्या शेअर होल्डरच्या इच्छेविरुद्ध वागायचं ही अगदी दुर्मीळ घटना आहे, असं मी गृहीत धरतो. कोणत्याही नावाचा उल्लेख न करता खूप मोठ्या शेअरधारकाच्या विरुद्ध बोर्डाने वागणं, ही अतिशय दुर्मीळ घटना आहे, हे तुम्ही मान्य कराल का?''

''होय सेनेटर, असं म्हणणं उचित होईल.''

''थँक्यू.'' गॉस यांनी स्मित केले. ''कदाचित एखाद्या वेळेस तसं घडू शकेल.''

कसलर वाट बघत थांबले.

''फिडेलियनच्या भागभांडवलात पीपल्स इन्व्हेस्टमेंट कार्पोरेशन ऑफ चायनाचा किती हिस्सा आहे?''

''माझ्या माहितीप्रमाणे एकूण भागभांडवलाच्या पंचवीस ते सव्वीस टक्के.''

''मि. कसलर, त्यांचा खरोखरीचा हिस्सा किती आहे?''

''सेनेटर, मला वाटतं मला तुमचा प्रश्न कळला नाही.''

''पीपल्स इन्व्हेस्टमेंट कार्पोरेशन ऑफ चायना फिडेलियनच्या भागभांडवलापैकी पंचवीस टक्क्यांहूनही जास्त हिस्सा त्यांचा दुय्यम कंपन्यांमार्फत बाळगून असेल अशी शक्यता आहे का?''

''तांत्रिकदृष्ट्या मला वाटतं ते शक्य आहे.'' कसलर बोलता-बोलता थांबले. कारण त्यांच्या वकिलाने मायक्रोफोनवर हात ठेवला आणि तो त्यांच्या कानात कुजबुजला. ''ती अटकळबाजी होईल, सर.''

''नक्कीच, मला माहीत आहे. मी जाणतो. आणखी थोडी जास्त अटकळबाजी करू. जर ते त्यांच्या दुय्यम कंपन्यांमार्फत आणखी शेअर होल्ड करत असतील आणि जर ते त्यांनी जाहीर केलं, नाहीतर त्या शेअर होल्डिंगचं प्रमाण लक्षात घेता ते बेकायदेशीर होणार नाही का?''

''मी वकील नाही सर.''

''मी आहे. ते बेकायदेशीर होईल. तर मि. कसलर दुय्यम कंपन्यांमार्फत असलेले शेअर्स वगैरे धरून फिडेलियन बँकेच्या भागभांडवलामध्ये पीपल्स इन्व्हेस्टमेंट कार्पोरेशन ऑफ चायनाचा किती हिस्सा आहे, तुम्हाला माहीत आहे का?''

''सर, तुम्ही म्हटल्याप्रमाणे हे अटकळबाजी करणं होईल.''

''तो चाळीस टक्के इतक्या जास्त प्रमाणात असेल, असं मी ऐकलेलं आहे.''

कसलरनी खांदे उडवले.

''म्हणजे तुम्हाला माहीत नाही?''

कसलर क्षणभर घुटमळले, मग म्हणाले, ''नाही.''

गॉसनी त्यांच्याकडे टक लावून बघितले.

कसलरनी उलट टक लावून बघितले.

''ओ. के. जर बँकेत त्यांचा चाळीस टक्के हिस्सा असेल, तर त्यांचं फार मोठं नुकसान झालं आहे.'' गॉसनी नाटकीपणाने मान हलविली. ''ते तुमच्यावर फारसे खूश नसतील, मिस्टर कसलर. जर कंपनी माझ्या मालकीची असती आणि माझ्या सीईओने ती धुळीला मिळवली असती, इतकंच नाहीतर कोणीतरी ऑफर दिल्यानंतर ती त्याने स्वीकारली नसती, तर मीही फारसा खूश झालो नसतो. मी विचार केला असता, त्या सीईओचा एखादा स्क्रू ढिला आहे का? एकच काय दोन-चार स्क्रू. स्क्रूंचा एक अख्खा बॉक्सच ढिला आहे का? आधी तो माझ्या कंपनीचा सत्यानाश करतो. मग जे शिल्लक आहे, त्यासाठी एक कवडी मिळवत नाही. अशा सीईओबद्दल माझं मत खराब असेल, तुमचं कसं असलं असतं मिस्टर कसलर?''

''मी – मला माहीत नाही, कसं असलं असतं ते....''

''मला माहीत आहे. सीईओ म्हणून ही अतिशय वाईट कामगिरी आहे.''

''ते तुमचं मत आहे, सर.''

''माझं मत? हा कसला सीईओ आहे, मिस्टर कसलर? मला सांगा. जो सीईओ अठरा हजार लोकांच्या नोकऱ्या जाताना बघतो आणि त्यांना वाचवण्यासाठी

साधं बोटही वर करत नाही, त्या सीईओला काय म्हणायचं?''

सेनेटरनी उघड-उघड अपमान केला होता, कारण त्यांचा उद्देश होता कसलरनी भडकून जावे. तसे होऊ नये म्हणून कसलरनी दीर्घ श्वास घेऊन स्वत:वर ताबा ठेवण्याचा प्रयत्न केला. ते म्हणाले, ''सर, ऑफर स्वीकारायची की नाही, हा माझा निर्णय नव्हता.''

''अर्थातच, नव्हता. या ऑफरबद्दल बोर्डावरील आणखी कोणाशी तुम्ही बोललात का? पीपल्स इन्व्हेस्टमेंट कार्पोरेशन ऑफ चायनाच्या बोर्डावरील प्रतिनिधी व्यतिरिक्त इतर कोणाशी?''

''बोर्डाच्या सर्व सदस्यांचा सल्ला घेण्यात आला होता, सर.''

''आणि ऑफर स्वीकारण्याच्या बाजूने आहोत, असं त्यांच्यापैकी कोणी म्हणालं होतं का?''

कसलरच्या वकिलांनी मायक्रोफोनवर हात ठेवला आणि त्यांच्या कानात कुजबुजले.

कसलरनी पुन्हा सेनेटरकडे बघितले. ''सेनेटर या प्रश्नाचं उत्तर द्यायला नकार देणं माझ्यासाठी बंधनकारक आहे.''

''नकार देणं बंधनकारक आहे?''

''होय, सर.''

''बंधनकारक?''

''होय, सर.''

त्यावर अजिबात विश्वास ठेवता येणार नाही, असे दाखवण्यासाठी जणू गॉसनी स्मित केले. ''मि. कसलर अमेरिकेच्या सेनेटच्या एका समितीसमोर तुम्ही हजर आहात, याची मी तुम्हाला आठवण करून देतो. फिडेलियन बँकेसाठी आलेली आर्थिकदृष्ट्या योग्य, व्यावसायिक ऑफर तुम्ही का नाकारली, ते अमेरिकेच्या जनतेला सांगण्याची संधी मी तुम्हाला देत आहे. अमेरिकेच्या जनतेला हे कसं घडलं, ते समजणं अत्यंत महत्त्वाचं आहे. त्याला कशाची आडकाठी असू शकेल, ते मला कळत नाही. आता या आधी मी जो प्रश्न विचारला होता, तोच पुन्हा विचारतो. पीपल्स इन्व्हेस्टमेंट कॉर्पोरेशन ऑफ चायनाने ऑफर नाकारण्याची तुम्हाला सूचना दिली होती का? तुमच्या बँकेत काय घडलं, ते अमेरिकेच्या जनतेला सांगण्याची ही तुम्हाला संधी आहे. या प्रश्नाचं उत्तर द्या.''

कसलरचे वकील त्यांच्या कानात कुजबुजले. त्यांनी कठोरपणे मान हलवली.

''सेनेटर, या प्रश्नाचं उत्तर द्यायला नकार देणं, माझ्यासाठी बंधनकारक आहे.''

''मग परदेशी सरकारच्या एका एजन्सीमुळे थेट ही अमेरिकेची संस्था दिवाळखोरीत गेली, असा निष्कर्ष काढणं मला भाग आहे. हा निष्कर्ष मी का

काढू नये ते सांगण्याची मी तुम्हाला एक संधी देत आहे. मला, ह्या समितीला आणि अमेरिकेच्या जनतेला आम्ही हा निष्कर्ष का काढू नये ते सांगा, मि. कसलर.''

कसरलच्या कपाळावर नापसंतीच्या आठ्या आल्या. ''मी याप्रकारे निष्कर्ष काढणार नाही,'' ते शांतपणे म्हणाले.

''मग तुम्ही काय निष्कर्ष काढाल?''

कसलरच्या वकिलाने त्यांच्या कानात बोलायला सुरुवात केली, पण कसलरनी नकारार्थी मान हलवली. ''माझ्या शेअरहोल्डरना स्वीकारावी वाटेल, अशी ही ऑफर नव्हती. सेनेटर इतकंच घडलं आणि मी इतकंच सांगू शकतो.''

''बस्स इतकंच! माझ्या शेअरहोल्डरना स्वीकारावी वाटेल, अशी ही ऑफर नव्हती.'' गॉसनी उपहासाने त्या शब्दांचा पुनरुच्चार केला. ''या विषयावर तुम्हाला इतकंच सांगायचं आहे? तुमच्या माजी अठरा हजार कर्मचाऱ्यांना, तुमच्या ग्राहकांना, तुमच्या शेअरहोल्डरना मागचं 'थँक्स गिव्हिंग' चांगलं गेलं असेल असं तुम्हाला वाटतं? अर्थातच हे शेअरहोल्डर म्हणजे पीपल्स इन्व्हेस्टमेंट कॉर्पोरेशनचे मिस्टर हू असं मी म्हणत नाही, पण मी छोट्या शेअरहोल्डरविषयी बोलतोय. ते तुम्हाला काय करायचं ते सांगू शकत नव्हते. पण प्रामाणिक शेअरहोल्डर होते. मिस्टर कसलर, या छोट्या शेअरहोल्डरनी तुमच्या बँकेचे शेअर, सर... *तुमच्या* बँकेचे शेअर..., सर – निवृत्तीनंतर सुखाने जीवन जगता यावं म्हणून तरतूद करण्यासाठी घेतले आणि तुम्हाला सातत्याने माहीत होतं की, बँकेच्या अकाउंटमध्ये बुडीत कर्जे आहेत, आणि ती बाब उघडकीला येणार आहे. गेल्या आठवड्यातल्या थँक्स गिव्हिंगच्या वेळी मला नाही वाटत; तुम्हाला 'थँक्स' देण्यासाठी त्यांच्याकडे काही कारण होतं.''

कसलरनी त्यांच्याकडे रोखून बघितले.

सेनेटरनी तिरस्काराने त्यांच्याकडे उलट रोखून बघितले. ''मला कळत नाही, तुम्हाला रात्री झोप कशी लागते, मिस्टर कसलर?''

बिल कसलर सेनेटरकडे रोखून बघत राहिले. खरी गोष्ट तर अशी होती की, अलीकडे त्यांना फारशी झोप लागत नव्हती.

''मिस्टर कसलर?''

कसलरनी समितीचे अध्यक्ष बिल गिव्हन्स यांच्याकडे बघितले. गिव्हन्स हे लुईसाना स्टेटमधून आलेले होते. तिथल्या तीन रिपब्लिकन उमेदवारांमुळे निवडणुकीत त्यांना पराजित व्हावे लागले होते. आता ते दोन वर्षांनी होणाऱ्या राष्ट्राध्यक्षपदासाठी स्वत:ला नामांकनाच्या शर्यतीत उतरवण्याचा विचार करत होते. राष्ट्राध्यक्षांचा बचाव करण्यात त्यांना स्वारस्य नव्हते. ह्या सुनावणी दरम्यान राष्ट्राध्यक्षांवर शिंतोडे उडवून स्वत:चे घोडे पुढे दामटण्याची संधी त्यांना मिळत होती.

"तुम्ही दिवाळखोरी जाहीर करण्याच्या काही दिवस आधी राष्ट्राध्यक्ष तुमच्याबरोबर बोलले होते का?" गिव्हन्सनी विचारले.

कसलर यांनी नकारार्थी मान हलवली. "नाही, सर."

"प्रशासनातील कोणाबरोबर तुम्ही बोललात का?"

"होय, सर. अर्थमंत्री ऑप्टिझ आणि फेडरल रिझर्व्हचे रॅबिन आणि सिक्युरीटीजचे ओ'ब्रायान आणि इतर अनेक अधिकाऱ्यांबरोबर साहजिकच माझे अनेकवेळा बोलणे झाले, मीटिंग्जही झाल्या."

"पण तुम्ही राष्ट्राध्यक्षांबरोबर बोलला नाहीत."

"नाही, सर."

"आता दिवाळखोरीनंतर ते तुमच्याबरोबर बोलले आहेत का?"

"नाही, सर."

"प्रशासनाचा कोणी सदस्य तुमच्याबरोबर त्यानंतर बोलला आहे का?"

"मी अर्थमंत्री ऑप्टिझ, मिस्टर रॅबिन आणि त्यांच्या इतर अनेक अधिकाऱ्यांबरोबर बोललो आहे."

"ह्या समितीसमोर काय बोलायचं आणि काय बोलायचं नाही, याची त्यांनी तुम्हाला सूचना दिली आहे का किंवा कोणत्याही प्रकारे कळवलं आहे का?"

"नाही, सर."

"दिवाळखोरीच्या काही दिवस आधी तुम्ही अर्थमंत्री ऑप्टिझ आणि मि. रॅबिन यांच्याबरोबर बोललात असं तुम्ही म्हणता. ते तुम्हाला जे सांगत होते, त्याची राष्ट्राध्यक्षांना माहिती नसेल ही शक्यता आहे, असं तुम्हाला वाटतं का?"

"ती –"

"ते तुम्हाला जे सांगत होते, त्याला राष्ट्राध्यक्षांनी मान्यता दिली नसती, अशी शक्यता तुम्हाला वाटते का?"

सेनेटरांचे वाक्य पूर्ण झाले आहे का, ते बघण्यासाठी कसलर थांबले व मग म्हणाले, "ते अटकळबाजी करणं होईल, सर."

"अटकळबाजी करून तुम्हाला उत्तर द्यायचं आहे का?"

"नाही, सर."

गिव्हन्सनी मान हलविली. "राष्ट्राध्यक्ष, चीनचे राष्ट्राध्यक्ष झँग यांच्याबरोबर या दरम्यान बोलले हे तुम्हाला माहीत आहे का?"

"नाही, सर. राष्ट्राध्यक्ष झँग यांच्याबरोबर राष्ट्राध्यक्ष बोलले का, ते मला माहीत नाही."

"तुम्ही दिवाळखोरीचा अर्ज दाखल करण्यापूर्वी, थोडाच काळ आधी, राष्ट्राध्यक्ष नोल्स, राष्ट्राध्यक्ष झँग यांच्याबरोबर तुमच्या बँकेबाबत बोलले अशा

बातम्या सातत्याने येत आहेत. मी तुम्हाला पुन्हा विचारतो राष्ट्राध्यक्ष नोल्स यांनी असा कॉल केला होता का, याची तुम्हाला माहिती आहे का?''

''नाही, सर.'' कसलर म्हणाले. ''मला माहिती नाही.''

गिव्हन्सनी न बोलता त्यांच्याकडे टक लावून बघितले.

कसलरनी उलट टक लावून बघितले.

''मिस्टर कसलर, मी याआधी जो प्रश्न तुम्हाला विचारला होता, तोच पुन्हा विचारतो. प्रशासनातील कोणी व्यक्ती किंवा तुमच्या मते प्रशासनाशी संबंध असू शकेल, अशी कोणी व्यक्ती यांनी या समितीसमोर काय सांगायचं आणि काय नाही, याविषयी तुम्हाला सूचना दिली आहे का?''

''नाही, सेनेटर,'' कसलरनी ठामपणे उत्तर दिले. ''आणि जर असा संपर्क साधला गेला असता तरी मी देत असलेल्या उत्तरात तिळमात्रही फरक पडला नसता. मी इथे राष्ट्राध्यक्ष नोल्स किंवा प्रशासनातील कोणी व्यक्ती यांचे रक्षण करण्यासाठी किंवा बचाव करण्यासाठी आलेलो नाही.''

''मग तुम्ही इथे का उपस्थित आहात?''

''तुम्ही विचारलेल्या प्रश्नांच्या उत्तरांतून सत्य सांगण्यासाठी.''

''तुमची बँक कशाप्रकारे बुडाली, हे सत्य तुम्हाला सांगायचं नाही का?''

''अर्थातच सेनेटर. ते तुम्हाला जाणून घ्यायचं असेल, तर मी तेच सांगणार.''

''बँक विकत घेण्याची आलेली व्यावसायिक ऑफर का नाकारली यामागचं सत्य सांगणार का? अठरा हजार लोकांच्या नोकऱ्या वाचवू शकली असती, अशी ऑफर का स्वीकारण्यात आली नाही, यामागचं सत्य सांगणार का?''

''होय, सर.''

''मग सेनेटर गॉस यांनी थोड्याच वेळापूर्वी जो प्रश्न तुम्हाला विचारला त्याचं उत्तर द्या. पीपल्स इन्व्हेस्टमेंट कॉर्पोरेशन ऑफ चायनाने ही ऑफर नाकारावी, अशी सूचना तुम्हाला दिली होती का?''

कसलरच्या वकिलांनी मायक्रोफोनवर हात ठेवला व त्यांच्या कानांत ते कुजबुजले.

''माझ्या सर्वोत्तम क्षमतेनुसार मी या प्रश्नाचं उत्तर आधीच दिलेलं आहे.''

''मिस्टर कसलर, तुम्ही उत्तर द्यायला नकार दिलात.''

''होय, सर.''

''आणि ते तुमचं सर्वोत्तम क्षमतेनुसार उत्तर देणं आहे? तुम्ही आताच सांगितलंय सत्य सांगण्यासाठी या समितीसमोर तुम्ही आला आहात. मिस्टर कसलर जर अशाप्रकारे तुम्ही सत्य सांगत असाल, तर अमेरिकेचे लोक त्यावर किती विश्वास ठेवतील, याबद्दल मला जबरदस्त शंका आहे.''

खरोखरच लोकांनी विश्वास ठेवला नाही, असे दिसत होते किंवा निदान वर्तमानपत्रांनी तरी ठेवला नाही. सुनावणीनंतरच्या चोवीस तासांत कसलरच्या वागण्यावरून माध्यमांनी त्यांचे मौन ही कबुली आहे, असा निष्कर्ष काढलेला दिसत होता. तसेच राष्ट्राध्यक्ष झँग यांच्या पाठिंब्याने पीपल्स इन्व्हेस्टमेंट कॉर्पोरेशन फिडेलियनसाठी आलेली ऑफर नाकारली, असा माध्यमांचा निष्कर्ष होता.

मार्केट अस्वस्थपणे एका जागी ठप्प होऊन बसले होते, ते डळमळायला सुरुवात झाली. पण ते नव्याने पुन्हा जोरात खाली आपटले, ते बिल कसलर यांनी सेनेटच्या बँकिंग समितीसमोर केलेल्या निवेदनामुळे नाहीतर दोन दिवसांनंतर परदेशातील राजधानीतून करण्यात आलेल्या निवेदनामुळे.

पण हे निवेदन बीजिंगमधून करण्यात आलेले नव्हते.

३९

फिडेलियन आणि उरलेल्या बँकिंग क्षेत्राविरुद्ध बेट घेऊन एड ग्रे यांनी कोट्यवधी रुपये मिळवलेले होते, त्याला फक्त एक महिना झाला होता. पण एक वर्ष उलटून गेल्यासारखे वाटत होते. जर त्यांनी घेतलेल्या शॉर्ट पोझिशन तशाच धरून ठेवल्या असत्या, तर त्या व्यवहारातून मिळालेल्या फायद्याच्या चौपट फायदा त्यांना झाला असता. आपण ट्रेड लवकर क्लोज करत नाहीतर तो शेवटपर्यंत जाऊ देतो आणि मगच क्लोज करतो असा त्यांना अभिमान होता. पण हा ट्रेड मात्र त्यांनी फार लवकर क्लोज केला होता. पेचप्रसंगास सुरुवात होण्यापूर्वी त्यांनी लाँग पोझिशन घेतलेल्या होत्या आणि आता त्यांना प्रचंड मोठ्या तोट्याला सामोरे जावे लागत होते. शॉर्ट पोझिशनचे ट्रेड खूपच लवकर क्लोज केले नसते तर त्यातून जो फायदा होत राहिला असता तोही आता हाताशी नव्हता.

फिडेलियन दिवाळखोरीत निघाल्यानंतर आणि मार्केट कोसळल्यानंतर, मार्केट अफवा आणि घबराट यामुळे खाली-वर होत होते, अस्थिर होते. त्यामुळे ग्रेसुद्धा खूपच अस्वस्थपणे दिवस काढत होते. रेड रिव्हरला शेअर्सच्या तारणावर कर्ज देणाऱ्या बँका मार्जिन कॉलमुळे त्यांच्याकडे पैशाची मागणी करत होत्या, त्यामुळे त्यांना शेअर विकावे लागत होते. फिडेलियनच्या ट्रेडमध्ये पैसे कमवायला त्यांना जितका वेळ लागला होता, त्याहीपेक्षा कमी वेळात तो पैसा गायब झाला होता. बँकांनी त्यांच्याकडे पैशाची जी मागणी केली होती, त्यासमोर हा कमावलेला पैसा समुद्रातल्या एखाद्या थेंबासारखा होता. मार्जिन कॉलची मागणी पूर्ण करण्यासाठी रेड रिव्हरला आणखी आठशेकोटींचे आपले ॲसेट्स विकावे लागले होते. शिवाय खाली येत असलेल्या मार्केटमध्ये त्याची विक्री करायला लागली होती आणि इतर प्रत्येक डीआयव्हीसुद्धा तेच करत होती. त्यांच्या गुंतवणूकदारांनी रिडिम्प्शन घेऊ नये म्हणून ते प्रयत्न करत होते, कारण नाहीतर त्यांना आणखी विक्री करणे भाग पडले असते. मार्केटनी तळ गाठलेला आहे की नाही, हे त्याला

अजून माहीत नव्हते. ते कोणालाच माहीत नव्हते. मार्केट जर आणखी कोसळले असते तर बँकांनी आणखी जास्त रकमेची मागणी केली असती. त्यामुळे मग ते आणखी खाली आले असते. हे स्वत:साठीच मृत्यूचा सापळा बनवण्यासारखे होते.

एड ग्रे यांना नेहमीच स्वत:बद्दल अभिमान होता की, कामाचा विचार ते ऑफिसमध्येच सोडून देतात. ऑफिसमधून बाहेर पडल्यावर मग कामाबद्दलचे विचार त्यांचा पिच्छा पुरवत नाहीत. चांगले दिवस, वाईट दिवस – आणि ट्रेडर म्हणून दोन्ही मधले टोकाचे दिवस त्यांनी इतक्या वर्षांच्या कालावधीत बघितलेले होते – पण ते रात्री सुखाने झोपू शकत. पण आता मात्र तसे नव्हते. रात्री जागे राहून ते विचार करत बसत, मार्केट आणखी खाली येण्यासाठी कोणती घटना कारणीभूत ठरेल त्याचा विचार ते करत. ती घटना काहीही असली तरी त्यांना माहीत होते कोणीच अपेक्षा केली नाही अशा घटनेमुळे मार्केट खाली येईल.

आणखी एक मोठी बँक बुडणार हे सगळ्यांनी जवळपास गृहीत धरले होते. मार्केटने कदाचित ती बातमी सहज पचवली असती. कदाचित शेवटी ती घडल्यानंतर काही काळ धीरसुद्धा धरला असता, थोडेफार वर नेले असते; पण ज्या घटनेशी दोन हात कसे करावेत हे मार्केटलाही माहिती नव्हते, अशा एखाद्या अनपेक्षित घटनेमुळे मात्र धोका होता.

एड ग्रे यांनी त्यांच्या ऑफिसमधील सीएनबीसी स्क्रीनकडे बघितले तेव्हा त्यांच्या मनात विचार आला, हीच ती घटना असू शकेल का? रशियातील सेंट पीटर्सबर्ग इथे दुपारचे साडेचार वाजून गेल्यावर थोड्या वेळाने, निवेदन करण्यात आलेले होते. तेव्हा न्यू यॉर्कमध्ये सकाळचे साडेआठ वाजले होते. अर्ध्या तासाच्या आतच जगातल्या प्रत्येक बातम्यांच्या आणि बिझनेस वेबसाइटवर ते पुन:पुन्हा दाखवले जात होते.

रशियाचे पंतप्रधान एका खोलीत उभे होते. त्यांच्यामागे पांढऱ्या शुभ्र रंगाची भिंत होती. ॲनाटोली पेस्कारोव हे गृहस्थ सडपातळ, लाल रंगाचे केस असलेले, चाळिशीतील होते. रशियातल्या नेत्यांना पुतिनच्या कळसूत्री बाहुल्या म्हटले जायचे आणि त्यातील हे नवे बाहुले होते. अमेरिकेतील मार्केट कोसळल्यामुळे रशियावर काय परिणाम होईल असे त्यांना वाटते, हा प्रश्न पत्रकार परिषदेत त्यांना विचारण्यात आला होता. एड ग्रे यांनी अनुवादकाच्या आवाजात पंतप्रधान काय म्हणतात ते ऐकले. त्यांनी आधी रशियाचे मार्केट मजबूत असल्याचे सांगितले. २००८ साली आर्थिक पेचप्रसंग उद्‌भवला होता, त्या वेळी मार्केटचा जो आकार होता, त्यापेक्षा ते आता जवळपास पन्नास टक्के जास्त मोठे झाले होते. नुकसान नियंत्रणाखाली ठेवण्यासाठी 'जी-२२ आर्थिक स्थैर्य परिषदेत' रशिया कशाप्रकारे भूमिका बजावत आहे, याबद्दल ते थोडे बोलले. ॲनाटोली

पेस्कारोव यांच्या आवाजाच्या खडखडाटातच अनुवादकाचा आवाज पुढे ऐकू आला. ते म्हणत होते, "मी आणखी पुस्ती जोडू इच्छितो, रशियाचे इन्व्हेस्टमेंट फंड फक्त व्यावसायिक हेतूनेच काम करतात. त्यांचा उद्देश असतो त्यांच्या मूळ मालकांसाठी म्हणजे रशियाच्या जनतेसाठी सर्वोत्तम मूल्य मिळवणं. जर आमची एखादी इन्व्हेस्टमेंट बुडाली, तर ते नुकसान आम्हाला नको असतं. कोणालाही याबाबत शंका नसावी म्हणून मी हा खुलासा मुद्दाम करत आहे." एड ग्रे यांना या रशियनाच्या चेहऱ्यावर हलकेच चोरून स्मित आल्याचे दिसले. "मी आमच्या इन्व्हेस्टमेंटसंबंधी बोलत आहे आणि त्यात नुकतेच जे उद्योग बुडाले त्यांचाही समावेश आहे. मी इतर सरकारांच्यावतीने बोलू शकत नाही, पण रशियाचे सरकार लोकांच्या इन्व्हेस्टमेंट फंडाचा राजकीय उद्देशासाठी कधीही वापर करणार नाही. आणि त्यांना तशी इच्छासुद्धा होणार नाही, ही हमी मी देत आहे. हे सिद्ध करण्यासाठी मी रशियाच्या सरकारी फंडांना ते ज्या मार्केटमध्ये उलाढाल करतात अशा कोणत्याही मार्केटच्या नियामक अधिकाऱ्यांना पूर्ण सहकार्य करण्याच्या, अगदी त्यासाठी स्वत:ची लेखापुस्तके खुली करण्याच्या सूचना देत आहे. मी इतर देशाच्या सरकारांनाही तसेच करण्याचे आवाहन करत आहे."

पंतप्रधानांच्या मनात जे दुसरे सरकार होते त्याचे नाव ते सांगू शकतील का? असे पत्रकारांनी विचारले.

पेस्कारोवनी खांदे उडवले. "मी कोणाहीबद्दल विचार करत नाही." पुन्हा त्या स्मिताची छटा त्यांच्या चेहऱ्यावर होती. "तुम्हाला त्यांनाच विचारावं लागेल."

एक भीतीची लहर आपल्या कण्यातून जात आहे असे एड ग्रे यांना जाणवले.

पेस्कारोव यांच्या म्हणण्याचा अर्थ असा होता की, फिडेलियनमध्ये आम्ही काही लुडबुड केली नाही; पण चीनने केली. जर त्यांनी केलेली नसेल तर त्यांनी तसे म्हणावे.

...आणि चीनने याबाबत चकार शब्दही उच्चारला नव्हता.

ग्रे यांना सीएनबीसी वेबसाइटची एक लिंक मिळाली आणि त्यावर जाऊन त्यांनी ते निवेदन पुन्हा बघितले. त्यांच्या पोटात भीतीचा गोळा उठला होता आणि तो दहशत वाटावा इतका वाढत चालला होता. त्यांनी ऑफिसमधल्या स्क्रिनकडे बघितले. युरोपमधील शेअर मार्केट खाली होत चालले होते. त्यांच्या निर्देशकांचा रंग लाल होत चालला होता. वॉल स्ट्रीट अजूनही सुरू झालेले नव्हते. अजून दहा मिनिटे बाकी होती. एड ग्रे दचकले. बेल वाजवून मार्केट सुरू झाले की, तिथे रक्तपात सुरू होणार होता. ते मोठ्या प्रमाणात खाली येणार होते.

आर्थिक पेचप्रसंगाबाबत राष्ट्रीय आर्थिक परिषदेच्या सदस्यांची व दोन्ही पक्षातील वरिष्ठ काँग्रेस नेत्यांची सकाळी सुरू झालेली मीटिंग टॉम नोल्स व्हाइट हाउसमध्ये घेत होते. मीटिंग सुरू होतानाच पेस्कारोव यांच्या निवेदनाचा सारांश सांगणारे टिपण त्यांना देण्यात आले. ते त्यांनी संक्षिप्तपणे वाचले आणि ही काँग्रेस नेत्यांबरोबरची मीटिंग आटोपली की, दुसऱ्या एका मीटिंगची व्यवस्था करण्यास त्यांच्या स्वीय साहाय्यकाच्या कानात सांगितले. त्यानंतर सेनेटर जो मुद्दा सांगत होते, तो ऐकण्यासाठी पुन्हा तिकडे वळले.

ती मीटिंग आटोपून शेवटी ते ओव्हल ऑफिसमध्ये पोहोचले तेव्हा सँडवीचचा लंच तिथे तयार होता.

चिकन सँडवीच खाताखाता उभे राहून त्यांनी पेस्कारोव यांच्या निवेदनाचे फूटेज बघितले. मग वैतागून ते खाली बसले.

''उत्तम! हा पेस्कारोव काय करतोय, असं त्याला वाटतंय?''

''त्यांनी त्याची मजा घेतली.'' डीन मॉस म्हणाले.

नोल्सनी आणखी सँडविच घेत मान हलविली. पेस्कारोव यांच्या चेहऱ्यावरचे छद्मी हास्य त्यांनी बघितले होते. ''वॉल स्ट्रीटवर काय होत आहे?''

''तुम्हाला वाटतंय, नेमकं तेच,'' एड अब्राहम्स म्हणाले. त्यांचे सँडविचवर ताव मारणे सुरू होते. अब्राहम्सची गाडी खूप पेट्रोल खाते, असे ते गमतीने म्हणायचे आणि जेवण आले की, ते मागे हटायचे नाहीत.

मार्केट सुरू होऊन आता तीन तास झाले होते. सध्या ते सहा टक्क्यांनी खाली आले होते आणि आणखी किती खाली येऊन घसरण थांबेल ते माहीत नव्हते.

''झँगनी काही बोलणं आवश्यक आहे,'' नोल्स म्हणाले. ''त्यांनी आता काहीतरी निवेदन केलंच पाहिजे.''

''ते आज काही म्हणणार नाहीत.''

हॅम आणि चीझ खाता-खाता अब्राहम्स म्हणाले.

इस्टर्न टाइमपेक्षा चीन तेरा तासांनी पुढे होते. तिथे आता मध्यरात्र उलटून गेली होती. निवेदन करण्याचा चीनचा बेत असला तरी ते लगेच घडणार नव्हते. व्यावहारिक विचार केला, तर लवकरात लवकर म्हणजेही आठ ते दहा तास गेल्यानंतरच काही अपेक्षा करता आली असती. हा वॉल स्ट्रीटवरील मार्केटचा व्यवहाराचा एक संपूर्ण दिवस होता.

निवेदन केले जाईल, याची त्यांना खात्री हवी होती. जर ते लवकर आले नसते, तर नोल्सना झँग यांच्याबरोबर पुन्हा बोलावे लागले असते, हे उघड होते. अथवा लगेच फोन करून चीनच्या पुढाऱ्याला त्यांना झोपेतून उठवता आले

असते. पण तसेही चीनमध्ये सकाळ होईपर्यंत झँगनी काही केले नसते. तोपर्यंत न्यू यॉर्कमधील ट्रेडिंगची वेळ संपली असती. जर चीनमध्ये सकाळ होईपर्यंत नोल्स थांबले असते, तर न्यू यॉर्कमध्ये पुन्हा मार्केट सुरू होण्यापूर्वी निवेदन करण्यास चीनला एक पूर्ण दिवस मिळाला असता. दोन्हीचा विचार केला, तर आता त्यांना झोपेतून उठवण्यात अर्थ नव्हता.

''आता उठवलं तर किती तातडीची बाब आहे, हे त्यांच्या लक्षात येईल,'' गॅरी रोझ म्हणाले.

''त्यांना अगदीच मूर्ख समजायची गरज नाही,'' अब्राहम्स म्हणाले.

''मला वाटतं की, ती किती तातडीची बाब आहे त्यांच्या स्वत:च्याच लक्षात आलं असेल.''

''तसं असेल तर एड, मी त्यांना फोन करण्याची गरज नाही,'' राष्ट्राध्यक्ष म्हणाले. त्यांनी चिकन सँडविचचा आणखी एक घास घाईने खाल्ला. ''मी त्यांना आधी एकदा फोन केला आहे, त्यामुळे ते महत्त्वाचं आहे हे त्यांना माहीत आहे. ते मूर्ख नसतील, तर आतापर्यंत त्यांनी काहीतरी करायलाच हवं होतं.''

अब्राहम्सनी स्मित केले. ''बरोबर आहे.''

पण नोल्सना हसावे असे वाटत नव्हते. त्यांनी तिटकाऱ्याने सँडविच खाली ठेवले. ''त्यांना पुन्हा कॉल करायचा म्हणजे मला वैताग येतो.''

''कदाचित आपण त्यांना ईमेल पाठवली पाहिजे,'' अब्राहम्स किंचित विनोदाने म्हणाले.

कधी नव्हे तो एकदा मागे एक जी-२० मीटिंग अतिशय यशस्वी झाली होती. परिणामी, विविध नेत्यांदरम्यान सुरक्षित थेट ईमेल कनेक्शन नेटवर्क उभे करण्यात आले होते. टॉम नोल्स यांच्या माहितीप्रमाणे तरी चीनच्या राष्ट्राध्यक्षांबरोबर अमेरिकेचे ईमेल कनेक्शन कधीच वापरण्यात आलेले नव्हते.

''हो, बरोबर. नक्कीच ते त्याला उत्तर देतील.'' नोल्स चिडखोरपणे तोंड वाकडे करत म्हणाले. ''सुदानमधील आपल्या माणसांचं काय? त्यांचं काय, हूं? अपहरण करून त्यांना कुठल्या फालतू देशात नेलं आणि त्या देशाच्या सरकारला वाटतंय की, त्यांनी जणू आपल्याला पिस्तुलाच्या धाकावर ठेवलेलं आहे. किती दिवस झाले? दोन आठवडे! प्रेसलर त्यांना अजूनही का शोधू शकत नाही? कदाचित त्या माणसांना तिथून बाहेर आणण्यासाठी मिस्टर झँगना आपल्याला मदत करायला आवडेल. मला वाटतं त्याबद्दलही मी त्यांना सांगावं.''

''आपण हे सगळे विषय वेगवेगळे हाताळले पाहिजेत,'' अब्राहम्स म्हणाले. ''सगळ्या विषयांचा एकमेकांशी संबंध जोडणे हे फारच गुंतागुंतीचे होईल. आपण या विषयावर लक्ष केंद्रित करू. निरोप स्पष्ट आहे. आपल्या येथील

मार्केटमध्ये एक मोठं संकट शिजत आहे. आणि आपण त्यावर नियंत्रण मिळवलं नाहीतर त्यांच्याही मार्केटला त्याचा फटका बसेल. हे केवळ अमेरिकेचं संकट नाहीतर दोघांचं मिळून आहे. तो सोडवण्यात जितके आपले हित आहे तितकंच त्यांचं आहे. त्यामुळे आपण दोघांनी एकत्र उपाययोजना करणं आवश्यक आहे. त्यांनी पेस्कारोवसारखं एक पाऊल पुढे टाकणं आवश्यक आहे आणि –''

''पेस्कारोव! तो वेडा काय करतोय असं त्याला वाटतंय? जसा काही विनोद आहे. आमची लेखापुस्तकं खुली करू म्हणतोय. जसं काही तो खरोखरच तसं करणार आहे. स्वत: गोत्यात येणार नाही म्हणून दुसऱ्याला खड्ड्यात टाकायला बघतोय.''

''झँगनी त्यांना जे थोडं फार करणं आवश्यक आहे ते केलं पाहिजे. त्यांची लेखापुस्तकं ते खुली करतील असं म्हणण्याची गरज नाही. फक्त पेस्कारोवच ती मागणी पुढं रेटताहेत हे प्रत्येकाला माहीत आहे. पण झँगनी सांगणं आवश्यक आहे की, फिडेलियन बँक बुडण्याच्या घटनेमागे कोणताही अंत:स्थ हेतू नाही. ही फक्त एक खराब बँक बुडणं आहे. इतकेच. त्याशिवाय काही नाही. त्यामागे कोणताही राजकीय अजेंडा नाही.''

''तुम्हाला वाटतं ते असं म्हणतील?''

''आपला निरोप असा आहे.''

''एड, निरोप असा आहे ते मला माहिती आहे. हाच निरोप आपण बाय यांना दिला आणि त्याचं काय झालं? तुम्ही आत्ताच म्हणालात तो मूर्ख नाही, असं आपण गृहीत धरू. हा निरोप आहे, हे त्यांना माहीत होईलच.''

''सर,'' रोझ म्हणाले. ''तुम्ही त्यांना फोन करणं आवश्यक आहे.''

''होय,'' नोल्स कुरकुरत म्हणाले. ''चला त्यांना झोपेतून उठवू या. निदान त्यांची झोपमोड केली म्हणून तरी मला थोडं बरं वाटेल.''

''ते योग्य होणार नाही, सर.''

''मी मस्करी केली,'' राष्ट्राध्यक्ष गुरगुरले.

४०

तीन आठवड्यांपासून झँग अमेरिकेच्या मार्केटमधील चढ-उतार बघत होते आणि त्याचा चीनवर काय परिणाम होतोय, यावर लक्ष ठेवून होते. देशातील अर्थव्यवस्थेला आधार देण्यासाठी आवश्यक ते सर्व काही करण्यास त्यांनी बाय यांना सांगितले होते. चिनी मार्केट व्यवस्थित सुरू राहावे, यासाठीही आधार देण्यास सांगितले होते. अर्थमंत्रालयाच्या आदेशामुळे चिनी बँकांचे एकमेकांना कर्ज देणे अजूनही तितक्याच मोठ्या प्रमाणात सुरू होते. पीआयसी आणि इतर सरकारी इन्व्हेस्टमेंट फंड यांच्या मदतीने बाजारात हस्तक्षेप करून शेअरचे भाव पंधरा टक्क्यांच्या खाली जाणार नाहीत, याची दक्षता घेण्यात आलेली होती. पण अशी उपाययोजना किती काळ करता येईल याला मर्यादा होती. अशाप्रकारे टेकू देत राहणे खूप जास्त काळ सुरू राहिले असते, तर २०१४मध्ये ज्याप्रकारे पेचप्रसंगाचा स्फोट झाला होता, त्यासारख्याच समस्या पुन्हा साठत राहिल्या असत्या.

झँग यांचा बाय यांच्यावर खूप विश्वास होता. पण अर्थमंत्र्यांनी योग्य सल्ला दिला आहे की नाही याबद्दल त्यांना शंका वाटत होती. क्यूइननी म्हटल्याप्रमाणे अमेरिकेचे राष्ट्राध्यक्ष फिडेलियनचा नक्की बचाव करतील असे त्यांनी म्हटले नव्हते. पण फिडेलियन बुडाली तर निर्माण होणारी घबराट काही दिवसच टिकेल असे ते म्हणाले होते. घबराट नक्कीच निर्माण झाली होती. पण ती फक्त थोड्या दिवसांसाठी टिकून राहिलेली नव्हती. आता तीन आठवडे उलटून गेल्यानंतरही अजून घबराट होती. ही घबराट होती की हे संकट होते?

निदान एका बाबीमुळे तरी हे संकट झँगना नावडते नव्हते. हे संकट पुढे सुरूच राहिले तर एकमेकांच्या सहकार्याने काय कृती करायची यावर आंतरराष्ट्रीय स्तरावर चर्चा सुरू होती आणि त्यात चीनचा फार मोठा सहभाग होता. पाश्चात्त्य देशांचे अर्थमंत्री त्यांच्या अर्थव्यवस्थेला गती मिळण्यासाठी चीनने मदत करावी म्हणून चिंताग्रस्त होऊन चीनकडे बघत होते. अनेक युरोपीय नेत्यांनी त्यांना फोन करून चीनकडून अशी हमी मागितली होती. २००८ आणि २००९मध्ये

चीनच्या आर्थिक ताकदीची आवश्यकता पडली होती, तशी आता पुन्हा आवश्यक होती. २००८ आणि २००९मध्ये जगाच्या अर्थव्यवस्थेचे व्यवस्थापन करणाऱ्या संस्थांमध्ये चीनला महत्त्वाची भूमिका देण्यात येईल, चीनचे महत्त्वाचे स्थान असेल अशी खूप बडबड करण्यात आली होती. खूप आश्वासने देण्यात आली होती. आता कदाचित त्या आश्वासनांची पूर्तता करण्याची वेळ आली होती.

पण जागतिक अर्थव्यवस्थेला चीनच्या अर्थव्यवस्थेमार्फत त्या वेळी फार मोठ्या प्रमाणात आधार द्यावा लागला होता. चीनमधील अर्थव्यवस्थेत पाच वर्षांनंतर जो बिघाड झाला होता, त्याची बीजे त्या वेळी रोवली गेली होती. या बिघाडामुळे मग चीनमधल्या कम्युनिस्ट पक्षाची सत्ता जवळपास संपुष्टात आली होती, पण फक्त लष्कराच्या साहाय्याने ती वाचवण्यात आली होती. तो धोका झँगनी पुन्हा पत्करला नसता. तशा आधाराची गरज पडेल इतके हे संकट वाढून देऊन उपयोग नव्हता. तसा धोका नाही असे बाय त्यांना सतत सांगत होते. जोपर्यंत ते खरे होते, तोपर्यंत त्यांना काही कृती करण्याची गरज नव्हती.

अमेरिकेच्या अर्थमंत्र्यांकडून आलेला निरोप अर्थमंत्र्यांनी त्यांना दिला होता. आतापर्यंत झँगनी त्यावर मौन बाळगणे पसंत केले होते.

निरोपाप्रमाणे निवेदन करणे त्यांना सोपे वाटत नव्हते. पक्ष आणि लष्कर दोन्हीकडील लोक लक्ष ठेवून होते. अनेक सूत्रांच्या आधारे त्यांना माहीत झाले होते की, अमेरिकेच्या अर्थव्यवस्थेवर त्यांनी जे वर्चस्व गाजवले होते त्याची खूप मोठी छाप पडलेली होती. जर त्यांनी निवेदन केले असते, जर ते थोडी ढील देण्याचा प्रयत्न करत आहेत असे वाटले असते तर लोक स्वत:चा निष्कर्ष काढण्यास मोकळे होते.

पण दुसरी बाजू अशी होती जर परिस्थिती नियंत्रणाखाली राहिली नसती, जर ह्या घबराटीचे रूपांतर आर्थिक संकटात झाले असते आणि फॅनना हस्तक्षेप करायला सबब मिळाली असती.

पण आता पेस्कारोव यांच्या निवेदनामुळे सगळेच बदलले होते. निवेदन झाल्या झाल्या लगेच त्यांना त्याची माहिती देण्यात आली होती. सकाळी तांदुळाच्या काँगीचा ब्रेकफास्ट घेताना ते बाय यांना भेटले होते. क्यूइननाही त्यांनी त्या वेळी बोलावले होते.

काही आठवडे नव्या धक्कादायक बातम्या आल्या नाहीत तर घबराटीचे वातावरण निवळेल हे बाय यांनी पुन्हा सांगितले. पेस्कारोव यांचे निवेदन हा संपत आलेल्या कहाणीतील शेवटचा धक्का आहे असे ते म्हणाले. हे निवेदन म्हणजे खोडसाळपणा होता, पण आर्थिक वस्तुस्थितीत त्यामुळे फरक पडत नव्हता.

"पण त्याच्या राजकीय परिणामांचं काय?" झँगनी तिखटपणे विचारले.

"मला वाटतं, पेस्कारोव फक्त लुडबुड करताहेत हे जगाला लवकरच दिसेल. ते तसेच आहेत."

त्यावर सहमती किंवा असहमती न दाखवता झँग गुरगुरले आणि त्यांनी चमचा भरून काँगी घेतली, त्याचबरोबर चॉपस्टिकने त्यावर लोणचेही घेतले. विचार करत त्यांनी ते खाल्ले.

"मी काहीतरी बोलावं ही आता प्रत्येकाची अपेक्षा आहे," ते म्हणाले.

"पेस्कारोवच्या मागोमाग जाणं तुम्हाला भाग पडतंय असं ते दिसेल." क्यूइन म्हणाले, "रशियामुळे तुम्हाला बोलणं भाग पडतंय असं ते दिसेल."

"हो, पण मी जर बोललो नाही, तर –?" त्यांनी बाय यांच्याकडे बघितले, "मग काय होईल?"

"आर्थिक संकट येण्याचं कारण नाही," बाय म्हणाले. "पेस्कारोव आगीत तेल ओतताहेत हे प्रत्येकाला माहीत आहे. लेखापुस्तक खुली करण्याची त्यांची सूचना तर हास्यास्पद आहे. नाहीतरी त्या पुस्तकात दाखलेल्या आकड्यांवर कोण विश्वास ठेवणार आहे? आता जरा जास्त घबराट झाली आहे, थोड्या दिवसांतच सगळे जण याबद्दल विसरून जातील."

"राजकीय कारण असल्यामुळे आपण फिडेलियन बँक बुडू दिली, यावर प्रत्येकाचा विश्वास बसावा असं आपल्याला वाटतंय – काय प्रत्येक जण, असा विचार करणार नाही का? त्यांना तसं वाटावं हा आपला उद्देश आहे असं त्यांना वाटणार नाही का?" झँग म्हणाले.

"फक्त तेवढा एकच अर्थ काढता येणार नाही," क्यूइननी उत्तर दिले.

झँगनी आणखी एक चमचाभर काँगी घेतली. अमेरिकेच्या अर्थव्यवस्थेतील कंपन्यांवर चीनच्या सरकारचे जे नियंत्रण होते ते निर्णायक स्वरूपाचे होते. त्यांना स्वत:लाच आधी त्याची जाणीव नव्हती. पण आता फिडेलियन बँकेच्या प्रकरणात ते ठसठशीतपणे दिसून आल्यामुळे त्याचा परिणाम थक्क करणारा वाटत होता. नोल्स यांच्याबरोबर बोलताना त्यांच्या आवाजातील चिंता झँग यांच्या लक्षात आली होती. त्यामुळेही आपल्या आर्थिक ताकदीचा त्यांना जो शोध लागला होता, त्यात आता शंकेला जागा उरलेली नव्हती. या ताकदीचा उपयोग करण्याचीसुद्धा गरज नव्हती. फक्त लष्कराची परेड किंवा अणूबॉम्बची चाचणी यासारखे त्याची जाणीव करून देणारे परिणाम घडविणेही पुरेसं होतं. अस्तित्वाची जाणीव करून देणारे. एकोणिसाव्या शतकात चीनचा पराजय झालेला असताना पाश्चात्त्य जगाला आपली ताकद दाखवायची होती, तेव्हा त्यांनी त्यांची नौसेनेची जहाजे थेट चीनमधील यांगटझ नदीपर्यंत पाठवली होती. तेवढेच पुरेसे होते. त्यांना गोळीबार

करावा लागलेला नव्हता. आता एकविसाव्या शतकात फिडेलियन बँकेचे उदाहरण त्यासारखे होते. एक बँक, काय घडू शकेल त्याची आगामी चुणूक. या वेळी ते चीनची पाश्चात्त्य जगावर असलेली ताकद दाखवत होते.

त्यांच्या हातातील हे अस्त्र त्यांनी अगदी फिडेलियन बँकेच्या प्रकरणातही फारसे वापरलेले नव्हते आणि नियोजनबद्ध पद्धतीने किंवा सुसूत्रतेने तर अजिबातच वापरले नव्हते. पण ते अस्त्र प्रचंड ताकदवान दिसत होते. पण इतकी प्रचंड ताकदवान हत्यारे तितकीच प्रचंड धोकादायक असतात हे त्यांना माहीत होते, केवळ शत्रूपक्षासाठी नाहीतर ती वापरणाऱ्यांसाठी सुद्धा तितकीच धोकादायक असतात.

"जर मी काहीच बोललो नाही, तर त्यांच्या अर्थव्यवस्थेत ढवळाढवळ करण्याचा माझा खरोखर बेत आहे, असं राष्ट्राध्यक्ष नोल्सना वाटेल. तुम्हाला तसं वाटत नाही का की, त्यांचं असं मत होईल?"

"आपण तसा प्रयत्न करतोय, अशी कोण कल्पना करेल?" क्यूइन म्हणाले. "ते फार धोकादायक होईल. तसंही एक बँक बुडू देणं हे वेगळं आहे आणि ती स्वत:हून मुद्दाम बुडवणं हे वेगळं आहे. अशी बुडणारी कर्जे द्या म्हणून तुम्ही बँकेला सांगितलं होतं का? सीईओला इतके वाईट निर्णय घ्यायला तुम्ही सांगितलं होतं का?"

झँगनी लोणचं घातलेल्या मुळ्याचा एक तुकडा चॉपस्टिकने घेतला आणि तो सावकाश चघळला. परिस्थिती अत्यंत गुंतागुंतीची होत चाललेली होती. ते जितके पुढे जात होते, तितका यातील धोका वाढलेला होता. फॅनबरोबर थेट सामना करण्याची वेळ आता काही काळापासून आलेली होती, पण ती त्यांनी जाणीवपूर्वक हातघाईवर आणलेली नव्हती अणि तरीही हे फिडेलियनचे प्रकरण जे त्यांनी सुरू केले होते, त्यामुळे आता सामना ऐरणीवर आला आहे, असे वाटत होते. आर्थिक ताकदीमुळेच चीनचे जगात वर्चस्व असेल, हे त्यांचे सततचे सांगणे होते. आता सत्तेमधील सर्व गट – आणि त्यात क्सू प्रथम होते – हे सांगणे खरे आहे का ते बघत होते आणि या ताकदीचा उपयोग करण्याची क्षमता त्यांच्याकडे आहे की नाही, ते बघत होते.

सुदानमध्ये काय होईल, याची त्यांना भीती वाटत होती. तेथील परिस्थितीसुद्धा अत्यंत गुंतागुंतीची होऊ शकली असती. अमेरिकेतील बहुसंख्य जनतेला सुदानमधील सध्याची राजवट संपुष्टात आलेली बघायचे होते. त्यामुळे अशा लोकांच्या ताब्यात आपले दोन सैनिक ओलीस आहेत, हे अमेरिकेच्या लष्कराने फार काळ सहन केले नसते, असे त्यांना वाटत होते. सुदानच्या राष्ट्राध्यक्षांनी त्यांना सांगितले होते की, अमेरिकेचे सैनिक कुठे आहेत याचा ठावठिकाणा त्यांच्या लष्कराला माहीत नाही, पण त्यांचा शोध सुरू होता. झँग यांचा त्यावर विश्वास नव्हता. चीनचे

सुदानमधील लष्करही या प्रकरणात सहभागी असू शकेल, असे त्यांना वाटत होते. खरी गोष्ट तर अशी होती चीनचे सुदानमधील लष्कर तिथे केवळ सल्लागार म्हणून काम करत आहे की, बंडाळ्यांविरुद्धच्या कारवायात सहभागी होत आहे, त्याची झँगना स्वत:ला माहिती नव्हती. फॅननी तिथल्या सैन्यात आपल्याशी निष्ठावंत असलेल्या लोकांचा भरणा केला होता. तिथे कोणाला पाठवायचे यावरही त्यांचे कडक नियंत्रण होते. जनरल काय सांगत त्यावर झँग यांचा विश्वास नव्हता आणि जे अहवाल ते बघत त्यावरही त्यांचा विश्वास नव्हता. त्या दोन हवाई कर्मचाऱ्यांची सुटका करावी, अशी त्यांची इच्छा होती. हे त्यांनी सुदानच्या राष्ट्राध्यक्षांना सांगितले होते आणि फॅननाही सांगितले होते. आर्थिक ताकदीचा वापर करून अमेरिकेबरोबर संघर्ष करण्याची चीनची क्षमता जितकी जास्त आहे, असे दिसले असते, तितके फॅनना आदेशाचे पालन करणे भाग पडले असते.

झँगना स्वत:च्या देशात जास्तीतजास्त ताकद कमवायची होती, त्यामुळे बाहेरच्या जगाला ते सवलत देऊ शकत नव्हते. आपल्या भूमिकेला मुरड घालून ती सौम्य करणे, त्यांना शक्य होत नव्हते. यामुळे आपण स्वत:लाच कोंडीत पकडलेले आहे, हे त्यांना माहीत होते. पण एका क्षणी फॅन यांच्याबरोबर सामना होणे अटळ होते. आता हा सामना सुरू झाल्यासारखा वाटत होता, त्यामुळे त्यांना तो करणे भाग होते. अर्धवट उपाययोजना घातक ठरली असती. जे काही करायचे ते त्यांना ठाम विश्वासात करावे लागले असते.

बाहेरच्या जगाला हे दृश्य कसे दिसेल, त्यांचे काय मत होईल, हाही कळीचा मुद्दा होता. पूर्वी अमेरिकेच्या दमबाजीचा चीन हा बळी आहे, असे चित्र नेहमी दिसायचे आणि चीनचे सरकार त्याबाबत पूर्वी समाधानी होते. आता मात्र आपण बळी आहोत, हे दाखवणे चीनसाठी पुरेसे नव्हते. झँग आणि फॅनमध्ये जो संघर्ष सुरू होता, त्यावर सत्तेमधील सर्व लोकांचे लक्ष होते. त्यामुळे आपल्या नेतृत्वाखाली चीनकडे नवी ताकद आहे हे दाखवणे झँगना आवश्यक होते. राष्ट्राध्यक्ष नोल्स जितका त्यांचा पाठपुरावा करतील तितका त्याला नकार देणे त्यांना भाग होते. जर नोल्सनी एखाद्या बाबतीत माघार घेतली, तर त्यांना मदत करणे झँगना शक्य होते.

क्यूइनना हे सर्व गुंते चांगलेच माहीत होते. बाय हे टेक्नोक्रॅट होते आणि त्यांचा राजकीय धूर्तपणा आत्ता कोठे हळूहळू दिसू लागला होता.

''क्यूइन,'' झँग म्हणाले. ''त्यांना आपल्याला एखादी गोष्ट देऊ देत. दक्षिण अफ्रिकेच्याबाबत त्यांनी माघार घेतलीच पाहिजे. या निवेदनाच्या बदल्यात आपल्याला काहीतरी मिळायलाच हवं.''

क्यूइन यांनी होकारार्थी मान हलवली.

“जर त्यांनी तुम्हाला फोन केला तर काय?” बाय म्हणाले.

“ते फोन त्यांनी बंद केले पाहिजेत.” क्यूइन म्हणाले. “त्यामुळे गुंता सुटायला मदत होत नाही, हे त्यांना कळायला पाहिजे. अमेरिकेच्या राष्ट्राध्यक्षांनी सांगितलं की ते आपण करायलाच हवं, असं त्यामुळे दिसतं. त्या दुसऱ्या गोष्टीला जशी वर्तमानपत्रातून प्रसिद्धी मिळाली, तशीच यालाही लवकरच मिळेल.”

“मग मी काय करायला हवं?”

“कदाचित ते फोन करणार नाहीत.”

झँग बाय यांच्याकडे वळले. “त्यांना हवं आहे, तसं निवेदन करायला तुम्ही मला सांगायला पाहिजे. मार्केटला शांत करा म्हणून तुम्ही मला सांगायला पाहिजे. मग तुम्ही का सांगत नाही आहात?”

“राष्ट्राध्यक्ष झँग, कारण मला इतर गोष्टींचीही माहिती आहे.”

झँगनी त्यांच्याकडे बघितले. बाय यांना स्वत:ची राजकीय जाण चांगली आहे, हे सिद्ध करायचे आहे हे त्यांना माहीत होते. आपण केवळ अर्थतज्ज्ञ नाही, हे त्यांना झँगना दाखवायचे होते.

“सुरुवातीला तुम्ही मला सांगितलंत ही घबराट काही दिवसांसाठीच असेल. आता काही आठवडे उलटून गेलेत. मग आणखी काही जातील.”

“आपली ताकद दाखवण्याची ही किंमत चुकती करावी लागेल,” बाय म्हणाले. “देशात आणि देशाबाहेरही.”

झँगनी नापसंतीने मान हलवली. “ही खूप जास्त किंमत आहे.”

“राष्ट्राध्यक्ष झँग, हे २००८सारखं नाही. घबराट निघून जाईल. २००८मध्ये जसा आपल्याला टेकू द्यावा लागला होता, तशी आवश्यकता आता पडणार नाही. आणखी काही दिवस, कदाचित काही आठवडे घबराट राहील, पण ती निघून जाईल.”

“तुम्हाला त्याची खात्री आहे का?”

बाय यांनी संमतिदर्शक मान हलवली.

झँगनी त्यांच्या बोलमध्ये बघितले. काँगी संपलेली होती. त्यांनी चॉपस्टिकने लोणचे घेतले.

दरवाजावर टकटक झाली. झँग यांचा खाजगी सचिव आत आला.

“राष्ट्राध्यक्ष झँग, राष्ट्राध्यक्ष नोल्स यांच्या ऑफिसमधून फोन आला होता. तुमच्याबरोबर टेलिफोनवर संभाषण करण्यासाठी त्यांना वेळ ठरवायची आहे.”

४१

त्यांनी फोनकॉल घेण्यास एकदा नव्हे दोनदा नकार दिला होता. रॉबर्टा डेवलीन यांनी स्वत: चीनच्या राष्ट्राध्यक्षांच्या ऑफिसला फोन केला होता आणि दोन्ही वेळा त्यांना सांगण्यात आले होते की, झँग उपलब्ध नाहीत.

त्यामुळे झँग निवेदन करतील, याची ते वाट बघत होते. पण बीजिंगचे शांत राहणे कानठळ्या बसवणारे होते. सेंट पीटर्सबर्ग इथून पेस्कारोव यांनी शेरेबाजी करून एक आठवडा झाला होता आणि तरीही बीजिंगने निवेदन केलेले नव्हते. इतर सगळ्या ठिकाणी मात्र त्याबाबत बोलले जात होते. मार्केट खाली घसरत होते. वर्तमानपत्रांनी आरडाओरडा चालवला होता आणि देशभरातील दबाव गट स्वत:चे हित सांभाळले जाईल, अशा कृतीची मागणी पुढे रेटत होते. परदेशी नेते व्हाइट हाउसवर टीकेचा भडिमार करत होते. त्यांना राष्ट्राध्यक्षांशी बोलायचे होते.

नोल्स यांचे रेटिंग – पसंतीक्रम – खूपच खाली घसरले होते. सँडी रूईझ केलरमन यांची त्याबाबतची ताजी आकडेवारी खरोखर भयानक होती. इतर अनेक संस्थांनी सर्व्हे केला होता, त्यातूनही त्याला दुजोरा मिळत होता. ज्यांचा पसंतीक्रम पन्नासच्या खाली कधी गेला नव्हता ते राष्ट्राध्यक्ष, आता चाळीसचा आकडा गाठण्यासाठी धडपड करत होते.

हर्ले गॉस याचा मृत्यू होऊन आणि डेवी व मॉन्टेझ यांना शत्रूने पकडल्यानंतर आता चार आठवडे होऊन गेले होते. हे खरेतर सुटीचे दिवस असायला हवे होते. व्हाइट हाउसच्या मागील झाडावरील दिवे त्यांनी लावलेले होते. डेवी आणि मॉन्टेझ ख्रिसमससाठी घरी परत येतील का, असे वर्तमानपत्रे विचारत होती. सुरक्षा किंवा संरक्षण या विषयांशी अगदी दुरूनही संबंध असलेला प्रशासनातील कोणी वर्तमानपत्रांशी बोलला, तर प्रत्येक वेळी एक तरी पत्रकार त्यांना हा प्रश्न विचारायचा. विचारताना भाव असा असायचा की, जणू प्रशासनातील त्या व्यक्तीने स्वत: तसे आश्वासन दिले होते.

गोष्टी नियंत्रणाबाहेर चालल्या होत्या. मार्केट स्वत:च आग भडकवणाऱ्या एका चक्रात अडकले होते. घबराटीमुळे मार्केट खाली यायचे आणि त्या खाली येण्यामुळे ते आणखी खाली जायचे. रॉन स्टिकलँड आणि सुझान ऑप्टिझ एकामागून एक उपाययोजनांची घोषणा करत होते आणि प्रत्येकामुळे गोष्टी जास्तच बिघडत चालल्या होत्या. त्यामुळे मार्केट आणखीनच खाली यायचे. असे वाटत होते की, जणू ते आत्महत्या करण्यासाठी उडी मारत आहे आणि त्याला थांबवता येणार नाही.

राष्ट्राध्यक्ष ज्यांचा सल्ला सर्वांत मौल्यवान मानत त्यांना त्यांनी बोलावले होते – एड अब्राहम्स, रॉबर्टा डेवलीन, गॅरी रोझ, मार्टी पेरेझ आणि जॉन ओकले. परिस्थितीवर कसे नियंत्रण मिळवता येईल, ते त्यांना जाणून घ्यायचे होते. स्टिकलँड आणि ऑप्टिझ यांनी केलेल्या उपाययोजना खरं तर एका बँकेचे बुडणे आणि त्याचे दुय्यम परिणाम यामुळे निर्माण झालेल्या परिस्थितीवर नियंत्रण ठेवण्यासाठी पुरेश्या होत्या; मार्केटचे वर्तन हे तर्कसंगत नव्हते.

मार्टी पेरेझना हे मत मान्य नव्हते. ''मार्केट जे काही करत आहे, ते तर्कसंगत नाही, असं म्हणता येणार नाही. आणि ते प्रमाणाबाहेर आहे असंही नाही. राष्ट्राध्यक्ष महोदय, जिचा मालक एक परदेशी सरकार आहे, अशी आपली एक बँक त्याने बुडू दिली. आपल्या लक्षात येईल, असं कोणतंही कारण त्यामागे नाही. त्यामुळे सध्या मार्केटमध्ये जी घबराट आहे ती प्रमाणाबाहेर आहे, असं म्हणता येणार नाही. कितीही घबराट झाली तरी ती कमीच आहे असं म्हणावं लागेल.''

''फिडेलियन बुडाली त्या दिवसापुरतं हे म्हणणं ठीक आहे,'' राष्ट्राध्यक्ष म्हणाले.

''होय, आणि नंतर काहीतरी बदललं. हा परदेशी मालक स्वत:वरचा ठपका दूर करायला नकार देत आहे. त्यांनी हे जाणूनबुजून केलं नाही, इतकंच त्यांना सांगायचं आहे आणि तो ते सांगत नाही. यामुळे एक गोष्ट अधोरेखित होते,'' पेरेझ क्षणभर थांबले, मग म्हणाले, ''झँग, बोलायला नकार देत आहेत. इतकं सगळं घडून गेल्यानंतरही नकार देत आहेत, याचा अर्थ हे जाणूनबुजून करण्यात आलं होतं. लोकांची ज्याच्या शेअरमध्ये गुंतवणूक आहे, असं एक कॉर्पोरेशन आणि त्यातही बँक, एका परदेशी सरकारने चलाखी करून बुडू दिली आणि त्याचे परिणाम अमर्यादित आहेत.''

''चला मार्टी, काहीतरीच काय,'' ओकले म्हणाले. ''हे जरा अती होतंय नाही का? अमर्यादित?''

पेरेझ जवळजवळ त्यांच्या डोक्यावरचे केस उपटत होते. मार्केट तर्कसंगत

वागत नाही, झँग बोलले किंवा नाही बोलले तरीही फेडरल रिझर्व्ह आणि अर्थखात्याने जितकी कृती केलेली आहे तितकी पुरेशी आहे; असे राष्ट्राध्यक्षांना सांगण्याऱ्या व्हाइट हाउसमधील लोकांबरोबर संपूर्ण आठवडाभर ते भांडत होते. ''जॉन, माझ्यावर विश्वास ठेवा हे अति नाही. चीनचे सार्वभौम वेल्थ फंड आणि रशियाचे सार्वभौम वेल्थ फंड आणि अरब वेल्थ फंड आणि इतर कोणताही वेल्थ फंड यांची अमेरिकेच्या कंपन्यांच्या शेअरमध्ये खूप जास्त प्रमाणात मालकी आहे आणि ही बाब प्रत्येकाला माहीत आहे. बँकिंग – खाण उद्योग, बांधकाम, युटीलीटीज (वीज, गॅस, पाणी इत्यादींचा पुरवठा करणाऱ्या कंपन्या.)... अशा अनेक कंपन्यांच्या शेअरमध्ये त्यांची मालकी आहे. कशात नाही ते विचारा. आता फिडेलियन बुडाल्यानंतर प्रत्येक जण विचारतोय, आता पुढची पाळी कोणाची आहे? हे फंड कुठल्या कंपनीचा आता नंबर लावतील?''

''आणि ती कोणती कंपनी असेल?'' ओकले म्हणाले.

''मला माहीत नाही! कोणालाच माहीत नाही. तोच तर खरा मुद्दा आहे. लोक कोणाचा कशात हिस्सा आहे, त्याचा शोध घेताहेत आणि त्यांना जी कंपनी धोक्यात आहे, असं वाटतंय त्याला ते सरळ, येईल त्या भावात विकून टाकताहेत. ही प्रमाणाबाहेरची प्रतिक्रिया नाही.'' ते राष्ट्राध्यक्षांकडे वळले. ''राष्ट्राध्यक्ष महोदय, मार्केटने ज्या तऱ्हेने वागायला हवं तसेच ते वागत आहे, सहभागी व्यक्ती संस्था आर्थिकदृष्ट्या तर्कसंगत वागतील या विश्वासावर मार्केटचं काम चालतं. आपल्या अर्थव्यवस्थेत घडणाऱ्या प्रत्येक गोष्टींमागचा हा अलिखित नियम आहे. मी शेअर किंवा बाँड खरेदी करतो कारण माझा विश्वास असतो, शेअर आणि बाँड खरेदी करणारे इतर लोक आणि कंपन्या चालवणारे लोक या सगळ्यांना एकच गोष्ट हवी आहे. नफा. मूल्य. आता तुम्हाला असे काही मालक भेटतात ज्यांना ह्या गोष्टी नको असतात. जे आर्थिकदृष्ट्या तर्कसंगतपणे वागत नाहीत. पण ते स्वत:ची ओळख पटवत नाहीत आणि स्वत:च्या वागणुकीमागचे कारण तुम्हाला सांगत नाहीत. मग अशा मार्केटमध्ये राहण्याची तुमची इच्छा असणार नाही. त्याला मार्केट म्हणता येणार नाही. तो एक कॅसिनो असेल. तिथे जुगार खेळले जातात. त्याच्यात गुंतवणूक करणं म्हणजे 'रशियन रॉलेट' नावाच्या जुगारावर तुमचे पैसे लावण्यासारखं आहे.''

''मार्टी'', एड अब्राहम्स म्हणाले. ''हे आणखी किती काळ चालेल?''

''किती काळ? जर पीआयसी आणि त्याच्यासारख्या इतर थोड्या फंडांनी त्यांच्या मालकीचे सर्व शेअर उद्या विकून टाकायचे – डम्प करायचे ठरवले तर काय होईल तुम्हाला माहीत आहे का? सगळेच्या सगळे बाँड डम्प केले तर? या शेअर आणि बाँडना मग काही एक किंमत उरणार नाही.''

"पण त्यात त्यांचं किती नुकसान होईल?"

"एक लाख कोटींच्या पटींमध्ये; पण त्यांना ते करायची गरज नाही. त्यांना ते नुकसान सहन करायची गरज नाही. ते विकणार आहेत इतकंच जर फक्त त्यांनी म्हटलं तरी पुरे आहे. ती धमकी आहे. त्यांचं पुढचं पाऊल काय असेल ते माहीत नसेल, हा धोका आहे. तुमच्यासमोर काही वस्तू आहेत आणि त्यातल्या काही वस्तूंमध्ये बॉम्बची टीकऽऽ टीकऽ सुरू आहे अशासारखे ते आहे. त्यापैकी कोणती वस्तू तुम्हाला हवी आहे? कोणतीच नको. कारण त्यातल्या कोणत्या वस्तूंमध्ये बॉम्ब आहे, हे तुम्हाला माहीत नाही. त्यातल्या कोणत्याच वस्तूचा स्फोट होण्याची गरज नाही. आणि तरीही तुम्ही ती जवळ ठेवणार नाही आणि समजा कोणत्या वस्तूत बॉम्ब आहे हे तुम्हाला माहीत असलं तरीही इतर वस्तू घ्याव्यात असं तुम्हाला वाटणार नाही. कारण त्या वस्तूजवळच्या दुसऱ्या वस्तूचा स्फोट झाला, तर त्यांनाही झळ बसण्याची शक्यता आहे. राष्ट्राध्यक्ष महोदय, हे आपलं संभाषण आधीही झालेलं आहे. अभूतपूर्व स्थितीचा आपण सामना करत आहोत. यामुळे आपली अर्थव्यवस्था अक्षरशः ठप्प होऊ शकेल. गुंतवणूक होणार नाही. विश्वास उरणार नाही. मार्केटची प्रतिक्रिया शंभर टक्के तर्कसंगत आहे. जर कोणी ती तर्कसंगत नाही असं तुम्हाला सांगत असेल, तर ते चूक आहे."

"ओके मार्टी," राष्ट्राध्यक्ष म्हणाले, "तुम्ही तुमचा मुद्दा लक्षात आणून दिलेला आहे."

"मागच्या वेळेला जे संकट आलं होतं, त्यासारखंच हे संकट नाही. मागच्या वेळेला फक्त आपली अर्थव्यवस्था कोसळण्याच्या बेतात होती, हे त्यापेक्षा खूप जास्त भीतीदायक आहे. आपल्या अर्थव्यवस्थेला राजकीय किडीची लागण झालेली आहे. ही अमेरिकेची व्यवस्था नाही. या दोन्हीच्या एकत्र येण्यामुळे भीती निर्माण झालेली आहे. वातावरणात ही भीती आहे आणि रॉन आणि सुझान त्याला रोखण्यासाठी अक्षरशः काहीही करू शकत नाहीत."

"ओके मार्टी, माझ्या लक्षात आलं."

कितीही कर्कश्यपणे सांगितले तरी पेरेझना वाटत होते की, त्यांनी ते पुरेसे जोर देऊन सांगितलेले नाही. "हा शेवटचा डाव आहे – एन्ड गेम. जणू ही जगाच्या अंताची सुरुवात आहे आणि त्यावर वाटचाल सुरू झालेली आहे."

"मार्टी," ओकले म्हणाले, "तुम्ही हे अशाप्रकारे सांगता तेव्हा मला वाटतं युद्धाच्या एका प्रकाराबद्दल तुम्ही माहिती देत आहात."

"होय! मला वाटतं ही एकदम योग्य तुलना आहे."

"मग तुम्ही म्हणत आहात ते खरं असेल, तर मग त्याला युद्ध नाहीतर दुसरं

काय म्हणणार? युद्ध म्हणजे जाणूनबुजून दुसऱ्या देशाच्या हिताला नुकसान पोहोचवण्यासाठी मोठा हल्ला करणं. मग हे सुद्धा तेच आहे. आपल्या अर्थव्यवस्थेहून जास्त मौल्यवान असं काही असेल, असं मला वाटत नाही. आणि मार्टी, तुम्ही आताच म्हणालात त्यांच्या या कृतीमुळे आपली अर्थव्यवस्था उद्ध्वस्त होत आहे. आपल्या वीज वहन केंद्रावर त्यांनी बॉम्ब टाकून ते उद्ध्वस्त करणं, हा जसा युद्धाचा एक प्रकार आहे, तसाच हा सुद्धा एक युद्धाचा प्रकारच आहे. फक्त त्यांनी बॉम्ब टाकायला माणसं पाठवली तर ती बॉम्ब टाकायला आलेली आहेत हे आपल्याला माहीत तरी असेल. बॉम्ब आणि त्यांनी केलेला विध्वंस दिसेल, इथे तर ते पण दिसत नाही.''

''पर्ल हार्बरवर मागे दुसऱ्या महायुद्धात बॉम्ब टाकण्यात आले होते. हे एकविसाव्या शतकातील पर्ल हार्बर आहे,'' एड अब्राहम्स म्हणाले.

''आणि स्वस्तही आहे. आपण इराकमध्ये किती खर्च केला? दीड लाख कोटींपेक्षाही जास्त आणि नंतर आपण तिथे यशस्वी होऊ शकलो आणि फिडेलियनमध्ये या लोकांचं किती नुकसान झालं? त्यांचा फक्त पंचवीस टक्के हिस्सा होता. काही हजारो कोटी फक्त? आणि मार्टी, तुम्ही म्हटल्याप्रमाणे आणखी जास्त नुकसान प्रत्यक्ष सहन करायची या लोकांना गरज नाही. फक्त धमकी द्या, मग तुम्ही म्हटल्याप्रमाणे त्यापैकी कोणता तरी बॉम्ब – त्याचा स्फोट होऊ शकेल.'' जॉन म्हणाले.

''आणि जॉन, तुम्ही बोलताय तसं हे नाही, हा कोणत्याही प्रकारचा पूर्व नियोजित हल्ला नाही असं फक्त एकच व्यक्ती सांगू शकेल, ती म्हणजे झँग.''

''बरोबर. मी लिव्हिंगस्टनना म्हणालो त्यासारखं ते आहे. जर त्यांनी निवेदन केलं नाहीतर त्याचा अर्थ त्यांनी हे जाणूनबुजून केलेलं आहे.''

गॅरी रोझनी त्यावर मतभेद व्यक्त केले. ''आपण इतक्या घाईगर्दीने निष्कर्ष काढायला नको. काहीतरी न म्हणण्यामुळे एखादा देश युद्ध सुरू करत आहे असा त्यावर आरोप झाल्याचं मी कधी ऐकलेलं नाही. परिभाषेविषयी आपण जास्त काळजी बाळगायला हवी. अशा गोष्टींना युद्ध ही संज्ञा देणं बरोबर होणार नाही.''

''राष्ट्राध्यक्ष महोदय.'' डेवलीन म्हणाल्या, ''मी केवळ वादापुरता एक मुद्दा सांगते, म्हणजे दोन्ही बाजूंनी चर्चा होऊ शकेल. युद्ध वगैरे म्हणून आपण स्वत:ला टोकाची भूमिका घ्यायला लावतोय, मग चीनचे मौन ही त्यांची आक्रमणाची कृती आहे, असं समजणं आपल्याला भाग पडतंय. ते याकडे कसं बघतात, हा विचार आपण केला पाहिजे.''

ओकले मोठ्याने हसले. ''बरोबर. बॉब इथं नाहीत, पण मिसेस लिव्हिंगस्टन ह्या इमारतीत आहेत.''

“जॉन, हे महत्त्वाचं आहे. रॉबर्टा, पुढे सांगा.”

“समजा, त्यांनी काही केलं नसेल,” डेवलीन म्हणाल्या. “समजा, फिडेलियन बुडण्याच्या प्रक्रियेत त्यांचा राजकीय हस्तक्षेप नसेलही.”

“मग त्यांनी ते फक्त सांगू का नये?”

“कारण ते त्यांनी का सांगावं? मला वाटतं बॉब लिव्हिंगस्टन म्हणाले, तसं हे आपल्यावर आलेलं संकट आहे. त्यांच्यावर आलेलं नाही.”

नोल्सनी नकारार्थी मान हलविली. पहिल्या वेळी हा युक्तिवाद कदाचित मान्य करता आला असता; पण आता मार्केटमध्ये जे घडत होते आणि पेस्कारोव यांच्या निवेदनानंतर हा युक्तिवाद मान्य करण्याजोगा राहिला नव्हता. “मी जॉनशी सहमत आहे, हा आक्रमक पवित्रा आहे आणि गॅरी काय म्हणाले, त्याचा आदर राखून – कारण आपण शब्द काळजीपूर्वक वापरायला हवेत असं ते जे म्हणतात ते बरोबर आहे – आक्रमक पवित्रा म्हणजे माझ्या म्हणण्याचा अर्थ ही मित्रराष्ट्राने केलेली कृती नाही. ही विरोधी राष्ट्राची कृती आहे. मी अगदी तटस्थ राष्ट्रही म्हणत नाही. विरोधी राष्ट्र म्हणत आहे.”

“पण तो त्यांचा काही अंतर्गत मामला असेल तर? देशांतर्गत कारणं या मागे असतील तर?” डेवलीन म्हणाल्या. “जर आपल्याला न दिसणारी एखादी गोष्टही त्यांची या मागची प्रेरणा असेल तर?”

राष्ट्राध्यक्षांनी प्रश्नार्थक नजरेने रोझ यांच्याकडे बघितले.

“ते नेहमीच शक्य आहे. जेव्हा असे खूप मोठे सत्ताकारणातील मुद्दे असतात तेव्हा पक्षाचे त्यावर नियंत्रण आहे की लष्कराचे, ते कधीच नक्की सांगता येणार नाही. त्यांच्या लष्कर प्रमुखाची सरकारमध्ये अप्रत्यक्षपणे खूपच सत्ता आहे. फिडेलियनचा बचाव करण्यापासून त्यांनी झँगना रोखलं असेल का? त्यात अडथळे आणले असतील का? त्या दिवशी काय परिस्थिती होती आणि इतर काय घडामोडी घडत होत्या यावर अवलंबून त्याचं उत्तर ‘होय’ असू शकतं.”

“म्हणजे यामागे त्यांचं लष्कर असू शकेल?” ओकले म्हणाले. “त्यामुळे ते आणखीच जास्त युद्धासारखं वाटतं.”

रोझनी त्यावर प्रतिक्रिया व्यक्त केली नाही. पण राष्ट्रीय सुरक्षा परिषदेत एक महिना आधी त्यांनी जो युक्तिवाद केला होता, त्याचाच पुनरुच्चार केला. “चीनच्या सत्ताकारणात काय हालचाली होत आहेत, त्याचा ह्या बाबीशी संबंध जोडणं गैरलागू होईल. तो गैरलागूच असायला हवा. एका परदेशी नेत्याने, त्याच्या देशांतर्गत कारणासाठी केलेली, इतका मोठा परिणाम घडविणारी अशा प्रकारची कृती आपण कदापिही सहन करता कामा नये. तशी वेळच आपल्यावर कधी न येवो. शेवटी काय, फॅन असू दे नाहीतर झँग किंवा

आणखी कोणी, आपापसातील संघर्षासाठी ते आपल्या अर्थव्यवस्थेला वेठीस धरू शकत नाहीत. प्रश्नच नाही.''

''मग आपण काय करायचं?'' राष्ट्राध्यक्ष म्हणाले.

''त्यांना काहीही वाटत असलं, ते कोणत्याही कारणामुळे असे वागत असले तरी त्यामुळे आपल्याला तडाखा बसतो आहे, हे त्यांना समजणं आवश्यक आहे. त्यांनी हे हेतूपुरस्सर केलेलं असो किंवा नसो; त्यांच्यामुळे हा तडाखा आपल्याला बसतोय हे त्यांना स्पष्टपणे कळणं आवश्यक आहे. मग याबाबत काय करायचं ते त्यांनी ठरवायचं आहे.''

''आणि त्याबरोबर,'' ओकलेंनी पुस्ती जोडली. ''आपली दोन माणसं सुदानमध्ये आहेत, त्यांना सोडवायला त्यांनी मदत केली पाहिजे.''

''आपल्या कंपन्यांच्या शेअरमध्ये त्यांची मालकी आहे आणि त्यामुळे त्यांच्या हातात आपल्यावर वर्चस्व गाजवण्यासाठी काही ताकद आहे, असा काही इशारा देण्यासाठी, त्यांनी हे केलं असेल, तर त्यांच्या लक्षात यायला पाहिजे की, अशा प्रकारच्या ताकदीचा वापर करणं त्यांच्या स्वत:साठी सुद्धा सुरक्षित नाही. समजा, त्यांनी ताकदीचा वापर केलेला नाही; पण ते मौन बाळगून आपला हात पिरगाळू शकतील असं त्यांना वाटत असेल, तर ही विरोधी पक्षाची कृती आहे असा त्याचा अर्थ होईल, हे त्यांच्या लक्षात यायला पाहिजे. समजा फिडेलियनबाबत त्यांनी हेतूपूर्वक काही केलेलं नाही, पण आता त्याचे परिणाम त्यांनी बघितलेले आहेत. त्यामुळे त्यांना जर वाटत असेल की, आपण या धमकीचा हवा तेव्हा उपयोग करू, तर मार्टीनी म्हटल्याप्रमाणे त्यांच्या लक्षात यायला पाहिजे, ते तसंही करू शकत नाहीत. आपण आगीशी खेळ खेळतोय, हे त्यांना माहीत असायला हवं.''

''रॉबर्टा,'' राष्ट्राध्यक्ष म्हणाले, ''वादाकरता तुम्ही विरोधी मुद्दे सांगत होतात. तुम्हाला आणखी पुढे सांगायचं आहे की, यांच्याशी तुम्ही सहमत आहात?

डेवलीननी नकारार्थी मान हलवली. ''मी गॅरींशी सहमत आहे. सुरुवातीला झँगनी हे कशाहीमुळे सुरू केलेलं असो, हे प्रकरण आता खूपच वाढलेलं आहे आणि त्यांनी मौन बाळगणं योग्य नाही.''

''आपण याबाबत कमजोर आहोत, असं दाखवणं अजिबात चालणार नाही,'' रोझ म्हणाले. ''या प्रकरणामुळे आपण कोणत्याही बाबतीत माघार घेत आहोत, असा जरासासुद्धा इशारा त्यांना अप्रत्यक्षपणेसुद्धा जायला नको. आपण खूप जास्त कठोर असायला हवं. आपण त्यांच्याबरोबर याबाबतीत थेट दोन हात करत आहोत हे जगाला दिसलं पाहिजे. म्हणजे इतर कोणालाही आपल्याबाबत पुन्हा असा प्रयोग करण्याचं धाडस होणार नाही. तो विचारही त्यांच्या मनात येणार नाही. कोणी सांगावं नाहीतर पेस्कारोवनाही वाटेल, चला आपणही असंच करून बघू.''

"मग तुम्ही काय सुचवताय?"

"पहिल्यांदा सुदानचा प्रश्न आहे. आपली माणसं सुदानमध्ये आहेत, हे आपल्याला माहीत आहे. हे जाहीर करण्याची आता वेळ आलेली आहे. त्यांची सुटका करण्यासाठी चीनने मदत करावी अशी आपली अपेक्षा आहे, हेही जाहीर केलं पाहिजे. तांत्रिकदृष्ट्या आपण त्यांना जबाबदार धरू शकत नाही; पण तोच परिणाम आपण साधू. मित्रराष्ट्र यासाठी आपला प्रभाव नक्कीच वापरेल. ते तसं करत नाहीत म्हणजे ते आपले मित्र नाहीत. नंतर दक्षिण अफ्रिकेबाबतचा ठराव आहे. ख्रिसमसपूर्वी ब्रिटन तो मांडणार आहे आणि आपण त्याला पाठिंबा देणं आवश्यक आहे. आपण जर तसं केलं नाहीतर आपल्या दोन माणसांच्या बदल्यात पाच कोटींलोकसंख्येच्या देशाच्या लोकशाहीचा आपण सौदा करतो आहोत, असा त्याचा अर्थ होईल."

"तेच मी सारखं म्हणतोय," ओकले म्हणाले. "हे ब्लॅकमेल आहे."

"अगदी बरोबर. आपण असे झुकणार नाही. आपण आपल्या दोन माणसांची सुटका करू आणि आपण दक्षिण अफ्रिकेतील लोकशाहीला पाठिंबा देऊ. या दोन्हींपैकी कोणत्याच गोष्टीबाबत आपण समझोता करू शकत नाही आणि आपण हे गाजावाजा करत करू, म्हणजे बघणाऱ्या प्रत्येकाला ताकीद मिळेल की, अमेरिका तिच्या माणसांबाबत आणि तत्त्वांबाबत तडजोड करत नाही. जाहीरपणे आपण असं करू आणि त्याचबरोबर खाजगीत आपल्याला झँगना एक पत्र पाठवावं लागेल. त्यात जे सुरू आहे त्याचं गांभीर्य स्पष्टपणे आपण सांगू. त्यांच्याकडून काय हवं आहे ते सांगू, त्यांच्याकडून कशाप्रकारचं जाहीर निवेदन हवं आहे ते सांगू आणि ते याचं पालन करतील ही आमची अपेक्षा आहे, हे कळवू. याबाबत आपण समझोता करणार नाही, हे व्हायलाच हवं."

"मला हे आवडलं," एड अब्राहम्सकडे नजर टाकत राष्ट्राध्यक्ष म्हणाले.

"हे सरळ आहे," रोझ म्हणाले. "तुमच्यामुळे ही परिस्थिती आमच्यावर ओढवली, आता त्यातून आम्हाला बाहेर काढण्यासाठी तुम्ही ज्या गोष्टी केल्या पाहिजेत त्याची ही यादी. त्या तुम्ही कराल अशी आमची अपेक्षा आहे. बस्स! आता दुसरी गोष्ट, सार्वभौम इन्व्हेस्टमेंट फंडाच्या मालकीवर बंधनं घालण्यासाठी काही पावलं उचलण्याबाबत आपण चर्चा करायची का? परदेशी – सरकारच्या – मालकीच्या संस्था अशांसारखी त्यांची वर्गवारी करून, त्यांच्यावर राष्ट्रीय सुरक्षेच्या दृष्टिकोनातून काही बंधनं घालता येतील का?"

"तसं काही करण्यापूर्वी मी फार विचार करेन," मार्टी पेरेझ म्हणाले.

"पण, मार्टी," राष्ट्राध्यक्ष म्हणाले. "मला वाटतं अशा गोष्टींवर आपण विचार करायला हवा. जर आपल्याला हा प्रश्न लवकर सोडवता आला नाहीतर?

अर्थव्यवस्थेत घुसलेलं राजकारण आपल्याला हवं तितकं लगेच वेगळं करता आलं नाहीतर? तुम्ही म्हणताय ती घबराट सुरूच राहिली तर? आपण कोणत्या उपाययोजना करायच्या?''

पेरेझ यांच्या चेहऱ्यावर काळजीचे भाव होते. ''सार्वभौम इन्व्हेस्टमेंट फंडावर बंधनं घालणं योग्य असेल का? मला माहीत नाही. ते फार टोकाचं पाऊल होईल.''

''मार्केटमध्ये जी घबराट आहे, ती कमीच आहे, असं तुम्हीच म्हणालात. ती थांबवायची असेल, तर पूर्वी ज्याचा कधी विचार केला नव्हता, अशा गोष्टी आता कराव्या लागतील. सुझान आणि रॉनबरोबर बोला. काय करता येईल ते बघा.''

पेरेझ यांनी मान हलवून मुक्यानेच 'हो' म्हटले. त्यांच्या मनाने आधीच विचार करणे सुरू केले होते आणि त्यामुळे त्यांच्या कपाळावर आठ्या आल्या होत्या. राष्ट्राध्यक्षांनी क्षणभर त्यांच्याकडे बघितले, मग ते इतरांकडे वळले. ''ओके! तर आपण सुदानसंबंधी एक जाहीर निवेदन करू आणि आपले बीजिंगमधील मित्र आपल्या माणसांना तिथून बाहेर काढण्यात मदत करतील अशी आपली अपेक्षा आहे हे निवेदनात सांगू. ब्रिटिशांना ठरावाबाबत आपण पुढे जा असं सांगू आणि झँगना आपण खाजगीत एक पत्र पाठवू. त्यात मार्केटला शांत करण्यासाठी आपल्या त्यांच्याकडून काय, काय अपेक्षा आहेत ते सांगू. बरोबर?''

माना डोलावल्या गेल्या.

''आणि हे निवेदन, मला करायचं आहे? हे निवेदन मी स्वत: करायला हवं का?'' राष्ट्राध्यक्ष म्हणाले.

''होय. नक्कीच,'' अब्राहम्स म्हणाले.

''पेस्कारोवनी जसं निवेदन केलं तसं सार्वभौम इन्व्हेस्टमेंट फंड असलेल्या इतरही काही देशांकडून आपल्याला मिळवता आलं तर? सौदी, कतारी, जे कोणी असतील ते. त्यासाठी प्रयत्न करू. यामुळे झँगना याबाबत ते किती एकटे पडले आहेत ते कळेल. त्यामुळे कदाचित मग त्यांना निवेदन करावं असं वाटेल का बघू.''

''ही चांगली कल्पना आहे.''

''रॉबर्टा, माझ्यासाठी एक यादी बनवा. या देशांच्या नेत्यांबरोबर मी बोलेन.''

''होय, सर.''

''मग हे कसं करायचं? रॉबर्टा, तुम्ही त्या इतर नेत्यांबरोबर फोन करण्याची व्यवस्था करा. गॅरी, झँगसाठीच्या पत्राचा मसुदा बनवून मला द्या आणि निवेदनाबाबत जोशला कळवा.''

रोझनी होकारार्थी मान हलविली.

''हे आपण कधी करायचं?''

''शक्य तेवढ्या तातडीनं!''

४२

मरिअन घरी परत आल्या, तोपर्यंत इला व बेन झोपी गेलेले होते. सलग किती रात्री असे झाले होते, ते आठवण्याचा त्यांनी प्रयत्न केला. तीन रात्री? तीन रात्रींच्या वर कधीच असे होऊ नये यासाठी त्या प्रयत्न करत असत. संयुक्त राष्ट्रसंघात राजदूत म्हणून काम करताना सुरक्षा परिषदेत कराव्या लागणाऱ्या मारामाऱ्या हा या कामाचा सर्वांत वाईट भाग नव्हता, तर त्यामुळे करावे लागणारे आदरातिथ्याचे कार्यक्रम हा होता. त्यांना माहीत होते, त्यांनी जर जाणीवपूर्वक प्रयत्न केले नसते तर, पूर्ण आठवडा मुलांना न बघता निघून गेला असता.

"तू ठीक आहेस?'' डेव्हनी विचारले.

त्यांनी होकारार्थी मान हलविली.

"तुला काही हवं आहे?''

मरिअननी त्यावर विचार केला. त्यांना भूक नव्हती. नॅटो देशांच्या राजदूतांबरोबर त्यांनी डिनर घेतले होते.

"जरा निर्णय घ्या, मॅडम ॲम्बॅसिडर.''

"व्हाइट वाइनचा एखादा ग्लास चालेल.''

डेव्हनी स्मित केले. "जा आणि आवरून घे. मी बघतो काय करायचं ते. मरिअन लिव्हिंगरूममध्ये गेल्या आणि त्यांनी शूज काढून फेकले. डोळे बंद केले. दोनेक मिनिटांनी ग्लास घेऊन डेव्ह तिथे आले.

"तुला काही नको?''

त्यांनी नकारार्थी मान हलविली आणि मरिअनच्या बाजूला बसले. मरिअननी एक घोट घेतला. "पीनोट ग्रीस,'' तिच्याकडे बघत ते म्हणाले. "वाइन बनवण्यात ते दर्दी होते. कॅलिफोर्नियातील कशी वाटते?'' डेव्हनी विचारले.

"मला आवडली.''

डेव्हनी त्यांच्या हातून एका सेकंदासाठी ग्लास घेतला आणि चव घेतली.

"हो, मलाही आवडते. चुरचुरीत, पण त्यात थोडी मिरपूड आहे.''

मरिअननी आणखी एक घोट घेतला.

“तुला सांगायचं म्हणजे आपलं नेटवर्थ आज पुन्हा निम्म्याने कमी झालं. शेअर, रोखे इत्यादीत जी आपली गुंतवणूक आहे त्याचं मूल्य निम्म्याने कमी झालं.” डेव्ह म्हणाले.

मरिअननी त्यांच्याकडे बघितले.

“मला वाटलं तुला त्याबाबत जाणून घेण्याची उत्सुकता असेल. माझी बायको ज्यात इतकी महत्त्वाची भूमिका बजावत आहे त्या प्रशासनावर माझा विश्वास नाही; असं नाही, पण ते सध्या काय करत आहेत याची त्यांना कल्पना आहे असं स्पष्ट करणारं काही असतं तर बरं झालं असतं.”

“ते असं दिसतंय?”

“उँ... हो. आणि माझी खात्री आहे, फक्त मला एकट्याला असं वाटतं असं नाही. असा विचार करणारे बरेच जण असतील.”

मरिअननी पुन्हा डोळे बंद करून वाइनची लज्जत चाखली. “मी आर्थिक बाजूचं काम सांभाळत नाही रे, म्हणजे तू तसा काही विचार करत असशील तर सांगते.” त्यांनी आणखी एक घोट घेतला. डेव्हनी म्हटल्याप्रमाणे वाइन खरोखर चांगली आणि चुरचुरीत होती. “मी आज थोडासा खोडकरपणा केला.”

डेव्हनी उत्सुकतेने त्यांच्याकडे बघितले.

“अगो – अति गोपनीय. ब्रिटिश राजदूताबरोबर माझं बोलणं झालं.”

“सर अँटनी?”

“तेच. मी त्यांना सांगितलं की, दक्षिण अफ्रिकेसंबंधीचा ठराव आणण्याची ही योग्य वेळ नाही, असं आम्हाला वाटतं.”

डेव्ह मोठ्यांदा हसले. “हे ‘आम्ही’ म्हणजे कोण होतं ते तू सांगितलंस? तू आणि मी... का?”

“मला वाटतं, आम्ही म्हणजे अमेरिकेचे सरकार असा अर्थ त्यांनी काढला असेल.”

“असा अर्थ काढणं वाजवी होईल का?”

“होय!”

“आणि मी गृहीत धरतो, असं काही त्यांना सांग, असं तुला सांगण्यात आलेलं नव्हतं.”

“बरोबर.” मरिअन तत्काळ म्हणाल्या. त्यांनी ग्लास पुन्हा ओठांना लावला.

डेव्ह मोठ्याने हसले. “हा फारच अंतरंगीपणा झाला.”

“पुन्हा बरोबर.” मरिअननी ग्लास समोर केला. “हा जवळजवळ रिकामा झाला.”

“काय बोललीस त्याचा विसर पडावा, म्हणून दारू पिऊन धुंद होण्याचा

प्रयत्न करते आहेस की काय?''

''शक्य आहे.''

डेव्ह उठले आणि बाटली घेऊन परत आले. ''पुन्हा आणखी फेरी मारायला नको.''

''आणखी थोडीशी पुरे होईल.''

''बघू,'' डेव्ह कुरकुरले. त्यांनी वाइन ग्लासात ओतली.

''तुला खरंच नको?''

''चल, मीही घेतो.'' त्यांनी स्वत:साठी एक ग्लास आणला, वाइन ओतून एक घोट घेतला, चव तोंडात घोळवली. ''ही छान आहे. मी आणखी थोडी घेऊन येईन.''

मरिअन सोफ्यावर आरामात बसल्या, पायांची घडी केली आणि त्यांनी डेव्हकडे टक लावून बघितले. ''तुला काय वाटतं?''

''तू केलंस त्याबद्दल? तुझ्या नोकरीतून हकालपट्टी होण्यासाठी काय करावं लागतं?''

''मी ते ठरवून केलं नाही. ते सहजच तोंडातून निघून गेलं.''

''ओहो, ते फारच छान आहे. राजदूताकडून असं होणं, ही चांगली गोष्ट आहे.''

''डेव्ह, ब्रिटिशांनी ख्रिसमसपूर्वी हा ठराव मतदानास आणण्याचा निर्धार केला आहे. राजदूत सीएल आपल्या बाजूने कोण मत देईल; कोण देणार नाही याबद्दल बोलत होते. आणि मी त्यांना म्हणाले हा ठराव नकाराधिकार वापरून फेटाळला जाईल आणि ते म्हणाले नक्कीच! त्याची त्यांना काही चिंता आहे, असं वाटले नाही. आपला पाठिंबा ते गृहीत धरत आहेत असं दिसलं. आपल्या दृष्टिकोनातून त्याचे काय परिणाम होतील, या अंगाने त्यांनी विचारच केलेला नाही. हा त्यांचा खास ब्रिटिश उद्धटपणा होता, आपल्याला कशाला तोंड द्यावं लागेल तो विचार उडवून द्यायचा. मला वाटतं, त्यामुळे मी बोलून गेले. मी त्यांना म्हटलं यावर नकाराधिकार वापरायला भाग पाडून, कदाचित युनायटेड किंगडमला काही गमवावं लागत नसेल, पण युनायटेड स्टेट्सला बरंच गमवावं लागतंय. त्यानंतर मी म्हणाले होते की, ठराव आणण्याची ही योग्य वेळ नाही असं आम्हाला वाटतं.''

''आणि त्यांची काय प्रतिक्रिया होती?''

त्यांचा चेहरा आठवून मरिअनना थोडे हसू आले. ''मला वाटतं त्यांना आश्चर्याचा धक्का बसला म्हणणं वावगं होणार नाही.''

''आश्चर्याचा धक्का?''

''ठीक आहे, मोठा धक्का बसला.''

''मग ते काय म्हणाले?''

मरिअननी उसासा टाकला. "तेच सगळं, हा कसा तत्त्वाचा प्रश्न आहे, ही कशी छोटी गोष्ट वाटते, पण त्यामुळे मोठे दुष्परिणाम होऊ शकतात, वगैरे. ते तर त्यांचं आवडतं मत आहे. नंतर युगांडाबाबत. त्यांनी आपल्याला कसा पाठिंबा दिला आणि त्यांना त्यात सहभागी व्हायचं आहे की नाही, वाट न बघताच आपण तिथे कसे गेलो आणि त्यामुळे त्यांची कशी फजिती झाल्यासारखी दिसली, इत्यादी. बडबड... बडबड आणि बडबड. त्यांनी आपल्यासाठी केलेल्या इतर गोष्टीही त्यांनी सांगितल्या. थेट इराकपर्यंत ते मागे गेले." मरिअननी स्मित केले. "मी त्यांना सांगितलं नाही की, कदाचित त्यासाठी त्यांनी आम्हाला पाठिंबा दिला नसता तर ते सगळ्यांसाठीच बरं झालं असतं."

डेव्ह मोठ्याने हसले. "मग त्यावर तू काय म्हणालीस?" त्यांनी पिनोट ग्रीस वाइनचा आणखी एक घोट घेतला.

"काहीच नाही. मला त्यांच्याबरोबर वाटाघाटी सुरू करण्याचे अधिकार नाहीत. जे मी म्हणाले ती आपल्या सरकारची आधीच भूमिका नाही. मला त्यात आणखी भर घालायची नव्हती. मला थोडी पळवाट हवी होती. संभाषण करताना आपण एक-दोन गोष्टी बोललो, तर कोणीही त्याचा चुकीचा अर्थ काढू शकतो. पण ठरवाबाबतच्या जमेच्या बाजू, डाव्या बाजू, व्यूहरचनेबाबत वाटाघाटी, आपण कशाला पाठिंबा देऊ आणि कशाला नाही – ही एकदम वेगळी गोष्ट होईल. मग नाकारण्याची पळवाट मिळणार नाही."

"हनी, तुला माहीत आहे, युद्धाची सुरुवात अशाप्रकारे होते. एक क्षुल्लक गैरसमज....!"

"डेव्ह, मला नाही वाटत आपण ग्रेट ब्रिटनबरोबर युद्ध सुरू करणार आहोत. अशा आकस्मिक शक्यतेविषयी नियोजन सुरू आहे असं निदान मी तरी ऐकलेलं नाही."

डेव्ह पुन्हा गंभीर झाले. "मग आता काय होईल?"

"हूं, मला वाटतं, अमेरिकेच्या सरकारने ही अचानक दिशा बदलली. याबद्दलचा अहवाल सर अँटनी यांनी लंडनला पाठवला असेल आणि –" मरिअननी थांबून घड्याळाकडे बघितले, "आतापासून सहा तासांनी ब्रिटिश शासनाचे केंद्र असलेल्या व्हाइट हॉलमध्ये कुठेतरी त्याबाबत खूप चर्चा होईल. त्यानंतर मला वाटतं दोन-एक तासांनी आपल्या लंडनमधील राजदूताला फोन येईल. माझ्या अंदाजाने मग त्यानंतर दोन तासांनी बॉब लिव्हिंगस्टनना फोन येईल."

"आणि त्यानंतर दोन तासांनी –"

मरिअननी त्यांचा ग्लास उंच धरला. "मी त्याची वाट बघत आहे."

"आणि तू काय सांगणार...?"

"चांगला प्रश्न आहे. मला माहीत नाही काय सांगायचं ते. समजा, मी सांगितलं की मी तसं म्हणाले नाही– सिएलनी चुकीचा अर्थ काढला किंवा तसं काहीतरी – पण त्यांनी उपस्थित केलेल्या मुद्द्यात खरोखर तथ्य आहे? खरोखर ठराव फारसा उपयोगी नाही आणि ब्रिटिशांना स्वत:ला ते माहीत असेलच, नाहीतर माझ्या एका अगदी साध्या वाक्यातून त्यांनी असा वाकडा अर्थ काढला नसता. हा ठराव मतास टाकू नये हे त्यांना स्वत:लाच माहीत आहे आणि त्यामुळेच त्यांच्याकडून अशी काही चूक झाली. 'मनी वसे ते स्वप्नी दिसे,' म्हणतात तशी त्यांना वाटणारी भीतीच चव्हाट्यावर आली आहे." मरिअन थांबल्या. "तुला काय वाटतं?"

"मला वाटतं..." डेव्ह आधी होकारार्थी मान हलवत होते. मग त्यांनी नकारार्थी मान हलवली. "नाही. हा युक्तिवाद टिकाव धरू शकणार नाही."

"नाही. मलाही तेच वाटतं."

"कारण ठराव आपल्याला हवा आहे, बरोबर?"

"तोच प्रश्न आहे. ठराव आपल्याला हवा आहे." मरिअन यांच्या कपाळावर आठ्या आल्या. त्यांनी ग्लास खाली ठेवला.

डेव्ह त्यांच्याकडे बघत होते.

त्यांच्या कपाळावरील आठ्या आणखी वाढल्या. "आपण काय करतोय तेच मला कळत नाही, हे चीनला आणखी एक लाथ मारणं होईल आणि त्यामुळे अफ्रिकेत अजिबात काही साध्य होणार नाही. तिथे मथ्वेसांना आपल्याला कमजोर करायचं आहे, त्याऐवजी त्यांना उलट बळ मिळेल. आपल्या राष्ट्राध्यक्षांना त्यातून काय मिळवायचं आहे, ते तर मला अजिबातच कळत नाही. युगांडाच्या प्रश्नाबाबत आपण त्यांना लाथ मारलेलीच आहे, आता याबाबत मारणार आहोत. खरं तर आपल्याला त्यांची गरज आहे. आपण त्यांच्याकडून काही गोष्टी मागत राहतो आणि त्याच वेळेला त्यांना लाथा मारत राहतो."

"आपण त्यांच्याकडून काय मागतोय?"

"फिडेलियनबाबत निवेदन आणि... आणखी एक गोष्ट आहे." डेवी आणि मॉन्टेझ सुदानमध्ये असल्याचा सुगावा लागलेला आहे, हे मरिअननी डेव्हना सांगितलेले नव्हते. "अनेक गोष्टी आहेत. आपण त्यांच्याकडे जाऊन काही गोष्टी मागत राहतो आणि त्याचवेळेला त्यांच्यावर दुगाण्या झाडत राहतो."

"एलआरएचं उच्चाटन करणं आणि दक्षिण अफ्रिकेत लोकशाहीची मागणी करणं म्हणजे चीनला झोडणं होईल, असं मला वाटत नाही," डेव्ह म्हणाले. "ते पक्षपातीपणे बघणं होईल, असं तुला नाही वाटतं?"

मरिअननी त्यांच्याकडे बघितलं. "तुझं बरोबर आहे. ते तसं आहेच. पण

सध्या जेव्हा आपल्याला त्यांची गरज आहे – आणि लक्षात घे आपल्याला खरोखरच त्यांची गरज आहे – त्यांच्या दृष्टिकोनातूनही आपण बघायला पाहिजे. एएनसीबद्दल ख्रिसमसपूर्वी ठराव आणला नाहीतर काय मोठा फरक पडणार आहे?'' मरिअननी उसासा टाकला. ''आपल्याला त्यांना थोडी उसंत दिली पाहिजे. आपल्यासाठी त्यांनी दोन-तीन गोष्टी कराव्यात अशी आपल्याला अपेक्षा आहे. त्यासाठी मग त्यांच्याकडे परत परत जायचं आणि त्याच वेळेला त्यांच्यावर लाथा झाडायच्या – निदान त्यांना तसं वाटत असणार. त्याऐवजी आपण थोडं मागं राहायला पाहिजे आणि त्यांना त्यांच्या पद्धतीने या गोष्टी करू दिल्या पाहिजेत.''

''तेवढा वेळ हातात आहे का?''

''दुसरा काय पर्याय आहे? जर आपण त्यांना वेळ दिला नाहीतर आपल्याला काहीच मिळणार नाही. अगो – नोल्सना झँगबरोबर बोलायचं होतं आणि झँग म्हणाले की, ते उपलब्ध नाहीत.''

डेव्हनी त्यांच्याकडे टक लावून बघितले.

''त्याचा अर्थ काय, ते मला माहीत नाही. त्याचा अर्थ काय ते कोणालाच माहीत नाही. पण माझ्या मते, त्याचा अर्थ हा तर नक्कीच नाही की, चला, आणखी जोरात मागणी करत राहू या. व्हाइट हाउसचा दृष्टिकोन असा दिसतोय की, आपल्याला हव्यात त्या गोष्टी ते करत नसतील तर ते अडथळे आणत आहेत आणि ते जर अडथळे आणत असतील तर आपल्याला त्यांना झोडत राहायला पाहिजे. पण मला वाटतं आपण जितकं जास्त झोडत राहू, तितकं जास्त ते आपली अडवणूक करत राहतील.'' मरिअननी हात झटकले. ''हा वेडेपणा आहे. शाळेच्या पटांगणात दोन मुलं भांडणं करतात तशासारखं आहे. त्यांच्याबरोबर ज्या प्रकारे आपण व्यवहार करतोय, त्यात बदल करण्याची आवश्यकता आहे. जग बदललेलं आहे. त्यांच्याबरोबर संघर्ष करून आपल्याला हवं ते मिळणार नाही. आपल्याला त्यांच्याकडून खूपच जास्त गोष्टी हव्या आहेत. आपण त्यांच्याबरोबर एकत्र येऊन काम करणं सुरू केलं पाहिजे. फक्त शाब्दिक नको. प्रत्यक्ष कामातही सहकार्याने काम करायला हवं.''

''होय, पण हनी, ती न्यायी राजवट नाही.''

''ते बरोबर आहे. ते हुकूमशहा आहेत. ते मानवाधिकारांची पायमल्ली करतात. तिथे मुक्तपणे बोलण्याचं स्वातंत्र्य नाही. त्यावर बंधनं आहेत.''

''तिथं कायद्याचं राज्य नाही.''

''किंवा कायद्याचं राज्य नाही. हे तुझं म्हणणं बरोबर आहे.''

''किंवा तिथे हेबिअस कॉर्पस नाही – कोणी माणूस गायब असेल, तर न्यायालयात जाऊन दाद मागता येत नाही.''

''डेव्ह, त्याबाबत आपण वीस वर्षांपूर्वी विचार करायला हवा होता. आपल्या अर्थव्यवस्थेची इतकी मजबूत गाठ त्यांच्याबरोबर बांधण्यापूर्वी; चीन हा आता एक कोणताही इतर देश नाही. ते आपला एक भाग आहेत. आपण त्यांचा एक भाग आहोत. आपण दोघेही जणू...'' योग्य शब्द सुचण्याची वाट बघत मरिअन थांबल्या. ''आपण जणू एकमेकांना चिकटलेले जुळे आहोत. दोघांसाठी मिळून एकच रक्तवाहिन्या आपल्यात आहेत. तेच रक्त आहे आणि या आपल्या जुळ्याच्या डोक्यावर मारून आपण काही मिळवू शकणार नाही, कारण तेही आपल्याला मारतील आणि आपण दोघंही एकमेकांपासून पळून जाऊ शकत नाही. आपल्याला मारहाण करणं थांबवलं पाहिजे.''

डेव्हनी स्मित केले.

''काय झाले?''

''चित्र डोळ्यांसमोर आले.''

''हो, हे एखाद्या ग्रीक शोकांतिकेसारखे आहे. दोन माणसं एकमेकांना कायम बांधली गेलेली आहेत. पण त्यांनी सतत एक दुसऱ्याच्या पुढे जात राहण्याचा प्रयत्न करण्याचे भोग त्यांच्या वाट्याला आलेले आहेत.''

''त्याऐवजी मला ती एकमेकांच्या डोक्यावर मारत राहणाऱ्या जुळ्यांची उपमा जास्त आवडली.''

मरिअननी डोके नकारार्थी हलविले आणि खेदाने स्मित केले.

''जर त्यांना मारहाण करणं थांबवायचं नसेल तर?'' डेव्ह म्हणाले.

''कोणीतरी थांबवायला पाहिजे. कोणीतरी आधी बंद केलं पाहिजे.''

''जर माझा चिकटलेला जुळा मला आवडत नसेल तर? तो ज्या प्रकारे वागतो ते मला आवडत नसेल तर? जर कदाचित मी आणखी थोडा जास्त वेळ त्याला मारत राहिलो तर तो मला न आवडणाऱ्या गोष्टी करणं थांबवेल आणि मग मी त्याला मारणं बंद करेन.''

''पण कदाचित तो त्या गोष्टी जास्तच करत राहील. फक्त हे दाखवण्यासाठी की तो आपल्याला जुमानत नाही. आपण स्वत:लाच प्रश्न विचारला पाहिजे, बदलण्यासाठी आपण त्याला कशी मदत करू शकतो? रोजच्या रोज त्याला डोक्यावर मारून तो बदलणार नाही.''

''मग जर तो बदलला नाहीतर काय?''

''कोणीतरी बदलायलाच हवं. कोणीतरी प्रथम ते बदलायला हवं.''

डेव्ह गप्पच होते.

जोएल एहरेनरेक मागच्या वेळेला त्यांच्या घरी आले होते तेव्हा ते काय म्हणाले होते ते मरिअनना आठवले. ''टॉम नोल्स ती व्यक्ती आहे का – प्रथम

बदलणारी?'' त्यांनी प्रश्न विचारला पण उत्तराची अपेक्षा नव्हती. ते काय असेल ते त्यांना माहीत होते.

''झँग ती व्यक्ती आहे का?'' डेव्हनी प्रतिप्रश्न केला.

''हा वाजवी प्रश्न आहे,'' मरिअन क्षणभर स्तब्ध होत्या. ''तुला सांगू, जोएल त्याच्या पुस्तकात जे म्हणाला ते बरोबर आहे असं मला वाटायला लागलंय.''

''त्याने रोगाचं निदान केलं आहे. मला नाही वाटत त्याच्याकडे त्याचं उत्तर आहे. जागतिक प्रश्न हे सगळ्यांचे मिळून प्रश्न आहेत. प्रत्येक जण त्यात वाटेकरी आहे हे म्हणणं सोपं आहे. सगळ्यांनी मिळून प्रश्न सोडवले पाहिजेत हेही म्हणणं सोपं आहे. त्यासाठी यंत्रणा काय असावी, याचं त्यांनी वर्णन केलंय असं मात्र मला दिसलं नाही.''

''तोच मुद्दा आहे. जर यंत्रणा नसेल तर ती आपण निर्माण केली पाहिजे. जर प्रश्नांमध्ये भागीदारी आहे तर ते सोडवतानाही भागीदारी हवी. त्याला पर्याय नाही.'' मरिअननी ग्लास उचलून उरलेल्या वाइनचा घोट घेतला. ''कोणाचाही कस अगदी पणाला लागेल अशा पेचप्रसंगात आपले राष्ट्राध्यक्ष आहेत. ते सोपं आहे, असं मी म्हणत नाही – पण आपण सर्वांत मोठ्या जागतिक प्रतिस्पर्ध्यांचा पाठिंबा मिळवावा म्हणून ते काहीच हालचाल करत नाहीत. तुला पुन्हा सांगते की, हे सोपं आहे असं मी म्हणत नाही, पण त्याला कसं तोंड द्यायचं याबाबत आपली पद्धत आपण बदलली नाहीतर आपण संकटात सापडू.''

''मग तुला वाटतं फिडेलियनबाबत त्यांनी काही केलं?''

''मला माहीत नाही. मला खरोखरच माहीत नाही.'' मरिअननी दीर्घ, श्रांत उसासा टाकला. ''दोन प्रशासनांत काम करून आणि ह्या प्रशासनात कामं कशा तऱ्हेने होतात ते बघून माझा अनुभव आहे, ते कोणा लेकाला माहीत असतं? त्यांना स्वत:लाही ते माहीत नसेल; काही वेळा गोष्टी फक्त घडतात. त्यांनी विचार केला असेल आपण बँक बुडू देणार नाही किंवा आपण बुडू देऊ; पण त्यामुळे काही फरक पडणार नाही, त्यांनी विचार केला असेल त्यांचा इन्व्हेस्टमेंट फंड नफा कमावेल, त्यांनी विचार केला असेल आपली ताकद दाखवून देऊ... कोणाला माहीत? वरीलपैकी सर्व किंवा कोणतंच नाही. कारण काहीही असो, शेवटी ते त्यांच्या हातून होतं.''

''किंवा आपल्या निवडणुकांबरोबर प्रभाव टाकण्यासाठी त्यांनी ते हेतुपुरस्सर केलं असेल.''

''तेही शक्य आहे.''

''आणि त्यातून सूचित होणाऱ्या शक्यता प्रचंड आहेत आणि त्याचे परिणामही फार मोठे आहेत.''

"खरं आहे. त्यामुळेच आपल्या गुंतवणुकीचं मूल्य आज निम्म्याने कमी झालं, आठवतंय? पण त्यांनी ते आपल्या निवडणुकांवर प्रभाव टाकण्यासाठीच केलं असेल असं नाही. तसा निर्णायक निष्कर्ष काढता येणार नाही. ह्या वादात सौम्य भूमिका घेतली जावी, असा प्रयत्न करणारी प्रशासनातील एकमेव व्यक्ती म्हणजे बॉब लिव्हिंगस्टन. आणि बॉब..." मरिअनना ते शब्दांत सांगण्याची गरज नव्हती. डेव्हना माहीत होते, मरिअनना परराष्ट्र मंत्री आवडतात, पण गेल्या दोन वर्षांत गॅरी रोझ आणि जॉन ओकलेंनी त्यांचं महत्त्व कमी-कमी करत आणल्याचे त्या बघत होत्या. सुरुवातीस तरी त्यांचा काही प्रभाव होता की नाही कोण जाणे! पण आता त्यांचा काहीच प्रभाव उरलेला नव्हता. "आणि डॉग हावरिंग," त्या म्हणाल्या, "ते तर खात्यातील व्हाइट हाउसचे प्रवक्ते झाले आहेत. त्यांना वाटतंय पुढच्या टर्मच्या वेळी लिव्हिंगस्टन जातील; मग त्या जागी स्वत:ची वर्णी लावता येईल. स्वत:चं घोडं पुढे दामटवण्यासाठी त्यांचे प्रयत्न सुरू आहेत. प्रत्येक जण पुढच्या टर्ममध्ये स्वत:चं स्थान बळकट करण्यासाठी, स्वत:चं घोडं पुढे दामटवण्यासाठी धडपड करतोय, पण ज्या तऱ्हेने आपली वाटचाल सुरू आहे ती पाहता पहिलीच टर्म आपण धडपणे पार पाडू शकू की नाही, याविषयी मला शंका आहे."

डेव्ह न बोलता त्यांच्याकडे बघत होते.

"आणि मला तर कोणी कशाच्याच बाबतीत हिशेबात घेत नाही, डेव्ह."

"हनी, ते खरं नाही."

"तेच खरं आहे. ओबामांच्या काळात माझं पद कॅबिनेट दर्जाचं होतं. टॉम नोल्स यांच्या काळात नाही. कॅबिनेट दर्जाची मला पर्वा नाही, तुला माहीत आहे. तो मिळणार नाही, हे मला आधीपासूनच माहीत होतं. मुद्दा असा आहे की, हे राष्ट्राध्यक्ष कशाप्रकारे कामकाज करतात आणि जो संदेश ते महत्त्वाचा मानतात तो कोठून येतो, कोण देतो हे. त्यांच्यापर्यंत मला काहीही पोहोचवायचं असेल तर ते आधी रोझकडे जातं आणि मगच पुढे जाऊ शकतं. खरं सांगतेय, मी प्रयत्न करून बघितलाय. बॉबना तसं करता यायला हवं, पण मला माहीत नाही, आता त्यांना तरी राष्ट्राध्यक्षांपर्यंत थेट गोष्टी पोहोचवता येतात की नाही ते आणि ती घाबरवून टाकणारी गोष्ट आहे, डेव्ह. सध्या ती घाबरवून टाकणारी परिस्थिती आहे."

डेव्ह त्यांच्याकडे बघत होते. त्यांनी विचारले, "मग तू काय करणार आहेस?"

"मला माहीत नाही. शाळकरी मुलीसारखं अँटनी सिएलच्या कानात कुजबुजायचं, याचा उपयोग होणार नाही." मरिअननी नकारार्थी मान हलविली. "मी फक्त... हे व्हाइट हाउस, आता प्रत्येक दिवशी माझ्या मनात विचार येतो, ते अजून काय मूर्खासारखे बोलतील?"

४३

''**आज इथे** आलात त्याबद्दल धन्यवाद!''

राष्ट्राध्यक्ष ईस्ट रूममधून निवेदन करत होते. त्यांच्या आजूबाजूला संरक्षण मंत्री जॉन ओकले आणि अर्थमंत्री ऑप्टिझ होत्या.

''आपल्याला सामना करावा लागत असलेल्या काही महत्त्वाच्या मुद्द्यांबाबत मी बोलू इच्छितो. अमेरिकेच्या अर्थव्यवस्थेसाठी गेले काही आठवडे चांगले नव्हते. मला वाटतं, त्यामागे काय कारणं आहेत, काय पार्श्वभूमी आहे ते स्पष्टपणे दाखवून देण्याची वेळ आलेली आहे. आपली अर्थव्यवस्था भक्कम आहे, हे दाखवून देण्याची वेळ आलेली आहे. दहा वर्षांपूर्वी, आपल्याला ज्या प्रकारच्या अनुभवांना तोंड द्यावं लागलं, त्याप्रकारची पुनरावृत्ती होणार नाही, याचा अमेरिकेच्या लोकांनी विश्वास बाळगावा. सुट्टीचा हंगाम सुरू होताना त्याबाबत त्यांच्या मनात अनिश्चितता नसावी. एक महिन्यापूर्वी युगांडामध्ये आपल्या दोन धैर्यशाली वैमानिकांना खाली उतरवण्यात आलं, त्याबाबतही मला तुम्हाला बातमी द्यायची आहे. त्यापासूनच मी सुरुवात करतो.''

पेन तयार ठेवून बातमीदार उत्सुकतेने त्यांच्याकडे टक लावून बघत होते. राष्ट्राध्यक्ष प्रश्न घेणार नाहीत, असे त्यांना सांगण्यात आलेले होते.

''आपले हवाई कर्मचारी कॅप्टन पीट डेवी आणि फिल मॉन्टेझ यांचा ठावठिकाणा शोधण्यासाठी आपण सतत प्रयत्न करत आहोत, हे तुम्हाला माहीत आहे – त्यासाठी आपल्या गुप्तहेरखात्याचा पूर्ण क्षमतेनिशी वापर करत आहोत, आपल्या लष्करातील आणि गुप्तहेरखात्यातील ज्या स्त्री-पुरुषांनी या शोध मोहिमेसाठी तासन् तास खर्च केले. त्यांचे मला आभार मानायचे आहेत. त्यांच्या प्रयत्नांना यश आलं आहे. कॅप्टन डेवी आणि मॉन्टेझ यांना युगांडाच्या सरहद्दीपलीकडे सुदानमध्ये हलवण्यात आलं आहे, असा सज्जड पुरावा आपल्याला मिळालेला आहे. आपली ही दोन माणसं आता एकतर सुदानी लष्कराच्या ताब्यात आहेत किंवा निदान सुदानच्या लष्कराला त्यांची माहिती आहे आणि त्यांच्या तिथे

असण्याला त्यांची परवानगी आहे,'' ते थांबले, ''युनायटेड स्टेट्स ऑफ अमेरिकेला या प्रकारची ही स्थिती मान्य नाही आणि संयुक्त राष्ट्रसंघाचा सभासद असलेल्या कोणत्याही देशाच्या सरकारला ती मान्य असू नये. मी सुदानच्या सरकारला आवाहन करतो की, कॅप्टन डेवी आणि मॉन्टेझची त्यांनी तत्काळ सुटका करावी. संयुक्त राष्ट्रसंघाने मान्यता दिलेल्या मोहिमेवर काम करत असताना त्यांना खाली उतरवण्यात आलं आणि त्यांचं अपहरण करण्यात आलं. बेकायदेशीरपणे त्यांना सुदानमध्ये नेण्यात आलं आहे. आंतरराष्ट्रीय समुदायाने बंदी घातलेल्या दहशतवाद्यांच्या गटाच्या ताब्यात ते सध्या आहेत किंवा सुदानी लष्कराच्या ताब्यात आहेत. सुदानच्या सरकारला याची जाणीव असायला हवी की शक्य तितक्या लगेच त्यांनी या गोष्टींचे पालन केलं नाहीतर युनायटेड स्टेट्सच्या अत्यंत कठोर कारवाईला त्यांना तोंड द्यावं लागेल, हे मी अगदी स्पष्ट सांगत आहे.

डेवी आणि मॉन्टेझच्या कुटुंबियांनाच, मी सुरुवातीपासून सांगत आहे की, तुमच्या मुलांना मी परत आणेन. त्याबाबतच्या प्रयत्नांत कोणतीही कसर सोडणार नाही. ते पुन्हा आपल्यासोबत असेपर्यंत जंग-जंग पछाडून प्रयत्न करू. आम्ही त्यांना परत आणू.

आंतरराष्ट्रीय समुदायात सुदानचे जे मित्र आहेत. त्यांच्याबरोबर सुद्धा बोलण्याची संधी मी साधत आहे. मित्र जेव्हा चूक करतो तेव्हा त्याला केलेल्या चुकीची जाणीव करून देणाराच खरा मित्र असतो. त्यामुळे सुदानच्या मित्रांना मी सांगत आहे की, सुदानबरोबरच्या तुमच्या चांगल्या संबंधाचा उपयोग करून कॅप्टन डेवी आणि मॉन्टेझ यांची तत्काळ सुटका करण्यासाठी मदत करावी, अशी युनायटेड स्टेट्सची तुमच्याकडून अपेक्षा आहे. अमेरिकेचे कोणतेही मित्रराष्ट्र सहसा असे बेकायदेशीर कृत्य करण्याचा मूर्खपणा करणार नाही, पण जर यदाकदाचित त्यांनी तसं केलंच तर अमेरिकाही आपल्या चांगल्या संबंधांचा उपयोग करून त्यांना अशा प्रकरणाचा लगेच शेवट करायला लावेल. आंतरराष्ट्रीय समुदायाचा कोणताही सदस्य त्याच्या सुदानबरोबरच्या संबंधांचा उपयोग करून आपल्या माणसांची सुटका जो करण्यास मदत करू शकतो आणि तशी करायची नाही असं ठरवतो, त्याकडे अमेरिका तशाच दृष्टिकोनातून बघेल – तो सदस्य या प्रश्नात भागीदार आहे आणि त्याच्या सोडवणुकीत भागीदार नाही.

या संदर्भात मी अतिशय स्पष्टपणे सांगत आहे, सुदानचा मित्र या नात्याने पीपल्स रिपब्लिक ऑफ चायनाने ही भूमिका निभावली पाहिजे, अशी युनायटेड स्टेट्स ऑफ अमेरिकेची अपेक्षा आहे. मी चीनच्या सरकारला आठवण करून देतो की, संयुक्त राष्ट्रसंघाने मान्यता दिलेल्या मोहिमेवर असताना कॅप्टन डेवी आणि मॉन्टेझ यांचे हेलिकॉप्टर पाडण्यात आले व त्यांना पळवून नेण्यात आले,

त्यामुळे संयुक्त राष्ट्रसंघाच्या प्रत्येक सदस्य राष्ट्राची जबाबदारी आहे की, या दोन साहसी वीरांच्या सुटकेसाठी आवश्यक ते सर्व करावे. पीपल्स रिपब्लिक ऑफ चायनाचे सरकार या जबाबदारीचे पालन करेल अशी माझी अपेक्षा आहे.''

ते थांबले.

''आता, मी आर्थिक स्थितीकडे वळतो. वित्तिय मार्केटमध्ये आणि एकूणच अर्थव्यवस्थेत अनिश्चिततेचे वादळ घोंगावत आहे आणि त्यामुळे चिंतेचे वातावरण आहे, हे स्पष्ट आहे. थोडे मागे जाऊन काय घडले त्याला मी उजाळा देऊ इच्छितो. काही वर्षांपूर्वी एका पाठोपाठ घेण्यात आलेल्या चुकीच्या निर्णयांमुळे एक बँक दिवाळखोरीत गेल्याचं आपण बघितलं. ह्या दिवाळखोरीमुळे इतर बँका सावधगिरी बाळगत आहेत हे समजल्यासारखं आहे. ह्या सावधगिरीची दोन कारणं आहेत. एक, फिडेलियन बुडाल्यामुळे त्यांना स्वत:ला नुकसान सहन करावं लागलेलं आहे. अर्थखाते, फेडरल रिझर्व्ह आणि फेडरल डिपॉझिट इन्शुअरन्स कॉर्पोरेशन हे तिघेही अशा क्षतिग्रस्त बँकांसोबत जवळून काम करत आहेत व त्यांना किती प्रमाणात नुकसान झालं ते समजून घेत आहेत. या घडीला आमचा विश्वास आहे की, फिडेलियनच्या दिवाळखोरीमुळे इतर कोणतीही बँक बुडेल असा धोका नाही. जिथे जास्तीच्या लिक्विडिटीची – रोख रकमेची आवश्यकता होती, फेडरल रिझर्व्हचे अध्यक्ष स्टिकलँड यांनी ती लगेच उपलब्ध करून दिली आहे. बँका सावधगिरी बाळगत आहेत, याचं दुसरं कारण आहे, आणखी काही बँका अडचणीत येतील का, ह्या शक्यतेने त्यांना काळजी वाटत आहे आणि ती समजण्याजोगी आहे. यामुळे त्यांचा एकमेकांवरचा विश्वास कमी होतो आणि एकमेकांना कर्जाऊ रक्कम द्यायला ते मागे-पुढे बघतात. परिणामी बँकिंग व्यवस्थेतील लिक्विडिटी आणखीच कमी होते. आधीच केलेल्या आमच्या उपाययोजनांमुळे बँकांना खूप साहाय्य मिळत आहे आणि या ठाम कृतींमुळे पुन्हा विश्वास निर्माण होत आहे, असे आमचे मत आहे. अध्यक्ष स्टिकलँड आणि अर्थमंत्री ऑप्टिझ या परिस्थितीवर रोजच्या रोज लक्ष ठेवून आहेत आणि आवश्यक असेल तेव्हा आणखी उपाययोजना करण्यास तयार आहेत. त्यामुळे मी स्पष्ट करतो की, देशात बँकांबाबत पेचप्रसंग उद्भवलेला नाही. बँकांबाबत पेचप्रसंग उद्भवणार नाही. आपल्या बँका भक्कम आहेत. आपले नियामक अधिकारी इंडस्ट्रीवर जवळून लक्ष ठेवून आहेत. आपली कार्यकारी यंत्रणा कृती करण्यास सज्ज आहे.

मग ही अनिश्चितता कुठून येते? फिडेलियन बँक कोसळली ती परिस्थिती गोंधळात टाकणारी होती, हे गुपित नाही. काँग्रेस व अर्थखात्यामध्ये त्याबाबत चौकशी सुरू आहे. बँक कोसळण्याआधीचे काही दिवस आणि आठवडे फिडेलियनच्या

व्यवस्थापनाने जे निर्णय घेतले ते हे दोघे समजून घेत आहेत. कायद्याची अंमलबजावणी करणाऱ्या संबंधित संस्थाही या प्रकरणात लक्ष घालत आहेत. बेकायदेशीरपणा केला होता अशी अगदी खूण जरी दिसली तरी त्याला जबाबदार असणाऱ्या संबंधितांवर कायद्यानुसार अत्यंत कठोर कारवाई केली जाईल. पण यात आणखी एक प्रश्न आहे आणि मी उघडपणे त्याची दखल घेऊ इच्छितो. फिडेलियन बँकेच्या कार्यकारी व्यवस्थापनाने जे निर्णय घेतले, त्यात सरकारच्या मालकीच्या परदेशी इन्व्हेस्टमेंट फंडाचा सहभाग होता का किंवा कोणत्याही प्रकारे ते त्या निर्णयांसाठी जबाबदार होते का? आणि तसे असेल तर हा सहभाग केवळ आर्थिक निकषांवर आधारित होता का? कोणताही गुंतवणूकदार निर्णय घेताना ते आर्थिक निकषांवरच घेत असतो, पण फिडेलियनच्या बाबतीत ह्या सरकारच्या मालकीच्या परदेशी इन्व्हेस्टमेंट फंडाचा सहभाग केवळ आर्थिक निकषांवर आधारित होता की, त्या फंडांचे जे अंतिम मालक आहेत त्या संबंधित परदेशी सरकारची त्या मागे गैर-आर्थिक प्रेरणा होती आणि त्यांच्या निर्देशानुसार फंडांनी निर्णय घेतले का?

मी हे अगदी स्पष्टपणे सांगत आहे, कोणत्याही परदेशी सरकारने राजकीय हेतूने आमच्या मार्केटमध्ये लबाडीचे व्यवहार करावेत म्हणजेच मॅनिप्युलेशन करावे, हे युनायटेड स्टेट्स अजिबात सहन करणार नाही. युनायटेड स्टेट्सच्या अत्यंत महत्त्वाच्या हितविषयांवर हल्ला झाल्यानंतर त्याकडे जितक्या गांभीर्याने बघितले जाईल तितक्याच गांभीर्याने आम्ही याकडे बघतो. मी हेही अगदी स्पष्टपणे सांगत आहे. राजकीय हेतूने हे घडले असे मी मानत नाही. त्या हेतूने असे घडेल असे मला वाटत नाही. रशियाचे पंतप्रधान पेस्कारोव यांनी रशियाच्या सरकारी इन्व्हेस्टमेंट फंडांचे व्यावसायिक व्यवस्थापन राजकीय प्रक्रियेपासून पूर्णपणे मुक्त आहे हे अतिशय स्पष्टपणे सांगितले हे आपण आधीच बघितलेले आहे. या विषयाबाबत त्यांनी स्पष्टपणे बोलण्याची तयारी दाखवली, सिक्युरीटीज अँड एक्सचेंज कमिशनबरोबर आणि इतर नियामक संस्थांबरोबर आवश्यक असेल तर सहकार्य करण्याची तयारीही दाखवली याबद्दल मी त्यांना धन्यवाद देतो. इतर काही देशांचे असेच मोठे सरकारी इन्व्हेस्टमेंट फंड आहेत आणि तेही अशीच तयारी येत्या काही दिवसांत दाखवतील अशी मला खात्री आहे. ज्या देशांच्या सरकारी इन्व्हेस्टमेंट फंडाची अमेरिकेच्या ॲसेटमध्ये गुंतवणूक आहे, त्या सर्व देशांनी अशी हमी द्यावी, असे मी त्यांना आवाहन करत आहे. सर्वांत महत्त्वाचे म्हणजे ज्या देशांचे असे सर्वांत मोठे फंड आहेत, त्यांनी आपापली स्थिती स्पष्ट करण्याबाबत पुढाकार घ्यावा, अशी मी अपेक्षा करतो.''

आपण जे सूचित करत आहोत त्याची नोंद घेतली जाईल, याची खात्री

करून घेण्यासाठी ते थोडा वेळ थांबले.

"जर त्या देशांनी असं केलं नाहीतर... मला वाटतं ते करतील, पण तरीही समजा त्यांनी केलं नाहीतर – अर्थमंत्री ऑप्टिझ आणि इतर संबंधित अधिकाऱ्यांना आपल्या मार्केटचं मॅनिप्युलेशन होऊ नये यासाठी नियमावली विकसित करण्यास मी सांगितलं आहे. या नियमांची अंमलबजावणी करून मग मार्केटमध्ये मॅनिप्युलेशन होणार नाही याची दक्षता बाळगता येईल. मार्केट मॅनिप्युलेशन रोखण्यासाठी सध्या अनेक नियम अस्तित्वात आहेतच, नवे नियम तत्त्वत: त्यापेक्षा वेगळे नसतील. आपले कायदे अतिशय कडक आहेत आणि ज्या व्यक्ती आणि संस्था इनसायडर ट्रेडिंग करतात, अफवा पसरवतात आणि इतर प्रकारे मार्केटचे मॅनिप्युलेशन करतात त्यांच्या विरुद्ध आपण अत्यंत कठोर कारवाई करतो. आता नव्या पद्धतीने मॅनिप्युलेशन होत असण्याची शक्यता असेल आणि या प्रकरणात परदेशी सरकारकडून तेच होत असेल, तर ते रोखण्यासाठी आम्ही नव्या उपाययोजना आणू. मॅनिप्युलेशन आम्ही बंद करू. सरकारी फंड असलेले जे देश फक्त व्यावसायिक निकषांवरच आधारित व्यवहार केले जाण्याची हमी देणार नाहीत – त्यांना त्यांच्या विरुद्धच्या ह्या उपाययोजना शीघ्रगतीने व कठोरपणे लागू होतील हे अनुभवायास मिळेल. मी आशा करतो की, असा कोणताही देश नसेल.

"आज मला याबाबतच निवेदन करायचं होतं. अर्थमंत्री ऑप्टिझ आणि संरक्षणमंत्री ओकले यांना आवश्यक असेल तर जास्त स्पष्टीकरण देण्यास मी सांगत आहे."

"थँक्यू... सुट्टीसाठी तुम्हा सर्वांना शुभेच्छा!"

४४

एका रात्रीत नऊ देशांनी प्रतिसाद दिला. राष्ट्राध्यक्षांनी निवेदन करण्यापूर्वी त्या देशांनी आश्वासन दिले होते, ते त्यांनी पूर्ण केले. सौदी अरेबिया, संयुक्त अरब अमिराती, कुवेत, नॉर्वे, सिंगापूर, लिबिया, कझाकस्तान, ऑस्ट्रेलिया आणि दक्षिण कोरिया या देशांचे असे सार्वभौम फंड होते. चार कोटी डॉलर्स इतके कमी ते एक लाख साठ हजार कोटी डॉलर्स इतके खूप मोठे फंड होते. या नऊ देशांनी फंडबाबत निर्णय घेताना त्यात राजकीय हेतू असतो, हे नाकारले आणि भविष्यातही राजकीय हेतूने निर्णय घेतले जाणार नाहीत, याची हमी दिली. यामुळे वर्तमानपत्रांचे समाधान झाले नव्हते. न्यू यॉर्क टाइम्समध्ये ह्या अनुषंगाने मुख्य बातमी प्रसिद्ध झाली, तिचा मथळा होता, शेवटी राक्षस बाटलीतून बाहेर आला. त्यांचे म्हणणे होते की, अमेरिकेच्या मार्केटमध्ये राजकीय हेतूने मॅनिप्युलेशन शक्य आहे असा विचारही एकदा केला की, मग खेळाचे नियमच बदलून जातात किंवा दुसऱ्या शब्दांत सांगायचे तर खेळच बदललेला आहे आणि सध्या कोणतेच नियम अस्तित्वात नाहीत.

आर्थिक विषयांवरच्या वर्तमानपत्रांनी प्रशासन कोणते नवे नियम लागू करण्याची शक्यता आहे, याबाबत अनिष्टसूचक आडाखे वर्तवले. युनायटेड स्टेट्सचा प्रजासत्ताक म्हणून जन्म झाला तेव्हापासून मुक्त बाजारपेठ हेच मॉडेल तिथे स्वीकारले गेले होते. आता तात्पुरते का होईना, पण त्याचा शेवट होईल असेही वर्तमानपत्रे म्हणत होती.

मुक्त बाजारपेठेचा शेवट होईल, अशी शक्यता खुद्द मार्केटलाही वाटत होती. अर्थमंत्री आर्थिक क्षेत्रात काय बदल आणतील आणि चीनबरोबर आर्थिक संघर्ष होण्याची शक्यता याबद्दल अफवांचे पीक येत होते. जसजसा या अफवांचा जोर वाढत होता, तसतसे लोक शेअर्स आणि कंपन्यांचे कर्ज यातून पैसे बाहेर काढून ते रोख रक्कम, इतर रोखे आणि सोने इकडे वळवत होते.

आणि हे घडले होते, राष्ट्राध्यक्षांच्या निवेदनानंतर सात दिवसांनी, शेवटी

मौन सोडून चीन सरकारने निवेदन केले, त्या आधी.

प्रत्येक जण एक घटना वेगवेगळ्या दृष्टिकोनातून बघतो. जेव्हा घटना खूप महत्त्वाची असते तेव्हा ती ऐकताक्षणीच्या प्रत्येकाच्या कायम स्मरणात राहण्याजोग्या आठवणी प्रत्येकासाठी वेगळ्या असतात. एड ग्रे यांच्यासाठी ह्या घटनेची आठवण नेहमीच मशिनच्या फर्रऽऽर्रऽ आवाजाशी निगडित राहिली असती. रोज सकाळी साधारण सहा वाजता ते वॉकिंग मशिनवर चालण्याचा व्यायाम करत. डिसेंबरमधील त्या सोमवारी सकाळी, हवेत गारठा असताना ते बेल्ट लावून मशिनवर चालण्याचा हाच व्यायाम करत होते व त्यांची नजर सीएनबीसीवर होती. त्या चॅनेलवर आशियातील मार्केटच्या बातम्या दिल्या जात होत्या. त्यांची नजर आता सीएनबीसीवर खिळूनच राहिली. आणखी एक-दोन मिनिटे त्यांनी चालण्याचा व्यायाम केला, पण नंतर बटण शोधून त्यांनी मशिन बंद केले. नजर स्क्रीनवर खिळलेलीच होती. मशिनचा फर्रऽऽर्रऽ आवाज बंद झाला होता. मशिनही हलायची बंद झाली होती. त्यावर उभे राहून ते बघत राहिले.

इतर प्रत्येक डाइव्हसिफाइड इन्व्हेस्टमेंट व्हेइकल – 'डीआयव्ही'प्रमाणे तेही मागील काही दिवसांपासून खाली येत असलेल्या मार्केटच्या मागे धावत होते. मार्केट कधीतरी नक्कीच तळ गाठेल आणि मग तिथून ते पुन्हा वर येईल या आशेने ते तो तळ शोधत होते. तळ गाठला आहे असे वाटल्यानंतर मार्केटमध्ये आणखी गुंतवणूक करत होते, पण वर येण्याऐवजी मार्केट तिथून आणखी खाली जात होते. रेड रिव्हरची शेअर, कर्जरोखे इत्यादी सिक्युरीटीज, कमोडीटीज, डेरीव्हेटिव्हज, विकसित देशातील मार्केट आणि विकसनशील देशातील मार्केट अशा विविध प्रकारच्या ॲसेटमध्ये गुंतवणूक होती. या बहुतेक सर्व ॲसेटमधील त्यांच्या गुंतवणुकीचे मूल्य खाली आलेले होते. रेड रिव्हरच्या गुंतवणुकीचे जे जास्तीत जास्त मूल्य होते ते आता त्यापेक्षा दहा टक्क्यांहून अधिक खाली आले होते व त्यामुळे त्यांनी आठशे कोटी डॉलर्स गमावले होते. पेस्कारोवनी तोंड उघडण्यापूर्वी ही स्थिती झाली होती. त्यानंतर आठशे कोटींवरून हजार कोटी, मग दीड हजार कोटी आणि नंतर त्यांनी दोन हजार कोटी गमावले होते. ॲसेटचे मूल्य खाली येत चालल्याने हे नुकसान होत होते. शिवाय बँका रोज मार्जिन कॉलची मागणी करत होत्या. ती मागणी पूर्ण करण्यासाठी त्यांना रोख रक्कम उभी करणे आवश्यक होते, त्यामुळे खाली येत चाललेल्या मार्केटमध्ये ते ॲसेट विकावे लागत होते आणि अशा मार्केटमध्ये कोणी खरेदीदार मिळणे जवळपास अशक्य होते.

याचा अंत कुठे होईल, ते त्यांना माहीत नव्हते. मार्केटने दिशा बदलून वर

जाणे सुरू केले नसते तर त्यांना वाचवू शकेल अशी एकच गोष्ट होती, ती म्हणजे अकाउंटिंगचे नियम स्थगित ठेवणे, विशेषत: मार्क-टू-मार्केटचा नियम. या नियमानुसार ॲसेटच्या गुंतवणुकीचे मूल्य रोजच्या रोज त्या-त्या दिवसाच्या मार्केटमधील भावांप्रमाणे ठरते. ॲसेटचे मूल्य अकाउंटच्या हिशेबात आजच्या मार्केटच्या मूल्याप्रमाणे मार्क करणे, म्हणजे मार्क-टू-मार्केट. फेडरल हा नियम स्थगित ठेवण्याची घोषणा करेल अशी अफवा जवळपास रोज पसरत होती. एड ग्रे यांना मात्र तसे होईल, असे वाटत नव्हते. इतकी चांगली गोष्ट कशी काय खरी होणार होती? २००८मध्ये फेडरलने ह्या विषयी चर्चा केली होती, पण ती कधीच अमलात आणली नव्हती. त्यांचा चमत्कारांवर विश्वास नव्हता.

२००८मध्ये लोक भांडवलशाही अर्थव्यवस्थेचा शेवट झाला आहे असे म्हणाले होते. पण एड ग्रे यांना नेहमीच माहीत होते की, २००८ची आर्थिक मंदी म्हणजे एका अतिशय छान पार्टीनंतर, हँग ओव्हर येतो, तसा आलेला हँग ओव्हर होता. सुदैवाने, त्या पार्टीतून ते लवकर बाहेर पडले होते, पेचप्रसंग सुरू होण्यापूर्वी त्यांनी नफा वसुली केली होती. आज ना उद्या ही पार्टी पुन्हा सुरू होईल हे त्यांना त्या वेळी माहीत होते. पण या वेळची स्थिती मात्र वेगळी होती. मार्केटमधील इतर प्रत्येकाप्रमाणे न्यू यॉर्क टाइम्सने दिलेल्या मथळ्याशी ते सहमत होते. राक्षस बाटलीतून बाहेर आला होता आणि त्याला परत बाटलीत घालण्यासाठी नव्या बाटलीची आवश्यकता होती. नवी बाटली कशी दिसेल ते कोणालाच माहीत नव्हते, पण राष्ट्राध्यक्षांच्या निवेदनामुळे ते अशी बाटली बनवण्याचा प्रयत्न करत आहेत याबाबत शंकेला जागा उरलेली नव्हती. परदेशी इन्व्हेस्टमेंट फंडांनी किती मर्यादेत शेअरमध्ये गुंतवणूक करायची याचे प्रमाण ते निश्चित करतील का? त्यावर बंधनं आणतील का? मग त्यांची गुंतवणूक त्या प्रमाणाच्या आत आहे की त्या बाहेर गेली आहे? यावर ते कशी देखरेख ठेवतील? हे प्रमाण काय असेल? फंडांची सध्याची गुंतवणूक त्या प्रमाणापेक्षा जास्त असेल तर त्याचे काय होईल? की फंड अमेरिकेच्या मार्केटमधून पूर्णपणे बाहेर पडतील? मग मार्केटमधून इतका प्रचंड मोठा पैसा काढून घेतला तर लिक्विडिटीचे काय होईल? तुमच्याकडे सध्या जे शेअर आहेत त्यांच्या भावांवर त्यामुळे काय परिणाम होईल? सगळे नियम एका धडाक्यात लागू केले जातील की ते टप्प्याटप्प्याने लागू केले जातील? मग त्याचे टप्पे कसे असतील?

प्रश्नांना अंत नव्हता. उत्तरे काहीही असली तरी वाईटच असणार होती. नव्या नियमांमुळे कमीतकमी काय वाईट परिणाम झाला असता तर मिळणाऱ्या संधी कमी झाल्या असत्या इतकेच. पण जास्तीतजास्त काय वाईट परिणाम झाला असता तर मार्केटमध्ये हलकल्लोळ माजला असता, इतकी अव्यवस्था

निर्माण झाली असती की अनेक लोक पार बुडाले असते. अत्यंत घाईगर्दीने ह्या उपाययोजना लागू करण्याची तयारी सुरू होती, त्यामुळे कमीत कमी नव्हे; तर जास्तीतजास्त वाईट परिणामच होतील असे ग्रे यांना वाटत होते. त्यांच्या मनाचा त्याच बाजूला कौल होता आणि इतर प्रत्येकालाही तसेच वाटत होते. शक्य तितक्या त्वरेने लोक शेअर्समधून बाहेर पडत होते. शेअर्स विकणारे होते, पण खरेदी करणारे कोणी नव्हते. त्यामुळे भाव अगदी हास्यास्पद पातळीपर्यंत खाली येत होते. इतक्या कमी भावात शेअर्स विकावे लागल्यामुळे मार्जिन कॉलची मागणी पूर्ण करण्यासाठी तो पैसा कमी पडत होता. त्यामुळे आणखी विक्री करणे भाग पडत होते. त्यातूनही शेअर्सच्या विक्रीतून बँकांना चुकता केल्यानंतर जो पैसा ते वाचवू शकत होते, तो पैसा ते सरकारी कर्जरोख्यात गुंतवत होते. त्यामुळे ह्या रोख्यांचे भाव वाढत चालले होते. शक्य होईल तितक्या त्वरेने ग्रे स्वत:सुद्धा तेच करत होते. पण रोखे मार्केटवरही कशाचा आघात झाला असता तर आणखी मोठा पैसा त्यांनी गमावला असता. मग त्यांना पळता भुई थोडी झाली असती.

२००८च्या आर्थिक संकटातील सर्वांत काळ्याकुट्ट दिवसांत, अगदी त्यांच्या गुंतवणुकीचे मूल्य खूप खाली गेलेले असतानाही ते जितके जीव मुठीत धरून राहिले नव्हते तितके आता राहात होते. ह्या क्षणाला ही स्थिती आहे ती पुढच्या क्षणी आणखी किती वाईट असेल माहीत नाही अशी स्थिती होती. बाजारावर परिणाम करणारी जी माहिती समोर येईल त्याप्रमाणे ते जगत होते.

आणि आता १७ डिसेंबरच्या त्या सकाळी, थंडीच्या, प्रचंड आपत्तीच्या दिवशी वॉकिंग मशिनवर उभे राहून ते स्क्रीनकडे टक लावून बघत होते. वर्ल्ड ट्रेड टॉवरवर ११ सप्टेंबरला विमाने धडकवून ती जमीनदोस्त करण्यात आली, तेव्हापासून त्या घटनेचा उल्लेख ९/११ करण्याची प्रथा पडली होती. आणि त्यानंतर अशा मोठ्या आपत्तींचा उल्लेख तारखांच्या आधारेच करण्याची प्रथा पडली होती. मार्केटनेही ह्या आजच्या प्रचंड आपत्तीच्या दिवसाला यापुढे नेहमीच १७ डिसेंबर म्हणजे १२/१७ म्हटले असते.

बातमी शाघांयमधून येत होती. चीनचे प्रिमियर लियांग जियान'झू यांनी परदेशी उद्योगपतींसमोर नुकतेच भाषण केले होते, त्यात हे भाष्य केलेले दिसत होते.

लियांग काय म्हणाले, त्याचा सारांश बातमीदार देत होता. एड ग्रे यांचा त्यावर विश्वास बसत नव्हता. विश्वास ठेवण्याची त्यांची इच्छा होत नव्हती. त्यांनी रिमोट उचलला आणि ते दुसऱ्या वेबसाइटवर गेले, मग आणखी दुसऱ्या. प्रत्यक्ष फुटेज मिळायला त्यांना वेळ लागला नाही. लियांग हे उंच कपाळ, काळे

कुळकुळीत केस असलेली व्यक्ती होते. फुलांनी सुशोभित केलेल्या एका उंच व्यासपीठावर ते उभे होते. ते इंग्लिशमध्ये बोलत होते.

"युनायटेड स्टेट्सच्या राष्ट्राध्यक्षांनी काही दिवसांपूर्वी एक भाषण केले, त्याकडे मी आता वळतो. आपण एका नव्या टप्प्यात प्रवेश करत आहोत हे स्पष्ट आहे. लोकांच्या कठोर मेहनतीतून मिळालेल्या पैशाची चीनच्या जनतेने जगभर गुंतवणूक केलेली आहे. इतर कोणीही विचारी माणूस गुंतवणूक करेल, त्याप्रमाणेच ही गुंतवणूक आहे. जेव्हा गरज होती तेव्हा युनायटेड स्टेट्सने या गुंतवणुकीचा अतिशय आनंदाने स्वीकार केला होता. फक्त दहा वर्षांपूर्वीचा काळ आठवा. तेव्हा युनायटेड स्टेट्सचे सरकार त्यांच्या अर्थव्यवस्थेला चालना मिळावी यासाठी पैसा मिळवण्याची प्रचंड धडपड करत होते आणि त्यांचे रोखे घेऊन मार्केटमध्ये आले होते. चीनच्या जनतेचा अपवाद वगळता हे रोखे घेण्यासाठी अगदी फारच थोडे लोक तयार होते. पण आम्ही ते रोखे घेतले. फक्त सहा किंवा आठ वर्षांपूर्वीचा काळ आठवा. युनायटेड स्टेट्सच्या कॉर्पोरेशनना त्यांच्या विकासासाठी नव्या भांडवलाची आवश्यकता होती, आणि त्यांचे शेअरधारक ते पुरवू शकत नव्हते. आम्ही ते भांडवल पुरवले. पण आता एका नव्या टप्प्यामध्ये आपण प्रवेश करत आहोत हे स्पष्ट आहे. युनायटेड स्टेट्स चिनी जनतेच्या, गुंतवणुकीबाबत आता खूश नाही, असे दिसत आहे. नव्या उपाययोजना लागू करण्यासंबंधी ते बोलत आहेत. जर असे असेल तर चिनी जनता आपली गुंतवणूक परत घेईल. इतर लोक ते रोखे आणि शेअर्स घेऊ शकतात. हे एक मुक्त जागतिक मार्केट आहे. युनायटेड स्टेट्सच्या राष्ट्राध्यक्षांनी एक गोष्ट लक्षात घ्यावी – चीन फक्त विकतच घेऊ शकतो असे नाही, तर तो विक्रीसुद्धा करू शकतो."

या शब्दांमुळे एड ग्रे यांच्या मणक्यातून भीतीची लहर थरथरत होती. जणू विजेचा धक्काच!

त्या शब्दांचे प्रतिध्वनी त्यांच्या मनात उमटले.

चीन फक्त विकतच घेऊ शकतो असं नाही, तर तो विक्रीसुद्धा करू शकतो.

फक्त शेअरच नव्हे तर रोखेसुद्धा.

अस्वस्थ होऊन एड ग्रे पुन:पुन्हा क्लिक करत राहिले. त्यांच्यासमोर आता रोखेमार्केटमधील अगदी ताजे भाव होते. लंडन, पॅरीस आणि फ्रँकफर्ट येथील मार्केट सुरू होऊन काही तास झाले होते.

खाली. सगळे भाव दहा-पंधरा, वीस टक्क्यांनी खाली आलेले होते.

ते दिवसभर बघत होते. रोखे आणि शेअर्स आणि इतर प्रत्येक प्रकारातील

ॲसेटचे भाव खाली आले होते. असे दिसत होते की जणू प्रत्येकाला वाटत होते की त्यांचा पैसा कुठेही सुरक्षित नाही; फक्त त्यांच्या पलंगाखाली ठेवला तर तिथेच सुरक्षित राहील. दिवस संपेपर्यंत रेड रिव्हरचे नुकसान दोन हजार कोटींवरून वाढून तीन हजार कोटी झाले होते. फिडेलियन बँक मार्केटमधून काही भांडवल उभे करणार आहे, असे दहा आठवड्यांपूर्वी एका अशुभ दिवशी बोरिस मालेवस्कीने त्यांना सांगितले होते, त्यानंतर आता रेड रिव्हरच्या फंडाचे मूल्य निम्मे झाले होते.

त्यांचे पोर्ट फोलियो मॅनेजर आणि विश्लेषक यांचा विश्वास बसत नव्हता. ते डोळे फाडून त्यांच्या स्क्रीनकडे टक लावून बघत होते, किंवा त्यांच्या चेहऱ्यावर आठ्या आणि सुरकुत्या यांचे जाळे होते. २००८ साली प्रचंड पडझड सुरू असताना टोनी इवानगेलोऊ शिवाय कोणीही या व्यवसायात नव्हते. काही जण तर कॉलेजमध्येसुद्धा नव्हते. असा दिवस त्यांनी कधीच बघितलेला नव्हता.

जग एका दरीच्या काठावर उभे होते आणि खाली काय आहे ते कोणालाच माहीत नव्हते. पूर्ण दिवसभर सेंट्रल बँकांकडून निवेदने येत होती. त्यामुळे काही फरक पडत नव्हता. सेंट्रल बँका काय सांगत आहेत, व्यवस्थेमध्ये किती भांडवलाचा भरणा ते करत आहेत, ते काय हमी देत आहेत, याची कोणीही पर्वा करत नव्हते. जर चीनचे सरकार अमेरिकेच्या रोख्यातील त्यांची गुंतवणूक फुंकून टाकणार असेल तर जगातील एक सुद्धा वित्तीय साधन त्याची किंमत रोखून धरू शकत नव्हते.

त्यांच्या लोकांवर यामुळे मानसिक आघात झाला असता हे ग्रे यांना माहीत होते. मागच्या वेळी झालेला परिणाम त्यांनी बघितला होता. मार्केटमध्ये फक्त चांगला काळ बघितलेले जे ट्रेडर असतात, ते त्यांच्या कारकिर्दीत पहिल्यांदाच मार्केट जेव्हा धाडकन खाली आपटते, त्या आपत्तीसाठी कधीच तयार नसतात. अशा ट्रेडरपैकी काही ह्या व्यवसायासाठी यानंतर लायक राहिले नसते. बोरिस मालेवस्की शांतपणे बसून होता, जवळपास बधीर, सुन्न झाल्यासारखा. त्याच्याभोवती होणाऱ्या घटनांना तो जेमतेम प्रतिसाद देत होता. मार्केट कोसळत असताना डीआयव्हींसाठी सर्वांत आवश्यक गुण असतो तो मानसिक धैर्य टिकवून ठेवणे हा. लोकांचे धैर्य टिकवून ठेवण्याचा प्रयत्न करणे यासाठीच एड यांचे प्रयत्न सुरू होते. ट्रेडिंग डेस्क भोवती ते ये-जा करत होते, त्यांच्या खांद्यावर हात ठेवत होते. खुर्ची खेचून त्यांच्या बाजूला बसत होते. "निदान तुमच्या नातवंडांना तुम्ही सांगू शकाल की यातूनही तुम्ही तग धरून राहिलात," त्यांनी त्यांना सांगितले. बळजबरीने चेहऱ्यावर स्मितही आणले. "वादळाचे प्रणेते. आपण असे टी-शर्ट आणले पाहिजेत." बळेबळेच त्यांनी विनोद करण्याचाही प्रयत्न केला.

पण त्यांना फारसा प्रतिसाद मिळाला नाही. ते ऑफिसमधून बाहेर पडत,

तेव्हा रात्री बाहेर पडणाऱ्या भूतांसारखे बाहेर पडत. यदाकदाचित पूर्वेकडील देशांतून एखादा खरेदीदार आला तर म्हणून विक्रीच्या ऑर्डरची त्यांनी व्यवस्था करून ठेवलेली असे. आशियाच्या मार्केटवर नजर ठेवण्यासाठी रात्रीच्या विश्लेषकांबरोबर दोन पोर्टफोलिओ मॅनेजरही राहात. नंतर ते युरोपियन मार्केटवरही नजर ठेवत.

एड ऑफिसात परत गेले. टोनी इवानगेलोऊ त्यांच्या मागे गेले. दुसऱ्या दिवशी कशाची अपेक्षा करावी ते त्यांना माहीत नव्हते. रक्तपात होत राहणार होता, इतकेच त्यांना माहीत होते. आणि तो नजरेला पडल्यावर तो थांबवणे शक्य व्हावे एवढीच त्यातल्या त्यात त्यांना वाटत असलेली आशा होती.

रेड रिव्हर आता गेल्यात जमा होती. चमत्कारच त्यांना वाचवू शकला असता. अन्यथा बँकांची पैशाची मागणी पूर्ण करण्यासाठी त्यांना सर्व काही विकावे लागले असते. सहा वर्षांत त्यांच्या ग्राहकांचा जो एकूण नफा जमा झालेला होता व जो आता शिल्लक होता तो तर या विक्रीमुळे धुवून निघाला असताच, शिवाय त्यांनी जे मूळ भांडवल घातले होते तेही नाहीसे झाले असते. आणि त्यांचे स्वत:चेही भांडवल बुडाले असते. तरीही ते पुरेसे ठरले नसते. विकता येईल ते सर्व विकून टाकल्यावरही पैसा कमी पडला असता आणि रेड रिव्हर दिवाळखोरीत गेली असती.

टोनी निघून गेले. एड टेबलवर पाय ठेवून बसून राहिले. सहा वर्षे. सहा वर्षांच्या अथक परिश्रमानंतर रेड रिव्हरने जे साध्य केले होते ते गमावण्यासाठी फक्त सहा आठवडे पुरेसे ठरले होते. १९२९मध्ये असाच भयानक मंदीचा तडाखा बसला होता. त्याला ग्रेट क्रॅश म्हणून ओळखले जायचे. त्या वेळी लोकांनी उंच मजल्यांवरील खिडकीतून उड्या मारल्या होत्या, अशा गोष्टी त्यांनी ऐकल्या होत्या. त्या त्यांना आठवल्या. कटू स्मित करत त्यांनी आपल्या ऑफिसमधील खिडकीकडे दृष्टिक्षेप टाकला. काय-काय गोष्टी घडल्या होत्या, यावर त्यांनी विचार केला. फक्त त्या दिवशीच्या नव्हे, तर मागील काही आठवडे, मागचे दोन महिने घडत गेलेल्या गोष्टींचे विचार त्यांच्या मनात आले. त्यांना कळत नव्हतं की, आपल्या मनात अपराधी भावना आहे की नाही. अपराधी भावना नव्हती. मार्केट म्हणजे मार्केटच्या नियमांप्रमाणेच त्यातले व्यवहार करायचे. त्यांनी जे जे केले होते ती प्रत्येक गोष्ट कायदेशीर होती किंवा जवळजवळ पूर्ण कायदेशीर होती. इन्सायडर इन्फर्मेशनचा एक तुकडा त्यांच्याकडे होता. पण एवढी मोठी आफत त्यामुळे नक्कीच ओढवलेली नव्हती. मार्केट उभ्या रेषेत खाली कोसळत होते. भेदरलेल्या जनावरांची चेंगराचेंगरी सुरू होती. व्हाइट हाउसमधून आक्रमक भाषा वापरली जात होती आणि लियांग यांच्या भाषणाचा

सूरही तितकाच आक्रमक होता. राष्ट्राध्यक्ष झँगनीच त्यांना तसे बोलायला सांगितले होते, हे उघड होते. चिनी सरकारच्या प्रवक्त्याला लियांग यांच्या भाषणातून कमी आक्रमक अर्थ काढण्याची संधी देण्यात आली होती; पण त्याने ती नाकारली होती.

ग्रे यांनी जे काही केले होते, ज्याची सुरुवात केली होती, त्यामुळे मार्केटने त्यांना चिरडून टाकले होते. पण त्यावर काही तोडगा निघणेही आवश्यक होते. त्यांच्या मनात एक विचार आला. अर्थातच तो पहिल्यांदाच येत नव्हता. हा पेचप्रसंग खरोखर त्यांच्यामुळेच सुरू झाला असेल का? बोरिस मालेवस्की आणि टोनी इवानगेलोऊ यांच्याबरोबर मिळून त्यांनी जी योजना आखली होती त्यामुळे इतकी प्रचंड उलथापालथ झाली होती का? समजा, त्यांनी असे काही केले नसते तर ते सगळे घडलेच नसते का? असे प्रश्न पुनःपुन्हा त्यांच्या मनात येत होते.

त्यांनी खिडकीतून बाहेरच्या अंधाराकडे बघत यावर विचार केला आणि नंतर फोन उचलला.

अर्थमंत्र्यांनी मध्यरात्रीनंतर त्यांच्याशी संपर्क साधला. एड त्यांच्या अपार्टमेंटमध्ये होते. अगदी कितीही उशीर झालेला असेल तरीही वेळ मिळताच फोन करावा असा त्यांनी निरोप देऊन ठेवलेला होता.

''एड, माझ्याबरोबर टिपण काढणारा एक लाइनवर आहे,'' ऑप्टिझ म्हणाल्या. ''आणि माझ्याकडे खूप वेळ नाही, सॉरी. तुला काहीतरी महत्त्वाचं सांगायचं आहे, म्हणालास. आमच्या काय उपाययोजना करण्याचा विचार सुरू आहे याची माहिती काढण्याचा हा प्रयत्न नाही हे मी गृहीत धरते.''

''अर्थातच नाही,'' ते म्हणाले, ''तू ते सांगणार नाहीस, हे मला माहीत आहे.''

''ओके, आजचा दिवस थकवणारा होता.'' ऑप्टिझनी दीर्घ श्वास घेतला. ''काय म्हणतोयस?''

''सुझान, हे गोपनीय आहे, ओके? मी हे सांगत आहे कारण मला वाटतं एक चांगला नागरिक या नात्याने हे सांगणे आवश्यक आहे.''

''बोल, काय म्हणतोस?''

''ते गोपनीय आहे.''

''ठीक आहे. हे गोपनीय आहे. अर्थमंत्री म्हणून तू सांगितलेलं उघड करण्याचे कायदेशीर बंधन जोपर्यंत माझ्यावर नाही तोपर्यंत ते गोपनीयच राहील. सांग काय आहे?''

ग्रे घुटमळले. ''हे मी सुरू केलं.''

“काय?”

“हेच. सगळं काही. मार्केटच कोसळणं.”

क्षणभर शांतता होती. मग ऑप्टिझ मोठ्याने हसल्या. “एड, या सगळ्याला तू स्वत:ला जबाबदार धरण्याची तयारी दाखवतो आहेस हा तुझा चांगुलपणा आहे. पण मला वाटत नाही–”

“सुझान, फिडेलियनला शॉर्ट करणं आम्ही सुरू केलं आणि त्याचबरोबर इतर काही बँकांनाही.”

सुझानचे हसणे बंद झाले होते, “तू असं का केलंस?”

“अंत:प्रेरणेतून आलेला अंदाज.”

“तुला कोणी इनसाईड इन्फॉर्मेशन दिली होती का?”

“अजिबात नाही.”

“मला खरं सांग.”

“जाहीरपणे उपलब्ध होती तेवढीच माहिती आम्हाला होती.”

“तुम्ही एकट्यानंच हे केलं होतं का?”

“अर्थातच.”

“फक्त तुमच्यामुळे इतका मोठा परिणाम झाला नसता.”

“आम्ही फार मोठी पोझिशन घेतली होती, सुझान. ते जितके खाली येत गेले तेवढी आणखी मी पोझिशन वाढवत गेलो, आणखी शॉर्ट करत गेलो.”

“तरीही ते पुरेसं नाही.”

“मला वाटतं इतरही काही डीआयव्हींना आम्ही करतोय त्याचा पत्ता लागला आणि तेही यात सामील झाले.”

“संगनमत करून केलेला हा हल्ला होता? तेच म्हणतो आहेस का तू?”

“अजिबात नाही.”

“तू काही अफवा पसरवायला सुरुवात केलीस का? असं केलंस का?”

“नाही! सुझान, मी बेकायदेशीर काहीही केलेलं नाही. आम्हाला फक्त अंत:प्रेरणेतून अंदाज आला होता. त्याला सुदैवी अंदाज म्हण हवं तर.”

“मग तू हे मला का सांगत आहेस? तुझ्या अंदाजांमध्ये मला काहीच स्वारस्य नाही.”

“कारण राष्ट्राध्यक्ष ज्याप्रकारे बोलत आहेत त्यामुळे तुला सांगणं मला गरजेचं वाटतं.” ग्रे म्हणाले. “मी तुला टीव्हीवर बघतो, तेव्हा ज्याप्रकारे तू बोलतेस, असं दिसतं त्यातून चीनने हे सुरू केलं असं तुला वाटतंय. तुला वाटतंय, त्यांचा काही राजकीय हेतू होता. पण तसं काही नव्हतं. मला एक अंदाज होता आणि मी फिडेलियनला शॉर्ट केलं.”

''त्या बँकेची दोन हजार तीनशे कोटींची कर्जे बुडीत होण्याच्या मार्गावर आहेत, हे तुला माहीत होतं का?''

''नाही.''

''मग काय अंदाज होता, एड?''

''तो एक... बस एक अंदाज होता, सुझान. आम्ही काही विश्लेषण केलं. काही बँका जितक्या भक्कम दिसत आहेत तितक्या नाहीत असा आम्हाला अंदाज आला आणि त्यांच्या शेअरचे भाव जास्त आहेत असं वाटलं. त्यांच्यापैकी कोणीही दिवाळखोरीत जाईल, असं मात्र मला वाटलं नव्हतं.''

''अगदी फिडेलियनसुद्धा नाही?''

''नाही.''

''बिल कसलरनी ज्याप्रकारे बचावाचा प्रस्ताव नाकारला त्यासंबंधी तुला काही माहिती आहे का?''

''नाही. बिल कसलरबरोबर मी आयुष्यात कधीही बोललेलो नाही.''

''दुसऱ्या कोणत्या सूत्रांमार्फत?''

''नाही.''

''तर तू मला काय सांगण्यासाठी फोन केलास?'' ऑप्टिझनी विचारले. ''या पेचप्रसंगाचे मूळ पीआयसीकडे नाही किंवा चीनच्या सरकारकडे नाही, पण तुझ्यामुळे सुरुवात झालेली आहे. फिडेलियन शॉर्ट करून काही पैसे कमवू असा तुला अंदाज आल्याने? इतकंच ना, एड?''

''बरोबर.''

''भयंकर, छान गोष्ट आहे, एड, कदाचित एखाद्या दिवशी या बाबत तू एक पुस्तक लिहू शकशील.''

''सुझान, मी खरं तेच सांगितलंय.''

''ते खरं नाही, असं मी म्हणत नाहीये. हे मला सांगावंसं तुला का वाटलं, हे मला कळत नाही, एड.''

''कारण, त्यामुळे हा राजकीय पेचप्रसंग नाही हे सिद्ध होतं. यात कोणतंही मोठं राजकीय कारस्थान नाही. त्याची सुरुवात अशी झाली नाही. कोणीतरी म्हणजे मी एक बेट घेण्यामुळे याची सुरुवात झाली. रोज हे घडत असतं. मार्केटमध्ये हेच होत असतं.''

क्षणभर शांतता होती, मग ऑप्टिझनी हसायला सुरुवात केली.

''काय? तुझा माझ्यावर विश्वास नाही?''

''नाही, मी विश्वास ठेवते एड. माझा विश्वास आहे.''

''मग यात विनोदी काय आहे?''

''तू विनोद करतो आहेस. हे सांगण्यासाठी मला फोन केलास. पण तू दिवसभर कुठे होतास, एड? आज काय झालं तुला माहीत नाही का?''

''आज काय झालं ते अर्थातच मला माहीत आहे! सुझान माझा फंड माझ्या डोळ्यांसमोर बुडत आहे. भयंकर आहे ते.''

''त्याच मला वाईट वाटतं, पण –''

''मार्क-टू-मार्केट स्थगित कर. हे देवा, सुझान मार्क-टू-मार्केट स्थगित कर. आणि आमच्यापैकी काही लोकांना तरी जगू दे.''

''हे सांगण्यासाठी तू मला फोन केलास?'' ऑप्टिझनी रागाने विचारणा केली.

''नाही. मी सुरुवात केली, हे सांगण्यासाठी मी फोन केला. हे राजकीय नाही हे सांगण्यासाठी मी फोन केला.''

''ते आता राजकीय झालेलं आहे. एड, त्याची सुरुवात कशी झाली याला आता महत्त्व नाही. तुझ्या लक्षात येतंय? सुरुवात कशी झाली याला आता काहीही महत्त्व नाही.''

''मग तू आता काय करणार आहेस?''

''वाट बघ. लवकरच कळेल.''

''सुझान, काय केलं पाहिजे ते मी तुला सांगतोय. मार्क-टू-मार्केट स्थगित ठेव. लगेच स्थगित कर.''

ग्रे आता एकदम हातघाईवर आले होते. टोकाला गेले होते. ते गुडघ्यावर बसून होते. अक्षरश: त्यांच्या घरात ते गुडघ्यावर बसलेले होते. त्यांच्या हातातील फोन थरथरत होता. हे सांगण्यासाठी त्यांनी फोन केला नव्हता, पण त्यांच्या मुखातून त्याचा स्फोट झाला होता, त्यांना वाचवू शकेल असा हा केवळ एकच मार्ग शिल्लक होता. ''स्थगित कर सुझान! मार्क-टू-मार्केट स्थगित कर.''

ऑप्टिझ त्यांचे बोलणे तिटकाऱ्याने ऐकत होत्या. ग्रे हुंदके देत होते.

''ते स्थगित ठेव, प्लीज! प्लीज! कृपा कर.''

''आम्हाला जे करणं आवश्यक आहे ते आम्ही करू,'' ऑप्टिझ म्हणाल्या आणि त्यांनी रिसीव्हर खाली ठेवला.

४५

लिऊ यांचा आवाज चढलेला होता. नमस्कार चमत्कारांचे दोन शब्दही त्यांनी उच्चारले नाहीत. इलमननी फोन उचलल्याबरोबर संदर्भ न देता त्यांनी धाडकन थेट प्रश्न केला.

"मरिअन, तुम्ही हे का करत आहात?"

इलमननी उत्तर देण्यापूर्वी क्षणभर डोळे बंद केले. "अमेरिकेच्या सरकारला ही गोष्ट योग्य आहे असं वाटतं."

"ठराव संमत होणार नाही."

"सायमन, ते तुमच्यावर अवलंबून आहे."

"फक्त आमच्यावर नाही, इतर काहींचाही विरोध आहे."

हे म्हणणे तितकेसे बरोबर नव्हते. आकड्यांचा हिशेब केला तर दक्षिण अफ्रिकेबाबतचा ठराव संमत होईल इतकी मते ब्रिटिशांकडे आहेत हे मरिअनना माहीत होते. फक्त नकाराधिकारच त्याला थोपवू शकला असता.

चीनच्या राजदूतांचा आवाज आणखी चढला. "मरिअन तुमचे राष्ट्राध्यक्ष काय करत आहेत ते मला समजत नाही. तुम्हाला समजत असेल तर मला समजावून सांगा."

इलमन त्यावर काहीच बोलल्या नाहीत.

"तुम्हाला आमच्या मदतीची आवश्यकता आहे. तुमच्या अर्थव्यवस्थेसाठी तुम्हाला आमच्या मदतीची आवश्यकता आहे. तुमच्या सैनिकांना पकडून सुदानमध्ये ठेवलेलं आहे, त्याकरिता तुम्हाला आमच्या मदतीची आवश्यकता आहे. तुम्ही आमच्याकडे कशाची ना कशाची फक्त मागणी करत राहता. तुमच्याकडून आम्हाला फक्त तेवढंच मिळतं, मागण्या! कोणी अशा तऱ्हेने मदत मागतं का?"

त्यांच्याही मते मदत मागण्याची ही पद्धत बरोबर नव्हती, हे लिऊ यांना सांगण्यात अर्थ नव्हता. राष्ट्राध्यक्षांनी काही आपल्या पद्धतीत बदल केला नसता.

"सायमन, आमच्यामते हे अगदी स्पष्ट मुद्दे आहेत. मला नाही वाटत आम्ही

त्याकडे मागण्या म्हणून बघतो. आंतरराष्ट्रीय समुदायाचा एक सदस्य दुसऱ्या राष्ट्राला मित्र समजतो, तेव्हा त्या सदस्याने मित्रासाठी करायलाच हव्यात अशा ह्या गोष्टी आहेत, असा आमचा दृष्टिकोन आहे. त्यांच्या बेकायदेशीपणे डांबून ठेवलेल्या सैनिकांना सोडवण्यास मदत करणं हा असाच एक मुद्दा आहे. अर्थव्यवस्थेवरील विश्वास परत यावा म्हणून मदत करणं, तुम्ही जर आमचे मित्र आहात तर ह्या गोष्टी तुम्ही का करणार नाही?''

''आम्ही तुम्हाला मित्र समजत नाही का? आता काय केलं आहे, ज्यामुळे आम्ही तुम्हाला तुमचे मित्र नाही असं दिसतंय. अशी एक तरी गोष्ट दाखवा.''

''ह्याच त्या गोष्टी आहेत. आम्ही ज्या गोष्टींची मागणी करत आहोत, त्या गोष्टी.''

''नाही म्हणजे तुम्ही आमचे मित्र नाही. दुसऱ्याला कृती करण्याची संधी देण्यापूर्वीच मित्र जाहीरपणे मागण्या करत नाहीत. मित्र वाट बघतो. मित्र विश्वास ठेवतो. दुसरा कृती करेल याची वाट बघतो आणि जाहीरपणे बोलण्याऐवजी त्याला कृती करू देतो.''

''सायमन, काय बोलताय? आम्ही आधी खाजगीरित्या मागणी केली होती. अर्थमंत्री ऑप्टिझ ह्या तुमचे अर्थमंत्री बाय यांच्याबरोबर काही आठवड्यांपूर्वी बोलल्या. ते जाहीरपणे नव्हतं. ते खाजगी होतं. मित्रांसारखं... आणि काहीच घडलं नाही. काहीच कृती झाली नाही.''

लिऊ क्षणभर स्तब्ध होते. त्यांनी एक दीर्घ श्वास घेतल्याचे मरिअनना ऐकू आले.

''मरिअन मी वैयक्तिकरित्या बोलत आहे. मी असं करायला नको, पण करत आहे. हे तुमच्या सरकारसाठी नाही, तुमच्यासाठी आहे. तुमचे राष्ट्राध्यक्ष मागण्या करत आहेत, फक्त इतकंच आम्हाला बघायला मिळतं. एकामागून एक मागण्या, खाजगीत, जाहीरपणे, प्रत्येक ठिकाणी. तुमच्या लोकांपैकी कोणालाच हे समजत नाही असं दिसतंय. मी तुम्हाला सांगतोय, म्हणजे तुमच्या लक्षात येईल. दुसऱ्या राष्ट्राला मदतीची आवश्यकता असताना ते अशा मागण्या कशा काय करत राहू शकतात? बीजिंगमध्ये कोणालाच ते समजत नाही.''

धक्का दिल्याशिवाय चीनचे सरकार कृती करत नाही, त्यामुळे ह्या गोष्टींना मागण्यांचे रूप आले असे प्रत्युत्तर देण्याचा मोह इलमन यांनी टाळला. ''सायमन,'' त्या म्हणाल्या, ''त्यावर एक साधा उपाय आहे आणि तो म्हणजे जे तुम्ही करणं आवश्यक आहे, ते करणं जे इतर कोणतंही मित्र राष्ट्र करेल असं करणं. त्या ऐवजी आमचे रोखे फुंकून टाकू म्हणून तुम्ही धमकी देता?''

''कारण नियंत्रण आणण्याची तुम्ही धमकी देता. पहिल्यांदा धमकी कोणी दिली?''

"ती धमकी नव्हती. ती वस्तुस्थिती होती. आमच्याकडे दुसरा काय पर्याय होता?"

"आणि आमच्याकडे काय पर्याय आहे? तुमच्या ॲसेटवर मालकी असणाऱ्या कोणाला जर तुम्ही म्हणाल, आम्ही तुमच्यावर नियंत्रणे लादू, तर तो सरळ ते विकून टाकेल! विक्री करता येणं शक्य आहे, त्या वेळीच तो ते विकून टाकेल! नियंत्रण लादल्यावर ते शक्य आहे की नाही कोणाला माहीत? त्या आधी पळ काढलेला बरा." लिऊ यांच्या आवाज वाढला होता. "आणि आता हे! हा ठराव. तो मंजूर होणार नाही. ते तुम्हाला माहीत आहे. तुम्हाला जर त्याबाबत काही शंका असेल तर मी आता खात्रीने सांगतो, तो मंजूर होणार नाही. तुम्ही काय साध्य कराल असं तुम्हाला वाटतंय?"

"सायमन, हा तत्त्वाचा प्रश्न आहे. युनायटेड स्टेट्ससाठी लोकशाही हा तत्त्वाचा प्रश्न आहे."

"आणि युनायटेड स्टेट्ससाठी संधी मिळेल तेव्हा चीनला तडाखा देत राहणं हा सुध्दा तत्त्वाचा प्रश्न दिसतो."

"ते तसं नाहीये."

"ते तसंच दिसतंय. मरिअन मी मित्र म्हणून तुम्हाला सांगतो. हे सांगण्याचे अधिकार मला नाहीत, पण सांगतो. बीजिंगमध्ये तुम्ही आम्हाला तडाखा देत आहात, असं ते दिसतं. तिथे हाच निष्कर्ष निघतो. तुमच्या राष्ट्राध्यक्षांच्या अशा भाषणानंतर आम्ही सगळीकडे तोंडघशी पडतो. दुसऱ्या राष्ट्रांसमोर आमचा मान राहात नाही. आमच्या स्वत:च्या पक्षात. आमच्या स्वत:च्या लष्करात. राष्ट्राध्यक्ष झँग आपली प्रतिष्ठा अशी गमावू शकत नाहीत."

मरिअननी डोळे बारीक केले, "सायमन, काय सुरू आहे?"

लिऊ क्षणभर स्तब्ध होते. "तुमचे राष्ट्राध्यक्ष काय करत आहेत, ते त्यांना दिसत कसं नाही? कोणी त्यांना सांगत नाही का? परराष्ट्रमंत्री लिव्हिंगस्टन त्यांना सांगत नाहीत का? "

"सायमन, तुमच्या सरकारने आवश्यक असलेल्या फक्त दोन-तीन गोष्टी केल्यानंतर...? जर आमच्या माणसांना बाहेर काढण्यास मदत केली, जर फिडेलियनला मॅनिप्युलेट केलं नाही, इतकं सांगितलं... तर! तुम्हाला इतकंच तर करायचं आहे. दोन साध्या सभ्यपणाच्या गोष्टी. तुमचे राष्ट्राध्यक्ष आमच्या माणसांना उद्या सुदानच्या बाहेर काढू शकतात."

"तुम्हाला तसं वाटतं?" लिऊ यांनी विचारणा केली. "हे इतकं सोपं आहे का?"

त्या प्रश्नाने मरिअन निरूत्तर झाल्या. झँगची मागणी सुदानचे सरकार पूर्ण न करण्याची शक्यता होती का यावर त्या विचार करत होत्या. परदेशी उत्पन्नासाठी

सुदान जवळपास पूर्णपणे चीनवर अवलंबून होते.

"आमच्याशी सल्लामसलत न करता तुमच्या माणसांना तुम्ही तिथे पाठवलंत. आता त्यांच्याबद्दल आमच्या राष्ट्राध्यक्षांनी काळजी का करावी?"

"सायमन, असं बघा, आम्ही एक ठराव मंजूर केला–"

"तो आम्ही तुम्हाला मंजूर करू दिला म्हणून!"

"आज रात्री ते फिडेलियनबाबत निवेदन करू शकतात. फक्त दोन मिनिटं. तेवढं पुरेसं आहे."

"ते त्यांनी का करावं?" लिऊ यांच्या आवाजात अविश्वास होता. "का करावं त्यांनी? मरिअन हे इतकं सोपं नाही."

"सायमन, तुम्ही हे पुन:पुन्हा सांगताय. तुम्हाला काय म्हणायचं आहे? त्याचा अर्थ काय?"

"जर तुमची अर्थव्यवस्था तुम्हाला सांभाळता येत नसेल तर, तुमच्या बँकेची काळजी त्यांनी का करावी? जो अशा मागण्या करत राहतो, त्याला त्यांनी मदत का करावी? आणि आता तर तुम्ही हा ठराव मतदानास आणत आहात."

"तो आम्ही आणत नाही. युनायटेड किंगडम तो आणत आहे."

"तुम्ही त्यांना रोखू शकला असता."

"तो आणण्याचा त्यांनी निश्चय केला आहे."

"मग त्याला पाठिंबा देऊ नका."

मरिअन क्षणभरासाठी स्तब्ध झाल्या. "सायमन, मला अजूनही कळत नाही. हे इतकं सोपं नाही असं तुम्ही का म्हणत राहता? गुंतागुंतीचा मामला आहे हे नक्कीच; पण ते केलं जाऊ शकतं. काय सुरू आहे?"

तिथे शांतता होती. चीनचे राजदूत काय उत्तर देणार याची मरिअन वाट बघत होत्या. त्यांच्या कपाळावर आठ्या होत्या.

"याचा शेवट कुठे होणार?" लिऊ यांनी अचानक विचारणा केली. "तुमचा राष्ट्राध्यक्षांना ते माहीत आहे का? मरिअन मला सांगा, हे प्रकरण इतकं वाढवत नेण्यापूर्वी त्यातून बाहेर पडण्याचा काय मार्ग आहे तो त्यांना माहीत आहे का?"

"प्रकरण वाढवण्याचा आमचा हेतू नाही."

"नाही? पण ते आधीच वाढलेलं आहे. मी तुम्हाला सांगतो, युनायटेड स्टेट्स भक्कम स्थितीत नाही. तुमची बाजू कमजोर आहे. चीनच्या लोकांना पकडून सुदानमध्ये ठेवलेलं नाही. चीनची अर्थव्यवस्था इतकी संकटात नाही."

"आमची अर्थव्यवस्था संकटात आली तर तुमचीही येणार. दोन्ही वेगळ्या होऊ शकत नाहीत, ते तुम्हाला माहीत आहे. आम्हाला नुकसान सहन करावं लागलं तर तुमचंही नुकसान होणार. दोघांचीही हानी होणार."

“हो, पण जास्त काळ कोण टिकाव धरून राहू शकेल? कोणाला जास्त हानी पोहोचेल? राष्ट्राध्यक्ष नोल्सना ते बघायची हौस आहे का?”

“सायमन, अशा प्रकारे आपण बोलायला नको. कोणालाच अनिष्ट परिणाम नको आहेत. राष्ट्राध्यक्ष अशाप्रकारे विचार करत नाहीत.”

“छान. मग ठरावाला पाठिंबा देऊ नका.”

“लिऊ, मला काय करता येईल यावर मर्यादा आहेत.”

“तुमच्याकडे अजून वेळ आहे. तुमच्या राष्ट्राध्यक्षांबरोबर बोला.”

“सायमन, मला ते शक्य नाही–”

“मरिअन, असं करू नका. असं करू नका. माझं ऐका,” लिऊ म्हणाले. “मी हेच सांगण्यासाठी तुम्हाला फोन केला. मी तुम्हाला म्हणालो ते ऐका.”

क्षणभर स्तब्धता होती, नंतर फोन डेड झाला.

मरिअननी तो सावकाश खाली ठेवला.

त्या पुन्हा खुर्चीत बसल्या. त्यांच्या चेहऱ्यावर आठी होती. त्यांनी हनुवटीखाली हात ठेवले. चेहऱ्यावर आणखी आठ्या आल्या. लिऊ कदाचित त्यांची दिशाभूल करण्याचा प्रयत्न करत असावेत. जेव्हा एखादा राजदूत वैयक्तिकरित्या किंवा गोपनीयतेने किंवा स्वत:हून बोलतोय असं सांगतो, तेव्हा नेहमीच तुम्ही सावध असण्याची आवश्यकता असते. जेव्हा तो मित्रत्वाच्या नात्याने बोलतोय असं सांगतो, तेव्हा तर आणखीच जास्त सावध असण्याची आवश्यकता असते.

युनायटेड किंगडम दक्षिण अफ्रिकेबाबतचा ठराव सुरक्षा परिषदेत आणणार होते. आपण नकाराधिकार वापरून तो फेटाळून लावला असे चित्र जगापुढे जाऊ नये, अशी कदाचित चीनची इच्छा असेल. ठराव परिषदेत जाण्यापासून रोखण्याचा त्यांचा हा कदाचित शेवटचा प्रयत्न असेल. परदेशी सरकारच्या मालकीच्या फंडाबाबत अमेरिकेचे सरकार नियंत्रण आणणार या मुद्द्याबाबत बोलताना लिऊ यांचा आवाज खूप वाढला होता. चीनच्या सरकारला ते ॲसेट विकून टाकण्याशिवाय दुसरा पर्याय नाही असे ते तावातावाने म्हणाले होते. त्यांच्या आवाजावरून मरिअनना वाटत होते, कदाचित या विषयाबाबतच त्यांना खरी काळजी वाटत असावी. ॲसेटचे मूल्य खाली कोसळत असताना ते विकावे लागणे हाच त्यांच्या चिंतेचा खरा विषय असावा. कदाचित दक्षिण अफ्रिकेच्या ठरावाबाबत ते अमेरिकेला माघार घ्यायला लावू शकते तर तो एक विजय आहे म्हणून त्यांनी दावा केला असता आणि अगदी उदारपणे अनुग्रह केल्यासारखे त्यांचे ॲसेट विकणार नाही असे मान्य केले असते. जणू अमेरिकेवर आपण मेहरबानी करत आहोत असे त्यांनी दाखवले असते किंवा कदाचित ते दिशाभूल करत नसावेत. कदाचित खऱ्या भावनेने ते बोलले असतील. दोन्हीपैकी काय बरोबर असेल ते ओळखण्याइतकी

मरिअन यांची त्यांच्याबरोबर ओळख नव्हती. झँग यांची लष्करात, पक्षात प्रतिष्ठा कमी होईल, आणि गोष्टी इतक्या सोप्या नाहीत हे सांगणे... ते नक्कीच अंतर्गत ताणतणावांबाबत बोलले असतील. मरिअननी त्यांच्या शब्दांची मनातल्या मनात उजळणी केली. आपण जे ऐकले, असे आपल्याला वाटत आहे, तेच लिऊ म्हणाले होते का, हे पक्के ठरवण्याचा त्या प्रयत्न करत होत्या. त्या राजवटीत काय सुरू होते, जे अमेरिकेला माहीत नव्हते? यासारख्या संघर्षांमुळे अंतर्गत ताणतणाव नेहमीच उफाळून वर येतात. पण काही नवे तणाव आहेत का? खुद्द झँग संकटात होते का?

ठरावावरील मतदानामुळे नेमके काय होईल याची मरिअनना भीती वाटत होती. लिऊ त्यांची दिशाभूल करत आहेत की नाहीत त्याला फारसे महत्त्व नव्हते. त्या त्यांच्याशी सहमत होत्या हे महत्त्वाचे होते.

आता सर्वांत आधी मरिअनना संभाषणाचा अहवाल बॉब लिव्हिंगस्टन, गॅरी रोझ, राष्ट्रीय हे खात्याचे संचालक रायन फेरीस आणि राष्ट्राध्यक्ष यांच्याकडे तातडीने पाठवायचा होता. लिऊ यांनी झँग दबावाखाली आहेत असे सूचकपणे सांगितले होते, त्याकडे अहवालात त्यांनी खास लक्ष वेधले असते. ठरावावर मतदान करण्यापूर्वी अमेरिकेने आपल्या भूमिकेचा फेरविचार करावा असे आपले मत आहे हेही त्यांनी जोर देऊन सांगितले असते. पण या निरोपाला व्हाइट हाउसमध्ये कोणी वाली नव्हता हे त्यांना माहीत होते. हा निरोपच काय, परराष्ट्रखात्याकडून इतरही जे सांगितले जात होते त्याकडे व्हाइट हाउसमधील कोणी लक्ष देत नव्हते हे त्यांना माहीत होते.

गेल्या काही महिन्यांपासून प्रशासन ज्या प्रकारे काम करत होते आणि बॉब लिव्हिंगस्टन आणि परराष्ट्रखात्यातील इतरांना ज्या प्रकारे अडगळीत टाकले जात होते, ते मरिअनना आवडत नव्हते. त्या मवाळ रिपब्लिकन होत्या. व्हाइट हाउसमध्ये धोरण आखणारे जे महत्त्वाचे लोक होते त्यांच्याबरोबर त्यांचा ताळमेळ जमत नाही आहे, हे त्यांना जाणवत होते. खूपच तडजोडी कराव्या लागत होत्या आणि इथून पुढे स्थिती आणखी बिकट होत जाणार हे त्यांना दिसत होते. मरिअनना माहीत होते की उद्या मतदानाच्या वेळी ठरावाच्या बाजूने त्यांना हात वर करावा लागणार होता. हा ठराव सुरक्षा परिषदेत येण्यापासून अमेरिकेने रोखायला हवे असे त्यांचे ठाम मत होते, तरीही त्यांना ठरावाला पाठिंबा देणे भाग होते. असेच घडत असते. राजदूताला आपण स्वत: ज्यावर विश्वास ठेवत नाही असे युक्तिवाद वेळोवेळी करावे लागतात. पण संयुक्त राष्ट्रसंघातील राजदूत या नात्याने निदान वादात आपली भूमिका सांगता यावी अशी त्यांची अपेक्षा होती. प्रशासनात ठरावाबाबत काही वाद, चर्चा झाली होती की नाही ते त्यांना

माहीत नव्हते. पण झाली असेल तर त्यांचा त्यात सहभाग नव्हता.

गेल्या काही दिवसांपासून राजीनामा द्यावा का याचा मरिअन विचार करत होत्या.

त्या थकलेल्या होत्या आणि त्यांना खूप काम करावे लागत होते, हे त्यांना माहीत होते. कदाचित त्यामुळे त्यांच्या मानसिक स्थितीवर परिणाम होत असेल, हे त्यांना माहीत होते. गेले काही महिने फार खडतर आणि त्यांचा कस बघणारे होते. ख्रिसमस फक्त एका आठवड्यावर आला होता. त्याची त्या आतुरतेने वाट बघत होत्या. ख्रिसमस आणि त्या साप्ताहिक सुट्टीत डेव्ह आणि मुलांबरोबर काही वेळ आनंदात घालवावा असं त्यांना वाटत होते. त्यांना आशा वाटत होती की, त्या वेळी त्यांना मग स्वत:बद्दल काय वाटतंय, काय करायचं आहे हे जास्त स्पष्ट होईल.

दुसऱ्या दिवशी मरिअन इलमन यांनी सुरक्षा परिषदेच्या कक्षात प्रवेश केला आणि त्या त्यांच्या जागेवर बसल्या. अँटनी सिएल आधीच त्यांच्या बाजूच्या खुर्चीत बसलेले होते. ते झुकले आणि त्यांनी त्यांचे स्वागत केले.

ठरावावरील वादात मरिअन यांचा सहभाग फारच कमी होता. चॅप्टर सातखाली ठराव आणणे का गरजेचे आहे याची कारणे विशद करणारे एक प्रदीर्घ भाषण सिएल यांनी आधीच केले होते. त्यात दक्षिण अफ्रिकेत घटनेची तत्काळ पुनर्स्थापना केली जावी आणि तीन महिन्यांच्या आत मुक्त व न्याय वातावरणात निवडणुका घेतल्या जाव्यात अशी मागणी त्यांनी केली होती. जर एएनसीने याचे पालन केले नसते तर त्यांच्यावर बहिष्कार घालण्याची धमकी त्यांनी दिली होती. ब्रिटिशांच्या भूमिकेला अमेरिकेचा पाठिंबा आहे हे सांगण्यापलीकडे मरिअनना फारसे काही बोलण्यासारखे नव्हते.

लिऊ त्यांच्याकडे बघत होते. वाद सुरू असताना, प्रत्येक मिनिट त्यांची नजर आपल्यावर खिळलेली आहे हे मरिअनना जाणवत होते.

मलेशियाचे राजदूत मोहम्मद रझ्झाक त्या महिन्यात परिषदेचे अध्यक्ष म्हणून काम बघत होते. ठरावाच्या बाजूने जे होते त्यांनी हात वर करावा असे म्हटल्याबरोबर मरिअननी हात वर केला. लिऊ यांनी नापसंती दर्शवण्यासाठी मान हलविली आणि निराशेने डोळे बंद केले.

क्षणभरानंतर ठरावाला कोणाचा विरोध आहे याची रझ्झाक यांनी विचारणा केली. लिऊ यांचा हात तत्काळ वर गेला.

४६

आवश्यक उपाययोजनांना अंतिम रूप देण्यासाठी फेडरल रिझर्व्ह, अर्थखाते आणि सिक्युरीटीज एक्सचेंज कमिशनचे अधिकारी दोन दिवसांपासून रात्रं-दिवस काम करत होते. त्यांचे काम सुरू असताना, दुसरीकडे अमेरिकेचे शेअर व रोखे फुंकून टाकू, ह्या चीनच्या धमकीमुळे मार्केटमधील विश्वासाला पूर्ण तडा गेला होता. अर्थव्यवस्था खिळखिळी होत चालली होती. इन्व्हेस्टमेंट फंड, बँकांनी मागितल्याप्रमाणे मार्जिन कॉलचे पैसे देऊ शकले नव्हते. त्यामुळे बँकांनी तारण असलेल्या ॲसेटवर कब्जा मिळवला होता. पण या ॲसेटची ते विक्री करू शकले नव्हते, त्यामुळे मर्जिन कॉलचे पैसे वसूल करणे, त्यांना शक्य झालेले नव्हते. देणे चुकते न केल्याच्या स्थितीत हे मार्जिन कॉल होते. अनेक इन्व्हेस्टमेंट फंड त्यामुळे तांत्रिकदृष्ट्या दिवाळखोर बनले होते. त्यांना कर्ज देणाऱ्या बँकांच्या मर्जीवर आता त्यांचे अस्तित्व अवलंबून होते. जेव्हा कधी क्वचित व्यवहार होत होते व तेव्हा अमेरिकेच्या अस्तित्वात असलेल्या सरकारी रोख्यांचे खरेदी-विक्रीचे व्यवहार होत होते; पण ते त्यांच्या मूल्याच्या साठ किंवा सत्तर टक्के इतक्या कमी भावाने होत होते. त्यावरून दिसत होते की, अमेरिकेला तिच्या कर्जासाठी अर्थपुरवठा होण्याकरता भरमसाठ व्याजाने पैसे उचलावे लागतील, अशी भीती मार्केटमध्ये होती. कमी व्याजदरात खुद्द अमेरिकेच्या सरकारला कोणीही कर्ज दिले नसते, अशी ही वेळ होती. ज्या रोख्यांचे विमोचन किंवा रिडम्प्शन पुढील एका वर्षाच्या आत होणार होते आणि ज्यांची मुदत एका वर्षाच्या आत संपणार होती – अशा रोख्यांची कोणत्याच किमतीत विक्री होत नव्हती. खूप खालच्या भावातसुद्धा ते कोणी विकत घेत नव्हते. त्यावरून असे दिसत होते की, अमेरिका कर्ज फेडू शकणार नाही. अशी मार्केटला भीती वाटत होती. अमेरिकेच्या ट्रेझरी बिलाच्या नव्या ऑफरकरता कोणीही खरेदीदार पुढे येणार नाही, हे उघड झाले होते. त्यामुळे त्या आठवड्यातील ट्रेझरी बिलाची ख्रिसमसपूर्वीची शेवटची विक्री रद्द करण्याचा निर्णय रॉन स्टिकलँड यांनी घेतला होता. ख्रिसमसच्या

सुट्यांमुळे मार्केट काही दिवस बंद होते आणि त्यामुळे तात्पुरती तरी सुटका होत होती. पण एका निवेदनाची त्यांना आवश्यकता होती. नवीन वर्षात अगदी थोडा काळ जरी परिस्थिती अनिर्णित अवस्थेत राहिली असती तरी सरकारला कर्ज उभारणे शक्य झाले नसते. युनायटेड स्टेट्स नादारीत गेले असते.

ओव्हल ऑफिसमध्ये दुपारी राष्ट्राध्यक्ष आपल्या खास सल्लागारांसह उपस्थित होते. उपाययोजनांना अंतिम रूप देण्यात आले होते आणि आता ते त्याचा आढावा घेणार होते. ऑप्टिझनी त्यांना याबाबत माहिती दिली. या उपाययोजना फार टोकाच्या होत्या. स्टॉकमार्केटसंबंधी जी पहिली उपाययोजना होती त्यात या मार्केटमध्ये व्यवहार करणाऱ्या काही विशिष्ट संस्थांची त्यांनी यादी बनविलेली होती. या संस्था, त्यांच्या दुय्यम कंपन्या, एजंट आणि त्यांचे प्रतिनिधी यांच्या ताब्यातील सर्व शेअर्स सुरुवातीला तीन महिन्यांच्या कालावधीसाठी स्थगित अवस्थेत ठेवण्यात आले असते. त्या दरम्यान ह्या संस्थांनी मार्केटमध्ये मॅनिप्युलेशन केले आहे का, याचा तपास करण्यात आला असता. मॅनिप्युलेशन केलेले आहे असे दिसले असते, तर ते शेअर त्या संस्थांकडून परत मिळवण्याची व ते मार्केटमध्ये विकण्याची एक प्रक्रिया निश्चित करण्यात आली होती. त्यानुसार घोषणेपूर्वीच्या मार्केटच्या शेवटच्या सत्रात म्हणजे २० डिसेंबरला त्या शेअरची मार्केटमध्ये जी किंमत होती, कमीतकमी तो भाव त्यांना मिळाला असता. २० डिसेंबरला मार्केट बंद होताना त्या शेअर्सचे जे भाव होते, ते या करता विचारात घेतले गेले असते. दुसरी उपाययोजना बाँड मार्केट – रोखे बाजारासंबंधी होती. मॅनिप्युलेशनबाबत दोषी आढळलेल्या संस्थांवर आणि त्यांच्या प्रतिनिधींवर सुरुवातीला तीन महिने ट्रेझरी बाँडच्या लिलावात भाग घेण्यास बंदी करण्यात आली असती. मार्केटभोवती कुंपण उभारणे आणि दोषी संस्थांना मार्केटमधून निष्कासित करणे, ही कल्पना या दोन्हीमागे होती.

दोषी संस्थांच्या यादीत जी नावे होती, ती चीनच्या सार्वभौम इन्व्हेस्टमेंट फंडाची आणि त्यांच्या दुय्यम कंपन्यांची होती. या दुय्यम कंपन्यांचीच यादीतील नावे शंभराच्या वर गेलेली होती. अर्थखात्याचा अधिकारीवर्ग कोणकोणत्या कंपनीची मालकी अंतिमत: कोणाकडे आहे याचा दिवसरात्र शोध घेत होता, त्यामुळे यादीतील नावे आणखी वाढली असती.

त्यांना आशा होती की, स्टॉक मार्केटबाबतच्या या उपाययोजनेमुळे शेअरच्या भावाची एक किमान किंमत निश्चित झाली असती. त्यामुळे चीनचे इन्व्हेस्टमेंट फंड त्यांच्या ताब्यातील शेअरचा प्रचंड मोठा साठा येईल, त्या किमतीला फुंकून टाकू शकले नसते, याची हमी मिळाली असती. तसेच मार्केटमध्ये शेवटी हे शेअर्स जर विक्रीला आलेच असते तर घोषणेपूर्वीच्या शेवटच्या सत्रात त्यांचे जे

भाव होते त्यापेक्षा कमी भावाने ते विकले गेले नसते, याचीही हमी मिळाली असती. बाँड मार्केटबाबत उपाययोजना करताना चीनच्या इन्व्हेस्टमेंट फंडांना ट्रेझरीच्या आगामी लिलावात भाग घेण्यास बंदी घालण्यात आली होती. यामुळे मार्केटमध्ये सध्या अस्तित्वात असलेले बाँड व नवे बाँड या दोन्हींमध्ये एक कुंपण घातल्यासारखी स्थिती झालेली होती. जुने बाँड आता जवळपास कवडीमोल झालेले होते. नवे बाँड अशा कवडीमोल भावांपासून वेगळे करण्यात आल्यामुळे निदान पुढच्या ट्रेझरी बिलाचा लिलाव होईल तेव्हा खरेदीदार समोर येतील, अशी आशा त्यांना वाटत होती. जुन्या बाँडचे भाव एकदम खाली आले असले तरीही ते कोणीच विकत नव्हते. कारण त्यासाठी खरेदीदार मिळणे केवळ अशक्य होते. पण ज्या बँका आणि इतर संस्था यांच्या ताब्यात हे बाँड होते त्यांना कागदावर तरी प्रचंड नुकसान झालेले दिसत होते. इतर ॲसेटमध्येही त्यांचे जे नुकसान झाले होते, त्यात आता याची भर पडलेली होती. त्यामुळे ते तिसऱ्या एका उपाययोजनेचीही घोषणा करणार होते. मार्क-टू-मार्केटचे नियम तीन महिन्यांकरता स्थगित ठेवण्याची ती घोषणा होती.

मार्क-टू-मार्केटच्या जागी कोणती पद्धत आणायची हे त्यांनी अजून निश्चित केले नव्हते. मार्क-टू-मार्केट ही अकाउंटिंगमधील हिशेब ठेवण्याची एक रूढ पद्धत होती. ती स्थगित ठेवणे हे अतिशय टोकाचे पाऊल होते. आणि ते खरे तर कोणालाच मान्य नव्हते. पण ते लागू करण्याशिवाय पर्याय नव्हता, असे दिसत होते. मार्क-टू-मार्केट स्थगित ठेवले नसते तर विमा कंपन्या, इन्व्हेस्टमेंट फंड, बँका आणि अगदी औद्योगिक कार्पोरेशनसुद्धा नादारीत गेले असते. थोड्या फार नव्हे; तर अक्षरश: या अनेक संस्था अशा नादारीच्या पुरात वाहून गेल्या असत्या. त्यांच्या ताब्यातील ॲसटचे भाव अनैसर्गिकरित्या का होईना, पण प्रचंड प्रमाणात खाली आल्याने त्यांना कागदावर तरी प्रचंड नुकसान झालेले दिसत होते. प्रशासनाला आशा होती, एकदा का हे प्रकरण संपले की, बाँडचे आणि शेअर्सचे भाव पुन्हा वर गेले असते. ॲसेटच्या भावांनी मग वाजवी आणि योग्य पातळी गाठली असती. मग मार्क-टू-मार्केटचे नियम पुन्हा लागू करता आले असते.

ही प्रत्येक उपाययोजना अभूतपूर्व होती. नियमावली आणि मार्केटमधील विषयांबाबत या उपाययोजना असल्याने त्या सिक्युरीटीज एक्सचेंज कमिशन व फेडरल रिझर्व्हच्या अखत्यारीतील होत्या. त्यांना काँग्रेसच्या मान्यतेची आवश्यकता नव्हती. पण त्यामुळे त्या उपाययोजना सौम्य होत नव्हत्या. त्या टोकाच्याच होत्या. त्यांच्यामागचा हेतूही व्यापक होता. अमेरिकेच्या खुल्या मार्केटमध्ये ज्या प्रकारची बंधनं आधी कधीही घालण्यात आलेली नव्हती, अशी अतिशय कठोर

बंधनं ह्या उपाययोजनांद्वारे घालण्यात येत होती. ह्या उपाययोजना कायमस्वरूपी नव्हत्या. आणि त्यांच्यामुळे मार्केट नेहमीच्या सामान्य स्थितीत आले नसते. जास्तीतजास्त सध्याच्या भावपातळीला मार्केट स्थिर झाले असते. फार उलाढाल होत राहिली नसती, खरेदी विक्रीचे व्यवहार कमी प्रमाणात झाले असते. पुढे काय घडत आहे यावर लोक लक्ष ठेवून राहिले असते. तथापि मार्केटला असे स्थिर ठेवून निदान त्यामुळे ह्या कोसळण्यामागे जो राजकीय पेचप्रसंग निर्माण झाला होता, तो सोडवण्यास वेळ मिळाला असता. मात्र अधिकारी या उपाययोजनांची अंमलबजावणी करू शकतील, ते लागू करू शकतील असा विश्वास मार्केटला वाटला असता तरच या उपाययोजनांचा परिणाम दिसू शकला असता. अगदी थोड्या दिवसांसाठी त्या यशस्वी होण्यासाठीसुद्धा मार्केटला त्यांची अंमलबजावणी होऊ शकेल, हा विश्वास वाटायला हवा होता. मार्केटमधील लोकांनी शेअर फुंकून टाकले जात आहेत का किंवा विक्रीनंतर नवे रोखे कमी मूल्यात विकले जात आहेत का, यावर बारकाईने नजर ठेवली असती. तसे एखादे चिन्ह जरी त्यांना दिसले असते, तरी जी काही कृत्रिम स्थिरता मिळवलेली असेल ती पुन्हा भंग झाली असती आणि मार्केट पुन्हा खाली कोसळणे सुरू झाले असते.

बंदी घातलेल्या संस्थांना मार्केटबाहेर ठेवण्यात यश मिळाले नसते, तर या उपाययोजनांना सर्वांत मोठा धोका होता. अर्थखात्याला चांगलेच माहीत होते की, कितीही शोध घेण्याचा प्रयत्न केला असता, तरी चीनच्या इन्व्हेस्टमेंट फंडाच्या काही संस्था आपली ओळख लपवून आपल्या मालकी हक्काचा पत्ता लागू न देता, मार्केटमध्ये कार्यरत राहिल्या असत्या. अर्थखात्याला माहीत होते की, अशा संस्था आपले एजंट आणि प्रतिनिधी यांची एक साखळी बनवतात. आपला खरा मालक कोण आहे, हे त्यांना माहीत नसते. या साखळीत एकामागून एक कंपन्यांची उतरंड असल्याने खरा मालक कोण आहे, ते ओळखणे एकतर फार कठीण असते किंवा कधीकधी शक्यच नसते. त्यामुळे ते चौथ्या उपाययोजनेची घोषणा करत होते. बंदीचा हुकूम जाणूनबुजून किंवा अजाणतेपणी मोडणाऱ्या ब्रोकरांच्या किंवा दलालांच्या विरोधात ह्या उपाययोजनेचा रोख होता. तातडीने कायदा करून बंदी घातलेल्या संस्थांच्यावतीने अगदी अप्रत्यक्षपणेसुद्धा काम करणे हा गंभीर गुन्हा ठरवण्यात येणार होता. त्यासाठी कमीतकमी दोन वर्षे कारावास आणि एक लाख डॉलर्सचा दंड अशी शिक्षा ठोठावण्यात आली असती. स्टिकलँड आणि ऑप्टिझ यांनी असा कायदा होणार आहे याची सूचना काँग्रेसच्या नेत्यांना आधीच दिली होती. रॉबर्टा डेवलीन यांनीही दबाव टाकण्यास सुरुवात केली होती. रिपब्लिकन पक्षाच्या काही गटांकडून ह्या उपाययोजनांना विरोध होता, पण देशातील सध्याचे वातावरण बघता, नव्या काँग्रेसने कार्यभार

सांभाळण्यापूर्वी, ह्या उपाययोजना मंजूर होतील इतके संख्याबळ त्यांच्याकडे आहे असा विश्वास त्यांना होता. ब्रोकरनी अंतिम मालक कोण असतो, ते आम्हाला माहीत नसते म्हणून निषेध नोंदवला असता, पण त्यावर त्यांचे उत्तर तयार होते. अंतिम मालक कोण आहे ते जाणून घ्या आणि ते जाणून घेता आले नाहीतर व्यवहार करू नका. मार्केटमधील व्यवहारांना प्रोत्साहन देणे नव्हे; तर त्या बंद करणे हा यामागचा हेतू होता.

शेवटी सर्वांत महत्त्वाचा प्रश्न होता, तो म्हणजे ह्या उपाययोजना आंतरराष्ट्रीय कायद्याखाली आणि विशेषत: वर्ल्ड ट्रेड ऑर्गनायझेशनच्या नियमांतर्गत वैध आहेत का हे पाहणे. अनेक तज्ज्ञांचा याबाबत सल्ला घेण्यात आला होता आणि त्यांच्याकडून परस्परविरोधी मते ऐकायला मिळाली होती. एक मतप्रवाह होता की, डब्ल्यूटीओच्या नियमांतर्गत राष्ट्रीय आपत्ती निवारण म्हणून अशी उपाययोजना आणण्याचा अमेरिकेला अधिकार आहे. दुसरा मतप्रवाह होता की, अगदी आपत्ती निवारण म्हणूनही या उपाययोजना भेदाभेद करणाऱ्या होत्या, कारण त्या चिनी संस्थांना लक्ष्य करत होत्या. आणखी तिसरा मतप्रवाह होता की, भेदाभेद करण्याचा आरोप टिकून राहणारा नाही, कारण ह्या उपाययोजना चिनी संस्थांविरुद्ध नव्हत्या; तर ज्या संस्थांविरुद्ध बंदी घातली होती, त्या योगायोगाने चिनी होत्या. ऑप्टिझ यांनी प्रत्येक परदेशी सरकारच्या मालकीच्या इन्व्हेस्टमेंट फंडावर नियंत्रण घालण्याचा विचार केला होता, पण अमेरिकेला नेमकी अनेक मित्रांची गरज असतानाच ह्या उपाययोजनेमुळे उलट अनेक शत्रू निर्माण झाले असते. त्यामुळे तो विचार त्यांनी बाद केला होता. चीन ह्या उपाययोजनांविरुद्ध डब्ल्यूटीओकडे तक्रार करू शकले असते आणि त्यांनी ती नक्कीच केली असती. पण ती तक्रार सुनावणीस येण्यास एक वर्ष लागले असते आणि काळजीपूर्वक डावपेच लढवले असते, तर तीन वर्षेही लागली असती. व्यवहार करताना मार्केट फक्त आजचा विचार करते. तीच त्यांची मानसिकता असते. जर तुम्ही सुदैवी असाल तर कदाचित ते पुढील तीन महिन्यांचा विचार करेल. डब्ल्यूटीओ तीन वर्षांनी काय म्हणेल, यांची मार्केटने अजिबात पर्वा केली नसती.

या उपाययोजनांवर काय प्रतिक्रिया उमटतील याची माहिती देणारे फाइलमधील टिपण राष्ट्राध्यक्षांच्या हातात होते. मार्केटमधील ह्या हस्तक्षेपाबाबत अनेक ठिकाणांहून क्षोभ उसळला असता. खुद्द रिपब्लिकने पक्षातून त्यावर संतप्त प्रतिक्रिया उमटली असती. स्टिकलँड, ऑप्टिझ आणि डेवलीन मागील दोन दिवसांपासून काँग्रेसच्या नेत्यांबरोबर मीटिंग घेत होते. आताची ही मीटिंग संपली की, राष्ट्राध्यक्षांनीही काँग्रेसच्या नेत्यांबरोबर मीटिंग घेणे गरजेचे होते. खुद्द मार्केटमध्ये मार्केट कोसळण्यामुळे ज्यांनी कमाई केली होती, त्यांनी कोल्हेकुई केली असती; पण

असे लोक अगदी थोडे होते, आता जवळपास असे कोणी कमाई करणारे उरलेच नव्हते. इतरांनी तत्त्वत: हरकत घेतली असती आणि बहुधा जोरात आरडाओरडा केला असता, पण इतके प्रचंड टोकाचे नुकसान झाले होते की, अनेकांनी कोणत्या ना कोणत्या प्रकारे मार्केटमध्ये स्थिरता येत आहे यातच समाधान मानले असते. या क्षणी नफा नव्हे; तर टिकून राहणे हे त्यांच्यासाठी महत्त्वाचे होते. तो त्यांच्या अस्तित्वाचाच प्रश्न होता. मार्क-टू-मार्केटचा नियम स्थगित ठेवणे, ही उपाययोजना कितीही अवांच्छनीय वाटत असली तरी त्यामुळे मार्केटमधील अनेक जण नादारित जाण्यापासून वाचले असते आणि त्यांचा ह्या उपाययोजनांना पाठिंबा मिळाला असता. ऑप्टिझ यांनी हा मुद्दा लक्षात आणून दिला होता.

उपाययोजनांची घोषणा झाल्यानंतर प्रथम तर लोकांना जबरदस्त धक्का बसला असता. त्यानंतर चुकीच्या लोकांच्यावतीने व्यवहार केल्यामुळे अगदी अंतिम मालक कोण आहे. माहीत नाही म्हणून व्यवहार केलेले असले, तरी मग आपल्याला तुरुंगात पाठवण्यात येईल, असे ब्रोकरना खरोखर वाटले असते का हा कळीचा प्रश्न होता. उपाययोजना यशस्वी होतील की नाही, ते त्यावरच ठरले असते. अशा लोकांना शिक्षा होईल हीच भूमिका प्रशासनाला आग्रहाने घ्यावी लागली असती. कायद्यात त्याबाबतीत संदिग्धता असून उपयोगाचे नव्हते. नव्या नियमांची परीक्षा बघणारे काही लोक नक्कीच निघाले असते. असे लोक कोण आहेत, हे चटकन शोधून काढणे आणि त्यांच्याविरुद्ध कारवाई करणे आवश्यक होते.

शेवटी ऑप्टिझ यांनी आपले निवेदन संपवले.

आता ओव्हल ऑफिसमध्ये एकदम शांतता पसरली.

नोल्स फाइलमधील कागद चाळत होते. प्रत्येकाचे डोळे त्यांच्यावर खिळलेले होते, ते त्यांना जाणवत होते. फाइलमधील काहीच त्यांच्यासाठी नवे नव्हते. गेल्या दोन दिवसांपासून जसजसे नियम तयार होत होते, तसतशी त्यांना माहिती देण्यात येत होती. पण तरीही आता या अंतिम एकत्रित प्रस्तावाकडे बघताना, ज्या प्रचंड मोठ्या प्रमाणावर हस्तक्षेप सुचवला जात होता, तो बघून त्यांना स्वत:लाच भीती वाटत होती. हाच प्रस्ताव त्यांना उभा राहून घोषित करायचा होता. कोणत्या उपाययोजनांवर विचार सुरू आहे हे माहीत असूनही त्यांची जर अशी अवस्था झाली होती, तर इतरांची काय अवस्था झाली असती, याची त्यांना कल्पनाही करता येत नव्हती.

ही घोषणा ख्रिसमसपूर्वी करणे आवश्यक होते. ऑप्टिझ आणि स्टिकलँड यांचे त्याबाबत ठाम एकमत होते. एक कृत्रिम असला तरीही मानसशास्त्रीय घटक त्यामागे होता. एक रेष आखणे आवश्यक होते आणि सुट्यांपूर्वीच ती आखणे आवश्यक होते. सुट्यांनंतर मार्केट परत सुरू होईल, तेव्हा ते व्यवस्थित सुरू

होईल, असा मार्केटला विश्वास वाटणे आवश्यक होते. तसेच नवीन वर्षात काँग्रेसच्या नवीन निवडून आलेल्या लोकांनी कार्यभार स्वीकारला असता, त्या आधी सध्याच्या काँग्रेसच्या नेत्यांनी त्यांच्या शेवटच्या सत्रात या उपाययोजनांना मंजुरी दिली असती, हीच शक्यता जास्त होती. राष्ट्राध्यक्षांचीसुद्धा सुट्यांपूर्वी घोषणा करण्यास मान्यता होती. आधीच एक गोष्ट सुट्यांदरम्यान ही अनिर्णित अवस्थेत राहिली असती. डेवी आणि मॉन्टेझ अजूनही सुदानमध्येच होते. ॲडमिरल प्रेसलर यांनी अनेक शक्यतांचा विचार करून बचावाच्या योजना तयार ठेवल्या होत्या. अमेरिकेच्या गुप्तहेरखात्यातर्फे त्या दोघांचा ठावठिकाणा शोधण्याचा प्रयत्न कसोशीने जारी होता, पण त्यांचा नक्की ठिकाणा अजूनही कळलेला नव्हता. त्यामुळे बचावासाठीची योजना अमलात आणणे शक्य झाले नव्हते. दोनदा त्यांना वाटले होते नक्की ठावठिकाणा मिळाला आहे, पण बातमी चुकीची होती हे उघड झाल्यामुळे दोन्ही वेळेला मोहीम सुरू करण्यापूर्वीच त्यांना रद्द करायला लागली होती. नोल्सना जाणीव होती की, जर ख्रिसमसपूर्वी त्यांना परत आणता आले असते तर तो एक छोटा काळ व किरकोळ घटना वाटली असती. पण त्यापलीकडे प्रकरण वाढले असते, नूतन वर्षात गेले असते, तर मात्र जिमी कार्टर यांच्या काळात जसे तेहरानचे महासंकट आले होते, तसे महासंकट वाटू लागले असते. जसजसे दिवस जात होते, तसतसे ख्रिसमसपूर्वी त्यांची सुटका होणे शक्य नाही असे वाटत होते. अजूनही इतके दिवस राहिले आहेत, तितके दिवस राहिले आहेत असे ते स्वत:ला सांगत होते; पण जाणारा प्रत्येक दिवस त्यांच्या हातातील दिवसांची संख्या कमी करत होता. आता फक्त पाच दिवस शिल्लक राहिले होते. आता त्यांची सुटका होईल असे वाटतच नव्हते.

राष्ट्राध्यक्षांनी आपले विचार पुन्हा आपल्या हातातील विषयांवर केंद्रित केले.

त्यांना जे करायचे होते, ते त्यांना आवडलेले नव्हते. ज्या तत्त्वांशी त्यांची बांधिलकी होती, त्या प्रत्येकाविरुद्ध ते जात होते. कोणी ट्रेड करायचे आणि कोणी नाही आणि ट्रेड करताना काय भाव लावायचे असे सगळे सांगायचे, पोलिसासारखे वागायचे त्यांना अजिबात पटत नव्हते. ग्राहकांच्यावतीने सद्हेतूपूर्वक त्यांनी दिलेल्या ऑर्डर पूर्ण करण्याबद्दल लोकांना तुरुंगात पाठवणे त्यांना अयोग्य वाटत होते; परंतु ते करणेही त्यांना भाग होते. ऑप्टिझनी त्यांना सांगितले होते की, कमीतकमी ज्या उपाययोजना कराव्या लागणार होत्या, त्यातीलच हा महत्त्वाचा घटक होता. जर त्यांनी कृती केली नसती तर महाभयंकर प्रलय येईल असे मार्टी पेरेझ बोलले होते.

"यातली चांगली गोष्ट म्हणजे..." गॅरी रोझ या चर्चेदरम्यान शांतपणे बसून होते, ते म्हणाले, "चीनी लोकांना हे बहुधा आवडेल असं वाटतंय."

परिस्थिती इतकी विलक्षण नसती, तर हा एक विनोद समजून राष्ट्राध्यक्ष त्यावर मोठ्यांदा हसले असते.

पण रोझ गंभीरपणे बोलत होते. ''ते डब्ल्यूटीओकडे अर्थातच तक्रार करतील, पण खाजगीत मात्र ते आपले उपकारच मानतील. जर माझा हिशेब बरोबर असेल तर अमेरिकेच्या शेअर्समध्ये, रोख्यांमध्ये आणि विदेशी चलनात सगळे मिळून त्यांची तीन लाख कोटींपेक्षा जास्त गुंतवणूक आहे. त्यांना ते खरोखरच फुंकून टाकायचे नाहीत. ती त्यांची धमकी आहे. त्यांना किमतीची एक विशिष्ट पातळी हवी आहे आणि यामुळे त्यांना ती मिळते. त्यामुळे ते घाबरून पळ काढत आहेत असं दिसत नाही. उलट त्यांच्यावर खूप अन्याय झालाय असं दिसतं. आपण त्यांना पुन्हा मारहाण करतोय असं दिसतं. त्यांना ते फारच आवडतं. हे त्यांच्यासाठी एकदम योग्य आहे.''

राष्ट्रीय सुरक्षा सल्लागारांकडे राष्ट्राध्यक्ष टक लावून बघत होते, हा एखादा विनोद तर नाही ना ते शोधण्याचा ते प्रयत्न करत होते.

''व्यूहरचनेच्या दृष्टिकोनातून'' रोझ म्हणाले, ''हे एक सर्किट ब्रेकर आहे. त्याचा अर्थ परिस्थिती आणखी-आणखी बिघडत एकदम रसातळाला जाण्यापासून ते वाचवतं. आपल्याला काहीतरी करणं आवश्यक आहे, हे त्यांना समजतं. आपले सरकारी रोखेच आपण विकू शकत नाही ही स्थिती आपण चालू देणार नाही, हे त्यांना माहीत आहे. जे काही घडत आहे त्यामुळे कोणाचंच भलं होत नाही. त्यांचंही नुकसानच होत आहे. त्यामुळे हे थांबण्याची आपल्या इतकीच त्यांचीही इच्छा आहे. ह्या उपाययोजनांमुळे त्यांचा तो हेतू साध्य होतो आणि दोष आपल्यावर येतो. आपण खलनायक ठरतो. ही एक 'विन-विन' दोन्ही बाजू जिंकणार अशी स्थिती आहे. सगळेच जिंकतात.''

टॉम नोल्सनी यावर विचार केला. कदाचित गॅरी रोझ यांचे म्हणणे बरोबर असू शकेल. अमेरिकेने या संकटातून सुटका होण्याचा मार्ग शोधून काढला म्हणून झँगना कदाचित खाजगीत चांगलेच वाटले असते. आणि त्यातूनही त्यांच्यावर अन्याय झाला आहे, हे दिसणे त्यांना नक्कीच आवडले असते.

पण ह्याला काही महत्त्व नव्हते. या उपाययोजना अमलात आणणे भागच होते.

''मग आपण आजच घोषणा करायची का?'' त्यांनी विचारले.

ऑप्टिझने मान हलवून 'हो' म्हटले. ''आज मार्केट बंद झाल्यानंतर.''

वॉशिंग्टनमध्ये संध्याकाळचे सहा वाजलेले असताना पश्चिमेच्या बाजूस असलेल्या पत्रकार कक्षातील व्यासपीठावर टॉम नोल्स उभे होते. त्यांच्या बाजूला ऑप्टिझ, स्टिकलँड आणि एसइसीचे ओ'ब्रायन होते. मार्केटमध्ये पुन्हा विश्वास प्रस्थापित

करण्यासाठी आणि पुन्हा पारदर्शकता आणण्यासाठी ते तत्काळ उपाययोजना करत आहेत अशी घोषणा त्यांनी केली. मार्केटमध्ये उचित व्यवहार होण्यास यामुळे मदत होईल हेही त्यांनी स्पष्ट केले. सर्व उपाययोजनांची माहिती त्यांनी थोडक्यात पण स्पष्टपणे दिली. त्यानंतर तिन्ही अधिकाऱ्यांनी मिळून पत्रकारांना सविस्तर माहिती दिली.

दुसऱ्या दिवशी सकाळी मार्केट सुरू झाल्यानंतर ह्या उपाययोजना यशस्वी होतील का, याचा विचार करत ते त्या रात्री झोपी गेले. सकाळी ते उठले तेव्हा भेदभाव करणारी कृती केल्याबद्दल चीन सरकारने त्यांच्यावर हल्ला केला होता.

डब्ल्यूटीओच्या नियमांच्या विरुद्ध ही कृती असून अमेरिकेच्या विरुद्ध त्या जागतिक संस्थेकडे दाद मागण्यात येईल अशी त्यांनी घोषणा केली होती.

हे असेच होणार अशी प्रत्येकानेच अटकळ बांधली होती आणि त्यामुळे कोणीच त्याबद्दल फार काळजी करत नव्हते.

पण दोन दिवसांनंतर ख्रिसमसच्या दोन दिवस आधी रविवारी चीन सरकारने एकदम वेगळीच कृती केली. डब्ल्यूटीओच्या अनंत काळ चालणाऱ्या प्रक्रियेची, त्यांच्या निर्णयाची वाट बघत थांबण्याची चीनची तयारी नाही, असे सांगत त्यांनी अमेरिकेबरोबरच्या व्यापारावरती टेरिफ, कोटा यांच्या साहाय्याने कडक निर्बंध लादले. काही वस्तूंबाबत तर पूर्ण बंदी घातली. हे निर्बंध तत्काळ लागू करण्यात आले होते.

आता नोल्सना वाटू लागले होते की, ज्याची थांबण्याची तयारी नाही, माघार घेण्याची तयारी नाही, अशा प्रतिस्पर्धाबरोबर संघर्ष सुरू आहे. प्रकरण तो वाढवत नेईल आणि जोरदार तडाखे देत राहील. इतके तडाखे देत राहील की... त्यांना माहीत नव्हते त्यांचा काय उद्देश होता ते! पण आपण गुदमरून जात आहोत असे त्यांना वाटत होते. त्याचा शेवट त्यांच्या दृष्टिपथात नव्हता.

त्यामुळे काम साधले जात नव्हते. कशामुळेच परिस्थितीत सुधारणा होत नव्हती.

राष्ट्रीय सुरक्षा परिषदेची मीटिंग त्यांनी दुसऱ्या दिवशी बोलावली, ती ख्रिसमसपूर्वीची संध्याकाळ असणार होती. सुरक्षा परिषदेच्या बहुतेक सदस्यांनी वॉशिंग्टन कधीच सोडलेले होते आणि आठवड्याच्या अखेरीस सुट्टीसाठी जिथे कुठे जायचे होते; तिकडे ते चाललेले होते. नोल्सना त्याची अजिबात फिकीर नव्हती. विमानात बसून त्यांना परत येणे आवश्यक होते.

टॉम नोल्सना वाटत होते की, राष्ट्राध्यक्ष झाल्यानंतर दोन वर्षांत त्यांनी एक उत्तम टीम उभी केलेली होती. आता त्यांना शंका वाटत होती की, या टीममधील एकाला तरी तो काय करत होता, याची जरा तरी कल्पना होती का?

४७

भल्या सकाळी नोल्सना डब्ल्यूटीओच्या महासंचालकांकडून फोन आला. अमेरिकेने जाहीर केलेल्या उपाययोजना रद्द कराव्यात, असे ते जोर देऊन सांगत होते. महासंचालकांनी त्यांना हमी दिली की, जर अमेरिकेने उपाययोजना रद्द करण्याची कृती केली, तर चीनही त्यांनी जाहीर केलेल्या घोषणा मागे घेईल. मात्र अमेरिकेने आधी उपाययोजना रद्द करण्याची गरज होती. पण नोल्सनी त्यांना जे थेट प्रश्न विचारले त्याची उत्तरे त्यांच्याकडे नव्हती. अमेरिकेच्या अर्थव्यवस्थेचे आधारस्तंभ खिळखिळे करण्यात येत असताना राष्ट्राध्यक्ष म्हणून त्यांनी काय करावे? मार्केट सतत खाली कोसळत असताना, त्याला स्थिर राखण्यासाठी त्यांनी दुसरे काय करावे? महासंचालकांनी त्यांना खात्रीपूर्वक सांगितले की, चीनच्या सरकारचा तसा कोणताही हेतू नाही. टॉम नोल्सनीही त्यांना ठामपणे सांगितले की, चीनच्या सरकारला तसे खाजगीत व जाहीरपणे सांगण्याची अनेकवेळा संधी मिळालेली होती. फोन आटोपून ते त्वरेने नियंत्रण कक्षात गेले.

राष्ट्रीय सुरक्षा परिषदेचे इतर सदस्य त्यांची वाट बघत होते.

"ख्रिसमसच्या पूर्वसंध्येला तुम्हाला इथं यावं लागतंय, याबद्दल सॉरी," खाली बसता-बसता ते म्हणाले. "असं मी ठरवलं नव्हतं."

काही जणांनी त्यावर विषादपूर्ण स्मित केले.

"ओके!" ते म्हणाले. "कामाला सुरुवात करू या. चीन सरकारने केलेली घोषणा प्रत्येकाला माहीत आहे, बरोबर?"

मार्टी पेरेझ यांनी त्याचा सारांश सगळ्यांना दिला होता.

"गॅरींना वाटलं होतं, आपण केलेली कृती खाजगीत तरी त्यांना आवडेल. बरोबर ना गॅरी? मला वाटतं तुम्ही म्हणाला होता, दोघांसाठी 'विन-विन' दोघांचाही विजय होईल, अशा ह्या उपाययोजना आहेत."

"बरोबर. दोघांसाठी आपल्या उपाययोजना चांगल्या होत्या," रोझ म्हणाले. "हे तर्कसंगत नाही."

बॉब लिव्हिंगस्टन यांचे राष्ट्राध्यक्षांबरोबर एक आठवडाभर संभाषण झाले नव्हते, त्यांनी नजर वर केली. ''अर्थातच हे तर्कसंगत आहे.'' ते पुटपुटले. ''ते नेहमीच तर्कसंगत असतं.''

''तुम्ही काय म्हणताय बॉब?''

''ते नेहमीच तर्कसंगत असतं, राष्ट्राध्यक्ष महोदय कोणीही काहीही करतं, ते त्याला तर्कसंगत वाटतं. म्हणूनच, ते त्याच्याकडे कसं बघतात ते समजून घेणं फक्त गरजेचं असतं.''

''आणि ते याकडे कसे बघतात?'' गॅरी रोझनी विचारले.

''मी म्हणेन की, त्यांना वाटतंय आपण त्यांच्यावर हल्ला करत आहोत. युगांडाच्या बाबतीत, दक्षिण अफ्रिकेबाबत ह्या –''

''त्यांच्यावर हल्ला करतोय?'' ओकलेंनी विचारणा केली. ''काय भलतंच बॉब! आपल्यावर हल्ला झाला आहे. परदेशी लोक आपल्या मार्केटमध्ये घुसले आहेत. आपल्या वित्तसंस्थांमध्ये घुसले आहेत आणि मागचे दोन महिने आपलं किती नुकसान ते करू शकतात ते दाखवण्यातच त्यांनी खर्च केले आहेत. आपण त्यांचं काय बिघडवलंय? हू? काय? क्रूर टोळ्यांकडून लोकांची हत्या होत होती, त्यांना वाचवण्यासाठी आपण दूरच्या जंगलात गेलो. बॉब इतकंच आपण केलं. खरोखर तुम्ही कोणाच्या बाजूने आहात.''

''तुम्हाला कोणाच्या बाजूने आहे असं वाटतंय?''

''थांबा!'' राष्ट्राध्यक्ष म्हणाले. ''आपण सगळे एकाच बाजूने आहोत. अशा प्रकारचं बोलणं मला चालणार नाही. कोणीही, इतर कोणी दुसऱ्या बाजूने आहे, असं म्हणणार नाही.'' त्यांनी टेबलाभोवती नजर फिरवली. मीटिंगला नुकतीच सुरुवात झाली होती, पण तिथे तरी प्रचंड तणाव होता. ''ओके, जॉन? ठीक आहे?''

''होय, सर.'' ओकले पुटपुटले.

''ओके. आपण काय केलं पाहिजे, ते आपल्याला ठरवायचं आहे. आपण शाळकरी मुलांसारखं भांडत बसलेलं मी खपवून घेणार नाही. तर झँग यांच्या कृतीमध्ये जी भयंकर आक्रमकता मला दिसते, त्यामुळे मला धक्का बसला आहे. जे करता येणं शक्य होतं ते सगळं त्यांनी एका झटक्यातच करून टाकलं आहे. आता आणखी काय बाकी आहे?''

''फारच कमी,'' पेरेझ म्हणाले.

गॅरी रोझ यांनीही मान हलवून 'हो' म्हटले. ''ते जणू म्हणत आहेत की, तुम्ही काहीही करा, जमिनीवरून उठण्याचा कितीही प्रयत्न करा, आम्ही तुम्हाला तडाखे देत राहू. जोरात तडाखे देऊन तिथेच खिळवून ठेवू.''

''आणि तुम्ही आम्हाला पुन्हा तडाखा देऊ शकता का बघू,'' ओकले

म्हणाले. ''म्हणजे जणू ते म्हणत आहेत, आहे का हिंमत? दाखवताय हिंमत की नाही?''

''किंवा डोळे बंद करून ते हाणत सुटलेत,'' लिव्हिंगस्टन म्हणाले. ''त्यांना वाटतंय त्यांच्यावर हल्ला झाला आहे. तुमच्यावर हल्ला झाल्यानंतर तुम्ही काय करता? तुम्हीही हल्ला करता. त्याचा अर्थ असा नाही की, त्यापूर्वी तुम्ही फार विचार करता.''

''जीझस,'' ओकले नापसंतीदर्शक आवाजात म्हणाले, ''हे पुन्हा त्यांच्यावर हल्ला झाला आहे असं बोलले. बॉब, इथे कोणावर हल्ला झाला आहे, ते तुमच्या लक्षात येत नाही का?''

''आपल्यावर झालेला नाही, असं मी म्हणत नाही. मी म्हणतोय –''

''मला वाटतं तुम्ही म्हणताय... मला वाटतं तुम्ही म्हणताय की, आपण हल्ला करत आहोत. मला वाटतं तुम्ही म्हणताय यात आपला दोष आहे.''

''दोष कोणाचा आहे, ते तर मी अजून बोललोही नाही.''

''मग आता तेही बोलून टाका.''

लिव्हिंगस्टन यांनी रागाने मान झटकली. भावनांवर ताबा मिळवण्याचा प्रयत्न करण्यासाठी दीर्घ श्वास घेतला. ते आता टोकाच्या अवस्थेत होते. राष्ट्राध्यक्षांनी सर्वांत मोठे राजकीय संकट आलेले असतानाही मागच्या आठवड्यात त्यांच्याकडे पूर्ण दुर्लक्ष केले होते. हे पुढे चालू ठेवणे शक्य नव्हते. आज ते बोलायच्याच तयारीने आलेले होते. आज ते गॅरी रोझशी सरळ दोन हात करणार होते. आणि आवश्यकता असेल, तर जॉने ओकलेंशीही. त्यांच्याकडे दुसरा पर्याय नव्हता. त्यांना वाटत होते की, जर आज त्यांनी तसे केले नाहीतर ते कधीच करू शकले नसते.

''असं बघा,'' ते म्हणाले. ''आपण ह्याकडे कसं बघतो, त्याबाबत आपल्यात मतभेद आहेत. आपल्यावर हल्ला झाला आहे असं आपल्याला वाटतंय. असं आपल्या सगळ्यांचं मत आहे. ठीक आहे जॉन? मी ते मान्य करतो. पण त्यांना काय वाटतंय याबद्दलचं तुमचं मत मला मान्य नाही. तुम्ही त्यांच्याबद्दल असं चित्र रंगवताय की, जणू आपल्यावर हल्ला करण्यासाठीच ते हे सगळं करत आहेत.''

''मग तसं नाहीये का?''

''मला पूर्ण बोलू द्या! तुम्ही असं चित्र रंगवताय की, जणू ते ठरवून, नियोजनबद्ध पद्धतीने काही करत आहेत. आणि मी म्हणतोय तेही आपल्याबद्दल असाच विचार करत असतील. आपण करतोय ती प्रत्येक गोष्ट आपल्याला स्वत:चा बचाव करण्यासाठी केली आहे असं वाटतं, पण त्याकडे ते त्यांच्यावरचा हल्ला म्हणून बघत असतील.''

''ते चुकीचे आहेत,'' ओकले पुटपुटले.

“ते चुकीचे आहेत की नाही ते महत्त्वाचं नाही! जीझस ख्राईस्ट, त्यांना काय वाटतं ते महत्त्वाचं आहे. ते तुम्हाला कळत नाही का?”

“शांत व्हा, बॉब!” त्यांच्या बाजूला बसलेले उपराष्ट्राध्यक्ष वॉल्ट स्टिफन्सन म्हणाले. त्यांनी मंद स्मित केले. “तुम्हाला हार्ट ॲटॅक येईल.”

लिव्हिंगस्टन यांनी एक दीर्घ श्वास घेतला. “राष्ट्राध्यक्ष महोदय, ते कसा विचार करतात, तेच महत्त्वाचं आहे. कदाचित त्यांना वाटतंय की, त्यांच्यावर हल्ला होतोय. बाकी सगळ्या जगालाही तसंच वाटत असेल. जर तसं असेल तर आपण दुबळे नाही, हे दाखवण्यासाठी ते काहीही करतील. त्यामुळेच कदाचित त्यांनी ह्या उपाययोजना जाहीर केल्या असतील. त्यांच्या इच्छेविरुद्ध त्यांना त्या जाहीर करणं भाग पडतंय. कारण नाहीतर त्यांना वाटतंय की, इतर प्रत्येक जण ते माघार घेत आहेत, असा अर्थ काढेल. अशी शक्यता नाही का?”

“बरंय, जर तशी शक्यता आहे,” ओकले म्हणाले, “तर तुम्ही असं करू शकत नाही, असं आपल्याला त्यांना शिकवावं लागेल. आपल्याला त्यांना धडा शिकवावा लागेल.”

लिव्हिंगस्टन यांनी क्षणभरासाठी डोळे बंद केले. “बरोबर.” ते म्हणाले. “त्यांना धडा शिकवला पाहिजे. एकदम बरोबर, जॉन आणि मला वाटतं आता आपण इतक्या ‘भक्कम’ स्थितीत आहोत की, त्यांना धडा शिकवण्याची हीच वेळ आहे.”

राष्ट्राध्यक्षांनी त्यांच्याकडे बारकाईने बघितले. “बॉब याबाबत तुमच्याकडे काही पुरावा आहे का?”

“मरिअन इलमन यांचे संयुक्त राष्ट्रसंघातल्या चीनच्या राजदूताबरोबर बोलणे झाले. ते व्यक्तिगतरित्या त्यांच्याबरोबर बोलत होते. मरिअनना वाटतंय, झँगना याबाबत काही अंतर्गत दबावाला तोंड द्यावं लागतंय, त्यांनी रायन फेरीस यांच्याकडे बघितले. “तुम्ही त्याचा काही पुढे तपास केला आहे का?”

फेरीस यांनी खांदे उडवले. “आमच्या सूत्राकडून तरी आम्हाला तसं काहीच कळलेलं नाही.”

“राजदूत इलमन यांचं मत म्हणजे त्यांनी काढलेला निष्कर्ष आहे.” गॅरी रोझ म्हणाले, “एका संभाषणात त्यांनी काय ऐकलं त्यावर आधारित त्यांनी काढलेला निष्कर्ष आहे. आपण काय खरोखर त्यावर आधारित निर्णय घेणार आहोत का?”

“मला दुसरा काही चांगला निष्कर्ष दाखवा.” लिव्हिंगस्टन अस्वस्थ होऊन म्हणाले. “गॅरी तुम्ही पुरावा मागता आणि तिथे डोळे फिरवत बसता आणि मी जो पुरावा सांगत आहे, तो ऐकण्याची पण तुमची इच्छा नाही. मग तुम्ही त्याला

निष्कर्ष काढणे म्हणता. या दरम्यान आपण काय करत आहोत? ते पण निष्कर्षांवर आधारित नाही का? चीनला आपल्यावर हल्ला करायचा आहे, असा निष्कर्ष काढूनच आपण आत्तापर्यंत प्रत्येक गोष्ट केली आहे. आणि मला विचाराल तर आपण जे काही केलं आहे; त्यामुळे अपेक्षित परिणाम साधला जात आहे, असं दिसत नाही. तुम्हाला कदाचित तसं वाटत असेल, पण मला वाटत नाही. म्हणून मला विचाराल तर आपण तीच ती चूक पुन:पुन्हा करणं थांबवलं पाहिजे. आणखी दुसरे निष्कर्ष काय निघतात यावर विचार करणं सुरू केलं पाहिजे.''

''मी तुम्हाला विचारलंच नसतं,'' ओकले पुटपुटले.

''हो, पण राष्ट्राध्यक्षांनी विचारलं, जॉन'' लिव्हिंगस्टन थांबले. त्यांचे हृदय इतक्या जोरात धडधडत होते की, त्यांना अगदी आजारी असल्यासारखे वाटत होते.

''ठीक आहे, मंडळी,'' नोल्स म्हणाले. ''या चर्चेतून आपल्या हाती काही लागत नाही.''

तिथे एक तणावपूर्ण, संतप्त शांतता होती.

''सर,'' जनरल हेल म्हणाले. ''एक लष्करी माणूस म्हणून मी नक्कीच सांगू शकतो, प्रतिस्पर्ध्याला बेसावध ठेवण्यासाठी चीनने केलेली ही कृती आहे. अशा प्रकारची रणनीति नेहमीच वापरली जात असते. लष्करी नीतिनुसार प्रतिस्पर्ध्याला सतावत राहणे, तो बेसावध असताना त्याच्यावर हल्ला करणे आणि त्याला स्थैर्यच मिळू न देणे ही सर्वसामान्य बाब आहे.''

''हे लष्करी डावपेच नाहीत, जनरल'' लिव्हिंगस्टन तुटकपणे म्हणाले. ''बहुधा ते तुमच्या लक्षात आलेलं दिसत नाही.''

''हे फारसं विधायक नाही.'' राष्ट्राध्यक्ष म्हणाले. ''बॉब आपण चर्चा जरा पुढे नेण्याचा प्रयत्न करू.'' राष्ट्राध्यक्षांनी अर्थमंत्र्यांकडे बघितले. ''यात आपलं किती नुकसान होत आहे?''

''एकदा त्यांनी उपाययोजनांची अंमलबजावणी सुरू केली की?'' ऑप्टिझ म्हणाल्या. ''आम्ही त्याच्यावर अजून काम करत आहोत, पण आमच्या अंदाजाप्रमाणे खूप नुकसान होईल. फार मोठे.''

''त्यांचे किती नुकसान होईल?''

''त्यांच्यावरही परिणाम होईल. मला नाही वाटत त्याबाबत काही शंका आहे. तो किती मोठा असेल... ते सांगणं कठीण आहे. आपण कशाप्रकारे उत्तर देतो, त्यावर ते अवलंबून आहे.''

''उपाययोजनांची घोषणा केल्यानंतर त्यांच्या वर्तमानपत्रांनी खूप मोठा गाजावाजा केला,'' रायन फेरीस म्हणाले. ''ते म्हणत आहेत की, चीनची अर्थव्यवस्था आता या वेळी आपल्यावर अवलंबून नाही. ती खूपच स्वतंत्र आहे. आणि काही

परिणाम होईल असं त्यांना अजिबात वाटत नाही.''

''ते त्यांच्या देशातील जनतेच्या समाधानासाठी. पण त्यांच्यावर काही ना काही परिणाम होईलच.''

''ते म्हणत आहेत, देशातील अर्थव्यवस्थेला ते चालना देतील. शासनातर्फे साहाय्य देतील आणि गती देतील... इत्यादी. जो माल ते आपल्याला निर्यात करत होते, त्याची ते युरोपमध्ये आणि दुसऱ्या देशांमध्ये निर्यात करू शकतात असेही ते म्हणत होते.''

''युरोपातील देश काय करतात यावर ते अवलंबून आहे.''

''ते काय करणार आहेत?'' रोझ म्हणाले. ''हा चीन आणि आपण यांच्यातील डब्ल्यूटीओच्या नियमांबद्दलचा वाद आहे. युरोपातील देश त्यात सहभागी होणार नाहीत.''

''म्हणजे शेवटी,'' नोल्स म्हणाले. ''आपलं नुकसान होईल, त्यांचं होईल का?''

''त्यांचं काही प्रमाणात तरी नक्कीच नुकसान होईल.'' ऑप्टिझ म्हणाल्या. ''ते किती मोठं असेल, यावर आपल्याला काम करावं लागेल.''

''खूप मोठं नुकसान होईल, इतका धोका झँग अजिबात पत्करणार नाहीत,'' रोझ म्हणाले. ''चीनच्या कामगारांना नोकऱ्या गमवाव्या लागतील इतका धोका ते अजिबात पत्करणार नाहीत.''

''मागच्या वेळेला काय झालं याचा विचार केला, तर त्यांच्या अर्थव्यवस्थेत ते खूप मोठा पैसा ओतून त्याला चालना देणार नाहीत. अजिबात नाही. मागल्या वेळेला त्यामुळे नंतर बऱ्याच समस्या आल्या होत्या.'' ऑप्टिझ म्हणाल्या.

''त्यांनी जाहीर केलेल्या उपाययोजना ते लगेच आणि कठोरपणे अमलात आणतील.'' गॅरी म्हणाले.

''गॅरी, पण त्यांचंही नुकसान होईल, ही वस्तुस्थिती आहेच. जर त्यांनी घोषणा केलेल्या उपाययोजना अमलात आणल्या तरच अर्थात आणि राष्ट्राध्यक्षमहोदय ते आपण गृहीत धरू शकत नाही. आणि सगळ्याच उपाययोजना ते पूर्णपणे अमलात आणतील असे नक्कीच नाही, इतके खात्रीने सांगता येईल. त्यांच्या मागच्या रेकॉर्डकडे बघितलं तर असे दिसेल की, ते जितके मोठ्याने बोलतात तेवढी गंभीर कृती करत नाहीत.''

''चला, आपण त्यांचं आव्हान स्वीकारू. ते थापा मारत आहेत का खरं बोलताहेत ते बघू,'' ओकले म्हणाले.

राष्ट्राध्यक्षांनी टेबलाभोवती नजर फिरवली. ''आपल्या सगळ्यांना हे मान्य आहे का?''

“त्याचा नेमका अर्थ काय?” लिव्हिंगस्टन म्हणाले. “त्यांचं आव्हान स्वीकारू, ते थापा मारत आहेत का ते बघू म्हणजे काय? तुम्ही काय सांगण्याचा प्रयत्न करत आहात?”

“मी म्हणतोय त्यांना जशास तसे उत्तर देऊ,” ओकले रागाने म्हणाले.

“म्हणजे तुम्ही म्हणताय, आपणही तशाच प्रकारच्या उपाययोजना करायच्या?”

“एकदम बरोबर. आपल्या मार्केटचे संरक्षण करण्यासाठी आपण जे केलेलं आहे, ते बेकायदेशीर नाही. त्यामुळे कोणत्याही नियमांचा भंग होत नाही.”

“मला वाटतं तुम्हाला दिसेल....”

“राष्ट्रीय आपत्ती – सुझाननी आपल्याला हेच सांगितलं होतं ना? डब्ल्यूटीओच्या नियमांअंतर्गत राष्ट्रीय आपत्ती असेल तेव्हा आपण काही निर्बंध घालू शकतो. ही राष्ट्रीय आपत्ती नाहीतर काय आहे? त्यामुळे आपण जे करतोय ते करण्याचा आपल्याला अधिकार आहे.”

“मला नाही वाटत याकडे ते –”

“त्यांनी नियमांचा भंग केलेला आहे, जर त्यांची आपल्याविरुद्ध तक्रार असेल, तर त्याकरता डब्ल्यूटीओमध्ये एक प्रक्रिया आहे. त्यांनी त्याला बगल दिली आहे आणि कायदा हातात घेतलाय ठीक आहे, मग. तुम्ही तसं करू शकता, तर आम्हीही तसं करू शकतो.” जॉन म्हणाले.

लिव्हिंगस्टन यांनी संरक्षणमंत्र्याकडे टक लावून बघितले. त्यांना चक्कर आल्यासारखे वाटत होते. त्यांनी टायची गाठ सैल केली.

“आपणही तसंच करावं की, याबद्दल माझी खात्री नाही, जॉन!” राष्ट्राध्यक्ष म्हणाले. “आपण एका वेळी एकच पाऊल उचलू. एक गोष्ट नक्की आहे, आपण जे केलं आहे, त्यापासून आपण माघार घेणार नाही.”

“पण जर आपण केलं ते योग्य आहे,” रोझ म्हणाले. “म्हणजे आपल्याला जर खरोखर वाटतं जे आपण केलं ते समर्थनीय आहे, मग जॉन बोलतात त्यात तथ्य आहे. आपल्याला जे करण्याचा अधिकार आहे, तेच आपण केलं आहे आणि आता आपल्यावर हल्ला झाला आहे. कायद्याच्या प्रक्रियेचं योग्य पालन करून तो झालेला नाही, तर जंगली जनावरासारखा झालेला आहे. मग यावर आपली प्रतिक्रिया काय असेल?”

उपराष्ट्राध्यक्ष वॉल्ट स्टिफन्सन चर्चा सुरू झाल्यापासून शांतपणे बसून होते. त्यांनी घसा खाकरला. “मला अर्थव्यवस्था आणि परराष्ट्र व्यवहार संबंध या संबंधी खूप ज्ञान आहे असं मी म्हणत नाही; पण चीनने जे काही केलेलं आहे, तो फार मोठा हल्ला वाटतो.” त्यांनी त्यांच्या बाजूला बसलेल्या बॉब लिव्हिंगस्टन यांच्याकडे नजर वळविली. “बॉब, तुम्ही ठीक आहात?”

लिव्हिंगस्टन यांनी मान हलवून 'हो' म्हटले. त्यांना जीव गुदमरल्यासारखे वाटत होते आणि उलटीची भावना होत होती.

"तुमची तब्येत भयंकर बिघडलेली दिसत्येय. थोडं पाणी हवं का?"

लिव्हिंगस्टन यांनी मान हलवून 'नाही' म्हटले.

"ओके. तर हा फार मोठा हल्ला वाटतो. मग तो आपण निमूटपणे सहन करायचा का? मला नाही तसं वाटत."

टॉम नोल्स यांनी त्यावर विचार केला. ओकले आणि रोझ यांनी जे सुचवले होते, त्यामागे एक विचार होता. चीनने जी कृती केली होती, त्याला कोणतंही प्रत्युत्तर न देणे म्हणजे जणू चीनने जे केलेले आहे ते समर्थनीय आहे असे अमेरिका मानते असे दिसले असते; पण तरीही इतक्या लवकर लगेच दुसरे पाऊल उचलायचे आणि तेही एकदम आक्रमक हल्ला केल्यासारखे, हे फारच जास्त वाटत होते. रोझ आणि ओकले हे त्या मताचे होते, ते जोरदार आग्रह करत होते, पण गेल्या काही दिवसांत नोल्स यांचा त्यांच्यावरील विश्वास कमी झाला होता. तसेच बॉब लिव्हिंगस्टन यांचा त्याबाबतचा दृष्टिकोन वेगळा होता, हेही स्पष्ट होते. बॉब लिव्हिंगस्टननी त्याला कसे उत्तर दिले असते, ते स्पष्ट नव्हते. बहुधा ते गप्प राहिले असते. उत्तर न देता शांत बसले असते.

त्यांनी लिव्हिंगस्टन यांच्याकडे नजर वळविली. परराष्ट्रमंत्र्यांची मान खाली होती. जणू काही ते पुढ्यातील एखाद्या पेपरचा अभ्यास करत होते.

"हे कुठपर्यंत वाढत जाईल, मला कळत नाही," नोल्स म्हणाले.

"राष्ट्राध्यक्ष महोदय," ओकले उत्तरले. "आपण त्यांना प्रत्युत्तर दिलंच पाहिजे, नाहीतर आपण दुबळे आहोत असं वाटेल."

राष्ट्राध्यक्षांनी मार्टी पेरेझ यांच्याकडे बघितले. "यासाठी तुमच्याकडे योजना तयार आहेत, असं मी गृहीत धरतो."

पेरेझ यांनी मान हलवून 'हो' म्हटले. त्या विचाराने त्यांना यातना होत होत्या असे दिसत होते. "आपल्याकडे काही प्रकारच्या उपाययोजना आहेत, त्या आपण अमलात आणू शकतो. तत्त्वत: त्यांनी जे केलं आहे त्याच्याच त्या प्रतिकृती आहेत."

नोल्सनाही त्यामुळे यातना होत होत्या. ख्रिसमसच्या एक दिवस आधी खरं तर काही घोषणा करण्याची त्यांची इच्छा नव्हती. याआधी जाहीर केलेल्या उपाययोजनांमुळे मार्केटमध्ये सुधारणा होण्याची जी आशा होती – नंतर झँगनी निर्बंध घालण्याचे जाहीर केल्यानंतर त्याबाबत जी काही आशा शिल्लक राहिली होती, ती पुन्हा नवी घोषणा केल्यावर पूर्णपणे उडून गेली असती. जर कसेही करून त्यांना सुट्टीवर जाता आले असते तर, वेळ मिळाला असता आणि

काही... काय करता येईल, काय होईल त्यांना माहीत नव्हते. कदाचित त्यावर व्यवस्थित विचार करता आला असता. कदाचित काही घडण्याची वाट बघता आली असती. तणाव कमी करण्यासाठी काही करता आले असते.

"सर, मला वाटतं आपण एक निवेदन जारी करावं," रॉबर्टा डेवलीन म्हणाल्या. "चीनने जाहीर केलेल्या उपाययोजनांचा आम्ही निषेध करतो आणि त्यावर काय कृती करायची याचा आम्ही विचार करत आहोत. मग आम्ही कदाचित डब्ल्यूटीओकडे तक्रार करू किंवा दुसरी काहीतरी लगेच करता येईल अशी कृती. असं काहीतरी सांगू ती गंभीर धमकी वाटेल असं काहीतरी आपण म्हणू. आणि अर्थातच आपण ज्या उपाययोजना आधीच केलेल्या आहेत, त्या करण्याचा आपल्याला अधिकार आहे, हे पुन्हा ठामपणे सांगू."

राष्ट्राध्यक्षांनी डोळ्यांच्या कोपऱ्यातून बघितलं. एड अब्राहम्स मान हलवून संमती दाखवत होते.

"तुम्ही आणखी असंही म्हणू शकता की, हे सुट्ट्यांचे दिवस आहेत. लोकांनी थोडी माघार घेण्याचा प्रयत्न धरून आपापसातील मतभेद मिटवण्याचे प्रयत्न केले पाहिजेत. मनाची विशालता दाखवणारा मार्ग काढू. थोडा मुत्सद्दीपणा दाखवू. कदाचित त्यांनाही माघार घेण्यासाठी एक पळवाट मिळेल."

"यामुळे गोष्टी फक्त लांबणीवर टाकल्या जात आहेत," ओकले म्हणाले.

"मला जॉनबरोबर सहमत व्हावंसं वाटतं," रोझ म्हणाले.

"आपल्याला ते काही दिवसांसाठी पुढे ढकलता येईल. पण काही ना काही कारवाई आपल्याला करावीच लागेल. आणि फक्त डब्ल्यूटीओकडे केस दाखल करणं पुरेसं होणार नाही. त्यापेक्षा जास्त काही करावं लागेल. रॉबर्टा म्हणतात तसं ते एक पाऊल मागे घेतील का याविषयी मला शंका आहे. हा प्रश्न असा आपल्या डोक्यावर लोंबकळत ठेवायचा की तत्काळ कारवाई करायची हा राजकीय निर्णय आहे. राजकीयदृष्ट्या जे जास्त योग्य आहे ते केले पाहिजे."

नोल्स यांनी लिव्हिंगस्टन यांच्याकडे बघितले. "बॉब, तुम्हाला काय वाटतं?"

लिव्हिंगस्टन यांनी लगेच मान हलवून होकार दिला. "तेच योग्य आहे," ते पुटपुटले.

"काय योग्य आहे? रॉबर्टा म्हणाल्या ते?"

लिव्हिंगस्टन यांनी पुन्हा मान हलवून 'हो' म्हटले. ह्या चर्चेचा आणि त्यांचा संबंध राहिलेला नव्हता. त्यांना श्वास घेणे कठीण जात होते, त्यामुळे काय बोलले जात होते, त्याकडे त्यांना लक्ष देता येत नव्हते.

राष्ट्राध्यक्ष त्यांच्याकडे बघत होते. परराष्ट्रमंत्री त्याशिवाय काहीच बोलले नाहीत.

''वॉल्ट,'' नोल्स उपराष्ट्राध्यक्षांना म्हणाले, ''तुम्हाला काही सांगायचं आहे का?''

स्टिफन्सन यांनी भुवई उंचावली. ''ही फार कठीण परिस्थिती आहे आणि निर्णय घेणं अतिशय अवघड आहे.'' पेनशी खेळता-खेळता त्यांनी त्यांचे मत सांगितले. ''आपल्याला ह्या बाबतीत त्यांचा सामना करावाच लागेल. पण कदाचित रॉबर्टा म्हणतात ते योग्य आहे. ख्रिसमसच्या एक दिवस आधी आपण मनाची प्रगल्भता दाखवली, तर आपल्याला नैतिक बळ प्राप्त होतं. दुसऱ्या बाजूने, जर आपल्याला त्यांना जशास तसं उत्तर द्यायचं असेल तर कारवाई काही दिवस पुढे ढकलून आपण काही गमावतो का? कदाचित आपलं थोडं नुकसान होईल. बरोबर किंवा चूक असं ठामपणे याचं उत्तर देता येणार नाही, असं मला वाटतं.''

राष्ट्राध्यक्षांनी क्षणभर त्यांच्याकडे बघितले. ''थँक्स,'' ते शेवटी म्हणाले.

राष्ट्राध्यक्षांनी ह्या प्रश्नावर आणखी जरा वेळ विचार केला.

''ठीक आहे, आपण असं करू. मला रॉबर्टा यांची कल्पना आवडली, त्याप्रमाणे आपण करू. त्यांनी सुचवलंय तशा धर्तीवर मी एक निवेदन करेन.''

''आणि नंतर काय?'' ओकले म्हणाले.

''नंतर... ते काय करतात आपण बघू. मार्टी म्हणतात तसं, ते आणखी काय आपल्यावर फेकू शकतील? त्यांनाही त्यावर थोडे दिवस विचार करू देत. कदाचित मग आपण त्यांच्याशी संपर्क साधण्याचा प्रयत्न करू आणि त्यांना आपल्याबरोबर खाजगीत बोलायचं आहे का बघू. आपल्याला कारवाई करणं आवश्यक असेल, तर आपण अजूनही करू शकतो. पण यामुळे आपल्याला साकल्याने विचार करायला वेळ मिळेल. मार्टी आणि सुझान, तुम्हाला त्यासाठी योजना बनवायची आहे? आणि यामुळे आपल्यावर किती परिणाम होईल, त्यांच्यावर किती होईल, याची आकडेवारी आपल्याला हवी. संपूर्ण आकडेवारी, सर्व गोष्टी हिशेबात घेऊन. आपल्याला ती माहिती असणं आवश्यक आहे. ह्या सुट्यांमध्ये ती तयार ठेवा असं तुम्हाला सांगावं लागतंय, त्याबद्दल सॉरी. मला वाटतं तुमच्या आणि तुमच्या काही लोकांच्या वाट्याला ख्रिसमस फारसा येणार नाही. मी त्यांची कदर करतो, त्यांना सांगा.''

त्यांनी मान हलवून होकार दिला.

रोझ आणि ओकले या दोघांनी एकमेकांकडे दृष्टिक्षेप टाकला.

आता तिथे शांतता पसरली. राष्ट्राध्यक्षांच्या मनाला डाचणारी आणखी एक गोष्ट होती. हा ख्रिसमसच्या आधीचा दिवस होता आणि दिवस सरायला अजून बराच अवकाश होता. डेवी आणि मॉन्टेझ अजूनही सुदानमध्ये कुठेतरी होते. वेळ निघून जात होता, पण हे अशक्य नव्हते. ते हेल यांच्याकडे वळले.

"आपल्या माणसांचं काय होतंय, काय शक्यता आहे, जनरल?"

"कोणत्याही वेळी ते मिळू शकतील सर. फक्त एकदाच ते दिसले, एक कुठूनही काही बातमी उडत जरी मिळाली तरी पुरे आहे, मग आपण त्यांना शोधून काढू."

"तिथे जाऊन त्यांना घेऊन यायची शक्यता आहे, असं दिसल्याबरोबर ॲडमिरल प्रेसलर मला सांगतील. बरोबर? दिवस असो किंवा रात्र, मला लगेच सांगा."

"होय, सर. तिथे जाऊन धाड टाकण्याइतपत काही सुगावा लागला की, लगेच सांगू. निर्णय आपण घ्यायचा आहे सर."

"ओ. के. फक्त जर आपल्याला कसंही करून ख्रिसमसपूर्वी –" एकदम धाडकन आवाज झाला. राष्ट्राध्यक्षांनी सभोवताली बघितले. बॉब लिव्हिंगस्टन यांचे डोके टेबलावर आपटले होते आणि ते खुर्चीतून खाली पडण्याच्या बेतात होते. ते घसरत उपराष्ट्राध्यक्षांच्या अंगावर पडले.

उपराष्ट्राध्यक्षांनी त्यांच्याकडे टक लावून बघितले. एक क्षणभर कोणीही हालचाल केली नाही. मग जनरल हेल यांनी उडी मारली. आणि परराष्ट्रमंत्र्यांना उचलून जमिनीवर झोपवले. त्यांच्या छातीवर गुद्दे मारणे सुरू केले. रॉबर्टा डेवलीननी फोन उचलला आणि व्हाइट हाउस मेडिकल युनिटच्या कामावर असलेल्या डॉक्टरना बोलावले. तीन मिनिटांनंतर एक डॉक्टर आणि नर्स पोर्टेबल डिफायब्रिलेटर आणि औषधांची बॅग घेऊन धावत आले. त्यांनी लिव्हिंगस्टन यांचा शर्ट फाडला आणि त्यांना डिफायब्रिलेटरने त्या खोलीतच तीन वेळा शॉक दिले. तोपर्यंत स्ट्रेचर आणले गेले.

परराष्ट्रमंत्र्यांना स्ट्रेचरवरून बाहेर नेले जात असताना त्यांच्या छातीवर ते अजूनही दाब देत होते.

४८

तो एक काळा, उदासवाणा ख्रिसमस होता. तसा कधी अनुभवल्याचे टॉम नोल्सना आठवत नव्हते.

बॉब लिव्हिंगस्टनना व्हाइट हाउसमधून जॉर्ज वॉशिंग्टन युनिव्हर्सिटी हॉस्पिटलमध्ये नेण्यात आले होते. आणि तिथल्या इमर्जन्सीरूममध्ये पोहोचता क्षणीच त्यांना मृत घोषित करण्यात आले होते. टॉमना बातमी कळताच त्यांनी ॲलिशिया लिव्हिंगस्टनना फोन केला होता. साराहनीसुद्धा फोन केला होता. त्या दिवशी दुपारी टॉम आणि साराह यांनी विमानाने कॅम्प डेव्हिडला प्रयाण केले. विमानातून मेरीलँड प्रदेशाचा गावाकडचा भाग विरळ, उदास वाटत होता. त्यांच्या मनातील विचारांसारखाच. हर्ले गॉसच्या विधवा पत्नीबद्दल त्यांच्या मनात विचार आला. तो वैमानिक मरून आणि मृतदेह परत आणण्याचे आश्वासन देऊन आता जणू बरेच दिवस झाले असावेत, असे त्यांना वाटत होते. त्यांनी आश्वासन पूर्ण केले नव्हते. जॅकसनव्हिल येथील बिचाऱ्या तरुण स्त्रीबद्दल त्यांच्या मनात विचार आला. तिला विवाहानंतरचा पहिलाच ख्रिसमस नवऱ्याशिवाय काढावा लागत होता. पीट डेवी आणि फिल मॉन्टेझ सुदानमध्ये कुठेतरी होते. त्यांच्याबद्दल आणि त्यांच्या कुटुंबियांना काय वाटत असेल याबद्दल त्यांच्या मनात विचार आला.

कॅम्प डेव्हिडला त्यांचा मुलगा स्टीव्ह आणि त्याचे कुटुंबीय भेटले. त्यांनी स्टीव्हला बराच काळ घट्ट मिठी मारली. जुळ्या नातवांभोवती हात टाकून त्यांनी दोघांना एकदम जवळ ओढले. टॉमना आपले डोळे पाणावल्याचे जाणवत होते आणि अश्रू रोखून धरण्यासाठी त्यांना प्रयत्न करावे लागत होते.

मिसोरी येथील जेफरसन शहरातील राष्ट्रीय दफनभूमीत २८ तारखेला दफनविधी करण्याचा निर्णय घेण्यात आला होता. नवीन वर्षाची सुरुवात त्यांच्या इल्को येथील रँन्चवर करावी, असा टॉम आणि साराह यांचा विचार होता. त्यासाठी ते २७ तारखेला नेवडासाठी विमानातून रवाना होणार होते. पण त्याऐवजी आता

कॅम्प डेव्हिडमध्येच राहून आधी दफनविधीसाठी मिसोरीला जायचे व नंतर तिथून नेवडाला जायचे असे त्यांनी ठरवले.

हे आत्मपरीक्षण करण्याचे खिन्न करणारे दिवस होते. सीआयएकडून रोजच्या रोज माहिती मिळणे सुरूच होते. २४ तारखेला दुपारी उशीरा डीन मॉस यांनी नोल्स यांच्यावतीने एक निवेदन जाहीर केले होते. पण चीनच्या सरकारने त्यावर काही प्रतिक्रिया व्यक्त केली नव्हती. नोल्स एक-दोन वेळा, गॅरी रोझ, एड अब्राहम्स आणि सुझान ऑप्टिझ यांच्याबरोबर बोलले, पण ते फारसे बोलले नव्हते. आवश्यक तेवढे जुजबी बोलणे झाले. ख्रिसमसच्या दिवशी बॉब लिव्हिंगस्टन यांच्या मृत्यूबद्दल शोकसंवेदना व्यक्त करण्यासाठी ब्रिटिश पंतप्रधानांनी फोन केला. तसेच राष्ट्राध्यक्षांनी जारी केलेल्या निवेदनाबद्दलही त्यांनी चर्चा केली. त्यांच्याबरोबरसुद्धा नोल्स संक्षिप्तपणे बोलले. नंतर मग इतर कोणत्याही परदेशी नेत्याबरोबर बोलण्यासाठी आपण उपलब्ध नाही, असे त्यांनी सांगितले. अपवाद फक्त राष्ट्राध्यक्ष झँग यांच्या फोनचाच असावा असेही त्यांनी स्पष्ट केले. त्यांनी वाचन केले. महिनोन्महिने त्यांना वाचायला वेळ मिळायला नव्हता. नातवांबरोबर वेळ घालवून आजोबा असण्याचा आनंद घेतला. कॅम्प डेव्हिडच्या बर्फाळ मैदानात त्यांनी पायी फेऱ्या मारल्या. ह्या सगळ्याबरोबरच घडलेल्या घटनांवर त्यांनी बराच विचार केला.

इडाहो येथील माजी सेनेटर व राष्ट्राध्यक्षपदासाठीचे माजी उमेदवार डेल लॅम्बर्ट हे जवळजवळ त्यांचे राजकीय गुरू होते. राजकीय कारकिर्दीच्या सुरुवातीस त्यांचा नोल्स यांच्यावर प्रभाव होता. त्यांनी डेलना फोन केला व सर्व प्रकारच्या गोष्टींबाबत त्यांच्याबरोबर चर्चा केली. चीनबद्दलसुद्धा चर्चा केली. डेल म्हणाले की, अमेरिकेच्या हितसंबंधांचे रक्षण करण्यासाठी त्यांना जे काही करणे आवश्यक होते, ते त्यांनी केले पाहिजे. जर त्यासाठी चीनबरोबर संपर्क करावा लागत असेल तर तोही केला पाहिजे. ते सोपे नव्हते, पण सोप्या गोष्टी करण्यासाठी त्यांची निवड झालेली नव्हतीच.

गेल्या काही आठवड्यांपासून वेडेपणा आणि उन्माद यांचा वॉशिंग्टनमध्ये त्यांच्याभोवती वेढा पडला होता. आता हे थोडेसे निवांत दिवस त्यांना मिळाले होते, त्यामुळे त्यापासून जरा दूर जाता आले असं त्यांना वाटले... लवकरच त्यांना पुन्हा त्याच गोष्टींचा सामना करावा लागणार होता, ते त्यांना माहीत होते. त्यामुळे हे दिवस त्यांना जास्तच मौल्यवान वाटत होते. नियंत्रणकक्षात शेवटच्या मीटिंगच्या वेळी बॉब लिव्हिंगस्टन जे म्हणाले होते, ते म्हणणे अजूनही त्यांच्यासोबत होते. दोन वर्षांत सल्ला मागण्यासाठी बॉबना त्यांनी क्वचितच फोन केला होता. पण आता बॉब लिव्हिंगस्टन गेल्यावर मात्र त्यांना वाटत होते की, त्यांना फोन

करावा आणि त्यांचे काय म्हणणे होते ते ऐकावे.

टॉम नोल्स यांची चलबिचल होत होती. चीनबरोबर त्यांचा खूप टोकाचा संघर्ष सुरू होता आणि तो त्यांना खरं तर अजिबातच नको होता. पण त्यांच्याभोवती जे लोक होते ते फक्त हा संघर्ष आणखी वाढवू शकत होते, असे दिसत होते. ते निवांत दिवस आणि ते लांबवर फिरायला जाणे यामुळे त्यांच्या लक्षात आले की, त्यांच्या भोवतालचे लोक संघर्ष कमी करू शकत नव्हते. ठोशास ठोसा यामुळे काम होत नाही, हे त्यांना माहीत होते. 'जशास तसे'चा हा प्रकार कुठेतरी थांबायलाच हवा होता. पण आता ते एकदा सुरू झाल्यानंतर आपण कमजोर आहोत असे दिसू न देता त्यातून कसे बाहेर पडायचे? त्याचे उत्तर कोणाकडेच नव्हते, असे दिसत होते.

त्यांच्या मनात विचार आला, राष्ट्राध्यक्ष झँगसुद्धा असाच विचार करत असतील का?

पुढच्या वेळी गॅरी रोझ आणि इतर सल्लागारांबरोबर बसू, तेव्हा हाच प्रश्न त्यांना विचारावा असे त्यांनी ठरवले. ठोशास ठोसा हा प्रकार कसा बंद करता येईल? आपण माघार घेतली आहे असे वाटू न देता ते कसे थांबवता येईल?

कॅम्प डेव्हिडमध्ये त्यांना पूर्ण तीन दिवस मिळाले. मग २८ला सकाळी ते आणि साराह वॉशिंग्टनला परत गेले. तिथून मग ते बॉब लिव्हिंगस्टन यांच्या दफनविधीसाठी मिसोरीला गेले.

मॅनहॅटनमध्ये मरिअन इलमन यांनीही ख्रिसमसचे दिवस विचार करण्यातच खर्च केले. लिव्हिंगस्टनच्या मृत्यूमुळे बऱ्याच गोष्टींकडे त्यांना यथार्थपणे बघता आले. तसेच स्वतःच्या लहान मुलांच्या सहवासात वेळ घालवल्यामुळेही त्यांना विचार करायला वेळ मिळाला. अनेक महिन्यांनंतर त्या मुलांसाठी वेळ काढू शकल्या होत्या.

जोएल एहरेनरेक यांचे पुस्तक त्यांनी पुन्हा वाचले. दुसऱ्या वेळी त्यांना ते आणखीनच प्रभावी वाटले. लिऊ यांनी त्यांना जे सांगितले होते, त्यावर त्यांनी बराच विचार केला. त्यांना वाटले, अमेरिका किंवा चीन दोघेही एकमेकांपेक्षा जास्त चांगले नाहीत. त्यांना माहीत होते, सध्या ज्या परिस्थितीत दोघेही होते, ती दोघांनाही नको होती. तरीही त्यांनी ती स्वतःवर लादून घेतली होती. दोन हावरट, भांडखोर मुलांसारखे ते वागत होते. आपल्या मुलांकडे बघताना त्यांना जाणवले की, स्वतःच्या मुलांची त्यांना काळजी वाटत होती. खरोखर काळजी वाटत होती. मुले दृष्टिआड असतात तेव्हा वाटणारी ती काळजी तर नव्हती, तर कोणते जग त्यांच्या वाट्याला येणार आहे, त्याची ही काळजी होती.

ते कोण थांबवू शकणार होते? बॉब लिव्हिंगस्टन थांबवू शकले नव्हते. डॉग हावरिंग तात्पुरते त्यांच्या जागी प्रभारी म्हणून काम करत होते, पण व्हाइट हाउस जे म्हणत होते, त्याचीच री ते ओढत होते. त्यांच्या माहितीप्रमाणे तरी राष्ट्राध्यक्षांच्या विचारांना विरोध करणारे व्हाइट हाउसमध्ये कोणी नव्हते. गॅरी रोझ तर नक्कीच नव्हते. आणि इतर कोणी असेल का, याविषयी त्यांना शंका होती. ते सगळे एकमेकांना भरीस घालत होते, हे त्यांना माहीत होते. तीच त्यांची पद्धत होती.

आपल्या पदाबद्दल आणि स्थितीबद्दल विचार करण्यातही त्यांनी खूप वेळ खर्च केला. इला आणि बेन जेव्हा त्यांना मोकळा वेळ देत होते, तेव्हाचे प्रत्येक मिनिट त्यावर विचार करण्यात त्या खर्च करत होत्या, असे त्यांच्या लक्षात आले. रात्री उशीरा त्याबाबत डेव्हबरोबर त्या बोलत. जे उघड होते, त्या शिवाय बोलण्यासारखे डेव्ह यांच्याकडे काही नव्हते. वाइन घेता-घेता ते त्यांचे बोलणे ऐकत आणि त्यांना स्वत:लाच उत्तर शोधायला मदत करत.

त्यांना बहुधा राजीनामा द्यावा लागला असता. कधी द्यायचा ती वेळ निश्चित करणे, त्यांना जमले नव्हते. पेचप्रसंग सुरू असताना ऐन वेळेस राजीनामा देणे कधीच चांगले दिसत नाही. पण त्यामुळे काय फरक पडणार होता? राजीनामा देण्यामुळे सार्वजनिक क्षेत्रातील त्यांच्या करिअरची इतिश्री झाली असती. त्यांना पुन्हा माघारी फिरता आले नसते.

पण राष्ट्राध्यक्ष इतके चुकत होते, असे त्यांना वाटत असताना त्यांच्यासह काम करत राहणे कसे शक्य होते? राष्ट्राध्यक्षांनी स्वत:भोवती एक कोश बनवला होता, त्यामुळे त्यांच्या विचारांना आव्हान देणारे काही त्यांच्यापर्यंत पोहोचतच नव्हते. योग्य विचार त्यांच्यापर्यंत पोहोचवू शकेल, अशी इच्छा आणि संधी दोन्ही असणारा कोणी आहे असे दिसत नव्हते. असे कोणी नव्हतेच.

तीन दिवस या गोष्टींवर त्यांनी अक्षरश: चिंतन केले. २८ तारखेपर्यंत त्यांनी मनाशी पक्का निश्चय केला. वेळ कोणती निवडायची हाच प्रश्न फक्त बाकी होता.

त्या दिवशी पहाटेपूर्वीच्या गारठलेल्या हवेत त्या विमानात चढल्या. त्याही बॉब लिव्हिंगस्टन यांच्या दफनविधीसाठी निघाल्या होत्या.

४९

तो एक उदासवाणा दिवस होता. जमिनीवर बर्फ साचलेले होते. हवेत हाडे गोठवणारी थंडी आणि धुके होते. निष्पर्ण वृक्षांच्या खाली उतारावर थडग्याजवळ उभ्या दगडांची रांग होती.

चॅपेलमध्ये गर्दी होती. गर्दीला सामावून घेण्यासाठी समोर एक तंबू उभारलेला होता. बॉब लिव्हिंगस्टनना अखेरची मानवंदना देण्यासाठी त्यांचे कुटुंबीय, मित्र, परराष्ट्रखात्यातील अधिकारी, सेनेटमधील सहकारी असे लोक आलेले होते. तसेच बॉब वकील म्हणून काम करत असत, तेव्हाचे त्यांचे माजी सहकारीही आले होते. तंबूत पुरेशी उब नव्हती. लोक थंडीने कुडकुडत होते. चॅपेलमध्ये राष्ट्राध्यक्षांनी प्रशंसापर भाषण केले. बॉब लिव्हिंगस्टन यांचे सेनेटमधील सर्वांत जवळचे मित्र अलविन बर्र यांनीही भाषण केले. बॉबचा सर्वांत मोठा मुलगा रॉबर्ट ज्युनिअर सर्वांत आधी बोलला होता. ''मी आता यापुढे रॉबर्ट ज्युनिअर नाही'' असे तो म्हणाला. ''मला अजूनही ज्युनिअरच म्हटलं असतं तर जास्त बरं वाटलं असतं,'' असे तो म्हणाला.

नंतर ते सगळे बाहेर आले. आणि धुक्यातून आणि बर्फ साचलेल्या जमिनीवरून चालत, थडग्यांमधून वाट काढत खणून ठेवलेल्या कबरीकडे आले.

ॲलिशिया लिव्हिंगस्टन आणि त्यांच्या तीन मुलांच्या बाजूला राष्ट्राध्यक्ष पत्नीसह उभे राहिले. अखेरचे शब्द म्हटले जात असताना बॉब यांची शवपेटी जमिनीवर ठेवण्यात आली होती. टॉम यांचे सुरक्षारक्षक आपण चटकन कोणाच्या नजरेस पडू नये असा प्रयत्न करत होते. दोन त्यांच्या अगदी मागे उभे होते. काही गर्दीत उभे होते. काहीजण थडग्यांच्या मधे उभे होते आणि दफनभूमीवर सतत नजर ठेवून होते.

मरिअन इलमन यांनी बॉब यांच्या शवपेटीकडे टक लावून बघितले. सावकाशपणे ती खाली सोडण्यात येत होती.

त्यांनी राष्ट्राध्यक्षांकडे बघितले. हात घट्ट बांधून चेहऱ्यावर गंभीर भाव ठेवून

ते उभे होते.

ॲलिशिया आणि त्यांची तीन मुले समोर आली आणि प्रत्येकाने दफनभूमीत लिलीचे फूल टाकले. फुले शवपेटीच्या पृष्ठभागावर पडल्याने होणारा सौम्य आवाजसुद्धा त्या शांततेमुळे सगळ्यांना ऐकू आला.

अखेरच्या क्षणासाठी ॲलिशिया शवपेटीजवळ उभ्या राहिल्या आणि नंतर तिथून दूर झाल्या.

राष्ट्राध्यक्षांनी त्यांचा दंड पकडला आणि ते काहीतरी बोलले. ॲलिशियांनी टिश्यूने डोळे पुसून मान हलवत 'हो' म्हटले. राष्ट्राध्यक्षांच्या पत्नीही त्यांच्याबरोबर काही बोलल्या. राष्ट्राध्यक्ष तिन्ही मुलांबरोबरही हस्तांदोलन करून गंभीरपणे बोलले.

ॲलिशियांशी बोलण्यासाठी इतर जण वाट बघत होते. शोक व्यक्त करायला आलेल्या इतरांबरोबर राष्ट्राध्यक्षांनी दोन चार मिनिटे हस्तांदोलन केले. ॲलिशियांशी बोलण्याची आपली वेळ कधी येते आहे याची वाट बघत मरिअन उभ्या होत्या. त्या वेळी नोल्स वळत आहेत असे त्यांना दिसले. त्यांचे सुरक्षारक्षक, त्यांच्या आणि त्यांच्या पत्नीभोवती आले. गर्दीने त्यांना वाट करून दिली.

मरिअननी त्यांना क्षणभर बघितले. अचानक त्या गर्दीतून त्या बाहेर आल्या आणि त्यांनी मोठ्याने हाक मारली.

स्वत:च्याच आवाजाने त्यांना धक्का बसला. गारठलेल्या हवेत तो आवाज खूप मोठा वाटला होता.

राष्ट्राध्यक्षांनी आजूबाजूला बघितले. प्रत्येक जण बघत होता. कोणी हाक मारली ते बघितल्यावर राष्ट्राध्यक्षांनी स्मित केले. त्यांच्या सुरक्षारक्षकांनी मात्र तसे केले नाही. त्यांच्यापैकी दोघेजण मरिअनकडे येत होते.

राष्ट्राध्यक्षांनी त्यांना त्या कोण होत्या ते सांगितले. दोन्ही सुरक्षारक्षक मागे फिरले, पण अजूनही ते संशयाने मरिअनकडे बघत होते.

मरिअन राष्ट्राध्यक्षांच्या थोड्या जवळ गेल्या. "सर, मला तुमच्याबरोबर बोलायचं आहे."

"आत्ता?"

मरिअन यांनी मान हलवून 'हो' म्हटले.

"सांगा, काय म्हणताय?"

"हे संवेदनशील आहे, सर."

राष्ट्राध्यक्षांनी भोवताली नजर टाकली. "आपण तिथे जाऊ."

थडग्यांच्या बाजूला बर्फ पडलेली थोडी जागा होती. तिकडे ते गेले. शोकसंवेदना व्यक्त करायला आलेली गर्दी आपल्याकडे बघत आहे हे मरिअनना जाणवत होते.

राष्ट्राध्यक्ष थांबले. त्यांनी त्यांच्याकडे प्रश्नार्थक नजरेने बघितले.

आता या क्षणी मात्र मरिअन घुटमळल्या. आपण असे करू याची त्यांनी कल्पनाही केली नव्हती. मनातल्या मनात सुद्धा उजळणी केली नव्हती. त्या थरथर कापत होत्या.

''थंडी आहे ना?'' त्यांचे थरथरणे बघून राष्ट्राध्यक्ष म्हणाले. ''भयानक दिवस आहे. खरोखर भयानक.''

''मला तुम्हाला काही सांगायचं आहे.'' मरिअन म्हणाल्या.

''बॉबबद्दल? तो एक चांगला माणूस होता, हो ना?''

मरिअन यांनी मान हलवून 'हो' म्हटले. बॉब लिव्हिंगस्टन यांनी मरिअनना सांगितलं होतं की, टॉम नोल्सना तुम्ही असं काही सांगू शकत नाही, पण बॉब आता मरण पावले होते.

मरिअननी एक दीर्घ श्वास घेतला. ''राष्ट्राध्यक्ष महोदय, तुम्ही जे करत आहात ते चूक आहे. तुमची पद्धत, तुमचे धोरण, व्यूहरचना हे सगळं चुकीचं आहे.''

नोल्स यांनी गोंधळून जाऊन त्यांच्याकडे बघितले. ''तुम्ही कशाबद्दल बोलत आहात?''

''सध्या जे घडत आहे, त्याबद्दल. चीनबद्दल.''

''तुम्हाला तसं वाटतंय हो, ना?''

''राष्ट्राध्यक्ष महोदय, हे सांगणं माझं काम नाही, पण कोणीतरी तुम्हाला सांगणं आवश्यक आहे. तुम्ही आम्हाला त्या देशाबरोबर संघर्षाच्या मार्गावर नेत आहात आणि ह्या संघर्षात कोणीही विजयी होणार नाही. आपणही नाही आणि तेही नाही. तुम्ही त्यांना जोखण्यात चूक केलेली आहे. प्रत्येक वेळी तुम्ही जे काहीतरी बोलता, त्यामुळे त्यांनाही आपल्यावर आघात करण्यावाचून पर्याय शिल्लक राहात नाही. तुम्ही हे प्रकरण वाढवत आहात आणि आपल्याला व त्यांना एका सापळ्यात अडकवत आहात. त्यातून बाहेर पडण्यासाठी मार्गच उपलब्ध नाही, असं नंतर तुम्हाला दिसेल.''

राष्ट्राध्यक्षांनी त्यांच्याकडे टक लावून बघितले.

''तुम्ही माझा राजीनामा मागू शकता. मला त्याची काळजी नाही. खरं तर मी राजीनामा देणारच आहे.''

''ओह! थांबा घाईने निर्णय घेऊ नका.''

''हा घाईने घेतलेला निर्णय नाही. कोणीतरी तुम्हाला सांगायलाच हवं सर. तुम्ही ज्यांचं सांगणं निदान ऐकून घ्याल असं कोणीतरी हवंच, सर.''

''आणि तुम्हाला वाटतंय राजीनामा देऊन ते होईल?''

''नाही. राजीनामा दिल्यामुळे देशाच्या हिताविरुद्ध जे आहे, असं मला

वाटतंय, निदान त्यात सहभागी व्हायला, तसं वागायला मला भाग पडणार नाही. राजीनामा दिल्यामुळे मला जाहीरपणे बोलता येईल. आपण आणि चीन दोघेही हरण्याच्या परिस्थितीत आहोत. आपल्याला त्यातून बाहेर पडणं आवश्यक आहे.''

राष्ट्राध्यक्षांनी हाताची घडी घातली. ''तुम्ही माझ्या जागी असता, तर काय केलं असतं?''

''आपण स्वत: पुढाकार घेऊन एकत्र येऊन सहकार्याने काम करणं आवश्यक आहे. आपण वेगळा मार्ग स्वीकारला पाहिजे. दक्षिण अफ्रिकेबाबत आपल्याला तसं करता आलं असतं, पण आपण केलं नाही.''

''ते ही तसं करू शकले असते.''

''ते खरं आहे. ते आपल्यापेक्षा चांगले आहेत, असं मी म्हणत नाही. ते ही आपल्याइतकेच वाईट आहेत, सर.''

''आपल्याइतके वाईट?''

''ही काही तात्पुरती, व्यूहरचनात्मक स्थिती नाही. राष्ट्राध्यक्ष महोदय, जग बदललेलं आहे. जर आपणही बदललो नाहीतर एकमेकांना फक्त तडाखे देत राहू!''

''तुम्हाला वाटतंय ते असा विचार करतात?''

''मला माहीत नाही.''

''तुमचं चीनच्या राजदूताबरोबर बोलणं झालं, असं बॉब म्हणाले होते.''

''ते खरं आहे. मी तुम्हाला माझा अहवाल पाठवला होता. राष्ट्राध्यक्ष झँग दबावाखाली आहेत असा माझा अंदाज आहे.''

''कसला दबाव?''

''मला माहीत नाही.''

''जेव्हा तुम्हाला माहीत नसतं तेव्हा त्याची कबुली द्यायला तुम्हाला संकोच वाटत नाही, बरोबर?''

''जे लोक संकोचतात आणि त्यामुळे खोटी किंवा चुकीची उत्तरं देतात, ती तुम्हाला आवडतात का?''

राष्ट्राध्यक्षांनी क्षणभर स्मित केले. ''नाही, मला आवडत नाहीत.''

''सर, मला वाटतं, तुम्ही एका व्यक्तीला भेटायला हवं. त्यांचं नाव आहे जोएल एहरेनरेक. अमेरिका आणि चीन यांच्यातील संबंधाचे विश्लेषण करणारे एक पुस्तक त्यांनी नुकतेच लिहिले आहे. गेल्या कित्येक वर्षांत मी इतके चांगले विश्लेषण वाचलेले नव्हते.''

राष्ट्राध्यक्षांनी डोळे बारीक केले. ''माझ्या ओळखीचं नाव वाटत नाही.''

''ते येल विद्यापीठात आहेत.''

राष्ट्राध्यक्षांनी विचारमग्न नजरेने इलमन यांच्याकडे बघितले. ''मरिअन, मी

चुकत आहे, असं मला कोणीच सांगत नाही.''

''मी सांगत आहे.''

''पण इतर कोणी नाही.''

''आणि तीच तुमची समस्या आहे, सर. एकूण गोळाबेरीज केली तर तीच तुमची समस्या आहे.''

नोल्स यांनी थडग्यांमधून दूरवर बघितले. ''हे मी यापूर्वी तुमच्याकडून कधीच का ऐकलेलं नाही?''

''गॅरी रोझना विचारा. मी प्रयत्न नक्कीच केले होते. तुमच्यापर्यंत ते पोहोचले नाही, त्याला मी काय करणार?''

नोल्स गप्प राहिले.

''राष्ट्राध्यक्ष महोदय, तुम्ही जोएल एहरेनरेकना भेटलं पाहिजे. त्यांना काय म्हणायचं आहे ते ऐकलं पाहिजे. आता. आजच. दुसरं काहीही करण्यापूर्वी.''

राष्ट्राध्यक्षांनी त्यांच्या सुरक्षारक्षकांकडे नजर वळविली. ते त्यांच्यावर लक्ष ठेवून होते. त्यांनी पुन्हा इलमन यांच्याकडे बघितले. ''मरिअन मला नाही वाटत, ही सैद्धान्तिक गोष्टी बोलण्याची वेळ आहे. तुम्ही मला पुस्तक पाठवून द्या.''

''नाही सर, इतर वेळी मी तुमच्याशी सहमत झाले असते. पण काही वेळा अशा असतात, ज्या वेळी, ज्या एखाद्याचा ह्या स्पर्धेशी, वादाशी संबंध नाही, त्याचं म्हणणं ऐकून घेणं चांगलं असतं. त्याचा दृष्टिकोन फक्त एखाद्या वर्षापुरता नसतो किंवा निवडणुका डोळ्यांसमोर ठेवून नसतो. तो अनेक पिढ्यांना डोळ्यांसमोर ठेवून विचार करतो. आपले मत बनवतो. त्यांचा दृष्टिकोन काय आहे ते बघणं चांगलं असतं.''

राष्ट्राध्यक्षांनी इलमन यांच्याकडे टक लावून बघितले. ''मला पुस्तक पाठवून द्या,'' ते म्हणाले आणि त्यांनी वळून चालायला सुरुवात केली.

''राष्ट्राध्यक्ष महोदय!''

ते थांबले आणि त्यांनी वळून त्यांच्याकडे बघितले. मरिअन इलमन यांच्याकडे गमावण्यासारखे काहीच नव्हते. ही वेळच अशी निर्णायक होती. त्यांच्या वतीने त्या वेळेनेच निर्णय घेतला होता.

त्या राष्ट्राध्यक्षांच्या जवळ आल्या. ''तुम्ही मला विचारलंत, मी काय करेन. मी तुमच्या चर्चेत सहभागी झाले नव्हते. पण मला जर अंदाज करायचा असेल तर माझा अंदाज असा आहे की, चीनने काय करायला पाहिजे यावर बोलण्यातच भयंकर वेळ तुम्ही खर्च केलात.''

राष्ट्राध्यक्षांनी मान हलवून 'हो' म्हटले.

त्यांनी त्यांच्याकडे बोट केले. थेट त्यांच्या छातीकडे. शिक्षक जसे विद्यार्थ्याकडे

करतात तसे. ''चीनला आपल्याकडून काय हवं आहे यावर विचार करण्यातही तुम्ही थोडावेळ खर्च केला पाहिजे.''

विमानतळाकडे परत जाताना कारमध्ये शांतता होती. साराह खिडकीतून बाहेर बघत होत्या. संयुक्त राष्ट्रसंघातील अमेरिकेच्या राजदूताबरोबर जे आत्ताच संभाषण झाले होते, त्यावर राष्ट्राध्यक्ष विचार करत होते. ध्यानीमनी नसताना त्या आल्या होत्या आणि त्यांना त्यांनी गदागदा हलवून सोडले होते. पण त्यांना विचार करायला वेळच मिळाला नाही. एअरफोर्स वन या राष्ट्राध्यक्षांच्या विमानापर्यंत जाण्यासाठी त्यांना फारच थोडा वेळ लागला. नेवडाला जाण्यासाठी ते विमानात चढल्याबरोबर त्यांना जनरल हेल यांच्याकडून फोन आला.

''राष्ट्राध्यक्ष महोदय,'' जनरल म्हणाले, ''ते कुठे आहेत, ते आम्हाला माहीत झालं आहे.''

५०

नेवडा येथील विमानतळावर एअरफोर्स वन उतरले, तोपर्यंत हेलिकॉप्टर्सनी आकाशात झेप घेतलेली होती. पॅसिफिक वेळेप्रमाणे दुपारचे पाच वाजलेले असताना सुदानमध्ये पहाटेचे चार वाजले होते.

हेल यांनी लवकरात लवकर म्हणजे पॅसिफिकमध्ये संध्याकाळचे सहा वाजेपर्यंत तरी काही बातमी येईल अशी अपेक्षा ठेवू नका असे सांगितले होते. हल्ला करणारी टीम जोपर्यंत सुदानच्या हवाईकक्षेत होती, तोपर्यंत त्यांनी रेडिओचा वापर केला नसता.

प्रेसलर यांच्या टीमने तीन योजना आखल्या होत्या आणि त्यापैकी ही एक होती. राष्ट्राध्यक्षांनी त्याचा तपशील काही दिवस आधीच बघितलेला होता आणि मोहिमेच्या महत्त्वाच्या अटी पूर्ण होत असतील तर पुढे जा, असे सांगितले होते. योजनेप्रमाणे पाच चिनूक्स (हवाई हल्ले करणारी हेलिकॉप्टर्स) रात्री हल्ला करणार होती. त्यासाठी त्यांनी केनियातील लोडवार विमानतळावरून झेप घेतली असती. ती युगांडाचा उत्तर भाग पूर्ण पार करून सुदानच्या दक्षिण भागात गेली असती. आपल्या क्षमतेचा त्यांनी जवळजवळ पूर्ण वापर केला असता. प्रत्येक चिनूकमध्ये चोवीस नौसैनिक आणि त्यांची हत्यारे असणार होती. शिवाय ह्या ग्रुपभोवती सहा अपाशे हेलिकॉप्टरचे संरक्षण कवच असणार होते. तीही चिनूक्सच्यासमवेत उड्डाण करणार होती.

संध्याकाळी सहा वाजेपर्यंत राष्ट्राध्यक्ष आणि साराहा एल्कोच्या उत्तरेस असलेल्या त्यांच्या रँचवर आले होते. मित्रमंडळी डिनरसाठी साडेसहा वाजता येणार होती. नोल्स त्यांच्या स्टडीरूममध्ये थांबले. त्यांनी वाचणे आवश्यक होते असे काही पेपर ते चाळत होते. पण त्यांचे लक्ष लागत नव्हते. ते सारखे फोनकडे बघत होते.

सुरक्षारक्षकांपैकी एकाने येऊन दारावर टकटक केली आणि पाहुणे आले आहेत असे सांगितले. ते लगेच उठून उभे राहिले नाहीत. पाहुण्यांची सरबराई

करण्यासाठी साराह तिथे होत्या हे त्यांना माहीत होते. ते फोनपासून स्वत:ला दूर ठेवू शकले नव्हते.

शेवटी सात वाजता ते उठले आणि बाहेर आले.

एल्कोमधील त्यांचे स्थानिक मित्र मैस कुटुंबीय आणि डिकन्सन कुटुंबीय तिथे आले होते. अनेक वर्षांपासूनचे ते मित्र होते. साराहनी त्यांना आधीच ड्रिंक दिले होते. टॉमनी स्वत:साठी बर्बन घेतली. राजकारण वगळूनच त्यांचे बोलणे सुरू होते. डिक मैस हे एका स्थानिक कंट्रीक्लबचे अध्यक्ष होते आणि तिथे काय चालले होते, ह्याचे मजेदार किस्से त्यांच्याकडे नेहमीच असत. एड डिकन्सन मात्र शांत प्रवृत्तीचे, जवळपास उदासवाणे व्यक्तिमत्त्व होते. त्यांच्या पत्नी हेलरी मात्र बोलक्या होत्या, विनोदी बोलणे त्यांना आवडायचे.

साधारण साडेसात वाजता टॉम त्यांना सांगून स्टडीमध्ये परत आले आणि व्हाइट हाउसच्या फोन ऑपरेटरला मॉर्टलॉक हेल यांना त्यांनी फोन लावायला सांगितले.

''अजून काही बातमी नाही सर,'' जनरल म्हणाले.

''म्हणजे त्याचा अर्थ काय?''

''म्हणजे ते अजून सुदानच्या बाहेर आलेले नाहीत.''

''ते नक्की आत गेले होते का?''

''होय, सर. तुमच्याकडच्या वेळेप्रमाणे साधारण साडेचार वाजता त्यांनी संपर्क यंत्रणा बंद केली सर.''

''म्हणजे तीन तास होऊन गेले. तुम्ही म्हणाला होतात इथे सहा वाजलेले असताना ते सुदानमधून बाहेर येतील.''

''राष्ट्राध्यक्ष महोदय, मी ती शक्य तितक्या लवकरची वेळ सांगितली होती. डेवी आणि मॉन्टेझ जर बॅग भरून वाट बघत तयार असते तर ती वेळ गाठता आली असती.''

''पण ते आत्तापर्यंत बाहेर यायला हवे होते ना? बरोबर?''

''ते बाहेर येतील, सर.''

''कधी?''

''जेव्हा ते काम पूर्ण करतील तेव्हाच राष्ट्राध्यक्ष महोदय. सर, काही बातमी कळली की मी तुम्हाला लगेच फोन करेन. मी सांगू इच्छितो... अशा अनेक प्रसंगातून मी गेलेलो आहे. ते कधीकधी अत्यंत तापदायक असतात. सध्या इथे माझ्याबरोबर पाच लोक आहेत. आणि परिस्थिती खूप चिंताजनक आहे. आम्ही सगळेच तणावात आहोत. पण जेव्हा काहीतरी वाईट झालेलं आहे असं आपल्याला वाटतं, तेव्हा दहापैकी नऊवेळा काहीही वाईट झालेलं नसतं. प्रत्यक्ष मैदानात उतरलेल्या माणसांवर विश्वास ठेवणं आवश्यक आहे, सर. प्रेसलर यांनी सर्वांत

उत्तम माणसांना पाठवलेलं आहे. ते त्यांचं काम पूर्ण करतील.''

नोल्स काहीच बोलले नाहीत.

''सर?''

''मी ऐकलं, जनरल.''

''राष्ट्राध्यक्ष महोदय, आम्हाला काही बातमी मिळाली की लगेच मी तुम्हाला कळवतो.''

''ओके, थँक्यू.''

नोल्स यांनी फोन खाली ठेवला. जनरलनी म्हटल्याप्रमाणे जर डेवी आणि मॉन्टेझ बॅग भरून वाट बघत नसतील तर बचाव पथकाला त्यांची सुटका करण्यासाठी कशा प्रकारचे युद्ध करावे लागले असते? बचाव मोहिमेला परवानगी देताना त्यात एक अट होती, दोन हवाई कर्मचाऱ्यांना ताब्यात घेणारे एलआरए असोत किंवा सुदानचे लष्कर, त्यांच्याकडे जास्त शस्त्रे असू नयेत. कमी शस्त्र असलेले, प्रशिक्षित नसलेले, ते सैनिक असतील का हा प्रश्न होता. ते तसे असले तर रात्रीच्या वेळी अपाशे गोळीबार करत त्यांच्यावर हल्ला करत आहेत हे बघितल्यावर ते बाजारबुणगे भेदरून गेले असते, इतस्तत: विखुरले गेले असते. जिथे हालचाल दिसत आहे, तिथे त्यांनी बेछूटपणे गोळीबार केला असता. बहुधा एकमेकांवर गोळीबार केला असता. प्रेसलर यांचा असाही आडाखा होता की, मग चिनूक्समधून नौसैनिक खाली उतरले असते, त्यांनी त्या सैनिकांचा लगेच खात्मा केला असता. बदल्यात त्यांना कोणालाही प्राण गमवावे लागले नसते किंवा अगदी कमीतकमी नुकसान झाले असते.

या मोहिमेत गफलत होऊन अजिबात चालले नसते. ह्या हेलिकॉप्टरच्या बचाव मोहिमेचा जर बोजवारा उडाला असता तर... आणि सुदानमध्ये आता कोठेतरी काही प्रतिकूल घटना घडत असतील तर वर्तमानपत्रे त्यांच्यावर काय टीका करतील त्याचा विचार करण्याचीसुद्धा नोल्सना भीती वाटत होती. जिमी कार्टरचे नाव कशामुळे जास्त खराब झाले होते ते त्यांना माहीत नव्हते. तेहरानमधील अमेरिकेच्या दूतावासातील लोकांना अपहरणकर्त्यांनी ओलीस ठेवणे की त्यांच्या बचावाचा प्रयत्न निष्फळ होणे आणि त्यात अमेरिकेची हेलिकॉप्टर्स पाडली जाणे. ओलीस ठेवणे ही शोकांतिका होती तर बचावकार्यात अपयश येणे हे फार्ससारखे होते. राजकीय नेत्याचे त्यापेक्षा दुसऱ्या कशानेही जास्त नुकसान होत नाही.

दरवाजावर टकटक झाली. साराहनी आत बघितले.

''आम्ही जेवणासाठी थांबलो आहोत, टॉम.''

त्यांनी मान हलवून 'हो' म्हटले.

''तू येतोस?''

"होय," ते उठले आणि त्यांनी स्वत:ला बळजबरीने फोनपासून दूर केले.

डिनरसाठी फ्राइज, सलाड आणि मोठे ज्युसी स्टेक्स होते. डिक, हिलरी आणि साराह यांचे संभाषण सुरू होते. त्यात सहभागी होणे त्यांना कठीण गेले. त्यांनी प्रयत्न केला. योग्य वेळी हसून दाद दिली. व्हाइट हाउसमध्ये ते नवीनच होते, तेव्हा तिथे काय प्रथा आहेत ते माहीत नसल्याने काय झाले होते, याची गमतीदार गोष्ट त्यांनी सांगितली. नंतर त्यांचे मन दुसरीकडे भरकटले.

"तू आज शांत आहेस, टॉम," हिलरी म्हणाल्या.

टॉमनी त्यांच्याकडे बघितले.

"सगळं ठीक आहे ना?" त्या हसल्या.

"एखादी राष्ट्रीय आपत्ती तर आलेली नाही ना?"

टॉमनी स्मित केले.

"अंत्ययात्रा कसोटी बघणारी होती, खूप उदासपणे वाटत होते," साराह म्हणाल्या.

नोल्स यांनी मान हलवून सहमती दर्शवली. "होय. फारच कठीण प्रसंग होता तो आणि थंडीही किती होती! जीझस, फारच थंडी होती."

"ते परराष्ट्रमंत्री होते ना?" डिक म्हणाले.

"ते तुमच्या जवळचे होते का?" हिलरींनी विचारले.

"कसं आहे, तुम्ही कोणाबरोबर तरी काम करता. खूप महत्त्वाच्या विषयांवर खूप निकट राहून काम करता आणि नंतर..." त्यांनी खांदे उडवून सुस्कारा टाकला. "नंतर ते आपल्यातून गेलेले असतात."

एड डिकसन यांनी विषयाची जाण असल्यासारखी मान हलवली. एड सहसा जास्त बोलायचे नाहीत. पण आयुष्याच्या दु:खद, काळ्या बाजूकडे संभाषणाचा ओघ वळायचा तेव्हा मात्र त्यांच्यात उत्साह संचारायचा! "अचानक मृत्यू झाला ना? आजकाल अचानक मृत्यू बघण्याची आपल्याला सवय राहिलेली नाही. काय झालं होतं? हार्ट अ‍ॅटॅक?"

"अगदी टॉमदेखत," साराह म्हणाल्या. "बरोबर ना, टॉम?"

"होय. नियंत्रण कक्षात अगदी माझ्या डोळ्यांदेखत."

सगळ्यांनी खाणे बंद केले होते. ते त्यांच्याकडे टक लावून बघत होते.

"नियंत्रण कक्षात?" डिक म्हणाले. "हे तर नाट्यपूर्ण आहे."

"काही आपत्तीविषयी तिथे चर्चा सुरू होती का?" हिलरींनी विचारले.

"नाही. आम्ही सगळ्या प्रकारच्या मीटिंग तिथे घेतो." नोल्सनी स्मित केले. "शांत. निवांतपणा मिळेल अशी ती एकमेव जागा आहे."

ते सगळे हसले.

"कधीकधी मी उगाच तिथे जातो. फक्त..."

नोल्स थांबले. त्यांचा वैयक्तिक साहाय्यक आवाज न करता आत आला होता.

"राष्ट्राध्यक्ष महोदय," तो म्हणाला. "तुमच्यासाठी फोन आहे."

नोल्स ऐकत होते. काय सांगितले जात होते, ते समजून घेण्याचा प्रयत्न करत होते.

"आपले दोन चिनूक्स आणि चार अपाशे बाहेर येऊ शकले. इतरांचं नुकसान झालं आहे, ते उडण्याच्या स्थितीत नाहीत. ते बाहेर पडू शकत नाहीत."

"कोणी मरण पावलंय?" त्यांनी विचारले.

"आपले दोन अपाशे पडले, मला वाटतं त्यातील पायलट गेले," हेल म्हणाले. त्यांच्या आवाजात खिन्नता होती. "ते चार गेले. त्या शिवाय आणखी आठ जण मेल्याचं आपल्याला माहीत आहे. आणि काही जखमी झाले आहेत."

"आणि त्या दोन चिनूक्समधील सगळे जण परत आले?"

"नाही, सर. ते अजून तिथेच ग्राउंडवर आहेत."

"अरे? तुम्ही मला सांगताय दोन चिनूक्स बाहेर आले. मग आपली माणसं अजूनही ग्राउंडवर का आहेत?"

"राष्ट्राध्यक्ष महोदय, आपली जवळपास ऐंशी माणसं ग्राउंडवर आहेत."

एखाद्या बंदुकीच्या गोळीप्रमाणे त्या संख्येचा त्यांच्या डोक्यात स्फोट झाला. "ऐंशी माणसं ग्राउंडवर आहेत?"

लाइनवर क्षणभर स्तब्धता होती, नंतर नोल्सना हेल यांचा आवाज ऐकू आला, "होय, सर."

"आपण ऐंशी माणसं मागे ठेवली?"

"अंदाजे, सर. ह्या क्षणी ती एक अंदाजे संख्या आहे."

राष्ट्राध्यक्षांनी मान मागे फेकली आणि खोलीच्या छताकडे बघितले. क्षणभर ते श्वाससुद्धा घेऊ शकले नाहीत.

"राष्ट्राध्यक्ष महोदय?"

"सॉरी, जनरल. हे कसं काय घडू शकतं ते समजून घेण्याचा मी प्रयत्न करत आहे. ऐंशी माणसं? आपले उच्चप्रशिक्षित ऐंशी सैनिक? ते काय करत आहेत? ते अजून लढत आहेत का?"

"बहुधा नाही. डेवी आणि मॉंटेझ यांना जिथे ठेवलं होतं असं आपल्याला वाटलं होतं ती जागा त्यांनी ताब्यात घेतली आहे. ती फारशी शस्त्रसज्ज नव्हती किंवा तिथे फारशा सुविधाही नव्हत्या."

"जरा थांबा." काय सांगितले जात आहे ते समजून घेण्याचा नोल्स प्रयत्न करत होते किंवा खरे तर काय लपवून ठेवले जात आहे ते समजून घेण्याचा प्रयत्न करत होते. "घटनाक्रम कसा आहे जनरल?"

"आम्ही अजूनही प्रयत्न करत आहोत –"

"ते खाली उतरले, ते हेलिकॉप्टरमधून बाहेर आले. त्यांनी त्या जागेचा ताबा घेतला. आणि नंतर त्यांना तिथून बाहेर पडता आलं नाही?"

क्षणभर स्तब्धता होती. "तसंच काहीतरी. आपली माणसं बाहेर आल्यानंतर बहुधा ती चिनूक्स नष्ट करण्यात आली. प्रेसलर त्यांच्या संपर्कात आहेत. ते म्हणतात गोळीबार थांबला आहे. ते तिथून बाहेर पडू शकतात; पण जवळपास तसं ठिकाणच नाही."

"हे मला स्पष्टपणे समजून घेऊ दे. ते ज्या जागी आहेत त्याला आता सुदानच्या लष्कराने वेढा घातलेला आहे, असं तुम्ही सांगत आहात का? जनरल, मला वाटतं तुम्ही जो बेछूट गोळीबार होईल म्हणाला होतात, तसं काही तिथे झालेलं नाही. तुमचे नेमके शब्द काय होते? मला आठवतंय तुम्ही सांगितलं होतं की आपली हेलिकॉप्टर्स येत असल्याचा आवाज ऐकल्याबरोबरच ते एकमेकांवर गोळ्या झाडतील."

"ती आणखी एक वेगळीच गोष्ट आहे सर. आपल्या गुप्तहेरखात्याने आमची अशी समजूत करून दिली होती की, त्यांच्याकडे पुरेशी शस्त्रे नाहीत आणि ते आपले इतके आणि अशाप्रकारे नुकसान करू शकणार नाहीत. अपाशे हेलिकॉप्टर गोळीबार करून ती खाली पाडण्यासाठी चांगलंच शस्त्रसज्ज असणं आवश्यक असतं. शिवाय प्रशिक्षणही आणि शिस्तही आवश्यक असते. त्यामुळे एकतर हे उच्च दर्जाचे सुदानी सैनिक आहेत किंवा तितक्याच उच्च दर्जाचे चिनी सैनिक आहेत."

"हे आपल्याला का माहीत नव्हतं?"

"आपल्या गुप्तहेरखात्याने चुकीची माहिती दिली."

"मसणात जाऊ दे ते! हा एक सापळा आहे जनरल! मायला हा सापळा आहे."

"बहुधा असं असेल...."

"तुमचं बरोबर आहे, तो सापळाच होता. ती माणसं तुमच्यापेक्षा जास्त हुशार निघाली. हे इतकं सरळ आहे. हो ना?"

"मला वाटतं ही एक अतिशय शस्त्रसज्ज, अतिशय तयार असलेली बचाव तुकडी होती, हे स्पष्ट आहे. सर."

"तसलं काही मला सांगू नका. ते मायला दबा धरून बसले होते आणि

आपण मूर्खासारखे त्या सापळ्यात चालत गेलो. त्यांनी काय केलं? तर ते आपली वाट बघत थांबले. आपल्या चिनूक्सना नष्ट करून त्यांनी आपला परतीचा मार्ग बंद करून टाकला. आपल्या लोकांना तिथे अडकवून ठेवलंय हे समजण्यासाठी लष्करी तज्ज्ञ असण्याची गरज नाही. डेवी आणि माँटेझना त्यांनी जवळपासच ठेवलं. यातही काही आश्चर्य नाही. आपण या डावपेचाला कसे काय बळी पडलो?''

हेल गप्प बसून होते.

''त्यांनी फक्त आपली समजूत करून दिली की, त्यांच्याकडे फक्त दोन गुंड आणि एक बंदूक आहे. आपण खाली उतरेपर्यंत ते दबा धरून बसले. मग ते त्यांची शस्त्रं आणि उच्च दर्जाच्या तुकडीसह बाहेर आले, आपलं हेलिकॉप्टर त्यांनी नष्ट करून टाकले आणि आपण आता तिथे बंदिस्त झालो आहोत. हे... हे कसं काय झालं?''

''ते फारच चुकीचं झालं सर.''

नोल्सना जवळजवळ हसू आले.

''डेव आणि माँटेझबद्दल काय?''

''ते तिथं नव्हतं.''

अर्थातच नव्हतं. नोल्सनी विचार केला. ''मला आश्चर्य का वाटत नाही? त्याबाबतही तुम्ही चूक केलीत ह्याचं मला आश्चर्य का वाटत नाही?''

नोल्सनी डोळे बंद केले. संतापाने त्यांचा भडका उडाला होता.

''राष्ट्राध्यक्ष महोदय, हे चांगलं दिसत नाही मला माहीत आहे.''

यावेळेला मात्र नोल्स खरोखर मोठ्याने हसले.

''ॲडमिरल प्रेसलर....''

''ॲडमिरल प्रेसलर, आणखी एक प्लॅन बनवत आहेत, हो ना? आपल्या माणसांना कसं बाहेर आणायचं याची ॲडमिरल प्रेसलरना जरा तरी कल्पना आहे का? कदाचित आणखी काही हेलिकॉप्टर्स तिथे पाठवायचे आणि ते काही बरं काम करू शकतात का बघायचं.''

''मला वाटतं ते योग्य होणार नाही, सर.''

''होय! मला वाटतं ते योग्य होणार नाही.''

''तथापि ग्राउंडवर असलेल्या लोकांच्या संरक्षणासाठी त्यांनी काही तजवीज केली आहे.''

''काय तजवीज केली आहे?''

''सर, ह्या जंगल पीस मोहिमेसाठी अब्राहम लिंकन ही युद्धसज्ज नौका ॲडमिरल प्रेसलर यांचे ठाणे आहे. तिथूनच ते या मोहिमेचे काम बघतात.

मोहिमेच्या दरम्यान चीनच्या दोन नौका सतत आपल्या नौकेभोवती होत्या.''

''होय, जनरल. मला माहीत आहे. आपल्या अब्राहम लिंकन नौकेभोवती चीनने त्यांच्या दोन युद्धसज्ज नौका तैनात केलेल्या आहेत.''

''ॲडमिरल प्रेसलरनी त्या चिन्यांच्या नौकेभोवती आपला स्ट्राइक ग्रुप – शस्त्रसज्ज युद्धनौका ग्रुप – तैनात केला आहे.''

राष्ट्राध्यक्षांच्या चेहऱ्यावरील आठ्या आणखी गडद झाल्या. ''सॉरी, जनरल मला समजलं नाही, त्याचा अर्थ काय? त्यांनी आपला स्ट्राइक ग्रुप तैनात केला आहे म्हणजे काय?....''

''म्हणजे त्या चिनी नौकांना प्रेसलर हवं तेव्हा नष्ट करू शकतात, सर.''

''हे समुद्राच्या आंतरराष्ट्रीय कक्षेत आहे का?''

''त्यांनी त्या दोन्ही चिनी लोकांच्या कमांडरना सांगून ठेवलेलं आहे, जर आपल्या सुदानमधल्या माणसांवर कोणताही हल्ला चढवला, तर ते या नौकांना बुडवून टाकतील.''

''त्या कमांडरना आपल्या माणसांबद्दल माहिती आहे का?''

''ते बीजिंगला संदेश पाठवत होते, राष्ट्राध्यक्ष महोदय, त्या वेळी आपण तो मधेच पकडून ऐकला.''

''जनरल, ॲडमिरल प्रेसलरना तसं करायचा हुकूम कोणी दिला? तुम्ही दिलात का तो हुकूम?''

''नाही, सर.''

''असा निर्णय घेण्याचे त्यांना अधिकार आहेत का?''

''प्रत्यक्ष रणभूमीवर असणारे कमांडर, मोहिमेबाबतचे निर्णय घेऊ शकतात सर, फक्त एंगेजमेंटच्या नियमाप्रमाणे ते निर्णय हवेत.''

''आणि हा निर्णय एंगेजमेंटच्या नियमाप्रमाणे आहे का?''

''ते नक्की सांगता येणार नाही, सर या परिस्थितीची आपण कल्पना केलेली नव्हती.''

नोल्सनी एक दीर्घ श्वास घेतला. त्यांना वाटले गडबडगुंडा करून ते जी माहिती देत होते ती स्पष्टपणे आता कुठे मिळाली आहे. त्यांनी स्टडीच्या लाकडी फळ्या लावलेल्या भिंतीकडे टक लावून बघितले. ते नेवडाचे गव्हर्नर होते. तेव्हापासून आता राष्ट्राध्यक्ष पदापर्यंत त्यांच्या प्रवासातील कित्येक कठीण प्रसंग या खोलीने बघितलेले होते. पण आता त्यांना वाटत होते की, हा प्रसंग जितका कठीण होता तितका कुठलाच नव्हता.

''हे मला समजून घेऊ दे,'' राष्ट्राध्यक्ष सावकाशपणे म्हणाले. ''आपली ऐंशी माणसे सुदानमध्ये आहेत आणि त्यांच्याभोवती चीनचे सैनिक –''

“किंवा उच्चदर्जाचे सुदानी.”

“किंवा उच्चदर्जाचे सुदानी सैनिक आहेत आणि चीनच्या दोन युद्धनौकांभोवती आपला स्ट्राइक ग्रुप आहे आणि ते केनियाच्या किनाऱ्याजवळ आहेत.”

“होय, सर.”

राष्ट्राध्यक्षांनी अनेक वर्षे आधी एक चित्रपट बघितला होता, त्यातील प्रतिमा त्यांच्या डोळ्यांसमोर तरळल्या. “हे रिझर्व्हॉयर डॉग सिनेमासारखं आहे.”

“मला कळलं नाही, सर.”

राष्ट्राध्यक्षांनी स्पष्टीकरण दिलं नाही. अविश्वासाने त्यांनी नकारार्थी मान हलवली. सुदानच्या जंगलापासून ते केनियाच्या किनारपट्टीपर्यंत हा एक मोठा पट्टा झाला होता. आणि एक फार मोठा पेचप्रसंग झाला होता.

“याबद्दल कोणाला काय माहीत आहे का?”

“फक्त ह्याच्याशी संबंधित असलेल्या लष्करी लोकांनाच. आपण काही बोललेलो नाही आणि चीनही काही बोललेला नाही.”

“आता पुढे काय?”

“ते आपल्याला ठरवावं लागेल.”

५१

नियंत्रण कक्षात लष्करी व गुप्तहेरखात्याच्या अधिकाऱ्यांची गर्दी जमलेली होती. वॉशिंग्टनमधील लष्कराचे बहुतेक सर्व ज्येष्ठ अधिकारी तिथे उपस्थित होते.

स्क्रीनवर एक नकाशा होता. केनियाच्या उत्तर किनारपट्टीवर लामू बे जवळ अब्राहम लिंकन युद्धनौका कुठे उभी होती, ते नकाशात दिसत होते.

''चीनच्या ह्या दोन संहारक नौका गेल्या सहा वर्षांत बांधण्यात आलेल्या आहेत,'' ॲडमिरल बॉब टॉव्हे म्हणाले. तेच माहिती देत होते. नकाशाच्या जागी मग स्क्रीनवर दोन चित्रे आली. ''डावीकडची संहारक नौका आहे ती 'चँगचून,'' ती लूहाय वर्ग दोन प्रकारची आहे आणि दुसरी आहे ती 'कनमिंग' लूयांग वर्ग तीन प्रकारची. चीनच्या नौदलाच्या ताफ्यातील ही सर्वांत अत्याधुनिक संहारक नौका आहे. राष्ट्राध्यक्ष महोदय, जर आपल्याला त्यांचा सविस्तर तपशील हवा असेल तर आपल्याला दिलेल्या कागदपत्रात तो आहे किंवा मी तो आता आपल्याला सांगू शकेन.''

नोल्स यांनी नकारार्थी मान हलविली.

सुदानमध्ये बचावपथकाला जेरबंद करण्यात येऊन अठरा तास उलटले होते, चीनच्या संहारक नौकांना घेराव घालण्यात आला होता, त्याला सोळा तास उलटले होते. या दरम्यान राष्ट्राध्यक्ष वॉशिंग्टनमध्ये परत आले होते.

''प्रत्यक्ष रणभूमीपासून आपण जरा दूर येऊ. त्यांच्या दुसऱ्या दोन विमानवाहू नौकांवर आपण लक्ष ठेवून आहोत. 'माओ झेडाँग' आणि 'चाऊ एन्लाय' ह्या त्यांच्या दोन विमानवाहू नौका त्यांच्या संहारक गटासह हिंदी महासागराकडे येत आहेत. त्या आधी त्या या तळावर होत्या...'' टॉव्हेंनी स्क्रीनवर दुसरा एक नकाशा आणला. महासागरातील भारताच्या नैर्ऋत्येकडचा आणि मालदीवच्या उत्तरेकडचा भाग त्यांनी लेसरने दाखवला. त्यामुळे स्क्रीनवर फुलीचा आकार उमटला होता. ''त्यांनी साधारण तीन तासांपूर्वी त्यांचा तळ सोडला. आपण त्यांच्या नौकांविरुद्ध कारवाई केल्यानंतर आणि आता ह्या नौका साधारण... इथे''

केनियाच्या किनारपट्टीच्या डावीकडे विशाल महासागर होता, त्याकडे त्यांनी लेसर नेला.

नोल्स यांनी किती अंतर असेल त्याचा अंदाज घेण्याचा प्रयत्न केला. नकाशावर ती केवळ एक मोठी मोकळी जागा दिसत होती. प्रत्यक्षात त्याचा काय अर्थ असेल याची त्यांना कल्पना नव्हती.

''आपल्याला जी त्यांच्या क्षमतेची माहिती आहे, त्यानुसार केनियाच्या किनारपट्टीपासून त्या कमीतकमी सहासष्ट तास अंतरावर आहेत.''

''राष्ट्राध्यक्ष महोदय,'' संरक्षणखात्याचे गुप्तहेर प्रमुख म्हणाले, ''दोन वर्षांपूर्वी त्यांनी ज्या चार विमानवाहू नौका बांधल्या, त्यापैकी ह्या दोन आहेत. आपल्या वाहक नौकांइतक्या त्या तुल्यबळ आहेत असं आपण समजत नाही, पण लढायची वेळ आली तर आपलेही त्या खूप नुकसान करू शकतात.''

टॉव्हे यांनी मान हलवून सहमती दर्शविली. ''ह्या सागरीपट्ट्यात अब्राहम लिंकनपासून आपली सर्वांत जवळ असलेली युद्धनौका आहे, जॉन एफ केनेडी, ती इथे... आहे. आपण या केनेडीला तिच्या स्ट्राइक ग्रुपसह अब्राहम लिंकनला आधार द्यायला पाठवत आहोत. आपल्या अंदाजाप्रमाणे ती तिथे पोहोचायला अठ्याहत्तर तास लागतील.''

''आपण तिथे आधी कसे पोहोचू नाही शकत?'' नोल्स म्हणाले.

''सर, लिंकनला आधार द्यावा लागेल अशी अपेक्षा आपण केली नव्हती. चीनच्या नौकांना मी सहासष्ट तास सांगितले ते त्यांच्या क्षमतेनुसार जास्तीत जास्त चांगली कामगिरी करतील असे हिशेबात धरून.''

''केनेडीचे अठ्ठ्याहत्तर तासही त्याच हिशेबाने असतील ना?'' गॅरी रोझ म्हणाले.

''डॉ. रोझ, त्यांच्या नौकांची प्रत्यक्ष मोहिमेवर कधीच चाचणी करण्यात आली नव्हती. जॉन एफ केनेडीबाबत तसं म्हणता येणार नाही.''

''त्यांच्या दोन क्षेपणास्त्रवाहू नौका एकाच ठिकाणी असणं ही सर्वसामान्य बाब आहे का?''

''नाही, सर.''

''आपल्याला याबद्दल माहीत होतं का?'' राष्ट्राध्यक्षांनी विचारणा केली.

''शत्रूच्या सर्व जहाजांचा आपण माग ठेवत असतो, राष्ट्राध्यक्ष महोदय.''

''त्या तिथे कधीपासून आहेत?''

''मला वाटतं, आठ दिवसांपासून त्या एकमेकींसोबत आहेत.''

''आणि तुम्हाला माहीत होतं?''

मॉर्टलॉक हेल यांनी हस्तक्षेप केला. ''राष्ट्राध्यक्ष महोदय, संयुक्त राष्ट्रासंघाने

मंजूर केलेल्या मोहिमेवर लिंकन काम करत आहे. संयुक्त राष्ट्रसंघाचा दुसरा सदस्य देश त्यावर आक्रमण करेल असं मानण्याचं आपल्याला कारणच नव्हतं. तशी आपली अपेक्षाच नव्हती.''

''तुमची काय अपेक्षा होती ह्याला माझ्या लेखी काडीची किंमत नाही. दोन परदेशी क्षेपणास्त्रवाहू नौका आपल्या जहाजाविरुद्ध एकत्र येत आहेत. जर तुम्हाला हे माहीत होतं तर तुम्ही काही करायला नको होतं का?'' राष्ट्राध्यक्षांनी संतापाने मान हलविली आणि गॅरी रोझकडे रागाने बघितले.

टॉव्हे क्षणभर थांबले. मग पुन्हा त्यांनी माहिती देणे सुरू केले. ''आपण जॉर्ज एचडब्ल्यू बुश ही नौकाही, तिच्या स्ट्राइक ग्रुपसह इथून... आणत आहोत.'' त्यांनी दक्षिण अफ्रिकेच्या पश्चिम किनारपट्टीकडचा एक भाग दाखवला. ''लामू बे इथे चीनच्या नौका आल्यानंतर दोन दिवसांनी बुश तिथे पोहोचेल आणि आपण त्यांच्यापेक्षा कित्येक पटीने वरचढ ठरू. सर, आणि खुलासा म्हणून सांगतो की, केनेडीमुळेही आपली ताकद त्यांच्यापेक्षा आधीच वरचढ होते, पण बुशमुळे ती आणखीच त्यांना चिरडून टाकता येईल इतकी वाढते.''

''ॲडमिरल,'' रोझ म्हणाले, ''जर समजा, मी चिनी आहे आणि आत्ता तुम्ही जी माहिती दिलीत त्यावरून मी विचारतो की, मी तिथे पोहोचल्यानंतर बारा तासांनी केनेडी आणि तिचा स्ट्राइक ग्रुप तिथे येणार, बुश अठ्ठेचाळीस तासानंतर येणार. तर मग मी तिथे पोहोचल्याबरोबरच हल्ला करेन. तुम्ही येण्याच्या आत. तीच माझ्यासाठी उत्तम वेळ आहे. हे तुम्ही नाकाराल का?''

''सर, मी म्हणालो तसं, अठ्ठ्याहत्तर तास हा एक अंदाज आहे आणि त्यांना सहासष्ट तास वेळ लागेल हाही अंदाज आहे. समुद्रात त्या वेळी कसं वातावरण असेल आणि प्रत्यक्ष क्षमता कशी वापरता येईल त्यावर ते उलटंही होऊ शकेल. कदाचित आपण सहासष्ट तासांत पोहोचू आणि त्यांना अठ्ठ्याहत्तर तास लागतील.''

''किंवा तसं, आपल्या बाजूनेच गोष्टी होतील असं नाही, बरोबर?''

''त्यांना आपल्यावर हल्ला करायचा आहे असं तुम्ही गृहीत धरत आहात,'' हेल म्हणाले.

''नाही, मी गृहीत धरत नाही, जनरल, तोच मुद्दा आहे. मी म्हणतोय, त्यांना जो काय निर्णय घ्यायचा आहे, तो लगेच घ्यावा लागेल कारण त्यांना यश हवं असेल तर आपली केनेडी नौका तिथे पोहोचण्याच्या आतच त्यांना हल्ला करावा लागेल. म्हणजे त्यांच्याकडे ते बारा तास फक्त आहेत. एकदा का आपली नौका तिथे पोहोचली की मग त्यांची इच्छा असली तरी ते हल्ला करायला धजावणार नाहीत. कारण आपली ताकद जास्त असेल.'' रोझ थांबले. ''त्यामुळे त्यांना लगेच निर्णय घेणे भाग पडेल.''

राष्ट्राध्यक्षांनी मान हलवून सहमती दर्शविली. त्यांनी स्क्रीनकडे टक लावली आणि त्यातील नकाशावर फुलीचा आकार काढला होता त्याकडे बघितले. मधे विस्तीर्ण समुद्र होता पण ते जवळ येत होते, त्यांना माहीत होते. दर तासागणिक चिनी नौका लिंकनजवळ येत होत्या.

''दुसरा काही पर्याय मला दिसत नाही,'' हेल म्हणाले. ''जर आपण आपल्या ह्या नौका तिथे आणल्या नाहीत, तर त्यांची ताकद आपल्यापेक्षा खूप जास्त होईल.''

''अ‍ॅडमिरल बॉब टॉव्हे,'' राष्ट्राध्यक्ष म्हणाले, ''हे प्रत्यक्षात कसं दिसेल, मला जरा कल्पना द्याल? आपण किती जहाजांबाबत बोलत आहोत, एकूण?''

''अब्राहम लिंकनच्या स्ट्राइक ग्रुपमध्ये पंधरा जहाजं आहेत, सर. चिन्यांची चव्वेचाळीस येत आहेत, ती त्या मार्गावर आहेत. आपली केनेडी आणि बुश एकदा तिथे पोहोचली की आपली एकूण अठ्ठावन जहाजं होतील!''

''म्हणजे एकूण...''

''म्हणजे सगळे धरून एकशे दोन होतात. आणि खूप विमाने. जर खरोखर अशी जमवाजमव तिथे झाली तर तो फार मोठा शो होईल. केनेडी तिथे जाईपर्यंत समुद्राच्या त्या पट्ट्यात खूपच जहाजे असतील. अगदी दुसरं महायुद्ध – तिथपर्यंत मागं गेलो तरी इतकी जहाजं कधीच हल्ल्यासाठी एकत्र आलेली नव्हती.''

राष्ट्राध्यक्षांनी दीर्घ श्वास घेतला आणि ह्या संख्याबळाचा विचार करत तो हळुवारपणे सोडला.

शांतता आणखी गडद झाली.

नोल्सनी हेल यांच्याकडे बघितले. ''आपल्या सुदानमधील माणसांचं काय?''

''आपण त्यांना वस्तूंचा पुरवठा केला आहे. जखमी लोकांना बाहेर आणलं आहे.''

''त्यात काही समस्या आल्या?''

हेलनी नकारार्थी मान हलवली. राष्ट्राध्यक्षांना माहीत होते की, जनरलनी स्वत: चीनच्या वॉशिंग्टनमधील दूतावासाशी संलग्न वरिष्ठ लष्करी अधिकाऱ्यांना निरोप दिला होता. त्यानुसार अमेरिकेच्या स्थानिक वेळेप्रमाणे दुपारी अमेरिका सुदानमध्ये दोन चिनूक्स पाठवणार होती. वस्तूंचा पुरवठा करणे, हा त्यांचा उद्देश होता; तसेच जखमींना तिथून बाहेर काढणे हाही होता. जनरलनी आणखी निरोप दिला होता जर ह्या चिनूक्सवर गोळीबार झाला तर चीनच्या संहारक जहाजांवर गोळीबार होईल. हा निरोप चिनी दूतावासामार्फत पुढे बीजिंगला आणि तिथून सुदानला नक्कीच पोहोचला असावा, कारण हे काम ठरल्याप्रमाणे पार पडले होते. चिनूक्स खाली उतरल्यावर उगाच काही स्वैर गोळीबार झाला होता,

पण त्यांना थांबवण्याचे प्रयत्न मात्र केले गेले नव्हते.

"जखमी सैनिकांना परत आणल्यानंतर, आता आपले किती सैनिक अजून तिथे आहेत?"

"त्र्याहत्तर, सर."

"डेवी आणि मॉन्टेझ सोडून?"

"होय, सर."

"म्हणजे एकूण पंचाहत्तर आहेत," नोल्सनी त्यावर विचार केला. "त्यांनी त्याला अजून प्रसिद्धी का दिलेली नाही? दुसऱ्या देशात आपण सैनिक पाठवतो, त्यांच्या दोन जहाजांना भर समुद्रात ओलीस ठेवतो... त्याला चाचेगिरी म्हणता येईल. मग ते याबाबत मौन का बाळगून आहेत? जाहीर वाच्यता का करत नाहीत?"

"सुदानमध्ये त्यांचे लष्कर आहे याचा त्यांनी सतत इन्कार केलेला आहे," रोझ म्हणाले. "त्यांचे सल्लागार तिथे आहेत, इतकंच त्यांनी मान्य केलेलं आहे, त्यापेक्षा जास्त काहीच नाही."

"आणि त्यांचा यात सहभाग असल्याचा पुरावा आमच्याकडे आहे, अशी आपण त्यांची समजूत करून दिली आहे."

हेल म्हणाले. "आपण त्यांना सांगितले की, त्यांच्याही दोन-तीन जखमी माणसांना आपण तिथून घेऊन आलो आहोत!"

"आणि आपण खरोखर आणलं होतं?"

"आता आपल्या ताब्यात खरोखर त्यांची तीन माणसं आहेत."

राष्ट्राध्यक्षांनी खांदे उडवले. "मग त्यांच्या सैन्याच्या तुकड्या तिथे आहेत. त्यात काय मोठा मुद्दा आहे? जगातील प्रत्येक गुप्तहेरखात्याला ती माहिती आहे, बरोबर? जर सुदानने त्यांना तिथे बोलावलं असेल तर तो काही गुन्हा नाही."

"ते त्याबाबत हळवे आहेत."

"संयुक्त राष्ट्रसंघाने मान्यता दिलेल्या मोहिमेचं काम करत असताना आपल्या दोन माणसांचं अपहरण करण्यात आलं. त्यांच्या सुटकेसाठी जे बचावपथक गेले होते, त्यालाही चीनच्या सैन्याची तुकडी विरोध करत होती. ती अयोग्य गोष्ट असल्याने कदाचित ती त्यांना जाहीर होऊ द्यायची नसेल." सीआयएच्या संचालिकेने पुस्ती जोडली.

"आपली बचाव मोहीम त्या ठरावांचं उल्लंघन करणारी होती," रोझ म्हणाले. "तांत्रिकदृष्ट्या सुदानला प्रतिकार करण्याचा अधिकार आहे."

"पण यामुळे चीनची बाकीच्या जगात प्रशंसा होणार नाही. आपल्या माणसांना परत करण्यासाठी त्यांनी सुदानवर दबाव टाकायला हवा. त्या ऐवजी ते आपल्या

माणसांना ताब्यात ठेवण्यासाठी मोठी लढाई करत आहेत.''

''त्यांची ही कारवाई बघून जगातील अनेक देशांना आनंद होईल. आपल्याला कोणत्याही प्रकारे विरोध झाला तर त्यांना चांगलंच वाटेल, मग ते कृत्य बेकायदेशीर आहे का नाही याचा कोणी विचार करणार नाही.''

''ते मरू दे,'' जॉन ओकले म्हणाले. ''आपली ताकद दाखवून देण्यासाठी त्यांना लढायचं आहे. त्यांच्याकडे त्या विमानवाहू नौका आहेत. चिलटं मारण्यासाठीही त्यांनी त्या वापरलेल्या नाहीत आणि आता त्यांना त्या वापरून बघायच्या आहेत. ते सामर्थ्यवान आहेत, त्यांच्याकडे ताकद आहे, हे त्यांना दाखवून द्यायचं आहे. अनेक वर्षांपासून ते त्यांना आपल्याला दाखवून द्यायचं होतं.''

''तसं असेल तर त्यांना जबरदस्त मार मिळेल. त्या पाण्यातून त्यांना पळ काढावा लागेल.'' हेल म्हणाले.

''मॉर्टलॉक कदाचित त्यांना तसं वाटत नाही. त्यांचं प्रसिद्धी खातं त्या जहाजाबद्दल जे सांगतं, त्यावर स्वत:च विश्वास ठेवण्याइतके ते मूर्ख असावेत.''

''तुम्हाला खरोखर वाटतं का की, ते आपल्याला तडाखा देऊ शकतील असं त्यांना वाटतंय?''

''नाही,'' ओकले म्हणाले. ''मला वाटतं, तिथं ते आपल्यावर मात करू शकतील, आपण तिथून माघार घेऊ असं त्यांना वाटतंय. मला वाटतं, मग आपण आपली जहाजं घेऊ आणि निघून जाऊ असं त्यांना वाटतंय. एकदा का आपण माघार घेतली की मग सगळ्या जगाला ते सांगायला मोकळे की आम्ही अमेरिकेवर मात केली.''

''तसं काही अजिबात होणार नाही,'' हेल म्हणाले.

''तोच प्रश्न आहे,'' ओकले म्हणाले आणि त्यांनी राष्ट्राध्यक्षांकडे बघितले. ''आपण केवळ धमकी द्यायची की प्रत्यक्ष कृती करायची?''

हाच प्रश्न होता. नोल्सनी गॅरी रोझ यांच्याकडे बघितले. ''आपले नाटोमधील मित्र काय करतील असं आपल्याला वाटतंय?''

''जर आपल्यावर आक्रमण झालं तर?''

''मला लंडनहून ॲडमिरल रॉजर्स यांचा फोन आला होता,'' टॉव्हे म्हणाले. ''काहीतरी सुरू आहे हे त्यांना माहीत आहे.''

''अर्थातच त्यांना माहीत आहे,'' ओकले म्हणाले. ''आणि प्रकरणाचा निकाल लागला रे लागला की ते मदत करायला तयार असतील.''

''जॉन,'' रोझ म्हणाले. ''हे प्रकरण फार वाढलं तर ते फक्त पूर्व अफ्रिकेपुरतं मर्यादित राहणार नाही.''

''अर्थातच नाही. पण आपण काय करू शकतो? ते येत आहेत, गॅरी.''

त्यांनी स्क्रीनवरील नकाशाकडे बोट केलं. "ते निघालेले आहेत. ते तिथे पोहोचतील. प्रश्न आहे, ते तिथे आल्यानंतर आपण काय करायचं?"

"आपण त्यांना तिथून जाऊ देणार नाही," राष्ट्राध्यक्ष म्हणाले. "हे नक्की आहे."

"होय. ते नक्कीच. आणि काय निर्णय घ्यायचा ते ठरवण्यासाठी त्यांच्याकडे बारा तास आहेत. त्याच्या आतच निर्णय घेऊन काही कृती करायची असेल तर ते करू शकतात किंवा त्यानंतर एकदा आपल्या नौका तिथे पोहोचल्या की मग कृती करण्याची क्षमता ते गमावतात, कारण आपण त्यांना भारी पडू, हे आपल्या इतकेच त्यांनाही माहीत आहे. आणि तरीही ते येत आहेत. मग आपण माघार घेतली नाही, तर त्या बारा तासात काय होईल?"

"राष्ट्राध्यक्ष महोदय," टॉव्हे म्हणाले, "जर प्रकरण तिथपर्यंत गेलं तर कोणाची इच्छा असो वा नसो; काहीतरी घडेल ही नक्कीच शक्यता आहे. ती अत्यंत संवेदनशील स्थिती असेल. कोणत्या क्षणी कसा भडका उडेल, ते सांगता येत नाही. एकाच जागेवर इतकी जहाजं, विमानं, एकत्र आल्यावर फक्त एक गोष्ट चुकीची झाली, एकही गैरसमजूत झाली तरी लगेच गोळीबार सुरू होईल." ॲडमिरल थांबले. "सर, दोन कॅरिअर्स स्ट्राइक ग्रुपमध्ये दुसऱ्या महायुद्धापासून अशी लढाई झालेलीच नाही. इथे तर चार-चार असे ग्रुप आहेत. आणि दुसऱ्या महायुद्धाच्या वेळी जी जहाजं, विमाने होती ती खूप जुनाट होती. आत्ताची ही बघितली, तर ही खूप अत्याधुनिक आहेत. त्यांची क्षमता प्रचंड आहे. दुसऱ्या महायुद्धाबरोबर याची तुलनाच करता येणार नाही. जगाने असं आरमारी युद्ध कधी बघितलेलं नाही."

राष्ट्राध्यक्षांनी सीआयएच्या संचलिकेकडे बघितले. "या घटनेबद्दल त्यांनी अजिबात कुठे बातमी येऊ दिलेली नाही ना?"

संचालिकेने मान हलवून नाही म्हटले. "अजिबात नाही. आम्ही प्रत्येक चॅनेल आणि वेबसाइटवर लक्ष ठेवून आहोत. पण त्यांनी कुठेही ह्या प्रकरणाचा उल्लेख होऊ दिलेला नाही."

"मग जर आपण त्यांना सांगितलं की, आपणही ह्याला प्रसिद्धी देणार नाही, तर?" राष्ट्राध्यक्ष म्हणाले, "ते वळून परत जातील आणि प्रकरण तिथेच संपेल."

"तुम्ही आमच्यावर विश्वास ठेवाल का?" ओकले म्हणाले.

"जर आपण त्यांच्या जहाजांना जाऊ दिलं तर?"

"ते आपल्या माणसांचं काय करतील? जी दोन माणसं ओलीस धरलेली आहेत अशी घटना होती, ती मग ७५ माणसं ओलीस आहेत, अशी घटना होईल."

“युद्ध होण्यापेक्षा ते बरं,” रोझ म्हणाले.

“हो, युद्धापेक्षा ते बरं,” ओकले म्हणाले. “प्रश्न फक्त असा आहे की, असं झालं तर आपल्याकडे ताकद आहे असं दाखवण्यात ते यशस्वी होतील आणि आपण माघार घेतली आहे, असं दिसेल. युनायटेड स्टेट्स असं करतं का? नाही. युनायटेड स्टेट्सने असं कधीच केलेलं नाही. आणि तसं न करण्याची सबळ कारणं आहेत. जर आपण माघार घेतली तर ते प्रत्येकाला कळेल. आपण मौन बाळगू पण ते गप्प बसणार नाहीत. त्यामुळे मग जगातील कोणत्याही फालतू हुकूमशहाला वाटेल, दोन-चार अमेरिकन लोकांना ओलीस ठेवलं की, त्याला हवं ते तो करू शकतो. मग आपल्याकडे ताकद आहे हे दाखवून देण्यासाठी आणि आपण ती अजून वापरतो हे दाखवण्यासाठी आपल्याला युद्ध सुरू करावं लागेल. आणि आणखी एक मुद्दा आहे. आपण त्यांच्या दोन जहाजांना जाऊ दिलं, कारण ते काय करतील याची आपल्याला भीती वाटत होती आणि आपल्या माणसांना सुदानमध्ये तसंच ओलीस धरू दिलं हे आपल्या इथल्या लोकांना कळलं तर त्यांची काय प्रतिक्रिया असेल, त्याचा काही अंदाज?”

राष्ट्राध्यक्षांनी होकारार्थी मान हलवली. “तुमचं बरोबर आहे जॉन. त्यांनी जहाजं वळवली पाहिजेत. निर्णय घेण्यासाठी त्यांना बारा तास मिळतात अशी परिस्थिती आपल्याला नको आहे. त्यांनी जहाजं परत फिरवलीच पाहिजेत.”

“तोच एकमेव मार्ग आहे.”

“ ते तिथे येण्यासाठी निघालेली जहाजं परत फिरवतील, आपल्या माणसांना सोडतील, आणि मग नंतर आपण त्यांच्या जहाजांना जाऊ देऊ. आपण याबद्दल कुठे वाच्यता करणार नाही आणि तेही करणार नाहीत. हेही आपण मान्य करू.”

“आणि समजा, ते याप्रमाणे वागायला कबूल झाले नाहीत तर, त्यांना काय धमकी देणार?” रोझ म्हणाले.

“ॲडमिरल म्हणाले त्याप्रमाणे छोट्याशा जागेत एकशे दोन जहाजे समोरासमोर येतील, हीच धमकी आहे.”

“असं घडणार आहे असं त्यांना आधीच वाटतंय.”

“त्यांना नुसतं वाटून उपयोग नाही, तर त्यांची ठामपणे खात्री पटायला पाहिजे की असंच घडेल,” ओकले म्हणाले. “हाच फरक आहे. त्यांची अगदी खरोखर खात्री पटायला पाहिजे की, अशा गंभीर संघर्षाला त्यांना तोंड द्यावं लागेल. आणि त्यानंतर काय होईल, त्याबद्दलही त्यांची खात्री पटायला पाहिजे.

“पण त्यांना ते असं घडू नये असं वाटतंय हे आपल्याला कसं काय समजणार?”

राष्ट्राध्यक्ष वळले. ॲडमिरल टॉव्हे यांनी हा प्रश्न विचारला होता.

“म्हणजे तुम्हाला काय म्हणायचे आहे, ॲडमिरल?”

“या परिस्थितीकडे मी बघतो आणि दोन्ही बाजूंनी काय डावपेच लढवले जातील याचा विचार करतो, तेव्हा मला असा प्रश्न पडतो की, आपण आपली धमकी खरी करू की नाही हे त्यांनी अजून आजमावून का बघितलेलं नाही? आपण रोखून ठेवलेली त्यांची दोन संहारक जहाजं तिथून हलली तर आपण हल्ला करू अशी आपण धमकी दिलेली आहे. आपण खरंच तसं करू का हे बघण्यासाठी त्यांनी ती जहाजं तिथून दुसरीकडे न्यायचा का प्रयत्न केला नाही? आणि त्यांनी तसं केलं तर आपण काय करू?”

“तर आपण काय करू?’ राष्ट्राध्यक्षांनी विचारले.

“काल रात्री मी ती रूपरेषा आपल्याला सांगितली, राष्ट्राध्यक्ष महोदय,” हेल म्हणाले. “सर्वप्रथम तर ॲडमिरल प्रेसलर त्या जहाजांच्या समोरच्या भागावर गोळीबार करतील.”

“आणि तरीही ते पुढे जात राहिले तर?”

“आम्ही तुमच्याबरोबर बोलू सर,” टॉव्हे म्हणाले. “आपल्याकडे अनेक पर्याय आहेत. आपण इशारा म्हणून पुन्हा एकदा गोळीबार करू किंवा त्यांना हानी होईल अशा पद्धतीने गोळीबार करू किंवा हल्ला करून त्यांना एकाच जागी खिळवून ठेवू किंवा त्यांना बुडवून टाकू. ती निवड आपली असेल सर. तुम्ही सांगाल त्याप्रमाणे होईल, पण आपण धमकी खरी करू की नाही हे त्यांनी अजून आजमावून बघितलेलं नाही. त्यांच्या जहाजाच्या समोर काही गोळीबार झाला की नाही ते सुद्धा त्यांनी बघितलेलं नाही. त्याचा अर्थ त्यांनी तिथून जाण्याचा प्रयत्न केला तर आपण नक्कीच त्यांच्यावर हल्ला करू असं त्यांना वाटतंय ते चांगलं आहे. किंवा... आपण जर थाप मारत असू तर त्याबद्दल जाणून घ्यायची त्यांची इच्छा नाही.”

५२

या वेळी झँग यांनी कॉल घेण्याचे मान्य केले.

ओव्हल ऑफिसमध्ये त्या वेळी २९ डिसेंबरचे रात्रीचे ९ वाजले होते, तर बीजिंगमध्ये ३० डिसेंबरचे सकाळचे १० वाजले होते. त्या वेळी त्या दोघांचे बोलणे झाले. औपचारिक बोलण्यात वेळ घालवण्याचा दोघांनाही सोस नव्हता. एका मिनिटानंतर नोल्स लगेच कामाच्या गोष्टीकडे वळले.

''राष्ट्राध्यक्ष झँग,'' ते म्हणाले, त्यांचा दुभाष्या त्यांच्या बाजूला बसून बोलत होता. ''आपण एका फार गंभीर परिस्थितीत आहोत. जर आपल्या दोघांचे सैन्य समोरासमोर आले तर काय होईल, याची मला काळजी वाटते. ते आपल्या दोघांनाही नको असेल.''

''चीनला युनायटेड स्टेट्सबरोबर संघर्ष नको आहे,'' झँगनी त्यांच्या दुभाष्यामार्फत उत्तर दिले.

''राष्ट्राध्यक्ष झँग, मी स्पष्ट बोलतो की, तसं दिसत नाही.''

''मी पुन्हा सांगतो, राष्ट्राध्यक्ष नोल्स, चीनला युनायटेड स्टेट्सबरोबर संघर्ष नको आहे.''

''मग तुमची जहाजं माघारी घ्या, सर.''

''आमच्या कनमिंग आणि चँगचून जहाजांना सोडून द्या, राष्ट्राध्यक्ष नोल्स.''

''कॅप्टन डेवी आणि मॉन्टेझना आमच्या ताब्यात द्या आणि आमच्या सुदानमधील माणसांना जाऊ द्या.''

''सुदानची सत्ता माझ्या हातात नाही, राष्ट्राध्यक्ष नोल्स.''

''तिथे जे काय घडत आहे, त्याला तुमचं सैन्य जबाबदार आहे.''

''तसं तुम्ही म्हणताय.''

''आमच्याकडे पुरावा आहे.''

''तसं तुम्ही म्हणताय, राष्ट्राध्यक्ष नोल्स.''

तिथे शांतता होती. चीनच्या राष्ट्राध्यक्षांना फोन करायचा नोल्स यांना तिटकाराच

होता. ते दोघेही एकाच गंभीर परिस्थितीत अडकलेले होते, पण त्यांना फोन करावा लागला होता. त्यामुळे असे दिसत होते की जणू ते मदतीची याचना करत होते. पुन्हा एकदा. आणि तरीही सुरुवातीपासूनच स्पष्ट झाले होते की, फोन तर करावाच लागेल. जर सध्या घडणाऱ्या घटना या चुकीचा अर्थ काढल्याने किंवा चुकीचा अंदाज केल्याने होत असतील अशी अगदी क्षीण शक्यता असली तरी ती चूक उघडकीला येणे आवश्यक होते. पण आपण याचक आहोत असे वाटेल असा एक शब्दही उच्चारायचा नाही असा नोल्स यांनी निश्चय केला होता. पुढे काय होणार होते, याबाबत ते जितके अनिश्चित होते तितकेच झँगही अनिश्चित होते. चीनच्या नेत्याची एकाक्षरी बोलण्याची शैली, ताठरपणा आणि भावनाविरहित बोलणे यामुळे आपली अनिश्चितता लपवणे त्यांना शक्य होते. नोल्सनीसुद्धा आपणही तितकेच ताठर आहोत असे वाटावे असा निश्चय केला होता.

"ह्या परिस्थितीतून मार्ग काढण्यासाठी आपल्याला दोघांना काम करणं आवश्यक आहे," नोल्स म्हणाले. "तुमचे सुदानबरोबर चांगले संबंध आहेत, त्यांचा उपयोग करून हा प्रश्न सोडवायला तुम्ही मदत करायला हवी."

झँग यांच्याकडून उत्तर आले नाही.

एड अब्राहम्स, गॅरी रोझसोबत हा फोन कॉल ऐकत होते, त्यांनी एक टिपण खरडले व ते राष्ट्राध्यक्षांना दिले – काय पावले उचलावी लागतील ते त्यांना सांगा."

"राष्ट्राध्यक्ष झँग, मी पुढील गोष्टी व्हाव्यात असे सुचवतो. कॅप्टन डेवी आणि मोन्टेझना आमच्या ताब्यात द्या. आमच्या सुदानमधील माणसांना जाऊ द्या. त्यांना घेऊन येणारी हेलिकॉप्टर्स सुदानच्या हवाई हद्दीबाहेर आली की आम्ही कनमिंग आणि चँगचून यांना जाऊ देऊ. कनमिंग आणि चँगचून आमच्या जहाज ताफ्यांच्या हद्दीबाहेर गेले की, तुमच्या जहाजांचा ताफा माघारी फिरवा. हे सगळं आपण सहा तासांत करू शकतो."

"कनमिंग आणि चँगचून यांना समुद्राच्या आंतरराष्ट्रीय हद्दीत जबरदस्तीने रोखून ठेवण्यात आलेले आहे," झँग यांचे उत्तर आले. "हे चाचेगिरीचं कृत्य आहे, राष्ट्राध्यक्ष नोल्स, आणि ते युनायटेड स्टेट्सने केलं आहे. चाचेगिरीच्या कृत्याबाबत चीन वाटाघाटी करत नाही. कनमिंग आणि चँगचूग यांना जाऊ द्या."

"आमच्या माणसाचं काय?"

"त्याचा चीन सरकारशी अजिबात संबंध नाही. तो तुमचा सुदानबरोबरचा वाद आहे, चीनबरोबर नाही. तुमची चिंता तुम्ही सुदानच्या सरकारला सांगा."

"आम्ही ते केलं आहे."

"मग सुदानचे सरकार समंजसपणे त्याला प्रतिसाद देईल अशी माझी खात्री आहे."

नोल्सनी रागाने आपले डोके मागे केले. मग ते पुन्हा झुकून बसले. "दोन्ही गोष्टी आपण जर एकाच वेळी केल्या तर काय? आपण एक वेळ ठरवू. आम्ही आमच्या माणसांना आणण्यासाठी हेलिकॉप्टर पाठवू आणि कनमिंग आणि चँगचून यांना त्याच वेळी जाऊ देऊ. आम्ही तुमच्यावर तेवढा विश्वास टाकू."

"राष्ट्राध्यक्ष नोल्स, तुमच्या माणसांबद्दल चर्चा करण्यासारखे अजिबात काही नाही. तुम्ही जर त्याची चर्चा करण्यासाठी फोन केला असेल तर तुम्ही चुकीच्या ठिकाणी फोन केला आहे. तुम्ही सुदानच्या सरकारचा फोन फिरवायला हवा होता. तुम्ही –"

"चीनच्या सैन्याचा या प्रकरणात सहभाग होता हे आम्हाला माहीत आहे. ते तिथे होते हे आम्हाला माहीत आहे. तुमची तीन जखमी माणसं आमच्या देखरेखीखाली आहेत."

"...सुदानच्या सरकारला, कळवायला हवे." झँग थांबले. नोल्स वाट बघत होते. क्षणभराने झँगनी पुन्हा बोलणे सुरू केले. "माझ्याबरोबर कनमिंग आणि चँगचूनबाबत तुम्ही बोलू शकता. राष्ट्राध्यक्ष नोल्स, तुमच्या नौदलाने त्या जहाजांना जाऊ दिलंच पाहिजे. मी सांगतोय त्यावर विश्वास ठेवा. त्या जहाजांना सोडा. ते आवश्यक आहे. दुसरा कोणताही उपाय नाही."

"राष्ट्राध्यक्ष झँग, आपलं सैन्य समोरासमोर आलं तर काय होईल, याची तुम्हाला कल्पना आहे का?"

"चीनला युनायटेड स्टेट्सबरोबर संघर्ष करण्याची इच्छा नाही. संघर्ष झालाच तर समुद्राच्या आंतरराष्ट्रीय हद्दीत चीनच्या जहाजांना रोखून ठेवण्यामुळे होईल. हे प्रकरण तुम्ही अगदी लगेच संपवू शकता. राष्ट्राध्यक्ष नोल्स, मी तुम्हाला सांगतो आहे, त्या जहाजांना जाऊ द्या. ते एक आवश्यक पाऊल आहे. संघर्षाची गरज नाही."

"आणि मी तुम्हाला सांगतो आहे, आमच्या माणसांची सुटका करा. ते आवश्यक पाऊल आहे."

"कनमिंग आणि चँगचून यांना जाऊ द्या, राष्ट्राध्यक्ष नोल्स. तुम्ही त्या जहाजांना जाऊ दिलंच पाहिजे."

नोल्सनी नकारार्थी मान हलविली. काय बोलायचे ते त्यांना कळत नव्हते. त्यांनी अब्राहम्स आणि रोझ यांच्याकडे बघितले. त्या दोघांनी उलट त्यांच्याकडे टक लावून बघितले.

नोल्स पुन्हा फोनकडे वळले. "राष्ट्राध्यक्ष झँग, आपण दुसऱ्या विषयाबाबत बोलू. आर्थिक परिस्थितीविषयी बोलू. आपण भयानक स्थितीत आहोत, असं दिसतंय."

"तुम्ही बेकायदेशीर कृत्य केलं आहे, राष्ट्राध्यक्ष नोल्स."

"आमच्या मार्केटला वाचवण्यासाठी; आमच्या अर्थव्यवस्थेच्या संरक्षणासाठी

ही कारवाई आम्ही केली आहे. आम्ही तुम्हाला जे जाहीरपणे सांगायला सांगितलं होतं, ते तुम्ही सांगितलं असतं तर आम्हाला ही कारवाई करावी लागली नसती.''

''बेकायदेशीर कारवाई.''

''ती टाळणं तुमच्या हातात होतं!'' राष्ट्राध्यक्षांनी स्वत:वर ताबा ठेवला. राग दाखवून उपयोग नव्हता. ''ह्या प्रकरणाचे गांभीर्य इतके वाढले आहे, ते आपण कमी कसे करायचे?''

''ज्याने ते वाढवले, त्याने ते कमी केलं पाहिजे.''

''आयात-निर्यातीवर कडक निर्बंध आणि बंदी तुम्ही जाहीर केली, राष्ट्राध्यक्ष झँग यातील अनेक निर्बंध बेकायदेशीर आहेत.''

''कारण तुम्ही बेकायदेशीर कारवाई केलीत, राष्ट्राध्यक्ष नोल्स. तुमच्या उपाययोजना तुम्ही मागे घ्या आणि आम्ही आमच्या मागे घेऊ.''

''मला त्या मागे घेता येणार नाहीत.'' नोल्सनी श्वास घेतला. ''बदला घ्यायचा म्हणून जाहीर केलेल्या त्या उपाययोजना नाहीत. तुमच्या उपाययोजना सुडाच्या भावनेने केलेल्या उपाययोजना आहेत. आमच्या उपाययोजना संरक्षणासाठी केलेल्या योजना आहेत. ह्या उपाययोजना लागू केल्याशिवाय आमच्या मार्केटचं काम सुरू राहू शकणार नाही. उलट तुम्ही जाहीर केलेल्या उपाययोजना मागे घेतल्या तरी तुमचे मार्केट व्यवस्थितपणे काम करू शकते. खरं तर तुमच्या उपायांमुळे तुमच्याच मार्केटचे नुकसान होत आहे.''

''मग तुमच्या उपाययोजना तुम्ही मागे घ्या आणि मी माझ्या मागे घेतो.''

''जोपर्यंत तुमच्या फंडांनी मार्केटमध्ये मॅनिप्युलेशन केलं नाही अशी हमी आम्हाला मिळत नाही, तोपर्यंत मला आमच्या उपाययोजना मागे घेता येणार नाहीत, राष्ट्राध्यक्ष झँग.''

''आमच्या फंडांनी मार्केटमध्ये मॅनिप्युलेशन केलं नाही.''

''मग प्रश्न कुठे येतो?''

''त्या फंडांचे कामकाज मी बघत नाही. ते फंड वेगळे आहेत.''

''तुम्ही त्याचे मालक आहात. पीआयसीचे प्रमुख मिस्टर हू, हे तुमच्या अर्थखात्याच्या मंत्रीमंडळाचे एक सभासद आहेत.''

''त्यांना त्यांचे स्वत:चे अधिकार आहेत. ते व्यावसायिक फंड आहेत. तुमच्या मार्केटवर तुमची देखरेख हवी. तिथली शिस्त तुम्ही सांभाळायला हवी, राष्ट्राध्यक्ष नोल्स. चीनच्या मार्केटवर देखरेख ठेवा, अशी माझी तुमच्याकडून अपेक्षा नाही.''

''आमचं आमच्या मार्केटवर लक्ष असतं.''

"मग त्यावर लक्ष ठेवण्यासाठी तुम्हाला चीनची आवश्यकता नाही."

"ते तुम्ही करा असं मी तुम्हाला सांगतच नाही!"

नोल्सनी एड अब्राहम्सना दोन-तीन वेळा हात खाली करताना बघितले. ते त्यांना शांत राहायला सांगत होते. नोल्स ओरडण्याच्या बेतात होते.

"राष्ट्राध्यक्ष झँग, तुम्ही ज्या उपाययोजना जाहीर केल्या आहेत, त्याकडे आपण पुन्हा वळू. त्यामुळे युएसचं जितकं नुकसान होईल तितकंच चीनचंही होईल. त्यामुळे सगळ्यांचंच नुकसान होईल."

"असं तुम्ही म्हणता."

"तुम्हाला माहीत आहे की तसंच होईल."

"तसं तुम्ही म्हणता. ह्या उपाययोजना आम्ही लागू केल्या आहेत. राष्ट्राध्यक्ष नोल्स, लक्षात घ्या, ह्या उपाययोजना लागू केलेल्या आहेत आणि तुमच्या उपाययोजना तुम्ही मागे घ्याल तेव्हा मी आमच्या मागे घेईन."

अब्राहम्सनी एक टिपण खरडले.

"राष्ट्राध्यक्ष झँग, आपण जहाजांकडे परत जाऊ. मला वाटतं ती तातडीची समस्या आहे."

"मान्य आहे. ही चांगली कल्पना आहे. कनमिंग आणि चँगचून यांची सुटका करा. त्यामुळे युनायटेड स्टेट्स समुद्रात चाचेगिरी करत आहे असे दिसणार नाही."

नोल्सना टेबलावर डोके आपटावेसे वाटत होते.

"चीनला युनायटेड स्टेट्सबरोबर संघर्ष नको आहे."

"मग तो होऊ नये म्हणून आपण दोघेही प्रयत्न करू. तुम्ही आमच्या माणसांना सोडा आणि त्याच वेळी आम्ही तुमच्या जहाजांना जाऊ देऊ. हे कसं राहील? आमचा तुमच्यावर विश्वास आहे हे आम्ही दाखवून देऊ."

"तुमची माणसे चीनच्या ताब्यात नाहीत, राष्ट्राध्यक्ष नोल्स."

"सुदानच्या ताब्यात आहेत. आणि तुमचे–" नोल्स म्हणाले.

"ते बरोबर आहे, राष्ट्राध्यक्ष नोल्स. ती सुदानच्या ताब्यात आहेत."

"आणि सुदानवर तुमचं इतकं वजन आहे की त्यांची सुटका करण्यास तुम्ही सुदानला भाग पाडू शकता."

"असं तुम्ही म्हणता."

"तुमच्या सैन्याची तुकडी तिथे होती! आमच्याकडे पुरावा आहे. आमच्याकडे त्यापैकी तीन सैनिक आहेत."

"असं तुम्ही म्हणता."

नोल्स यांचा रागाने भडका उडाला. रोझ आणि अब्राहम्स काही सुचवू

शकतील का म्हणून त्यांनी त्यांच्याकडे बघितले. त्या दोघांनाही ह्या कोंडीतून कसं बाहेर पडायचं हे माहीत नाही हे त्यांच्या हावभावावरून कळत होते.

"राष्ट्राध्यक्ष झँग, जर आपली जहाज समोरासमोर आली तर आपला संघर्ष होईल अशी मला खूप भीती वाटते. भयानक लढाई होईल, अशी मला भीती वाटते. आपण असा धोका घेऊ नये. तुमची जहाजं माघारी फिरवा. आमच्या माणसांना सोडा आणि आम्ही तुमच्या जहाजांना जाऊ देऊ."

"आमच्या जहाजांना जाऊ द्या. विश्वास ठेवा, राष्ट्राध्यक्ष नोल्स, तुम्ही त्या जहाजांना जाऊ दिलंच पाहिजे. त्याशिवाय दुसरा मार्ग नाही."

"राष्ट्राध्यक्ष झँग, मी काय म्हणतोय ते समजण्यात चूक करू नका. तिथे संघर्ष होईल. यातून जर आपल्याला मार्ग काढता आला नाहीतर मला भीती वाटते, मोठा संघर्ष होईल."

"यातून सुटण्याचा मार्ग आहे. तुम्ही त्या जहाजांना जाऊ दिलंच पाहिजे."

"तुम्ही आमच्या माणसांना सोडणे हा यावर तोडगा आहे."

"आमची जहाजं, राष्ट्राध्यक्ष नोल्स."

नोल्सनी एक दीर्घ श्वास घेतला. "ओके. राष्ट्राध्यक्ष झँग, आपलं बोलणं पुढे सरकत नाहीये असं दिसतंय."

"काय करायला हवं ते मी तुम्हाला सांगितलेलं आहे. तुम्ही त्या जहाजांना जाऊ दिलंच पाहिजे."

नोल्स थांबले. दुसरे काय बोलायचे हे त्यांना माहीत नव्हते. "मला वाटतं, याबाबत आपण एकमेकांच्या संपर्कात राहिलं पाहिजे."

"होय," चीनचे राष्ट्राध्यक्ष म्हणाले.

राष्ट्राध्यक्ष क्षणभर घुटमळले. "गुड डे."

"गुड नाइट, राष्ट्राध्यक्ष नोल्स."

नोल्सनी फोन खाली ठेवला. त्यांनी दुभाष्याकडे नजर वळविली आणि त्याला 'थँक्स' म्हटले. दुभाष्याने आपली टिपणे गोळा केली आणि तो तिथून निघून गेला.

नोल्स स्तब्ध बसून राहिले. हे संभाषण भयानक झाले होते. फक्त डोक्यावर डोके आपटण्यासारखे.

"ते याला प्रसिद्धी देतील असं दिसतंय," अब्राहम्स पुटपुटले.

राष्ट्राध्यक्षांनी त्यांच्याकडे बघितले.

"त्यांना जर यातून स्वत:ची सुटका करून घ्यायची असेल, तर तुम्ही त्यांना एक वाट करून दिली आहे."

"त्यांना माझं म्हणणं कळलं असेल असं तुम्हाला वाटतं?"

"कसं नाही कळणार? तुम्ही ते दहा वेळा म्हणालात. त्यांनी आपल्या माणसांना जाऊ दिलं तर सगळेच प्रश्न सुटतील."

"पण जर त्यांनी लढायचा पवित्रा घेतला," रोझ म्हणाले, "तर त्यांच्या नौदलाचा अर्धा ताफा नष्ट होईल."

"कदाचित ती किंमत चुकवायची त्यांची तयारी असेल," अब्राहम्स म्हणाले. "दुसऱ्या महायुद्धानंतर युनायटेड स्टेट्सच्या लष्करी सामर्थ्याला कोणीही आव्हान दिलेलं नाही. फक्त आपल्याला आव्हान देणं हे सुद्धा त्यांच्या आणि अनेक देशांच्या दृष्टिकोनातून खूप मोठं काम आहे."

"त्यांना जबरदस्त तडाखा बसत असेल तरीही?" रोझनी शंका व्यक्त केली.

"सध्यापुरतं. दहा वर्षांत ते जगातील सर्वांत मोठी आर्थिक सत्ता होतील. त्यानंतर दहा वर्षांनी..." अब्राहम्सनी खांदे उडवले.

"तरीही त्याचा अर्थ असा होत नाही की त्यांची तयारी आहे."

"मला कोणालाही तडाखा द्यायची इच्छा नाही." राष्ट्राध्यक्ष तुटकपणे म्हणाले. त्यांनी वैफल्याने मान हलवली. "मला हेच कळत नाही हे कशाबाबत आहे. यात खरा मुद्दा काय आहे हेच मला कळत नाही, हे नक्कीच त्या जहाजाबद्दल नाही. आपण त्या जहाजांना रोखून ठेवलंय, कारण आपली माणसं त्यांच्या ताब्यात आहेत. आपली माणसं त्यांना का हवी आहेत? त्यातून त्यांना काय मिळतं?" ते रोझकडे वळले. "यात त्यांचा संबंध आहे अशी तुमची खात्री आहे ना? सुदानी लोक एकट्याने हे करत नाहीत अशी तुमची खात्री आहे ना?"

"अगदी पक्की. हेलनी चीनच्या लष्कराला सांगितलं की, जखमी माणसांना घेऊन जाण्यासाठी आम्ही येत आहोत, तेव्हा त्यांनी ते अगदी निर्धोकपणे होऊ दिलं. आपण चीनला सांगितलं, सुदानला नाही. म्हणजेच त्यावर चीनचं नियंत्रण आहे."

"मग यूएसच्या पंचाहत्तर सैनिकांचं त्यांना काय करायचं आहे? त्यामुळे त्यांचं काय भलं होणार आहे? आपली माणसं आपल्याला परत हवी आहेत, हे त्यांना माहीत असायलाच हवं. आपण आपल्या माणसांना वाऱ्यावर सोडून देऊ शकत नाही, हे त्यांना माहीत असायलाच हवं. ही एक भयानक धोकादायक गोष्ट आहे. यामुळे सगळ्याच प्रश्नांचा गुंता होतो."

परिस्थिती समजून घेण्याचा प्रयत्न करताना नोल्स यांच्या कपाळावर आठ्या आल्या. "आणि अर्थव्यवस्थेबाबतही मला काही कृती करावी लागेल, हे त्यांना माहीत असायलाच हवं. आपलं मार्केट आपण मॅनिप्युलेट करू देणार नाही किंवा मॅनिप्युलेट केलं जातंय, असं दिसू सुद्धा देणार नाही. त्यांना यातून हवं आहे तरी काय?"

''काही असलं तरी,'' गॅरी रोझ म्हणाले, ''आपण आपल्या माणसांना त्यांच्या ताब्यात ठेवू देणार नाही.''

अचानक नोल्सना मरिअन इलमन यांच्याबरोबर जेफरसन शहरात दफन भूमीवर झालेले संभाषण आठवले. ते कालच झाले होते, पण बॉब लिव्हिंगस्टन यांचा दफनविधी होऊन बराच काळ लोटल्यासारखे वाटत होते. सुदानच्या मोहिमेची बातमी मिळाल्यापासून त्या संभाषणावर विचार करण्यासाठी त्यांना क्षणभराची उसंत मिळाली नव्हती. ते त्यांच्या मनातून निघून गेले होते.

मरिअननी जे शेवटचे वाक्य म्हटले होते ते त्यांना आठवत होते. त्या तिथे उभे राहिल्या होत्या. त्यांच्याकडे बोट केलं होतं आणि म्हणाल्या होत्या, ''चीनला काय हवं आहे त्याचा विचार करा.'' अर्थात नोल्सला माहीत होते की, ते त्यांना देऊ नका अशा अर्थानी म्हटलेले नव्हते. उलट त्याच्या विरुद्ध अर्थाने ते म्हटलेले होते.

''राष्ट्राध्यक्ष महोदय,'' रोझ म्हणाले. ''जनरल हेल, आपल्याला काय करावं लागेल याच्या काही मोहिमांच्या योजना सादर करणार आहेत. हे प्रकरण कसं वाढू द्यायचं नाही, त्याचा निर्णय आपल्याला घ्यावा लागेल. काय काय शक्यता असतील त्याही आपल्याला माहीत हव्यात. जर तशीच वेळ आली तर हा संघर्ष फक्त हिंदी महासागरापुरता मर्यादित राहणार नाही याची आपल्याला जवळपास खात्री आहे.''

राष्ट्राध्यक्षांनी मान हलवून 'हो' म्हटले. ते ऐकण्यात त्यांचं फक्त अर्धे लक्ष होते. दफनभूमीतील संभाषणाबाबत ते अजूनही विचार करत होते.

रोझ पुढे म्हणाले, ''लष्कर प्रमुखांबरोबर उद्या सकाळी नऊ वाजता आपली मीटिंग आहे, त्यात कोणते विविध पर्याय उपलब्ध आहेत, ते आपण बघू.''

बीजिंगमध्ये झँग यांच्या कक्षातून दुभाषी बाहेर गेला.

''आपली तीन माणसं त्यांच्या ताब्यात आहेत?'' ते क्यूइनना म्हणाले.

राष्ट्राध्यक्षांच्या सल्लागाराने मान हलवून 'हो' म्हटले. ''असं दिसतंय खरं.''

जनरल फॅननी त्यांना ते सांगितलेले नव्हते. त्यांच्या न सांगण्याचे झँगना विशेष आश्चर्य वाटले नव्हते. फॅननी त्यांना अशा अनेक गोष्टींबाबत अंधारात ठेवले असेल, याची त्यांना खात्री होती. जर फक्त त्यांच्याच हातात असते तर अमेरिकेवर त्यांनी कधीच हल्ला होऊ दिला नसता. अमेरिकेच्या माणसांना परत करण्याची त्यांची खूपच इच्छा होती.

''राष्ट्राध्यक्ष नोल्सना मी बोललो त्याचा अर्थ कळला असेल, असं तुम्हाला वाटतं?''

"तुम्हाला काय हवं आहे, ते तुम्ही त्यांना अनेकवेळा सांगितलंत."

झँगनी मान हलवून 'हो' म्हटले. त्यांनी ते संभाषणादरम्यान अनेकदा म्हटले होते. अमेरिकेची माणसे परत करावीत म्हणून फॅन यांचे मन वळवण्याचा एकच मार्ग होता, तो म्हणजे त्यांना थोडे यश मिळू देणे. जर चीनच्या ताफ्यापुढे अमेरिकेने माघार घेतली आहे असे दिसले असते तरच फॅनना आपला विजय झाला आहे असे वाटले असते आणि त्यांनी अमेरिकेच्या माणसांना सोडले असते. त्यामुळे फॅन यांचा खुद्द झँगविरुद्धही विजय झाला असता. पण अमेरिकेबरोबर मोठे युद्ध होण्यापेक्षा ते परवडले असते. जर युद्ध सुरू झाले असते तर लष्कराने काय केले असते ते सांगणे कठीण होते.

पण झँगना ह्यातील काहीच अमेरिकेच्या राष्ट्राध्यक्षांना सांगता येणे शक्य नव्हते स्वत:ची कमजोरी उघड करणे शक्य नव्हते. हिंमत करून जेवढे सांगता आले तितके त्यांनी सांगितले होते.

"आपली जहाजं तिथे गेल्यावर ते काय करतील असं तुम्हाला वाटतं?"

"जर आपली जहाजं तिथे पोहोचली तर त्याचा अर्थ आहे कनमिंग आणि चँगचून जहाजांना त्यांनी जाऊ दिले नाही. तिथेच रोखून ठेवले. तुमच्याशी बोलणं झाल्यावर तुम्ही इतकं सांगितल्यावरही त्यांनी आपल्या जहाजांना सोडलं नाही, तर त्याचा अर्थ लढाई करण्याची त्यांची तयारी आहे."

"आपणही लढाई करू का?"

क्यूइननी उत्तर दिले नाही. झँगप्रमाणेच त्यांनाही याबाबत काहीच कल्पना नव्हती. विमानवाहू नौकांचे प्रमुख हे संरक्षणमंत्री क्सू यांच्याशी एकनिष्ठ होते. दोन्ही डगरीवर पाय ठेवण्याचा आपला नेहमीचा खेळ संरक्षणमंत्री खेळत होते. जितका वेळ शक्य असेल तितका वेळ ते हा खेळ खेळत राहिले असते. केनियाला ताफा पाठवून क्सूनी फॅनना खूश ठेवले होते. नौदलाचा ताफा केनियाला पोहोचल्यावर काय करायचे ते त्यांनी दोन गोष्टींवर ठरवले असते. एक तर ह्या ताफ्याच्या ॲडमिरलांची काय करायची तयारी आहे आणि दुसरी गोष्ट त्या वेळी त्यांच्या स्वत:च्या फायद्याचे काय आहे ते त्यांनी बघितले असते. दरवाजावर टकटक झाली. झँग यांचा एक साहाय्यक आत आला.

"राष्ट्राध्यक्ष झँग." तो म्हणाला. "केंद्रीय लष्करी आयोगाच्या मीटिंगला जाण्याची वेळ झाली आहे."

५३

वॉशिंग्टनमध्ये सकाळ उजाडली ती धुक्यासहच. सकाळी आठ वाजता व्हाइट हाउसच्या खिडक्यातून मंद प्रकाश आत झिरपत होता तेव्हा सुदानच्या दक्षिण भागात दुपारचे चार वाजले होते. तिथे रणरणते ऊन होते आणि वातावरणात तणाव होता. कंपाउंडमध्ये अडकून पडलेले अमेरिकेचे नौसैनिक बाहेर साफसूफ केलेल्या जागेत असलेल्या तीन चिनूक्सच्या काळ्या सांगाड्यांकडे टक लावून बघत होते. आपल्या मदतीसाठी काही कुमक येत आहे का तेही बघत होते. पाचशे मैल दूरवर, लामू बेपासून थोड्या अंतरावर एक प्रचंड मोठी लाट उसळली होती आणि आग्नेयेकडून वावटळ येत होती. चीनची दोन संहारक जहाजे लाटांवर स्वार झालेली होती. त्यांच्याभोवती अमेरिकेच्या अब्राहम लिंकनच्या स्ट्राइक ग्रुपच्या चार जहाजांनी वेढा दिला होता. दूर अंतरावरून चिनी कॅप्टन दुर्बिणीतून ती मोठी, लांब करड्या रंगाची विमानवाहू नौका बघू शकत होते. त्या पलीकडे आणखी दूरवर, उघड्या समुद्रात शेकडो मैलांच्या पट्ट्यात माओ झेडाँग आणि चाऊ एन्लाय यांचे स्ट्राइक ग्रुप व जॉन एफ केनेडी आणि जॉर्ज एच डब्ल्यू बुशचे स्ट्राइक ग्रुप एकमेकांच्या जवळ येत चालले होते. चीनच्या दोन संहारक जहाजांकडे व अब्राहम लिंकनकडे त्यांची वाटचाल सुरू होती.

ॲडमिरल बॉब टॉव्हे, नियंत्रण कक्षात माहिती देत होते. जहाजे कुठे-कुठे असतील, त्यांची वाटचाल कशी असेल ते चार्टच्या साहाय्याने दाखवत होते. अंदाज केला होता, त्यापेक्षा चीनची जहाजे थोड्या सावकाश गतीने येत होती. त्यामुळे ही जहाजे व अमेरिकेचे केनेडी जहाज जवळपास एकाच वेळी तिथे पोहोचले असते – साधारण पन्नास तासांत. समुद्र शांत असेल हे गृहीत धरून हा अंदाज केला गेला होता. संरक्षणखात्याच्या गुप्तहेर प्रमुखाने ताज्या घडामोडींची माहिती दिली. ड्रोनमधून सुदानमधल्या कंपाउंडची छायाचित्रे घेतली गेली होती, ती त्यांनी दाखवली. सैन्याची जमावाजमव कशी होत होती, तसेच जमिनीवरून हवेत मारा करणारी क्षेपणास्त्रे आणि लष्करी वाहनांची कुठे गर्दी झाली आहे, हे

त्या छायाचित्रांच्या साहाय्याने त्यांनी दाखवले. बाहेरच्या जगाला काय घडामोडी सुरू होत्या, त्याची तोपर्यंत कल्पना नव्हती. पण अनेक देशातील संरक्षण विभागांच्या गुप्तहेरखात्यांनी उपग्रह टेहळणीद्वारे चीन आणि अमेरिकेच्या विमानवाहू नौकांच्या हालचाली टिपलेल्या होत्या. रशियाने त्यांचा कॅरिअर स्ट्राइक ग्रुप जपानच्या पूर्वेला 'कामचटका' येथील समुद्राजवळ न्यायला सुरुवात केली होती. बहुधा त्यावर प्रतिक्रिया म्हणून चीनने त्यांच्या शिल्लक राहिलेल्या दोन कॅरिअर ग्रुपपैकी एक उत्तरेकडे न्यायला सुरूवात केली होती. जपानच्या नौदलाला 'जापनीज मॅरीटाइम सेल्फ डिफेन्स फोर्स' असे नाव होते. त्यांनीही संहारक जहाजांचे दोन ग्रुप आणि त्या ग्रुपसाठी संरक्षक दल यांची जमवाजमव करायला सुरुवात केली होती. रशिया आणि चीन यांच्या नौका पुढे सरकत राहिल्या असत्या तर जपानजवळच्या समुद्रात फार गर्दी झाली असती आणि ती जपानला अस्वस्थ करणारी बाब होती. त्याचप्रमाणे तैवानच्या लोकांनीही आपले नौदल पूर्णपणे सज्ज ठेवले होते. हिंदी महासागरात अमेरिकेच्या कवायती सुरू आहेत, असे जपानी आणि तैवानी लोकांना सांगण्यात आले होते. अमेरिकेच्या नौदलाच्या हालचालींची माहिती त्यांच्या नॉटोमधील सहकारी देशांनाही मिळाली होती, त्यांनाही हाच निरोप देण्यात आला होता. ब्रिटिश आणि फ्रेंच यांच्याकडे उपग्रहाद्वारे छायाचित्रे घेण्याची स्वतःची यंत्रणा होती. नुसत्या लष्करी कवायतीच्या पलीकडे काहीतरी जास्त घडत आहे, हे त्यांच्या नक्कीच लक्षात आले असावे.

जनरल हेल यांनी राष्ट्राध्यक्षांना विचार करण्यासाठी चार योजना सुचवल्या. या योजनांमागे गृहीत तत्त्व असे होते की, चीनचा मोठा पराभव झाला तर चीनचे लष्कर अमेरिकेविरुद्ध किंवा तिच्या मित्रराष्ट्रांविरुद्ध इतरत्र कुठेतरी लष्करी कारवाई सुरू करेल. तसेच चीन लष्करी कारवाईत इतर ठिकाणी गुंतला आहे, हे लक्षात आल्यावर रशिया किंवा भारत, वादग्रस्त सीमा भागात चीनविरुद्ध आपली कारवाई सुरू करतील.

यातील पहिली योजना होती, ती म्हणजे चीनचे कॅरिअर ग्रुप त्यांच्या कक्षेत आल्याबरोबर लिंकनच्या स्ट्राइक ग्रुपने तत्काळ हल्ला चढवणे. त्याआधी कनमिंग आणि चँगचून यांच्यावर आधीच हल्ला करून त्यांना निष्क्रिय करणे म्हणजे ते हल्ला करण्याच्या स्थितीत राहू शकले नसते. आक्रमक रोख दाखवला व सुरुवातीलाच हल्ला केला तर मानसिकदृष्ट्या मोठा विजय मिळेल, हा यामागचा तर्क होता. दुसरी योजना पहिल्या योजनेसारखीच होती; पण फक्त थोडा बदल होता. फक्त लिंकनने हल्ला न करता एकदा जॉन एफ केनडी तिथे पोहोचली असती की, लिंकन आणि केनडी दोघांच्या स्ट्राइक ग्रुपने मिळून हल्ला चढवणे. समजा, चीनच्या नौका केनडीच्या आधी पोहोचल्या असत्या तर प्रेसलर यांनी

केनडी येईपर्यंत आपली कारवाई रोखून धरली असती आणि केनडी आल्यावर मगच हल्ला चढवला असता. अर्थात चीनच्या ॲडमिरलनी त्या आधी त्यांचे सामर्थ्य जास्त आहे, हे बघून हल्ला चढवला असता तर मात्र प्रेसलरना आपला बचाव करणे भाग पडले असते. तिसरी योजना होती, अमेरिकेच्या सैन्याने सावध राहाण्याचा व लक्ष ठेवण्याचा पवित्रा घेणे. मात्र जर शत्रूने हल्ला चढवला, तर त्याला तडाखेबंद उत्तर देणे. या योजनेत एक धोका होता, हल्ला कधी करायचा ते अमेरिकेच्या हातात राहिले नसते. त्यामुळे वेळ व परिस्थिती अमेरिकेच्या सोयीची मिळालीच असती असे नाही. चौथी योजना सर्वाधिक आक्रमक होती. हिंदी महासागरात चीनचा स्ट्राइक ग्रुप पुढे जात असतानाच त्याच्यावर हवाई हल्ले करणे, हे या योजनेचे सूत्र होते. डीएगो गार्शिया येथून बी-थ्री बॉम्बर्स वापरून हा हल्ला करण्यात आला असता व चीनच्या स्ट्राइक ग्रुपला निकामी केले गेले असते.

"जर आपण चौथ्या योजनेप्रमाणे कृती केली," जॉन ओकले म्हणाले, त्यांनी मीटिंगपूर्वी सर्व सेनाप्रमुखांबरोबर मिळून चारही योजना बारकाईने नजरेखालून घातल्या होत्या. ते म्हणाले. "ही कारवाई करण्यापूर्वी एक निश्चित रेषा आपल्याला ठरवून घ्यावी लागेल आणि तिच्यापुढे ते गेले, तर आपण कारवाई करू असा निर्वाणीचा इशारा आपल्याला त्यांना द्यावा लागेल. आपल्याला सांगावे लागेल की, त्या रेखावृत्ताच्या पलीकडे तुलनेने कमी क्षमता असलेल्या अमेरिकेच्या जहाजांकडे हल्ला करण्याच्या उद्देशाने वाटचाल करणे, हे शत्रुत्वाचे कृत्य मानले जाईल. स्वत:च्या बचावासाठी मग हवाई हल्ला करून शत्रूच्या जहाजांना निकामी करणे हे समर्थनीय कृत्य होईल. समुद्राच्या आंतरराष्ट्रीय कक्षात ही कारवाई होईल."

"त्यावर आपल्याला कायदेशीर सल्ला घेणं आवश्यक आहे," रोझ म्हणाले. हेलनी मान हलवून सहमती दाखवली, "प्रत्यक्ष कारवाईच्या दृष्टीने ही निर्धोक मोहीम आहे. परंतु कायद्याचा प्रश्न आल्यावर गुंतागुंत सुरू होते. राष्ट्राध्यक्ष महोदय, आपल्या मते या कृतीमुळे संघर्ष वाढण्याचा धोका सर्वांत जास्त आहे. आपण अशी कृती केल्यानंतर मग चीन आपल्या सैन्याविरुद्ध त्यांना शक्य असेल तिथे कुठेही कारवाई करेल. विशेषत: पूर्ण पॅसिफिक भागात ते कारवाई सुरू करतील. त्याचप्रमाणे आंतरराष्ट्रीय समुद्रात आपल्या नौसेनेवर ते पाणबुडीद्वारे हल्ला करतील हे ही आपण गृहीत धरू शकतो. थोडक्यात जिथे कुठे आपल्या दोघांचं सैन्य समोरासमोर असेल तिथे नौदलांमधील युद्ध सुरू होईल व ते गंभीर स्वरूपाचं असेल. तसेच चीनकडे प्रचलित मार्गांशिवाय इतरही मार्गांनी हल्ला करण्याची क्षमता आहे, हे आपण लक्षात ठेवले पाहिजे. ते आपल्या सॅटेलाइटवरही हल्ला करू शकतात. तसेच ते आपल्यावर अणूबॉम्बही टाकू शकतात. त्यांनी

जर असे हल्ले केले तर आपणही प्रचंड मोठ्या प्रमाणात त्यांच्यावर हल्ला करू, हे चीनच्या लष्कराला माहीत आहे. ते इतके मूर्ख असतील असं वाटत नाही.''

''पण तसं खात्रीपूर्वक सांगता येणार नाही,'' राष्ट्राध्यक्ष म्हणाले. ''बरोबर आहे ना?''

हेलनी उत्तर दिले नाही.

तिथे शांतता पसरली.

''सर, नाविक युद्धामध्ये'' हेलनी पुढे सांगणे सुरू केले. ''चीन तैवानवर हल्ला करेल. तैवान हे त्यांचे लक्ष्य असेल आणि त्यासाठी सैन्याची प्रचंड प्रमाणात त्यांना जमवाजमव करणे त्यांना शक्य आहे. त्यामुळे आपण तैवानला गमावू अशी शक्यता आहे.''

राष्ट्राध्यक्षांनी मान हलवून सहमती दर्शवली.

''आपल्या योजनांकडे आपण परत येऊ. लष्कराच्या दृष्टिकोनातून बघितलं तर लामू बे जवळच्या अरुंद पट्ट्यावर लक्ष केंद्रित करणे, त्यांच्यावर हवाई हल्ले करून, त्यांना आधीच निकामी करणे, हा सर्वांत जास्त आकर्षक पर्याय आहे. कारण शत्रू आपल्या जहाजांच्या जवळ येण्याच्या आधीच आपण त्याच्यावर हल्ला करतो. त्यामुळे अब्राहम लिंकनला असलेला धोका कमी होतो. पण जर व्यापक दृष्टिकोन ठेवून विचार केला, तर या योजनेमुळे संघर्ष लगेच वाढण्याचा आणि तो अनेक ठिकाणी पसरण्याचा धोका आहे. त्यामुळे या योजनेत ते दोषही उघडपणे आहेत. राष्ट्राध्यक्ष महोदय, एकदा आपण कारवाई सुरू केली, हल्ला केला तर मग नंतर काय काय होऊ शकेल ह्या बाबतच्या शक्यता आपण जास्त सविस्तरपणे पडताळून बघितल्या पाहिजेत.''

हेलनी एकेक करून त्या शक्यता सांगितल्या. त्यामध्ये खरं तर फारसा फरक नव्हता. एकदा लढाईला तोंड फुटले किंवा हल्ला केला की, मग नंतर काय-काय घडू शकेल, या शक्यतांमध्ये खरा फरक होता. जनरल हेलनी स्पष्टीकरण दिल्याप्रमाणे शेवटच्या योजनेमुळे युद्ध जास्त पसरण्याचा धोका जास्त होता. प्रत्येक योजनेत केनियाच्या समुद्राजवळ स्थानिक लढाईत काय होऊ शकेल यात थोडाफार फरक होता. पण प्रत्येक योजनेत युद्ध वाढत जाण्याचा धोका मात्र होताच. अमेरिका, तैवान, जपान आणि नाटोतील मित्र देश यांच्यापैकी कुणाशीही चीनचे युद्ध सुरू होईल, हा धोका होता. तसेच चीन दुसऱ्या युद्धात गुंतला आहे, सध्या तो कमजोर आहे तर त्याच्यावर हल्ला करण्याची हीच योग्य वेळ आहे असे चीनच्या शत्रूंना वाटले असते. तेही चीनवर हल्ला करण्याची शक्यता होती. चीनला जितका जास्त मोठा पराभव पत्करावा लागला असता तितका चीनने त्याचा दुसरीकडे बदला घेतला असता. तसेच चीनच्या शत्रूंनीही

त्यावर हल्ला चढवला असता. शिवाय लढाईतील पराभवामुळे चीनमध्ये असंतोष निर्माण झाला असता. तिथे अशांतता उफाळून आली असती. राज्यकर्त्यांच्या प्रतिष्ठेला मोठा धक्का बसला असता. झँगनी त्यांच्या स्थानाला धोका पोहोचू नये यासाठी दडपशाही सत्र आरंभले असते. पण पहिल्याच प्रयत्नात त्यांना विरोधकांवर मात करता आली नसती, तर अशांतता आणखी वाढली असती, त्यामुळे आणखी दडपशाही करावी लागली असती आणि शेवटी कदाचित लष्कराने सत्ता काबीज केली असती. २०१४मध्ये सत्ता लष्कराच्या ताब्यात जाण्यापासून कशीबशी वाचली होती. आताही वाचेल का याची खात्री देता आली नसती.

राष्ट्राध्यक्ष न बोलता ऐकत होते.

"सर, यावरून असं दिसेल की," सगळ्या शक्यतांबाबत सांगून झाल्यावर जनरल हेल म्हणाले. "या सगळ्यांमध्ये अनेक प्रकारच्या लष्करी कारवाया होण्याची शक्यता आहे. त्यातल्या प्रत्येक शक्यतेप्रमाणे आपण कसं उत्तर द्यायचं यासाठीच्या योजना आपण तयार करत आहोत. शत्रूकडून तशा प्रकारची लष्करी कारवाई होऊच नये म्हणून करायच्या प्रतिबंधात्मक योजना तसेच कारवाई झाली तर आपण कशाप्रकारे हल्ला करून त्याला उत्तर द्यायचं याच्या योजना अशा दोन्ही प्रकारच्या योजनांवर आपण काम करत आहोत. आपलं सैन्य मग कुठं-कुठं पाठवायचं हे त्याप्रमाणे ठरेल. या योजनांवर आणखी थोडं काम केल्यानंतर मग आपल्याला वेळ असेल तर, आपल्याबरोबर त्यावर दुपारी चर्चा करता येईल."

"सध्या तत्काळ कृती म्हणून तुम्ही ज्या चार योजना सुचवल्या आहेत, त्यापैकी कोणत्या योजनेची तुम्ही शिफारस करत आहात, जनरल?"

"लष्करी दृष्टिकोनातून सर त्यांच्यावर लवकर हल्ला करणं, हे जास्त योग्य राहील."

"म्हणजे डिएगो गार्शिया इथून हवाई हल्ला करून त्यांच्यावर बॉम्ब टाकणे?"

"नाही, सर, हवाई हल्ला करून त्यांना रोखून ठेवण्याचा पर्याय मी वापरणार नाही. कारण मी म्हटल्याप्रमाणे त्या योजनेत युद्ध भडकण्याचा धोका सर्वांत जास्त आहे. आपला विचार आहे, ते जेव्हा प्रत्यक्ष तिकडे येतील तेव्हा त्यांची एक-दोन जहाजं नष्ट करायची. त्यामुळे ते आपल्यावर हल्ला करण्यास धजावणार नाहीत, अशी आपल्याला आशा आहे. ते आपल्या हल्ला करण्याच्या कक्षेत आले की, आपण लगेच अतिशय आक्रमकपणे हल्ला करून त्यांची दोन एक जहाजं नष्ट करू. म्हणजे त्यांना एकदम धडा मिळेल आणि ते तिथेच थांबून राहतील. जर त्यांची फक्त दोन जहाजंच नष्ट करून आपल्याला हे प्रकरण मिटवता आलं तर संघर्षाचा भडका उडण्याची शक्यता बरीच कमी आहे."

"ॲडमिरल टॉव्हे? हे प्रत्यक्षात शक्य आहे का? लगेच हल्ला करून

त्यांची दोन जहाजं नष्ट करता येतील अशी अपेक्षा करणं बरोबर आहे का?''

''जर आपण फक्त लक्ष ठेवून राहू आणि वाट बघत बसू या अपेक्षेने ते आले असतील, तर ते शक्य आहे. म्हणजे आपण हल्ला करणार नाही या अपेक्षेने ते आले आणि ते आल्याबरोबर आपण लगेच आणि मोठा हल्ला केला तर मानसिकदृष्ट्या ते खचून जातील. तो फायदा आपल्याला मिळेल. पण जर ते लढण्याच्याच अपेक्षेने आले तर मात्र आपल्याला लढाईला तोंड द्यावे लागेल.''

''मानसिक बळावर युद्ध जिंकलं जातं.'' खोलीतील एक लष्करी अधिकारी म्हणाला.

''पण आपल्याला वाटतो तितका त्यांच्यावर मानसिकदृष्ट्या परिणाम झाला नाहीतर?'' राष्ट्राध्यक्ष म्हणाले.

टॉव्हेंनी खांदे उडवले. ''मग आपल्याला लढाई करावी लागेल. तसंही आपल्याला लढाई करावीच लागेल. पण आपली क्षमता त्यांच्यापेक्षा जास्त चांगली आहे आणि वस्तुस्थितीचा विचार केला तर आपलाच विजय होईल.''

''पण आपलं काहीच नुकसान न होता असं होऊ शकणार नाही ना?''

''नाही, सर. तशी हमी देता येणार नाही.''

''त्यांच्या स्ट्राइक ग्रुपचा प्रमुख कोण आहे? आपल्याला काही माहिती आहे का?'' गॅरी रोझनी विचारले.

''त्यांच्या काही माणसांबद्दल आपल्याला माहिती आहे. त्यांची मानसिकता जाणून घ्यायचा आपण प्रयत्न करत आहोत.'' टॉव्हे म्हणाले.

''मोहिमेवर असताना जागेवरचे निर्णय कोण घेतं? तिथला कमांडर का बीजिंग?''

''शक्य असेल तोपर्यंत बीजिंगमधूनच निर्णय घेतले जातात. त्यांची नियंत्रण व्यवस्था एकदम कडक आहे. जर त्यांच्या ताफ्यावर हल्ला झाला तर जागी असलेला कमांडर कारवाई करेल आणि त्याचबरोबर बीजिंगमधील वरच्या पदावरील कमांडरलाही त्यात सहभागी करून घेईल. तोही मग मोहिमेतल्या लोकांबरोबर संपर्कात असेल. ही त्यांची कमजोरी आहे, असं आम्हाला वाटतं. आपण जाऊन त्यांच्यावर मोठा हल्ला केला, तर आपल्याला फायदा मिळू शकेल. बीजिंगमधून काय आदेश येतात याबाबत संदिग्धता असली, शंका असली, तर त्यांचा प्रभाव कमी होतो,'' जनरल हेल म्हणाले.

''आणि व्यूहरचनात्मक धोरण काय असावं, यासंबंधीचा अंतिम निर्णय कोण घेतं?'' राष्ट्राध्यक्षांनी विचारले. याबद्दल त्यांना आधीच सांगण्यात आले होते, पण तरीही त्यांना खात्री करून घ्यायची होती.

''केंद्रीय लष्करी आयोग असे निर्णय घेतो,'' संरक्षण विभागाच्या गुप्तहेर

प्रमुखाने उत्तर दिले. ''या आयोगात तेरा सदस्य असतात, त्यात लष्कराचे आणि पक्षाचे अधिकारीही असतात. अशा प्रकारची स्थिती उद्भवली तर रोजच्या रोज त्यांची मीटिंग होते. राष्ट्राध्यक्ष झँग आयोगाच्या अध्यक्षपदी असतात. संरक्षणमंत्री क्सू हे ही असतात. जनरल फॅन हे त्यांचे महत्त्वाचे लष्करी अधिकारी आहेत. लष्करी नेतृत्वाची धुरा त्यांच्याकडे आहे. या तिघांशिवाय इतर सदस्य म्हणजे फक्त खोगीरभरती आहे.''

''झँग यांचे त्याच्यावर कितपत नियंत्रण आहे?''

''त्याबाबत आपल्याला नक्की माहिती नाही. तत्त्वत: त्यांचं नियंत्रण आहे. प्रत्यक्षात –''

''काहीही असलं तरी,'' टॉव्हे म्हणाले, ''आपल्याला लढाईच्या तयारीनंच यात उतरावं लागेल. मी पीट प्रेसलरना ओळखतो. लढाई सुरू झाली, तर त्यांच्यारूपाने आपला एक उत्तम माणूस तिथे आहे.''

''जनरल हेल,'' राष्ट्राध्यक्ष म्हणाले, ''तुम्ही म्हणालात, ज्या योजनेची तुम्ही शिफारस केली आहे ती लष्करी दृष्टिकोनातून सर्वांत योग्य आहे. त्याचा अर्थ काय?''

''सर, ही लढाई जिंकायची असेल तर अतिशय आक्रमक हल्ला करणं, हा सर्वांत उत्तम मार्ग आहे. यामुळे तत्काळ परिणाम साधला जाईल. जर आपण लक्ष ठेवणं व वाट पाहणं ह्या पर्यायांप्रमाणे गेलो, तर सुरुवात कधी करायची हे आपल्या हातात राहणार नाही. आपण पुढाकार घेऊन कृती करण्याऐवजी परिस्थिती लादेल तसा निर्णय कदाचित आपल्याला घेणं भाग पडेल. कसं होईल किंवा आपण दोघंही तयार नसताना कोणत्या तरी घटनेमुळे गोळीबार सुरू होईल आणि मग युद्धाची धुमश्चक्री सुरू होईल. एकदा ती सुरू झाली की मग खूप हानी झाल्याशिवाय ती थांबवता येणं अशक्य आहे. पाण्यातल्या काही चौरस मैलांभोवती शंभराहून अधिक जहाजं जमलेली आहेत, अशी स्थिती मला नको आहे. मला खरोखरच नको आहे.'' जनरल जरा वेळ थांबले. ''हा लष्करी दृष्टिकोन झाला. लढाई न होता आणि एकही गोळी झाडली न जाता जर हे प्रकरण सोडवता आलं तर राजकीय दृष्टिकोनातून ते चांगलंच असा तुमचा विचार असेल म्हणजे राजकीय कारणाने तुम्हाला तसा निर्णय घ्यायचा असेल तर मग तो लष्करी निर्णय राहत नाही, सर आणि तुम्ही जर मला म्हणालात, जनरल, मी हा प्रश्न सुटू शकतो का बघतो, तोपर्यंत लष्करी पर्याय बाजूला ठेवा तर तो आपला निर्णय असेल. जर लढाई करून आपल्याला विजय मिळणार नसेल तर मी सांगेन, आपला लष्करी सल्लागार या नात्याने लष्करी कारवाई हा पर्याय मला सुचवता येणार नाही. पण ही लढाई मात्र आपण जिंकू. पण यात प्रश्न असा

आहे की, यात जास्त अमेरिकन लोकांना प्राण गमवावे लागतील आणि अमेरिकेच्या जास्त मालमत्तेची हानी होईल. त्यामुळे प्रश्न आहे लढाई करून काही अमेरिकन लोकांचे प्राण गमावणे व मालमत्तेचे नुकसान हे एका बाजूला व चर्चा करून संवाद साधून, सामोपचाराने प्रश्न सोडवणे दुसऱ्या बाजूला, यातून कशाची निवड करायची? राजकीय दृष्टिकोनातून कोणता निर्णय घ्यायचा? या प्रश्नाचं उत्तर देण्यासाठी मी योग्य व्यक्ती नाही.''

''ॲडमिरल टॉव्हे, नौदल अधिकारी म्हणून तुम्ही याच्याशी सहमत आहात? जर मोठी आणि गंभीर स्वरूपात लढाई सुरू झाली तर आपण जिंकू?''

''होय, सर. मला नक्कीच वाटतं की आपण जिंकू. पण ती खूप भयंकर लढाई असेल. नौदलाच्या भाषेत युगायुगातून एकदाच होणारी लढाई. मी नौदलातील माणूस आहे आणि नौदलाच्या इतिहासात माझ्या नावावर काही नोंदी आहेत. पण 'लामू बे'चे नाव त्यात असावं यासाठी मी फारसा उत्सुक नाही.''

तिथे शांतता होती.

रोझ बोलले, ''सुदानमधील आपल्या माणसांबाबत आपण काय करायचं?''

''आपण तिथे जायचं आणि त्यांना घेऊन यायचं,'' जॉन ओकले म्हणाले.

''एकदा का आपल्या जहाजांनी गोळीबार सुरू केला की,'' हेल म्हणाले. ''त्यांच्या जीवाला काही किंमत उरणार नाही. शक्य तितकं जास्त सैन्यबळ घेऊन मी तिथे जाईन आणि त्यांच्यापैकी कोणाला घेऊन येता येईल का ते बघेन.''

''आपण हा हल्ला कधी करू?'' राष्ट्राध्यक्षांनी विचारले.

''आपण त्यांच्या जहाजावर गोळीबार सुरू करू, त्याच क्षणी आपण तिथे गेलेलो असलो पाहिजे. त्यांच्यापैकी कोणालाही जिवंत परत आणण्याची तीच सर्वोत्तम संधी असेल. प्रामाणिकपणे सांगायचं तर खूप लोकांचे प्राण वाचतील असं नाही, पण तीच सर्वांत उत्तम संधी असेल.''

राष्ट्राध्यक्षांनी मान हलवून सहमती दर्शवली.

''जर आम्हाला वाटतंय तसा संघर्ष वाढत गेला तर त्या परिस्थितीत काय करायचं यासाठी काही योजना तयार आहेत. त्याबाबत आज मला नंतर आपल्याला माहिती द्यायची आहे, राष्ट्राध्यक्ष महोदय. सैन्याच्या तुकड्या कुठे, कशा पाठवायच्या याबाबत आपल्याला काही निर्णय घ्यावे लागतील.''

राष्ट्राध्यक्षांनी मान हलवून 'हो' म्हटले.

तिथे शांतता होती.

टॉम नोल्स उठून उभे राहिले. ''थँक यू,'' ते म्हणाले व बाहेर पडले.

ऐकलेल्या गोष्टींवर ओव्हल ऑफिसमध्ये नोल्स सखोल विचार करत होते.

मॉर्टलॉक हेल यांनी सुचवलेल्या प्रत्येक योजनेमुळे संघर्ष वाढत जात होता. लष्कराची माणसे आता संघर्ष वाढल्यानंतरच्या योजनांवर काम करत होती. आणि आण्विक ताकद असलेल्या देशाविरुद्ध ही लढाई होती.

ती लष्कराची माणसे होती. त्यांना योजना विचारली तर ते लढाईची योजनाच सुचवणार; पण नोल्सना ही लढाई कशी लढायची ही माहिती नको होती. हा वाद कसा मिटवता येईल, संघर्ष कसा थांबवता येईल ते त्यांना जाणून घ्यायचे होते.

त्यांना झँगना पुन्हा फोन करता आला असता, पण त्यांना काय सांगता आले असते? गेल्या बारा तासांत काय बदल घडलेला होता? त्यांची जहाजे आणखी जवळ आलेली होती, त्यापलीकडे काहीच नाही. कदाचित झँग नुसतीच हूल देत असतील; कदाचित नसतील. कदाचित त्यांच्याभोवतीची माणसे त्यांना सांगत असतील, नोल्स हूल देत आहेत. जर त्यांनी पुन्हा फोन केला तर ती माणसे म्हणतील, बघा नोल्स हूल देत आहेत, याचा हा आणखी एक पुरावा आहे. जर ते आणि झँग यांनी काळजीपूर्वक पावले उचलली नसती, तर ह्या प्रकरणाचा शेवट मोठे युद्ध सुरू होण्यात झाला असता. तीन खंडांत त्याची आग भडकली असती इतके ते युद्ध भयंकर झाले असते.

पण माघार घेणे त्यांना शक्य नव्हते. पंचाहत्तर माणसांना सुदानमध्ये देवाच्या भरवशावर सोडून देऊन चालणार नव्हते. जर त्या माणसांना लवकरच परत आणले नसते आणि लवकर म्हणजे काही दिवसांत, काही आठवड्यांत नव्हे; तर जिमी कार्टरसारखी त्यांची अवस्था झाली असती. होय, त्यांना दुसरा जिमी कार्टर म्हटले गेले असते.

नोल्स गालिच्याकडे टक लावून बघत विचार करत होते.

झँगना काय हवे होते?

त्यांची जहाजे. डझनभर वेळा तरी त्यांनी ते बोलून दाखवले होते. पण अमेरिकेच्या पंचाहत्तर माणसांना सुदानमध्ये रोखून ठेवायला ते मदत करत होते म्हणून त्यांची जहाजे धोक्यात होती. त्या माणसांनी तिथे अडकून राहिल्यामुळे त्यांचे काय भले होत होते? कोणत्या प्रश्नाबाबत किंवा काही मिळवण्यासाठी सौदा करण्यासाठी त्या माणसांचा वापर करणे शक्य नव्हते. समजा, दक्षिण अफ्रिकेबाबत त्यांना अमेरिकेला नमवायचे असते तरी त्यासाठी ह्या माणसांचा वापर त्यांना करता आला नसता. अगदी झँगसाठी सुद्धा ती फार रानटी, ढोबळ पद्धत झाली असती. खंडणीसाठी ओलीस ठेवतात तसे काही माणसांना ओलीस ठेवायचे आणि अमेरिकेचे सरकार आपल्याला हवे ते देईल अशी अपेक्षा करायची.

पण झँग यांच्याही ते नक्कीच लक्षात आले असणार? त्यामुळे पुन्हा तोच प्रश्न शिल्लक राहत होता. झँगना काय हवे होते?

जेफरसन शहरातील दफनभूमीवर जे संभाषण झाले, त्याबद्दल नोल्स यांच्या मनात विचार आले. त्या दिवशी हाडे गोठवणाऱ्या थंडीत मरिअन इलमन यांनी जे शब्द त्यांच्यावर फेकले होते ते त्यांना आठवले. मरिअनने त्यांना तो प्रश्न विचारला होता. झँगना काय हवे होते? त्याशिवाय अनेक गोष्टी त्या बोलल्या होत्या.

त्यांनी घड्याळाकडे बघितले. मग त्यांनी त्यांच्या चीफ ऑफ स्टाफना फोन करण्यासाठी फोन उचलला.

''रॉबर्टा, हेल हे जे जागतिक युद्ध सुरू करणार आहेत, त्याबाबतच्या योजना सादर करण्यासाठी त्यांना माझी कधीची वेळ हवी आहे?''

''मी विचारून सांगते,'' डेवलीन म्हणाल्या.

टॉम नोल्सना माहीत नव्हते, बुडत्याला काडीचा आधार प्रमाणे ते काडीचा आधार घेत होते का आणि तसे करून स्वतःला जागतिक दर्जाचा मूर्ख सिद्ध करणार होते का? एक क्षणभर ते घुटमळले, मग म्हणाले, ''रॉबर्टा, त्यांना भेटण्यापूर्वी मला आणखी एक-दोन माणसांना भेटायचं आहे.''

५४

व्हाइट हाउसच्या नोकराने कपात कॉफी ओतली.

टेबलावर कुकीज आणि फळांचा बोलही होता.

"क्रीम?" राष्ट्राध्यक्षांनी विचारले.

जोएल एहरेनरेक यांनी मानेने 'नाही' म्हटले. त्यांना हे सारे स्वप्नवत वाटत होते. चार तासांपूर्वी ते त्यांच्या कनेक्टिकट येथील घरात होते. रविवारी दुपारी हातात पुस्तक घेऊन शेकोटीसमोर बसण्याचा त्यांचा विचार होता. नंतर एक फोन आला, घरातून हेलिकॉप्टरपर्यंत नेण्यासाठी एक कार आली. हेलिकॉप्टरने ते 'ला गार्डिया' इथल्या विमानतळावर आले. तिथे त्यांना आणि मरिअन इलमनना वॉशिंग्टनला नेण्यासाठी विमान तयारच होते. मग वॉशिंग्टन विमानतळावरून व्हाइट हाउसला न्यायला कारही तयार होती. आता ते ओव्हल ऑफिसमध्ये इलमन यांच्याबरोबर होते. त्याशिवाय राष्ट्रीय सुरक्षा सल्लागार, राष्ट्राध्यक्षांच्या चीफ ऑफ स्टाफ आणि राष्ट्राध्यक्षांचे सर्वांत जवळचे सल्लागारही तिथे हजर होते. आणि राष्ट्राध्यक्ष त्यांना 'क्रीम हवे का' विचारत होते.

नोकर निघून गेला. तिथे आल्याबद्दल एहरेनरेक यांचे राष्ट्राध्यक्षांनी आधीच आभार मानले होते. पण आता पुन्हा एकदा मानले.

"फारच तातडीने बोलावलं," ते म्हणाले. "मी आभारी आहे, प्रोफेसर एहरेनरेक."

"हा माझा सन्मान आहे," जरी अशातऱ्हेने फर्मान पाठवून हजर राहायला सांगणे थोडे उद्दामपणाचे वाटत होते, तरी एहरेनरेकनी पुन्हा एकदा हे वाक्य उच्चारले. केवळ बंडखोरीसाठी बंडखोरपणा करणे, हा जोएल एहरेनरेक यांच्या स्वभावाचा एक भाग होता. राष्ट्राध्यक्षांच्या बोलावण्यामुळे त्यांच्या मनाला एकीकडे गुदगुल्या होत होत्या, तर त्या खूश झालेल्या मनाबरोबर बंडखोर स्वभावाचा दुसरीकडे झगडाही सुरू होता.

"इतक्या घाईघाईने का बोलावलं, याचं तुम्हाला आश्चर्य वाटत असेल."

"मी फारसं काही महत्त्वाचं काम करत नव्हतोच."

राष्ट्राध्यक्षांनी स्मित केले. कॉफीचा एक घोट घेतला. "तुम्ही काही खाणार नाही?"

"नको, सर."

"बघा, एकदा का एडनी ताव मारायला सुरुवात केली की, मग काही शिल्लक राहणार नाही."

एड अब्राहम्स हसले. त्यांनी दोन-तीन कुकीज त्यांच्या प्लेटमध्ये आधीच घेतल्या होत्या.

"मी ठीक आहे," एहरेनरेक म्हणाले.

"ओके. संकोच करू नका." राष्ट्राध्यक्ष जरा थांबले, मग म्हणाले, "मरिअनना तुमचे विचार अतिशय महत्त्वाचे आणि वेगळे वाटतात, असं त्यांनी मला सांगितलं."

एहरेनरेक यांनी मरिअन यांच्याकडे बघितले, "तो त्यांचा उदारपणा आहे."

"तुम्ही माझ्या विरोधात उभ्या असलेल्या उमेदवाराला २०१६मध्ये बहुधा मत दिलं असावं, असंही त्यांनी मला सांगितलं."

"हूं... मी त्यावर काय बोलणार?"

"त्यात काही चूक नाही. ते ठीकच आहे," नोल्स गालांतल्या गालात हसले. "मी स्वत:ही त्यांनाच मत देणार होतो, पण एडनी तसं करू दिलं नाही, बरोबर ना एड?"

अब्राहम्सनी मानेने 'हो' म्हटले.

"असो," राष्ट्राध्यक्ष पुन्हा एहरेनरेक यांच्याकडे वळत म्हणाले, "तुम्ही काय-काय सांगत आहात, मला आणखी जास्त जाणून घ्यायचं आहे."

"कोणत्या विशेष गोष्टीबद्दल, राष्ट्राध्यक्ष महोदय? मी बऱ्याच गोष्टींबद्दल बरंच काही बोलत असतो."

नोल्स यांनी त्यांना जणू त्या गोष्टीची कल्पना आहे, अशा अर्थाने मान हलविली. "तुमचं एक 'स्वीच' नावाचं पुस्तक नुकतंच प्रकाशित झालं आहे, बरोबर? नाव मला आवडलं."

"तेच नाव मला सर्वांत उत्तम वाटलं."

"ते बघण्याची संधी मला मिळाली नाही, पण ते अतिशय दूरदृष्टीपूर्ण आहे असं मला समजतं. त्याविषयी मला आणखी जास्त ऐकायचं आहे."

एहरेनरेक बोलायला सुरुवात करण्याची राष्ट्राध्यक्ष वाट बघत होते. रॉबर्टा डेवलीन यांनी एका कर्मचाऱ्याला ते पुस्तक वेगात वाचायला लावले होते आणि एहरेनरेक येण्याच्या पंधरा मिनिटे आधी राष्ट्राध्यक्षांना त्याचा सारांश दिला होता. पण एहरेनरेक आता त्यांच्या समोर बसलेले असताना, त्यांच्याकडून काय हवं,

कशाची अपेक्षा करावी, याची त्यांना कल्पना नव्हती. महासत्ता असलेल्या एकमेव प्रतिस्पर्ध्याबरोबर अमेरिकेचा संघर्ष सुरू असताना, तो ऐन भरात असताना, एका विचारवंत माणसाला तिथे बोलावणं हा विक्षिप्तपणा होता. राष्ट्राध्यक्षांनी कोणाला भेटायला बोलावलं आहे, ते कळल्यावर एड अब्राहम्सनी तसं बोलूनही दाखवलं होतं. पण अब्राहम्स यांच्याकडे दुसरा चांगला पर्याय दिसत नव्हता आणि टॉम नोल्स आता इतक्या निकरावर आले होते की, विक्षिप्तपणाच काय आणखी पण काही आजमावून बघण्याची त्यांची तयारी होती. मग ह्या प्रोफेसरबरोबर त्यांच्या आयुष्यातील एक तास वाया गेला असता, तरी त्यांची तयारी होती.

"मला वाटतं चीनबरोबर सध्या आपला जो पेचप्रसंग सुरू आहे, त्याबद्दल हे आहे," एहरेनरेक शेवटी म्हणाले.

"म्हणजे आर्थिक पेचप्रसंग म्हणताय ना तुम्ही?" राष्ट्राध्यक्ष म्हणाले.

"आणखी दुसरा कोणता आहे का?"

एक क्षणभरासाठी टॉम नोल्स यांनी टक लावून बघितले, "नाही," ते म्हणाले. "तोच एक आहे."

"खरं तर हा आर्थिक पेचप्रसंग नाही, राष्ट्राध्यक्ष महोदय, नाही का? हा राजकीय पेचप्रसंग आहे. त्यातील आर्थिक घटक हे एक साधन आहे, पेचप्रसंगाचं ते कारण नाही."

"त्याकडे बघण्याचा तोही एक दृष्टिकोन आहे."

"मी त्याकडे त्याच दृष्टिकोनातून बघतो. आपल्याला वारंवार ज्यांचा सामना करावा लागेल, अशा गोष्टींचं ते एक उदाहरण आहे. आज आंतरराष्ट्रीय स्तरावर एक विसंगती आहे. आपल्याकडे काही समस्या आहेत, त्या सर्व जगाला भेडसावणाऱ्या समस्या आहेत; त्यांना 'जगद्व्यापी समस्या' म्हणता येईल. पण आपापल्या देशांच्या सरकारांमार्फत आपण त्या सोडवायला बघतो. प्रत्येक सरकार, मग त्यात आपलंही आलं, छातीठोकपणे सांगतं की, आम्ही आमच्या देशातील जनतेच्या हिताला सर्वोच्च प्राधान्य देणार. हे सांगण्यात त्यांना अजिबात संकोच वाटत नाही, आणि त्यांना तसं सांगणं भागही आहे. कारण तसं सांगितलं नाही, तर ते सरकार जास्त काळ टिकणारच नाही. पण ज्या जगद्व्यापी समस्या आहेत त्या सोडवण्यासाठी जागतिक स्तरावर समन्वय साधून कृती करणं आवश्यक आहे. पण प्रत्येक देशाच्या सरकारला वेगळ्या प्रकारची कृती हवी असते, कारण त्यांचं हित वेगवेगळं असतं. प्रत्येक जण आपल्या हितसंबंधाला साधक कृती करायला बघतो. बाधक नाही. काहींना जोरदार कृती हवी असते, काहींना कृतीच नको असते. काही देशांत निवडणुका होतात, नवं सरकार येतं आणि दोन आठवड्यांपूर्वी त्यांना जे हवं असतं, नेमकं त्याच्याविरुद्ध नंतर त्यांना हवं

असतं. सगळ्या देशांच्या हितसंबंधाचा संघर्ष असल्याने, त्यातून मार्ग काढायचा असतो. मग एक तर त्यामुळे काहीच होत नाही आणि प्रश्न तसाच शिल्लक राहतो किंवा सहमतीचे मुद्दे लक्षात घेऊन जे उत्तर मिळतं, ते फार कमजोर असतं. त्या तुटपुंज्या कृतीमुळे प्रश्न सुटत नाहीत. प्रश्नांचा तत्काळ जाणवणारा परिणाम दूर होण्यासाठी, त्यामुळे फार तर मदत होते. पण मूळ प्रश्न तसाच चिघळत राहतो.''

''असं दिसतंय की, एक जागतिक सरकार असणं आवश्यक आहे, असं तुम्हाला वाटतंय,'' गॅरी रोझ म्हणाले.

''डॉ. रोझ, मी म्हणतोय त्याची थट्टा करणं सोपं आहे, पण जागतिक सरकार हवं असं मी म्हणत नाही, मात्र भविष्यात कधीतरी जागतिक सरकार अस्तित्वात येईल किंवा मी त्याला जागतिक व्यवस्थापन म्हणेन. शंभर किंवा दोनशे वर्षांनी असं घडलं, तर मला आश्चर्य वाटणार नाही. अगदी आजच मोठ्या प्रमाणावर जागतिकीकरण झालेलं आहे. सगळे एकमेकांशी बांधले गेलेले आहेत. त्याची व्याप्ती इतकी मोठी आहे की, आणखी दोन-एकशे वर्षांनी आपल्या ग्रहाचं व्यवस्थापन आज आहे तसंच कायम राहील, असं समजणं हा भाबडेपणा ठरेल आणि ते तसं का राहावं? साधारण चारशे वर्षांपूर्वी प्लेमाउथ रॉक इथे यात्रेकरूंच आगमन झालं आणि अमेरिकेचा इतिहासच बदलला. त्या वेळी जर स्थानिक आदिवासी जमातींना सांगितलं असतं की, असं आजच्यासारखं संपूर्ण अमेरिका खंडाचं एकच सरकार अस्तित्वात येणार आहे, तर तेही आपल्या तोंडावर हसले असते. पण त्या वेळी कल्पनाही करणं शक्य नव्हतं, इतका मोठा हा बदल आज घडून आला आहे.''

मरिअन इलमन यांचा चेहरा पडला. जोएलना असे मोठे ऐतिहासिक संदर्भ उद्धृत करायची हौस होती. पण इतका बिकट आणि त्यातही निकडीचा पेचप्रसंग असताना असे ऐतिहासिक संदर्भ देणे, व्हाइट हाउसमधील कोणाच्या पचनी पडणारे नव्हते. आणि गॅरी रोझनी तोंड उघडल्याबरोबर, त्यांना तुम्ही भाबडे आहात असे सांगणे ही काही चांगली कल्पना नव्हती, असेही इलमनना वाटले.

''तत्त्वत:'' रोझ आणि अब्राहम्स नजरेच्या इशाऱ्याने राष्ट्राध्यक्षांना काही सुचवत होते, पण एहरेनरेक यांचे त्याकडे अजिबात लक्ष नव्हते, ते आपल्याच तंद्रीत पुढे म्हणाले, ''जी व्यवस्था एखाद्या खंडाकरता यशस्वीपणे अमलात आणली जाऊ शकते, ती एका पूर्ण ग्रहाकरता का राबविली जाऊ शकत नाही, ते मला समजत नाही. ह्या व्यवस्थेचं रूप कसं असेल, हा आणखी मोठ्या चर्चेचा विषय आहे. आपली सध्याची जी संघराज्यीय व्यवस्था आहे – फेडरल सरकार आहे – तसं त्याचं रूप असेल, असं मला वाटत नाही. तिचं रूप

कदाचित एखाद्या परिषदेसारखं असेल. तिला काही मुद्यावर आणि काही स्पष्टपणे निर्देशित केलेल्या जागतिक प्रश्नांवर निर्णय घेण्याचे अधिकार असतील. त्या परिषदेचे निर्णय सर्वांवर खरोखरच बंधनकारक असतील. या परिषदेचे सदस्य कोण असतील, त्यांची निवडणुकीद्वारे थेट निवड होईल की वेगवेगळे देश आपापल्या प्रतिनिधींना नियुक्त करतील...?'' एहरेनरेक यांनी खांदे उडवले.

''त्याचं उत्तर आज माहीत नाही. ते मिळवण्यासाठी अजून बराच काळ जावा लागेल. पण जगद्व्यापी प्रश्न तर आजच आपल्यात आहेत. ते थांबून राहात नाहीत, ते वाढत जातात. आपण शाळकरी मुलांसारखं 'मला पाहिजे, मला पाहिजे' म्हणून भांडत बसलो, तर हे प्रश्न सुटणार नाहीत. जागतिक स्तरावर, जागतिक दृष्टिकोन ठेवून त्यांचा सामना करावा लागेल. आपण जर असं केलं नाहीतर संपूर्ण मानवजातीचं अस्तित्व धोक्यात येईल. कोणी सांगावं, शंभर-दोनशे वर्षांत जागतिक सरकारसारखी काही व्यवस्था असावी, असं सुचवणाऱ्यावर हसण्यासाठीसुद्धा कोणी शिल्लक राहणार नाही.''

''हे जागतिक प्रश्न कोणते आहेत?'' नोल्सनी विचारले.

''ते माझ्याइतके आपल्यालाही चांगलेच माहीत आहेत, सर.''

''तुमचे विचार जाणून घेण्यास मी उत्सुक आहे.''

''सहा प्रश्न आहेत,'' एहरेनरेक यांनी बोटांवर मोजत सांगितले.

''हवामान बदल आणि पर्यावरणविषयक इतर प्रश्न; नैसर्गिक संसाधनांचे वाटप – विशेषत: पाणी. पण त्याचबरोबर लागवडयोग्य जमीन आणि अर्थातच औद्योगिक कमोडिटीज यांचं वाटप, आर्थिक नियमन, परस्परसंवाद, साथीचे रोग, दहशतवाद, संघटित गुन्हेगारी आणि भ्रष्टाचार. आणखीही आहेत पण भडका उडायचा असेल, तर सर्वांत आधी यांची नावे येतील. या मुद्द्यांना सीमारेषांचं बंधन नाही, राष्ट्राध्यक्ष महोदय. याबाबत एका देशाने काही केलं, तरी त्याचा दुसऱ्या देशांवर परिणाम होतो. त्यामुळे या मुद्द्यांबाबत प्रत्येक देशाचे हितसंबंध हे जागतिक स्वरूपाचे आहेत. याच मुद्द्यांवरून युद्ध सुरू होईल.''

''हे फार मोठे विधान आहे.''

''डॉ. रोझ तुम्हीही माझ्यासारखेच राज्यशास्त्राचे विद्यार्थी आहात. जेव्हा दोन मानव समाजांचा स्वत:च्या हितसंबंधावरून एकमेकांबरोबर संघर्ष होतो, तेव्हा ते लढाई करतात. भलेही आधी ते चर्चा करून काही मार्ग निघू शकतो का हे बघितलंही; पण जेव्हा खरंच संघर्ष असेल, तेव्हा शेवटी आपण आपल्या आदिम प्रेरणेकडे परत जातो आणि लढाई करतो.''

''आपल्या आणि सोव्हिएट युनियनच्या हितसंबंधात संघर्ष होता; पण आपण त्यांच्याबरोबर लढाई केली नाही.''

“आपण केली. आपण त्यांच्याबरोबर मध्यपूर्वेत लढलो, अफगाणिस्तानात लढलो. अफ्रिकेत लढलो आणि जगभरच त्यांच्याबरोबर लढाई केली आणि वस्तुत: आपल्या हितसंबंधाचा खरोखर संघर्ष नव्हताच. दोघांचेही हितसंबंध एकच होते, त्यामुळेच शेवटी ते साम्राज्य विलयाला गेलं.”

“मी अशातऱ्हेने त्याची मांडणी करणार नाही,” रोझ म्हणाले.

“आपली कोणाबरोबर लढाई होईल?” राष्ट्राध्यक्षांनी विचारले. मागे झालेल्या लढायांपेक्षा पुढे होणाऱ्या लढायांतच त्यांना जास्त रस होता.

“आपली?” एहरेनरेक म्हणाले. “युनायटेड स्टेट्सची चीनबरोबर.”

“इतर कोणता देश नाही? भारत नाही? ब्राझील नाही? रशिया?”

एहरेनरेक यांनी नकारार्थी मान हलवत पुन्हा म्हटले, “चीनबरोबर.” राष्ट्राध्यक्षांनी क्षणभर अब्राहम्सकडे बघितले, मग पुन्हा एहरेनरेक यांच्याकडे बघितले, “का? आम्हा दोघांपैकी कुणाचीच लढण्याची इच्छा नाही.”

“पण आपण लढाई करू हे नक्की. ज्या जागतिक प्रश्नांचा मी उल्लेख केला ते आपण एकट्यानेच फक्त स्वबळावर सोडवू शकत नाही आणि तेही तसे सोडवू शकत नाहीत. पण आपण दोघेही एकत्र आलो, तर जगातील कोणीही आपल्याविरुद्ध उभं राहू शकत नाही. भारत नाही, ब्राझील नाही, रशिया नाही. युरोपीय समुदायही विसरूनच जा, कारण काही गंभीर समस्या आली, तर युरोपिअन कमिशन वगैरेंचा काही टिकाव लागणार नाही. त्याचं लगेच विघटन होऊन ते पुन्हा वेगवेगळे देश होतील. जोपर्यंत चीन आणि अमेरिका दोघेही मान्यता देत नाहीत. तोपर्यंत जागतिक प्रश्नांवर कोणतंही उत्तर मिळणार नाही. तुम्ही त्याला दोन खांबांवर आधारित जग म्हणा किंवा ‘जी-२’ म्हणा किंवा आणखी काही. संयुक्त राष्ट्रसंघाला हे मान्य करणं आवडणार नाही, पण तेच सत्य आहे. फक्त दोन गोष्टींना महत्त्व आहे. एक, जागतिक प्रश्नावरच्या ज्या तोडग्यामागे अमेरिका आणि चीन खंबीरपणे उभे राहणार नाहीत, तो यशस्वी होणारच नाही. दोन, जागतिक प्रश्नावरच्या ज्या तोडग्यामागे अमेरिका आणि चीन खंबीरपणे उभे आहेत – ज्यामागे ते आपली आर्थिक ताकद उभी करत असतील, त्याला कोणी विरोध करू शकणार नाही.”

“आणि आपली लढाई कोणत्या कारणांमुळे होईल?”

“कारण या तोडग्यांवर आपलं एकमत होणार नाही. खरं तर बहुतेक वेळा प्रश्न काय आहे, त्यावरच आपलं एकमत नसतं. जागतिक प्रश्नांवर तोडगा काढताना जर आपण दुसरा देश आपला प्रतिस्पर्धी आहे, या दृष्टिकोनातूनच विचार करत गेलो, आपल्या देशाचं वर्चस्व राहील का, त्यांचं असा विचार करत गेलो, तर शेवटी आपल्यात लढाई होईल हे नक्की! कदाचित आपण थेट

समोरासमोर येणार नाही, प्रॉक्झिमार्फतही लढाई होईल. त्यांच्या बाजूने असणारा देश विरुद्ध आपल्या बाजूने असणारा देश किंवा खुद्द आपण किंवा तत्सम काहीतरी. पण ही लढाई ह्या एखाद्या अशा जागतिक प्रश्नावरूनच होईल. सध्या आपल्यात जे सुरू आहे, ते बघा. हा आर्थिक पेचप्रसंग. इतिहासात नोंद होईल असा हा पेचप्रसंग आहे. हा का उद्‌भवला? आज जागतिक अर्थव्यवस्था सर्वव्यापी एक आहे, एकमेकांशी दृढपणे निगडित आहे, पण आपण राष्ट्रीय सार्वभौमत्वाचे निकष लावून, वेगवेगळ्या देशांच्या नियमांच्या चौकटीत तिला बसवायला बघतोय. त्याऐवजी ह्या अर्थव्यवस्थेसाठी एकात्मिक कायदे आणि नियम हवेत. ते दोन्ही देशांत समान असावेत. आपल्या कॉर्पोरेशन्सवर परदेशी सरकारांची मालकी आहे, त्यामुळे आपल्यात तणाव निर्माण झाला, तर तो जाहीर करण्यासाठी ही मालकी हे त्यांच्या हातातील हत्यार बनतं. तर एक पेचप्रसंग निर्माण झालेला आहे आणि आपली अर्थव्यवस्था ज्यावर आधारित आहे, त्या पूर्ण बाजारकेंद्री व्यवस्थेलाच यामुळे सुरुंग लागू शकतो, अशी शक्यता निर्माण झाली आहे. मग आपण काय करतो? आपल्या अर्थव्यवस्थेचं रक्षण करण्यासाठी आपण काही उपाययोजना करतो. त्याला उत्तर म्हणून आपल्याविरुद्ध काही उपाययोजना ते करतात. म्हणजे आपली लढाई आधीच सुरू झालेली आहे. नाही का?''

''ह्याला काही नेमकं युद्ध म्हणता येणार नाही,'' गॅरी रोझ म्हणाले.

''ह्या पेचप्रसंगामुळे आपण थेट एकमेकांशी युद्ध सुरू करू, असं मी म्हणत नाही. बीजिंगने फिडेलियन बँक बुडवली म्हणून आपण बीजिंगवर क्षेपणास्त्रांचा मारा करू असं मी म्हणत नाही. पण अप्रत्यक्षपणे तसाच परिणाम साधला जाईल, कारण तसा एक संदर्भ तयार होतो. आपल्या दोघांत ह्या पेचप्रसंगावरून तणाव आहे, आपण एकमेकांविरुद्ध आर्थिक गुद्दागुद्दी करत आहोत, मग आपण इतरही कारणांवरून शक्तिप्रदर्शन सुरू करू, एकदा धुसफूस सुरू झाली की एकमेकांना आपली ताकद दाखवण्याचा प्रयत्न करू. काही घटना घडतात. आपण एकमेकांच्या कुठे जवळ-जवळ आहोत? युगांडामध्ये. त्यांच्या सैन्याच्या तुकड्या सुदानमध्ये आहेत, हे आपल्याला सगळ्यांना माहीत आहे. आपण सरळ त्या सीमारेषेवर एकमेकांसमोर उभे ठाकलेलो आहोत. आता आपल्या दोन सैनिकांना सुदानमध्ये नेण्यात आलं आहे. मला विचाराल तर लढाईला तोंड फुटण्यासाठी ही खूपच प्रक्षोभक परिस्थिती आहे.''

तिथे संपूर्ण शांतता पसरली.

''नाही? ठीक आहे, मग 'साउथ चायना सी' ह्या पॅसिफिक महासागराचा भाग असलेल्या समुद्राचा विचार करा. समजा, ते आपल्या एखाद्या विमानाच्या मागे आले आणि ते म्हणाले की, हे त्यांच्या हवाई हद्दीत आहेत, आपण म्हणू

की ही आंतरराष्ट्रीय हवाई हद्द आहे. हे नेहमीच होत असतं, पण आपण त्याकडे दुर्लक्ष करत असतो. ह्या वेळी आपण उत्तर देतो. समजा, त्यांनी तैवानबाबत काही केलं. एखादी घटना घडली आणि तैवानचे काही सैनिक मारले गेले आणि प्रकरण वाढलं सहसा तसं वाढू नये, पण सध्या हा आर्थिक पेचप्रसंगामुळे संघर्ष सुरू आहे, त्यामुळे ते वाढू शकतं. कोणालाच माघार घ्यावीशी वाटणार नाही, कारण माघार घेतली तर आपण कमजोर आहोत, असं दिसेल. एकदा तशी समजूत झाली की मग आर्थिक पेचप्रसंग सोडवताना आपल्याला हवं ते मिळवण्याची क्षमता कमी होईल किंवा हवामान बदल किंवा साथीच्या रोगाचं नियंत्रण किंवा इंटरनेटवरच्या ब्लॉगस्फीअरवर नियंत्रण किंवा त्या क्षणी जो एखादा खरा वादाचा मुद्दा असेल, त्यात वाटाघाटीत आपली बाजू कमजोर पडेल, असं आपल्याला वाटेल किंवा त्यांना वाटेल. मग आपण काहीतरी करू, ते काहीतरी करतील. आपण काहीतरी करू, ते काहीतरी करतील – मग युद्ध होईल किंवा कोणा दुसऱ्या देशांमार्फत ते सुरू होईल. जे युद्ध तुम्हाला हवंय ते सुरू होईल, डॉ. रोझ.'' एहरेनरेक थांबले. ''मला विचारल, राष्ट्राध्यक्ष महोदय, कोणती शक्यता आहे, तर अगदी पैजेवर मला सांगता येईल की असं, यासारखं काहीतरी होईल.

राष्ट्राध्यक्षांनी गॅरी रोझ यांच्याकडे नजर वळविली. कोणाला दिसणार नाही इतकी रोझ यांनी भुवई किंचित उंचावली होती.

''मरिअन'' राष्ट्राध्यक्षांनी विचारले, ''तुम्ही याच्याशी सहमत आहात का?''

''मला वाटतं वरवर पाहता तरी त्यात बरीच सत्यता आहे,'' इलमन म्हणाल्या, ''आपण एकमेकांशी गुद्दागुद्दी करतोय ते तर दिसतंच आहे, सर. मी ते तुम्हाला आधीच सांगितलं होतं. आपण जर असंच ठोशास ठोशा याप्रकारे वागत राहिलो तर एकवेळ अशी येईल की, परराष्ट्र व्यवहार, आर्थिक क्षेत्र एवढ्यापुरतंच ते मर्यादित राहणार नाही. शारीरिक मारामारी सुरू होईल. मला वाटतं जोएलनी मानवी स्वभावाचं काहीसं निराशाजनक चित्र रंगवलं आहे. मानवी स्वभावाबाबत मी इतकी निराशावादी नाही. पण अशी परिस्थिती येऊ शकेल, ह्या त्यांच्या मताशी मी सहमत आहे.''

एहरेनरेक यांनी खांदे उडवले. ''हितसंबंधाचा संघर्ष असेल तर माणसं एकमेकांबरोबर भांडतात. आपल्याला वाटतं ते भांडत नाहीत. पण ते भांडतात. आपल्यासह कोणत्याही देशाकडे पाहा. आपण भांडत नाही अशी खोटी समजूत करून घेणं, हा भांडण थांबवण्याचा मार्ग नाही. आपण भांडतो आहोत हे आपण मान्य केलं पाहिजे आणि संघर्षाचं कारण दूर केलं पाहिजे तरच भांडण थांबवता येईल.''

''मी म्हटलं तसं जोएल माझ्यापेक्षा जरा जास्त निराशावादी आहेत.''

मरिअन म्हणाल्या.

"राष्ट्राध्यक्ष महोदय," एहरेनरेक म्हणाले, "मी ज्या मुख्य प्रश्नांचा उल्लेख केला ते जगद्व्यापी आहेत, हे माझं म्हणणं कदाचित तुम्हाला मान्य नसेल."

"नाही, प्रोफेसर, ते तुमचं मत मला मान्य आहे."

"मग ते जर मान्य असेल तर, अगदी शंभर टक्के, अपरिहार्यपणे, एकच तर्कसंगत निष्कर्ष निघतो, त्यांची हाताळणीसुद्धा जागतिक पातळीवर व्हायला हवी. कसं आहे इथे युनायटेड स्टेट्समध्ये संघराज्य आहे, फेडरल सरकार आहे. आपल्या दोन राज्यांमध्ये समजा, एखाद्या सामाईक प्रश्नावरून वाद आहे – समजा दोन्ही राज्यातून वाहणाऱ्या नदीच्या पाण्याचं वाटप कसं करायचं यावरून वाद आहे – दोन्ही राज्यांनी मग आपल्याला हवं तसं त्या प्रश्नाचं उत्तर देऊन चालणार नाही. त्यासाठीच तर हे फेडरल सरकार आवश्यक आहे. जागतिक पातळीवरही प्रश्नांची हाताळणी करताना आपण एकच एक जागतिक समुदाय आहोत, असं समजून हाताळणी केली पाहिजे. जागतिक पातळीवर त्यासाठी प्रत्येकाचा पाठिंबा आहे अशी सुस्पष्ट, निर्विवाद, समन्वय साधून ठरवलेली, सगळे सहभागी होऊ शकतील अशी उद्दिष्टे हवीत, आणि ती साध्य करण्यासाठी प्रत्येकाची कृती करण्याची तयारी हवी. जोपर्यंत आपण ते करत नाही, तोपर्यंत आपण स्वत:ची फसगत करत राहू. हवामान बदलाचे उदाहरण घ्या. जर हा एक स्थानिक प्रश्न असता, जर एक देश तो सोडवू शकला असता, तर तो आत्तापर्यंत सोडवला गेला असता, असं तुम्हाला वाटत नाही का? हवामान बदलामुळे काही नुकसान होणं आता अपरिहार्य आहे, त्या ऐवजी जर एक देश हा प्रश्न सोडवू शकला असता, तर त्याने कित्येक वर्षे आधीच तो सोडवला असता. नक्कीच सोडवला असता. जर तुम्ही हे मान्य करत असाल, तर जागतिक पातळीवर निर्णय घेण्यासाठी सध्या जी व्यवस्था आहे ती योग्य आहे, हे तुम्हाला मान्य करता येणार नाही."

"राजकारणी व्यक्तीला अशी गोष्ट मान्य करायला सांगणे म्हणजे त्यांच्याकडून फार मोठी अपेक्षा ठेवणे होईल." नोल्स म्हणाले.

"त्याच्याशी मी सहमत आहे. आणि सध्याची व्यवस्था बदलण्याचं काम तशाच थोर राजकीय व्यक्तीकडून होईल. एक थोर राजकीय व्यक्ती नाही, थोर राजकीय नेत्यांची एक पिढीच हे करू शकेल."

"प्रोफेसर एहरेनरेक," एड अब्राहम्स म्हणाले, "तुम्ही दीर्घ कालावधी लक्षात ठेवून विचार करता, हे स्पष्ट आहे. यात्रेकरूंच्या आगमनापूर्वी प्लेमाउथ रॉक इथल्या आदिवासी जमातींना काय वाटलं असेल, वगैरे चर्चा यापूर्वी माझी कुणाबरोबर झाली, ते मला आठवत नाही. ते थांबले आणि त्यांनी क्षणिक स्मित

केले. ''असं धरून चालू की, तुमचं म्हणणं आम्हाला मान्य आहे. पण तुम्ही फक्त निदान केलं आहे, प्रश्न कसा सोडवायचा याचं उत्तर दिलेलं नाही. तुमचं विवेचन काय चूक आहे ते आम्हाला सांगतं, पण काय करायचं ते सांगत नाही. समन्वय साधून, सगळे सहभागी होऊ शकतील अशी उद्दिष्टं हवीत, हे म्हणणं सोपं आहे, पण ती ठरवायची कशी? तुम्ही व्हाइट हाउसमध्ये आहात. इथे निर्णय घ्यावे लागतात, सिद्धांत मांडले जात नाहीत. तुम्ही आमच्या जागी स्वत:ला ठेवा. आम्ही काय करावं असं तुम्ही सुचवाल?''

आपल्याला इथे इतक्या घाईगर्दीने का बोलावले गेले असावे, यावर एहरेनरेक यांनी पुन्हा विचार केला. वर्षाच्या शेवटच्या आठवड्यात वर्ष संपायला फक्त दोन दिवस शिल्लक असताना आंतरराष्ट्रीय संबंध यावर चर्चासत्र आयोजित करून स्वत:ची करमणूक करून घेण्याचा तर त्यांचा नक्कीच विचार नसणार. ह्या चर्चासत्रासाठी जो आपला पाठीराखा नाही त्यालाही ते बोलवणार नाहीत. काहीतरी सुरू असणार. आपल्या बुद्धिमत्तेबद्दल जोएल एहरेनरेक यांना प्रगाढ विश्वास होता. पण आता राष्ट्राध्यक्षांना एक प्रत्यक्ष, वास्तवात निर्णय घ्यायचा आहे आणि आपण जे त्यांना सांगू त्याचा त्या निर्णयावर प्रभाव असेल, तो निर्णय अमलात आणला जाईल, तेव्हा त्याचे जे काय बरे-वाईट परिणाम होतील, त्याला आपल्या विचारांचा हातभार लागला असेल, ह्या कल्पनेने त्यांना दरदरून घाम फुटला.

''काय करायचं ते मी तुम्हाला सांगू शकत नाही,'' ते काळजीपूर्वक म्हणाले. ''पण तुम्ही काय करू नये, निदान माझ्या मते तरी – ते मी तुम्हाला सांगू शकतो. आपण फक्त आपल्या एकट्याच्या बळावर ह्या गोष्टी सोडवण्याचा प्रयत्न करू नये. आपल्याकडे ती ताकद नाही – आर्थिक नाही, लष्करी नाही. आपण आपल्या एकट्याच्या बळावर एकदा हे प्रश्न सोडवले, जेव्हा आपल्याकडे तशी ताकद होती. तेव्हा ती आपण वापरली आणि काम साधले. दुसऱ्या महायुद्धानंतर जगात जी आंतरराष्ट्रीय व्यवस्था स्थापन झाली, ती अमेरिकाप्रणित व्यवस्थाच आहे. आपण ती तयार केली, आपण अमलात आणली. संयुक्त राष्ट्रसंघ, आंतरराष्ट्रीय नाणेनिधी सगळ्यांचे प्रणेते आपण आहोत. दुसऱ्या महायुद्धामुळे अमेरिका सोडून जगातील इतर सर्व देश जवळजवळ नष्ट झाल्यासारखे होते. त्या वेळी जे काही थोडेसे जागतिक प्रश्न होते, त्याबाबत अमेरिका म्हणजे... कायद्याने नसली तरी वास्तवात जागतिक सरकार होते. फक्त आपल्याकडेच ताकद होती, सामर्थ्य होते आणि इतर कोणाकडेच नव्हते. त्यामुळे आपण तयार केलेली व्यवस्था अमलात आणणे आपल्याला शक्य झाले. पण एकदा सोव्हिएट रशियाने बॉम्ब तयार केल्यानंतर मग जागतिक राजकारणाच्या पटावर असलेले

आपले निर्विवाद वर्चस्व आपण गमावले.''

''प्रोफेसर एहरेनरेक,'' अब्राहम्स म्हणाले, ''इतिहासाचे धडे गाळून आपण पुढे जाऊ या.''

''मुद्दा असा आहे.'' अब्राहम्सना नजरेनेच उडवून लावत एहरेनरेक तुटकपणे म्हणाले. ''नंतर रशियाबरोबर आपलं जे शीतयुद्ध सुरू झालं, त्या काळात सगळ्यांना भेडसावणारे असे जागतिक प्रश्न फार थोडे होते, हवामान बदल आणि पर्यावरण अजेंड्यावर नव्हते. जगातील सगळ्या देशांची अर्थव्यवस्था एकमेकांत इतकी गुंतलेली नव्हती. एकात्मिक अर्थव्यवस्था हा मुद्दा नव्हता. राष्ट्राध्यक्ष महोदय, उदाहरण देऊन स्पष्ट करतो. शीतयुद्धाच्या काळात समजा, सोव्हिएट युनियनच्या सीमारेषेभोवती तुम्ही खंदक खणला असता आणि तो देश स्फोट करून पूर्णपणे उद्ध्वस्त करून समुद्रात बुडू दिला असता, तरी आपल्याला काही फरक पडला नसता. आपलं आयुष्य अगदी तसंच सुरळीत सुरू राहिलं असतं. पूर्वीपेक्षा जास्त चांगलं झालं असतं. पण चीनच्या बाबतीत असा विचार करा. जर आपण उद्या चीनला बुडवून टाकू शकलो, तर आपली अर्थव्यवस्थाही तितक्याच वेगाने खड्ड्यात जाईल. आता आपल्याला वेगळं केलं जाऊ शकत नाही. त्यामुळे प्रश्न असा आहे, दुसऱ्या महायुद्धानंतर जी व्यवस्था आपण निर्माण केली; सध्या तीच अस्तित्वात आहे. त्या मूळ संरचनेत फारसा फरक पडलेला नाही. काळाप्रमाणे थोडं इकडे-तिकडे झालं आहे इतकंच! सोव्हिएत युनियन काळाच्या उदरात गडप झालं असतं, तरी काही फरक पडला नसता, त्या काळातील ही व्यवस्था अजूनही सुरू आहे. तेव्हा प्रत्येक देशाचे हितसंबंध इतके एकमेकात गुंतलेले नव्हते, ते बरेचसे स्व-तंत्र होते, तेव्हाची ही व्यवस्था आहे. पण आता जग बदललं आहे. मोठे प्रश्न हे एका राष्ट्रापुरते मर्यादित राहिलेले नाहीत.''

''प्रोफेसर,'' राष्ट्राध्यक्ष म्हणाले, ''मला वाटतं नाही, मिस्टर अब्राहम्सच्या प्रश्नाला तुम्ही उत्तर दिलंत. प्रश्न होता मी काय करावं?''

एहरेनरेक यांनी मान हलवून 'हो' म्हटले, ''माफ करा, राष्ट्राध्यक्ष महोदय, मी उत्तर दिलं. मी म्हणालो मला माहीत नाही.''

''माफ करा, प्रोफेसर, ते उत्तर पुरेसं नाही. मी तुम्हाला आणखी जास्त स्पष्ट उत्तर द्यायला सांगतो. चला, मी तुमच्याशी सहमत आहे. मी जगाची व्यवस्था एका रात्रीत बदलू शकत नाही, अगदी माझी इच्छा असली तरी!''

''नाही, सर.''

''मग असं म्हणू या, मला हे जागतिक प्रश्न सगळ्यांच्या सहभागाने सोडवायचे आहेत. तुम्ही म्हणता चीनवर लक्ष ठेवायला हवं. समजा, तेही मी

मान्य करतो. मग इथे माझ्यासमोर प्रश्न निर्माण होतो. मी चीनकडे बघतो, तेव्हा मला काय दिसतं? ही एक एकपक्षीय राजवट असलेली सत्ता आहे. ती मानवाधिकारांचे पद्धतशीरपणे उल्लंघन करत असते. जागतिक प्रश्नांबाबत तर ती अशी कृती करते की बाकीच्या जगाला काय आवश्यक आहे, त्याकडे पूर्ण दुर्लक्ष करते. त्यांना फक्त आपल्या विकासाची काळजी आहे. मग मी कसं –''

राष्ट्राध्यक्ष महोदय, ''मी जरा मधे बोलू का?''

राष्ट्राध्यक्ष थांबले. ''बोला.'' ते म्हणाले.

''तुम्ही जे सांगितलं ते मी थोडं वेगळया पद्धतीने सांगतो. मी चीनकडे बघतो तेव्हा मला काय दिसतं? कल्पनाही करता येणार नाही, अशा भयंकर क्रांतिकारी कम्युनिझमच्या पकडीतून हा देश केवळ तीस वर्षांपूर्वी बाहेर आला. त्या कम्युनिझमच्या काळात त्याचा विकास ठप्प झाला होता आणि देशाचा बराचसा भाग पाषाण युगाच्या काळाकडे लोटला गेला होता. ह्या देशाला आता आपल्या जनतेच्या राहणीमानात सुधारणा करायची आहे, शक्य तितक्या लवकर करायची आहे. आणि इतर देश – मुख्यत: युनायटेड स्टेट्स – त्यांची परकीय, राजकीय पद्धत तंतोतंत त्यांच्यावर लादायचा प्रयत्न करतात तेव्हा त्यांची मती अगदी गुंग होते. त्याच वेळी त्याला हेही दिसतं की, हेच देश कार्बन डायऑक्साइड उत्सर्जन आणि त्यांचा विकास ह्यावर बंधनं घालण्याचा प्रयत्न करीत आहेत. कशासाठी? त्यांच्या देशातील लोकांचं राहणीमान आधीच अति उच्च दर्जाचे आहे, ते आणखी उच्च दर्जाचे व्हावे म्हणून.''

राष्ट्राध्यक्षांनी टक लावून एहरेनरेक यांच्याकडे बघितले.

''हुकूमशाही आणि नागरी हक्कांचे दमन यांचा इतर कोणा इतकाच मी ही तिरस्कार करतो, पण त्या देशाकडे वेगळ्या तऱ्हेनेही बघता येईल.'' एहरेनरेक पुढे म्हणाले.

''मला वाटतं, त्याकडे तुम्ही तशा तऱ्हेने बघू शकाल,'' नोल्स म्हणाले, ''पण त्यामुळे माझा प्रश्न सुटत नाही. हा दृष्टिकोन ठेवला तरी मला पुढं कसं जाता येईल? आपल्या देशाच्या हिताला काही महत्त्व नाही, अशी भूमिका कशी काय घेता येईल? सगळं कसं काय सोडून देता येईल? आणि ह्यावर एकत्र येऊन कसे काय काम करता येईल? आता नुकतंच त्यांनी जे काही दिवे लावलेत, जो काही प्रकार केला आहे, त्यानंतर त्यांना आंतरराष्ट्रीय नाणेनिधीत – आयएमएफमध्ये जास्त अधिकार कसे देता येतील? आंतरराष्ट्रीय आर्थिक नियमनांमध्ये त्यांना जास्त महत्त्व कसे देता येईल? इतरही सगळ्या गोष्टीत कसे काय जास्त अधिकार देता येतील? आपल्या एकमेकांच्या केवळ भल्यासाठी ते ही ताकद वापरतील यावर मी विश्वास का ठेवायचा? विशेषत: मी जी त्यांची

वर्तणूक बघितली, ती नेमकी याविरुद्ध असताना?''

"हेही मी थोडं वेगळ्या पद्धतीने पुन्हा सांगू का सर? समजा, मी चीन आहे, मी तुमच्याकडे बघतो आणि विचार करतो. आयएमएफमध्ये आम्हाला हवे आहेत तितके अधिकार ते मला देत नाहीत तर मी त्यांच्यासह काम का करावं? जगाच्या अर्थव्यवस्थेत आमचं जितकं महत्त्वाचं स्थान आहे आणि त्यात आमचा जितका मोठा वाटा आहे, त्या प्रमाणात आंतरराष्ट्रीय नियामक मंडळांमध्ये जर आम्हाला सत्ता मिळत नसेल, तर आम्ही तुमच्यासह काम का करावं? २००८ आणि २००९मध्ये आम्हाला सांगण्यात आलं होतं की, आम्हाला उच्च स्थान मिळेल, आमच्या म्हणण्याला महत्त्व असेल, पण तसं घडलं नाही. एकमेकांचे भले होण्यात त्यांना इंटरेस्ट आहे किंवा अमेरिकेच्या हिताच्या पलीकडे कशातही त्यांना इंटरेस्ट आहे, असं दाखवणारा एक तरी पुरावा आहे का?''

राष्ट्राध्यक्षांनी नकारार्थी मान हलवली. "जर अशाप्रकारे आपण बोलायला सुरुवात केली तर आपण कुठे जाऊ, तेच मला समजत नाही.''

"अगदी खरं, आपण कुठे जाऊ?'' एहरेनरेक खुर्चीत पुढे झुकून बसले. "राष्ट्राध्यक्ष महोदय, मर्यादा ओलांडून बोलण्याची माझी इच्छा नाही आणि मी जरा जास्त ऐतिहासिक दृष्टिकोनातून बघतो, मिस्टर अब्राहम्स त्यामुळे अस्वस्थ होतात हेही मी लक्षात घेतो, पण तरीही मी बोलतो. तुम्ही ह्या प्रक्रियेतील एक प्यादं आहात. एक मोठी ऐतिहासिक प्रक्रिया घडत आहे, त्यातील तुम्ही केवळ एक छोटा हिस्सा आहात. ह्या ग्रहावरच्या सगळ्या लोकांचं अस्तित्व, त्यांचं जगणं एकमेकांशी निगडित होत आहे. त्यामुळे एकमेकांच्या हितसंबंधांचा समतोल साधणे आवश्यक आहे. तसं करताना सर्व लोकांचं हित साधेल, अशा रीतीने निर्णय घ्यावा लागेल. कदाचित त्यामुळे काही लोकांच्या हितसंबंधाला बाधा येत असेल तरीही त्यांना त्याचा स्वीकार करावा लागेल. कारण तसं केलं नाहीतर प्रत्येकालाच अनिष्ट परिणाम भोगावे लागतील. आपल्यालाही भोगावे लागतील. मानवी संस्कृतींच्या इतिहासात ही फार-फार नवी गोष्ट आहे. त्यामुळेच ती आपल्यासाठी कठीण आहे. पण राष्ट्राध्यक्ष महोदय, गोष्ट अशी आहे, हे घडणारच आहे, मग तुमची इच्छा असो किंवा नसो. तुम्ही किंवा युनायटेड स्टेट्स ही प्रक्रिया रोखून ठेवण्याइतके सामर्थ्यशाली नाही. प्रश्न फक्त इतकाच आहे, ही मोठी ऐतिहासिक प्रक्रिया घडत असताना त्याचे किती अनिष्ट परिणाम आपल्या वाट्याला येतील? आपले हितसंबंध सांभाळण्यासाठी आपण एकामागून एक युद्ध करत राहू आणि त्यामुळे अत्यंत यातनामय परिणाम आपल्याला भोगावे लागतील का? त्यामुळे कदाचित आपण स्वत:ला पूर्णपणे नष्ट करू का? की ही प्रक्रिया शांततामय असेल? आपली कदाचित दिशा चुकेल किंवा आपण गोंधळून

जाऊ; पण प्रक्रिया शांततामय असेल? माणूस फार काळ संभ्रमावस्था सहन करू शकत नाही. त्यातून बाहेर पडण्यासाठी तो घाईगर्दीने फारसा विचार न करता निर्णय घेतो. पण आपण हिंसेचा मार्ग न पत्करता, त्यातून बाहेर पडू शकू इतका काळ ही संभ्रमावस्था सहन करू शकू का? ह्या पर्यायांमधून आपल्याला निवड करायची आहे. हा पर्याय हिरावून घेण्याची शक्ती तुमच्याकडे नाही. कोणाकडेच नाही. पण सर, तुम्ही उच्चपदावर आहात. कोणत्या पर्यायाची निवड करायची याचा जो निर्णय घेतला जाईल, त्या निर्णयाला वळण देण्याची, त्यावर प्रभाव टाकण्याची क्षमता तुमच्यात आहे. हा जो आर्थिक पेचप्रसंग आहे, कदाचित त्यामुळे असा प्रभाव टाकणे सुरू करण्याची संधी तुम्हाला मिळत आहे किंवा कदाचित त्यामुळे अशी संधी मिळत नसेल. पण मी तुम्हाला खात्रीपूर्वक सांगतो, अगदी शंभर टक्के खात्रीने सांगतो, हा पर्यायच नष्ट करण्यासाठी मात्र ही संधी नाही, ते मी अगदी नक्की सांगतो. ऐतिहासिक प्रक्रिया सुरू झालेली आहे, अनेक दशकांपासून सुरू आहे. ती थांबवता येणार नाही सर. तुम्ही काहीही करा, पण प्रक्रिया रोखून ठेवण्याची संधी म्हणून त्याच्याकडे बघू नका. अशी काही गोष्टच नाही.''

राष्ट्राध्यक्ष क्षणभरासाठी स्तब्ध होते. ''तुम्ही ते अगदी भीडभाड न ठेवता सांगितलंत.'' ते म्हणाले.

''मी कसा आहे, मरिअननी सावधगिरीची सूचना द्यायला हवी होती.''

''तुमच्या म्हणण्याचा अर्थ असा दिसतो आहे, जागतिक खेळातील शेवटचा डाव आता सुरू आहे व त्यात आपण सहभागी आहोत.''

एहरेनरेक यांनी खांदे झटकले. ''कदाचित आपण खेळतोय हा असा शेवटचा डाव असेल. दीर्घ काळ चालणारा. सध्याची स्थिती म्हणजे जर शेवटचा डाव असेल, तर अगदी आता त्याची सुरुवात झाली आहे. पण आपण कशी सुरुवात करतो यावर शेवट काय होईल, ते प्रामुख्याने ठरेल आणि तिथे पोहोचेपर्यंत आपल्याला किती काळ लागेल ते ठरेल. थोर मुत्सद्दी कोणाला म्हणायचं याबद्दलचं एक वचन बिस्मार्कच्या नावाने सांगितलं जातं. ते तुम्हाला माहीत आहे का, राष्ट्राध्यक्ष महोदय?''

नोल्सनी नकारार्थी मान हलविली.

''बिस्मार्क म्हणाले, 'जो इतिहासाच्या घोड्यांच्या टापांचा दूरवरून येणारा आवाज ऐकतो आणि अगदी असामान्य प्रयत्न करून, उडी मारून, त्या घोडेस्वाराच्या कोटाचा कोपरा पकडण्यात यशस्वी होतो आणि त्याला धरून जितकं दूर जाता येईल तितकं जातो, तोच खरा मुत्सद्दी होय;' घोड्यावर स्वार होणारा नाही, राष्ट्राध्यक्ष महोदय, घोडेस्वाराची जागा आपण घेणं नाही, पण फक्त त्याच्या

कोटाचा कोपरा पकडणं हेसुद्धा एक महान कृत्य आहे. सर, बरेच मुत्सद्दी ज्यांना वाटतं, आपण महान आहोत – ज्यांना वाटतं की आपला काळ महान आहे, जेव्हा घोडा निघून जातो आणि घोडेस्वार मागे वळून बघतो, तेव्हा दिसते की, हे मुत्सद्दी फक्त रस्त्यात उभे राहिले आणि घोड्याच्या टापाखाली तुडवले जाऊन धुळीला मिळाले.''

''आणि तुम्हाला टापांचा आवाज ऐकू येतोय?'' राष्ट्राध्यक्षांनी हळुवारपणे विचारले.

''नक्कीच सर. अगदी मोठ्याने.''

''मग घोडेस्वारांच्या कोटाचा कोपरा पकडण्यासाठी तुम्ही काय करणार?''

एहरेनरेक यांनी स्मित केले. ''मी थोर मुत्सद्दी नाही.''

''तुम्ही आहात अशी कल्पना करा.''

एहरेनरेकनी खांदे उडवले. ''मला माहीत नाही. मी एक सुरुवात करेन.''

''कशी?''

''जशी शक्यता दिसेल त्याप्रमाणे.''

''जी-२२ ह्या राष्ट्रसमुहांच्या संघटनेत काही करायचं? किंवा संयुक्त राष्ट्रसंघात सुरुवात करायची?''

''नाही. त्यामुळे काही होणार नाही.''

''मग काय?''

''माहीत नाही, झँग यांच्याबरोबर शिखर परिषद घ्या. त्यांना सहभागी करून घ्या. त्यांना प्रश्नाचा भाग बनवू नका तर उत्तराचा भाग बनवा, तोडग्याचा भाग बनवा. फंडाचं नियमन कसे करायचे, ह्या विषयावर चर्चा करण्याचं त्यांना खुलं आमंत्रण द्या. त्यांचे फंड, इतर फंड त्यांना सोयीचे होतील, असे काही बदल करा.''

''आपण जाहीर केलेल्या उपाययोजना मागे घ्या असं तुम्ही सुचवताय?'' रोझ म्हणाले.

''नाही. हे करतानाही आपण खंबीर राहायला पाहिजे. ताठ कण्याने उभे राहायला पाहिजे. हे एकतर्फी नाही. काहीही असलं तरी एकतर्फी असणार नाही. ही देवघेव असेल.''

''जर त्यांनी यात सहभागी व्हायला नकार दिला तर?'' अब्राहम्स म्हणाले.

''माहीत नाही. पुन्हा विचारा. पुन:पुन्हा विचारा. मी म्हणालो होतो, एक थोर राजकीय व्यक्ती हे काम करू शकणार नाही, थोर राजकीय नेत्यांची एक पिढीच हे करू शकेल. ही परिस्थिती निर्माण होण्यात आपलाच संपूर्ण दोष नाही, मिस्टर अब्राहम्स. तो आहे असे मी म्हणतच नाही आणि ते आपल्याला लक्षात ठेवावंच

लागेल,'' एहरेनरेक यांनी पुन्हा राष्ट्राध्यक्षांकडे बघितले. ''मला काय भीती वाटते माहित्येय? एखादी प्रचंड मोठी आपत्ती, भयानक रक्तरंजित संघर्ष झाल्यानंतरच काय करायला हवं याची राजकीय व्यक्तींना पुरेशी जाणीव होईल. मानवजातीचा इतिहास तेच सांगतो. एखाद्या प्रचंड मोठ्या आपत्तीचा प्रत्यक्ष अनुभव घेतल्यानंतरच आपण त्याबाबत जागे होतो, उपाययोजना करतो आणि तरीही एखादी नवी आपत्ती येणार आहे, हे स्पष्टपणे दिसत असूनही त्याबाबत मात्र आगाऊ उपाययोजना करत नाही. हीच आपल्या मानवजातीची शोकांतिका आहे. सातत्याने तीच चूक आपण पुन्हा करत राहतो. नवी आपत्ती प्रत्यक्षात घडेल, यावर विश्वास ठेवायला आपण तयार नसतो.''

एहरेनरेक थांबले. ''आपण समस्या सोडवण्यासाठी एका नव्या मार्गाने वाटचाल करायला सुरुवात केली, तर त्याचे अंतिम रूप कसं असेल, ते कोणालाच माहीत नसेल. ही एक संक्रमणावस्था असेल. बराच काळ आपल्याला अनिश्चित अवस्थेत काढावा लागेल. फक्त आपल्या पिढीलाच नाहीतर आपल्या नंतरच्या पिढ्यांनाही. हे एकदम एका झटक्यात होणार नाही. जगाचं व्यवस्थापन तुम्ही बदलत आहात. काही राष्ट्राध्यक्षांनी याआधी तसे प्रयत्न केले होते. वुड्रो विल्सन यांनी प्रयत्न केला आणि ते अयशस्वी ठरले. फ्रॅंकलिन डी रूझवेल्ट यशस्वी झाले, असे म्हणता येईल. त्या नेमक्या वेळी त्यांच्याकडे सामर्थ्य होते आणि त्याच्यामुळे ते ही सध्या प्रचलित असलेली जागतिक व्यवस्था अमलात आणू शकले. आज तीच बदलण्याची आवश्यकता आहे. जॉर्ज डब्ल्यू बुश हे शेवटचे राष्ट्राध्यक्ष ज्यांनी असा प्रयत्न केला होता, असं म्हणता येईल. तुलनेने अगदी मर्यादित प्रमाणात त्यांनी प्रयत्न करून बघितला, पण त्यांना दारुण अपयश आलं. आपले लष्करी सामर्थ्य किती आहे, त्याच्या जोरावर काय साध्य करता येईल, याबाबत त्यांचा फार मोठा गैरसमज होता. त्यांचा अंदाज पूर्णपणे चुकला; पण बदल होणं आवश्यक आहे. जाणाऱ्या प्रत्येक वर्षाबरोबर बदल होणं जास्तच आवश्यक होत जातं. कोणीतरी सुरुवात करायलाच हवी, पुढाकार घ्यायला हवा. आपल्याला त्यांना तंबूत आणावंच लागेल. ते तंबूत लघवी करतील, तेही आपल्याला सहन करावं लागेल. त्यांच्या येण्यामुळे कालांतराने तंबू वेगळा दिसू लागेल हे नक्की, पण आपल्याला ते मान्य करावं लागेल. त्या बदलाचा स्वीकार करावा लागेल.''

''त्यांच्या येण्यामुळे तंबू ओला होईल,'' अब्राहम्स म्हणाले, ''आणि वास मारणारा.''

एहरेनरेक यांनी स्मित केले. ''शक्य आहे. मग अशा ह्या ओल्या वास मारणाऱ्या तंबूत काही काळ आपल्याला राहावं लागेल. पण निदान आपल्याकडे

एक तंबू तर असेल. या मार्गाने आपल्याला जावं लागेल, त्यावर वाटचाल सुरू करावी लागेल. तो कुठे जातो मला माहीत आहे, असं खोटं-खोटं मी म्हणणार नाही. त्याची सुरुवात मला दिसते, पण शेवट दिसत नाही. ती अवघड गोष्ट आहे. पण दुसऱ्या पर्यायाचा मी विचार करतो, सध्या ज्या मार्गावर आपण आहोत, त्याचा विचार करतो तेव्हा त्याचा शेवट मला दिसतो. आणि तुम्हाला माहित्येय?'' जोएल एहरेनरेक यांनी त्यांचा चश्मा काढला, आपल्या अधू डोळ्यांनी राष्ट्राध्यक्षांकडे टक लावून बघितले आणि ते म्हणाले, ''माझ्याकडे जगातील सर्वांत चांगली दृष्टी नाही, पण एखादा डेड एन्ड असेल, तर तो मला दिसतो, रस्त्याचा शेवट होणार असेल तर तो मला दिसतो.''

''तुम्ही छान विवेचन केलंत,'' राष्ट्राध्यक्ष म्हणाले.

एहरेनरेक यांनी पुन्हा चश्मा लावला. ''जर ते तुम्हाला आवडलं तर त्याचा उपयोग करा. मोकळेपणाने करा. पण त्या डेड एन्ड असलेल्या रस्त्याने आम्हाला घेऊन, राष्ट्राध्यक्ष महोदय, अगदी त्याच्या शेवटापर्यंत गेलात तर माझ्या मुलांचं काय होईल, याची मला भीती वाटते. माझ्या नातवांचं काय होईल ही भीती नाही, सर. माझ्या मुलांचं काय होईल ही मला भीती आहे.''

५५

जोएल एहरेनरेक यांना निरोप देण्यात आला होता. आता ओव्हल ऑफिसमध्ये फक्त राष्ट्राध्यक्ष आणि मरिअन होते. ''इतिहासाच्या बाबतीत फारच जाणकार आहेत, तुमचे ते प्रोफेसर.''

मरिअन यांनी मान हलवून संमती दर्शवली.

''अशा प्रकारचं बोलणं म्हणजे जरा भ्रामक बडबड वाटते.''

मरिअननी स्मित केले. ''उलटपक्षी ते बरोबर असू शकतं. पाचशे वर्षांतून एकदा.''

''तुम्हाला वाटतं ते बरोबर आहे?''

''बरंचसं. प्रत्येक शब्द नाही, प्रत्येक शक्यता नाही, पण त्याचा बराचसा भाग, त्याचा सारांश.''

''आणि सुरुवात करायची आणि ते कुठे जातंय बघायचं, तो भाग?''

''राष्ट्राध्यक्ष महोदय, दोन वर्षे सुरक्षा परिषदेत काम केल्यावर त्याबाबत मी जोएल यांच्याशी शंभर टक्के सहमत आहे.''

नोल्स क्षणभर स्तब्ध होते. ''मरिअन मागच्या वेळी आपण भेटलो, तेव्हा तुमचा राजीनामा देण्याचा विचार आहे, असं तुम्ही सांगितलं होतं.''

मरिअननी मान हलवून 'हो' म्हटले. त्या दिवशी दुपारी ला गार्डिया इथे येईपर्यंत आणि व्हाइट हाउसच्या विमानात त्यांच्याबरोबर जोएल एहरेनरेक आहेत ते माहीत होईपर्यंत, त्यांची समजूत होती की, राष्ट्राध्यक्षांनी त्यांना फैलावर घ्यायला बोलावले आहे.

''सध्या अगदी आता जे घडत आहे, त्या संबंधी मला तुम्हाला काही सांगायचं आहे. पण तुम्ही राजीनामा देणार नसाल, तरच मी ते सांगू शकेन. तसंही इतक्यात तुम्ही राजीनामा देऊच नका. तुम्ही आणखी जरा जास्त काळ राहणं आवश्यक आहे. ते करण्याची तुमची तयारी आहे का?''

मरिअन विचारात पडल्या.

"तुम्ही राजीनामा देणार नाही, हे सांगणं आवश्यक आहे, मरिअन."

राष्ट्राध्यक्ष जवळजवळ त्यांना गळ घालत होते. त्यांनी मान हलवून संमती दर्शवली. "ओके."

"थँक यू. मला तुम्हाला काही सांगायचं आहे."

नोल्सनी त्यांना गेल्या दोन दिवसांत घडलेल्या घटनांबद्दल सांगितले. हिंदी महासागरात चीन व अमेरिकेचे स्ट्राइक ग्रुप समोरासमोर येत आहेत व संघर्ष होण्याची शक्यता असल्याचे त्यांनी सांगितले.

"लामू बे इथं ते येईपर्यंत आपल्याकडे साधारण चव्वेचाळीस तास आहेत," ते म्हणाले. मग घड्याळाकडे बघत म्हणाले, "आता चाळीस तास आहेत असं म्हणता येईल. ते किती लवकर तिथे पोहोचू शकतील त्याची अगदी नेमकी वेळ नौदलाच्या लोकांना माहीत नाही."

ऐकलेले सगळे समजून घेण्याचा आणि पचवण्याचा प्रयत्न करत मरिअन शांत बसल्या.

"प्रोफेसर एहरेनरेकना हे माहीत असतं तर ते काय म्हणाले असते असं तुम्हाला वाटतं? ते म्हणताहेत ते हेच युद्ध आहे असं तुम्हाला वाटतं का?"

"असू शकेल," मरिअन म्हणाल्या. "निदान अशा लढायांपैकी एक तरी असू शकेल मला वाटतं, ते म्हणतील, ते युद्ध हे नसेल, तर लवकरच दुसरं कोणतं तरी युद्ध सुरू होईल."

"त्यांचा दृष्टिकोन एकदमच निराशावादी आहे, नाही का?"

"खरं तर, ते चांगलेच विनोदी गृहस्थ आहेत. एडी मर्फी ह्या विनोदी नटाची ते छान नक्कल करतात."

"तुम्ही खेचताय माझी!"

"नाही. खरंच!"

राष्ट्राध्यक्षांनी हसत-हसत नकारार्थी मान हलवली. मग ते पुन्हा गंभीर झाले. रक्तरंजित संघर्ष होईल, प्रचंड मोठी आपत्ती येईल, मगच व्यवस्था बदलेल असे एहरेनरेक म्हणाले होते. "आता मी जे तुम्हाला सांगितलं ते त्यांना सांगितलं असतं तर ते काय म्हणाले असते असं तुम्हाला वाटतं?"

"मला वाटतं जोएल म्हणतील काहीतरी वेगळं करण्याची हीच ती वेळ आहे. हीच वेळ आहे."

"आता? इतकं सगळं घडत असताना?"

"असामान्य घटनांमुळे असामान्य तऱ्हेच्या संधी मिळतात. अशा प्रकारचं ते काही म्हणतील."

राष्ट्राध्यक्षांचे डोळे किंचित बारीक झाले.

"पण तुम्ही बघितलंत, जोएल दूरदृष्टीने विचार करतात, ऐतिहासिक संदर्भातून बघतात. मी जर स्पष्टपणे बोलू शकले, सर, जर अगदी स्पष्टपणे बोलू शकले तर –"

"त्यांच्या मते कोटाचा कोपरा पकडू शकेल, अशी व्यक्ती मी नाही. तेच तुम्ही सांगणार आहात ना?"

मरिअन यांनी मान हलवून 'हो' म्हटले. "ते तुमचे चाहते कधीच नव्हते. मला वाटतं जोएल म्हणतील, ते करण्याइतके तुम्ही थोर नाही."

नोल्स यांनी तो ठोसा जबड्यावर झेलला. "जनरल हेल आणि सैन्यांच्या प्रमुखांनी चार योजना तयार केल्या आहेत." ते म्हणाले. चारही योजनांची त्यांनी रूपरेषा सांगितली.

"त्यानंतर काय होईल?" मरिअननी विचारले.

"लष्कराच्या माणसांनीही योजना तयार केल्या आहेत. हे प्रकरण वाढेल असा त्यांचा अंदाज आहे. आपलं बोलणं झालं की, लगेच ते मला त्याबद्दल माहिती देणार आहेत."

"जर आपण यात हरलो तर? सगळ्या योजनांमध्ये आपण जिंकणार हे गृहीत धरलेलं दिसतंय."

"आपण जिंकूच. लष्कराच्या पातळीवर आपण नक्कीच जिंकू."

"मग आपण एक असा शत्रू निर्माण करतोय, जो बदला घेण्यासाठी आपल्यावर आणखी वार करत राहील."

"तो धडा शिकेल असं तुम्हाला वाटत नाही?"

"नाही, सर. आणखी वार करण्यासाठी ते परत येतील. आणि लष्करीदृष्ट्या काहीही झालं तर, सर्वांत मोठ्या आर्थिक युद्धाचा आपल्याला सामना करावा लागेल."

"मग या चारपैकी कोणती योजना तुम्ही निवडाल?"

मरिअननी क्षणभर विचार केला. नंतर त्यांनी राष्ट्राध्यक्षांकडे पुन्हा बघितले. "कोणतीच नाही." त्या ठामपणे म्हणाल्या.

५६

संयुक्त सेनाप्रमुखांबरोबरची मीटिंग कित्येक तास चालली. राष्ट्राध्यक्षांना एका मागोमाग एक योजना सादर करण्यात आल्या. त्यात तैवानचे संरक्षण करणे, तैवानला नशिबाच्या हवाली करणे, जपानचे संरक्षण करणे अशा योजना होत्या. त्याशिवाय रशियाने त्याच्या उत्तरेकडील सीमारेषेजवळ चीनवर आक्रमण केले तर त्याला काय उत्तर द्यायचे, भारताने चीनवर आक्रमण केले तर काय करायचे, चीनने भारत व रशिया या दोघांवरही आक्रमण केले तर काय करायचे, पूर्व आशियातील अमेरिकेच्या लष्करी तळावर हल्ला, अमेरिकेच्या पश्चिम किनाऱ्यावर पाणबुड्यांद्वारे हल्ला, चीनच्या सत्ताधाऱ्यांकडून त्यांच्या देशात दडपशाहीचे सत्र अवलंबले जाणे आणि चिनी राजवट कोसळणे, अशा अनेक शक्यतासंबंधीच्या योजना होत्या. पण यांपैकी कोणतीच घटना एकटेपणाने घडली नसती. एका घटनेने दुसऱ्या घटनेला जन्म दिला असता. गुंतागुंत वाढली असती. जितक्या आणखी योजना नोल्सनी बघितल्या, तेवढे त्यांच्या लक्षात आले की, फक्त एकच गोष्ट निश्चित होती, एकदा गोळीबार सुरू झाला की, त्यांनी ज्या योजना तेव्हा बघितल्या होत्या, त्यांचाच आधी बळी गेला असता.

सुदान व लामू किनाऱ्याजवळची कोंडी तशीच कायम होती. परिस्थिती सकाळी होती तशीच होती. फक्त एकमेकांच्या स्ट्राइक ग्रुपमधील अंतर आणखी दहा तासांनी कमी झाले होते.

ते निवासस्थानाच्या मजल्यावर गेले आणि स्टडीरूममध्ये स्वत:साठी एकांतात विचार करायला त्यांनी वेळ काढला. त्यांच्या मते प्रत्येक लष्करी योजना दुसऱ्या लष्करी योजनेइतकीच वाईट होती. त्यांना तिथपर्यंत जायचे नव्हते. जोएल एहरेनरेक यांच्याबरोबर त्यांची चर्चा झाली त्यावर त्यांनी विचार केला. प्रोफेसरांना जे सांगायचे होते, त्याचे काय करायचे ते त्यांना माहीत नव्हते. केवळ सदिच्छा आणि दोन-चार चलाख निर्णय ह्याच्या बळावर आपण सगळे काही बदलू शकू हा विचार आकर्षक होता. पण जगाचे व्यवहार असे चालत नाहीत.

तरीही एहरेनरेक यांची विचारमिमांसा एकदम योग्य होती. इतकी साधी, सोपी डोळे मिटून विश्वास टाकावा अशी, त्यामुळे तिला चटकन उडवून लावणे कठीण होते. आणि बहुधा असाधारण क्षणांमुळे असाधारण गोष्टी करण्याची संधी निर्माण होत असेल. कदाचित जग बदलण्याची संधी नाही, पण वेगळ्या दिशेने जाण्यासाठी त्याला ढोसण्याची संधी हीच असावी.

पण ते करू शकणारे असामी ते होते का? आणि त्याहीपेक्षा जास्त महत्त्वाचे होते, झँग तरी होते का? जर त्यांच्यापैकी कोणीच एहरेनरेकनी म्हटले होते, तसे घोडेस्वाराच्या कोटाचा कोपरा पकडणारी असामी नसते तर? घोड्यांच्या टापांखाली जे मातीला मिळाले असेच केवळ ते आणखी दोघे असणार होते का? त्यांचे निर्णय चुकल्यामुळे ज्या सगळ्या स्त्री आणि पुरुषांना जीव गमवावा लागला असता त्यांच्यासह, त्यांचीही तीच अवस्था झाली असती का?

रात्री नऊ वाजता त्यांनी खाली फोन करून रॉबर्टा डेवलीनना सगळ्यांना ओव्हल ऑफिसमध्ये बोलवायला सांगितले. लष्कराची माणसे नाही. फक्त त्यांचे जवळचे सल्लागार आणि मरिअन इलमन. जोएल एहरेनरेक यांना विमानाने घरी परत पाठवण्याची व्यवस्था करण्यात आली होती, तेव्हाच मरिअनना त्यांनी थांबायला सांगितले होते.

कोणीही फारसे दूरवर गेले नव्हते. नऊ वाजून दहा मिनिटांपर्यंत प्रत्येक जण तिथे हजर होता.

''आपण सगळे थकलो आहोत ते मला माहीत आहे,'' ते म्हणाले. ''मी काय विचार करतोय ते स्पष्ट करतो.'' आपल्या विचारांची जुळवाजुळव करण्यासाठी ते क्षणभर थांबले. ''एकाच वेळी अनेक आघाड्यांवर आपला चीनबरोबर संघर्ष सुरू आहे. सत्य हे आहे की तो का सुरू आहे, मला माहीत नाही. दोन-एक महिन्यांपूर्वी सगळं काही उत्तम चाललेलं आहे दिसत होतं. आता असं दिसतंय की, आपल्याकडे आर्थिक पेचप्रसंग आहे, आपण व्यापार युद्ध करत आहोत. एकमेकांच्या व्यापारावर निर्बंध घालणे वगैरे सुरू करत आहोत आणि खूप तीव्र लष्करी संघर्ष सुरू आहे. आणि मी समझोता करण्याचा प्रयत्न करतो, काही मार्ग काढायला बघतो, पण प्रत्येक वेळी प्रकरण चिघळतच जात आहे. पुढच्या छत्तीस तासात जेव्हा ती जहाजं एकमेकांच्या जवळ येतील, तेव्हा एक तर हे प्रकरण भयंकर वाढलेलं असेल किंवा त्या आधी दुसरं काहीतरी घडणं आवश्यक आहे. सर्वांत वाईट गोष्ट अशी की, आपण माघार घेणं आणि आपल्या माणसांना सुदानमध्येच राहू देणं या गोष्टी अजिबात मान्य करता येण्यासारख्या नाहीत. ते दुसरं काहीतरी काय आहे, ते मला माहीत नाही. मला ते दिसत नाही.''

ते पुन्हा थांबले. खोलीतील सगळे जण त्यांच्याकडे बघत होते. ''आता,

तुमच्यापैकी बहुतेकांना माहीत आहे की, माझी आज कोणाबरोबर तरी मीटिंग झाली. त्यांनी मला सांगितले की, जर आपण आपल्या कामकाज करण्याच्या पद्धतीत क्रांतिकारी बदल केले नाहीत तर त्यांच्या मते अगदी नजीकच्या काळात आपले चीनबरोबर युद्ध होणं अपरिहार्य आहे. विशेष म्हणजे हिंदी महासागरात काय घडामोडी होत आहेत, ते त्यांना माहीत नव्हतं. त्यामुळे त्यांनी असं म्हणणं हे एक प्रकारे गूढच आहे. त्यांचा दृष्टिकोन असा आहे की काही जागतिक समस्या आहेत. ज्या आपल्या दोघांच्या मिळून आहेत, दोघांनाही त्याची झळ पोहोचते पण आपले राष्ट्रीय हित हाच दृष्टिकोन ठेवून आपण त्या सोडवायला बघतो. म्हणजे आपल्या विचारसरणीत मूलभूत दोष आहेत आणि त्यातच तिच्या अपयशाची बीजं दडलेली आहेत. त्यामुळे ह्या समस्या आपण सोडवू शकत नाही. आणि देश जेव्हा समस्या सोडवू शकत नाहीत तेव्हा ते लढाई करतात. जोपर्यंत जागतिक दृष्टिकोन नजरेसमोर ठेवून आपण समस्या सोडवण्याचा मार्ग शोधून काढत नाही, तोपर्यंत कधी ना कधी आपल्यात युद्ध होणार किंवा दुसऱ्या देशांमार्फत ते आपण खेळणार असं ते म्हणाले. त्यांचं म्हणणं तर्कसंगत वाटतं पण ते सैद्धान्तिकही वाटतं. ते बोलत आहेत ते प्रत्यक्षात करायचं कसं ते मला माहीत नाही. मला वाटतं ते त्यांनाही माहीत नाही. मरिअन, ते जे म्हणाले त्याचा सारांश मी योग्य तऱ्हेने सांगितला ना?''

इलमन यांनी मान हलवून होकार दर्शविला. ओकलेंनी इलमन यांच्याकडे टक लावून बघितले. एहरेनरेक यांच्याबरोबरच्या मीटिंगची माहिती संरक्षणमंत्री ओकलेंना गॅरी रोझनी दिली होती. संरक्षणमंत्र्यांच्या मते क्वांटम फिजिक्सवरील परिषद सध्याचा पेचप्रसंगासाठी जितकी गैरलागू होती, तितकीच ती मीटिंगही अर्थहीन – संदर्भहीन होती.

''तर काय करायचं ते मला माहीत नाही. एक गोष्ट मला नक्की माहीत आहे, तिथं हिंदी महासागरात शंभराच्यावर जहाजं घेऊन मला घनघोर युद्ध करायचं नाही. ते जर अगदी करणं भाग पडलं तर मी करेनच, करणारच नाही असं मी म्हणत नाही. 'कमांडर इन चीफ' ह्या नात्याने तो निर्णय घेण्याची जबाबदारी माझ्यावर आहे. आपल्या राष्ट्रीय हिताच्या दृष्टिकोनातून तो सर्वोत्तम पर्याय आहे असं माझं मत झालं, तर मी तो निर्णय घेईन. आणि त्यामुळे ह्या प्रकरणाचा शेवट होईल असं मला वाटलं तर मी निश्चितपणे युद्ध करेन. पण तसं करून ह्या प्रकरणाचा शेवट कसा होईल, ते मला दिसत नाही. त्यामुळे उलट इतर अनेक गोष्टी सुरू होतील असं दिसतंय. प्रामाणिकपणे सांगायचं तर त्या इतर गोष्टी आपल्या हाताबाहेर जातील, याची मला भयंकर भीती वाटतेय आणि मग काहीही घडू शकेल. दुसऱ्या बाजूने मी ते युद्ध केलं नाही, तरीही त्यामुळे या

प्रकरणाचा शेवट होईल असं मला दिसत नाही. न करण्यामुळेही दुसऱ्या इतर अनेक गोष्टी सुरू होतील, अशी शक्यता वाढते.'' ते थांबले. ''अगदी प्रामाणिकपणे सांगायचं तर यातून बाहेर पडण्याचा मार्ग मला दिसत नाही. माझ्या मनात विचार येतो की, दोन महासत्तांमधील हा ऐतिहासिक संघर्ष आहे. कदाचित त्याच्या कचाट्यात आपण सापडलेलो आहोत. आपल्याकडे निवड करण्यासाठी कदाचित पर्याय उपलब्ध नाही. लढाईमध्येच याचा शेवट होणार आहे. लढाई होणार आहे ते तुम्हाला दिसत आहे आणि तरीही ती थांबवण्यासाठी तुम्ही काहीही करू शकत नाही, ही बाब अतिशय उदास करणारी आहे. पहिले जागतिक महायुद्ध जसं सुरू झालं होतं, त्यासारख्या परिस्थितीकडे आपण पुन्हा जातो. त्याचा अर्थ त्यानंतरच्या इतक्या वर्षांत आणि त्यानंतर जी अनेक युद्ध झाली त्यापासून आपण काहीच शिकलेलो नाही. असं काही युद्ध सुरू झालं, तर ते बराच काळ चालेल. तो काळ अतिशय खडतर असेल, हे मला माहीत आहे. कोणीही ते जिंकेल असं मला वाटत नाही. मात्र आपल्या सगळ्यांनाच प्रचंड यातना सहन कराव्या लागतील हे नक्की. आर्थिकदृष्ट्या, लष्करीदृष्ट्या प्रत्येक बाबतीत आपल्याला नुकसान सहन करावं लागेल, दुःखाला तोंड द्यावं लागेल.'' त्यांनी नकारार्थी मान हलवली, नंतर हात वर झटकले. ''तर माझे विचार असे आहेत. जर गरज पडली तर मंगळवारी मी त्यांच्याबरोबर तिथे लढाई करेन, पण तसं करण्याची माझी इच्छा नाही. इतिहास त्याकडे योग्य निर्णय म्हणून बघेल की वाईट म्हणून ते मला माहीत नाही. तर हे असं आहे. आता मला तुम्ही सगळे काय विचार करता ते जाणून घ्यायचं आहे.''

तिथे शांतता पसरली.

''राष्ट्राध्यक्ष महोदय,'' ओकले म्हणाले, ''मला वाटतं काळाच्या ओघात गोष्टी कुठपर्यंत जातील आणि इतिहास काय म्हणेल, ह्या भुलभुलय्यात तुम्ही पूर्णपणे रस्ता चुकला आहात. ह्या एका प्रत्यक्षातील, खऱ्याखुऱ्या स्थितीला तुम्हाला तोंड द्यायचं आहे. त्याचा आपण आधी सामना करायला हवा. इतिहासकारांना जी पुस्तकं लिहायची आहेत ती नंतर लिहू द्या. ह्या घटकेला हा एक लष्करी पेचप्रसंग आहे आणि तो आपण सोडवणं आवश्यक आहे, ही पहिली गोष्ट आहे. सर्वांत आधीची. चीनबरोबर कसं वागायचं, त्याच्याबरोबर व्यवहार कसे करायचे या संबंधीच्या नव्या मार्गाबाबत तुम्हाला विचार करायचा असेल तर आपली बाजू वरचढ असताना, आपण सामर्थ्यशाली असल्यावर तो केला पाहिजे. म्हणून हा लष्करी पेचप्रसंग पूर्ण ताकदीनिशी निर्णायकपणे सोडवणं आवश्यक आहे. अगदी निर्भेळपणे ही लढाई आपण जिंकणे महत्त्वाचे आहे. म्हणजे बॉस कोण आहे त्यांना कळेल. आधी ही लढाई जिंकू. युद्धाबाबत बोलायला मग नंतर

सुरुवात करू.''

"आपण कदाचित युद्ध हरूही.'' अब्राहम्स म्हणाले.

"अजून युद्ध सुरू झालेलं नाही. फक्त एका लढाईला तोंड द्यायचं आहे. ती लढाई लगेच लढा, मग कदाचित युद्ध होणारच नाही.''

"मंत्री महोदय,'' इलमन म्हणाल्या, "मी म्हणेन युद्ध वगैरे असे शब्द आपल्याला वापरायचे असतील तर, हे युद्ध आधीच सुरू झालेलं आहे. कित्येक वर्षे आधी, कार्बन डायऑक्साइड उत्सर्जनाबाबत चीनने आपल्याला मागे टाकलं आणि जेव्हा आपल्या सरकारच्या कर्जाचे ते सर्वांत मोठे रोखेधारक झाले तेव्हाच युद्धासाठीचं वातावरण निर्माण झालं. जेव्हा त्यांचं हित आणि आपलं हित यांचा न सोडवता येणारा गुंता झाला, दोघांच्या हितांची एकमेकांबरोबर सांगड बसली आणि समस्या सोडवण्यासाठी आपण नवे मार्ग विकसित केले नाहीत, तेव्हाच युद्धासाठीचं वातावरण निर्माण झालं.''

"ॲम्बॅसिडर, तो तुमच्या दृष्टिकोन आहे. आणि तो असण्याचा तुम्हाला हक्क आहे. माझं वैयक्तिक मत विचाराल तर ह्या गोष्टी घडल्यानंतर फार काही लढाया झाल्याचं माझ्या निदर्शनास आलेलं नाही.'' ओकले राष्ट्राध्यक्षांकडे वळले. "राष्ट्राध्यक्ष महोदय, ह्या प्रकरणाचा आधी सामना करू या, आपण किती ताकदवान आहोत, ते दाखवून देऊ या. ह्या इतर गोष्टी सोडवण्यासाठी तुम्ही नंतर सुरुवात करा.''

"जरा थांब, जॉन,'' राष्ट्राध्यक्ष म्हणाले. "तुम्ही म्हणालात, गेल्या काही वर्षांत फार काही लढाया झाल्याचं तुमच्या निदर्शनास आलेलं नाही. मग ते आता ही लढाई का करत आहेत?''

"चांगला प्रश्न आहे. आपण युगांडात आहोत, एकतर ही बाब आहे.''

"तो दुय्यम भाग आहे,'' गॅरी रोझ म्हणाले. "तिथलं प्रकरण वाढवण्याचं त्यांनी ठरवलं. जर त्यांना ते वाढवायचं नसतं, तर एलआरएने आपल्या माणसांना सुदानमध्ये नेल्याबरोबरच त्यांनी त्यांना आपल्या हवाली केलं असतं.''

"फिडेलियनबाबत खरं काय घडलं यावर ते अवलंबून आहे,'' रॉबर्टा डेवलीन म्हणाल्या. "तिथल्या राजकीय नेतृत्वाने पीआयसीला फिडेलियन बँक बुडवण्याचे आदेश दिले, हे आपण जवळपास गृहीत धरतोय. त्यांचा मूळ हेतू कदाचित तसा नसेल. त्या उद्देशाने त्यांनी सुरुवात केली नसेल.''

"पण त्यांनी काही कृती करण्याची गरज आहे, हे तर शेवटी त्यांना माहीत झालं होतं.''

"आणि त्यांनी केली नाही, हा कदाचित निव्वळ संधिसाधूपणा असेल.''

मरिअन त्यांच्याशी सहमत झाल्या. ते अशातऱ्हेने घडले असावे, हे त्यांचेही

मत होते. आणि तो केवळ संधी साधण्याचा प्रश्न होता. कधी ना कधी असे घडलेच असते. कधी घडले असते, फक्त इतकाच प्रश्न होता. ''जर फिडेलियन नसती,'' त्या म्हणाल्या, ''दुसऱ्या कशावरून तरी असं घडलंच असतं.''

''ह्याचा इथे काय संबंध?'' ओकलेंनी अस्वस्थ होत विचारणा केली. ''हा प्रश्न आहे. आता आहे. त्याला आपण तोंड दिलं पाहिजे.''

''म्हणजे त्यांची जहाजं आल्याबरोबर तुम्ही लगेच हल्ला करून त्यांना माघारी फिरवणार?'' राष्ट्राध्यक्ष म्हणाले.

''मी अगदी दिएगो गार्सिया इथून हवाई हल्ला करण्याचाही विचार करेन. आपण तो पर्याय बाद केला आहे हे मला माहीत आहे, पण आपण पुन्हा त्यावर विचार केला पाहिजे.''

''जॉन, ही फारच आक्रमक कारवाई होईल.''

''मग आपल्या मित्रांच्या सुटकेसाठी गेलेल्या आपल्या माणसांना अडकवून ठेवणं ही सुद्धा तितकीच आक्रमक कारवाई आहे. संयुक्त राष्ट्रसंघाने पुरस्कृत केलेल्या मोहिमेत गुंतलेल्या आपल्या सैन्यबळावर हल्ला करण्यासाठी हिंदी महासागरात दोन कॅरिअर स्ट्राइक ग्रुप पाठवणं, ही सुद्धा आक्रमक कारवाईच आहे. आणि इतक्या जवळच्या अंतरावर थांबून ते तिथं काय करत होते? दोन-दोन जहाजं? दिएगो गार्सिया इथून आपले बॉम्बर फक्त सहा तासांत त्यांच्या जहाजांवर हल्ला करू शकतात. सहा तासांत आणि काम फत्ते. कोणाला कळणारसुद्धा नाही.

''जॉन आपण तिथं काही जहाजं नष्ट केली, तर ते कोणाला कळणारही नाही असं मला वाटत नाही.''

''ते काहीही असो. आपण निर्वाणीचा इशारा दिला, तर ते कदाचित माघारीही फिरतील मग तर आपल्याला त्यांची जहाजं नष्ट करण्याचीही गरज नाही. ते माघार घेतील. इतकंही पुरेसं आहे.''

''जास्त जोरात हल्ला करण्यासाठी ते परत येतील.'' इलमन म्हणाल्या.

''ते तुमचं अनुमान आहे, ॲम्बॅसिडर. गुप्तहेरखात्याच्या कोणत्या माहितीवर ते आधारित आहे?''

''आपल्याला त्यांच्याबद्दल जितकी माहिती आहे त्यावरून ते गुपचूप निघून जातील आणि झालं गेलं विसरून जाऊ म्हणतील असं दिसत नाही.''

''ते गुपचूप निघून जाणार नाहीत असं आपल्याकडच्या कोणत्याच माहितीच्या आधारे ठरवता येत नाही.''

''झँग यांच्यावर या विषयावरून काही अंतर्गत दबाव आहे. चुपचाप माघार घेणं आणि काही घडलंच नाही, असं दाखवणं त्यांना शक्य नाही.''

''मला जर बरोबर आठवत असेल, तर त्यांच्या एका राजदूताबरोबर झालेल्या

एका संभाषणाच्या आधारे तुम्ही असं अनुमान काढताय. कदाचित तुमचा तसा ग्रह व्हावा म्हणून मुद्दामच ते संभाषण केलं गेलं असावं.''

''मंत्री महोदय, तुम्ही त्यांच्याबरोबर युद्ध करण्याचं ठरवलेलं दिसतंय. त्यासाठी काही कारणं आहेत का?''

''आपल्याला वस्तुस्थितीवर आधारित चर्चा केली पाहिजे, ॲम्बॅसिडर तुमच्याकडे तर्क लढवण्याशिवाय प्रत्यक्षातील काही ठोस गोष्टी असतील, तर त्या ऐकायला मी उत्सुक आहे.''

''जॉन, ते काय करतील आणि काय करणार नाहीत, हे सगळे निष्कर्ष व्यक्तिनिष्ठच आहेत. प्रत्येकाने ते आपल्या दृष्टिकोनानुसार काढलेले आहेत,'' अब्राहम्स म्हणाले. ''ते तसे नाहीत, अशी भ्रामक समजूत आपण बाळगू नये. राष्ट्राध्यक्ष महोदय, जरा मागं जाऊ आणि पर्यायांकडे व्यापक स्तरातून बघू. लामू बे इथे आपल्या नौदलाला विजय मिळेल. कोणतीही योजना आपण उपयोगात आणली तरी तिथे आपण जिंकू. उत्तम. मग त्यामुळे दुसरं काहीतरी खुसपट काढून आपल्यावर हल्ला करण्याची संधी शोधणाऱ्या शत्रूला आपण जन्म देत आहोत का? की त्यांना पेटीत बंद करून ठेवू? तो प्रत्येकाचा अंदाज आहे. निवाडा आहे... स्पष्टपणे बोलायचं तर मला नाही वाटत ह्या खोलीतील कोणाकडेच त्याचं उत्तर आहे. त्या मार्गाने आपण जायचं ठरवलं, तर कालौघात आपल्याला त्याविषयीचं उत्तर मिळेल. दुसरी गोष्ट, आपण बिगर लष्करी मार्गाने प्रश्न सुटतो का ते बघू शकतो. आपण वाटाघाटी करण्याचा प्रयत्न करू शकतो, पण त्याला अजूनपर्यंत यश मिळालेलं नाही. तो प्रयत्न पुन्हा करण्यासाठी अजून थोडा वेळ आपल्या हातात आहे. किंवा आपण त्यांचं आव्हान अंगावर घेऊ आणि ते भूलथापा देत आहोत का बघू. समजा, ते भूलथापा देत नाहीत, खरंच लढायची त्यांची तयारी आहे असं दिसलं, तर आपण माघार घेऊ शकू. त्यांच्या जहाजांना जाऊ देऊ, आपल्या माणसांच्या सुटकेसाठी काही देवघेव, सौदा करण्याचा प्रयत्न करू. त्याला अनेक महिने लागतील हे मान्य आहे. अमेरिकी जनतेच्या मनातील तुमच्या प्रतिमेला खूप तडा जाईल हेही खरं आहे. पण त्यामुळे स्वत:च्या लष्करी सामर्थ्याच्या बळावर आपल्याला काहीही करता येईल, असा त्यांचा समज होईल का, हा जास्त महत्त्वाचा प्रश्न आहे. त्यामुळे ते आणखी जास्त आक्रमक कारवाई करायला धजावतील का? मग आपण फक्त मार खाणार नाही हे सिद्ध करण्यासाठी आपल्याला खूप जास्त आक्रमक कारवाई करावी लागेल का?''

''एड,'' रोझ म्हणाले, ''राष्ट्राध्यक्षांनी सुरुवातीला जे सांगितलं तेच तुम्ही सांगत आहात. कसाही विचार केला तरीही हे प्रकरण चिघळण्याचा धोका आहेच.

आपण खंबीरपणे सामना करायचा किंवा माघार घ्यायची, काहीही केलं तरी धोका आहेच.''

''आणि मी म्हणेन,'' डेवलीन म्हणाल्या, ''आपण वाटाघाटी पुढे नेऊ शकत नाही, ह्याचा अर्थ हे प्रकरण चिघळण्याच्या मार्गावर आहे. ही लष्करी स्थिती केवळ एक सबब आहे. जर त्यांना प्रकरण चिघळवायचं नसतं, तर डेवी आणि मॉन्टेझना त्यांनी अगदी सुरुवातीलाच आपल्याकडे पाठवलं असतं. आणि आर्थिक पेचप्रसंगाचा गुंता सोडवण्याची त्यामुळे तर अगदी सुरुवातही होत नाही. तो मुद्दा वेगळाच राहतो.''

''समुद्रातील नौदलाची कोंडी आपण निर्माण केली आहे, हे विसरून चालणार नाही.'' इलमन म्हणाल्या. ''माझ्या समजुतीप्रमाणे तरी ती आपण निर्माण केली, बरोबर ना?''

''ते आपल्या सैनिकांना ताब्यात घेण्यासाठी दबा धरून बसले होते. त्यांच्या कारवाईला उत्तर म्हणून आपण नौदलाची कारवाई केली आहे.''

''पण ते प्रकरण वाढवणं आहे. त्यांच्या कारवाईच्या प्रमाणात आपली कारवाई आहे का? त्र्याहत्तर माणसांच्या बदल्यात दोन संहारक जहाजं? आपण एक का घेतलं नाही?''

''त्याने काय असा मोठा फरक पडतो?'' ओकलेंनी विचारणा केली.

''कदाचित त्यांना पडत असेल.''

''जिझस ख्राईस्ट!''

''ओके,'' राष्ट्राध्यक्ष म्हणाले. ''पुरे. ह्यामुळे मदत होत नाहीये. मला निर्णय घेणं आवश्यक आहे.'' ते थांबले. ''आतापर्यंत जे बोलणं मी ऐकलं एकूण विचार केला त्यावरून मला वाटतं मी जॉन यांच्याशी सहमत आहे. जे आपल्यासमोर आहे, त्याकडे आपण बघितलं पाहिजे. जर ह्या प्रकरणाचा उपयोग काही सिद्ध करण्याची संधी म्हणून करायचा अशी त्यांची जिद्द असेल, म्हणजे आपल्यावर मात करण्यासाठी किंवा आपल्याला मान खाली घालायला लावण्यासाठी, तर मग फक्त एकच गोष्ट उरते, प्रत्यक्षात एकच गोष्ट आपण करू शकतो, ती म्हणजे त्यांना जे सिद्ध करायचं आहे ते न करू देणं. आणि त्याचा अर्थ आहे, त्यांना मार देणे.''

''पार त्यांचा चुथडा करून टाकू,'' ओकले म्हणाले. ''मग जातील ते बीजिंगला आणि दुसरा कुठला मुद्दा सिद्ध करायचा विचार करत बसतील.''

''मी याच्याशी सहमत नाही,'' इलमन म्हणाल्या. ''मला वाटतं तो चुकीचा निष्कर्ष आहे.''

ओकले गुरगुरले.

राष्ट्राध्यक्षांनी इलमन यांच्याकडे बघितले. ''का चुकीचा आहे, ते मला सांगा.''

''आम्ही काय म्हणतोय ते ऐका. आमच्या नाकापलीकडे एक इंच दूर सुद्धा बघायला आपण तयार नाही. आम्ही म्हणतोय, त्यांना हा मुद्दा सिद्ध करायचा आहे आणि आपण करू देणार नाही. पण त्यांना काय सिद्ध करायचं आहे, ते आपल्याला कशावरून माहीत आहे? आणि तसं बघायला गेलं तर आपल्याला काय सिद्ध करायचं आहे.''

ओकलेंनी डोळे गरागरा फिरवले. ''मला वाटतं आपल्याला काय सिद्ध करायचे आहे, ते आपल्याला माहीत आहे.''

''मग ते खुलासेवार करून सांगा!'' इलमन यांनी ओकलेंकडे रागाने बघितले. त्यांच्या श्रेष्ठत्वाच्या तोऱ्यामुळे त्या आता जास्त चिडायला लागल्या होत्या. शिवाय मागचे दोन दिवस आपण राजीनामा दिला आहे असे धरूनच त्या चालल्या होत्या आणि त्यांना अजूनही वाटत होते की, आपण राजीनामा द्यावा, त्यामुळे आता गमावण्यासारखे काहीच नाही, अशी त्यांची मनोवृत्ती झाली होती. ''मंत्री महोदय, मला वाटतं तुम्ही म्हणालात की पार त्यांचा चुथडा करून टाकू. व्यक्तिश: मला नाही वाटत ते पुरेसं विश्लेषण आहे. सगळ्या बाबी विचारात घेऊन ते केलेलं आहे, असं मला वाटत नाही. पण राष्ट्राध्यक्ष, काँग्रेससमोर स्पष्टीकरण द्यायला उभे राहतील, तेव्हा त्यांना कदाचित ते ठीक वाटेल.''

रॉबर्टा डेवलीननी आपले हसू दाबले.

इलमन राष्ट्राध्यक्षांकडे वळल्या. ''सर, आपण खूपच व्यापक दृष्टीने याचा विचार करायला हवा. त्यांना काय हवं आहे? म्हणजे त्यांना आपली तीन जहाजं किंवा चार जहाजं नष्ट करायची आहेत, अशा तऱ्हेने नव्हे. हा आर्थिक आणि लष्करी पेचप्रसंग त्यांनी निर्माण केला आहे. ह्या पूर्ण स्थितीतून त्यांना काय हवं आहे? मला संशय आहे प्रकरण जितकं हाताबाहेर गेलं आहे, असं आपल्याला वाटतंय, तितकंच त्यांनाही वाटत आहे.''

''मला संशय आहे, हे प्रकरण त्यांनी जशी योजना आखली होती, नेमकं तसंच वळण घेत आहे,'' ओकले म्हणाले.

''ठीक. जर मी तुमचेच शब्द वापरले तर, मंत्री महोदय, हा तुमचा दृष्टिकोन आहे आणि तो असण्याचा तुम्हाला हक्क आहे. आपण विचार करायला हवा. ह्यातून त्यांना काय हवं आहे? आपल्याला काय हवं आहे? दोघांना हव्या असणाऱ्या कोणत्या गोष्टी आहेत? समान सूत्रं आहे का? किंवा काही नसेल तर काही सामाईक गोष्टी आपण कुठे तयार करू शकू, अर्थातच जर आपल्या दोघांची थोडं बाजूला सरकण्याची तयारी असेल तर?''

"त्यांची सरकण्याची तयारी नाही," रोझ म्हणाले, "ते आपल्याला माहीत आहे."

"ते तेच सांगत आहेत."

"आणि आपल्याला तडाखा देऊन किंवा आपल्यासमोर उभं राहून त्यांना एक मुद्दा सिद्ध करायचा आहे, भलेही मग त्यांना तडाखा मिळो, पण तो मुद्दा त्यांना सिद्ध करता येतो. त्यांना आपली दहशत वाटत नाही, हे त्यांना सिद्ध करायचं आहे."

"त्यांच्याकडे लष्करी ताकद आहे," अब्राहम्स म्हणाले. "आपली आर्थिक ताकद ते आधीच दाखवून देत आहेत, लष्करी ताकदही आहे हे त्यांना दाखवून द्यायचं आहे."

"बहुधा," इलमन म्हणाल्या. "हे मुद्दे त्यांना सिद्ध करता आले तर त्यांना आनंदच वाटेल."

"वा, फारच छान," ओकले म्हणाले. "मी आधीच सांगितलं ते तुम्ही आडवळणानं, क्लिष्ट करून सांगत नाही आहात का?"

"नाही. कारण माझा प्रश्न आहे 'का?' त्यांच्या ताकदीबद्दलचे हे मुद्दे त्यांना आत्ताच का सिद्ध करायचे आहेत? आत्ताच का? आणि ते एकदा सिद्ध झाले की त्यातून त्यांना काय मिळवायचं आहे." त्या थांबल्या. "राष्ट्राध्यक्ष महोदय, आंतरराष्ट्रीय संस्थांमध्ये त्यांना जास्त अधिकार हवे आहेत हे आपल्याला माहीत आहे. २००८नंतर त्यांची फसवणूक करण्यात आली असं त्यांना वाटतंय हे आपल्याला माहीत आहे. जागतिक नेतृत्वात एक भागीदार म्हणून आपल्याकडे बघितलं जावं असं त्यांना वाटतंय हेही आपल्याला माहीत आहे."

"मग त्यांनी तसं वागायला शिकावं," ओकले म्हणाले.

"अगदी बरोबर. ते आपल्याला हवं आहे. एका जबाबदार नेत्यासारखं त्यांनी जागतिक मंचावर वावरावं अशी आपली इच्छा आहे. एक जबाबदार नेता मित्र राष्ट्राचं आर्थिक मार्केट कारण नसताना उद्ध्वस्त करणार नाही. मित्रराष्ट्राच्या सैनिकांना स्थानबद्ध करून ठेवणार नाही. हवामान बदलाच्या समस्येसाठी आपल्यासह काम करेल. त्याबाबतचा प्रत्येक प्रस्ताव काही खुसपट काढून किंवा पुरेसा नाही हे सांगून फेटाळून लावणार नाही. पण जोएल एहरेनरेकनी जे सांगितलं तेच वेगळ्या प्रकारे सांगायचं तर त्यांच्याही आपल्याकडून अशाच अपेक्षा असणार. अशा गोष्टींबाबत आपल्या दोघांचा सूर जुळवणे, हा आपला उद्देश्य हवा. जागतिक समस्या सोडवण्याबाबत एकच दृष्टिकोन – समान दृष्टिकोन असलेले भागीदार म्हणून आपण एक प्रक्रिया सुरू करायला हवी. ही प्रक्रिया दीर्घ काळ चालणारी असेल – एक महिना किंवा एक वर्ष त्यासाठी पुरेसं नाही. पण त्या

प्रक्रियेच्या दुसऱ्या टोकापर्यंत आपण जायला हवं. मग प्रश्न येतो ह्या परिस्थितीचा तिथे जाण्यासाठी कसा उपयोग होईल? ह्या पेचप्रसंगाचा आपण कसा उपयोग करू शकू? ह्या पेचप्रसंगाचा उपयोग त्यांना जास्तीतजास्त तडाखे देण्यासाठी कसा करता येईल, हा आपला प्रश्न असू नये तर त्याचा उपयोग करून त्यांना भागीदार म्हणून सहभागी करून घेण्यासाठी कसा करता येईल हा हवा. त्यांना आपली ताकद सिद्ध करायची आहे किंवा त्यांना आपली दहशत वाटत नाही, हे सिद्ध करायचे आहे, ह्या मुद्द्यांचा उपयोग आपला अजेंडा पुढे नेण्यासाठी कसा करता येईल? आपल्याला जसं हवं तसं त्यांनी वागावं यासाठी सुरुवात करण्याकरिता त्यांना मदत कशी करता येईल? ह्या प्रश्नांवर आपण विचार करायला पाहिजे.''

''आपण पार त्यांचा चुथडा करून टाकू, इतका जबरदस्त मार देऊ, पुढच्या वेळी आपण काही सांगायला सुरुवात केली ते निमूटपणे मान डोलवतील. आणि आपल्याला हवं ते करतील,'' ओकले म्हणाले.

''आणि नेमकी तीच चुकीची वृत्ती आहे.''

''आणि तुमच्याकडे नेमकं काय आहे, ॲम्बॅसिडर? कानाला गोड वाटतील अशा सैद्धान्तिक गप्पा? वास्तव जगात त्याला त्यांच्यापुढे 'झुकणं' म्हणतात. दरम्यान आपले दोन स्ट्राइक ग्रुप एकमेकांकडे वेगाने येत आहेत. सुदानमधील आपल्या माणसांभोवती त्यांनी वेढा घालून ठेवलेला आहे. तुम्हाला जर वाटत असेल की माघार घेऊन, त्यांच्यापुढे झुकून आपल्या माणसांना परत आणता येईल, तर सॉरी तुम्ही कोणत्या जगात वावरत आहात? तुम्हाला वाटतं म्हणून राष्ट्राध्यक्ष झँग, नक्कीच आपल्या माणसांना सोडून देणार नाहीत.''

''मंत्री महोदय ओकले, नसते शब्द माझ्या तोंडी कोंबू नका. आपण माघार घ्यायला हवी, असं मी कधीच म्हणाले नाही. त्यांना जबाबदारी घ्यावीच लागेल. नि:संशय त्यांना जबाबदारी घ्यावी लागेल.''

''तुम्हाला माघार घ्यायची नाही आणि त्यांच्यावर हल्लाही करायचा नाही. मग तुम्हाला काय करायचं आहे, ते तरी सांगा.''

''ह्यातून सुटण्यासाठी मला त्यांना पळवाट द्यायची आहे.''

ओकले मोठ्याने हसले.

''जर यातून सुटण्याची पळवाट त्यांना मिळाली, तर ते तोंडघशी पडणार नाहीत. झँग यांच्यावर याबाबतीत अंतर्गत दबाव आहे आणि त्यांना तोंडघशी पडून चालणार नाही.'' इलमन म्हणाल्या.

''खड्ड्यात जाऊ दे त्यांना.''

''तुम्ही तसं म्हणा, पण जर त्यांची खूप नाचक्की होईल, अशा मागण्या आपण त्यांच्याकडे करत राहिलो, तर ते अजिबात आपल्या मागण्या पूर्ण करणार

नाहीत. हेच वास्तव आहे. ते मागण्या पूर्ण करणार नाहीत.''

''करणार नाहीत? झँगनी हे प्रकरण सुरू केलं आणि त्यामुळे काय होतं याचा धडा त्यांना मिळायलाच पाहिजे. मी म्हणतो आपण त्यांची इतकी नाचक्की करू की, ते पुन्हा काही करायची हिंमतच करणार नाहीत.''

''आणि आपली अर्थव्यवस्था?''

''ही सध्या इथे लष्करी समस्या आहे. आपण त्यांना इतका जबरदस्त तडाखा देऊ की, ते आपल्या अर्थव्यवस्थेला हातही लावायला धजावणार नाहीत.''

इलमननी क्षणभर त्यांच्याकडे टक लावून बघितले, मग त्या नोल्स यांच्याकडे वळल्या. ''राष्ट्राध्यक्ष महोदय, हा एक ऐतिहासिक क्षण आहे. तो संधिसाधूपणातून निर्माण झालेला असो किंवा आणखी दुसऱ्या कोणत्या मार्गाने, तो आता इथे आहे. या आधी कधीच देण्यात आलं नव्हतं, अशाप्रकारे युनायटेड स्टेट्सला आव्हान देण्यात आलं आहे. अगदी शीतयुद्धाच्या काळातही असं आव्हान देण्यात आलं नव्हतं. शीतयुद्धाच्या काळात जे आव्हान होतं ते लष्करी. हे त्यापेक्षा जास्त व्यापक आहे. सगळी शस्त्र, दारूगोळा बाजूला ठेवा, सुदानमधल्या माणसांना बाजूला ठेवा, त्या स्ट्राइक ग्रुपना बाजूला ठेवा आणि तरीही हे आव्हान शिल्लक राहतं. आपण केवळ लष्करी आव्हान म्हणून त्याचा सामना केला तर आपल्या हातातून मुद्दाच निसटतो. एक संधी आपण गमावतो.''

राष्ट्राध्यक्ष विचारमग्न झाले. इलमन यांनी ज्या प्रकारे ते सांगितले होते, त्यात काहीतरी होते. लष्करी आव्हान बाजूला ठेवले तरी त्याआडचे आव्हान बाकी राहात होतेच. ते खरे होते. तो एक फार महत्त्वाचा मुद्दा होता आणि लष्करी हल्ल्याद्वारे प्रतिसाद देण्याच्या गडबडीत त्याकडे दुर्लक्ष झाले होते.

''मला कळत नाही,'' एड अब्राहम्स म्हणाले. ''ॲम्बॅसिडर, त्यांना पळवाट द्यायची म्हणजे कशी? त्याबाबत तुमची काय कल्पना आहे?''

''त्याचा अर्थ संधी घेऊन बघणं,'' इलमन म्हणाल्या.

ओकले गुरगुरले. ''त्याचा अर्थ माघार घेणं.''

''नाही, सर. माघार घेणं नाही. मी म्हणाले त्याचा अर्थ संधी घेणं.''

''आपण त्यांच्याबरोबर संधी घेऊन बघतोय? उत्तम. त्यांनी आधीच आपलं काय नुकसान केलंय ते विसरून जायचं. आपल्या माणसांना परत आणण्यासाठी गेलेल्या आपल्या अकरा माणसांना त्यांनी मारलं ते विसरून जायचं. आपला पुन्हा चुथडा करण्यासाठी त्यांना आणखी एक संधी द्या.''

''जॉन,'' रोझ म्हणाले, ''त्यांना काय म्हणायचं आहे ते तुम्ही अजून ऐकलेलंही नाही.''

''आपण यातून बाहेर पडण्यासाठी त्यांना एक पळवाट देणं आवश्यक

आहे,'' मरिअन म्हणाल्या. ''मिस्टर अब्राहम्स आज याआधी जे म्हणाले ते वेगळ्या प्रकारे सांगायचं तर, आपण त्यांना तंबूत बोलवायला हवं आणि ते लघवी करून स्वस्थ बसतील, अशी आशा करायला हवी. असं मी सुचवते....''

''राष्ट्राध्यक्ष महोदय,'' त्यांना अर्ध्यावरच तोडत ओकले रागाने म्हणाले. ''ॲम्बॅसिडर इलमनना ज्या हस्तिदंती मनोऱ्यात राहायचं आहे, त्यात त्यांना राहू द्या आणि तिथून त्यांना जी आशा करायची ती करू द्या. प्रत्यक्षात काय घडेल ते मी तुम्हाला सांगतो. जर आपण त्यांना तंबूत बोलावलं, तर ते आपल्या सगळ्यांवर लघवी करणार आहेत.''

राष्ट्राध्यक्षांनी त्यांच्याकडे दुर्लक्ष केले. त्यांनी इलमन यांच्याकडे बघितले. ''तुमच्या म्हणण्याचा अर्थ काय, ते मला सांगा.''

५७

केंद्रीय लष्करी आयोगाच्या बैठकीसाठी राष्ट्राध्यक्ष झँग उपस्थित होते. आयोगाचे प्रमुख म्हणून टेबलाच्या मध्यस्थानी ते बसून होते. त्यांच्या एका बाजूला संरक्षण मंत्री क्सू चांगजियांग आणि दुसऱ्या बाजूला जनरल फॅन केमिंग होते. आयोगाचा अध्यक्ष या नात्याने झँग लष्कराचे सर्वोच्च अधिकार असलेले व्यक्ती होते, निदान थिअरीप्रमाणे. आता आयोगाचा सदस्य असलेल्या दोन ॲडमिरलपैकी एक जण माहिती देत होता. माओ झेडाँग व चाऊ एन्लाय या स्ट्राइक ग्रुपच्या अमेरिकेविरुद्धच्या लढण्याच्या योजनेची माहिती देणे सुरू होते.

लामू बे इथे चीनची जहाजे पोहोचली की, अमेरिकेच्या तिथल्या अब्राहम लिंकन जहाजाला आधार देण्यासाठी अमेरिकेची केनेडी स्ट्राइक ग्रुपची पहिली तुकडी दोन तासांत पोहोचली असती. सादर करण्यात येत असलेल्या योजनेचा उद्देश होता चीनने आपल्या कनमिंग आणि चँगचून या संहारक नौकांना परत मिळवणे. जर लढाईमध्ये दोन्ही जहाजे किंवा इतर काही नष्ट झाले असते, तर पुढेही लढाई करत राहणे हा योजनेचा उद्देश होता. अमेरिकेच्या सैन्याने शरणागती पत्करून चीनच्या सैन्याचे झालेले नुकसान भरून देईपर्यंत लढाई सुरू ठेवण्यात आली असती.

"आणि तुम्हाला विश्वास आहे की, आपलं सैन्य अमेरिकेच्या तुकडीला शरणागती पत्करायला लावू शकेल?"

ॲडमिरलने प्रथम क्सू यांच्याकडे बघितले, नंतर मग ते पुन्हा राष्ट्राध्यक्षांकडे वळले. "होय, राष्ट्राध्यक्ष झँग,"

टेबलाभोवती जमलेल्या माणसांच्या चेहऱ्याकडे बघून मात्र झँगना त्याबाबत शंका वाटत होती. तिथे उपस्थित असलेल्या इतर बारा लोकांना त्याबद्दल खात्री होती असे दिसत नव्हते. खुद्द योजना सांगणाऱ्या ॲडमिरलनाही शंका आहे असे दिसत होते. पण अमेरिकेच्या तुकडीसमोर उभे राहणे आणि त्यांचे काही ना काही नुकसान करणे यामुळेच ते विजयी झाल्याचे एक चित्र रंगवता आले असते.

चीनच्या वृत्तपत्रांना तशातऱ्हेने बातमी द्या म्हणून आदेश दिले गेले असते हे त्यांना माहीत होते.

त्यांनी क्सू यांच्याकडे बघितले. दोन एक वर्षांपूर्वी संरक्षणमंत्र्यांच्या डाव्या डोळ्याला काही विकार झाला होता त्यामुळे तो डोळा सारखी उघडझाप करायचा. आता तो डोळा नेहमीपेक्षा खूप जास्त उघडझाप करत होता.

''थँक यू, ॲडमिरल,'' झँग म्हणाले.

ॲडमिरलने होकारार्थी मान हलवली.

फॅन यांनी इतर घडामोडींची जुजबी माहिती दिली. रशिया, जपान, तैवान यांच्या नौदलांनी आपल्या तुकड्या सध्या कुठे-कुठे पाठवल्या आहेत, त्याची माहिती त्यांनी दिली. तसेच भारत आणि रशियाच्या सीमारेषांवर त्यांच्या भूदलाच्या तुकड्या कुठे आहेत, त्याची माहितीही दिली. पिपल्स लिबरेशन आर्मीने नौदल व भूदल दोन्ही क्षेत्रांत जादा कुमक आता तैनात केलेली होती. चीनचा विजय झाल्यानंतर युनायटेड स्टेट्स अनेक ठिकाणी हल्ला करेल, असा अंदाज होता. नौदल, भूदल अशा सर्व क्षेत्रांवर त्यांनी हल्ला चढवला असता. बदला म्हणून मुख्य लष्करी तळावरही हल्ला चढवला असता. त्यांना तसे करता येऊ नये म्हणून आयोगाच्या अधिकाऱ्यांनी काही योजना आखलेल्या होत्या.

अमेरिकेच्या सैन्याकडून हल्ला होण्याआधीच त्यांना गारद करणे, हे या योजनांचे सूत्र होते. असे हल्ले अमेरिकेच्या पूर्व आशियातील लष्करी तळावर करण्यात आले असते. तसेच आधीच निश्चित केलेल्या हवाईमधील अनेक तळांवरही करण्यात आले असते, त्याचप्रमाणे अमेरिकेच्या पश्चिम किनाऱ्याजवळही चीनच्या नौदलाचे पर्ल हार्बर, सॅन दिएगो, चायना लेक आणि प्युजेट साउंड इथे तळ होते. तिथल्या सबमरीन मिसाइल हल्ला करण्यासाठी तयार होत्या.

झँग ऐकत होते, पण त्यांची अस्वस्थता वाढत होती. ''आपल्या प्रदेशात प्रतिबंधात्मक हल्ले तुम्ही कधी सुरू करणार?'' त्यांनी विचारले.

''जहाजांमध्ये लढाई सुरू झाल्या बरोबर.'' जनरलनी उत्तर दिले.

आणि त्यांच्या हल्ल्याला उत्तर म्हणून करायचे हल्ले?''

''जर अमेरिकेने इतर काही कारवाई करून उत्तर दिलं तर.''

''जर आपण प्रतिबंधात्मक हल्ले सुरू केले तर अमेरिकेला काही कारवाई न करणे शक्य होईल असं तुम्हाला वाटतं का?''

''ते कदाचित बदला म्हणून हल्ले करतील,'' फॅन शांतपणे उत्तरले. ''पण त्यांनी करू नयेत. हल्ले आपल्या प्रदेशात होतील. स्वत:चा बचाव करण्याचा आपला उद्देश स्पष्ट असेल.''

''पण जर त्यांनी कारवाई केलीच, तर बदला म्हणून आपणही पश्चिम

किनाऱ्यावर हल्ले करणार ना?''

''होय. पण जर आपण प्रतिबंधात्मक हल्ले केले नाहीत, तर आपण स्वत:चे रक्षण करू शकत नाही. ते आपल्याला करायलाच हवेत. अमेरिकेचे लोक शहाणे असतील, तर बदल्यासाठी ते हल्ले करणार नाहीत. प्रतिबंधात्मक हल्ले आपल्या स्वत:च्या बचावासाठी आहेत, हे त्यांच्या लक्षात येईल.''

''हे हल्ले खूप जोरदार असतील,'' दुसरे जनरल म्हणाले. ''आपल्याकडे उपलब्ध असलेल्या सर्व साधनांचा उपयोग करून आपण चीनचा बचाव करू हे त्यांना बघायला मिळेल.''

झँगनी क्सू यांच्याकडे बघितले. संरक्षणमंत्र्यांच्या डोळ्यांची उघडझाप झाली.

झँग पुन्हा फॅन यांच्याकडे वळले. ''त्यांच्या हल्ल्याला उत्तर म्हणून आपण हल्ले केल्यानंतर अमेरिका काय करेल?''

''एकदा हे हल्ले सुरू झाल्यानंतर नव्या तुकड्यांची जमवाजमव करण्यास त्यांना काही दिवस लागतील.''

''आणि नंतर?''

''तो एक नवा अध्याय असेल, अर्थातच जर त्यांना तो सुरू करायची इच्छा असेल तर!''

झँगनी मान हलवून होकार दर्शविला. ''जनरल फॅन, हे प्रतिबंधात्मक हल्ले बचावात्मक वाटत नाहीत.''

''आपण स्वत:चा बचाव करतोय. आपल्या दोन जहाजांना 'हायजॅक' करणं ही त्यांची कृती म्हणजे आपल्यावर झालेलं आक्रमण आहे. त्यानंतर आता आपण जे काही करू ते बचावाचंच कृत्य आहे.''

''आपण प्रतिबंधात्मक हल्ले करू नयेत, कदाचित!''

''मग आपल्याला मार खावा लागेल.''

''कदाचित तसं होणार नाही.''

''आपल्याला मार खावा लागेल आणि ते लोकांच्या नजरेस पडेल,'' फॅन धारदारपणे म्हणाले.

झँग गप्प बसले. एकातून दुसरे, त्यातून तिसरे असे प्रकरण भयानक चिघळत जाणार हे त्यांना दिसत होते. पण परिस्थितीवर त्यांचा ताबा नव्हता. फॅननी स्वत:हून कुठपर्यंत गोष्टी घडवल्या होत्या ते त्यांना माहीत नव्हते. अमेरिकेच्या दोन हवाई कर्मचाऱ्यांना सोडून देण्यासाठी चीनने सुदानला भाग पाडावे अशी राष्ट्राध्यक्ष नोल्स यांनी जाहीरपणे मागणी करण्यापूर्वीच त्यांना सोडून दिले जावे अशी आपली इच्छा आहे हे त्यांनी फॅनना सांगितले होते. ते त्यांनी सुदानच्या राष्ट्राध्यक्षांनाही सांगितले होते. पण अमेरिकेच्या राष्ट्राध्यक्षांनी

जाहीरपणे मागणी केल्यामुळे त्या कर्मचाऱ्यांना स्थानबद्ध करून ठेवण्यात सुदानच्या लष्कराला मदत करणे फॅनना सोपे जात होते.

अर्थात जर ते तशी मदत करत असतील तर. झँगनी त्यासाठी परवानगी दिलेली नव्हती. तसेच सहकारी सैनिकांच्या सुटकेसाठी आलेल्या अमेरिकेच्या पथकावर दबा धरून हल्ला करण्याचीही त्यांनी अजिबात परवानगी दिलेली नव्हती. पण जे लष्करी अहवाल त्यांनी बघितले होते आणि राष्ट्राध्यक्ष नोल्स यांनी त्यांना जे सांगितले होते त्यावरून हा हल्ला चीनच्या पुढाकाराखाली झाला होता, हे स्पष्ट होत होते.

तोपर्यंत माओ झेडाँग व चाऊ एन्लाय या दोन विमानवाहू नौका केनियाच्या किनाऱ्याकडे निघाल्याही होत्या. वेळ आली तर हस्तक्षेप करण्यासाठी त्यांनी तयार असावे म्हणूनच त्यांना तळावर ठेवण्यात आले असावे. त्या जहाजांनी केनियाकडे प्रस्थान करण्यापूर्वी त्यांचा सल्ला घेण्यात आला नव्हता. एकदा जहाजांनी तिकडे जाणे सुरू केल्यानंतर आता त्यांना पुढे जाऊ द्या, ह्या त्यांच्या आदेशाची गरजच नव्हती. आता आदेश द्यावा लागला असता तो ती जहाजे माघारी फिरवा म्हणूनच. ह्या सगळ्यामुळे पेचप्रसंगातील अधिकाराचे समीकरण बदलून गेले होते. जोपर्यंत तो आर्थिक पेचप्रसंग होता, तोपर्यंत त्यावर त्यांचे वर्चस्व होते. आता तो एकदा लष्करी पेचप्रसंग झाल्यानंतर त्याची सूत्रे फॅन यांच्या हातात गेली होती.

जर जहाजे माघारी फिरवा असे त्यांनी आदेश दिले असते, तर काय घडले असते यांची झँगना खात्री नव्हती. तो पाळला जाईल याची त्यांना खात्री नव्हती. जर तसे घडले असते, जर त्यांनी जहाजे माघारी फिरवा आदेश दिला असता आणि तो पाळला गेला नसता तर त्यांना त्यांच्याविरुद्धच्या उठावाला तोंड द्यावे लागले असते. एक तर त्यांना फॅन यांना संपवावे लागले असते नाहीतर त्यांची स्वत:चीच इतिश्री झाली असती.

क्सू यांच्या मान्यतेशिवाय जहाजे पुढे जात राहणे शक्य नव्हते. पण झँगना माहीत होते की, त्याचा अर्थ फॅन यांच्यामागे क्सू अगदी ठामपणे उभे होते असा नव्हता. त्याचा अर्थ इतकाच होता की वेळ आलीच तर फॅन यांना पाठिंबा देण्याच्या स्थितीत क्सू यांनी स्वत:ला आणून ठेवले होते. जहाजे माघारी घ्या म्हणून जर झँग यांनी मागणी केली असती तर क्सू यांना निर्णय घ्यावा लागला असता. प्रश्न होता निर्णय घेण्यास भाग पडावे अशा स्थितीत संरक्षणमंत्र्यांना आणून ठेवण्यासाठी हा योग्य क्षण होता का?

जर क्सू यांचा पाठिंबा मिळणार अशी खात्री नसेल, तर त्यांच्याविरुद्ध फॅन उठाव करणार नाहीत हे झँगना पक्के माहीत होते. क्सू यांच्या पाठिंब्याशिवाय

उठाव करणे ह्यात फॅन यांना दोन प्रकारच्या धोक्याला एकाच वेळी तोंड द्यावे लागले असते. एक तर देशात यादवी युद्ध भडकण्याचा धोका होता. आणि खुद्द लष्करात दोन तट पडले असते. त्यांना पाठिंबा देणारे आणि न देणारे असे लष्करातील दोन गट एकमेकांविरुद्ध संघर्ष करत राहिले असते. सुरक्षा दल झँग यांच्यामागे उभे राहिले असते. हवाई दल आणि नौदलाची महत्त्वाची युनिटस यांचे नेतृत्व क्सू यांच्याकडे गेले असते. लष्करातील कट्टर ग्रुप फॅन यांच्यामागे उभे राहिले असते. २०१४च्या पेचप्रसंगानंतर राज्याचे रक्षणकर्ते ह्या नात्याने लष्कराने राजकीय सत्ता उघडपणे ताब्यात घ्यावी असा ह्या कट्टर गटांचा ठाम विश्वास होता; पण क्सू यांच्या आदेशावरून चीनच्या हवाई दलाने चीनच्याच लष्कराच्या बराकींवर हल्ला केलेला बघण्याची फॅन यांची इच्छा नव्हती. उलटपक्षी जर फॅन यांना पक्के वाटले असते की क्सू त्यांच्यामागे उभे राहतील किंवा क्सू यांचे पाठीराखे त्यांना सोडून देतील तर मग ते पुढची चाल खेळले असते. लष्कराच्या समोर फक्त सुरक्षा दल फारच कमजोर होते. घनघोर संघर्ष झाला असता पण लष्करच भारी पडले असते.

झँगनी संरक्षणमंत्र्यांकडे नजर वळविली. क्सू डोळ्यांची खूपच वेगात उघडझाप करत होते. जर त्यांनी फॅन यांना सत्तेवर आणले तर ते स्वत: फार काळ टिकू शकणार नाहीत हे त्यांना नक्कीच माहीत असेल, असा झँग यांच्या मनात विचार आला. मागील चार वर्षांत त्या तिघांमध्ये सत्तेचा जो समतोल सांभाळला गेला होता तो त्यामुळेच. आतासुद्धा क्सू यांनी आपल्या मागे उभे असलेले पाठीराखे गमावले असते तर त्यांना काडीची किंमत उरली नसती.

झँग यांच्या मनात विचार आला, म्हणून क्सू स्वत:लाच प्रश्न विचारत असतील, असे कोणते कारण असेल ज्यामुळे त्यांचे पाठीराखे त्यांना सोडून जातील? ॲडमिरल आणि हवाई दलाचे जनरल कोणत्या कारणामुळे त्यांना सोडून देतील? अमेरिकेबरोबर लढाई करण्याचा आदेश दिल्यामुळे – की माघारी फिरण्याचा आदेश दिल्यामुळे? हा जर क्सू यांच्यासाठी सर्वांत महत्त्वाचा प्रश्न होता, तर त्यांच्या स्वत:साठीही हा तितकाच महत्त्वाचा प्रश्न होता हे झँगना माहीत होते.

ॲडमिरल्सना खरोखरच अमेरिकेबरोबर लढण्याची इच्छा होती, असे झँगना वाटत नव्हते. त्यांनी नुकतेच जे काही बोलणे त्यांनी ऐकले होते त्यावरून आपण जिंकू असे त्यांना वाटत होते, यावर झँग यांचा विश्वास नव्हता. आपली दोन मौल्यवान नवीकोरी क्षेपणास्त्रवाहू जहाजे नष्ट झालेली बघण्याची त्यांची इच्छा असावी असेही त्यांना वाटत नव्हते. पण जर हे टाळण्याचा एकमेव मार्ग माघार घेणे असेल तर ते तो स्वीकारतील का? जर केंद्रीय लष्करी आयोगाच्या बैठकीत

त्यांनी चाऊ एन्लाय आणि माओ झेडाँग दोन विमानवाहू नौकांना माघारी फिरण्याचा आदेश दिला असता आणि क्सू त्यांच्यामागे उभे राहिले असते, तर ॲडमिरल्सची काय प्रतिक्रिया आली असती? त्यामुळे अमेरिकेसमोर चीनची खूपच नाचक्की होईल असे त्यांना वाटले असते का? मग त्या निर्णयाला विरोध करण्यासाठी ते फॅन यांच्या मागे उभे राहिले असते का? खरं तर त्या ॲडमिरल्सना काय वाटले असते हा प्रश्न नव्हता. ते फॅन यांच्या मागे उभे राहतील असे क्सू यांना वाटत होते का हा प्रश्न होता.

प्रत्यक्षात काय घडेल हा ह्या क्षणी महत्त्वाचा प्रश्न नव्हता; तर क्सू यांची त्याबाबत काय भूमिका होती, हा महत्त्वाचा प्रश्न होता. जर माघार घेण्यामुळे आपले पाठीराखे आपल्याला सोडून जातील, असे क्सू यांना वाटले असते तर माघार घेण्याचा आदेश रद्द करणारा आदेश त्यांनी काढला असतात. जर असा आदेश रद्द करणारा आदेश क्सूंनी काढला असता तर फॅन यांच्याबरोबर क्सूंना नक्कीच हातमिळवणी करावी लागली असती आणि ह्या सत्तासंघर्षात मग जनरल फॅन यांचा विजय झाला असता.

दुसरीकडे जर झँग यांनी माघारी फिरण्याचा आदेश दिला नसता तर लामू बे वरील लढाईमुळे ती लढाई संपण्यापूर्वीच जगाच्या दुसऱ्या टोकाला संघर्षाची मोठी आग भडकली असती.

अमेरिकेच्या अध्यक्षांना त्यांनी सांगितले होते, चीनच्या जहाजांना जाऊ दिले पाहिजे. ते त्यांना त्यांनी पुन:पुन्हा सांगितले होते. नोल्सना ते दुसरी फक्त एकच गोष्ट सांगू शकले असते ती म्हणजे, चाऊ एन्लाय आणि माओ झेडाँग या दोन विमानवाहू नौकांना माघारी वळण्याचे आदेश देण्याइतके आपण सामर्थ्यशाली आहोत, असे त्यांना स्वत:ला वाटत नव्हते. अमेरिकेच्या राष्ट्राध्यक्षांना अशी काही गोष्ट सांगणे अर्थातच त्यांना शक्य नव्हते. ती गोष्ट ऐकल्यावर जरी नोल्सनी त्यांच्या म्हणण्याप्रमाणे चीनच्या जहाजांना जाऊ दिले असते तरी चीनच्या प्रतिष्ठेला फार मोठा धक्का बसला असता. ती अपरिमित हानी झाली असती.

आपण काय करू ते झँगना माहीत नव्हते. आता फारच थोडा वेळ शिल्लक होता. अमेरिकेने माघार घेणे अत्यंत आवश्यक होते. जर त्यांनी माघार घेतली नसती तर त्यांनी अंतर्गत उठावाचा धोका पत्करला असता का अमेरिकेबरोबरच्या संघर्षाचा, ते त्यांना माहीत नव्हते. संघर्ष झाला तर प्रकरण खूप वाढणार याची त्यांना खात्री होती, पण ते कुठपर्यंत जाईल हे त्यांना माहीत नव्हते.

दुसऱ्या बाजूला आपल्या देशांतर्गत विरोधकांवर लगेच कारवाई केली असती आणि तडाखा दिला असता तर देशांतर्गत बंडाळीवर काबू ठेवणे कदाचित शक्य होते. जर जहाजांना माघारी फिरण्याचा आदेश त्यांनी दिला असता तर देशांतर्गत

उठाव कदाचित झालाही नसता; पण उठाव जर झाला असता तर चीनमध्ये हिंसेचा आगडोंब उसळला असता. देशाच्या अंतर्गत शत्रूंनी आणि सीमेपलीकडच्या, बाहेरच्या शत्रूंनी मग ह्या संधीचा गैरफायदा घेऊन स्वत:ची उद्दिष्टे पूर्ण करण्याचा प्रयत्न केला असता.

फॅन त्यांना निरखत होते.

''जहाजं यायला अजून किती वेळ बाकी आहे?'' त्यांनी विचारले.

''छत्तीस तास.''

५८

टॉम नोल्स यांनी अगदी थोडा वेळ झोप काढली. वर्षाच्या ह्या शेवटच्या दिवशी ते उठले व गॅरी रोस आणि मरिअन इलमन यांना ओव्हल ऑफिसमध्ये भेटले. त्या दोघांनी तयार केलेले टिपण त्यांनी बघितले. मग ते तिघंही नियंत्रण कक्षात गेले.

रात्रभरात चीनचे व अमेरिकेचे स्ट्राइक ग्रुप पुढे-पुढे जात होते. लामू बे इथे ते आता सुमारे बावीस तासांत एकमेकांसमोर आले असते, असा अंदाज होता. रशियाच्या नौदलाच्या हालचाली आता थंडावल्या होत्या. रशिया व चीन यांचे स्ट्राइक ग्रुप एकमेकांपासून सुमारे हजार नाविक मैल अंतरावर होते, म्हणजे एकमेकांपासून पंधरा तासांच्या अंतरावर. सुदानमध्ये एकमेकांवर तुरळक गोळीबार झाला होता, पण जीवितहानी झाली नव्हती. त्र्याहत्तर अमेरिकी सैनिक कंपाउंडमध्ये होते, त्यांच्याभोवती वेढा घालून असलेल्या सैन्याच्या तुकड्या होत्या. या तुकड्यांच्या मदतीसाठी आणखी कुमक पाठवल्याचे ड्रोनद्वारे घेतलेल्या छायाचित्रांवरून दिसत होते. कंपाउंडमधील अमेरिकेच्या सैनिकांचा प्रेसलर यांच्या कमांड सेंटरबरोबर रेडिओ यंत्रणेद्वारे संपर्क होता, पण समुद्रात काय घडामोडी होत्या ते त्यांना माहीत नव्हते. अमेरिकेच्या दोन ड्रोनना हल्ला करून खाली पाडल्याचे त्यांना दिसले होते, पण इतर ड्रोनचे मात्र आकाशात काम सुरूच होते.

ह्या हालचालींबद्दल प्रसारमाध्यमांत असलेले मौन हळूहळू कमी होत चालले होते व काही बातम्या बाहेर येत होत्या. हिंदी महासागरात चीनच्या नौदलाच्या कवायती सुरू आहेत, अशी बातमी एका बातमीदाराने जपानच्या एका टीव्ही चॅनेलवर दिली होती. चीनच्या जहाजांच्या मोठ्या प्रमाणावर हालचाली सुरू आहेत, अशी बातमी चीनमधून बाहेर फुटली होती. त्यामुळे चीनच्या लोकांनी त्याचे काही कारण सांगणे भाग होते. त्यामुळे चीनने स्वत:च जपानच्या टीव्हीवर चीनच्या नौदलाच्या कवायतीबाबत बातमी पेरली असावी, अशी गुप्तहेरखात्याची अटकळ होती. जंगल पीस मोहिमेत काहीतरी अनिष्ट घटना घडली आहे, अशी

अफवा अमेरिकेच्या लष्करात पसरत चालली होती अशी माहिती संरक्षणखात्याच्या गुप्तहेर विभागाला होती. ही मोहीम डेवी आणि मॉन्टेझ यांच्याबाबतची होती असाही दाट संशय होता; पण त्याचा तपशील कोणालाच माहीत नव्हता. एकदा ह्या अफवा सुरू झाल्या की, त्या लष्कराच्या बाहेर आणि नंतर माध्यमात जाणार हे नक्कीच होते. त्यासाठी किती दिवस लागले असते इतकाच काय तो प्रश्न होता. केनेडी आणि बुश ह्या स्ट्राइक ग्रुपवरील सैन्यदलाच्या कर्मचाऱ्यांवर संदेशबंदी घालण्यात आलेली होती. इतरांशी दूरध्वनी किंवा अशा मार्गाने संपर्क साधण्यास त्यांना मज्जाव करण्यात आलेला होता. त्याचा त्यांच्याकडून अजूनतरी भंग झालेला नव्हता. पण लष्करातील इतरांच्या लक्षात ते आले होते. जंगल पीस मोहिमेच्या अफवेशी त्याचा अजून कोणी संबंध जोडत नव्हते, पण हाही केवळ वेळेचाच प्रश्न होता. केनियाच्या जवळ स्ट्राइक ग्रुप समोरासमोर येईपर्यंत संदेशबंदी टिकून राहील का, ते सांगणे अशक्य होते.

नियंत्रण कक्षाच्या भिंतीवर असलेल्या स्क्रीनवर अब्राहम लिंकन, जॉन एफ केनेडी आणि चीनच्या दोन विमानवाहू युद्धनौका त्याक्षणी कुठे आहेत, त्याचे चित्र झळकत होते. जेव्हा त्यांनी प्रवास सुरू केला होता, तेव्हा त्यांच्यामधील त्रिकोण खूप मोठा होता. आता तो खूप छोटा झाला होता. त्यामुळे धडकी भरत होती.

हेलनी लष्करी कारवाई काय असेल, ते पुन्हा एकदा पण संक्षिप्तपणे सांगितले. ह्या वेळी निर्णय घेणे आवश्यक होते.

राष्ट्राध्यक्षांनी टेबलासभोवती बघितले. संपूर्ण राष्ट्रीय सुरक्षा परिषदेची ही मीटिंग होती. आदल्या दिवशी त्यांनी व्हाइट हाउसच्या वकिलांचा सल्ला घेतला होता. त्यांनी सल्ला दिला होता परिषदेच्या सर्व सदस्यांचा यात सहभाग असणे आवश्यक होते. रात्रभरात गॅरी रोझ यांनी सुझान ऑप्टिझ, मार्टी पेरेझ आणि प्रभारी परराष्ट्रमंत्री डॉग हावरिंग यांना पूर्व अफ्रिकेत मागच्या तीन दिवसांत काय घटना झाल्या होत्या आणि होत होत्या त्याची माहिती दिली होती. मरिअन इलमन आणि सहा जॉइंट चीफ ऑफ स्टाफही मीटिंगसाठी उपस्थित होते.

''सुझान, डॉग, मार्टी,'' राष्ट्राध्यक्ष म्हणाले. ''तुम्हाला काही विचारायचं आहे?''

डॉग हावरिंगना राष्ट्राध्यक्षांचे, राष्ट्राध्यक्ष झँग यांच्याबरोबर जे संभाषण झाले त्या विषयी आणखी माहिती हवी होती. मरिअनना माहीत होते की, ते बहुधा आपण तिथे आहोत, हे अधोरेखीत करण्यासाठी केवळ ही माहिती विचारत होते. हावरिंग त्यांच्या दिशेने मीटिंग सुरू झाल्यापासून नजर टाकत होते आणि त्या नजरेत मित्रत्वाची भावना नव्हती. बॉब लिव्हिंगस्टन यांच्या मृत्यूनंतर आपले काय स्थान आहे, ते हावरिंगना माहीत नव्हते. आता इथे आल्यावर पेचप्रसंग

सुरू होऊन तीन दिवस झाले होते हे त्यांना कळले होते आणि त्यातही मरिअन इलमन अनपेक्षितपणे समोर आहेत, हे बघून त्यांना नक्कीच आनंद झाला नव्हता.

ऑप्टिझनीही एक-दोन प्रश्न विचारले.

''ओके,'' त्या प्रश्नांची उत्तरे दिल्यावर राष्ट्राध्यक्ष म्हणाले, ''काय करायचं ह्याचा निर्णय मी घेतलेला आहे आणि त्याचा तपशील मी तुम्हाला देत आहे.''

जॉन ओकले त्यांच्याकडे टक लावून बघत होते. ''एकदा ही आपली मीटिंग संपली की मी राष्ट्राध्यक्ष झँगना एक टिपण पाठवणार आहे. त्यात मी कनमिंग आणि चँगचून जहाजांना बारा तासांत जाऊ देण्यात येईल, असं सांगणार आहे. त्यानंतर एका तासाने – जॉन, थांबा – मला बोलणं पूर्ण करू द्या. त्यानंतर एका तासाने आपल्या माणसांना आणण्यासाठी आपण सुदानमध्ये सैन्यदल पाठवू. मी त्यांना सांगणार आहे की, हे शांततापूर्ण मार्गाने होईल अशी आमची अपेक्षा आहे. आम्ही सुदानमध्ये जाऊ, माणसांना घेऊ आणि तिथून बाहेर पडू.''

''मरिअनननी असं करण्यासाठी खरोखर तुमचं मन वळवलं यावर माझा विश्वास बसत नाही.'' ओकलेंनी तिटकाऱ्याने मान हलवली. ''जर झँग यांनी नकार दिला तर आपण काय करणार?''

''मी त्यांना विचारत नाही, जॉन, त्यांना सांगत आहे.''

''आणि तुम्ही सांगाल ते झँग निमूटपणे करतील?''

''मला तशी आशा आहे.''

ओकलेंनी राष्ट्राध्यक्षांकडे क्षणभर रोखून बघितले, मग मरिअन यांच्याकडे नजर वळविली. ''एकदा का आपण माघार घेतली आणि त्यांच्या जहाजांना त्यांच्या ताब्यात दिलं, मग सुदानमधल्या पंचाहत्तर माणसांसाठी आपण त्यांच्याबरोबर लढाई करू यावर त्यांचा विश्वास बसेल असं तुम्हाला खरोखर वाटतं का? यावर ते विश्वास ठेवतील असा विचार करण्याइतक्या तुम्ही खरोखर भाबड्या आहात का, ॲम्बॅसिडर?''

इलमन यांनी त्यावर प्रतिक्रिया व्यक्त केली नाही. अशा प्रकारे कृती करावी ही कल्पना इलमन यांचीच होती आणि त्यांनी आणि रोझनी रात्रभरात ते टिपण तयार केले होते. तो काही फारसा सुखकर अनुभव नव्हता. रोझनी आधी राष्ट्राध्यक्ष आणि त्यांच्याबरोबर प्रस्तावाबाबत प्रदीर्घ चर्चा केली होती, मग कुठे कोंडीतून बाहेर पडण्यासाठी ह्या प्रस्तावामुळे मार्ग मिळू शकेल याचा स्वीकार केला होता. पण मरिअन इलमन अचानकच ज्या रितीने कोअर टीमचा भाग झाल्या आहेत ते त्यांना आवडलेले नव्हते, हे स्पष्ट होते.

''त्यांनी त्यावर विश्वास ठेवायलाच हवा. तेच त्यांच्या हिताचं आहे,'' नोल्स म्हणाले. ''जर आपल्याला थांबवण्याचा प्रयत्न करून बघण्याची त्यांची इच्छा

असेल तर त्यांना ते करावंच लागेल. जर त्यांना युद्ध करायचं असेल तर, आपण ते लढू. पण ते आपल्या माणसांना सोडवण्यासाठी लढू. आपल्यासाठी जे मौल्यवान आहे. त्यासाठी लढू, जॉन. केवळ दोन जहाजांसाठी नाही.''

''राष्ट्राध्यक्ष महोदय?'' जनरल हेल म्हणाले.

''हूं, जनरल?''

''तुम्ही बारा तास म्हणालात. ते आतापासून बारा तास का?''

''आपल्या वेळेप्रमाणे सकाळचे ११ वाजल्यापासून बारा तास.'' त्या वेळी केनियामध्ये सकाळचे सात वाजलेले असतील.''

''म्हणजे आपली माणसं सुदानमध्ये जातील, तेव्हा सकाळचे आठ वाजलेले असतील?''

राष्ट्राध्यक्षांनी होकारार्थी मान हलविली. ''हे आपण दिवसा करणं आवश्यक आहे, जनरल. मी त्याबाबत तुमचा सल्ला घेईन, पण गैरसमजातून काही चुकीच्या गोष्टी घडतील अशी शक्यता मला टाळायची आहे.''

''दिवसाउजेडी करण्यामुळे तो धोका नक्कीच कमी होतो, ते खरं आहे, सर. पण जर शत्रूने गोळीबार करायचं ठरवलं तर आपल्या सैन्याला फार मोठ्या धोक्याला तोंड द्यावं लागेल.''

''त्याची मला कल्पना आहे.''

''जर आपण एक हल्ला म्हणून याची आखणी केली आहे, सर, तर रात्रीच्या अंधारात आपण हे करू. आपल्याकडे जी उपकरणं आणि आपलं प्रशिक्षण आहे, त्याचा आपल्याला शत्रूच्या तुलनेत जास्त फायदा होईल.''

''जनरल, हल्ला म्हणून आपण याची आखणी केलेली नाही.''

''तर मग तो सापळा क्रमांक दोन आहे; त्याच्यात आपण स्वत: होऊन चालत जातोय,'' ओकले म्हणाले.

''आपण हे दिवसा करत आहोत. त्यामुळे आपण त्यांच्यावर हल्ला करत नाही हा स्पष्ट संदेश त्यांना जातो,'' इलमन म्हणाल्या.

''ते त्यांच्या मर्जीनुसार आपल्यावर गोळीबार करू शकतात हा स्पष्ट संदेश त्यांना मिळतो,'' ओकले म्हणाले.

''आपण हे करू शकू का?'' ओकलेंकडे दुर्लक्ष करीत राष्ट्राध्यक्ष हेलना म्हणाले. ''आपलं सैन्य सुदानमध्ये जाण्यासाठी आठपर्यंत तयार असेल ना?''

हेलनी होकारार्थी मान हलवली. ''तिथे जाण्यासाठी ॲडमिरल प्रेसलर यांच्याकडे एक तुकडी तयार आहे.''

''पण हे दिवसाउजेडी करण्याचा निर्णय घेतल्यामुळे आपल्या माणसांना जास्त धोक्याला तोंड द्यावं लागेल याकडे आपला लष्करी सल्लागार या नात्याने

मी लक्ष वेधू इच्छितो.''

''होय, जनरल. मी त्याची जबाबदारी स्वीकारतो.''

''मी हेही लक्षात आणून देतो – तुम्ही त्यावर आधीच विचार केला असेल हे मी गृहीत धरतो तरीही – एकदा का आपण कनमिंग आणि चँगचून जहाजांना जाऊ दिलं की, मग सुदानमधल्या आपल्या माणसांवर हल्ला होऊ नये यासाठी आपल्या हातात असलेलं हत्यारच नाहीसं होतं. त्यांच्या संरक्षणासाठी म्हणून आपण त्या जहाजांना अडकवून ठेवलं आहे. ती गेल्यावर मग ते कवच नष्ट होतं. यामुळे आपली माणसं अक्षरशः अत्यंत धोकादायक स्थितीत ढकलली जातात. याचं महत्त्व –''

''तुमचा मुद्दा माझ्या लक्षात आला आहे, जनरल.''

''आपल्या हातात असं हत्यार नसताना, सर –''

''जनरल, मी म्हणालो ना, तुमचा मुद्दा माझ्या लक्षात आला. त्यांच्या जहाजांना रोखून ठेवा म्हणून मी सांगितलं नव्हतं, हे आठवतंय? ॲडमिरल प्रेसलरनी तो निर्णय घेतला होता.''

''जे ह्या मोहिमेचे प्रत्यक्ष रणभूमीवरील कमांडर आहेत.''

''होय. रणभूमीवर आणि त्यांच्या अधिकाराखाली जी रणभूमी आहे, त्यापलीकडे फार दूरवर, याचे व्यापक परिणाम होत आहेत. हे जे तुमच्या हातातील इतकं महत्त्वाचं हत्यार आणि कवच आहे त्यामुळे जागतिक महायुद्धापासून आपण केवळ बावीस तासांच्या अंतरावर आहोत, असं तुमच्याच योजनांवरून स्पष्ट आहे. तुमचा मुद्दा माझ्या लक्षात आला आहे. तो मी हिशेबात घेतला आहे.''

''ह्या मोहिमेसाठीचे स्पष्ट नियम आम्हाला हवेत,'' जणू काही ती एखादी धमकी असल्यासारखे हेल म्हणाले. ''आत जाणाऱ्या सैन्याला गोळीबार करण्याची परवानगी कधी आहे, कोणती शस्त्रं ते वापरू शकतील. स्वतःचा बचाव करण्यापूर्वी त्यांनी शत्रूची किती मोठी कुरापत सहन करावी अशी अपेक्षा आहे, हेही स्पष्ट हवं.''

''डॉ. रोझ त्याबाबत तुमच्याशी चर्चा करतील.''

''राष्ट्राध्यक्ष महोदय,'' ॲडमिरल टॉव्हे कागदाच्या तुकड्यावर काही हिशेब करत होते, ते म्हणाले, ''आपल्या निर्णयाबद्दल पुन्हा प्रश्न उपस्थित न करता मोहिमेच्या दृष्टिकोनातून मला काही विचारायचं आहे. एकदा आपण कनमिंग आणि चँगचून जहाजांना जाऊ दिलं आणि काही कारणाने, नंतर एक किंवा दोन तासांनी कदाचित तुम्ही त्या मोहिमेबाबत सांगत आहात, त्याचे फलस्वरूप म्हणून आपण पुन्हा त्यांना ताब्यात घ्यायचा निर्णय घेतला, तर त्याक्षणी आपल्या दोघांची जहाजं ज्या ठिकाणी असतील त्याचा विचार करता त्यांची जहाजं आपल्याला पुन्हा आपल्या ताब्यात घेता येणार नाहीत. ही वस्तुस्थिती आहे

कारण त्यांची जहाजं इतक्या दूर अंतरावर निघून गेलेली असतील की, आपण शत्रूच्या जहाजांच्या कक्षेत गेल्याशिवाय ती आपण परत मिळवू शकणार नाही. त्याही आधी चीनच्या विमानवाहू नौकातून आपल्यावर हवाई हल्ला होण्याचा धोका आहे. म्हणजे मला वाटतं, मला म्हणायचं आहे, सर, एकदा का आपण त्या जहाजांना जाऊ दिलं की, ती आपल्या हातातून पूर्णपणेच निसटतील.''

राष्ट्राध्यक्षांनी होकारार्थी मान हलविली. ''तेच माझं गृहीततत्त्व होतं. चीनसुद्धा असाच विचार करेल हे मी गृहीत धरतो.'' ते पुन्हा हेल यांच्याकडे वळले. ''जनरल, मोहिमेच्या दृष्टिकोनातून आणखी काही मुद्दे आहेत का?'' काही क्षण वाट बघून ते पुन्हा म्हणाले, ''जनरल?''

''नाही, राष्ट्राध्यक्ष महोदय.''

''ह्या मीटिंगनंतर मोहिमेच्या नियमांबाबत डॉ. रोझ यांच्याशी बोलून घ्या. त्याचा मसुदा तयार झाला की, मी तो संमत करेन. आपल्या माणसांना आणण्यासाठीच्या मोहिमेची आखणी ॲडमिरल प्रेसरल करतील, असं मी गृहीत धरतो. तयार झाल्यानंतर तीही मी संमत करेन आणि त्यांच्याबरोबर बोलेन. जनरल ह्या मोहिमेतील प्रत्येक गोष्ट अगदी स्पष्ट असेल, याची आपण खात्री करू या. परिस्थिती आधीच अत्यंत तणावपूर्ण आहे. गैरसमज होण्याचं कारणच उद्भवू नये याची काळजी घेऊ या. ॲडमिरल प्रेसलर यांच्या ते लक्षात येईल याची खात्री करा. मोहिमेच्या योजनेत गैरसमज निर्माण होऊ शकेल, असं काही जर असेल तर मी ॲडमिरलना व्यक्तिशः जबाबदार धरेन.''

''राष्ट्राध्यक्ष महोदय, आपण काहीतरी विसरत आहोत,'' ओकले म्हणाले. ''डेवी आणि मॉन्टेझ यांचं काय?''

''ते त्या जागेवर नाहीत अशी माझी समजूत आहे. बरोबर?''

''ते कुठं आहेत, याक्षणी तरी आपल्याला माहीत नाही,'' एक ऑफिसर म्हणाला.

ओकलेंनी पटत नाही असे दाखवणारी मान हलवली.

''तुम्ही काय सुचवताय जॉन?''

''त्या दोघांसाठी तर आपण मुळात तिथे गेलो.''

''सदोष माहितीच्या आधारे आपण तिथे गेलो.''

''जॉन, आपल्याला मूर्ख बनवण्यात आलं,'' रोझ म्हणाले. ''तो सापळा होता हे उघड आहे.''

''होय, आणि तो आपल्यासाठी रचला होता?''

''काय आहे, जॉन?'' राष्ट्राध्यक्ष अस्वस्थत होत म्हणाले. ''सांगून टाका. तुमच्या मनात काय आहे ते. बाहेर येऊ द्या.''

“हा शेवटचा डाव आहे. आपण इथपर्यंत आलोय आणि आता ऐनवेळी, मोक्याच्या क्षणी आपण माघार घेतोय आणि एक अक्षम्य चान्स घेतोय. त्याला दुसरा शब्द नाही. हे अक्षम्य आहे. ॲम्बॅसिडार काय म्हणाल्या, ते ऐकायला तुम्हाला छान वाटलं असेल, पण माझ्यासाठी ती फॅन्टसी आहे – अद्भूतरम्य कल्पना.”

“काय” डाँग हावरिंग तत्काळ म्हणाले. “ॲम्बॅसिडार काय म्हणाल्या होत्या?”

“आणि अनेक लोकांचा जीव यात आपण पणाला लावत आहोत,” त्यांच्याकडे दुर्लक्ष करत ओकले पुढे म्हणाले. “डेवी आणि मॉन्टेझ यांच्याखेरीज त्र्याहत्तर माणसं तिथं कंपाउंडमध्ये आहेत शिवाय त्यांना आणायला जातील, ती माणसंही असतील.” बोट टेबलावर जोरात घासत ते पुढे आणखी म्हणाले, “झँग ते टिपण वाचतील आणि म्हणतील मला हे छान वाटतं, त्यांच्या माणसांना जाऊ दे, या अशा भरवंशावर केवळ त्यांपैकी एकाही माणसाचा जीव मी पणाला लावणार नाही. अगदी एकाचाही नाही.”

“जॉन,” राष्ट्राध्यक्ष संथपणे म्हणाले, “त्यातल्या प्रत्येक माणसाच्या जिवाची तुमच्या इतकीच मलाही काळजी आहे, चिंता आहे. त्यांना मी पाठवत आहे, याचं मला भान आहे. हर्ले गॉस आणि जॅक डफींना जसं मीच पाठवलं होतं तसंच. त्याचं मला भान नसेल, असा एक दिवसही नसतो. तसा काही विचारच करू नका.”

“टॉम, तुम्हाला त्यांची काळजी नाही, असं मी म्हणत नाही. पण माझ्या मते, तुमचा निर्णय चुकीचा आहे. मला वाटतं साफ चुकलेला आहे आणि संरक्षणमंत्री या नात्याने ते तुम्हाला सांगणं ही माझी जबाबदारी आहे. आपण जर मिस्टर झँग यांच्याबरोबर छान वागलो तर काय होईल, याबाबत ॲम्बॅसिडरांसमोर एक गुलाबी चित्र आहे. पण ही वेळ अशी गुलाबी चित्रं रंगवण्याची नाही. आपण चांगुलपणा दाखवला म्हणून मिस्टर झँग चांगलं वागणार नाहीत. त्याला ते प्रतिसाद देणार नाहीत. ते वास्तवाला धरून वागतात.”

“आपण चांगुलपणा नाही; आपण खंबीरपणा दाखवत आहोत.”

“तोच प्रश्न आहे, नाही का? एका बाजूला काय घडेल ते झँगना सांगितल्यामुळे आपण खंबीर आहोत असं चित्र दिसेल, असं ॲम्बॅसिडरना वाटतंय आणि त्यावर आपण विश्वास ठेवावा असंही त्यांना वाटतंय. पण वास्तवात काय आहे? आपण माघार घेणार आहोत आणि त्याला खंबीर असणं म्हणत नाही. झँग याचा कशाप्रकारे अर्थ लावणार अगदी स्पष्ट आहे. म्हणजे आपण त्यांना इथे एक संदिग्ध संदेश पाठवत आहोत आणि दोन्ही बाजू त्याचा त्यांना हवा तसा अर्थ

काढू शकतात. त्यामुळे ते त्याचा वेगळा अर्थ काढतील इतकंच निश्चित आहे.''

''मंत्री महोदय,'' इलमन म्हणाल्या, ''ह्यासारख्या परिस्थितीमध्ये संदिग्धता हेच त्याचं बलस्थान आहे.''

''हो, जनरल हेलनी ते प्रेसलरना हल्ला करण्याचा आदेश द्यायचा आणि प्रेसलरनी तो माघार घेण्याचा आदेश आहे असा अर्थ काढायचा, यात कसलं आलंय बलस्थान?

''नाही, सर. ही लढाई नाही. अजूनतरी नाही. जर ती आपल्याला टाळायची असेल तर दोन्ही बाजू त्यांना हवा तो अर्थ लावू शकतील, असं काही असणं उपयुक्त आहे. एका पक्षाला तो खंबीरपणा वाटतो, दुसऱ्या पक्षाला तो कमजोरपणा वाटतो. हो, त्याच्यात संदिग्धता आहे, पण त्यामुळे दोन्ही बाजूंना हवं ते मिळतं. हा कोंडीतून बाहेर पडण्याचा मार्ग आहे, मंत्री महोदय. वातावरण आणि आपल्या भावना थंड झाल्यानंतर त्याच्या अर्थाबद्दल तुम्ही वाद घालू शकता.''

''ॲम्बॅसिडर, अर्थाबद्दल नंतर वाद घालत बसण्यामुळे लढाई सुरू होते. यामुळे काय होईल तर फक्त इतकंच –''

''जॉन,'' राष्ट्राध्यक्ष म्हणाले. ''तुम्ही ॲम्बॅसिडर इलमन यांच्याबरोबर बोलणं बंद करा, कारण हा त्यांचा निर्णय नाही, माझा आहे. तुम्हाला काय सांगायचं होतं, ते मी ऐकलं. थँक यू. मी निर्णय घेतलेला आहे. त्या निर्णयाबद्दलचा वाद पुन्हा सुरू करण्यासाठी ही मीटिंग नाही. तो निर्णय अमलात आणण्यासाठी काय करायचं ते ठरवण्यासाठी आहे.''

संरक्षणमंत्री ज्या तऱ्हेने त्यांच्याकडे बघत होते, त्याचे टॉम नोल्सना भान होते. स्वत:च्या दृष्टिकोनाशी ओकलेंची जी घट्ट बांधिलकी होती त्याविषयी त्यांना आदर होता आणि दुसऱ्या माणसाचा आडाखा चुकलेला असेल, अशी त्यांची अजिबात खात्री नव्हती.

ह्या निर्णयात धोका होता, अगदी खराखुरा धोका होता. ही कृती कदाचित चुकीची ठरून अनेकांचे प्राणही कदाचित गेले असते. सुदानमध्ये आधीच अडकलेल्या माणसांचे आणि त्यांना आणायला जाणाऱ्यांचेही. पण हे जीव आणि वाचवले जाऊ शकणारे जीव यांच्यात तोल साधणे भाग होते. टॉम नोल्सना दिसून आले होते. हे वाचवले जाऊ शकणारे जीव केवळ आरमारी लढाई टाळल्यामुळे वाचले जाणारे जीव नव्हते. जर ह्या संघर्षामागचे मूळ कारण दूर केले नसते तर कोणत्या तरी टप्प्यावर ती झालीच असती. पण चीनबरोबर व्यवहार, कामकाज करण्यासाठी नवा मार्ग तयार करण्याच्या शक्यतेमुळे अनेक जीव वाचले असते, जर ती शक्यता प्रत्यक्षात आली असती तर. हा नवा मार्ग तयार करण्यासाठी एकच उपाय होता तो म्हणजे ही कृती करणे असे त्यांनी ठरवले होते. कृती करू आणि

यश मिळेल इतका सहज विश्वास टाकावा अशी ही बाब नव्हती. त्यांना स्वत:शीच प्रचंड संघर्ष करावा लागला होता.

त्यांच्या संपूर्ण राष्ट्राध्यक्षपदाची कारकिर्द ह्या निर्णयावर जोखली जाईल, हे त्यांना माहीत होते आणि शेवटी त्यांनी हा पर्याय स्वीकारला होता. ह्या पर्यायावर विचार करत राहिल्याने रात्री ते अगदी जेमतेम झोपले होते, पण शेवटी त्यांनी निर्णय घेतला होता. कदाचित जोएल एहरेनरेक यांनी जे शब्द उच्चारले त्यामुळे असेल, त्या टक्कल पडलेल्या प्रोफेसरने त्यांच्यापुढे जे आव्हान ठेवले होते त्यामुळे असेल किंवा कदाचित त्यांच्यात आत खोलवर कोणती तरी अंत:प्रेरणा असेल... आव्हाने झेलण्याची, वेगळी गोष्ट करण्याची अंत:प्रेरणा. कदाचित ह्या अंत:प्रेरणेमुळेच वीस वर्षांपूर्वी रेनो येथील लॉची कमर्शिअल प्रॅक्टीस त्यांनी सोडून दिली होती आणि थेट व्हाइट हाउसपर्यंत ते आले होते. तथापि प्रचार मोहिमा राबवताना, निवडणुकीसंबंधी हिशेबी कृती करताना, निवडणूक तज्ज्ञ काय म्हणतात, त्या आधारे काय करायचे याची निवड करताना इतक्या वर्षांत ही अंत:प्रेरणा दबून गेली होती. पण आता अंतिम क्षणी या अंत:प्रेरणेने स्वत:चे वर्चस्व पुन्हा प्रस्थापित केले होते.

त्यांच्या एका निर्णयावर जर इतिहास त्यांना जोखणार होता, लामू बे इथे कोणत्या दिशेने जायचे हे त्यांनी ठरवले ह्यावर जोखणार होता, तर मग तो निर्णय धाडसी असला पाहिजे. तो पर्याय त्यांनी निवडला होता. धैर्यशाली पर्यायाची निवड त्यांनी केली होती. साचा मोडणारा निर्णय घेण्याचा निदान त्यांनी प्रयत्न केला होता. बदल केला तर काय परिणाम होतील, देव जाणे, त्याऐवजी रूढ मार्गाने जाऊ असा पळपुटा – भित्रटपणाचा निर्णय घ्यायचा नाही, असे त्यांनी ठरवले होते.

''टॉम,'' ओकले म्हणाले, आता ते आर्जव करत होते, ''निदान... निदान... ते एकाच वेळी करा. आपण त्यांच्या जहाजांना जाऊ देऊ, त्याच वेळी अगदी आपण आपली माणसं आणायला जाऊ असं त्यांना सांगा. निदान त्यामुळे तुम्ही माघार घेत आहात, असं वाटणार नाही.''

''आपण माघार घेत आहोत, अशी समजूत करून देण्याचा माझा प्रयत्न नाही.''

''पण ते माघार घेत असल्यासारखंच दिसतंय.''

''मग ते दुर्दैवी आहे. पण त्यांची जहाजं गेली आहेत, हे त्यांना माहीत असणं आवश्यक आहे. जर आपण त्याच वेळी गेलो तर त्याची त्यांना कोणतीही खात्री वाटणार नाही. त्यामुळे आम्ही हिशेब केला –''

''आणि जहाजं निघून गेल्यावर आपली माणसं घरी परत येतील, याची काहीच हमी नाही.''

''त्यामुळे आम्ही हिशेब केला,'' राष्ट्राध्यक्ष निश्चयाने म्हणाले, ''आपण एक तास मधे जाऊ देणं आवश्यक आहे. त्यामुळे त्यांच्या जहाजांना खरोखर जाऊ दिलं आहे, याची त्यांना खात्री पटेल ॲडमिरल टॉव्हेंनी उल्लेख केला तसं – एक तास पुरेसा आहे ना ॲडमिरल?''

टॉव्हेंनी होकारार्थी मान हलवली.

राष्ट्राध्यक्ष पुन्हा ओकलेंकडे वळले. ''जॉन, मी यावर प्रदीर्घ आणि सखोल विचार केला आहे. एका प्रकारे तुम्ही म्हणता तसं करणं जास्त सोपं आहे. पण मी या मार्गाने जायचं ठरवलं आहे. मी हा चान्स घेणार आहे.''

''मग निदान त्यांना पाठवणार असलेल्या टिपणामध्ये काही धमकी द्या. प्लीज! टॉम, एकदा ती जहाजं गेली की, आपल्या हातातील हत्यार नष्ट होतं. मग त्यांनी सुदानमधल्या आपल्या माणसांवर गोळीबार करून ठार मारायचं ठरवलं तर त्यांना मोकळं रान मिळतं. त्यांनी तसं केलं तर आपण काय करू ह्यासंबंधी निदान टिपणात काहीतरी लिहा.''

''मंत्री महोदय,'' इलमन म्हणाल्या, ''टिपणामध्ये आपण धमकी देणार नाही, हाच तर मुख्य मुद्दा आहे.''

''आणि आपल्या माणसांवर त्यांनी गोळीबार केला तर आपण काय करायचं, ॲम्बॅसिडर? कदाचित पुढच्या दोन टप्प्यांचा विचार तुम्हाला आधीच सुरू करायचा असेल. त्यांनी आपल्या माणसांना ठार केल्यावर आपण काय करायचं?''

इलमन यांनी मौन बाळगले.

''तुमच्याकडे उत्तर नाहीये, आहे का? अजिबात उत्तर नाही?''

''जर तशी गरज पडलीच तर ते आपण तेव्हा ठरवू,'' राष्ट्राध्यक्ष म्हणाले.

ओकलेंनी रागाने मान झटकली. ''हा निर्णय असा झाला ते कधीच बाहेर कोणाला कळणार नाही अशी आशा करू या, टॉम. जेव्हा आपली माणसं मेलेली असतील आणि चिनी लोक जगासमोर आपल्याला कशी धोबीपछाड दिली म्हणून विजयाच्या आरोळ्या ठोकून असतील, तेव्हा हा निर्णय कसा झाला ते कोणालाच माहीत होणार नाही, अशी आशा करू. ह्या ॲम्बॅसिडर इलमनना वाटलं की, आपण राष्ट्राध्यक्ष झँग यांच्याबाबतीत एक चान्स घेऊन बघू या म्हणून. हा निर्णय झाला हे कधीच कोणाला कळणार नाही, अशी आशा करू या.''

''हा ॲम्बॅसिडरांचा निर्णय नाही, जॉन. हा माझा निर्णय आहे.''

नोल्स थबकले. ''चर्चा संपलेली आहे. राष्ट्राध्यक्ष झँगना टिपण मिळेल. त्यात त्यांना आपण काय करणार आहोत ते सांगणार आहोत. त्यानंतर काय करायचं ते ठरवण्यासाठी त्यांना बारा तास मिळतात. त्यांना जर मला फोन करायचा असेल तर ते करू शकतात.'' राष्ट्राध्यक्षांनी टेबलासभोवती बघितले.

''आतापर्यंत आपण चर्चा केली त्यापेक्षा एकदम वेगळं असं, टिपण न पाठवण्यासाठी कारण असेल, तर ते सांगण्याची हीच वेळ आहे.''

टेबलाभोवती लोकांनी एकमेकांकडे कटाक्ष टाकले.

''टिपण पाठवलं तर इतर अधिकारीसुद्धा ते बघतील. पण ही इतकी संवेदनशील गोष्ट तिथल्या दुसऱ्या कोणा अधिकाऱ्याच्या नजरेला न पडणं आवश्यक आहे.'' सुझान ऑप्टिझ म्हणाल्या.

नोल्स यांनी मान हलवून सहमती दर्शवली.

''तुम्ही त्यांना फोन करणं जास्त चांगलं ना?'' ऑप्टिझनी शंका व्यक्त केली.

''मला झँग यांच्याबरोबर चर्चा करायची नाही. मला त्यांच्याबरोबर वाद घालायचा नाही. मला काय घडणार आहे, ते फक्त सांगायचं आहे.''

''ते टिपण इतर कोणी बघणार नाही, ते तुम्हाला कसं काय माहीत?''

''आपल्याकडे एक सोय आहे.''

५९

राष्ट्राध्यक्ष झँग यांनी पायजम्यातच बेडरूमचे दार उघडले. बीजिंगमध्ये रात्रीचे ११.३० झाले होते. त्यांच्यासमोर खाजगी सचिव उभे होते. त्यांच्या दार ठोठावण्यामुळे झँग यांच्या पत्नीला झोपेतून जाग आली होती. चीनच्या राष्ट्राध्यक्षांना झोप लागली नव्हती. ते जागेच होते.

"राष्ट्राध्यक्ष झँग, एक ईमेल आली आहे." तो माणूस म्हणाला. तो काय म्हणतोय, ते झँगला समजले नाही. ते सचिवामागोमाग बाहेर आले. अमेरिकेच्या राष्ट्राध्यक्षांबरोबर थेट जोडलेल्या सिक्युअर अकाउंटमध्ये ईमेल आल्याची सूचना सचिवाला मिळाली होती.

त्यांनी तो कधीच वापरला नव्हता. कपाटातून आणि फाइलमधून त्याचा पासवर्ड शोधून काढण्यासाठी त्यांना दहा मिनिटे लागली.

झँगनी ती ईमेल ओपन केल्याबरोबर त्यातील रिसीट फंक्शनमुळे दुसऱ्या बाजूला ती उघडली गेली आहे, याची सूचना मिळाली. झँगनी ते टिपण चटकन वाचले. मग त्यांनी ती प्रिंट करायची कमांड दिली. सेक्रेटरीने बाहेर जाऊन प्रिंटरमधून ते टिपण आणण्यासाठी दार उघडले.

"नाही!" झँग लगेच म्हणाले. त्यांनी ईमेल अकाउंट बंद केला आणि ते स्वत:च तो पेपर आणण्यासाठी गेले.

"तुम्हाला त्याचं भाषांतर करून हवं आहे का, राष्ट्राध्यक्ष झँग?"

झँगनी नकारार्थी मान हलविली. टिपण घेऊन झँग स्टडीरूमकडे गेले. सेक्रेटरीला त्यांनी तिथेच थांबायला सांगितले आणि स्टडीरूमचे दार लावून घेतले.

खाली बसून त्यांनी मजकूर वाचला. त्याच्या भाषांतराची गरज नव्हती. झँगना कदाचित दुभाष्याच्या मदतीशिवाय ते वाचण्याची इच्छा असेल, हे जणू जाणून टिपण केवळ इंग्लिशमध्येच नव्हे, तर मँडरीनमध्येही पाठवण्यात आले होते. पुढील चौदा तासांत युनायटेड स्टेट्स काय कृती करणार ते त्यात दिलेले होते. टिपणाचा सूर निश्चयी होता. काही स्पष्टीकरणाची आवश्यकता असेल तर

खुलासा करण्यासाठी नोल्सना फोन घेण्यात आनंदच होईल, असे त्यात दिले होते.

माघार घेण्याच्या उद्देशाने हे टिपण पाठवलेले नव्हते, हे झँगना माहीत होते. काय घडेल ते त्यांना सांगण्यात येत होते. उलट त्यांचा पाणउतारा म्हणूनही त्या टिपणाचा अर्थ काढला जाऊ शकत होता. एखाद्या मुलाला स्वत:ची कामे सांभाळणे जमत नसेल तर त्याचे पालक जशी त्याला चिठ्ठी पाठवतात, तशाच प्रकारचे हे टिपण आहे, असेही कुणी म्हणू शकले असते.

पण झँग अशाप्रकारे अर्थ काढायला बघत नव्हते.

चाऊ एन्लाय आणि माओ झेडाँग दोन विमानवाहू नौकांना माघारी फिरण्याचा आदेश दिल्यानंतर त्याचे पालन होईल, ह्या विश्वासानेच त्यांना तो आदेश द्यायचा होता. असा विश्वास प्रदान करेल असे काहीतरी, अगदी काहीही त्यांना मिळेल का हे ते बघत होते.

त्यांनी टिपणाचे नीट मनन केले. चीनच्या जहाजांना जाऊ देण्यात आल्यानंतर एका तासाने अमेरिकेच्या सैनिकांना आणायला बचावपथक जाणार होते. त्यांचे मन त्यावर केंद्रित झाले. मधे एका तासाचे अंतर ह्या मुद्याबरोबर ते खेळले, तो चाचपून बघितला. एक तास. त्या टिपणामुळे ही गोष्ट त्यांना मिळत होती. त्यामुळे काय शक्यता निर्माण होत होत्या?

एका कल्पनेने त्यांच्या मनात आकार घ्यायला सुरुवात केली. एक तास फार कमी होता. दोन चांगले झाले असते. चार त्याहीपेक्षा जास्त चांगले झाले असते. पण जर त्यांनी नोल्सना फोन केला असता आणि चार तास मागितले असते तर ते का आवश्यक आहेत, याचे स्पष्टीकरण त्यांना द्यावे लागले असते. ते का हवे होते याचे स्पष्टीकरण त्यांनी दिले नसते, तर अमेरिकेच्या नेत्याला वाटले असते की, ते उगाच शब्दच्छल करत आहेत आणि झँगना कारण सांगणे शक्य नव्हते.

म्हणजे एक तास मिळणार हेच नक्की होते. तेवढाच त्यांच्या हातात होता. पण तो काहीतरी त्यांच्याकडे होता. तो कदाचित पुरेसा ठरला असता.

कुठूनतरी अचानक मौल्यवान खजिन्याचा एखादा हिस्सा मिळावा, तसा त्यांच्याकडे हा एक तास होता. प्रत्येक बाजूने त्यांनी त्यावर विचार केला. तो कदाचित पुरेसा असेल किंवा कदाचित पुरेसा ठरणार नाही.

झँगनी टिपण पुन्हा एकदा शेवटचे वाचले. त्यांच्या खाजगी सचिवाशिवाय टिपण अस्तित्वात आहे, हे कोणाला माहीत नव्हते आणि अगदी त्यालाही त्यात काय आहे ते माहीत नव्हते. चीनच्या राष्ट्राध्यक्षांनी टिपणाचे बारीक-बारीक तुकडे करणे सुरू केले. नंतर त्यांनी ते ॲश ट्रेमध्ये टाकले आणि त्यांना आग लावली.

टिपणाचे तुकडे जळाले आहेत, याची त्यांनी खात्री केली. ह्या टिपणामुळे परिस्थितीचे संतुलन पूर्णपणे बदलत होते. कनमिंग आणि चँगचून जहाजांना

एकदा जाऊ देण्यात आले की, त्यांच्या स्ट्राइक ग्रुपने पुढे जात राहण्याचे कारणच नव्हते. क्सू त्यांना थांबायला सांगू शकतील. अगदी फॅन यांची त्यांनी पुढे जात राहावे, अशी इच्छा असली तरी. क्सू सांगतील का? जर ते क्सू यांच्याबरोबर बोलले आणि त्यांचे अमेरिकेच्या राष्ट्राध्यक्षांबरोबर बोलणे झाले आहे, नोल्स माघार घेणार आहेत आणि जहाजांना जाऊ देणार आहेत, असे त्यांनी सांगितले तर काय घडेल यावर त्यांनी विचार केला. जर अमेरिकेच्या आर्थिक समस्यांसाठी चीनची मदत मिळवण्याकरीता अमेरिकेचे राष्ट्राध्यक्ष हे करत आहेत असे क्सू म्हणाले तर काय?

त्यामुळे तर परिस्थिती पूर्णच बदलली असती. लष्करी बळ हे चीनचे सामर्थ्य आहे असे फॅन यांचे म्हणणे होते; तर चीनची आर्थिक ताकद हे तिचे सामर्थ्य आहे असे त्यांचे म्हणणे होते. आता त्यामुळे त्यांचेच म्हणणे खरे होते असे दिसून आले असते.

मग क्सू कोणत्या बाजूने उभे राहतील? ते जहाजांना माघारी बोलावतील का? त्यांचे ॲडमिरल तसे करायचे मान्य करतील यावर त्यांचा स्वत:चा विश्वास असेल का? त्यांना जितकी माहिती होती त्याआधारे आपला विजय झाला आहे असेच ॲडमिरलना वाटले असते. अमेरिका झुकली आहे असे वाटले असते.

नंतर अमेरिकेचे लोक त्यांच्या माणसांना आणायला जाण्यापूर्वी एका तासाचा कालावधी होता. जर झँग त्या एका तासात फॅन यांच्याकडे गेले असते आणि हवे ते करण्याचा पर्याय त्यांना दिला असता, तर मग क्सू कोणत्या बाजूने उभे राहिले असते?

६०

नोल्स ओव्हल ऑफिसमध्ये बसून होते. बीजिंगमध्ये काय घडत असेल यावर विचार करत होते. आदेश दिले जात असतील का? असतील तर, कोणते? वेळ निघून जात होता. चीनमध्ये ही अगदी खूप सकाळची वेळ असेल हे त्यांना माहीत होते. झँग यांच्याकडून खरोखर फोन येण्याची त्यांना अपेक्षा होती का, ते त्यांना माहीत नव्हते. फोन आला नाही.

माओ झेडाँग व चाऊ एन्लाय ह्या विमानवाहू युद्ध नौकांचे तसेच पुढे जाणे सुरू होते. त्या भागात रात्र पडण्यापूर्वी उपग्रहाद्वारे त्यांना शेवटचे बघितले गेले होते, तेव्हा त्या युद्धनौका केनियाच्या पूर्व किनारपट्टीवरून जवळ येत चालल्या होत्या. अमेरिकेची जॉन एफ केनेडी युद्धनौका दक्षिणेकडून येत होती. सुदानमध्ये कोंडी तशीच कायम होती. आणखी खूप जास्त सैन्यबळ तिथे आले होते आणि सैन्यांच्या तुकड्यांनी कंपाउंडला आणि त्याच्या बाहेरच्या चिनूक्सच्या जळालेल्या अवशेषांना वेढा घातला होता. जगाच्या इतर भागातही चीनची लष्करी जमवाजमव सुरू असल्याचे अहवाल आले होते. रशिया आणि भारताच्या सीमारेषेवर मोक्याच्या जागी सैन्याच्या तुकड्या तैनात करण्यात आलेल्या होत्या. जादा तुकड्या समुद्रावर पाठवण्यात आल्या होत्या. अमेरिकेचे गुप्तहेर खाते त्यांचा माग ठेवून होते. त्या प्रदेशातील अमेरिकेच्या लष्करी ठिकाणांवर हल्ला करता येईल, अशा ठिकाणी ते चालले होते. दक्षिण चिनी समुद्रात अमेरिकेचा विल्यम जे क्लिंटन स्ट्राइक ग्रुप आणि ओकिनावा येथील अमेरिकेचे लष्करी बळ ह्या ठिकाणांचाही त्यात समावेश होता. त्या प्रदेशातील अमेरिकेचे लष्करी दल युद्ध सुरू झाले, तर लढण्याच्या स्थितीत तयार होते. दिएगो गार्सिया इथून हवाई दलामार्फत आधार देण्याची तयारी सुरू होती.

आर्थिक परिस्थितीबाबत अधिकारी व काँग्रेसच्या नेत्यांबरोबर दुपारभर नोल्स यांच्या मीटिंग सुरू होत्या. बीजिंगमध्ये काय घडत असेल किंवा काय घडत नसेल, हा विचार दूर ठेवून आर्थिक परिस्थितीबाबतच्या मुद्द्यावर मन गुंतले

राहावे यासाठी ते प्रयत्न करत होते. पण मनाच्या कप्प्यात मागे त्याबाबतच विचार सुरू होता. त्यांच्या मनात राहून-राहून विचार येत होते, त्यांनी योग्य निर्णय घेतला होता का की, जॉन ओकलेंचे म्हणणे शेवटी बरोबर होते? दुपारभर ज्या लोकांना ते भेटत होते, त्यांपैकी फक्त सुझान ऑप्टिझना हिंदी महासागरात काय घटना घडत होत्या ते माहीत होते. वेळोवेळी त्या त्यांच्याकडे नजर टाकत होत्या. आपल्या मनात खरोखर काय विचार सुरू आहेत, ते सुझानना माहीत आहे हे त्यांना सांगता येत होते. आर्थिक पेचप्रसंगामुळे त्यांनी ज्या उपाययोजना जाहीर केल्या होत्या, त्यात मार्केटमध्ये काही शेअर्सची आणि रोख्यांची कमीतकमी किंमत किती असेल, ते ठरवून दिले होते. त्याचा खरोखर निभाव लागेल की नाही, याची परीक्षा अजून व्हायची होती. नूतन वर्षदिनाच्या सुट्टीनंतर दोन दिवसांनी मार्केट पुन्हा सुरू होणार होते. तेव्हाच त्याची खरी परीक्षा होऊ शकणार होती. याबाबत प्रत्येक जण सहमत होता. पण तोपर्यंत कदाचित जगाने संपूर्णपणे नव्या युगात खाली उडी मारली असती, हे नोल्सना माहीत होते. जर तसे घडले असते, तर मार्केटला शेवटचा मोठा सूर मारून पार तळाशी जाण्यापासून रोखण्यासाठी कोणत्याही उपाययोजना पुरेशा ठरल्या नसत्या. पण सध्यातरी तो त्यांच्या चिंतेचा विषय नव्हता. जास्त चिंतेचा दुसरा विषय त्यांच्या मनात होताच ना.

संध्याकाळी पाचपर्यंत वॉशिंग्टनमध्ये अंधार झाला. त्या वेळी केनियात सूर्योदय होत होता. जहाजांची पहिली उपग्रह दृश्ये मिळायला अजून निदान सहा तास अवकाश होता.

बीजिंगमध्ये सकाळची लवकरची वेळ होती. झँगकडून अजूनही फोन झाला नव्हता.

अर्थव्यवस्थेबद्दलच्या त्यांच्या मीटिंग आटोपल्या होत्या. त्यांचे मन इतर कशात गुंतवण्यासाठी आता त्यांच्याकडे दुसरा विषय नव्हता. ते त्याच विषयाकडे धाव घेत होते.

''आपल्याला त्यांना ईमेल मिळाल्याचा मेसेज मिळाला आहे,'' अब्राहम्सनी त्यांना आठवण करून दिली. ''तसं फक्त एकाच गोष्टीने घडू शकतं. त्यांना अगदी नक्कीच ईमेल मिळाली आहे.''

नोल्स यांनी होकारार्थी मान हलविली.

एड अब्रहम्सनी स्मित केले. ''नवीन वर्ष भयानक आहे, नाही का?''

''तुम्ही कुठे जाणार आहात?'' नोल्सनी विचारले.

एडनी नकारार्थी मान हलविली. ''शहरातील सर्वांत बेस्ट पार्टी इथेच आहे.''

राष्ट्राध्यक्षांनी नवीन वर्षानिमित्त आधी नेवडाला जायचे ठरवले होते. काही

लोक रँचवर जमणार होते. त्यांनी साराहना फोन करून ते येऊ शकणार नाहीत असे कळविले होते. काहीतरी नक्कीच घडत असेल हे साराहना माहीत होते; पण त्यांनी विचारले नाही.

"तुम्हाला फुटबॉल मॅच बघायची आहे?"

एड आनंदाने हसले. "मला वाटलं तुम्ही विचारणारच नाही."

वेळ संथगतीने पुढे सरकत होत. रात्री साडेआठ वाजता त्यांनी टीव्ही लावला. सोमवारची रात्रीची फुटबॉल मॅच सुरू होती. वर्षाच्या शेवटच्या सोमवारची. बफेलो बिल्स आणि न्यू इंग्लंड पॅट्रिऑट्स यांच्यातील सामना सुरू होता. या सामन्याला काही फारसे महत्त्व नव्हते आणि कोण जिंकलंय किंवा नाही ह्याने काहीच फरक पडत नव्हता. एड येताना गॅरी रोझ, रॉबर्टा डेवलीन आणि मरिअन इलमन यांनाही बरोबर घेऊन आले होते. सगळे जण निवासस्थानाच्या मजल्यावरील राष्ट्राध्यक्षांच्या बैठकीच्या खोलीत बसले होते. राष्ट्राध्यक्षांनी मरिअन इलमन यांनाही व्हाइट हाउसमध्येच राहायला सांगितले होते. त्यामुळे एड त्यांनाही बरोबर घेऊन आले होते. राष्ट्राध्यक्षांनी पिझ्झा, बिअर आणि कोकची ऑर्डर दिली.

साडेदहानंतर थोड्या वेळाने जनरल हेल यांचा फोन आला. पूर्व अफ्रिकेत दिवस उजाडला होता आणि आता युद्धनौका अजूनही अब्राहम लिंकनकडे जात असल्याचे दिसले होते.

"मला वाटतं आपण त्यांच्या जहाजांना जाऊ देऊ याची खात्री पटल्याशिवाय ते त्या युद्धनौका माघारी फिरवणार नाहीत," रोझ म्हणाले.

नोल्सनी मान हलवून सहमती दर्शवली. ते पुन्हा टेलिव्हिजनकडे वळले आणि त्यांनी बिअरचा मोठा घोटा घेतला.

सामना आता संपत आला होता. बिल्सचे चौदा विरुद्ध पॅट्रिऑट्सचे दहा असा स्कोअर होता. पण बफेलो इथल्या राल्फ विल्सन स्टेडियममध्ये ह्या सामन्यात काय घडत होते, त्यावर त्यांचे मन नव्हते. जगाच्या दुसऱ्या टोकाला नवीन वर्षाची पहाट होत होती आणि तिथे घटना घडायला आता कुठे सुरुवात झाली होती.

अकरा वाजून दोन-एक मिनिटांनी कनमिंग आणि चँगचून जहाजांना जाऊ देण्यात आले आहे, असे सांगण्यासाठी हेल यांनी फोन केला. प्रेसलर यांनी दोन्ही जहाजांवरील कमांडरना त्यांना जाण्याची मोकळीक आहे, असा संदेश पाठविला होता आणि दोन्ही कमांडरनी संदेश मिळाल्याची पोचपावती दिली होती. वीस मिनिटांनी हेल यांनी पुन्हा फोन करून जहाजे त्यांच्या मार्गाने निघालेली आहेत असे सांगितले.

आता हे करण्यात आले होते. हेल ज्याला त्यांच्या हातातील हत्यार म्हणत

होते, ते आता गेले होते.

टीव्हीवर नव्या वर्षानिमित्त मागील वर्षाचा आढावा घेणारा कार्यक्रम आता दाखवला जात होता. क्लीप आणि निवेदन. नोल्सना स्वत:चेच फूटेज बघायला मिळाले. खोलीतील पाच जण ते बघत होते, पण त्यांचे मन दुसरीकडे होते.

लगेच टीव्हीवर नव्या वर्षाचे काउंटडाउन सुरू झाले. ''मी थोडी शॅम्पेन आणायला हवी होती,'' राष्ट्राध्यक्ष म्हणाले.

''त्यासाठी मात्र जरा वेळ वाट बघू.'' अब्राहम्स म्हणाले.

फोन वाजला. हेलनी लोडवार इथून हेलिकॉप्टरनी नुकतेच उड्डाण केले आहे असे सांगितले.

बीजिंगमध्ये राष्ट्राध्यक्ष झँग आणि संरक्षणमंत्री क्सू, जनरल फॅन यांच्या ऑफिसमध्ये गेले. फॅन यांची त्यांच्या चार वरिष्ठ अधिकाऱ्यांसह लंच मीटिंग सुरू होती. कॉन्फरन्स टेबलावर नकाशे पसरले होते आणि तिथे त्यांची चर्चा सुरू होती. फॅननी त्यांच्या अधिकाऱ्यांना जाण्यास सांगितले. ते उठले आणि निघून गेले. पण जाताना राष्ट्राध्यक्षांप्रती उद्धटपणा दाखवण्यासाठी त्यांनी मुद्दामच अधिक वेळ लावला. फॅन बसूनच राहिले.

''कनमिंग आणि चँगचून जहाजांना जाऊ देण्यात आलं आहे. त्यांची सुटका झाली आहे,'' झँग म्हणाले. ''चाऊ एन्लाय आणि माओ झेडाँग या युद्धनौकांनी पुढे जाणं थांबवलं आहे.''

फॅन यांची नजर चटकन क्सू यांच्याकडे वळली. क्सू यांचा डोळा फडकत होता.

''मी राष्ट्राध्यक्ष नोल्स यांच्याबरोबर बोललो. त्यांच्या आर्थिक समस्यांबाबत मदत करण्याच्या बदल्यात त्यांनी जहाजांना जाऊ देण्याचं मान्य केलं.''

फॅननी संशयाने त्यांच्याकडे बघितले.

''त्यांच्या माणसांना आम्ही जाऊ देऊ असं मी त्यांना सांगितलं.''

फॅन तत्काळ उठून उभे राहिले. ''माझ्या आदेशाशिवाय ते होणार नाही.''

''विजेत्याने दिलदार असायला हवं. त्यांच्या माणसांना त्यांना घेऊन जाऊ देणं, हा आपल्यासाठी आणखी एक विजय आहे.''

''ह्याला जर तुम्ही विजय म्हणता तर.'' फॅन उपहासाने जोरात म्हणाले, ''मग पराभव काय असतो?''

''अमेरिकेचे लोक तत्काळ तिथे जात आहेत. त्यांच्या माणसांनी आधीच उड्डाण केलेलं आहे.''

''मग आम्ही त्यांचा सामना करू.''

"तुम्ही तसं करणार नाही. त्यांना हातही लावला जाणार नाही."

फॅनच्या चेहऱ्यावर हसू आले.

"काय?"

"आम्ही बघू."

"आज अफ्रिकेत लढाई होणार नाही, फॅन. जर अफ्रिकेत लढाई झाली, तर इथेही लढाई होईल. खिडकीबाहेर बघा."

फॅननी बाहेर बघितले. अंतर्गत सुरक्षा दलाने इमारतीला वेढा घातला होता.

फॅननी खिशातून सेलफोन बाहेर काढला. "एक फोन केला की, ह्या माणसांचा मुडदा पडलेला असेल."

झँगनी त्यांच्या खिशातून फोन बाहेर काढला. त्यांनी क्सू यांच्याकडे नजर वळविली. संरक्षणमंत्री थोडे घुटमळले, मग त्यांनीही सेलफोन बाहेर काढला.

तीनही माणसे हातात फोन घेऊन टेबलाभोवती उभी होती. फॅन यांच्याबरोबर संघर्षाचा अंतिमत: क्षण येईल तेव्हा तो कसा असेल, याची झँगनी मनात कधीच कल्पना केली नव्हती. आता तो क्षण आला होता.

"तुम्ही एक फोन केला पाहिजे," झँग म्हणाले. "सुदानमधील आपल्या माणसांना, अमेरिकेच्या लोकांना विनाआडकाठी आत येऊ द्या, म्हणून सांगा. तसं केलं नाहीत, तर इथं चीनमध्ये तुम्ही युद्धाला जन्म द्याल. क्सू यांच्याकडे बघा आणि तुम्ही जिंकू शकाल का, स्वत:लाच विचारा. त्यावर काळजीपूर्वक विचार करा, फॅन. तुमच्याकडे फक्त दोन मिनिटे आहेत. कोणता फोन करायचा ते तुम्ही ठरवायला पाहिजे."

फॅन यांचे डोळे बारीक झाले. त्यांनी क्सू यांच्याकडे बघितले. संरक्षणमंत्री झँग यांच्यामागे उभे होते. त्यांचा डोळा जोरात उघडझाप करत होता.

टीव्हीवर कार्यक्रम बदलला होता. करमणुकीचा काही कार्यक्रम सुरू होता. लोडवार येथून सुदानमध्ये सैनिकांना रोखून ठेवले होते, त्या जागेपर्यंतचे अंतर सुमारे दीडशे मैल होते हे नोल्सना माहीत होते, पण त्या जागेपर्यंत पोहोचण्याआधी अर्ध्या अंतरावर असतानाच हेलिकॉप्टर सुदानच्या हद्दीत असणार होते. वेळ निघून जाताना ते बघत होते.

रात्रीचे साडेबारा झाले होते. हेलिकॉप्टर आता सुदानच्या हद्दीत असतील. कदाचित आधीच त्यांच्यावर हल्ला होत असेल.

त्यांनी इतरांकडे नजर वळविली. रॉबर्टा डेवलीन थकून झोपी गेल्या होत्या. इलमन कशाचा तरी विचार करत जाजमाकडे टक लावून बघत होत्या. रोझ

टीव्ही बघत होते आणि एड अब्राहम्ससुद्धा. एडनी त्यांच्याकडे बघितले आणि अपराधीभाव प्रकट करणारे स्मित केले.

दर दोन मिनिटांनी ते घड्याळाकडे बघत होते. तसे बघायचे नाही असे ते स्वत:ला बजावत होते, पण तरीही बघत होते. पाऊण वाजला होता, मग एक वाजायला बारा मिनिटे कमी, मग आठ. घड्याळाचे काटे सावकाश फिरले. एक वाजला. त्यांनी डोळे बंद केले. हेलिकॉप्टर आता जमिनीवर उतरली असतील किंवा अगदी उतरायच्या बेतात असतील. जवळपास एखाद्या चित्रपटासारखे ते दृश्य ते मनातल्या मनात बघत होते. हेलिकॉप्टर आधी हवेत घिरट्या घालतील, मग जळालेल्या चिनूक्सच्या बाजूला कंपाउंडबाहेर स्थिरावतील. धूळ उडेल, त्यांच्या रोटरची गती हळूहळू मंदावेल.

आणि नंतर काय? गोळीबार? क्षेपणास्त्रे? कदाचित ती हेलिकॉप्टर खाली उतरण्याच्या आतच. कदाचित ती ज्वालांनी पेटलेली असतील.

त्या दिवसांतील प्रत्येक रिकाम्या क्षणी त्यांच्या मनात दुसऱ्या बाजूच्या विचारांची दाटी व्हायची, तशीच ती तेव्हाही झाली होती. जॉन ओकले त्या दिवशी सकाळी म्हणाले ते खरे होते. हे जर अपयशी ठरले असते आणि हा निर्णय कसा घेण्यात गेला याची कहाणी बाहेर आली असती – आणि ती बाहेर आलीच असती, तर तोच त्यांचा शेवट झाला असता. जागतिक महायुद्ध त्यांनी होऊ दिले नव्हते, याची कोणी पर्वा केली नसती. त्यांनी आपल्या माणसांना मरायला तिथे पाठवले याचीच सगळ्यांनी चर्चा केली असती. वॉल्ट स्टीफनसन यांच्याकडे त्यांनी आताच सूत्रे सोपवलेली बरी कारण मग नाहीतर पुढच्या दोन वर्षांसाठी इतिहासातील ते सर्वांत मोठे अकार्यक्षम राष्ट्राध्यक्ष ठरले असते. जिमी कार्टर यांच्या तेहरानच्या बचाव मोहिमेचा फज्जा उडाला होता, तो ह्या तुलनेत अगदी नगण्य ठरला असता.

एकदमच त्यांना वाटले की हे आपण करायला नको होते. त्यांनी मनगटावरील घड्याळाकडे बघितले. एक वाजून दहा मिनिटे. आता खूप उशीर झाला होता. ती हेलिकॉप्टर जमिनीवर उतरली होती. त्यांनी उतरायलाच हवे होते.

"टॉम?" एड अब्राहम्स म्हणाले.

त्यांनी नजर वर केली.

"तुम्ही ठीक आहात?"

त्यांच्या कपाळावर आठ्या आल्या. "होय." ते म्हणाले.

इलमन आणि रोझ त्यांच्याकडे बघत होते.

"इतक्या लवकर काही बातमी येणार नाही," रोझ म्हणाले.

"मला माहीत आहे," त्यांनी दीर्घ श्वास घेतला. इतक्या लवकर काही

बातमी ऐकू येणार नव्हती आणि निर्णय बदलण्यासाठी खूपच उशीर झाला होता. तो बदलता येणे, आता शक्यच नव्हते.

ते सगळे वाट बघत होते.

"कोणाला भूक आहे का?" अब्राहम्सनी विचारले.

सगळ्यांनी नकारार्थी माना हलविल्या.

"चला, मला भूक आहे." त्यांनी नॅचो आणि सोडा यांची ऑर्डर दिली.

दीड वाजला आणि काटे आणखी पुढे सरकले.

पावणे दोन.

दोन.

एक तास तिथे जायला, एक तास परत यायला. जर सगळे काही सुरळीत झाले असेल, तर प्रत्येकाला हेलिकॉप्टरमध्ये चढायला किती वेळ लागेल?

काहीच घडले नव्हते. मरिअन जागे राहण्याचा आटोकाट प्रयत्न करत होत्या. त्यांच्या बाजूला रॉबर्टा डेवलीन हळू आवाजात घोरत होत्या.

अडीच.

दोन चाळीस.

फोन वाजला. सगळे ताडकन उठले.

राष्ट्राध्यक्षांनी रिसीव्हर उचलला. ते क्षणभर घुटमळले.

"काय?" ते म्हणाले.

सगळ्यांनी त्यांच्याकडे उत्सुकतेने बघितले. अजून काही बातमी नाही, असे सांगण्यासाठी हेलनी फोन केला होता.

दहा मिनिटांनी फोन पुन्हा वाजला.

त्यांनी तो उचलला. "काय?" त्यांचा चेहरा बदलला. एकदमच ते खूप लक्षपूर्वक ऐकत होते. "होय... होय... सर्व जण... होय..."

राष्ट्राध्यक्ष ऐकत असताना तिथे दीर्घ शांतता होती. "खरंच? मला त्याची अपेक्षा नव्हती." पुन्हा थबकणे. "ओके. थँक यू, जनरल आणि ॲडमिरल प्रेसलरनाही माझे आभार सांगा. थोड्या वेळाने त्यांच्याबरोबर बोलेन."

त्यांनी फोन खाली ठेवला.

इतर सगळे त्यांच्याकडे बघत होते.

"मग?" अब्राहम्स म्हणाले.

राष्ट्राध्यक्ष क्षणभर शांत होते. मग त्यांनी होकारार्थी मान हलविली.

"हॅपी न्यू इयर. नवं वर्ष आनंदाचं आहे," ते म्हणाले.

सगळ्यांच्या हास्याचा जणू स्फोट झाला.

"आपल्याला बोनस मिळाला. डेवी आणि मॉन्टेझही तिथे होते."

“येस...!” रोझ हवेत मूठ फेकत म्हणाले.

त्या क्षणाची लज्जत चाखत राष्ट्राध्यक्षांनी स्मित केले. मग त्यांनी मरिअन इलमन यांच्याकडे बघितले व होकारात्मक रितीने मान किंचित हलविली.

मरिअननी स्मित केले.

“मला वाटतं यानंतर काय करायचं,” नोल्स म्हणाले, “इतकंच आता आपल्याला ठरवायचं आहे.”

६१

डेवी आणि मॉन्टेझ यांना सुदानमधून आणल्यानंतर एका आठवड्यांनी ते दोघे व्हाइट हाउसमध्ये राष्ट्राध्यक्षांच्या बाजूला उभे होते. त्यांना आणायला गेलेल्या बचाव पथकाचे कमांडर रॉन डॅगोविचही त्यांच्याबरोबर होते. ईस्ट रूम बातमीदार आणि कॅमेरामन यांनी ओसंडून वहात होती. राष्ट्राध्यक्षांनी तिघांची ओळख करून दिली. नंतर ते तिघेही जण दोन शब्द बोलले. राष्ट्राध्यक्षांच्या मागे जॉन ओकले, मरिअन इलमन आणि सुझान ऑप्टिझ उभे होते.

डेवी आणि मॉन्टेझना आठवडाभर विश्रांती मिळाली होती. शत्रूने त्यांना पकडताना आणि नंतर पकडून ठेवल्यानंतरच्या काळात त्यांना जखमा झाल्या होत्या. दोघांच्याही त्या जखमा वरवरच्या होत्या. मॉन्टेझचा एक हातही फ्रॅक्चर झाला होता. जंगलात त्याला आधार म्हणून एक काठी बांधण्यात आली होती. त्याचे ऑपरेशन करावे लागले होते. तो हात झोळीत – स्लिंगमध्ये होता. संरक्षण खात्याच्या गुप्तहेर विभागाने आधी त्यांना प्रश्न विचारून कैदेत असताना व आधी काय-काय घडले होते, याची त्यांच्याकडून माहिती घेतली होती. नंतर जागतिक प्रसार माध्यमांसमोर बोलताना कोणते शब्द वापरून कसा संवाद साधायचा याबाबत त्यांना मदत केली होती. एलआरएने त्यांना सुदानच्या सैनिकांच्या तुकडीकडे हवाली केले होते. त्यांच्या ताब्यात पकडून ठेवलेले असताना त्यांनी सुदानच्या तुकडीबरोबरच चीनचे सैनिकही काम करत असल्याचे बघितले होते. त्याबद्दल आणि मोहिमेच्या तपशिलाबद्दल बोलणे टाळावे, अशा सक्त सूचना त्यांना आणि डॅगोविचना देण्यात आल्या होत्या.

व्हाइट हाउसमध्ये पूर्ण आठवडा जोरदार चर्चांचा होता. हा संघर्ष जर पुन्हा घडू द्यायचा नसेल, तर त्याचे निराकरण त्याने विनाकरण हे नव्या कशाची तरी सुरुवात असणे आवश्यक होते. कशाची? प्रत्येकाचा दृष्टिकोन भिन्न होता. एकमेकांच्या दृष्टिकोनांना पुनःपुन्हा विरोध झाला. मरिअन यांच्या लक्षात आले की, त्या आता राष्ट्राध्यक्षांच्या सर्वांत जवळच्या सल्लागारांपैकी एक होत्या.

राष्ट्राध्यक्षांनी मरिअन, ओकले, डेवलीन, पेरेझ, ऑप्टिझ आणि रोझ यांच्याबरोबर दीर्घ मीटिंग घेतल्या. गुप्तहेर खाते व परराष्ट्रखात्याचे चीनबद्दलचे तज्ज्ञही गरज असेल तेव्हा त्या मीटिंगमध्ये सहभागी होत होते. नोल्स आणि झँग यांच्याबरोबर दोनदा संभाषण झाले. दोन्ही वेळेला इलमन यांनीही ते ऐकले. झँग यांच्या आवाजात आता त्यांना जुळवून घेण्याचा सूर आढळून आला होता. आता टळलेल्या, पण एका क्षणी होईल असे वाटलेल्या संघर्षामुळे नोल्स इतकाच त्यांनाही धक्का बसला होता का? तिथल्या सत्तासंघर्षात त्यांना त्यामुळे बळ मिळाले होते, ते जास्त सामर्थ्यशाली झाले होते की कमजोर झाले होते? ह्या घटनेनंतर जनरल फॅन आता सार्वजनिक कार्यक्रमांमध्ये इत्यादी दिसले नव्हते; ते आता बीजिंगमध्ये नसल्याची अफवा होती असा गुप्तहेरखात्याने अहवाल दिला होता. त्यातून काही अर्थ निघतच असेल तर तो काय होता ते स्पष्ट होत नव्हते. दुसऱ्यांदा संभाषण झाले तेव्हा नोल्सनी आर्थिक संघर्ष मिटविण्यासाठी मीटिंग घेण्याचा विषय काढला. झँगनी त्याला ज्या प्रकारे प्रतिसाद दिला, त्यावरून ही कल्पना त्यांना मान्य असल्याचे ठोस संकेत मिळत होते. नोल्सना त्यांच्याबरोबर संभाषण करणे अजूनही आवडत नव्हते आणि बहुधा कधीच आवडले नसते. पण चीनचा नेता आणखी इतर विषयांबाबतही खुल्या दिलाने विचार करायला तयार असण्याची शक्यता दिसत होती.

राष्ट्राध्यक्ष आता ईस्ट रूममध्ये निवेदन करणार होते. निवेदनांचा मसुदा त्यांच्या सर्वांत जवळच्या सल्लागारांमध्ये पुनःपुन्हा फिरला होता; त्यात दुरूस्त्या, सुधारणा होत गेल्या होत्या.

लष्करी अधिकाऱ्यांची भाषणे झाल्यानंतर नोल्स यांनी बोलायला सुरुवात केली. ''प्रथमत:'' ते म्हणाले, ''कॅप्टन पीट डेवी आणि फिल मॉन्टेझ यांच्या धैर्याबद्दल मी त्यांना सलाम करतो.'' नोल्स त्या दोघांकडे वळले. ''कोणत्या प्रसंगाला तुम्हाला सामोरे जावे लागले हे आम्ही तुमच्या तोंडून ऐकले. पण माझी खात्री आहे, ज्या दिव्यातून तुम्हाला प्रत्यक्षात जावे लागले त्याच्या जवळपासही ते वर्णन जात नाही. तुम्ही जे भोगले आहे ते ह्या खोलीतील अगदी थोडे जण खरोखर समजू शकतील आणि कर्नल डॅगोविच, या दोघांना मायभूमीला परत आणल्याबद्दल मी तुमचेही आभार मानतो. तुमचे नेतृत्व आणि ध्येयावरची निष्ठा यामुळेच इतक्या खडतर प्रसंगातूनही तुम्ही तुमच्या माणसांना परत आणू शकलात. यश मिळवूनच तुम्ही परत आलात आणि एक गोष्ट आपण लक्षात ठेवली पाहिजे. ज्या कारणासाठी तुम्ही तिघे आणि तुमच्याबरोबरचे सगळेच लढत होते, त्या लढ्याचे कारण न्याय्य होते. ह्या न्याय्य कारणासाठी ज्यांनी आपले बलिदान दिले त्यांच्या स्मृतीलाही आपण आदरांजली वाहू. ती धैर्यवान माणसे होती आणि

त्यांच्या कुटुंबियांना आणि देशाला त्यांचा अभिमान आहे. दुष्ट शक्तीच्या अत्याचारातून लोकांची सुटका करण्यासाठी ते लढले. त्यांचे सहकारी हा लढा पुढे सुरूच ठेवतील. ह्या महान देशाने लढा द्यावा असेच ते कारण होते; ते आपल्या देशाने नेहमीच आपले कर्तव्य मानलेले आहे. अशा न्याय्य कारणासाठी युनायटेड स्टेट्स नेहमीच शस्त्र उचलायला तयार असेल. तयारी नसेल असा दिवस कधी आलाच तर देशाची अवस्था त्या वेळी कशी असेल, याची मला भीती वाटते. सद्गृहस्थ हो! देश तुमचे आभार मानतो.''

राष्ट्राध्यक्ष पुन्हा बातमीदारांकडे वळले आणि थबकले. लष्करी अधिकाऱ्यांसाठी टाळ्यांचा कडकडाट झाला. टॉम नोल्स यांनी मान हलवून त्याची दखल घेतली.

''आता कोणाला शंका वाटत असेल तर, मी ठामपणे सांगू इच्छितो की, युनायटेड स्टेट्स जंगल पीस मोहीम सुरूच ठेवेल. जे साध्य करायचे आपण ठरवले आहे, ते साध्य केल्याशिवाय आपण स्वस्थ बसणार नाही. जंगल पीस ही न्याय्य व रास्त कारणासाठी सुरू केलेली मोहीम आहे. ह्या लढ्याचे नेतृत्व मी करत आहे याचा मला अभिमान आहे. अशासारख्या एखाद्या घटनेमुळे युनायटेड स्टेट्स जर माघार घेईल असे कोणाला वाटत असेल तर ती फार मोठी चूक असेल. लॉर्ड रेझिस्टन्स आर्मीतील कोणी हे निवेदन बघत असेल तर, मी त्यांना सांगतो : आता हिंसाचाराच्या मार्गाचा त्याग करा आणि न्याय्यप्रक्रियेला सामोरे जा. आता शरण या. कारण युनायटेड स्टेट्स येत आहे आणि तुम्हाला नेस्तनाबूत करेलच.''

राष्ट्राध्यक्ष थबकले. राष्ट्राध्यक्षांच्या पत्रकार परिषदेत टाळ्या वाजवणे ही नेहमीची बाब आहे असे समजून तिन्ही लष्करी अधिकाऱ्यांनी, ते थबकल्यामुळे टाळ्या वाजवल्या. काही पत्रकारही त्यात सहभागी झाले. त्यांचे सहकारी ती गंमत बघत होते.

''इतर काही विषयांबाबतही बोलण्यासाठी ही छान संधी आहे असे मला वाटते. नवीन वर्षाची सुरुवात होत आहे. मला वाटतं मागच्या वर्षाचा शेवट फारसा चांगला झाला नाही.'' नोल्सनी विषादपूर्ण स्मित केले. मग ते पुन्हा गंभीर झाले ''हे नवीन वर्ष मागच्या वर्षासारखं असणार नाही.''

ते थबकले. निवेदनाचा महत्त्वाचा भाग आता सुरू होत आहे, हे श्रोत्यांना कळावे यासाठी त्यांनी त्यांच्याकडे रोखून, बघितले. ''आपण सगळे दरवर्षी असं म्हणतो आणि जानेवारीच्या अखेरीसपर्यंत गोष्टी होत्या तशाच असतात, काही बदल झालेला नसतो, हे मला माहीत आहे. ह्यावर्षी मात्र असं होणार नाही.''

''पीट डेव्ही आणि फिल मॉन्टेझ आज माझ्याबरोबर इथे उभे आहेत. ते सुदानमध्ये कुठेतरी कैदेत नाहीत याचं कारण ज्या प्रकारे आपण चीन सरकारबरोबर

काम केले ते आहे. अर्थातच काही तपशील मी जाहीरपणे सांगू शकत नाही. ती पूर्णपणे निर्विघ्न प्रक्रिया होती, असं मी म्हणत नाही. कसोटीचे क्षण जरूर होते. पण आपली ही दोन शूर माणसं आणि कर्नल डॅगोविच आज इथे आपल्याबरोबर आहेत आणि त्याबाबत मी म्हणू शकतो की, चीन सरकारच्या सहकार्याशिवाय हे शक्य नव्हतं. ही एक महत्त्वाची बाब आहे. राष्ट्राध्यक्ष झँगना मी खाजगीरित्या आधीच माझे आभार पाठवले आहेत, पण आज त्यांचे मला जाहीरपणे पुन्हा आभार मानायचे आहेत. राष्ट्राध्यक्ष झँग, थँक यू.''

''थँक यू'' ठळकपणे लक्षात यावा म्हणून नोल्स क्षणभर थबकले. युनायटेड स्टेट्स सुट्टीच्या आठवड्याची मजा लुटत असताना काय काय घडले त्याचा तपशील जाहीर करण्यात आला होता. त्यात डेवी आणि मॉन्टेझ यांच्या सुटकेची मोहीम, त्या वेळी झालेला गोळीबार, सुदानच्या सैन्याच्या तुकडीसोबत झालेली कोंडी यांची माहिती देण्यात आली होती आणि ह्या वेढ्यातून यशस्वीपणे कशी सुटका करण्यात आली त्याची माहिती होती. सुदानमध्ये चीनबरोबर जो संघर्ष उभा ठाकला होता त्याची माहिती मात्र जाहीर करण्यात आली नव्हती. अगदी जॉन केनेडी आणि जॉर्ज एचडब्लू बुश जहाजांच्या कमांडरनाही त्याची पूर्ण माहिती देण्यात आली नव्हती. त्या माहितीचे ''केवळ सर्वोच्च पातळीवरील व्यक्तींसाठी'' असे वर्गीकरण करण्यात आले होते. ती किती दिवस गोपनीय राहील ते सांगता येणे अशक्य होते. ह्या नाट्यपूर्ण घडामोडींमध्ये जे प्रत्यक्ष सहभागी होते त्यांनी कोणत्या ना कोणत्या प्रकारे त्याबद्दल बोलणे सुरू केले असते. पण त्यातील अगदी थोड्या जणांना पूर्ण घटना व तिचा पूर्ण तपशील माहीत होता. २०१८मधील सुट्टीच्या आठवड्यात लामू बे जवळ एक घटना होता-होता वाचली होती. एक मोठं संकट शेवटच्या क्षणी टळलं होतं. इतिहासकार अजून दहा वर्षांनी किंवा वीस किंवा तीस वर्षांनी माहितीचे अवशेष जमा करून पूर्ण चित्र उभे करतील तेव्हाच पूर्ण सत्य माहीत होईल अशी आशा होती. सध्या मात्र ती गोपनीय होती. नोल्सना माहीत होते जर त्यांच्या समोरच्या बातमीदारांना ह्या गोष्टीची माहिती असती तर चीनबरोबर संघर्ष करण्याची भूमिका घ्या अशी मागणी झाली असती आणि त्या मागणीला नकार देणे अशक्य झाले असते. बातमीदारच काय रिपब्लिकन पक्षातील त्यांच्या पाठीराख्यांनीही तीच मागणी केली असती. आणि आता जे काही शब्दांत ते व्यक्त करणार होते त्याच्या नेमकी विरुद्ध ती भूमिका होती.

हे शब्द राष्ट्राध्यक्ष झँग यांच्यासाठी होते.

''सहकार्य ही छान गोष्ट आहे. ती महत्त्वाची गोष्ट आहे. युनायटेड स्टेट्स आणि पीपल्स रिपब्लिक ऑफ चीन ह्या दोघांनी कोणतीही गोष्ट करताना विचार

केला पाहिजे ह्यामुळे आपले स्वत:चे हित तर साधले जात आहे, पण दुसऱ्याचे नुकसान तर होत नाही ना? ज्यात फक्त त्यांचे स्वत:चे हित आहे, पण दुसऱ्याचे नुकसान होत आहे, अशी कोणतीही गोष्ट त्यांना करता येणार नाही. अशी गोष्ट करता येईल असे कोणाला वाटत असेल तर ती भ्रामक समजूत आहे. ही गोष्ट आम्हा दोघांपैकी प्रत्येकासाठी लागू आहे – दोघांसाठीही लागू आहे. आता आपण एकमेकांच्या इतके जवळ आलेलो आहोत की, एकांगी विचार आपल्या दोघांनाही करता येणार नाही. आपली जागतिक व्यवस्था एकमेकांत खूप गुंतलेली आहे. ज्या समस्यांना आपल्याला तोंड द्यावं लागतं, त्यांच्याशी आपण दोघांनी मिळून दोन हात केले पाहिजेत. त्याचा अर्थ असा नाही की चर्चा करायला काही वावच न ठेवता आपण काय काय करणार आहोत ते एकाने दुसऱ्याला सांगायचे. त्याचा अर्थ आहे की दोघे मिळून काय करणार आहोत, ते चर्चा करून ठरवणे. हे आपण कॅप्टन डेवी आणि मॉन्टेझ यांच्याबाबतीत केले. ते यशस्वी ठरले. जर ते एका गोष्टींबाबत यशस्वी ठरले तर दुसऱ्या गोष्टींबाबत हे का यशस्वी ठरू शकणार नाही मला समजत नाही. जर ते कॅप्टन डेवी आणि मॉन्टेझ यांच्याबाबतीत ते यशस्वी ठरले तर इतर सगळ्याच बाबतीत ते का यशस्वी ठरणार नाही मला समजत नाही.

मागचे वर्ष ज्याप्रकारे संपले त्याबाबत मी बोलत होतो, त्याकडेही वळतो. ते चांगल्या रीतीने संपलं नाही, कारण आपण सहकार्य करत नव्हतो. मी कोणावरही ठपका ठेवत नाही. सहकार्य नसण्यामागे दोन्ही पक्ष कारणीभूत असतात. आज एका गंभीर परिस्थितीत आपण आहोत. मार्केटबाबतच्या उपाययोजना, व्यापारावर निर्बंध यातून सुटण्याचा मार्ग जर आपण लगेच शोधून काढला नाहीतर त्याचे आर्थिक दुष्परिणाम आपल्या सगळ्यांनाच भोगावे लागतील. जर सहकार्य नसेल तर गोष्टी किती वाईट थराला जाऊ शकतात, हे यावरून दिसते. अमेरिकेच्या जनतेला हे आर्थिक दुष्परिणाम सहन करावे लागू नयेत अशी माझी इच्छा आहे. ते अमूर्त नाही. त्या पुस्तकातील कल्पना नाहीत की, पानांवरील आकडे नाहीत. ती माणसं आहेत. त्यांच्या आयुष्यातील स्वप्नं, आकांक्षा पूर्ण झालेली बघण्याचा त्यांना पुरेपूर हक्क आहे. माझ्या वेळेचा प्रत्येक क्षण आणि माझ्या चैतन्याचा प्रत्येक कण यासाठी खर्च करावा, ही माझी जबाबदारी आहे. माझा विश्वास आहे की, राष्ट्राध्यक्ष झँग यांच्या मनात चीनच्या जनतेप्रती तीच जबाबदारीची भावना आहे आणि मी त्या भावनेचा आदर राखतो.

मी कोणत्याही मागण्या करत नाही. त्यांच्या सरकारने जाहीर केलेले निर्बंध मागे घ्यावेत, अशी मी आज राष्ट्राध्यक्ष झँग यांच्याकडे मागणी करत नाही. कारण हे निर्बंध लागू असण्याचे कारणच नाही, असं त्यांना वाटेल तेव्हा ते

स्वत:हून निर्बंध मागे घेतील, हे मला माहीत आहे. ते निर्बंध त्यांच्यासाठी उपयुक्त नाहीत आणि आपल्यासाठीही नाहीत. ते उपयोगात आणण्याची त्यांची इच्छा नाही, हे मला माहीत आहे. आणि आपल्या मार्केटचं पावित्र्य जपण्यासाठी त्या उपाययोजना आपण जाहीर केल्या आहेत, त्या मी मागे घेत आहे असं मी म्हणत नाही. त्या उपाययोजना मला पसंत नाहीत. त्या लागू केलेल्या असाव्यात अशी माझी इच्छा नाही. उचित नियमांच्या आधारे चालणाऱ्या मुक्त बाजारपेठेमध्ये आपल्या अर्थव्यवस्थेला पुढे नेण्याची आणि आपल्या जीवनमानाचा दर्जा उंचावण्याची ताकद आहे, असा माझा दृढविश्वास आहे. लागू केलेल्या उपाययोजना नेमक्या ह्या विश्वासाविरुद्ध आहेत. त्या जितक्या लवकर मागे घेता येतील तेवढा मला त्यात आनंदच वाटेल. पण ह्या उपाययोजनांमुळे मार्केटमध्ये पुन्हा स्थैर्य प्रस्थापित झाले आहे असे मागील काही दिवसांवरून दिसते. इतर मार्गांनी आपल्या मार्केटचे संरक्षण होत आहे, याची खात्री पटल्याशिवाय त्या मला मागे घेता येणार नाहीत हे राष्ट्राध्यक्ष झँग समजू शकतात.

त्यामुळे ह्या उपाययोजना आणि निर्बंध दूर करण्याचा मार्ग आपण शोधला पाहिजे आणि तो लगेच शोधला पाहिजे. त्यासाठी मी असा प्रस्ताव देत आहे की, राष्ट्राध्यक्ष झँग आणि मी, आम्ही दोघे एकत्र बसू. आमच्याबरोबर आमचे अधिकारीही असतील आणि आपण यावर चर्चा करू. मी हे पुढील वर्षांत व्हावं असं म्हणत नाही, पुढील महिन्यातही नाही. मी पुढील आठवड्यात ही चर्चा व्हावी, असे म्हणत आहे. मी उद्या चर्चा व्हावी म्हणत आहे. माझी डायरी मोकळी आहे. मी राष्ट्राध्यक्ष झँग यांना माझ्याबरोबर यात सहभागी व्हा, असं सुचवत आहे. सार्वभौम इन्व्हेस्टमेंट फंड कोणत्याही छुप्या राजकीय अजेंड्याशिवाय खरोखर केवळ व्यावसायिक गुंतवणूकदार म्हणून काम करत आहे, याची प्रत्येकाला खात्री असायला हवी. त्यासाठी आपल्या दोघांना मिळून कसे काम करता येईल, यावर आपण चर्चा करू या, असं मी सुचवत आहे. सार्वभौम इन्व्हेस्टमेंट फंड मार्केटमध्ये असूच नयेत, याला कोणतंही कारण नाही. मार्केटला त्यांची आवश्यकता आहे. मग प्रत्येकाची खात्री पटेल, अशी व्यवस्था कशी निर्माण करता येईल? ते मला माहीत नाही. राष्ट्राध्यक्ष झँग यांच्यावतीने बोलण्याचा माझा इरादा नाही, पण त्यांनाही माहीत असेल का, याबाबत मला शंका आहे. पण वॉशिंग्टनमध्ये आणि बीजिंगमध्ये आपल्याकडे काही अतिशय हुशार लोक आहेत. ते हे काम कसं करता येईल, ते ठरवण्यासाठी आपल्याला मदत करू शकतात.

सुरुवातीला आपण ह्या विषयावर बोलू. नंतर कदाचित आपण इतरही विषयांवर बोलू. चीनच्या आयएमएफमधील स्थानाविषयी बोलू. कार्बन डायऑक्साइडच्या उत्सर्जनाबाबत बोलू. दक्षिण अफ्रिकेत काय घडामोडी सुरू

आहेत, त्याबाबत आपण बोलू. जितका वेळ त्यासाठी आवश्यक आहे, तितका वेळ मी बोलायला तयार आहे. माझी डायरी मोकळी आहे. ज्या गोष्टींचं निराकरण आपण करायला हवं, पण एकट्याने करू शकत नाही, अशा गोष्टींवर आपण बोलू.

राष्ट्रप्रमुखांमधील शिखर परिषद अशातऱ्हेने होत नाही, हे मला माहीत आहे. परिषदेसाठी एकत्र बसण्यापूर्वीच आमच्यात काही करार झालेले असणं आवश्यक समजलं जातं, ते मला माहीत आहे. पण माझ्याकडे तुमच्यासाठी बातमी आहे. ह्या वेळी असं काही आमच्यात झालेलं नाही. पण तरीही आम्ही एकत्र बसणं आवश्यक आहे. आणि होय, निरंतर सुरू राहणाऱ्या प्रक्रियेची ही सुरुवात असेल, तिचं स्वरूप काय असेल ते मला माहीत नाही, ती नेमकी कुठं जाणार आहे ते मला माहीत नाही, पण आम्ही सुरुवात करणं आवश्यक आहे इतकं मला नक्की माहीत आहे, कारण दुसरा मार्ग फक्त अपयशच देईल. प्रश्नांचे निराकरण करण्यासाठी तो उपयुक्त ठरणार नाही. एका सूज्ञ व्यक्तीने काही दिवसांपूर्वी मला सांगितलं रस्त्याचा शेवट हमखास त्यांना माहीत असेलच असं नाही, पण एखादा रस्ता डेड एन्डकडे जाणारा असेल, तर त्याकडे बघितल्यावर त्यांना ते ओळखता येतं. जर ह्या दोन रस्त्यांपैकी एकाची मला निवड करायची असेल तर जो रस्ता कुठेतरी जाणारा आहे त्याची मी निवड करेन, भलेही मग तो कुठं जात आहे ते कळण्यासाठी जरा जास्त वेळ लागेल, थोडी जास्त अनिश्चितता त्यात असेल. आपल्या परिचयाच्या पण डेड एन्डकडे नेणाऱ्या रस्त्यापेक्षा हा रस्ता मी निवडेन. युनायटेड स्टेट्सचा राष्ट्राध्यक्ष ह्या नात्याने पुढे कुठेतरी जाणाऱ्या रस्त्यावर आपल्याला घेऊन जाणं ही अमेरिकेच्या प्रति माझी जबाबदारी आहे. मला खात्री आहे, पीपल्स रिपब्लिक ऑफ चायनाचे राष्ट्राध्यक्ष ह्या नात्याने राष्ट्राध्यक्ष झँग, ह्यांच्या मनातही चीनच्या जनतेविषयी हीच जबाबदारीची भावना असेल. त्यामुळे, राष्ट्राध्यक्ष झँग, मी तुम्हाला म्हणत आहे, पहिलं पाऊल आपण दोघे मिळून उचलू या.''

''हे नवीन वर्ष आहे. याच्या शेवटी ते मागील वर्षांसारखंच असणार नाही असा विश्वास निर्माण करू या.''

राष्ट्राध्यक्ष थांबले. त्यांनी समोर बसलेल्या बातमीदारांमध्ये नजर फिरवली. त्यातील काही टिपणवहीत लिहित होते किंवा काही टॅब्लेटमध्ये टॅप करून माहिती जमा करत होते. इतर त्यांच्याकडे बघत होते.

''आता,'' नोल्सनी खांद्यावरून खोलीच्या मागच्या भागाकडे क्षणभर दृष्टिक्षेप टाकला आणि ते पुढे म्हणाले, ''समारोप करण्यापूर्वी, मला आणखी एक घोषणा करायची आहे.''

६२

व्हाइट हाउसमधील पत्रकार परिषदेचा सुरुवातीचा भाग एड ग्रे बघू शकले नव्हते. त्या वेळी ते रेड रिव्हरमधून पैसे काढून घेण्याच्या प्रयत्नांत असलेल्या एका क्लायंटबरोबर बोलण्यात गुंतले होते. ग्रे यांना रिडम्पशन – फंडातून पैसे काढू देणे – करणे भाग पडले होते. रिडम्पशन पुन्हा सुरू झाले की, आम्ही सर्वच्या सर्व पैसा काढून घेऊ असे म्हणणाऱ्या क्लायंट्सना गोड बोलून समजावण्यातच त्यांचा अर्धा दिवस निघून जात होता. रिडम्पशन पुन्हा सुरू झाल्यानंतर ते कदाचित पैसे काढून घेतील किंवा कदाचित काढून घेणार नाहीत. एकदा धुराळा खाली बसला की, कदाचित त्यांच्या लक्षात येईल सर्वच फंड मॅनेजरनी असेच केलेले होते. काहीही असले तरी त्यांना थोपवून धरणे याशिवाय त्यांच्याकडे पर्याय नव्हता.

शेवटी ते फोनच्या तावडीतून स्वत:ची सुटका करू शकले आणि ट्रेडिंगरूममध्ये आले, तेव्हा राष्ट्राध्यक्ष चीनबरोबर सहकार्य करण्याचे महत्त्व याबाबत बोलत होते. एका स्क्रीनवर पत्रकार परिषदेच्या प्रक्षेपणाचे दृश्य दिसत होते. सगळे जण तेच बघत होते. राष्ट्राध्यक्षांचाच आवाज तेवढा ऐकू येत होता.

आर्थिक संकटानंतर आता ट्रेडिंगरूमही तशीच राहिली नव्हती. ती एक उदासवाणी, छोटी जागा झाली होती. दोन-चार लोक ख्रिसमससाठी घरी गेले होते आणि परत यायचे नाही, असे त्यांनी ठरवले होते. असे आणखीही काही लोक असतील, हे एडना माहीत होते. पुढील काही आठवड्यांत आणखी चार-पाच लोक सोडून जातील, असे त्यांना दिसत होते. त्यांच्या चेहऱ्याकडे आणि त्यांच्या डोक्यातील भाव बघूनच ते स्पष्ट होत होते. काहीतरी गेले होते. चैतन्य हरपले होते.

बोरीस मालेवस्की त्यांच्यापैकी एक असणार होता. तो अस्वस्थ होता. यांत्रिकपणे काम करत होता. फिडेलियनने त्याला संपवून टाकले होते.

ग्रे यांनी आपले लक्ष पुन्हा स्क्रीनकडे वळवले. आर्थिक संकट सोडवण्यासाठीच्या

परिषदेत सहभागी होण्याचे आवाहन राष्ट्राध्यक्षांनी झँगना केले होते. नंतर आणखी एक घोषणा करायची आहे, असे ते म्हणाले.

राष्ट्राध्यक्षांचे बोलणे पुढे सुरू होते. ग्रे यांनी हाताची घडी घालून ते ऐकणे सुरू ठेवले. परिषद घेऊ या असे आवाहन करणे, हे एक धाडसी पाऊल आहे, असे त्यांना वाटले किंवा टोकाला जाऊन निराशेने उचललेले ते पाऊल असावे.

ग्रे यांनी राष्ट्राध्यक्षांकडे बारकाईने काळजीपूर्वक बघितले. ते हातघाईवर आलेले दिसत नव्हते. परिषदेची कल्पना सुचवताना त्याबाबत झँग काय म्हणतील अशी त्यांची अपेक्षा होती? अशी सूचना करताना झँग त्याला प्रतिसाद देतील अशी त्यांची अपेक्षा असणारच. केवळ अपेक्षाच नव्हे, तर त्याहीपेक्षा जास्त काहीतरी.

राष्ट्राध्यक्षांच्या मागे उभे असलेल्या एका घोळक्यातून एक निळा पँट सूट परिधान केलेली उंच स्त्री समोर येताना स्क्रीनवर दिसत होती.

ग्रे क्षणिक आपल्या विचारांत हरवून गेले होते. ''ती कोण आहे?'' त्यांनी विचारले.

''मरिअन इलमन,'' एका पोर्टफोलिओ मॅनेजरने उत्तर दिले. ''त्या संयुक्त राष्ट्रसंघातील राजदूत आहेत. नोल्सनी आताच सांगितलं, ते त्यांची परराष्ट्रमंत्री म्हणून नेमणूक करत आहेत.''

राष्ट्राध्यक्षांनी इलमन यांच्याबरोबर हस्तांदोलन केले व ते थोडे बाजूला झाले. इलमन यांनी बोलायला सुरुवात केली. एड ग्रे ते ऐकत होते.

''राष्ट्राध्यक्ष महोदय, ह्या सन्मानाबद्दल मी आपले आभार मानते. प्रथमच मी माझे पूर्वाधिकारी बॉब लिव्हिंगस्टन यांच्याबद्दल आदर व्यक्त करते. बॉब हे खरोखर –''

ग्रे यांनी वैतागल्यासारखा च्ऽ ऽ च्ऽ आवाज काढला. एक परराष्ट्रमंत्री दुसऱ्या परराष्ट्रमंत्र्यासारखाच असणार होता. राष्ट्राध्यक्षांनी कोणालाही परराष्ट्रमंत्री म्हणून निवडले असते, तरी त्यांच्या आयुष्यात काहीच फरक पडणार नव्हता.

इतर महत्त्वाच्या गोष्टींवर त्यांना विचार करायचा होता. ते त्यांच्या कक्षात परत गेले.

टोनी इवानगेलोऊ त्यांच्या मागोमाग आत गेले.

'' इंटरेस्टिंग आहे ना?'' ग्रे म्हणाले.

होकारात्मक मान हलवत इवानगेलोऊ खाली बसले.

ग्रे यांनी स्क्रीनवर मार्केटच्या काही निर्देशकांची दृश्ये आणली. किंचित उसळी घेऊन ते वर जात असल्याचे दिसत होते.

''ही कशाची तरी सुरुवात होत असेल असं तुला वाटतं का?'' असे इवानगेलोऊ म्हणाले.

''आपण इच्छा करू तसं होईल, अशी आशा करता येणार नाही. परिस्थितीच अशी आहे की आपल्याला काळजीपूर्वक वागावं लागेल.''

''ते खरं. पण तरीही जर ते दोघे एकत्र येऊन काही करू शकले तर –''

ग्रे यांनी संमतीदर्शक मान हलवली. चीनच्या राष्ट्राध्यक्षांचा प्रतिसाद असेल त्याप्रमाणे मार्केटची दिशा राहिली असती. त्यांनी नकारात्मक प्रतिसाद दिला असता किंवा थंडा प्रतिसाद दिला असता, तरी मार्केट होते तिथे परत गेले असते. खालच्या दिशेला गेले असते. जर त्यांचा प्रतिसाद सकारात्मक असता तर मार्केट वर गेले असते.

''एड, तुला वाटतं खरंच हे आपण सुरू केलं?''

हा प्रश्न एड ग्रे स्वत:लाच अनेक आठवड्यांपासून विचारत होते. ते केवळ एक प्यादे होते की वजीर होते? फिडेलियन शॉर्ट करण्याच्या त्यांच्या निर्णयामुळे हे संकट उद्भवले असेल, ही कल्पना अविश्वसनीय होती आणि तरीही ती अशक्य होती असे म्हणण्यासारखेही काही नव्हते. जर त्यांनी फिडेलियनला शॉर्ट करणे सुरू केले नसते, तर भांडवल उभारण्यासाठी ती बँक बाजारात आल्यावर मार्केटने दोन हजार तीनशे कोटी डॉलर्स तिच्या पदरात टाकले असते का? कदाचित दिले असते. अचूक वेळ साधणारे काही ट्रेड करून, एक फंड अशा घटनांच्या मालिकांसाठी कारणीभूत झाला होता. त्यामुळे जगातील न्यू यॉर्क ते टोकियोपर्यंतच्या मार्केटमध्ये एकच घबराट उडाली होती. ही कल्पना वास्तव होती का? ही शक्यता दहशत वाटावी अशीही होती आणि आदरयुक्त दरारा वाटावा अशीही होती. ही कल्पना खरी असावी अशी आपली इच्छा आहे की नाही, हेही एड ग्रे यांना माहीत नव्हते. मार्केटमध्ये इतकी उलथापालथ झाली त्यामागे आपण होतो, अशी बढाई मारण्यासाठी किंवा नुसते लोकांना ते माहीत व्हावे म्हणून ही कल्पना खरी असावी असा विचार त्यांच्या मनाच्या एका कप्प्यात होता. उलट नेमकी वेळ साधणारे काही ट्रेड केले, मार्केटच्या त्या वेळेच्या मन:स्थितीचा फायदा उठवला तर मार्केटमध्ये सहजपणे मोठी हालचाल घडवून आणता येईल इतके ते तकलादू आहे, ह्या विचाराने त्यांना भीतीही वाटत होती.

''माहिती नाही,'' त्यांनी खांदे झटकले. ''त्याची कोण पर्वा करणार बरोबर?''

कशामुळे काय झाले असेल, त्याला प्रत्यक्षात काही महत्त्व नव्हते. एड ग्रे यांनी फिडेलियन बँक शॉर्ट करण्याचा निर्णय घेतला होता आणि त्यानंतरच्या बारा आठवड्यांत रेड रिव्हरचे मूल्य दोन हजार चारशे कोटींनी खाली आले होते. जर अकाउंटिंगचे नियम स्थगित ठेवले नसते तर कर्ज देणाऱ्या बँकांच्या मार्जिन कॉलच्या तगाद्यामुळे फंड पूर्णपणेच बुडाला असता. एकदा का अकाउंटिंगचे

नियम पुन्हा लागू झाले की, फंड कोणत्या परिस्थितीत असेल ही बाब तेवढी त्यांच्यासाठी महत्त्वाची होती आणि दोन हजार चारशे कोटी डॉलर्स पुन्हा कसे कमावता येतील, ही बाब महत्त्वाची होती आणि अर्थातच त्याहीपेक्षा जास्त पैसा तर कमवायचा होताच.

तुम्ही अगदी वेगाने पैसा गमावू शकता. पण मार्केटच्या पुढे राहिलात, काही योग्य बेट घेतल्या, तर तितक्याच वेगाने तुम्ही तो पैसा परतही मिळवू शकता.

जर चीनच्या राष्ट्राध्यक्षांनी नोल्स यांच्या सूचनेला होकार दिला असता, तर रोख्यांचे भाव खूप वर गेले असते. शेअरचेही भाव खूप वर गेले असते.

नोल्स यांनी काय म्हटले आहे यावर एड ग्रे यांनी विचार केला. राष्ट्राध्यक्ष काहीही दावा करत असले, तरी झँग होकार देतील माहीत असल्याशिवाय ते परिषदेचा प्रस्ताव जाहीरपणे देतील अशी शक्यता नव्हती. त्यांच्यात काही व्यवहार नक्कीच आधी ठरलेला असणार. हा व्यवहार काय असेल याबद्दली एक कल्पना एड ग्रे यांच्या मनात वेगाने चमकून गेली. नोल्सनी परिषदेसाठी विचारणा करावी ह्या बदल्यात झँगनी हेलिकॉप्टर पायलटना परत करायला सुदानला भाग पाडले असावे. हे गणित एकदम बरोबर जुळत होते. आंतरराष्ट्रीय आर्थिक व्यवहारांमध्ये पुरेसे महत्त्वाचे स्थान नाही हे चीनचे सततचे दुखणे होते, त्याला ह्यामुळे उतारा मिळू शकला असता.

नोल्स काहीही म्हणाले तरी, कितीही चाचपडत असल्याचा सूर त्यांनी लावला तरी अजिबात काही ठरले नसताना त्या दोघांपैकी कोणीच परिषदेला जाणार नाही असा विचार एड ग्रे यांच्या मनात आला. करार ठरावांची रूपरेषा तरी त्यांनी नक्कीच आधी ठरवलेली असणार. राजकारण अशा तऱ्हेने चालत नाही. अदमासे, अंदाजपंचे गोष्टी होत नसतात.

टोनी इवानगेलोऊंच्याही मनात नेमके तेच विचार होते. आणि जगातील सगळ्या डीआयव्ही, बँका आणि ब्रोकिंग फर्ममधील यच्चावत सगळे ट्रेडरही हाच विचार करत होते. इवानगेलाऊ यांनी एक भुवई उंचावून प्रश्नार्थक चर्चा केली. "अजून आपल्याकडे पैसे आहेत?" ग्रे यांनी विचारले.

इवानगेलाऊ यांनी होकारार्थी मान हलवली. मार्क-टू-मार्केटचे नियम स्थगित करण्यापूर्वीच्या काही तासांत रेड रिव्हरने आपले ॲसेट विकले होते, ते सुमारे शंभर कोटी डॉलर त्यांच्याकडे होते. मार्जिन कॉलचा बँकांकडे भरणा करण्यासाठी हे पैसे वापरले जाणार होते, पण नियम स्थगित झाल्यामुळे मार्जिन कॉलही स्थगित ठेवले गेले होते.

इवानगेलोऊ अजूनही त्यांच्याकडे बघत होते.

एड ग्रे यांनी क्षणभरासाठी स्क्रीनकडे बघितले. मग ते पुन्हा टोनी इवानगेलोऊ

यांच्याकडे वळले.

अनेक आठवड्यानंतर प्रथमच त्यांच्या चेहऱ्यावर स्मित होते. मागच्या काही आठवड्यांमधील काळ्याकुट्ट दिवसांमध्ये जे शब्द यापुढे कधीच उच्चारणार नाही असे त्यांना वाटले होते, ते शब्द आता ते उच्चारणार होते.

'...चला मार्केटमध्ये जाऊन खरेदी करू या!'

◆